இந்தியத் தத்துவங்களும் தமிழின் தடங்களும்

ந.முத்துமோகன்

நியூ செஞ்சுரி புக் ஹவுஸ் (பி) லிட்.,
41-பி, சிட்கோ இண்டஸ்டிரியல் எஸ்டேட்,
அம்பத்தூர், சென்னை- 600 050.
☎: 044 - 26251968, 26258410, 48601884

Language : Tamil
Indhiya Thaththuvangalum Thamizhin Thadangalum
Author : N. Muthumohan
First Edition : December, 2016
Second Edition : December, 2021
Third Edition : December, 2023
Copyright : Author
No. of pages : xx + 472 = 492
Publisher :
New Century Book House Pvt. Ltd.,
41-B, SIDCO Industrial Estate,
Ambattur, Chennai - 600 050.
Tamilnadu State, India.
email: info@ncbh.in
Online: www.ncbhpublisher.in

ISBN: 978 - 81 - 2343 - 300 - 4
Code No. A 3601
₹ 550/-

Branches

Ambattur (H.O.) 044 - 26359906 **Spenzer Plaza (Chennai)** 044-28490027 **Trichy** 0431-2700885 **Pudukkottai** 04322- 227773 **Thanjavur** 04362-231371 **Tirunelveli** 0462-4210990, 2323990 **Madurai** 0452 2344106, 4374106 **Dindigul** 0451-2432172 **Coimbatore** 0422-2380554 **Erode** 0424-2256667 **Salem** 0427-2450817 **Hosur** 04344-245726 **Krishnagiri** 04343-234387 **Ooty** 0423 2441743 **Vellore** 0416-2234495 **Villupuram** 04146-227800 **Pondicherry** 0413-2280101 **Nagercoil** 04652-234990

இந்தியத் தத்துவங்களும் தமிழின் தடங்களும்
ஆசிரியர் : ந.முத்துமோகன்
முதல் பதிப்பு : டிசம்பர், 2016
இரண்டாம் பதிப்பு : டிசம்பர், 2021
மூன்றாம் பதிப்பு : டிசம்பர், 2023

அச்சிட்டோர்: **பாவை பிரிண்டர்ஸ் (பி) லிட்.,**
16 (142), ஜானி ஜான் கான் சாலை, இராயப்பேட்டை, சென்னை - 14
☎: 044-28482441

All rights reserved. No part of this book may be reprinted or reproduced or utilised in any form or by any electronic, mechanical, or other means, now known or hereafter invented, including photocopying and recording, or in any information storage or retrieval system, without permission in writing from the publishers.

பேராசிரியர் நா.வானமாமலை அவர்களின்
(1917-2017)
நூற்றாண்டினையொட்டி...

முன்னுரை

இந்தியத் தத்துவங்கள் குறித்த எனது ஆய்வுகள் சில புதிய எல்லைகளை எட்ட வேண்டும் என்பது எனது நீண்ட நாளைய ஆசை. என்னதான் மார்க்சியம், ஐரோப்பியத் தத்துவங்கள் என என் எண்ணங்கள் ஓடினாலும் எப்படியும் இந்தியத் தத்துவங் களை நோக்கி, தமிழர் தத்துவங்களை நோக்கி வந்து சேர்ந்து விடவேண்டும் என்ற திட்டம் எப்போதுமே என்னில் இருந்தது.

மாஸ்கோவில் எனது முனைவர் பட்டம் பண்டைய இந்தியத் தத்துவம் தொடர்பானதே. மார்க்சியக் கோட்பாட்டுப் பிரச்சனை ஒன்றை எடுத்துக் கொள், என்று எனது நெறியாளர் இவான் பியோதரவிச் சுப்கோவ் அப்போது அறிவுறுத்தினார். ஆயினும் இந்தியத் தத்துவங்கள் தொடர்பான தலைப்பில்தான் என் ஆர்வம் உள்ளது என்பதைப் புரிந்து கொண்டு அதனை ஏற்றுக் கொண்டார். மதுரை காமராசர் பல்கலைக்கழகத்தில் வேலையில் சேர்ந்த இடமும் சீக்கிய சிந்தனை குறித்தது. சீக்கிய சிந்தனை இடைக்கால இந்திய வரலாற்றுக்குச் சொந்தமானது. பக்தி மரபுகள், சித்தர் சிந்தனை, சூபியம் ஆகியவற்றோடு ஊடாடித் தோற்றம் பெற்ற சிந்தனை சீக்கியம். இந்தியத் தத்துவங்களில் பயணப்பட அதுவும் உதவியாக அமைந்தது. சுமார் 25-30 ஆண்டுகள் இப்பயணம், இருப்பினும் இந்தியத் தத்துவங்கள் இன்னும் தெளிவாக எனக்குப் புரிந்துவிடவில்லை. இன்னும் புலப்படாத புள்ளிகளே அதிகம். இந்தியத் தத்துவங்கள் அல்லது தமிழர் தத்துவங்கள் போதுமான அளவு புலப்படாமல் மார்க்சியன் என அடையாளப் படுவதில் கூட என்னால் திருப்தி அடைய முடியவில்லை.

தத்துவங்களின் வரலாற்றைப் பயில மார்க்சியம் பல முறையியல் கோட்பாடுகளை வழங்குகிறது. அவற்றில் முக்கிய மானது, தத்துவங்களின் அடிப்படையான நிலப்பாட்டை பொருள் முதல்வாதம், கருத்துமுதல்வாதம் என அடையாளப்படுத்த

வேண்டும் என்று அது கூறுகிறது. எனவே இந்தியத் தத்துவங்களை நானும் அப்படித்தான் அடையாளப்படுத்தத் தொடங்குகிறேன். இருப்பினும், இந்தியத் தத்துவப் பிரச்சனைகள் அனைத்தையும் பொருள்முதல்வாதம், கருத்துமுதல்வாதம் என்ற இரண்டில் ஒன்றாக உள்ளடக்கி விடமுடியும் என்று என்னால் கருதமுடிய வில்லை. இன்னும் பலப்பலப் பிரச்சனைகள்... பலபடித்தானவை. ஒன்று, பொருள் - கருத்து என்ற எல்லைகள் மிகவும் குறுகிய வையாக இருக்க வேண்டும் அல்லது இந்தியத் தத்துவங்களின் பரப்பு மிகவும் பெரியதாக இருக்க வேண்டும்.

மாஸ்கோவில் படிக்கும்போது, தியோடர் ஒய்சர்மான் என்ற பேராசிரியரின் நூல் ஒன்றை வாசித்திருக்கிறேன். "வரலாற்றில் தத்துவங்களின் பிரச்சனைகள் (Problems of Philosophy in History of Philosophy)" என்பது போல அதன் தலைப்பு அமைந் திருந்தது. பொருள்முதல்வாதம், கருத்துமுதல்வாதம் என்ற "அடிப்படையான பிரச்சனை"யைக் கடந்து அப்பேராசிரியர் அகலமாகப் பயணப்பட்டிருந்தார். பண்டைய கிரேக்கத்தின் தொடக்க காலத்தில், சாக்ரட்டீசின் தத்துவத்தில், பிளேட்டோவில், அரிஸ்டாட்டிலில், பிற்காலத்தில் எப்படியெல்லாம் வெவ்வேறு தத்துவப் பிரச்சனைகள் வெவ்வேறு விதமாக வரையறை பெற்றன, பின் மாற்றம் பெற்றன என்பதை அப்பேராசிரியர் ஆய்வு செய்திருந்தார். மத்திய கால ஐரோப்பிய வரலாற்றின் தத்துவப் பிரச்சனைகள் எவ்வாறு பண்டைய கிரேக்கத்தின் பிரச்சனைகளிலிருந்து வேறுபட்டிருந்தன என்பதை அவர் ஆய்வு செய்திருந்தார். இதேபோலத்தான் நவீன காலத்தில் தத்துவப் பிரச்சனைகளின் பரிமாணங்கள் எவ்வாறு பிற காலக்கட்டங் களிலிருந்து வேறுபட்டிருந்தன என்பதை அவர் ஆய்வு செய்தி ருந்தார். இந்த நூலின் தலைப்பும் அதன் உள்ளடக்கமும் எனக்குப் பிடித்திருந்தன.

இப்போது "இந்தியத் தத்துவங்களும் தமிழின் தடங்களும்" என்ற இந்த நூலின் முகப்பில் நின்று கொண்டு இந்நூலில் இடம் பெற்றுள்ள கட்டுரைகளைத் திரும்ப நோக்கும் போது எனக்குப் பேராசிரியர் தியோடர் ஒய்சர்மானின் நூலே நினைவுக்கு வருகிறது. இந்தியாவின் தத்துவப் பரப்பு மிகவும் விரிந்தது, அது வெவ்வேறு காலங்களில், வெவ்வேறு வட்டாரங்களில் பலவகையான பிரச்சனைகளை முன்வைத்துப் பேசிவந்துள்ளது. அதன் பிரச்சனைகளை விரியப் பேச வேண்டும். விரிந்து பரந்த

அப்பிரச்சனைகளையெல்லாம் ஓர் ஒற்றைப் "பெரும்" பிரச்சனையின் எல்லைகளுக்குள் குறுக்கிவிடக் கூடாது. அந்த "பெரும்" பிரச்சனையைக் கண்டறிவதற்கு முன்பு, எல்லாவகைப் பிரச்சனைகளையும் பரக்கப் பேசவேண்டும்.

இந்நூலின் கட்டுரைகளில் இன்னும் நான் பொருள்முதல் வாதம், கருத்துமுதல்வாதம் என்ற சட்டகத்திலிருந்து விடுபட்டிருக்கவில்லை. இருப்பினும் இந்தியத் தத்துவங்களின் இன்னும் பலவகைப் பிரச்சனைகளை இந்நூலின் என்னால் அடையாளப்படுத்த முடிந்திருக்கிறது. அதுவரையில் எனக்குத் திருப்தி. பொருள் - கருத்து என்ற பிரச்சனை, உலகின் உண்மைத் தன்மை - உலகம் பொய் (இதி மார்க்கம் - நேதி மார்க்கம்) என்ற பிரச்சனை, ஏகம் - அனேகம் (ஏகாந்தவாதம் - அனேகாந்தவாதம்) என்பது போன்ற பிரச்சனைகளைக் கண்டறிய முடிந்தது. பின் அமைப்பியலின் உதவியோடு ஏகம், அனேகம் என்ற எதிர்வு களைக் கண்டறிய முடிந்தது. அனேகாந்தம் சமணத்திற்குரியது, ஏகாந்தம் வேதாந்தத்தின் ஒரு பிரிவுக்குச் சொந்தமானது. அனேகாந்தம் பன்மீயத்தை அடிப்படை உண்மையாகக் கொள்ளும் தத்துவம். சனநாயகத் தன்மை கொண்டது.

ஆன்மவாதம் - அனான்மவாதம் என்ற மற்றொரு முரணும் இந்தியத் தத்துவங்களில் ஏராளமாகப் பேசப்பட்டு வந்துள்ளன. ஆன்மவாதம் உபநிடதங்களுக்குச் சொந்தமானது. அது இந்தியத் தத்துவங்களில் ஒருசிலவற்றுக்கு அழுத்தமான தனிமனித அடிப்படையை வழங்கியுள்ளது. அனான்மவாதம் பௌத்தத்திற்கு உரியது, ஆசீவகத்திற்கும் இக்கருத்தாக்கத்தின் மீது உரிமை இருக்கலாம். அனான்மவாதத்திலிருந்து சங்கம் என்ற கோட்பாட்டிற்குச் செல்லலாம். அனான்மவாதம் தனிமனித அடிப்படைகளைத் தீவிரமான விமர்சிக்கிறது. அனான்மவாதம் இல்லாமல் இடைக்கால இந்தியாவின் பக்தி மரபுகளில் ஆணவம் - அகங்காரம் அழித்தல் என்பது கிடையாது. அனான்ம வாதத்தின் சமூகவியல் ஆய்வு செய்யப்படவேண்டும். சில கீழைநாடுகளில் பௌத்தத்தின் அனான்மவாதம் முதலாளியப் பரவலை விமர்சனம் செய்கிறது.

புத்தர் முன்வைத்த துக்கம் - துக்கநிவாரணம் என்ற பிரச்சினை மற்றுமொரு முக்கியப் பிரச்சனையாகத் தோன்றுகிறது. மேலே குறிப்பிட்ட பிரச்சனைகளில் வேதாந்தம் சம்பந்தப்பட்டுள்ள தெனில், துக்கம் - துக்க நிவாரணம் என்ற பிரச்சினையில்

வேதாந்தம் சம்பந்தப்படவில்லை. புத்தர் துக்கம் என்பதனை ஓர் அடிப்படைப் பிரச்சனையாக முன்வைத்தார். கடவுட் கொள்கையை ஏற்காத தத்துவங்கள், ஏற்கும் தத்துவங்கள் எல்லாமே துக்க நிவாரணத்தைச் சாதிப்பது எப்படி? என்ற பிரச்சினையில் ஆர்வம் காட்டியிருக்கின்றன. இந்தியத் தத்துவங் களின் பொதுப் பிரச்சனை என்று கூறுமளவுக்கு ஆழ அகலம் உள்ள பிரச்சனையாக அது தோற்றமளிக்கிறது. மனிதருக்குத் துக்கம் குறித்த பிரச்சனை கடவுள் குறித்த பிரச்சனையை விட அதிக முக்கியத்துவம் கொண்டது! மனிதர்கள் கடவுளை வணங்குவதேகூட துக்க நிவாரணத்திற்காகவே!

துக்கத்திற்குக் காரணம் என்ன? ஆசையே துன்பத்திற்குக் காரணம். ஆசை, பந்தம், பற்று, பாசம் இவையெல்லாமே துக்கத் திற்குக் காரணமாகின்றன. ஆசை, பந்தம், பற்று, பாசம் ஆகிய வற்றின் சமூகவியல் உற்று நோக்கப்பட வேண்டும். ஆசை, பந்தம், பற்று, பாசம் ஆகியவற்றின் அகவயப்பட்ட மையத்தை (Subjectivity) இந்தியத் தத்துவங்கள் தேடியிருக்கின்றன. இவ்வகைப்பட்ட தத்துவங்கள் எந்தச் சமூகச் சூழலில், எது குறித்துத் தோன்றின? இவை எல்லாமே துறவுத் தத்துவங்கள் என்று விலக்கப்பட வேண்டுமா? இந்தியத் தத்துவ மரபில், உலக மறுப்பின் உளவியல் என்ன? சமூகவியல் என்ன? அதன் அரசியல் என்ன? இந்த உலகை விலக்கி இன்னொரு உலகைக் கருதும்போது, இவ்வகைப் பார்வையில் ஒரு மாபெரும் மறுப்பு தொழில்படு கிறதல்லவா?

துக்கம் என்பதை முரண்பாடு என்று நான் உணர்ந்திருக் கிறேன். முரண்பாடு என்று மேற்கத்தியத் தத்துவங்களில் புறவய மாக (தற்சார்பற்று)க் கூறுவதை இந்தியத் தத்துவவாதிகள் அகவயமாக (தற்சார்புடன்), மானுட மொழியில், இருத்தலிய மொழியில் துக்கம் என்று கூறியுள்ளார்களா?

இந்தியத் தத்துவங்களுக்கிடையில் இன்னும் பல சிறிய பெரிய முரண்கள் தொழில்பட்டுள்ளன. பௌத்தம்/ வேதாந்தம் என்ற எதிர்வு உள்ளது. சாங்கியம்/ வேதாந்தம் என்ற எதிர்வு உள்ளது. தாந்திரிகம்/ வேதாந்தம் என்ற எதிர்வு உள்ளது. ஆகமம்/ வேதம் என்ற எதிர்வு உள்ளது. சமஸ்கிருதம்/ வட்டார மொழிகள் என்ற எதிர்வு உள்ளது. பக்திச் சமயங்கள்/ தத்துவங்கள் என்ற எதிர்வு உள்ளது. பக்தி மரபுகளுக்குள் புராண (கதை சொல்லல்) மரபு/ இசை மரபு என்ற எதிர்வு உள்ளது. இந்த எதிர்வுகளைத்

தவிர்க்காமல் அவற்றின் முரண்பாட்டை முற்றப் பேசவிட வேண்டும். அந்த வகையில், தத்துவங்களை அவற்றின் பாடப் புத்தக வடிவிலிருந்து வெளியே கொண்டுவந்து அவற்றை விவாதச் சந்திப்புகளில் நிறுத்தவேண்டும் என்ற நோக்கம் இந்நூலில் நிறைவேறியிருப்பதாகவே கருதுகிறேன்.

★★★

இந்நூலின் இரண்டாம் பகுதி, தமிழர் தத்துவங்கள் குறித்தது. தமிழர் தத்துவம் குறித்து பண்டைத் தமிழகம் தொடங்கி இன்றைய நிலமைகள் வரை கோர்வையாக எழுத முடிந்துள்ளது என்பது எனக்கு மகிழ்ச்சியை அளிக்கிறது.

கீழை நாடுகளின் தத்துவங்களை எழுதும்போது, அவற்றை அந்தந்த நாடுகளின் சொந்த மொழியிலேயே, அந்தந்த நாடுகளின் சொந்த கருத்தாக்கங்களிலேயே எழுத வேண்டும் என்ற சிந்தனைப் போக்கு சமீபகாலங்களில் அதிகம் பேசப்பட்டு வருகிறது. காலனிய ஆட்சிக் காலங்களில் கீழை நாடுகளின் தத்துவங்களையும் பண்பாடுகளையும் எடுத்தெழுத வந்த மேற்கத்திய சிந்தனை யாளர்கள், அவற்றை மேற்கு நாடுகளின் பார்வைகளை, கருத்தாக்கங்களைக் கொண்டு எழுதியுள்ளார்கள் என்ற குற்றச் சாட்டு சமீபகாலங்களில் அதிகம் பேசப்பட்டு வருகிறது. ஒரு பண்பாட்டின் கருவிகளைக்கொண்டு இன்னொரு பண்பாட்டைச் சரியாக அளந்துவிட முடியாது என்ற உணர்வு கூடிவருகிறது.

கூடுதலாக இன்னொரு பிரச்சனையும் உள்ளது. ஐரோப்பிய நாடுகள் உலகின் முன்னோடி நாடுகளாக வளர்ச்சியடைந்த 18-19 ஆம் நூற்றாண்டுகளிலிருந்தே, அதாவது அவை உலகமெங்கும் காலனிகளை உருவாக்கிக் கொண்ட காலங்களிலிருந்தே, ஐரோப்பிய அளவுகோல்களே உலக முழுவதன் பொது அளவு கோல்களாக மாற்றப்பட்டுள்ளன, காட்டப்பட்டுள்ளன. "பொது அளவுகோல்கள்" என்ற இக்கருத்தாக்கம் தான் இப்போது பிரச்சனைக்குள்ளாக்கப்பட்டுள்ளது. குறிப்பிட்ட ஒரு பண்பாட்டின் (உதாரணமாக, ஐரோப்பாவின்) கருதுகோள்களை உலகப் பொதுவானவை எனக் கொள்ளலாமா? உலகப் பொதுவான (Universal) கருத்தாக்கங்கள் எப்படி உருவாகின்றன? உருவாக்கு பவர் யார்? பொதுமைப்படுத்துவதன் அரசியல் யாது? பொதுமை யானது/ தனித்தது/ குறிப்பானது என்ற இயங்கியலைத் தவறவிட்டு ஒற்றைப்படையாக ஐரோப்பியப் பொதுமைகளைச் சிலாகிப்பது நியாயமா?

இவ்வாறாக, ஒவ்வொரு பண்பாடும் அதன் கருத்தாக்கங் களைக் கூடிய மட்டும் அதன் சொந்த சொல்லாக்கங்களிலேயே வெளிப்படுத்த வேண்டும், எளிதில் கிடைக்கும் ஐரோப்பியக் கருத்தாக்கங்களுக்குள் போய்ச் சிக்கிக் கொள்ளக் கூடாது என்ற எச்சரிக்கை உணர்வு கூடிவருகிறது. அந்தந்தச் சமூகத்தின் சொந்த இயங்கியலுக்கு முன்னுரிமை கொடுப்பதில் மார்க்சியம் சிறப்பான இடம் வகிக்கிறது என்றே நான் கருதுகிறேன்.

தமிழர் தத்துவங்களை இந்நூலில் இடம்பெற்றுள்ள கட்டுரைகள் தமிழரின் சொந்தக் கருத்தாக்கங்களிலேயே வழங்குகின்றன. தமிழின் முதலெனப்படும் நிலமும் பொழுதும், அகமும் புறமும், திருக்குறளின் அறம் பொருள் இன்பமும் அவ்வளவு எளிதில் புறப்பண்பாடுகளுக்குள் கரைந்து போவன அல்ல. அவை வலுவான பண்பாட்டு வேர்களைக் கொண்டுள்ளன. அவை இப்பண்பாட்டின் அந்தரங்கங்கள். அவை சொந்தமாக நிற்கின்றன. தமிழின் காப்பியங்கள் விவாதித்துள்ள தத்துவப் பிரச்சனைகள், இன்னும் தமிழின் பக்தி அனுபவங்கள், சைவ சித்தாந்தம் ஆகியவை குறித்தும் எம்மால் சில கட்டுரைகள் எழுத முடிந்திருக்கின்றன. நூலின் இறுதிப் பகுதியில், நவீனத் தமிழின் உருவாக்கத்தில் ராமலிங்க வள்ளலார், அயோத்திதாசர், சிங்காரவேலர், பெரியார் என்றொரு விவாதத்தை முன்னெடுத்துச் செல்ல முடிந்துள்ளது.

***

இந்த நூல் தயாரிப்பில் நேரடி கவனம் செலுத்திய எனது இனிய நண்பர் என்சிபிஎச் மேலாண்மை இயக்குநர் சண்முகம் சரவணனுக்கும், பொது மேலாளர் ரத்தின சபாபதிக்கும் எனது நன்றிகள்.

இந்நூலின் கட்டுரைகளை எழுதியவன் நான் என்பது உண்மைதான். சிறு நூல்களாகவும் கட்டுரைகளாகவும் பல்வேறு சந்தர்ப்பங்களில் அவற்றை நான் எழுதினேன். ஆயின் அக்கட்டுரை களைத் தேர்ந்தெடுத்து வரிசைப்படுத்தி நூலாகக் கட்டமைத்தவர் நியூ செஞ்சுரி புத்தக நிறுவனத்தில் பணி புரியும் ஆய்வாளர் க. காமராசன் ஆவார். இந்தியத் தத்துவம், தமிழர் தத்துவம் தொடர்பான இக்கட்டுரைகளை அவர் நூலாகத் தொகுத்துக் காட்டியபோது நான் ஆச்சரியப்பட்டுப் போனேன். அவரது தத்துவப் புலமை அவருக்கு உதவியுள்ளது. அந்த உற்சாகத்திலேயே இந்த முன்னுரையை எழுதமுடிந்தது. அவருக்கு எனது நன்றி.

பனுவல் வடிவமைப்பு செய்த தி.விக்னேஷுக்கும், அட்டை வடிவமைப்பு செய்த ம.கதிர்வேலுக்கும் நன்றிகள். மேலும் இந்நூல் வெளியிட்டில் பணிபுரிந்த அனைத்து நியூ செஞ்சுரி புக் ஹவுஸ் பணியாளர்களுக்கும் நன்றிகள்.

கட்டுரைகளையும் சிறு நூல்களையும் வெளியிட்ட பத்திரிக்கைகளுக்கும் பதிப்பகங்களுக்கும் நன்றி சொல்ல கடமைப் பட்டுள்ளேன். ஆங்கிலக் கட்டுரைகளை மொழிபெயர்த்துத் தந்த எனது துணைவியார் இந்திராவுக்கு நன்றிகள். எனது எழுத்துக்களை எப்போதும் பாராட்டி உற்சாகப்படுத்தும் பேராசிரியர் ஆ. சிவசுப்பிரமணியன், அண்ணன் சி.சொக்கலிங்கம், பேராசிரியர் நா. ராமச்சந்திரன், தோழர் இரா. காமராசு, கலை இலக்கியப் பெருமன்ற நண்பர்கள் மற்றும் கட்சித் தோழர்கள் பலருக்கும் நன்றிகள்.

15.11.2016

ந.முத்துமோகன்

பொருளடக்கம்

பகுதி I
இந்தியத் தத்துவங்கள் 1-228

1. அறிமுகம் : மார்க்சியமும் இந்தியத் தத்துவங்களும்   3-8
2. பின்னைக் காலனியமும் இந்தியத் தத்துவங்களும்   9-26

    எனது நுழைவு 11; இந்து எனப்படும் மதம் குறித்து 11; காலனியக் கலப்பினம் 13; இரட்டைக் காலனியம் 14; கீழைத்தேயவாதம் 16; தேசியவாத மேட்டுக்குடியினர் மற்றும் அறிவாளிகள் 16; சர்வபள்ளி ராதகிருஷ்ணன் என்ற ஒரு தேசியவாதத் தத்துவ அறிஞர் 17; இந்து மதம் குறித்த விவாதங்கள் 20; யார் மீது குற்றம் 21; மூன்று கூட்டாளிகள் 22; ஜெர்மானிய தொடர்பு 23; இன்றைய தருணம் 25

3. வேதாந்தத்தின் கலாசார அரசியல்   27-68

    வேதங்கள் - புனித அரசியலின் தொடக்கம் 29; உபநிடதங்கள்- ஒரு முன் விசாரணை 32; உபநிடதச் சிந்தனையின் உள்சரடுகள் 35; இராமாயணமும் மகாபாரதமும்: ஒரு சத்திரிய தலையீடு 44; பகவத் கீதை - புனித அதிகாரமும் அரசியல் அதிகாரமும் 51; பக்தி வேதாந்தத்தின் வெகுசன கலாசார அரசியல் 59.

4. பிரம்ம சூத்திரம்:
ஒரு கருத்தியல் பிரதியின் உருவாக்கம்   69-84

    பிரஸ்தான திரயம் 71; தர்க்க பிரஸ்தானம் 72; வேத உபநிடதங்களின் உரையாசிரியர்கள் 74; சமன்வய விளக்கங்கள் 75; பிரம்ம சூத்திரம் சமப்படுத்துகிறதா, வீழ்த்த முனைகிறதா? 77; சாங்கியம் /வேதாந்தம் என்ற தீவிர எதிர்வு 78

5. **இந்தியக் கதை: ஏகம் அநேகம் சாதியம்**   85-154

வானமும் பூமியும் 87; பகுப்பும் வரிசைப்படுத்தலும் 91; நேதி மார்க்கமும் இதி மார்க்கமும் 94; யக்ஞங்களும் சாதி அமைப்பும் 96; இந்தியக்கதை: ஏகம்- அநேகம்- சாதியம் 98; ஒற்றையியம் - மொத்தத்துவம் - சாதியம் 107; தீட்டும் வேதாந்தமும் 111; பிரம்மத்திற்குச் செயல்பாடு பிடிக்காது: ஏன்? 113; பிரம்ம ஞானம் 115; ஆன்மாவும் கலாசாரமும் 117; கிருஷ்ண - அர்ஜுனக் கூட்டணி 120; அத்வைதம்: உலகியல் தளத்தில் நீதி, நியாயம் சாத்தியமில்லை 122; அத்வைதம் ஒருமைவாதமா? 124; இந்துமதத்தின் தனித்தன்மை என்ன?: காஞ்சிப்பெரியவரின் சாட்சியம் 127; சனாதன தர்மமும் குருமார்கள் சமயங்களும் 132; சாங்கியம்-வைதீகத்தின் பிரதானமல்லன் (முதல் எதிரி) 137; சாங்கியத்தின் விவசாயப்பின்புலம் 140; இந்திய விடுதலை இயக்கக் காலத்தில் பகவத்கீதை 143; சமஸ்கிருதமயமாக்கம் 147; மீண்டும் சமஸ்கிருதமயமாக்கம் பற்றி 150; வேறுபாடுகளும் ஏற்றத்தாழ்வும் 152

6. **தத்துவங்களின் அரசியல்**   155- 218

அறிமுகம் 157; சிந்து வெளியிலிருந்து தொடங்குவோம் 162; வைதீகமா, அவைதீகமா? எது முந்தியது? எது பழையது? 166; ஏகாந்தமும் அநேகாந்தமும் 172; ஆன்மவாதம்/ அனான்மவாதம்: சுயநலம் / பொதுநலம் 178; பௌத்தம் ஒரு மத்திம மார்க்கம் 183; பக்தி மரபுகளின் தத்துவம் 189; சிந்துவெளி சிராமணம் பக்தி 203; சாருவாகத்தின் பிராமண எதிர்ப்பு 207; சித்தர் சிந்தனை 215

7. **உடைமைச் சமூக வரலாற்றில் ஆன்மாவின் பயணம்**   219 - 228

சங்கம் 221; அனான்மம் 221; வரலாறு புத்தரை ஏமாற்றி விட்டது 222; ஆன்மா 222; ஆன்மாவும் அனான்மாவும் 223; ஓர் இரட்டைநிலை: ஆன்மாவும் ஆணவமும் 223; இயலாமையின் மொழி: ஆன்ம முக்தி 225; ஆண்டவன் 225; ஆணவம் பொருட் தன்மை கொண்டது, தனித்தது 226; அனான்மத்தின் போலிமை ஆன்மா 227; உடைமைச் சமூகத்தில் ஆணவத்தின் பெருக்கம் 227

பகுதி II
தமிழின் தடங்கள் 229 –466

1. **இந்தியச் சூழல்களில் தமிழர் தத்துவ மரபுகள்**   231- 247

    சங்கப் பாடல்களில் ஆதிப் பொருள்முதல்வாதப் பண்பாடு 231; சங்க காலத்திற்குப் பிறகான இலக்கியம்: முதல் சந்திப்பு 236; பக்தி: உணர்ச்சிமயமாதலின் மீட்டுருவாக்கம் 240; சைவ சித்தாந்தம்: ஒரு முக்கியமான வளர்ச்சி 242; நவீன காலச் சூழல்களில் தமிழ் அடையாள உருவாக்கத்தின் தத்துவார்த்த விளைவுகள் 245.

2. **தகவுகளால் கட்டமைக்கப்பட்ட சமூகம்: புறநானூறு-குறுந்தொகை-பத்துப்பாட்டு**   249 - 278

    புறநானூறு 251; தத்துவமல்ல தகவுகள் 252; வீரமும் புகழும்: நெகிழ்வான இரண்டு குறிப்பான்கள் 257; குறுந்தொகை: அகப்பாடல்களின் சமூகவியல் 263; பத்துப்பாட்டு: அகம்-புறம் முரண்களும் சமரசங்களும் 271

3. **தொல்காப்பியப் பொருளதிகாரம் காட்டும் மெய்யியல் நிலைப்பாடுகள்**   279 - 292

    முதல் கரு உரிப்பொருள் என்ற மூன்றே 282; திணைக் கோட்பாடு 284; நிலமும் பொழுதும் (மனிதரும்) 287; அகமும் புறமும் 288; சமூகரீதியான சிறப்பினங்கள் (தன்னிலைகள்) உருவாக்கம் 290

4. **திருக்குறளின் மெய்யியல் நிலைப்பாடுகள்**   293- 304

    பின்னைக் காலனியமும் நவீனம் பற்றிய தேடல்களும் 295; திறக்குறளில் அறமே மெய்யியலாக 297; அறவியலின் தோற்றம் 298; சமயச் சார்பற்ற அறவியலின் கோட்பாட்டு அடிப்படைகள் 299; அறம், தினசரி வாழ்வின் செயல்பாடு களாக மாற்றப்படுதல் 300; திருக்குறள் காலத்திய சமூகம்: எதிர்க்குரல்களும் தகவமைப்பும் 301; திறக்குறள் அறவியலின் மெய்யியல் 301

5. **காப்பியங்கள் காலச்சூழலும் பெண்களும்
   மெய்யியல் விவாதங்களும்**   305 - 329

   காப்பியப் பெண்கள் மறுபார்வை 307; மணிமேகலை: மெய்யியல் விவாதங்களும் காலச்சூழலும் 318

6. **சைவ சித்தாந்தம்: தோத்திரங்களும் சாத்திரங்களும்** 331- 361

   சைவத் திருமுறைத் தொகுப்பு 333; பன்னிரு திருமுறைகள் தொகுப்பு 333; திருமுறைத் தொகுப்பில் ஒருமையும் வேறுபாடுகளும் 336; திரு உந்தியார் திருக்களிற்றுப்படியார்: ஆணவ மலம் அகற்றலும் பொருண்மை நிலைகளும் 341; திரு உந்தியாரிலும் திருக்களிற்றுப்படியாரிலும் ஆணவமலம் அகற்றல் 342; ஆணவமலம் அகற்றலின் சமூக வரலாற்றுப் பொருண்மை நிலைகள் 344; சைவ சித்தாந்த மெய்யியல்: ஒரு விமர்சன அறிமுகம் 349; மிக இளமையான மெய்யியல் 349; மெய்யியல் அனுபவம் 349; வரலாற்று அனுபவம் 351; நவீன காலத் தகவமைப்பு 352; சைவ சித்தாந்தத்தின் இலக்கியப் பரப்பு 353; பதியினைப் போல் பசு, பாசம் அநாதி 353; பாசம்: செம்பினில் களிம்பு போல் அநாதி 354; மலத்தை மலத்தால் அறுக்கலாம் 355; ஆணவமே மூலமலம்: ஏன் 355; அழுந்தி அனுபவித்தல் 356; ஆணவமும் மாயையும் 357; சைவ சித்தாந்தத்தில் இறைக் கோட்பாட்டின் நிலை 359; உழுவோன்/ உழுவிப்போன் என்ற புதிய தருக்கவியல் 360

7. **தமிழ்ச் சமூகத்தில் புதிய குரல்கள்**   363- 468

   இராமலிங்க வள்ளலார் 365; **தத்துவ விவேசினி:** மெய்யியல் விவாதங்கள் 374; தத்துவ விவேசினி இதழ்கள் 374; சுயக்கியானிகள் சங்கம் 374; தத்துவ விவேசினி எழுப்பும் பிரச்சினைகள்: பூதவாதமும் அறிவு பற்றிய விளக்கமும் 378; பிரத்தியட்சமும் பகுத்தறிவும் 379; மனிதரின் சிறப்பிலக்கணம் 381; சுயக்கியானமும் மனித நேயமும் 382; பொய்யனுபவமும் எனும் சொல்லாக்கம் 383; **அயோத்திதாச பண்டிதர்:** தென்னிந்தியாவில் தலித் தன்னுணர்வின் உருவாக்கம் 385; அயோத்திதாசரின் வாழ்க்கைச் சூழல் 386; வட தமிழகத்தில் வள்ளலார் 391; அயோத்திதாசரும் வரலாற்று மறு கட்டமைப்பும் 394; அயோத்திதாசரின் பௌத்தம் 401; அயோத்திதாசரின் சுயப் பிரயோசனம் குறித்த விவாதம் 413; அயோத்திதாசரின் தலித் அரசியல் குறித்த யுத்திகள் 419; **பௌத்தமும் பெரியாரியமும்** 431; இந்தியத் தத்துவம் என்ற

சொல்லாடல் *431*; பௌத்தமும் பெரியாரியமும் *433*; பகுத்தறிவு *434*; நான் நிர்வாணமாகச் சொல்லுகிறேன் *434*; நிர்வாணம் *436*; நிர்வாணம் என்ற மாபெரும் மறுப்பு *437*; ஆத்மா என்ற பித்தலாட்டம் *438*; ஆத்மா என்ற அர்த்தமற்ற வார்த்தை *439*; நான்(தன்னிலை) என்பது ஒரு சேர்க்கை, அது ஒரு கட்டமைப்பு *440*; பெரியாரின் மறுப்பு எனும் மாபெரும் செயல் *442*; **சிங்காரவேலர்:** தமிழ்ச் சமூகத்தில் மார்க்சியத்தின் அறிமுகம் *445*; 19ஆம் நூற்றாண்டில் உருப்பெற்ற சிந்தனைப் போக்குகள் *446*; சிங்காரவேலரின் ஆரம்பகாலப் பௌத்தத் தொடர்புகள் *448*; சிங்காரவேலரின் தொழிற்சங்க அரசியலும் மார்க்சிய முன்னெடுப்புகளும் *451*; அரசியல் பொருளாதார மார்க்சியமும் சுயமரியாதை இயக்கச் செல்வாக்கும் *459*; பகுத்தறிவும் மார்க்சியமும் *465*

இந்தியத் தத்துவங்களும் தமிழின் தடங்களும்

பகுதி I
இந்தியத் தத்துவங்கள்

1. அறிமுகம்
மார்க்சியமும் இந்தியத் தத்துவங்களும்

1

அறிமுகம்
மார்க்சியமும் இந்தியத் தத்துவங்களும்

இந்த விவாதத்தை மார்க்சியத் தத்துவத்திலிருந்து தொடங்கு வோம். மார்க்சியத்தின் தத்துவம் எனத் துவங்கும் போதே, அதற்கும் இந்தியத் தத்துவங்களுக்கும் இடையிலான உறவு என்ன? என்ற ஒரு கேள்வி உடனே எதிர்ப்படுகிறது. இந்தியச் சூழல்களில் வாழ்ந்து கொண்டு, இந்தியத் தத்துவங்கள் பற்றிய ஒரு புரிதல் இல்லாமல், நாம் வெறுமனே மார்க்சியத் தத்துவத்தை அறிந்துவிட்டோம் என்று கருதுவதே கூட நியாயமானதாகத் தெரியவில்லை. இந்தியாவில் மார்க்சியராக இருப்பது என்பதே மார்க்சிய நோக்கில் இந்தியத் தத்துவங்கள் பற்றிய புரிதல் கொண்டிருத்தல் என்பதை உள்ளடக்கியதாகவே இருக்க முடியும். எனக்கு மார்க்சியம் தெரியும், ஆயின் இந்தியத் தத்துவமோ தமிழர் தத்துவமோ தெரியாது என்று கூறுவதில் நியாயம் கிடையாது.

இந்தியத் தத்துவம் என்பதை அகில இந்திய அளவில் அறியப் பட்டதான பண்டைய இந்தியத் தத்துவங்கள் என குறுக்கிக் கொள்ளுவது கூட சரியானதல்ல. இந்தியா, அதன் பல்வேறு பிரதேசங்களில் வெவ்வேறு காலக்கட்டங்களில் பலவகையான செழிப்பான தத்துவங்களைப் படைத்துத் தந்துள்ளது. சார்வாகம், ஆசீவகம், சமணம், பௌத்தம், தாந்திரீகம், சாங்கியம், நியாயம், வைசேடிகம், யோகம், அத்வைதம், மீமாம்சம் போன்றவை பண்டைய இந்தியத் தத்துவங்கள் எனப் பரவலாக அறியப்பட்டுள்ளன. ஆயின் இந்தியாவில் தோற்றம் பெற்ற தத்துவங்கள், செல்வாக்கு பெற்ற தத்துவங்கள் இவை மட்டுமே அல்ல. அவை இன்னும் பல. பண்டைத் தமிழின் திணைக் கோட்பாடு, தமிழ்நாட்டு சைவ சித்தாந்தம், தென்கலை வைணவம், சித்தர் தத்துவம், காஷ்மீர் சைவம், கர்னாடகத்து வீரசைவம், இந்திய இஸ்லாம் மற்றும் சூபிய சிந்தனைகள், வங்காளத்தில் சைத்தன்யர் மரபு, மராட்டிய நாட்டில் ராமானந்தர், நாமதேவர், வட இந்தியாவில் கபீர், ரவிதாசர், பஞ்சாபின் சீக்கியர் தத்துவம், கேரளத்தில் நாராயண குரு, மீண்டும்

தமிழகத்தில் வள்ளலார், அயோத்திதாசர், பெரியார் என இந்த வரிசை மிகப்பெரிதாக வளருமாக இருக்கலாம். பண்டைய இந்தியாவில் தோன்றிய தத்துவங்களைப் போல் இன்னும் பல மடங்கு தத்துவங்கள் இந்தியாவின் பல்வேறு வட்டாரங்களில் மத்தியகாலத்தில் தோன்றியிருக்கின்றன. இந்தியா பலவகையான தத்துவங்களைக் கொண்டிருந்தது என்பதோடு அவை ஒவ்வொன்றையும் சம அளவில் முக்கியமானவையாக, அவை வாழ்வின் அறியப்படாத ஒவ்வொரு பக்கத்தை எடுத்துரைக்கின்றன என்பதாக அங்கீகரிக்க வேண்டும் என்பதும் இங்கு முக்கியமாகிறது. எனது நாட்டின், எமது மக்களின் பன்முகப்பட்ட வாழ்க்கைப் பிரச்சனைகள் பலவகைத் தத்துவங்களால் பேசப்பட்டுள்ளன என்பது ஆழமாக அங்கீகரிக்கப்படவேண்டும்.

பண்டைய இந்தியா/இடைக்கால இந்தியா

பண்டைய இந்தியா/ இடைக்கால இந்தியா என்ற வேறுபடுத்தலின் ஊடாகவும் இந்தியப் பண்பாட்டை, தத்துவங்களை அணுகிப்பார்க்க வேண்டியுள்ளது. இந்தியாவின் இன்றையப் பிரச்சனைகளோடு பண்டைய இந்தியத் தத்துவங்களைவிட இடைக்கால இந்தியத் தத்துவங்களே அதிகத் தொடர்பு கொண்டவையாக உள்ளன என்றும் குறிப்பிடலாம். இந்தியாவிற்கு ஓர் அரிய, பெரிய பழமை, தொன்மை உள்ளது என்பதை எடுத்துக் காட்டி பெருமை கொள்ள காலனிய ஆட்சிக்காலத்தில் ஓர் அரசியல் தேவை 19 ஆம் நூற்றாண்டின் கடைசி ஆண்டுகளில் உருவாக்கப் பட்டது. அது இந்திய (இந்து) தேசியம் என்ற ஒன்றைக் கட்டமைக்கவும், இந்திய தேசியத்தின் அடிப்படைகளில் ஒன்றாக சமஸ்கிருத மொழியைச் சுட்டிக்காட்டவும் முயற்சி செய்தது. ஐரோப்பிய அறிவொளி இயக்கத்தால் உற்சாகம் பெற்ற சில இந்திய தேசியவாதிகள் பண்டைய இந்தியா சுயாதீனமான பல தத்துவங்களை உற்பத்தி செய்தது என்றும் எடுத்துக்காட்டினர். இடைக்கால இந்தியாவோ சைவம், வைணவம், சாக்தம் போன்ற புராணியச் சமயங்களையே உற்பத்தி செய்தது என்றும் குறைத்துக் காட்டினர். இடைக்கால இந்தியாவில் இஸ்லாமின் செல்வாக்கு, சூபியச் சிந்தனை ஆகியவற்றை அங்கீகரிக்காத போக்கும் இவ்வகை அணுகுமுறையில் பின்புலமாக அடங்கியுள்ளது.

ஆனால் சமீபத்திய சில இந்தியவியல் ஆய்வுகள் பண்டைக் காலம்/ இடைக்காலம் என்ற வேறுபாட்டை வேறுவிதமாகக் காணுகின்றன. இடைக்கால இந்தியாவில், இந்தியாவின் பல்வேறு

பிரதேச மொழிகள் எழுத்திலக்கியங்களுடன் தம்மைப்பற்றிய சுய எடுத்துரைப்புகளுடன் அரங்கத்திற்கு வந்தன என்ற மதிப்பீடு முன்னுக்கு வருகிறது. சமஸ்கிருதம்/பிரதேச மொழிகள் (Cosmopolitan and vernaculars) என்ற வேறுபாடு புரோகித அறிவுத்துறையினர்/ சாதாரண மக்கள் (Elite and Popular) என்ற வடிவில் முன்னுக்கு வந்தது என்பதை அவ் ஆய்வுகள் எடுத்துரைக்கின்றன. இடைக்கால இந்தியாவில் வட்டார மொழிகளின் புரட்சி (Vernacular Revolution) என்ற சொல்லாக்கத்தையும் சில ஆய்வாளர்கள் (Sheldon Pallock போன்றோர்) பயன்படுத்துகின்றனர். சமஸ்கிருதம் பிரதேச அடிப்படையிலான வேர்களைக் கொண்டிருக்கவில்லை என்பதும் (இது குறித்து பேராசிரியர் தொ. பரமசிவன் அடிக்கடி சொல்லுவார்) பிரதேச மொழிகளே இந்தியாவின் பல்வேறு வட்டாரங்களின் கலாசாரங்களை அள்ளிச் சுமந்துகொண்டு வெளிப்படுகின்றன என்பதும் சுட்டிக்காட்டப்படுகின்றன. இந்த நோக்கில் பார்க்கும் போது, தமிழ்நாடு, கர்நாடகம், மராட்டியம், உத்திரப் பிரதேசம், காஷ்மீரம், ராஜபுதானம், வங்காளம் போன்ற பல்வேறு வட்டாரங் களில் தோன்றிய பக்தி இலக்கியங்களில் வெவ்வேறு பிரதேசப் பண்பாட்டுக் கூறுகள் ஆழுத்தமாகப் பதிவாகியுள்ளன என்ற முடிவும் கிடைக்கப்பெறுகிறது. இந்தியாவை பண்டைய தத்துவங்களை விட மிகச் செழுமையாக இடைக்கால இலக்கியங்களே பிரதிநிதித்துவப் படுத்துகின்றன என்பதனைக் காணமுடிகிறது. பிரதேச பண்பாட்டு உணர்வுகளை வெளிக்கொணர்ந்த இடைக்கால பக்தி இலக்கியங்கள் சமஸ்கிருதத்திற்கு மாற்றாகவும் யக்ஞம், வைதீகம் ஆகியவற்றுக்கு மாற்றாகவும் தொழில்பட்டன என்ற செய்தி அவற்றின் கருத்தியல் நிலைப்பாடுகளைச் சுட்டிக்காட்டுகின்றன. பிராமணர் அல்லாத புதிய நிலவுடமை மேட்டுக்குடிகள் உருவான கதையையும் அவை தம்முள் கொண்டுள்ளன.

தத்துவப் பிரச்சனைகள், கருத்தாக்கங்கள் குறித்த விவாதங்கள்

மார்க்சியத்திற்கும் இந்தியத் தத்துவங்களுக்கும் இடையில் அவை பேசும் கருத்தாக்கங்கள் குறித்த விரிவான விவாதங்கள் இன்னும் நடைபெறவில்லை. சாருவாகம் (லோகாயதம்), சாங்கியம் ஆகியவை பொருள்முதல்வாதத் தத்துவங்கள், பௌத்தத்தில் இயங்கியல் கூறுகள் உண்டு என்ற அளவில் நாம் நிறுத்திக் கொண்டோம் என்றுதான் கூறவேண்டியுள்ளது. இடைக்காலத் தத்துவங்கள் சமயச்சார்பு கொண்டவை என்று நம்மால் கருதப்பட்டதால் அவை

குறித்த விரிந்த விவாதங்களுக்குள் நாம் இறங்கவில்லை. மார்க்சியத் திலிருந்து நாம் தெரிந்து கொண்ட பொருள்முதல்வாதமும் இயங்கியலும் சில இந்தியத் தத்துவங்களில் இருப்பதாகக் கண்டு கொண்டோமே தவிர சுயமாக, சொந்தமாக இந்தியத் தத்துவங் களைப் புரிந்து கொள்ள, அவற்றின் சமூக நிலைப்பாடுகளை அறிந்து கொள்ள நாம் போதுமான முயற்சி செய்ததாகச் சொல்ல முடிய வில்லை. இந்தியத் தத்துவங்களை ஊடுருவிச் சென்று உட்புகுந்து நாம் அறிய முற்படவில்லை. தத்துவப் பள்ளிகளைக் கலைத்துப் போட்டு அவை பயன்படுத்தும் கருத்தாக்கங்களை மார்க்சியக் கருத்தாக்கங்களோடு ஒப்பிட்டு, ஊடாடவிட்டு, உறவாடவிட்டு பொருத்திப் பார்க்கும் அல்லது வேறுபடுத்திப் பார்க்கும் வேலையை நாம் செய்யவில்லை. எனவேதான் இந்தியத் தத்துவங்கள் இன்னும் நம்மால் கடக்கப்படாதவையாகவே உள்ளன. சொந்தக் கலா சாரத்தின் தத்துவ அடிப்படைகள் இன்னும் அறியப்படாமலேயே இருக்கும்வரை நம்மை நாம் இந்திய மார்க்சியர்கள் என்று சொல்லிக்கொள்ளுவது எப்படி?

தத்துவங்களின் அடிப்படைப் பிரச்சனை, எது முதன்மை யானது? பொருளா, கருத்தா? என்று மார்க்சியத்திலிருந்து நாம் தெரிந்து கொண்டோம். உண்மைதான். எது முதன்மையானது, பொருளா, கருத்தா? என்ற கேள்வி தத்துவங்கள் பலவற்றின் முதன்மையான பிரச்சனையாக அமைந்துள்ளது. அது ஒரு முக்கிய மான பிரச்சினை என்பதிலும் நமக்கு சந்தேகமில்லை. ஆயின் இந்த ஒரு கேள்வியினுள்ளேயே தத்துவங்களின் எல்லாப் பிரச்சனைகளும் அடங்கிவிடுமா? ஐரோப்பாவில் நிலைகொண்டிருந்த அந்த தத்துவப் பிரச்சனை அதே வடிவில் அப்படியே இந்திய மொழிகளிலும் நிலை கொண்டிருக்க வேண்டும் என்பது சட்டமா, என்ன? தமிழின் தொன்மையான இலக்கண நூல் "முதலெனப்படுவது நிலமும் பொழுதும்" என்ற ஒரு தத்துவச் சொல்லை விட்டுச் சென்றுள்ளது. இச்சொற்களை முறையியலாகக் கொண்டு சமூக வாழ்வு முழுவதையும் அந்நூல் வகைப்படுத்தியுள்ளது. எனது நாட்டில் ஒரு பழைய தத்துவவாதி, மானுடர் வாழ்வில் துக்கம் உள்ளது, துக்கத் தைப் போக்குவது எப்படி? என்ற பிரச்சனையை அடிப்படையாகக் கொண்டு பேசத்தொடங்கியிருக்கிறார். அந்தக் கேள்வியிலிருந்து புறப்பட்டு வெகுதூரம் பயணப்பட்டிருக்கிறார். மானுடர் வாழ்வில் துன்பத்தை நீக்குவது எப்படி? என்பது சாதாரணப் பிரச்சனையா? ஒரு மார்க்சியனுக்கு இது அந்நியமான பிரச்சனையா? இவரது தத்துவத்தை எந்த வரிசையில் சேர்க்க? இன்னொரு தத்துவவாதி,

உண்மையானவனாக வாழ்வது எப்படி? என்ற கேள்வியை அடிப் படைப் பிரச்சனையாகக் கொண்டு பேசியிருக்கிறார். பிறிதொரு தத்துவாதி, பசி, பசி நீக்கம், உணவு, உடல் ஆகியவற்றிலிருந்து தத்துவம் செய்ய ஆரம்பித்துள்ளார். இவர்களது தத்துவங்களை எந்த வரிசையில் சேர்க்க? இந்தத் தத்துவாதிகள் என்னுடையவர்களா, எனக்கு வேண்டாதவர்களா?

ஈராயிரம், மூவாயிரம் ஆண்டுகளாக வேறு வேறு சொல்லாடல் களில் தத்துவம் செய்த எமது மூதாதையர்கள் பற்று, பந்தம், பாசம் என்ற வகைப்பட்ட ஒரு பிரச்சனை குறித்து ஏராளமாகப் பேசி யுள்ளனர். பற்றற்ற நிலையை எட்டுதல், பந்தங்களை அறுத்தல் போன்ற பிரச்சனைகளைப் பேசியுள்ளனர். ஆணவம், அகங்காரம், நான்-எனது என்ற உணர்வு ஆகியவற்றை அகற்ற வேண்டும் எனத் திரும்பத் திரும்பப் பேசியுள்ளனர். மண்ணாசை, பொன்னாசை, பெண்ணாசை (?) ஆகியவற்றிலிருந்து விடுதலை பெறவேண்டும் எனப் பேசியுள்ளனர். இந்தப் பிரச்சனைகளெல்லாம் தீவிரமாக அகவயப்பட்ட ஒரு மொழியில் பேசப்பட்டுள்ளன என்பது உண்மை. அப்படி அகவயப்பட்ட மொழியில் இருந்ததாலேயே அவை வெகுமக்களை எளிதில் பற்றிப் பீடித்திருக்கின்றன.

இந்தப் பிரச்சனைகள் இந்திய வரலாறு நெடுக வெவ்வேறு கோணத்திலிருந்து பேசப்பட்டுள்ளதாக நாம் அறிந்த போதிலும், இப்பிரச்சினை பௌத்தத்தின் அனான்மவாதத்திலிருந்து தொடங்கி யிருப்பதைக் காணமுடிகிறது. தனிமனிதம், உடமை உணர்வு, அதிகாரம் மற்றும் ஆதிக்க உணர்வு ஆகியவற்றை விமர்சிக்கும் நிலைப்பாடு அனான்மவாதத்திற்கு இருப்பதைக் காணமுடிகிறது. பௌத்தத்தின் அனான்மவாதம் இல்லாமல், பௌத்தத்திற்குப் பின் வந்த சைவம், வைணவம் போன்ற சிந்தனைகளில் ஆணவம், அகங்காரம் ஆகியவற்றை ஒழித்தல், பற்றறுத்தல், பந்தங்களிலிருந்து விடுபடுதல் என்ற லட்சியங்கள் சாத்தியமில்லை. தனிமனித தன்னிலை உருவாக்கத்திற்கு எதிராக சங்கம் எனும் கூட்டுணர்வினை பௌத்தம் முன்மொழிந்துள்ளது.

கூட்டு வடிவங்களும் கனவு தேசங்களும்

அனான்மம், சங்கம் எனும் மிகப்பழைய அந்த லட்சியங்கள் வரலாறு முழுவதிலும் பலவிதமான கூட்டு வடிவங்களை (Communitarian modes) உருவாக்கியிருக்கின்றன. உடமைச் சமூக வரலாற்றில் அது சாதி போன்ற வடிவங்களுக்கும் இட்டுச்

சென்றுள்ளது. வரலாற்றில் உருவான அந்த கூட்டு வடிவங்கள் எல்லாமே முற்போக்கானவை என்று கூறுவதற்கில்லை. ஆயின் அடுத்தடுத்து சிறிய பெரிய கூட்டு வடிவங்களை நாடிச் செல்லும் ஒரு மனப்பாங்கு இந்தியச் சமூக வரலாற்றில் விதை கொண்டுள்ளது. அவை சமூக இயக்கு சக்திகளாகவும் தொழில்பட்டுள்ளன. அனான்மம், சங்கம் ஆகியவற்றில் தொடங்கி இந்திய வரலாறு பல உட்டோப்பியாக்களை (Utopias), கனவு தேசங்களை உற்பத்தி செய்திருக் கிறது. சமூக வாழ்க்கை கொடூரமாக அமைந்திருக்கும்போது வெகு மக்கள் அலங்காரமான கனவு தேசங்களைக் கட்டியெழுப்புகிறார்கள். கருணைமயமான கடவுளர்களைக் கற்பனை செய்துகொண்டு ஆறுதலடைகிறார்கள். அனான்மவாதம் என்ற அருவமான தத்துவப்பிரச்சனையில் தொடங்கிய நாம் சமூக வாழ்வில் கூட்டு வடிவங்கள் மற்றும் கனவு தேசங்கள் குறித்துப் பேசும்போது சமூகவியலோடும் அரசியலோடும் தொடர்பு கொண்டவர்களாக ஆகிவிடுகி'றோம். மார்க்சின் ஆசிய உற்பத்தி முறை போன்ற விஷயங்களை நோக்கி நாம் நகரத் தொடங்கிவிடுகிறோம். எனவே இந்தியத் தத்துவங்கள் வாழ்விலிருந்து அந்நியப்பட்டவை என்று பொத்தாம் பொதுவாகக் கூறுவதும் சரியல்ல.

“மார்க்சியமும் இந்தியத் தத்துவங்களும்” என்ற இந்த விவாதம் மிக முக்கியமானது. இந்தியப் பண்பாடு, தமிழ்ப் பண்பாடு ஆகியவை குறித்து ஆழங்கால் படாமல் நாம் வெற்றிகரமான மார்க்சியர்களாக ஆக முடியாது. இந்தியத் தத்துவங்களோடும் பண்பாடுகளோடும் ஊடாடி வெளிப்படாமல் நாம் அரசியல்ரீதியாக வெற்றிபெறுதல் கூட கடினமான ஒரு பயணமே. இந்தியப் பண்பாடு, தமிழ்ப் பண்பாடு என்பனவற்றைத் தத்துவங்கள் என நான் குறைப்பதாகக் கொள்ள வேண்டாம். நமது மக்களின் நாட்டுப்புறப் பண்பாடுகளையும் இணைத்தே இங்கு நாம் பேசுகிறோம். இவை குறித்த விரிந்த விவாதங்கள் தேவைப்படுகின்றன என்பதே நாம் வலியுறுத்தும் செய்தி.

2. பின்னைக்
காலனியமும் இந்தியத் தத்துவங்களும்

2
பின்னைக் காலனியமும் இந்தியத் தத்துவங்களும்

எனது நுழைவு

நான் பின்னைக் காலனியம் நோக்கி நகருகிறேன். மார்க்சியப் பின்புலத்தில் நின்றுகொண்டு அமைப்பியல், பின்-அமைப்பியல், பின் நவீனத்துவம் பற்றிக் கடந்த இருபது ஆண்டு காலமாக எழுதிக் கொண்டிருக்கும் எனக்கு, பின்னைக் காலனியம் குறித்து எழுதுவதான நீட்சியில் இப்போதைக்குப் பெரிய வேறுபாடு எதுவும் தோன்றவில்லை. பின்னைக் காலனியம் பற்றிய எனது சுருக்கமான விளக்கம் என்னவென்றால், பின்னை நவீனத்துவச் சூழல்களில், தென் கண்டங்களான ஆசிய, ஆப்பிரிக்க, லத்தீன் அமெரிக்க நாடுகள் பின்னைக் காலனியத்திற்குள் பிரவேசிப்பது தவிர்க்க முடியாதது; ஏனென்றால் அந்த நாடுகளில் நவீனம் என்பதுவே காலனியம்தான். இந்தியனான, மிகச் சரியாகச் சொல்வதானால் தமிழனான நான், இருபத்தைந்து வருடகால 'சீக்கிய கற்கை'யில் ஈடுபட்டிருக்கும் எனது பின்னைக் காலனியம் குறித்த அக்கறை இந்திய, சீக்கிய, தமிழ் தத்துவங்களில் சமீபகாலங்களில் நிகழ்ந்து வரும் விவாதங்களுடன் சரியாகப் பொருந்திப் போகிறது. இதன் தொடர்ச்சியாக, மேற்குறித்த தத்துவங்களில் காலனிய நீக்கம் (Decolonizing) பற்றி நான் விளக்க முற்படுகிறேன்.

இந்து எனப்படும் மதம் குறித்து

பின்னைக் காலனிய நோக்கில் இந்திய சிந்தனைகள் குறித்து சமீபகாலத்தில் எழுந்துள்ள சில பிரபலமான விவாதங்களிலிருந்து தொடங்குகிறேன். பெரும்பாலும் அவை இந்து மதத்தைப் பற்றிப் பேசுகின்றன. இந்து மதம் என்ற ஒன்று எதுவும் இல்லை; அது வெறுமனே மேற்கத்தியர்களால் காலனியக் காலத்தில் உருவாக்கப்பட்டது, அல்லது கண்டுபிடிக்கப்பட்டது எனச் சில

கல்வியாளர்கள் எழுதுகிறார்கள். நாம் இதைக் கிட்டத்தட்ட ஏற்றுக்கொள்ள வேண்டியிருக்கிறது. இவ்வாறு கூறுவது, தமிழ் எழுத்துகளில் நீண்ட காலமாக அறியப்பட்ட ஒரு கருத்துதான். இந்த பின்னை நவீனத்துவ, பின்னைக் காலனியத் தத்துவங்கள் தோன்றுவதற்கு நெடுங்காலத்திற்கு முன்பாகவே இந்தக் கருத்து தமிழ் வழக்கில் இருந்து வருகிறது. எந்த வகையிலும் இந்து மதம் ஒருங்கிணைந்த ஒரு மதம் இல்லை என்று திராவிட எழுத்தாளர்கள், இடதுசாரி எழுத்தாளர்கள் எப்போதுமே குறிப்பிட்டு வந்துள்ளனர். அம்பேத்கர் இது குறித்து விரிவாகவே எழுதியுள்ளார். மிகவும் பிரசித்தி பெற்ற தென்னிந்திய ஸ்மார்த்த பிராமண மடத் தலைவரான காஞ்சி காமகோடி சந்திரசேகரேந்திர சுவாமி என்பார், தனது "தெய்வத்தின் குரல்" உரைகளில், இந்து மதம் என்ற முழுமைப்பட்ட ஒன்றை நமக்குக் கிடைக்கச் செய்த ஆங்கிலேயர்களுக்குத் தாம் நன்றி கூறுவதாகக் குறிப்பிட்டுள்ளார். அப்படியும் இப்படியுமாக சொல்லப்பட்ட அந்த விவாதமானது இப்போது விரிவுபட்டுள்ளதாகக் கருதவேண்டியுள்ளது. ஆம், உண்மையில் "இந்து மதம்" என்ற சொல்லாக்கம், காலனிய ஆட்சிக் காலத்தில் இந்தியர்களைப் புரிந்து கொள்வதற்கும் அவர்களை நிர்வாகம் செய்வதற்கும் மேற்கத்தியர்களால் உருவாக்கப்பட்டதே ஆகும். ஆங்கிலேயர் ஆட்சிக் காலத்திற்கு முன்பாக இந்து மதம் என்று எதுவும் இருக்கவில்லை. எந்த மேற்கத்திய கல்வியாளரும் இது குறித்துப் பேசியதும் இல்லை. தமிழைப் பொறுத்தமட்டில், தமிழில் பலவகைப்பட்ட பக்தி இலக்கியங்கள் - தோத்திரங்கள், சாத்திரங்கள், பிரபந்தங்கள் - உள்ளன. அவற்றில் இந்து என்ற சொல் அறிந்தோ அறியாமலோ ஒருமுறைகூட உச்சரிக்கப்பட்டது கிடையாது.

மேற்கத்தியர்கள் இந்து மதம் எனப்படுவதைப் புரிந்து கொள்வதற்காக சமயம் அல்லது மதம் (Religion) என்ற வார்த்தை உள்பட ஏராளமான ஐரோப்பிய வார்த்தைகளைப் பயன்படுத்தியுள்ளனர். மறைஞானம், ஆன்மீகம், ஓரிறைக் கொள்கை, இறையியல் (Mysticism, Spiritualism, monotheism, Theology) போன்ற சொற்கள் மேற்கத்தியர்களால் இந்து மதத்தை விளக்குவதற்குப் புதிதாகப் பயன்படுத்தப்பட்ட வார்த்தைகள் ஆகும். இந்தியாவில் உள்ள ஒவ்வொரு மதமும் தத்தம் மதமே மறைஞானத்திலும் ஆன்மீகத்திலும் சிறந்தது எனக் காட்டிக் கொள்வதற்காகப் போட்டி போடுகின்றன. எவ்வளவுக்கெவ்வளவு குறிப்பிட்ட ஒரு மதத்தில்

இறை அனுபவம் எட்டமுடியாததாக உள்ளதோ அவ்வளவுக் கவ்வளவு அந்த மதம் மறைஞானத்தில் உயர்ந்ததாகச் சொல்லப் படுகிறது. சுமார் இரண்டு நூற்றாண்டுகளுக்கு மேலாக வறட்டுப் பகுத்தறிவுக் கொள்கையைப் பேசிவந்த ஐரோப்பா, இருபதாம் நூற்றாண்டில் மறைஞானம், ஆன்மீகம், இறையியல் என்பனவற்றை நோக்கித் திரும்பியுள்ளது. மாறுபட்ட ஐரோப்பிய மனங்கள் இவற்றை நோக்கி ஈர்க்கப்பட்டுள்ளன. இந்தியாவில் தம்மை இந்துக்களாகக் கண்டு கொண்டவர்கள், எல்லா வகையிலும் தங்களை ஆதிக்கம் செலுத்திய மேற்கத்தியர்களுக்குத் தம்மாலும் ஏதாவது பதிலுக்குக் கொடுக்க முடிந்துள்ளதே என்று மகிழ்கின்றனர்.

காலனியக் கலப்பினம்

நாம் இப்போது, இந்திய சமுதாயத்தில் புதிதாகத் தோன்றிய ஒரு விடயத்தை நோக்கி நகர்ந்துவிட்டோம். அதாவது காலனிய ஆதிக்கக் காலத்தில் ஒரே நேரத்தில் இந்தியனாகவும் மேற்கத்தியனா கவும் வாழக்கூடிய இரட்டைத் தன்மை கொண்ட வாழ்வுமுறையை இந்தியச் சமுதாயம் வெளிப்படுத்தியது. இன்றுவரை அது தொடர்கிறது. அதுதான் பிரச்சனை. ஹோமி பாபா இதனைக் 'கலப்பினம்' (Hybrid) என்று கூறுகிறார். அவர்கள் இரட்டை வாழ்வுமுறை, இருவகை சமூகத் தகவுகள், இரட்டை அறிவுப் புலன்கள் போன்ற பலவற்றில் இரட்டைக் கலப்பினங்களாக உருவாயினர். பிரான்ஸ் ஃபனோன் இவர்களைக் "கருப்புத் தோலும் வெள்ளை முகமூடியும்" கொண்ட கூட்டத்தினர் என்று மதிப்பிடுகிறார். அவர்கள் தங்கள் எஜமானர்களைப் பாவனை செய்து கொள்ளுகிறார்கள். பிரபல எழுத்தாளரான ரிச்சர்ட் கிங் என்பார், "குறிப்பிட்ட அந்தச் சமூக வடிவம் [கலப்பினம்] தோன்றுவதற்கு மேற்கத்தியத் தாக்கம் அடிப்படையாக இருந்தது உண்மைதான், ஆனால், அது மட்டுமே போதுமானதாக இருக்கவில்லை. ஆரம்பகாலக் கீழைத்தேயவாத நோக்கிலான இந்து மதக் கருத்தாக்கங்களைக் கட்டமைப்பதில் உள்ளூர் பிராமணியக் கருத்தியலின் தீர்மானகரமான பாத்திரத்தைத் தவிர்த்து விட்டு இப்பிரச்சனையை அணுக முடியாது" என்கிறார். கலப்பின அறிவு ஜீவிகள் ஒரேசமயத்தில் காலனியத்தின் தேவைகளையும் தேசியத் தேவைகளையும் திருப்திப்படுத்திவிடுவதாக ரிச்சர்ட் கிங் கூறுகிறார். இரண்டு எஜமானர்களுக்கு ஒரே நேரத்தில் வேலை செய்ய முடியுமா? நமது அறிவாளிகள் அதைச் செய்தனர். குறிப்பாக, நம்மூர்

புதிய அறிவாளிகளால் இதனைச் சிறப்பாகச் செய்ய முடிந்தது. அவர்கள், மேற்கத்திய வாசகர்களுக்காக, இந்திய மதங்களைப் பற்றி, மேற்கத்திய கலைச்சொற்களோடு ஆங்கிலத்தில் எழுதினர். "பெரும்பாலும் கிறித்துவ மத போதகர்கள்தான் முதன் முதலில் ஐரோப்பிய மொழிபெயர்ப்பாளர்களாக இருந்தனர். அவர்களது மொழிபெயர்ப்புகளும், இந்திய நூல்களின் பதிப்புகளும் மேற்கத்தியத் தத்துவ அளவுகோல்களின்படி சீரமைக்கப்பட்டவை யாக, முன்முடிவுகளைக் கொண்டவையாக எழுதப்பட்டிருந்தன." இந்த மொழிபெயர்ப்புத் தந்திரத்தையும் பதிப்புத் தந்திரத்தையும் இந்திய நூல்களில் நீங்கள் ஆராய்ந்து தெரிந்து கொள்ளலாம்.

இரட்டைக் காலனியம்

சீக்கியர் அல்லது தமிழர் தத்துவம் பற்றிய ஒரு முக்கியமான கேள்விக்கு நான் இப்போது வருகிறேன். இந்திய துணைக் கண்டத்தில், காலனிய அறிவுஜீவிகளும், தேசிய அறிவுஜீவிகளும் ஓரினமாகச் சேர்ந்து கொண்டு இந்து மதத்தை மறைஞானம், ஆன்மீகம், ஓரிறைக் கொள்கை, வேத இலக்கியங்களின் புனிதப் பழமை போன்ற கருத்தாக்கங்களின் வழியாக விளக்குவார்களே யானால், இந்த நாட்டில் வட்டார எண்ணங்கள் அல்லது பண்பாடுகள் குறித்துப் பேசுவதற்கு எங்கே இடம் இருக்கிறது? அவை தம்மைப் பிரதிநிதித்துவப்படுத்துவது எப்படி? வட்டாரப் பண்பாடுகள் தம்மை எடுத்துரைப்பது எப்படி? காலனிய எழுத்துகளும், தேசிய எழுத்துகளும் இந்து மதம் என்பதனை இந்தியச் சமூகத்தின் மைய நீரோட்டமாக்கிவிட்டதால், மற்றவற்றை வட்டாரம் என்று இங்கு நான் குறிப்பிடுகிறேன்.

சீக்கியர் மற்றும் தமிழர்களின் பண்பாடுகள் இரு பக்க நெருக்கடிகளை உணரும் ஓர் இடுக்கினுள் சிக்கிக் கொள்கின்றன. அவை ஒரு பக்கம் காலனிய அறிவுஜீவிகளாலும், மறுபக்கம் அகில இந்திய அறிவுஜீவிகளாலும் நெருக்கப்பட்டன. ஓர் அர்த்தத்தில், சீக்கியர்களும் தமிழர்களும் இவர்களைப் போன்ற பிற மக்களும் மேற்கத்தியர்களால் மட்டுமல்லாமல் இந்திய தேசிய வாதிகளாலும் காலனி ஆதிக்கத்திற்குள் ஆட்படுத்தப்பட்டனர். நடைமுறையில் தேசியவாதிகள் வட்டாரப் பண்பாடுகளின் மீது ஏற்படுத்திய நெருக்கடிகள் மிக அதிகமானதாகவும், தப்பிக்க முடியாததாகவும் இருந்தன. தேசிய உருவாக்கத்திலிருந்து மாறுபட்ட கருத்துகளாக எவை பேசப்பட்டாலும் அவை

அனைத்தும் தேசிய விரோதக் கொள்கைகள் என்று நிந்திக்கப் பட்டன. மேற்கத்திய மற்றும் இந்து அறிவுஜீவிகளின் அறிவுக் கருவிகளிலிருந்து வட்டாரவாதிகள் தப்பித்துக் கொள்வதற்கு தாங்களாகவே தங்களை வெளிப்படுத்த வேண்டி இருந்தது. உண்மையில் குறிப்பிட்ட ஒரு வரலாற்றுச் சூழலில் இது ஒரு கடினமான செயலாகும். அவ்வப்போது சீக்கியர்களும், தமிழர்களும், மேற்கத்திய மற்றும் இந்து அறிவுக்கருவிகளைப் பின்பற்றிய போதிலும், அரிதாக அவற்றிலிருந்து தப்பித்து, தங்களைச் சுயமாகவும் வெளிப்படுத்தினர். சீக்கிய பண்பாட்டில் அல்லது தமிழ்ப் பண்பாட்டில் எது இந்துமயப் படுத்தப்பட்டது, எது மேற்கத்தியப் படுத்தப்பட்டது? என்று கண்டுபிடிப்பது ஒரு பெரிய வித்தை ஆகும். இவற்றைத் தாண்டி, சீக்கியர்களும் தமிழர்களும் எதனைத் தமது தனித்த அடையாளமாகக் கொண்டிருந்தனர் என்பதைத் தேடி அடைவது இன்னும் கடினமான ஒன்றாகும். இந்த வகையில் சீக்கியர் அல்லது தமிழர் தத்துவத்தை அவர்களின் சொந்த வார்த்தை களிலேயே (in their own terms) எழுதுவது என்பது ஒரு மிகப் பெரிய செயலாகும்.

பின்னைக் காலனியத்திற்கு ஏற்கனவே ஒரு வரலாறு உள்ளது. பின்னைக் காலனியத்தின் வரலாறு காலனியக் காலத்திலிருந்தே தோன்றியது என்று சொன்னால் தவறாக இருக்காது. அடிமைத்தனம், அதற்கு உள்ளீடான ஓர் எதிர்ப்பை அதுவாகவே உருவாக்கியது. இதன் விளைவாக காலனிய எதிர்ப்பு உணர்வுகளும் போராட்டங் களும் பின்னைக் காலனிய வரலாற்றின் முற்பகுதியைத் தோற்று வித்தன. ஆப்பிரிக்க, ஆசிய, லத்தீன் அமெரிக்க நாடுகளின் சுதந்திரப் போராட்ட வீரர்கள்தாம் பின்னைக் காலனியத்தின் முதல் சிந்தனையாளர்கள். அவர்களில், பிரான்ஸ் ஃபனோன் போன்றவர் களின் காலனியம் பற்றிய சிக்கலான கருத்துக்கள் கவனத்திற்கு உரியவையாகின்றன. ஃபனோனின் விமர்சனங்கள் காலனிய எஜமானர்களைப் பற்றியனவாக மாத்திரமல்லாது, காலனியப்படுத்தப் பட்ட மக்களை நோக்கியதாகவும் இருந்தது. இது காலனியமாதல் என்றால் என்ன? என்ற தீர்க்கமான கேள்வியை எழுப்பச் செய்தது. அப்படியானால், அடுத்தக் கேள்வியான காலனிய நீக்கம் என்றால் என்ன? என்ற கேள்வியும் முன்னுக்கு வருகிறது. ஃபனோன், காலனிய நீக்கம் (Decolonizing) என்பதனை ஒரு நிலையான பிரச்சனையாக ஆக்கிவிட்டார்.

கீழைத்தேயவாதம்

பின்னைக் காலனிய விவாதங்களில் சிறப்பானவராகச் சொல்லப்படும் மற்றும் ஒருவர் எட்வர்ட் சையத் என்பார் ஆவார். பாலஸ்தீனத்தைச் சார்ந்த கிறித்தவரான அவர் தமது 'கீழைத் தேயவாதம்' என்ற நூலில், கீழைத்தேயங்கள் குறித்த மேற்கத்தியர் களின் எழுத்துக்களைச் சோதித்தறிந்து, அவை அனைத்தும் ஐரோப்பிய மையவாதம், வெள்ளை இனம், காலனியம் குறித்தே பேசுகின்றன என்ற அச்சமூட்டும் முடிவுக்கு வந்து சேர்ந்தார். கீழைத் தேயவாதிகளின் எழுத்துகளில், "ஐரோப்பா அடிப்படையில் பகுத்தறிவு கொண்டது, வளர்ச்சியடைந்தது, கருணையுள்ளது, மேனிலையானது, நம்பத் தகுந்தது, சுறுசுறுப்பானது, படைப்புத் தன்மை உடையது, ஆண்மையுடையது என்றும், அதே வேளையில் கீழைத்தேயமானது பகுத்தறிவற்றது, நேர்மையற்றது, பின் நோக்கியது, ஒழுங்கற்றது, கொடுங்கோன்மையானது, கீழ்த்தர மானது, உண்மையற்றது, செயலற்றது, பெண் தன்மையுடையது, பாலியல் கேடுடையது" என்ற கருத்துகள் காணப்படுகின்றன.

இந்தியாவின் புதிய-இடதுசாரிகளால் ஆரம்பிக்கப்பட்ட 'அடித்தள மக்கள் வரலாறு' பின்னைக் காலனிய ஆய்வுகளுக்கு பங்களிப்பு வழங்கிய மற்றுமொரு கல்வித்துறையாகும். இந்தியத் தேசியவாத அறிவாளிகள் குறித்த விமர்சனத்தை மிகத் தீவிரமாக முன்வைத்தவர்கள் அடித்தள மக்கள் வரலாற்றாசிரியர்களே. இவர்கள்தாம் முதன் முதலில், காலனிய அறிஞர்களுடன் அறிந்தோ அறியாமலோ கூட்டுசேர்ந்த, இரட்டைத் தன்மை கொண்ட தேசியவாத அறிவாளிகள் என்ற பிரச்சனையை முன்னுக்குக் கொண்டுவந்தனர்.

தேசியவாத மேட்டுக்குடியினர் மற்றும் அறிவாளிகள்

அந்தோனியோ கிராம்சியின் சிந்தனைக்கும் அடித்தள மக்கள் வரலாற்றாய்வாளர்களின் மரபிற்கும் இடையில் நடந்த ஒரு விவாதம் பற்றி இங்குச் சொல்லியாக வேண்டும். அந்தோனியோ கிராம்சியின் சிறைச்சாலை எழுத்துகளில் இருந்து அடித்தளமக்கள் வரலாற்றாய் வாளர்கள் தங்களது பெயரையும் ஆய்வுக்கருவிகளையும் எடுத்துக் கொண்டனர் என்பது எல்லோரும் நன்கு அறிந்த ஒன்றே. எனினும், அவர்கள் அந்தோனியோ கிராம்சியின் தேசியவாத மேட்டுக் குடியின் மேலாண்மை (Hegemony) என்ற கருத்தை முழுமையாக ஏற்றுக் கொள்ளவில்லை. வெகுமக்கள் பரப்பு முழுமைக்குமான மேலாண்மையைப் பெறுவதற்காக மேட்டுக் குடியினர்

பலவகைகளில் முயற்சிகள் செய்தபோதும், அடித்தள மக்களின் போராட்டங்களும், எழுச்சிகளும் சுயஉரிமையும் சுயாதீனமும் கொண்டவையாக விளங்குகின்றன என்று அடித்தள வரலாற்றாசிரியர்கள் வாதிட்டனர். "மேட்டுக்குடிகள் அடித்தளமக்களின் மீது வன்முறையாகச் செலுத்தும் ஆதிக்கம் குறித்தும், அவர்கள் மீது கொள்ளும் மேலாண்மை குறித்தும் கிராம்சி அழுத்தமான கருத்துக்களைத் தெரிவித்துள்ளார்... மேலாண்மை குறித்த இக்கோட்பாட்டிலிருந்து வேறுபடுவது போன்ற தோற்றத்துடன் ரணஜித் குப்தா, காலனியக் காலத்தில், இந்தியாவில் அடித்தள மக்கள் அரசியல் "சுயாதீனமான பரப்பினைக்" (autonomous domain) கொண்டிருந்தது. அது மேட்டுக்குடி அரசியலிலிருந்து ஆரம்பிக்கப் பட்டதாகவோ, அல்லது மேட்டுக்குடி ஆதாரங்களைக் கொண்டு அமைந்ததாகவோ இருக்கவில்லை என்கிறார்." அடித்தளமக்கள் வரலாற்றாய்வாளர்கள், வேளாண் மக்களின் எண்ணற்ற சுதந்திர மான புரட்சிகர எழுச்சிகளை விவரிக்கும் ஏராளமான நூல்களை வெளிக்கொண்டு வந்தனர். இந்திய வேளாண் மக்கள் எல்லா சமயங்களிலும், மேட்டுக்குடிகளின் அதிகாரத்தின் கீழ்தான் இருந்தார்கள் எனச் சொல்வதற்கில்லை என்று அவர்கள் எடுத்துக் காட்டினர். கிராமப்புற விவசாயிகளுடைய செயல்பாடுகளும் போக்குகளும் சுதந்திரமானவை; நாட்டு விடுதலை பற்றிய அவர் களுடைய சொந்தக் கருத்து மேட்டுக்குடிகளின் கருத்துகளிலிருந்து வேறுபட்டிருந்தது. அடித்தளமக்கள் வரலாற்றாய்வாளர்களின் மேற்சொன்ன இக்கருத்துகள் பின்னைக் காலனிய ஆய்வுகளில் தேசியவாதத்தைப் பிரச்சினைக்குரிய ஒன்றாக்கியது.

அடித்தளமக்கள் வரலாற்றாய்வாளர்கள் இந்தியத் தத்துவத்தில் குறிப்பாக ஆய்வுகள் ஏதும் செய்யவில்லை. ஆனால் இந்தியத் தத்துவங்களில் தேசியவாதம் என்றால் என்ன? என்று புரிந்துகொள் வதற்கு நாம் கொஞ்சம் வேலை செய்யவேண்டியுள்ளது.

சர்வபள்ளி ராதாகிருஷ்ணன் என்ற ஒரு தேசியவாதத் தத்துவ அறிஞர்

நாம் இப்போது பிரபலமான ஒரு தேசியவாதச் சிந்தனை யாளரைப் பற்றிப் பேசுவோம். ஆங்கிலம் பேசும் மேற்கு உலகிற்கு இந்தியத் தத்துவத்தை எடுத்துச் சென்றவர் சர்வபள்ளி ராதா கிருஷ்ணன் என்பது நாம் அறிந்ததே. அவர்தான் இந்தியத் தத்துவத்தை இரண்டு பெரிய நூற்தொகுதிகளாக ஆங்கிலத்தில் வெளியிட்ட முதல் இந்தியர் ஆவார். நூலின் முதல் தொகுதி

1923லும் இரண்டாம் தொகுதி 1927லும் வெளியாகின. ஆங்கிலேயர்களால் அவருக்கு 'சர்' பட்டம் வழங்கப்பட்டது. 60களில் அவர் சுதந்திர இந்தியாவின் துணைக்குடியரசுத் தலைவராகவும், அதன் பின்பு குடியரசுத் தலைவராகவும் நியமிக்கப்பட்டார். காலனியத்திற்கும் தேசியவாதத்திற்கும் இடையில் கலப்பின அறிஞர் என்று சொல்வதற்குச் சிறந்த உதாரணமாக இவரைச் சொல்லலாம். எப்படி இரண்டு அதிகாரிகளுக்கு அவரால் ஒரே சமயத்தில் வேலை செய்ய முடிந்தது? மாறுபட்ட கருத்துகள் எப்படி ஒன்றிணைந்தன? யாருக்கு எதிராக அவை ஒன்றிணைந்தன?

கீழைத்தேயச் சமயங்கள் பற்றிய மேற்கத்திய சிந்தனைகளான மறைஞானம், ஆன்மீகம் என்ற மதிப்பீடுகளையே ராதாகிருஷ்ணன் தொடர்ந்து பேசி வந்தார். "கம்பீரமான குணம் கொண்ட இந்திய மனம் முழுமையும் பண்பாடு என்ற நிறத்தால் பூசப்பட்டது. அதன் சிந்தனைகள் அனைத்தும் ஆன்மீகப் போக்கு கொண்டவை. இது ஒரு மறைஞானம். ஆயின் குறிப்பிட்ட ஒரு மறைஞான சக்தியால் அது பயிற்சிக்கு உள்ளாக்கப்பட்டது என்ற பொருளில் அல்ல, ஆன்மீக அனுபவத்தைச் சாதிப்பதற்காக அது மனித மனத்தை இட்டுச் செல்கிறது என்ற பொருளில். ஹீப்ரு மற்றும் கிறித்தவப் புனித நூல்கள் தீவிர மதக் கொள்கைகளையும், நீதிநெறிகளையும் கொண்டனவாக இருக்கின்றபோது, இந்து மதம் ஆன்மீகத் தன்மையுடன் உள்முகமான சிந்தனை உடையதாக இருக்கிறது. இந்திய வாழ்வின் ஒரே அடிப்படையாக இருப்பது அழிவற்றக் கடவுளின் இருப்பு ஒன்றே" என்று அவர் எழுதினார்.

வேதாந்தம்தான் அனைத்து இந்திய தத்துவங்களுக்கும் மையப்பகுதி என்ற எண்ணத்தை ராதாகிருஷ்ணன் உருவாக்கினார். "..இந்து மதத்தின் அனைத்து வடிவங்களும் அதன் வளர்ச்சி நிலைகளும் பொதுவாக வேதாந்தப் பின்புலத்திலேயே தொடர்பு படுத்தப்பட்டன. இந்து மதச் சிந்தனை ஏராளமான புரட்சிகளைக் கடந்த போதிலும், நிறைய வெற்றிகளைக் கண்ட போதிலும் அது நான்கு அல்லது ஐந்து ஆயிரம் ஆண்டுக் காலங்களாக மாறாத சில முக்கிய கருத்துக்களையே சாராம்சமாகக் கொண்டிருந்தது. அதன் முளை வேதாந்த நிலைப்பாட்டில் கருவுற்றிருந்தது. காட்டில் சிங்கத்தின் முன்னால் நரிகள் ஊளையிடாது அமைதி காப்பது போல, வேதாந்தத்திற்கு முன்னால் மற்ற சமய கருத்துகள் அமைதியில் மூழ்கிவிடுகின்றன. இந்து மதத்தின் எல்லா பிரிவுகளும், அவ்வவற்றின் சொந்தக் கண்ணோட்டத்தில் வேதாந்தத்தை விளக்க

முயற்சிக்கின்றன. வேதாந்தம் தனித்த ஒரு மதம் அல்ல; ஆனால் அதுவே எல்லா மதங்களுக்கும் ஆகப்பொதுவான, பிரபஞ்சம் தழுவிய ஒரு மதச் சட்டகமாகவும் அம்மதங்களின் ஆழ்ந்த பொருளாகவும் உள்ளது." இந்திய மக்களின் பலவகைப்பட்ட மரபுரிமைகளை வேதாந்தம் என்ற ஒன்றில் ஒட்டுமொத்தமாகக் கரையச் செய்துவிட்டு மற்றவை அனைத்தையும் பொருளற்ற தாகச் செய்யும் தேசியவாதத்திற்கு இது ஒரு சிறந்த எடுத்துக்காட்டு ஆகும். மேற்கோள் காட்டப்பட்ட சொற்கள் தெளிவாக விளக்குவது என்னவென்றால், வேதாந்த தேசியவாதம், நாட்டுப்புற மற்றும் அடித்தள மக்கள் பண்பாட்டின் மீதும், மொழிவழி வட்டாரப் பண்பாடுகளின் மீதும் ஒரு முரட்டுத்தனமான ஒழுங்கைத் திணிக்கிறது என்பதாகும். இது மற்ற எல்லா இந்தியத் தத்துவங் களையும் சிந்தனைப் போக்குகளையும் வேதாந்தத் தலைமையின் கீழ் கொண்டுவருகிறது. அனைத்து வழிகளும் வேதாந்தத்தை நோக்கி இட்டுச் செல்கின்றன என்பது தேசியவாதிகளின் முழக்கமாயிற்று. வேதாந்தம், வேதாந்தமற்ற அனைத்தையும் உறிஞ்சியது; உட்கிரகித்துத் தன்வயமாக்கியது; உண்டு செரித்து மகிழ்ந்தது. இந்தியாவின் மிகச் செழுமையான தத்துவ விவாதங் களைச் சிங்கம்/நரி கதைக்குள் அடக்கவே மிகப்பெரிய வேதாந்தி களும் முயற்சித்திருக்கிறார்கள்.

ராதாகிருஷ்ணன் சமஸ்கிருத வார்த்தையான 'ஆத்மா' என்பதனை சுயம் (Self) என்று மொழிமாற்றம் செய்கிறார். மேற்கத்திய வாசகர்களுக்கு அவர் சுட்டிக்காட்டுவது என்னவென்றால் இந்திய தத்துவத்தில் உள்ள 'சுயம்' என்பது பெரும்பாலும் "நான் அறிகிறேன், அதனால் நான் இருக்கிறேன்" (Cogito, Ergo Sum) என்ற தெக்கார்த்தின் சொற்களுக்கு இணையானது. சுயம் என்பது முன்னதாகவே, முன் நிபந்தனையுடன் அனைத்து இருத்தல்களிலும், செயல்பாடுகளிலும் ஏற்கனவே உள்ளது ஆகும். ஆத்மா என்று சொல்லப்படும் சுயம் 'பிரம்மன்' என்பதைக் காட்டிலும் அடிப்படையானது என்று ராதாகிருஷ்ணன் கருதுகிறார். இரண்டாயிரம் ஆண்டுகாலப் பழமையான ஒரு தத்துவம் திடீரென்று ஒரு சமகால, நவீன ஐரோப்பிய தத்துவத்திற்கு அருகில் கொண்டுவரப்பட்டுவிட்டது. உபநிடதம் அல்லது வேதாந்தத்தில் சொல்லப்பட்டுள்ள தத்துவம், நவீன ஐரோப்பிய தத்துவத்துடன் நெருங்கி வந்ததுடன், அதுதான் மற்ற எல்லா இந்திய தத்துவங்களையும் அளக்கக்கூடிய ஓர் அளவையாக அல்லது பிரமாணமாகக் கொள்ளப்பட்டுவிடுகிறது.

ஒரு சாதி அல்லது ஓர் இனக்குழுவின் ஒருமையைக் குறித்து நின்ற உபநிடதத் தத்துவம், நவீனகால மேற்கத்திய தேசியவாதத் தத்துவங்களுடன் பொருந்திப் போவதாக ஆக்கப்படுகிறது. பிறிதொரு நோக்கில் வேதாந்தத் தத்துவமானது ஒரே நேரத்தில் ஒரு மதமாகவும் ஒரு தத்துவமாகவும் சித்தரிக்கப்படுகிறது. தனி மனித ஆத்மா பரமாத்மாவுடன் கலக்கிறது என்ற ஒற்றைக் கருத்தாக்கம் இறுதியான ஒரு தத்துவ விளக்கமாகவும் ஒரு சமய விளக்கமாகவும் கொள்ளப்படுகிறது. அனைத்து தத்துவக் கருத்தாக்கங்களும் இந்த ஒற்றைப் பொதுவிளக்கத்தின் கீழ் கொண்டுவரப்படுகின்றன. தத்துவம், மதம் ஆகிய இரண்டுமே சுய உணர்தல்(Self-realization)தாம் என்று ராதாகிருஷ்ணன் முடிக்கிறார். முடிவாக வேதாந்தம் என்பது தேசியவாத இந்துத் தத்துவம் என்று ஆகின்றபோது சமண, பௌத்த, சீக்கிய, மராட்டிய, அல்லது தமிழ்த் தத்துவங்கள் எந்த வகையிலும் அவசியமற்றன வாகி விடுகின்றன. எல்லா வகையான இந்தியத் தத்துவங்களும் பண்பாடுகளும் ஒரே நொடியில் அர்த்தமற்றவையாக ஆக்கப்படுகின்றன. இந்துமதவாதம் மட்டுமே நேர்மையான தேசியவாதம் ஆகிறது.

இந்து மதம் குறித்த விவாதங்கள்

கடந்த இருபது, முப்பது வருடங்களாகத் திடீரென்று இந்து மதத்தின் பெயர், அதன் வரலாற்று உருவாக்கம், கருத்தியல்ரீதியாக அதன் கட்டமைப்பு போன்றவற்றின் மீது விவாதங்கள் விசையுடன் வெளியாகி வருகின்றன. இருபதாம் நூற்றாண்டின் கடைசி பத்து ஆண்டுகளில், மத்திய அரசில் இந்துத்துவ அரசியல் கட்சி (பா.ஜ.க) பங்கு பெற்ற சமயத்தில் இதற்கான சந்தர்ப்பம் ஏற்பட்டிருக்கலாம். ஒற்றைப் பெருஞ்சொல்லாடல்களை உடைத்து, பன்மீயப் பண்பாட்டினை உருவாக்கும் பின் நவீனத்துவ அலை வீசியது மற்றுமொரு ஒரு சந்தர்ப்பமாக இருந்திருக்கலாம். கீழை நாடுகள் மீதான மேற்கத்திய ஆய்வுகளில், மேற்கத்திய கருத்தாக்கங்கள் குறித்து இந்திய ஆய்வாளர்கள் விழிப்புணர்வுடன் செயல்பட வேண்டும் என்ற முத்திரையை, பின்னை நவீனத்துவம் வருவதற்கு முன்பாகவே, எட்வர்ட் சையதுவின் கீழைத்தேயவாதம் பதியவைத்துள்ளது. எது எப்படி இருந்தாலும் சூழ்நிலைகள், பூதம் அடைபட்டுக் கிடந்த பண்டோரா பெட்டியைத் திறக்கவைத்து விட்டன. மதம், இறையியல், ஓரிறைக் கொள்கை, ஆன்மீகம், மறைஞானம் போன்ற மேற்கத்திய கருத்தாக்கங்கள், அவற்றின்

குணாதிசயங்கள், பயன்பாடுகள், இந்திய பண்பாட்டிற்குக் குறிப்பாக கீழைப்பண்பாடுகளுக்கு அவை பொருந்தாமை போன்ற வாதங்கள் இப்போது முன்னெப்போதையும் விடத் தீவிரமாக முன்வைக்கப் படுகின்றன. 'இந்து மதம்: ஒரு மறுபரிசீலனை' (Reconsidering Hinduism), 'இந்து மதம்: ஒரு கற்பிதம்' (Imagining Hinduism), 'இந்து மதத்தைக் கண்டுபிடித்தது யார்?' (Who Invented Hinduism?), 'இந்து மதம்: கட்டமைத்தலும் மறுகட்டமைத்தலும்' (Construction and Reconstruction of Hinduism), 'மதம் என்பதன் மீதான விசாரணை' (Questioning the term Religion) போன்ற தலைப்பு களின் கீழ் கட்டுரைகளும் நூல்களும் வெளிவந்த வண்ணம் உள்ளன. இவற்றில் காணப்பட்ட பெரும்பான்மையான சொற்கள் மேற்கோள் குறிகளுடனோ அல்லது 'என அழைக்கப்படும்' என்ற உருபுச் சொற்களுடனோ எழுதப்பட்டிருப்பதால் அக் கட்டுரை களையும் நூல்களையும் தொடர்ச்சியாக வாசிப்பதுகூட சிரமமாக உள்ளது.

யார் மீது குற்றம்?

அடிப்படைச் சிக்கல் என்னவென்றால் மேற்கத்தியர்கள் அவர்களது சொந்த மதக் கருத்தாக்கங்களை அவற்றை ஒத்த இந்தியப் பண்பாட்டு நிகழ்வுகளுக்குள் புகுத்தியதோடு ஒரு வழியாக இந்து மதத்தை உலக மதமாகக் கட்டமைத்து விட்டார்கள். ஓர் ஆய்வாளர், இந்து மதம் என்ற கருத்தாக்கம் அதன் வரையறுக்கப் பட்ட வடிவில் ஆய்வாளர்களிடம் மட்டுமே இருப்பதாக அறிவிக்கும் அளவுக்கே சென்றுவிட்டார். எதற்காக மேற்கத்தி யர்கள் இப்படி ஓர் "ஒருங்கிணைந்த" மதத்தை இந்தியாவில் ஏற்படுத்த வேண்டும்? ஏனென்றால் அது இந்தியர்களை மேற்கத்தியரின் சொந்த நடையில், மத அடிப்படையில் வகைப்படுத்திக் கொள்வதற்கு உதவியது. காலனிய நிர்வாகத்தின் கீழ் கட்டுப்படுத்தவும் ஆட்சி புரியவும் உதவியது. இவ்விவாதமானது எட்வர்ட் சையதுவின் கீழைத்தேயவாதக் கருத்துக்களோடும், மூன்றாம் உலக நாடுகளின் தேசியவாத ஆய்வாளர்களின் நலன்களுடனும் ஒத்துப்போகின்றன.

விரைவில் மேற்கத்திய ஆய்வாளர்கள் திருப்பித் தாக்கினர். அவர்களில் சிலர் மேற்கத்திய ஆய்வாளர்களின் தரப்பில் எந்தக் குற்றமும் கிடையாது என வாதிட்டனர். மேற்கத்திய ஆய்வாளர்களில் ஒரு பெரும் பகுதியினர் கீழைத்தேயவாதிகளுடன் அன்று இருந்த

பிராமணத் தகவலாளிகள் குறித்துப் பேசத் தொடங்கினர். மேற்கத்திய ஆய்வாளர்களின் கருத்துக்களை ஆவலுடன் ஏற்றுக்கொண்டு செயல்பட்ட தேசியவாதப் பிராமணத் தலைமை குறித்தும் பேச்சு வளர்ந்தது. இந்த விவாதத்தின் பங்கேற்பாளரான பால் ஹக்கர் (Pal Hacker), "புதிய இந்து மதம் ஒன்றுபட்ட கருத்துகளை உடையது அன்று. இந்தப் புதிய சிந்தனையாளர்களை நான் புதிய இந்துக்கள் (Neo-Hindus) என்று வகைப்படுத்துகிறேன். அவர்களுடைய அறிவு உருவாக்கம் மிக முக்கியமாக மேற்கத்தியர்களுடையது. இது ஐரோப்பிய பண்பாடு. இது நிறைய வியாச்சியங்களில், மதம், நீதிநெறி, சமூகம், அரசியல் மதிப்பீடு போன்றவற்றில் கிறித்தவ மதப் பண்புகளைத் தழுவிக்கொள்கிறது. ஆனால், அதன் பிறகு அவை இந்த மதிப்பீடுகளை இந்து பாரம்பரியத்துடன் இணைத்துவிட்டு, அவற்றை இந்து பாரம்பரியத்தின் ஒரு பகுதி என்றே நிச்சயப்படுத்திவிடுகிறது."

மற்றும் சில மேற்கத்திய ஆய்வாளர்கள், கடந்த ஆண்டுகளில் மேற்கத்திய நிபுணர்கள் எல்லா வேளைகளிலும் இந்து மதத்தை ஒற்றைக் கொள்கையாக ஏற்கவில்லை என்பதைச் சுட்டிக்காட்டு கின்றனர். பிரியன் கே. ஸ்மித், "பெரும்பான்மையான மேற்கத்திய நிபுணர்களின் பார்வையில் இந்து மதம் ஒரு திரவம் போல் நிலை யற்றது, பன்முகத்தன்மை கொண்டது, இன்றைய கட்டுடைப் பாளர்கள் சொல்லுவது போல நெகிழ்வானது" என்று கூறுகிறார். அடிப்படைத் தவறு, இந்தியா அல்லது இந்திய தேசியம் என்பதனை அடையாளப்படுத்துவதற்கு ஒருங்கிணைந்த இந்து மதத்தைப் பயன்படுத்துவதற்குக் கிடைத்த வாய்ப்பை நழுவவிட விரும்பாத தேசியவாத அறிவாளிகளிடமே உள்ளது என்று பிரியன் ஸ்மித் குறிப்பிடுகிறார்.

மூன்று கூட்டாளிகள்

இந்த விவாதத்தில் பங்கேற்ற ராபர்ட் பிரிக்கென்பெர்க் (Robert Frykenberg) என்னும் ஒரு தீவிர விமர்சகர், ஒரு விதத்தில் மேற்கத்திய கீழைத்தேயவாதிகள், இந்து தேசியவாதிகள், பிராமணிய ஆய்வாளர்கள் என்ற மூன்று தரப்பினருக்கு இடையிலான கூட்டணியைப் பற்றிக் கூறுகிறார். ஐம்பது தொகுதிகளாக வெளியான "கீழை நாட்டுப் புனித நூல்கள் (Sacred Books of the East)" வெளியான நாட்களிலிருந்து இன்றுவரை, இந்திய தேசியத்தைக்

கட்டமைப்பதில் அடிப்படை நூல்களாக விளங்கி வருகின்றன. அவை பிராமணிய-ஐரோப்பிய கீழைத்தேயவாதம் என்ற அச்சில் சில ஒருங்கிணைந்த கோட்பாடுகளை உருவாக்கி பிரிட்டிஷ் சாம்ராச்சியத்திற்கு அடித்தளம் அமைத்துக் கொடுத்ததோடு மட்டுமல்லாமல், அடுத்துவந்த இந்திய தேசியவாதிகளின் அரசியல் அதிகாரத்திற்கும் உதவி செய்தது." பிரிக்கென்பெர்க் உறுதியாகச் சொல்வது என்னவென்றால், இந்து மதம் என்பது ஆங்கிலோ - இந்திய, ஆங்கிலோ - பிராமணிய, ஆங்கிலோ - இஸ்லாமிய மூலகங்களின் ரசவாதம் என்பதாகும். இந்தியம், ஐரோப்பியம் இரண்டும் அதில் இணைந்திருக்கின்றன. பிரிட்டானியர்கள் தனியாக அதனை உருவாக்கிவிடவில்லை. இப்போது ஏளனமாக மேற்கத்தியர்கள்தான் இந்து மதத்தை உருவாக்கினார்கள் என்று பேசும் அளவுக்கு அது அவர்களால் தனியாக உருவாக்கப்படவில்லை என்று பிரிக்கென் பெர்க் உறுதியாகக் கூறுகிறார்.

ஜெர்மானியத் தொடர்பு

இந்து மதத்தின் மீதான இன்றைய விவாதங்களில், ஜெர்மானிய கீழைத்தேயவாதிகள் கீழை நாடுகளின் தத்துவ நூல்களில் குறிப்பிட்ட சிலவற்றைத் தேர்வு செய்து மொழிமாற்றம் செய்ததும் அவற்றுக்கு முன்னுரிமை கொடுத்து விளக்கம் எழுதியதும் தவிர்க்க முடியாத ஒரு பிரச்சனையாக அமைகிறது. இந்தியவியலில் ஜெர்மானியர்கள் ஏன், எப்போது ஆர்வம் காட்டத் தொடங்கினார்கள்? இது ஒரு மர்மமான பிரச்சனையாகும். எப்போது இந்த கீழைத்தேயவாதத்திற்குள் ஜெர்மானியர்கள் நுழைந்தார்கள்? ஜெர்மானியருக்கும் ஆங்கிலேயர்களுக்கும் இடையில் ஏதேனும் ஐரோப்பிய அளவிலான அரசியல் போட்டி இருந்து, அதுதான் 19 ஆம் நூற்றாண்டின் இறுதியில் இந்தியவியல் கற்கையின் போக்குகளைத் தீர்மானம் செய்ததுவா? போன்ற கேள்விகள் எழுகின்றன.

"ஜெர்மானிய வரலாற்றியல் ஆய்வுகளில் நிகழ்ந்த குறிப்பிட்ட சில சம்பவங்களின் சேர்க்கை, இந்தியா குறித்த ஒரு புதிய தேடுதலை" அவர்களுக்கு இடையில் ஏற்படுத்தியதாக ஜெர்மானிய ஆய்வாளர்கள் குறிப்பிடுகின்றனர். ஜெர்மானிய கான்ட்டிய தத்துவமும், ஒப்பீட்டு வரலாற்று மொழியியல் ஆய்வுகளால் கண்டுபிடிக்கப்பட்ட சமஸ்கிருதமும் அத்தகைய புதிய சேர்க்கையை அடையாளப்படுத்துவதாக டைட்மர் ரோதர்முன்ட் விவரிக்கிறார். இந்தியத் தத்துவத்தின் மீதான ஜெர்மானியப் புரிதல்கள்

அமைவதற்குப் பின்புலமாக இருந்த இரண்டு சிந்தனையாளர் களை அவர் குறிப்பிடுகின்றார். “சோப்பென்ஹவுரின் (Schopenhauer) மறைவிற்குப் பின் தோன்றிய அவருடைய சீடரான இந்திய ஆய்வாளர் பவுல் டெயூசென் (Paul Deussen) வேதாந்த தத்துவத் திற்கு விளக்கம் அளித்தார். மேலும் அவர் அவரது காலத்திலிருந்த, வேதாந்த தத்துவத்தைத் தேசிய அறிவு மீள்கட்டமைப்புக்கு ஆதாரமாக உயிர்ப்பிப்பதில் ஆர்வம் கொண்டிருந்த, இந்தியச் சிந்தனையாளர்களின் மீது அனுதாபம் உடையவராகவும் இருந்தார். டெயூசென் உபநிடதத் தத்துவத்தைப் பற்றி அழுத்தமாகப் பேசிக் கொண்டிருந்த வேளையில், அவருடன் பணிபுரிந்த மூத்த அறிஞர் பிரெட்ரிக் மாக்ஸ் முல்லர் வேதங்களின் முக்கியத்துவத்தை வலியுறுத்துபவராக இருந்தார். ஆரம்பகால இந்திய தேசியவாதி களுக்கு அவர் கூட்டாளியாகவும் இருந்தார்.

ஜெர்மானியர்கள் வேதாந்த தத்துவத்திற்கும் கான்டியன் தத்துவத்திற்கும் இடையில் ஒரு தொடர்பு இருந்ததாக நம்பினர். இன்னும் சிலர் “கான்டைத் தாண்டிய பூர்வீக இறைச்செய்தி, கடவுளால் முதலில் பேசப்பட்ட என்று சொல்லப்பட்ட மொழி சமஸ்கிருதத்தில் இருப்பதாக” நம்பினர். இக்கருத்து இன்றைக்கு அறிவீனமான ஒன்றாகத் தோன்றலாம். ஆனால் இதே போன்ற கருத்து, பின்னாளில் பவுல் டெயூசனால் **1893**-ஆம் ஆண்டு, மும்பையில் நடந்த “ வேதாந்த தத்துவமும் மேலைநாட்டினரின் அனுபூதவியலுடனான அதன் தொடர்பும்” என்ற தலைப்பிலான அவருடைய விரிவுரையில் சொல்லப்பட்டுள்ளது. மாக்ஸ் முல்லரும் இதற்கு இணையாக ஆதிகால ஆரிய சிந்தனைகளுக்கும் தற்கால ஜெர்மானிய சிந்தனைகளுக்கும் இடையிலான தொடர்பு பற்றிக் கூறியுள்ளார். அவர் கான்டின் ரசிகர். அவர் கான்டினுடைய “தூய அறிவு குறித்த விமர்சனம்” (Critique of Pure Reason) என்ற நூலினை ஆங்கிலத்தில் மொழிமாற்றம் செய்தார். சிந்தனைகளாலும், பெருமூச்சுகளாலும் நிரம்பிய ஆரிய உலகின் வரலாற்றில் முதற்கணுவாக வேதங்களும் இறுதிக்கணுவாக கான்டின் விமர்சனமும் அமைந்துள்ளன என்று அவர் குறிப்பிடுகிறார்.”

இந்தியத் தேசியத்திற்கும், இந்து மதத்திற்கும், வேதாந்தத்திற்கும் இடையில் முழுமையான ஒத்துழைப்பும், சக உணர்வும், புரிதல் களும் ஏற்படுத்தப்பட்ட ஒரு புள்ளியை இப்போது நாம் நெருங்கிக் கொண்டிருக்கிறோம். இந்த மூன்றில் எது மிக முக்கியமானது என்று

அடையாளப்படுத்துவது இயலாத ஒன்று. ஆனால் அவை மூன்றும் ஒன்றுக்கொன்று மிகுந்த அக்கறை கொண்டவை. சில வேளைகளில் அவை தேசிய எல்லைகளைத் தாண்டி உலக இலக்கினை எட்டுவதாகத் தோன்றுகிறது. குறிப்பாக ஆரிய கோட்பாட்டை வைத்து ஜெர்மனியில் பாசிச உருவாக்கம் நிகழ்ந்ததையும், அது இரண்டாம் உலகப் போருக்கு இட்டுச் சென்றதையும் சொல்லியாக வேண்டும்.

இன்றைய தருணம்

நல்லது, காலனியத்தின் கீழ் ஏராளமான நிகழ்வுகள் நடந்தேறிவிட்டன. இந்தியச் சமூகக் கட்டமைப்புக்குள் ஆதாயமான இடங்களில் அமர்ந்திருந்த சமூகக் கூட்டங்கள், காலனியம் வழங்கிய புதிய வாய்ப்புகளை மிக அதிகமாகப் பயன்படுத்திக் கொண்டன. இப்போது சில வாய்ப்புகள் எதிர்த் திசையில், காலனிய அரசியல் ஆதிக்கத்திலிருந்து விடுபடுவதை நோக்கி நகர்கின்றன. புருஷோத்தம பிலிமோரியா என்ற ஒரு பின்னைக் காலனிய அடித்தள வரலாற்றாசிரியர் கீழ்க்கண்டவாறு குறிப்பிடுகிறார்: "காலனிய எழுத்தாளர்கள், ஏகாதிபத்திய தத்துவவாதிகள், அவர்களுடைய மேட்டுக்குடி பிரதிநிதிகள் அல்லது அவர்களது உள்நாட்டுத் தகவலாளிகள் ஆகியோரின் கரங்களாலும் பேனாக்களாலும் சுதந்திரத்திற்கு முந்தைய காலங்களில் தொடப்பட்ட எல்லாவற்றையும் ஒன்று விடாமல் திருப்பி எழுதுவதே பின்னைக் காலனிய விமர்சனம்" என்கிறார் அவர். மேற்கோள் கூறப்பட்ட ஆசிரியரின் பின்னைக் காலனிய-அடித்தள மக்கள் வரலாறு என்ற சேர்க்கை போற்றுதற்கு உரியது.

நாம் நமது கதையைக் கீழ்க்காணும் பிரியன் ஸ்மித்தின் வார்த்தைகளுடன் முடித்துக்கொள்வோம். "சமீபகால வரலாற்றில், அனைத்து மதங்களுமே, வேறு வேறு புள்ளிகளிலிருந்து வேறு வேறு சூழல்களில் நவீன உலகத்துடனும் நவீன அறிவுப் போக்குகளுடனும் தம்மைத் தகவமைத்துக் கொண்டிருக்கின்றன. இந்து மதம் (புதிய இந்து மதம்) மட்டுமே அப்படிச் செய்து கொண்டது என்று கூறுவதற்கில்லை. எப்படியிருப்பினும் பின்னைக் காலனியம் இந்து மதத்தைப் பொறுத்த மட்டில் ஒரு வரலாற்று மறுகட்டமைப்பைக் குறித்து நிற்கிறது. இந்த நோக்கிலிருந்து பார்க்கும்போது, இந்து மதத்தைக் கட்டுடைக்கவும் அல்லது பன்மீயப்படுத்துவதற்கும்,

கடந்த காலத்தில் இந்தியப் பண்பாடு மீது நிகழ்த்தப்பட்ட அநீதிகளைச் சரி செய்துகொண்டு அதனைச் சரியாக அடையாளப் படுத்தவும் மிகப்பெரிய வாய்ப்புகளை அது வழங்குகிறது. ஒரு படித்தானது, ஒற்றையானது என்று துல்லியமற்று வரையறுக்கப் பட்ட ஒரு மரபின் பன்மீயப் போக்குகளைச் சுட்டிக்காட்ட இது உதவும்" என்று பிரியன் கே. ஸ்மித் கூறுகிறார்.

ஆயினும் பன்மீயம் என்பதை உலகின் இறுதிச் சொல் என்று கூற முடியாது. இருப்பினும் இன்றைய சூழல்களின் இறுக்கத்தை ஓரளவேனும் தளர்த்தும் இந்தத் தாராளவாத நிலைப்பாட்டை அதன் எளிமை கருதி ஏற்றுக்கொள்வோமாக!

3. வேதாந்தத்தின் கலாசார அரசியல்

3

வேதாந்தத்தின் கலாசார அரசியல்

வேதங்கள் - புனித அரசியலின் தொடக்கம்

இந்திய வைதீகத்தின் முதல் நூல்கள் வேதங்கள். ரிக், யஜூர், சாம, அதர்வணம் என அவை நால் வகைப்படும். இவை தத்துவ நூல்கள் அல்ல; சடங்கியல் நூல்கள். வேதகால ஆரியர்கள் இந்தியாவிற்குள் நுழைவதற்கு முன்னரே இவற்றில் பல இயற்றப்பட்டிருக்க வேண்டும். ஆரிய நாடோடி இனக் குழுக்கள் யக்ஞங்களை மையப்படுத்தி இயற்றிய சடங்குப் பாடல்களே வேதங்கள். யக்ஞங்கள், அவற்றில் ஏற்றப்படும் நெருப்பு (அக்னி), யக்ஞங்களில் பாடப்படும் பாடல்கள் (மந்திரங்கள்), பாடல்களில் அழைக்கப்படும் வானத்துத் தெய்வங் களான இந்திரன், வர்ணன், வாயு, சூரியன், சந்திரன், அஸ்வினி, மாருதி போன்றோர் என்பதாக வேதங்களின் உள்கட்டமைப்பு அமைந்திருந்தது. யக்ஞம், அக்னி, மந்திரங்கள் ஆகியவற்றைப் பேணிப் பாதுகாக்கும் சமூகப் பிரிவினராக பிராமணர் என்ற முதல்வர்ணம் ஆரிய இனக்குழு மக்களிடையில் தோன்றியிருக்க வேண்டும்.

வேதகால ஆரியர்கள் வடமேற்கு இந்தியா வழியாக உள்ளே நுழைந்து, அங்குமிங்குமாகச் சில காலம் அலைந்து, இறுதியில் யமுனை நதிக்கும் மேற்கு கங்கைக்கும் இடைப்பட்ட நிலப்பகுதி களில் குடியேறினார்கள். இறக்கை கட்டிய வெறும் வார்த்தை களைத் தவிர வேறு எதுவும் இல்லாத ஆரிய இனக்குழுக்கள் கங்கை-யமுனை நதிக்கரைகளில் நிலைத்த வாழ்க்கையைத் தொடங்கின.

கங்கை - யமுனைக் கரைகளில் வாழத் தொடங்கிய அக்காலத்தில்தான் ஆரியர்கள் தமது வேதப் பாடல்களுக்குப் புனிதத் தன்மையை ஏற்றத் தொடங்கினார்கள். வேதங்கள் மனிதர்களால் இயற்றப்பட்டவை அல்ல என்றும் அவை தேவ

ரிஷிகளால் 'கேட்கப்பட்டவை' (சுருதி) என்றும் அறிவிக்கத் தொடங்கினர். 'அபௌருஷ்யம்' என்ற சொல்லால் வேதங்களைக் குறிக்கத் தொடங்கினார்கள். அபௌருஷ்யம் எனில் 'மனிதத் தன்மை அற்றது' என்று பொருள். அதாவது, வேதங்கள் தெய்வத் தன்மை கொண்டவை என்ற அலங்காரச் சொல் வேதங்களுக்குச் சூட்டப்பட்டுள்ளது. வேதங்களுக்கு இப்படிப்பட்ட புனிதத் தன்மை ஏற்றப்பட்டது ஏன்?

இந்தியச் சமவெளிகளுக்குள் வேதகால ஆரியர் குடியேறி நிலைத்த வாழ்வைத் தொடங்கியபோது பூர்வீக இந்தியக் குடிகளுக்கும் தமக்குமான உறவை அவர்கள் வரையறுத்துக் கொள்ள வேண்டி வந்தது. தாம் யார்? தமது அடையாளங்கள் யாவை? அவற்றைக் காத்துக்கொள்வது எப்படி? எண்ணிக் கையில் அடங்காத பூர்வீக இந்திய இனக்குழுக்களுக்கு இடையில் கரைந்து போய்விடாதபடி தம்மையும் தமது அடையாளங்களையும் தற்காத்துக் கொள்வது எப்படி? தம்மோடு ஒப்பிட்டு, பூர்வீகக் குடிகளை எப்படி வரையறுப்பது? என்பவை எல்லாம் ஆரிய இனக்குழுக்களின் முக்கிய பிரச்சனை களாயின. வேதகால ஆரியர்கள் தம்மை வரையறுக்கத் தொடங் கினார்கள்; தமது அடையாளங்களைத் துல்லியப்படுத்திக் கொண்டார்கள். வேதப் பாடல்கள்தாம் தமது அடையாளம் என அவர்கள் வரையறுத்துக் கொண்டார்கள். யக்ஞம், அக்னி, மந்திரங்கள், பிராமணர்கள் என அவர்களது அடையாள வரிசை உருவானது. தமது அடையாளத்தின் முக்கியத்துவத்தை வலியுறுத்த வேதங்களுக்குப் புனிதத் தன்மை ஏற்றப்பட்டது. சுருதி, அபௌருஷ்யம் என்ற அலங்காரங்களும் தோன்றின. வேதங்களுக்கு எப்போது புனிதவுரு ஏற்றப்பட்டதோ, அப்போது தான் வைதீகத்தின் கலாசார அரசியலும் தொடங்கியது என்று கூற வேண்டும். வேதங்களின் புனிதத்தோடு யக்ஞங்களின் புனிதமும், வேள்வித்தீயின் புனிதமும், மந்திரங்களின் புனிதமும், இவற்றையெல்லாம் பேணிக்காத்து நின்ற புரோகிதனின் புனிதமும் தொடர்பு கொண்டன.

வேதகால ஆரியர்கள் தமது அடையாளங்கள் பிற மக்களோடு கலந்து போய்விடக்கூடாது என்பதில் கவனமாக இருந்தனர். வேதப்பாடல்கள் தமக்கே உரியவை, பிறர் அவற்றைத் தெரிந்து கொள்ளக்கூடாது என்பதில் கவனமாக இருந்தனர். வேதங் களுக்கு ஏற்றப்பட்ட புனிதம் அதன் முக்கியமான பாதுகாப்பு.

சமூக உளவியல்ரீதியாக உருவாக்கப்படும் உயர்வு, தனித்த பண்பு, மரியாதை ஆகியவை குறித்த அங்கீகாரம். வேதங்களுக்குப் புனிதம் ஏற்றப்பட்டதற்கு இணையாக அகமண முறையும் உருவாக்கப்பட்டது.

வேதகால ஆரியர்கள் ஒருபுறம் அடையாளக் கலப்பையும் இன்னொருபுறம் ரத்தக் கலப்பையும் தடை செய்தார்கள். இரண்டுமே ஒரே விசயத்தைக் குறித்தவைதாம்.

புனிதம் என்பது தன்னில் தானே உள்ள ஓர் உள்முகப்பட்ட மதிப்பு அல்ல. அது வெளியே உள்ள சிலவற்றைத் தன்னிலிருந்து பிரித்துக்காட்டுவதற்குப் பயன்படுத்தப்படும் கருவி ஆகும். அது வகைப்படுத்துவதற்கான ஒரு முறையியல். புனிதம் என்பது புனிதமற்றது என்பதோடு ஒப்பிட்டே வகைப்படுத்தப்பட முடியும். அது சமூக உறவுகள் குறித்த ஒரு விஷயம். இப்படித் தான் ஆரியர்கள்/பூர்வீக இந்திய மக்கள் ஆகியோரின் சந்திப்பில், அவர்களுக்கு இடையிலான சமூக உறவுகளை வகைப்படுத்தும் பொருட்டு புனிதம்/புனிதமின்மை, அகமணம்/புறமணம் ஆகிய கலாசார எதிர்வுகள் நிறுவப் பெற்றன.

ரிக், யஜுர், சாம, அதர்வண வேதங்களுக்குப் பிறகு பிராமணங்கள், ஆரண்யகங்கள் என்ற இருவகை இலக்கியங்கள் இயற்றப்பட்டன. இவை வேதங்களைப் போன்றே சடங்கியல் இலக்கியங்கள்தாம். இருப்பினும், பிராமணங்கள், ஆரண்யகங்கள் ஆகியவற்றின் பிரத்தியேகப் பண்புகளைப் பற்றிக் குறிப்பிட வேண்டும். பிரம்மன், பிராமணர் என்ற சொற்கள் வைதீகச் சொல்லாடல்களுக்குள் அதிகம் நிலைப்பட்டது இந்த இலக்கியங்களில்தான். வேதச் சிந்தனை தனது புனிதம் குறித்த கருத்தாக்கத்தைப் பிரமன், பிரம்மம், பிராமணர் என்ற சொற்களைச் சுற்றி மேலும் மேலும் வலுவாக்கிக் கொண்டது இந்த இலக்கியங்களில்தான். பிரம்மம் என்பது பிரபஞ்ச அளவிலான புனிதம் குறித்த பொதுவான கருத்தாக்கம். மனித உருவில் அப்புனிதத்தைச் சுமப்பவர்கள் அல்லது அதே அளவு புனிதத்திற்கு உரியவர்கள் பிராமணர்கள். யக்ஞங்கள், மந்திரங்கள் ஆகியவற்றோடு தொடர்பு கொண்டவர்களாக இருந்தமையால் அவற்றிற்குச் சூட்டப்பட்ட புனிதம் பிராமணர்களின் மீதும் ஏறிக்கொண்டது. ஆரண்யகங்கள் என அழைக்கப்பட்ட நூல்கள் கானகங்களில் வாழ்ந்த வேதரிஷிகளால் இயற்றப்பட்டவை எனக் கருதப்படுகின்றன. வேதரிஷிகள் கானகங்களுக்கு ஏன் சென்றனர்?

வேதகால மக்கள் கங்கை - யமுனைக் கரைகளில் குடியேறி நிலைத்த வாழ்க்கையைத் தொடங்கிய காலத்தில் இந்தியப் பூர்வீகக் குடிகளைச் சந்தித்தனர் என்று முன்பு குறிப்பிட்டோம். இந்தியப் பூர்வீகக் குடிகளின் சமய நம்பிக்கைகள், வழிபாடுகள், அவர்களது தத்துவத் தேடல்கள், வாழ்க்கை முறைகள் என ஏராளமான விஷயங்கள் ஆரியக் குடிகளின் கவனத்திற்குள் வருகின்றன. ஆரிய மக்களின் வாழ்க்கையில் இது ஒரு முக்கிய மான திருப்புமுனைக் காலம். அதாவது, ஆரியரல்லாத மக்களிட மிருந்து வேதகால ஆரியர்கள் ஒருபுறம் தமது அடையாளங் களைத் தற்காத்துக் கொண்டபோதிலும், பூர்வீக இனக்குடி களின் சமய, தத்துவ, வாழ்வியல் கூறுகள் பலவற்றைக் கற்றுக் கொள்ளத் தயங்கவில்லை. யக்ஞம் எனப்படும் யாகம் வேத மக்களின் உத்தி. வேதப்பாடல்களை மந்திரங்கள் என உச்சரிப்பது வேத மக்களின் மரபு. ஆனால் தவம், தியானம், யோகம், பூசை போன்ற விஷயங்கள் எல்லாம் ஆரியர்களல்லாத பூர்வக் குடிகளின் தத்துவ, சமய முறையியல்கள். வேத ரிஷிகள் இப்போது அந்த முறையியல்களைக் கற்றுக் கொள்ளத் தொடங் கினார்கள். ஆரண்யகங்கள் எனும் வைதீக இலக்கியங்கள், வேதரிஷிகள் பூர்வக் குடிகளின் தத்துவ சமய விவகாரங்ளை எடுத்தாளத் தொடங்கிய காலகட்டத்தைக் குறித்து நிற்கின்றன. வேதங்கள், பிராமணங்கள், ஆரண்யகங்கள் என்ற வரிசையில் அடுத்து வரும் வைதீக நூல்களே உபநிடதங்கள் ஆகும்.

உபநிடதங்கள் - ஒரு முன் விசாரணை

வேதங்கள், பிராமணங்கள், ஆரண்யகங்கள் என்ற வரிசையில் அடுத்து தோன்றும் நூல்கள் உபநிடதங்கள் என்று அழைக்கப் படுகின்றன. வேத- பிராமண - ஆரண்யகங்களைப் பொதுவாக கர்ம காண்டங்கள் என்றும், உபநிடதங்களை ஞான காண்டம் என்றும் பிரித்துக் காட்டுகின்றனர். அதாவது, உபநிடதங்களுக்கு முந்திய வைதீக நூல்களைச் சடங்கியல் (கர்மங்கள் = சடங்குகள்) நூல்களென்றும், உபநிடத நூல்களைத் தத்துவ அறிவு குறித்த நூல்களென்றும் (ஞானம் = சமய அறிவு, தத்துவம்) குறிப்பிடு கிறார்கள். இந்த வகைப்படுத்தலை ஓரளவு ஏற்றுக்கொள்ள முடியும். உபநிடதங்களுக்கு முந்திய நூல்களெல்லாம் வைதீகர் களின் யக்ஞ சடங்குகளை முதன்மைப்படுத்துவனவாக உள்ளன. உபநிடதங்களில் வைதீகத்தின் தத்துவமான வேதாந்தம் தோற்றம் பெறுகிறது. இன்றுவரை வைதீகர்களில் ஒரு பிரிவினரான

மீமாம்சகர்கள் கர்ம காண்டம் எனப்படும் வேத நூல்களை மட்டுமே தமது முதல் நூலாகக் கொள்ளுவார்கள். வேதாந்தத் தத்துவ விசாரணைகள் செய்யும் உபநிடதங்களை (ஞான காண்டத்தை) மீமாம்சகர்கள் முதல் நூல்களாக ஏற்றுக் கொள்வது கிடையாது. வேதங்கள் கூறும் சடங்குகளுக்கும் உபநிடதங்கள் பேசும் தத்துவத்திற்கும் இடையில் கடக்க முடியாத ஒரு பெரிய இடைவெளி உள்ளதாக மீமாம்சகர்கள் கருதுகிறார்கள். மீமாம்சகர்கள் மட்டுமல்ல, வேதங்களுக்கும் உபநிடதங்களுக்கும் நடுவில் பெரும் இடைவெளியிருப்பதாக ஆய்வாளர்கள் பலரும் சுட்டிக்காட்டுகின்றனர். யக்ஞங்கள், யாகத் தீ, மந்திரங்கள் என்று கறாரான சடங்கியல் கட்டமைப்பைக் கொண்ட வேதமரபு தத்துவப் பிரச்சினைகளைப் பேசும் மரபாக எப்படி மாறியது? சில உபநிடதங்களில் வேதக் கல்வியும் சடங்கியல் அறிவும் மேலோட்டமானவை, உண்மையான ஞானம் அவற்றைக் கடந்தது என்பது போன்ற வரிகளும் காணப்படுகின்றன. உபநிடதங்கள் ஏன் இப்படி வேதச் சடங்குகளை மறுக்கின்றன? இடையில் என்ன நடந்தது?

வேதகால ஆரியர் கங்கை - யமுனைக் கரைகளில் குடியேறி பூர்வ இந்தியக் குடிகளைச் சந்தித்த காலத்தில் முதலில் தமது சடங்கியல் அடையாளங்களை வரையறுத்துக் கொண்டு அவற்றைப் பாதுகாத்துக் கொள்ள வேண்டும் என்றுதான் கருதினார்கள். அப்படியே செய்யவும் செய்தார்கள். இந்த முறை இன்று வரை தொடரவும்கூட செய்கிறது. வேதங்களின் புனிதம், மந்திரங்களின் புனிதம், பிராமணர்களின் புனிதம் என்று அது தொடர்கிறது. ஆனால் உபநிடதக் காலச் சிந்தனையாளர்கள் வைதீக மரபைக் காப்பாற்றிக் கொள்ளச் சடங்கியல் அடையாளம் மட்டும் போதாது, அதற்குத் தத்துவக் காப்பு வேண்டும் என்று கருதியிருக்கிறார்கள். பிராமணங்கள், ஆரண்யகங்களில் தமது புனிதத்தைக் குறிக்கத் தோன்றிவிட்ட பிரம்மம் என்ற கருத்தாக்கத்தைத் தத்துவரீதியாக வளர்த்தெடுக்க வேண்டும் என்று இவர்கள் கருதியிருக்கிறார்கள். உபநிடதங்களில் இந்த வேலையே மேற்கொள்ளப்படுகிறது.

வேதங்களுக்கும் உபநிடதங்களுக்கும் நோக்கம் ஒன்றுதான். அது ஆரிய இனக்குழுக்களின் புனிதத்தைக் கட்டமைப்பது. வேதங்கள் அதனைச் சடங்கியல்ரீதியாகவும் அகமணமுறை போன்ற சமூக நடைமுறைரீதியாகவும் செய்கின்றன. உபநிடதங்களோ பிரம்மம் என்ற தத்துவக் கருத்தாக்கத்தின் மூலமாகச்

செய்கின்றன. உபநிடதங்கள் தோன்றிய காலத்தில் அவை சடங்குகளை மறுப்பது போன்ற தோற்றத்தைக் காட்டின வெனினும், பிற்காலத்தில் ஞானகாண்டமும், கர்ம காண்டமும் தமது ஒரே சமூகக் கலாசார அரசியலை உணர்ந்து சமரசம் செய்து கொண்டன. பிற்கால வேதாந்திகள் வேதத்தின் புனிதம், யக்ஞங்களின் புனிதம், மந்திரங்களின் புனிதம் ஆகியவற்றில் எதனையுமே மறுப்பது கிடையாது.

உபநிடதச் சிந்தனையாளர்கள் தத்துவச் சொல்லாடல் களுக்குள் நுழைவதற்கு வேறு ஒரு முக்கியமான காரணமும் உண்டு.

வேதங்களுக்கும் உபநிடதங்களுக்கும் இடைப்பட்ட காலத்தில் வேதச் சிந்தனையாளர்கள் வைதீக மரபுக்கு வெளியி லிருந்த பல தத்துவப் போக்குகளையும், சமயப் போக்குகளையும் பற்றித் தெரிந்து கொண்டார்கள். அவை ஆரியரல்லாத மக்களின் சமய, தத்துவ மரபுகள். இந்திய மண்ணில் நீண்ட நெடிய கால வேர்களைக் கொண்ட மரபுகள் அவை. சிந்துவெளி நாகரிகம் தொட்டே பழமைகொண்ட தாய்த் தெய்வ வழிபாடுகள், தாந்திரிகத் தன்மை கொண்ட வழிபாட்டு மரபுகள் முதல் வகை. நிலம் சார்ந்த, விவசாயக் கலாசாரம் சார்ந்த சமய மரபுகள் அவை. தாய்த் தெய்வங்களோடு தொடர்பு கொண்ட வளமை, செழிப்பு ஆகியவற்றின் குறியீடுகள், யோனி வழிபாடு, கரு வழிபாடு ஆகியவை இவற்றோடு சேரும். விவசாய, தாய்த் தெய்வ வழிபாட்டு மரபுகள் பிரகிருதி எனும் இயற்கையை முதன்மை யாகக் கொண்ட சாங்கியத் தத்துவத்தையும் உற்பத்தி செய்தன. சாங்கியத்தோடு ஜோடி சேரும் மற்றுமொரு தத்துவமரபு யோகம் ஆகும். யோகாசனங்கள் பற்றிய முதல் குறிப்புகளையும் சிந்துவெளி நாகரிகத்திலிருந்தே பெறுகிறோம். உடலில் மறைந்து கிடக்கும் ஆற்றல்களைத் திரட்டி, அதீத ஆற்றல்களைப் பெற உதவும் பயிற்சிகளைக் கொண்டது யோகமரபு. யோகமரபு மிக நுட்பமான உடல், சுவாசம் மற்றும் மனப் பயிற்சிகளை உள்ளடக்கியது. யோகத்தின் தியானம் போன்ற பயிற்சிகள் உளவியல் மற்றும் மருத்துவ ஆற்றல்கள் கொண்டவை. வைதீக மரபுக்கு வெளியில் வழக்கில் இருந்த மூன்றாவது வகைச் சிந்தனை சாருவாக மரபு, தேகவாதம், பூதவாதம், காலவாதம், எதேச்சாவாதம் எனப் பலவகையான உலகியல் தத்துவங்களின் சேர்க்கை சாருவாகம். சாருவாகம்

வேதச் சடங்குகளையும் பிராமணர்களையும் கடுமையாகச் சாடியது. சாருவாகத்தில் வேதாந்தம் குறித்த விமர்சனங்கள் குறைவு. வேதங்களைப் பற்றிய உடனடி விமர்சனங்களே அதிகம். எனவே இது வேதகாலத்தை ஒட்டியே வழக்கில் இருந்திருக்க வேண்டும். வைதீக மரபிற்கு வெளியிலிருந்த நான்காவது வகை மரபு ஆசீவக - சமண சிந்தனை மரபுகளாகும். சமணத்திற்கு முந்தியது ஆசீவகம். சமணம் மகா வீரருக்கு முன்னால் 23 தீர்த்தங்கரர்கள் இருந்ததாக ஒரு வரலாற்றைக் கொண்டுமுள்ளது.

வேதங்களைக் கடந்து தத்துவரீதியாக தமக்கு ஒரு பாதுகாப்பை ஏற்படுத்திக் கொள்வதற்காக உபநிடதங்கள் வேதாந்தத்தை உற்பத்தி செய்தன. அப்படி ஒரு தத்துவக் காப்பை ஏற்படுத்துவதற்கு வைதீகத்திற்கு வெளியிலிருந்த தத்துவ மரபுகள் ஒரு மாபெரும் தூண்டுதலை ஏற்படுத்தியிருக்க வேண்டும். உபநிடதங்களில் நாம் வெறுமனே வேதாந்தத் தத்துவத்தை மட்டும் சந்திக்கவில்லை. சாங்கியம் பற்றிய குறிப்புகளையும் யோகம் பற்றிய குறிப்புகளையும் தேகவாதி - பூதவாதி ஆகியோருக்கான மறுப்புகளையும் சந்திக்கிறோம். இக்குறிப்புகளெல்லாம் உபநிடதச் சிந்தனையாளர்களுக்கு இவை போன்ற வைதீகமல்லாத தத்துவங்கள் தெரிந்திருந்தன என்பதை எடுத்துக் காட்டுகின்றன. அவைதீகத் தத்துவங்கள் சிலவற்றை உபநிடதங்கள் அடியோடு மறுக்கின்றன. இன்னும் சிலவற்றை வேதாந்தத் தத்துவத்திற்கு ஆட்படுத்திக் கொள்ளுவதற்கு உபநிடதங்கள் முயலுகின்றன. எந்த ஒரு அவைதீகத் தத்துவத்தின் நிலைப்பாடுகளையும் வேதாந்தம் ஒத்துக்கொண்டதாகத் தெரியவில்லை. ஆனால், தத்துவ சிந்தனையில் ஈடுபடுவதற்கான சில மரபார்ந்த முறையியல்களை உபநிடதச் சிந்தனையாளர்கள் வெளியிலிருந்து எடுத்து, தம் வசப்படுத்திக் கொண்டிருப்பது தெரிகிறது. நாம் முன்பே குறிப்பிட்ட தவம், தியானம், யோகம் போன்ற முறையியல்களே அவை. வேதங்களல்லாத மரபுகளிலிருந்து முறையியல்களை எடுத்தாண்டு, அவற்றின் வழி தமது கலாசார அரசியலுக்குத் தேவையான வேதாந்தத் தத்துவத்தை உபநிடதங்கள் கட்டி எழுப்புகின்றன.

உபநிடதச் சிந்தனையின் உள்சரடுகள்

உபநிடதத் தத்துவத்தைப் பிரம்ம தத்துவம் என்று கூறலாம். எது பிரம்மம்? என்ற கேள்வி உபநிடதங்களில் திரும்பத் திரும்ப கேட்கப்படுகிறது. இந்தக் கேள்விக்குப்

பலவிதமான பதில்கள், வெவ்வேறு விதமான பதில்கள் சொல்லப் படுகின்றன. இப்படி வெவ்வேறு விதமான விளக்கங்கள் காணப்படுவதால்தான் பிற்காலத்தில் வேதாந்தம் சங்கரரின் அத்வைதமாகவும் ராமானுஜரின் விசிஷ்டாத்வைதமாகவும் மத்வரின் துவைதமாகவும் இன்னும் பலவாகவும் விரிய முடிந்தது. இப்படிப் பலவிதமாக அது விரிய முடிந்த போதிலும், அவை அனைத்திலும் உள்ள பொதுச் சரடு அவை அனைத்துமே பிரம்மம் என்ற கருத்தாக்கத்தின் முதன்மையையும் புனிதத்தையும் தலைமையையும் வலியுறுத்துகின்றன என்பதாகும்.

பிரம்மம் என்றால் என்ன? என்பதற்குக் கூறப்படும் பதில் களில் சிலவற்றைக் காண்போம்.

1. பிரபஞ்சக் கூறுகளில் ஏதோ ஒன்றை பிரம்மம் என்று வரையறுக்கும் முயற்சியை முதலில் சொல்லவேண்டும். சூரியனே பிரம்மம், ஆகாயமே பிரம்மம், வாயுவே பிரம்மம், திக்குகளே (திசைகளே) பிரம்மம் என்பன போன்ற பதில்களைக் காணு கின்றோம். உபநிடதங்களில் மிகப் பழைய உபநிடதம் என்று கருதப்படுகின்ற பிருகத் ஆரண்யக உபநிடதத்தில் இத்தகைய பதில்கள் அதிகமாகக் காணக் கிடைக்கின்றன. இப்படிப் பதில் கூறும்போது சூரியன் அல்லது ஆகாயம் என்பது பிரபஞ்சத்தின் எல்லாப் பகுதிகளுக்கும் மேலான ஒன்றாக, சகலவற்றையும் வியாபித்திருக்கும் ஒன்றாக அடையாளப்படுத்தப்படுகிறது என்பது குறிப்பிடத்தக்கது. சூரியன், ஆகாயம், வாயு, திக்குகள் என்ற பதில்கள் ஒற்றை வடிவம் ஒன்றைத் தேடியதற்கான முயற்சிகளாகவும் உள்ளன என்பதும் கவனிக்கத்தக்கது. பெரும் போக்கான ஒன்றை, சகலவற்றையும் ஆட்படுத்தும் ஒன்றைத் தேடும் முயற்சிகளாக அவை உள்ளன. வேதகால ஆரியர்கள் நாடோடிக் கூட்டத்தினராக இருந்ததால் அவர்கள் நிலம் சார்ந்த கூறுகளில் அதிகம் ஈடுபடாதவர்கள், அவர்களது கடவுளர்கள் ஆரம்பம் தொட்டே வானம் சார்ந்தவர்களாக இருந்தனர் என்று முன்பு நாம் குறிப்பிட்டுள்ளோம். உபநிடதங்களில் அவர்கள் பிரம்மத்தைத் தேடத் துவங்கும்போது மேற்குறித்த சிந்தனைப் போக்கு தொடர்ந்தது என்றே கூற வேண்டும். சகலவற்றையும் ஆட்படுத்தும் பூடகமான ஒற்றைப் பெரும்போக்கு ஒன்றை அவர்கள் தேடி அடைய முயன்றிருக்கிறார்கள்.

பிரம்மத்தின் ஒற்றைப் போக்கு சகலரையும் ஒன்றுபடுத்தும் நோக்கு கொண்டது என்றும் நாம் கருதி விடமுடியாது. மாறாக,

ஆரம்பத்திலிருந்தே ஆரிய இனக்குழுக்கள் தமக்குள்ளான ஒற்றுமையை வலிமைப்படுத்திக்கொள்ளவேண்டும் என்பதையே அது குறிப்பதாகத் தெரிகிறது. பலதரப்பட்ட பூர்வீகக் குடிகளுக்குள் அவர்கள் வாழத் தொடங்கிய போது தமது சொந்த ஒற்றுமை, அடையாளம், தனித்தன்மை, உயர்வு ஆகியவற்றைக் குறிக்கும் ஒன்றாக அவர்கள் பிரம்மம் என்ற கருத்தாக்கத்தைக் கட்டி எழுப்பியதாகத்தான் தெரிகிறது.

2. பிரம்மம் எது? என்ற கேள்வியை உபநிடதங்கள் தொடர்ந்து கேட்கின்றன. மேலும் அதிகமாக ஒழுங்குபடுத்தப் பட்ட வடிவில் உபநிடதங்கள் தமது தேடலைத் தொடர்கின்றன. பிரம்மத்தின் முதன்மையை விளக்க உபநிடதங்கள் குறிப்பிட்ட ஒரு வகை உவமைகளைப் பயன்படுத்துகின்றன. பிரம்மத்தைச் செம்பு எனும் உலோகமாகவும் பிரபஞ்சத்தில் காணப்படும் பிற பொருட்களைச் செம்பிலிருந்து செய்யப்பட்ட பாத்திரங்களாகவும் உபநிடதங்கள் சித்தரிக்கின்றன. பிரம்மத்தைக் களிமண்ணாகவும், உலகப் பொருட்களைக் களிமண்ணால் செய்யப்பட்ட பாண்டங்களாகவும் உபநிடதங்கள் சித்தரிக்கின்றன. இதேபோல பிரம்மத்தைக் கடல் நீராகவும், உலகின் பொருட்களைக் கடல் நீரில் எழும் அலைகளாகவும் சித்தரிக்கின்றன. இன்னும் பிரம்மத்தை ‘ஓம்’ என நீட்டி ஒலிக்கக்கூடிய அடிநாதமாகவும், உலகின் பொருட்களை வேறுபட்ட ஏற்ற இறக்கங்களைக் கொண்ட பிற ஒலிகளாகவும் உபநிடதங்கள் உவமிக்கின்றன. ஒன்றுபட்ட பிரம்மம் ஒருபுறமும், பன்மீயத் தன்மை கொண்ட உலகின் பொருட்கள் மற்றொரு புறமும் வரிசைப்படுத்தப்பட்டு ஒப்பிடப்படுகின்றன. ஒன்று /பல, ஒருமை/ பன்மை என்ற தத்துவப் பிரச்சனை இங்கு பேசப் படுவதாகத் தெரிகிறது. பிரம்மத்திற்கும் உலகிற்குமான உறவுகளை மேற்குறித்த உவமைகள் பேசுகின்றன என்றும் கூறலாம். தனித்த, உயர்வுத் தன்மை கற்பிக்கப்படும் வைதீகக் கூட்டத்திற்கும் பல்வேறுபட்ட பண்புகள் கொண்ட பூர்வீக இந்தியக் குடிகளுக்கும் இடையிலான உறவுகளைத் தத்துவ மொழியில் உபநிடதங்கள் பேசுகின்றன என்றும் கூறலாம்.

செம்பு, களிமண், கடல்நீர், ஓம் ஆகியவை பற்றிய மேற்குறித்த உவமைகள் “வேற்றுமையில் ஒற்றுமை” (Unity in diversity) என்ற கருத்தை வலியுறுத்துகின்றன எனச் சில அறிஞர்கள் கூறுவார்கள். ஆனால் உபநிடத உவமைகள் வேற்றுமைகளை வேறுபாடுகளை, பன்மீயத்தை எந்தவிதத்திலும்

நியாயப்படுத்துவதற்காகச் சொல்லப்படவில்லை என்பது குறிப்பிடத்தக்கது. உபநிடதங்களின் நோக்கமெல்லாம் செம்பு, களிமண், கடல், ஓம் ஆகியவை போல பிரம்மமும் அடிப்படையானது, முழுமையானது, சகலவற்றிற்கும் மேலானது என்பதை வலியுறுத்துவதேயாகும். வேறுபட்ட, பன்மைத்தன்மை கொண்ட யதார்த்தத்தின் முக்கியத்துவத்தைக் குறைத்துக் காட்டுவது உபநிடத உவமைகளின் உட்பொருள். பன்மீயப் பொருட்களுக்கு, வேறுபாடுகளுக்கு அடிப்படை யதார்த்தம் அல்லது சொந்த யதார்த்தம் கிடையாது என்பதே உபநிடதங்களின் வாதம். வேறு வார்த்தைகளில் சொல்வதானால், மீண்டும் பிரம்மத்தின் புனிதத்தைக் கட்டமைக்கும் பணியையே மேற்குறித்த உவமைகளும் செய்கின்றன.

எது அதிக யதார்த்தம் கொண்டது? எது அடிப்படை யதார்த்தம்? எது அதிக உண்மைத் தன்மை கொண்டது? என்ற பிரச்சனைகள் உபநிடதங்களின் இப்பகுதிகளில் அரங்கிற்கு வருகின்றன. கடைசி கடைசியாக எது உண்மை? அறுதி உண்மை எது? (Ultimate Reality) என்ற கேள்விகள் தத்துவ விவாதங்களில் இடம்பெறத் துவங்கிவிடுகின்றன. உண்மை, யதார்த்தம் ஆகியன குறித்த சொல்லாடல்கள் புனிதம், உயர்வு ஆகியவற்றுடன் ஒன்றுபடுகின்றன. பிரம்மமே உண்மையானது, அறுதியானது என்ற பதிலும் தரப்படுகின்றது.

கோட்பாட்டுரீதியாகப் பேசப்புகுந்தால் பிரம்மம் என்பதற்கு உபநிடதங்கள் தருகின்ற செம்பு, களிமண், கடல், ஓம் என்ற பதில்களுக்குப் பின்னால் உள்ள தருக்கவியல் அவ்வளவு வலுவானது அல்ல. உபநிடதங்கள் பயன்படுத்தும் தருக்கவியல் பிற்போக்குத் தன்மை கொண்டது. எப்படி? பிரம்மத்தின் முதன்மையைக் காட்ட விரும்பும் உபநிடதங்கள் செப்புப் பாத்திரங்களைச் செம்பு எனும் அவற்றின் முந்திய வடிவத்திற்கு அல்லது பழைய வடிவத்திற்குக் கொண்டு செல்கின்றன. களிமண் பாண்டங்களை அவற்றின் முந்திய வடிவமான களிமண்ணாகக் குறைக்கின்றன; கடலில் எழும் அலைகளை வெறும் நீராகக் குறைக்கின்றன. வெவ்வேறு வகை ஒலிகளை மலட்டுத்தனமான ஒரே சீரான ஓம் என்று ஒற்றை ஒலியாகக் குறைக்கின்றன. செம்புப் பாத்திரங்களின், களிமண் பாண்டங்களின், கடல் அலைகளின், பன்மீய ஒலிகளின் தனித்தன்மை மறுக்கப்படுகின்றது. இது ஒரு பிற்போக்குத் தருக்கவியல் (Regressive method). புதிதாகத்

தோன்றியவற்றை அங்கீகரிக்க மறுத்து பழையனவே எல்லாம் எனும் அணுகுமுறை இங்கு தொழில்படுகிறது.

உபநிடதங்களின் தருக்கவியலை வேறுசில இந்தியத் தத்துவங்களோடு ஒப்பிட்டுப் பார்க்கலாம். வைசேடிகத் தத்துவம் பொருட்களுக்கிடையில் பொதுப்பண்புகளும் சிறப்புப்பண்புகளும் இருக்கின்றன என்று கூறும். அப்படி இருவகைப்பட்ட பண்புகள் இருந்தபோதும், குறிப்பிட்ட ஒரு பொருளை அதற்கே உரிய சிறப்புப் பண்பைக் கொண்டே அடையாளப்படுத்த வேண்டும் என்று அத்தத்துவம் கூறும். பொருளை வரையறுக்கும் அத்தகைய சிறப்புப் பண்பையே இத்தத்துவம் விசேடம் எனக் கூறும். விசேடத்திற்கு முதன்மை வழங்கியதால் இத்தத்துவம் வைசேடிகத் தத்துவம் என்று பெயரைப் பெற்றது. பொருளின் அல்லது நிகழ்வின் விசேடப் பண்பை அதன் முந்திய அல்லது பழைய நிலையாகக் குறைக்கும் போது பொருள் அதன் அடையாளத்தை இழந்து போகும். வைசேடிகத் தத்துவம் அடையாள அழிப்பை ஆதரிக்காது. உபநிடதங்கள் உருவாக்க முனைந்த வேதாந்தத்திற்குச் சரியாக எதிர்நிலையில் வைசேடிகம் சிந்தித்திருப்பதைக் காணுகின்றோம்.

சாங்கியத் தத்துவம் பிரகிருதி என்ற கருத்தாக்கத்திலிருந்து தொடங்கும். பிரகிருதி என்பது இயற்கை எனப் பொருள்படும். சாங்கியம் இயற்கையை முதல்பொருள் எனக்கூறும். ஆனால் இயற்கை என்பதைச் செத்துப் போன சடப்பொருள் என்று அது கூறாது. இயற்கை (பிரகிருதி) தொடர்ந்த பரிணாமத்தில் உள்ளது. பல்வேறு பொருட்களை அது உற்பத்தி செய்த வண்ணம் உள்ளது. பிரகிருதித் தத்துவத்தோடு பரிணாமம் என்ற பண்பு இரண்டறக் கலந்தது. சாங்கியத்தின் முறையியலும் முற்போக்கானது. எண்ணற்ற புதிய பொருட்களை அது உற்பத்தி செய்துகொண்டே இருக்கும். பழையதை நோக்கி, முந்திய பொருட்களை நோக்கி அது எதையும் குறைக்காது.

சாருவாகம் பூதவாதம் என்று அழைக்கப்படும். ஐம்பூதங் களின் சேர்க்கையே இவ்வுலகின் பலவகைப்பட்ட பொருட்கள் என்று அது கூறும். ஆனால், உலகப் பொருட்களை அதன் முந்திய வடிவமான ஐம்பூதங்களாகக் குறைப்பது அதன் நோக்கமல்ல. உயிர் என்றால் என்ன? என்ற கேள்விக்குச் சாருவாகம் வழங்கும் பதில் கவனிக்கத்தக்கது. குறிப்பிட்ட ஒரு சரியான விகிதாச்சாரத்தில் ஐம்பூதங்கள் ஒன்று சேர்ந்து

புதுவகைப் பண்பு ஒன்றை அவை உற்பத்தி செய்கின்றன. அதுவே உயிர் என்று சாருவாகம் கூறும். அதாவது, சரியான விகிதாச்சாரம் என்ற அளவுரீதியாக நிகழ்வு நடைபெறும்போது பண்புரீதியான மாற்றம் ஏற்படுகிறது. ஐம்பூதங்கள் பண்பு ரீதியான மாற்றம் பெற்று உயிர் என்ற விசேடித்த விளைவு ஏற்படுகிறது என்பது சாருவாக விளக்கம். வெற்றிலை, பாக்கு, சுண்ணாம்பு, உமிழ்நீர் ஆகிய பொருட்கள் சரியான விகிதாச் சாரத்தில் சேர்ந்து ரத்தச் சிவப்பில் வெற்றிலைக் குழம்பு உண்டாவதை சாருவாகம் மேற்குறித்த பண்புரீதியான மாற்றத் திற்கு எடுத்துக்காட்டும். சாருவாகத்தின் இந்த முறையியல் முற்போக்கானது. பண்புரீதியான மாற்றம் என்ற சாருவாகத்தின் கருத்து ஒரு கனமான கருத்து. பண்டைய இந்தியத் தத்துவங் களில் பண்புரீதியான மாற்றத்திற்கு வேறு எந்தத் தத்துவமும் இடமளிக்கவில்லை என்பது ஒரு கணிசமான தகவல் ஆகும். பண்புரீதியான மாற்றம் என்பதில் தொடர்ச்சியின்மை என்ற கூறு உள்ளது.

வைசேடிகம், சாங்கியம், சாருவாகம் ஆகியவற்றின் முறை யியல்களோடு ஒப்பிடும்போது வேதாந்தத்தின் முறையியல் மிகவும் பாமரத்தனமானது.

3. பிரம்மம் எது? என்ற கேள்விக்கு மேலே குறிப்பிட்ட இருவகைப் பதில்களைத் தாண்டி உபநிடதங்கள் அடுத்த கட்டத்தை நோக்கி நகருகின்றன. பிரம்மத்தைச் சூரியன், ஆகாயம் எனக் குறிப்பதன் மூலமும் செம்பு, களிமண், கடல், ஓம் எனக் காணுவதன் மூலமும் இன்னும் பிரம்மத்தின் புனிதம் அதன் சுத்த சுயாதீன வடிவில் வரையறுக்கப்படவில்லை என்று உபநிடதச் சிந்தனையாளர்கள் கருதியிருக்க வேண்டும். இதுவே அவர்களது அடுத்த கட்ட நகர்வை நியாயப்படுத்துகிறது.

பிரம்மம் எது? என்ற கேள்விக்கு இப்போது உபநிடதங்கள் "நேதி, நேதி" என்ற சொற்களால் பதில் தருகின்றன. "நேதி, நேதி" எனில் "இதுவல்ல, இதுவல்ல" என்று பொருள். முன்பு, எது பிரம்மம்? என்பதற்கு 'சூரியன்' என்று பதில் கூறிய உபநிடதம் இப்போது "சூரியன் பிரம்மமா?" என்ற கேள்விக்கு "அதுவல்ல, அதுவல்ல" என்று பதில் கூறும். ஆகாயம் பிரம்மமா? எனக் கேட்டால் "அதுவல்ல, அதுவல்ல" என்று பதில் தரும். இது சூரியன், இது ஆகாயம் என்று சுட்டப்படும் எந்தப் பொருளுமே பிரம்மம் அல்ல என்று உபநிடதம் கூறும். இது இதுதான் என்று

சுட்டப்படக்கூடிய எந்தப் பொருளுமே பிரம்மம் அல்ல என்பதே இப்போது உபநிடதத்தின் பதில். இது இந்தக் குணத்தைக் கொண்டது என்று சுட்டப்படக்கூடிய எந்தக் குணமும் இல்லாதது பிரம்மம் என்று உபநிடதம் கூறுகிறது. பிரம்மம் என்பது இதுதான் என்பதைச் சுட்டிக்காட்ட முடியாது. அது சுட்டப்பட முடியாதது. பிரம்மம் எந்தக் குணமும் இல்லாதது (நிர்குணம்), பிரபஞ்சத் தன்மை எதுவும் அற்றது (நிர்பிரபஞ்சம்), அது இதுதான் என வார்த்தைகளால் சொல்ல முடியாதது (நிர்வசனம்) என்பது போன்ற விளக்கங்களுக்கு உபநிடதங்கள் வந்துசேருகின்றன.

பிரம்மம் குறித்த இவ்வகை விளக்கங்களே உபநிடதங்களின் உச்சக்கட்ட வளர்ச்சி என்று சொல்லப்படுகின்றன. பிரம்மம் குறித்த உச்சக்கட்ட புனிதம் இவ்வகை வரையறைகளில் நிறுவப் படுகின்றது என்று கூறவேண்டும். இதுவரையில் பொருளுல கத்தின் ஏதாவது ஒரு பொருள் அல்லது ஒரு பண்பு பிரம்மம் எனக் குறிக்கப்பட்டதெனில் இப்போது பிரபஞ்சத்தின் எந்தப் பொருளும் அல்லது எந்தப் பண்பும் பிரம்மம் அல்ல என்ற வரையறையை உபநிடதம் சென்று சேருகிறது. இதுவே நிர்பிரபஞ்சம், நிர்குணம் என்பதன் பொருளாகும். அதாவது, பிரபஞ்சம், பிரபஞ்சத்தின் குணங்கள் ஆகியவற்றிற்கு முற்ற எதிர் நிலையில் பிரம்மம் வரையறுக்கப்படுகிறது. இதுவே பிரம்மத்தின் சுத்த சுயாதீனமான நிலை. இதுவே பிரம்மத்தின் சுதர்மம். எனக்கும் உனக்கும் பொதுவான ஏதோ ஒன்று நிலவும்வரை இன்னும் பிரம்மத்தின் சுதர்மம் நிறுவப்பட்டதாக அர்த்த மாகாது; பிரம்மமும் உலகும் முழுக்க முழுக்க வேறு வேறானவை என்று துண்டிக்கப்படும்போதுதான் பிரம்மத்தின் சுதர்மம் நிறுவப்பட்டதாக பொருள். பிரம்மம் நிர்பிரபஞ்சமானது எனும்போது பிரம்மத்திற்கு பிரபஞ்சம் தீண்டத்தகாததாக ஆக்கப்படுகிறது. பிரம்மத்தின் சுதர்மம் ஒருபுறமும் பிரபஞ்சத்தின் சுதர்மம் இன்னொரு புறமும் நிறுவப்பட்டு ஒன்றுக்கொன்று தீண்டாமை உறவு கற்பிக்கப்படுகிறது. பிரம்மத்தின் சுதர்மம் புனித சுதர்மம். பிரபஞ்சத்தின் சுதர்மம் தீட்டுச் சுதர்மம். எல்லைகள் வரையறுக்கப்பட்டுவிட்டன. பிரம்ம வேதாந்தம் என்பது சுதர்மங்களின் தத்துவம்.

மார்க்ஸ் சொன்னார்: பொருளுலகின் செயல்பாடு கருத்துலகால் களவாடப்பட்டு விட்டது என்று. இது அவர்

ஹெகலின் தத்துவம் பற்றிக் கூறியது. இந்தியத் தத்துவத்தில் பொருளின் செயல்பாடு களவாடப்படவில்லை. செயல்பாடு எனும் பண்பு (குணம்) பொருளுலகிற்குச் சொந்தமானது என்று கூறி பிரம்மம் அதனைப் பொருளுலகிற்கே விட்டுவிட்டது. சகல பண்புகளையும் பொருளுலகிற்கு விட்டுவிட்டு, புனித அந்தஸ்து என்ற ஒன்றை மட்டும் பிரம்மம் தன்னோடு தக்கவைத்துக் கொள்கிறது. இதுதான் வேதாந்தத்தின், இந்தியச் சாதி அமைப்பின் ரகசியம். இங்கு புனித அந்தஸ்து அடிப்படையில் சுதர்மங்கள் வரையறுக்கப்படுகின்றன. பொருளுலகிற்கு எந்தப் புனிதமும் கிடையாது. செயல்பாடுகளுக்கு எந்தப் புனிதமும் கிடையாது. உலகப் பண்புகளில் எந்தப் புனிதமும் கிடையாது, உணர்ச்சிகளில் எந்தப் புனிதமும் கிடையாது, உலகு சார்ந்த அறிவுகளில்கூட எந்தப் புனிதமும் கிடையாது என உலகம் வற்றடிக்கப்பட்டு, நிர்பிரபஞ்சமான, நிர்குணமான பிரம்மம் மட்டுமே அறிவிக்கப்படுகிறது. செயல்பாடு, அறிவு என்பது போன்ற அளவுகோல்களால் பிரம்மமோ பிரபஞ்சமோ உபநிடதங்களில் மதிப்பிடப்படவில்லை. அந்தஸ்து அடிப் படையில், புனிதத்தின் அடிப்படையில் பிரம்மமும் உலகமும் அளக்கப்பட்டு ஒன்று புனிதமயமானதாகவும், மற்றது தீட்டு மயமாகவும் கண்டறியப்படுகின்றன. சரியாகச் சொல்வதானால், புனிதம்/தீட்டு என்ற கலாசார எதிர்வுகள் கட்டமைக்கப் படுகின்றன. உலகின்மீது புனித அதிகாரம் அறிவிக்கப்படுகிறது.

உலகைத் தீட்டு என அறிவிக்காமல் பிரம்மத்தின் புனிதத்தைக் கட்டமைக்க முடியாது என்பது கவனிக்கத் தக்கது. உலகைத் தீட்டு என்று அறிவிப்பதன் மூலம் பிரம்மம் புனிதமாக்கப்படுகிறது; உலகம் சடப்பொருளாக்கப்படுகிறது. ஒன்றைச் சடப்பொருள் ஆக்குவதன் மூலம் அதன்மீது மற்றதன் ஆதிக்கம் நிறுவப்படுகிறது. உபநிடதங்கள் கூறுகின்றன: "பிரம்மம் மட்டுமே சுயம் கொண்டது; பிரபஞ்சம் சுயம் அற்றது." சுயம் கொண்ட பிரம்மத்திற்குச் சுயமற்ற பிரபஞ்சத்தை ஆட்சி செய்யும் உரிமை கிடைத்துவிடுகிறது. இனி பிரம்மம் பிரபஞ்சத்தை வெறும் சடமாகக் கருதலாம்; அதைக் காலால் மிதிக்கலாம், வெட்டலாம், குத்தலாம், ஊருக்குப் புறத்தே சேரியில், மண்ணில் வீடு கட்டிக் கொள்ளச் சொல்லலாம். வேண்டாத சமயத்தில் அந்த வீட்டைத் தீ வைத்துக் கொளுத் தலாம். அந்த மக்களை ஊரை விட்டே விரட்டலாம். அதற்குத் தான் சுயம் கிடையாதே! வெறும் சடம்தானே! ஆதிக்கத்தின் சுத்த சுயம் பிரகாசமான தத்துவத்தை இங்குக் காணுகின்றோம்.

இதுவரையில் உபநிடதங்களில் காணப்படும் பிரம்மம் என்ற கருத்தாக்கத்தை முன்வைத்து வேதாந்தத் தத்துவத்தின் உருவாக்கத்தைப் பேசி வந்தோம். உபநிடதங்களில் இடம் பெறும் மற்றொரு கருத்தாக்கமான ஆத்மா (ஆன்மா, ஆன்மம்) என்பது குறித்து இதுவரை எதுவுமே பேசவில்லை. பிரம்மத்திற்கு இணையாக உபநிடதங்களில் வளர்த்தெடுக்கப்படும் மற்றொரு கருத்தாக்கம் ஆன்மம் ஆகும். காலவரிசையில் முதலில் அதிகம் பேசப்பட்ட கருத்து பிரம்மம் ஆகும். கொஞ்சம் பின்னதாகப் பேசப்படும் ஆன்மா எனும் கருத்தாக்கம் படிப்படியாக உபநிடத விவாதங்களினூடாக முக்கியத்துவம் பெறுகிறது. பிரம்மம் என்பது பிரபஞ்ச அளவிலான கருத்தாக்கம். பிரபஞ்ச அளவில் ஆகப் புனிதமானதை உபநிடதங்கள் முதலில் தேடின. இன்னொரு புறம் மனித அளவில் எது புனிதமானது? என்ற கேள்வி அடுத்துக் கேட்கப்பட்டது. இந்த இரண்டு தளங்களும் தொடர்புபடுத்தவும் படுகின்றன. அதாவது, பிரபஞ்ச அளவில் பிரம்மம் புனிதமானதாக இருக்கலாம். ஆயின் மனித அளவில் பிரம்மத்தின் புனிதத்தைச் சுமப்பவர்கள் யார் என்ற கேள்வி அது. ஆக, மனித அளவில் புனிதமானதைக் குறிக்கப் பயன்படுத்தப் படும் சொல்லே ஆன்மா என்பது. பிரம்மம் எது? என்ற கேள்வி திரும்பத் திரும்பக் கேட்கப்பட்டது போலவே உபநிடதங்கள் நெடுக ஆன்மா எது? என்ற கேள்வியும் கேட்கப்படுகிறது. கண்களே ஆன்மா, காதுகளே ஆன்மா, மூச்சுக் காற்றே ஆன்மா, உடலே ஆன்மா என்ற தனித்தனிப் பதில்களும் தரப்படுகின்றன. மனித உறுப்புகளில் எது முக்கியமானது? என்று உபநிடதங்கள் தேடிக் கொண்டிருக்கின்றன என்பது போன்ற உணர்வும் கூட சில வேளைகளில் தோன்றுகிறது. கண், காது, உடல் ஆகியவற்றைவிட மூச்சுக் காற்று எனப்படும் பிராணன்தான் மிக முக்கியமானது என்ற பதிலும் தரப்படுகிறது. கண், காது, உடல் ஆகியவற்றைவிட உயிர் (பிராணன்) முக்கியமானது என்று உபநிடதம் கூற வருகிறதோ என்றுகூடத் தோன்றுகிறது. மூச்சுக்காற்று (பிராணன்) "போய் விட்டால்" கண்களால் பார்க்க முடியாது, உடலால் செயல்பட முடியாது என்றும்கூட உபநிடதம் கூறுகிறது. இந்த விவாதத்தோடு உபநிடதம் நிறுத்திக் கொண்டிருக்குமேயானால் உபநிடதம் உயிர் என்ற கருத்தாக் கத்தைத் தேடிக் கொண்டிருக்கிறது என்ற முடிவுக்கு நாம் வர வேண்டியிருந்திருக்கும். ஆனால், உபநிடதம் உயிர் என்று கருத்தாக்கத்தைத் தேடவில்லை. அதன் தேடல் மனித அளவில்

எது புனிதமானது? என்ற கேள்வியின்பால் பட்டதாகும். இதன் காரணமாக, கண், காது, தேகம், மூச்சுக்காற்று என்ற பதில்களில் திருப்திப்படாமல் இவை அனைத்திற்கும் அப்பாற்பட்ட, இவை அனைத்திலிருந்தும் வேறுபட்ட, இவை அனைத்தையும் தீண்டாத ஒன்றைக் கட்டமைப்பதை நோக்கி உபநிடதங்கள் நகர்கின்றன. அப்போதுதான் பிரபஞ்ச அளவில் பிரம்மத்திற்கு இணையாக மனித அளவில் புனிதமான ஆன்மா என்ற கருத்தாக்கத்தை உபநிடதங்கள் உண்டாக்குகின்றன. பிரம்மத்திற்கு முன்பு சுட்டப்பட்ட அதே அலங்காரங்கள் இப்போது ஆன்மா விற்குச் சூட்டப்படுகின்றன. ஆன்மா நிர்குணமானது, நிர்பிரபஞ்சமானது, மாற்றமடையாதது, அழிவற்றது என்பது போன்ற சகல ஜோடனைகளும் இப்போது ஆன்மாவின் மீது ஏற்றப்படுகின்றன.

இந்நிலையில், பிரம்மமும் ஆன்மாவும் ஒரே தளத்தை எட்டுகின்றன; சமப்பட்டு விடுகின்றன. உபநிடதங்கள் கூறுகின்றன: "ஆன்மாவே பிரம்மம்; பிரம்மமே ஆன்மா. இரண்டும் வேறு வேறானவை அல்ல; இரண்டறக் கலந்தவை. அத்வைதமானவை. அவை இரண்டு அல்ல." இந்தக் கருத்துநிலையைத்தான் சங்கரர் உபநிடதங்களிலிருந்து தேர்ந்து எடுத்து அத்வைத வேதாந்தமாகக் காட்டுகிறார். ஆன்மாவும் பிரம்மமும் இரண்டு அல்ல. ஆனால், உலகமும் பொருட்களும் குணங்களும், உடலும் செயல்பாடுகளும் உணர்ச்சிகளும் மாயையானவை என்பது சங்கர வேதாந்தம்.

அத்வைத வேதாந்தமாகக் காட்சி அளிக்கும் உபநிடதக் கருத்துக்களின்படி, பிரபஞ்ச அளவில் புனிதம் கொண்டதான பிரம்மமும், மனித அளவில் புனிதமான ஆன்மாவும் சமப்படுத்தப்பட்டு இரண்டறச் சேர்க்கப்படுகின்றன. இப்புனிதக் குடும்பத்திற்கு எதிர்நிலையில், அதனால் தீண்டப்படாத தூரத்தில் உலகமும் உடலும் நிறுத்தி வைக்கப்படுகின்றன. புனிதம் அதன் சுத்த சுயாதீன சுதர்ம வடிவில் பிரம்ம ஆன்ம அத்வைதக் கூட்டில் கட்டி எழுப்பப்படுகிறது.

இராமாயணமும் மகாபாரதமும்: ஒரு சத்திரியத் தலையீடு

உபநிடதங்களுக்குப் பிறகு தொகுக்கப்பட்ட மிகப் பெரிய நூல்கள் ராமாயணம், மகாபாரதம் ஆகியவை ஆகும். வேதங்களிலும் உபநிடதங்களிலும் நாம் பிராமண ரிஷிகளைத்தான்

அதிகம் சந்திக்கிறோம். உபநிடதங்களில் சில அரசர்களை ஆங்காங்கே சந்திக்கிறோம். அவர்களும் அங்கே பிரம்ம - ஆன்ம தத்துவங்களைத்தான் பேசுகிறார்கள். ஆனால், ராமாயண, மகாபாரத இதிகாசங்களில் சத்திரியகுல அரசர்களின் குடும்பங்கள் தான் கதைகளின் மையப் பாத்திரங்களாக இடம்பெறுகின்றன. வேதங்களுக்கும் உபநிடதங்களுக்கும் கதைத் தன்மை (Narrativity) கிடையாது என்பதும் கவனிக்கத்தக்கது. வேதங்களும் உபநிடதங் களும் கதைத்தன்மை அற்ற தத்துவத் தளத்தில் புனிதம் பற்றிய உரையாடல்களை நடத்தின. கதைத் தன்மை என்பது காலத் தோடு தொடர்பு கொண்டது என்று பால் ரிக்கர் என்ற அறிஞர் குறிப்பிடுவார். கதை என்பது காலம், காலம் என்பது வரலாறு. வரலாறு என்பது ராமாயண - மகாபாரதத்தில் அரசகுடும்பங் களின் வரலாறு, வாழ்க்கை, ஆட்சி உரிமை குறித்த சண்டைகள், ஆட்சியை விஸ்தரிப்பதற்கான அரசர்களின் கூட்டணிகள், போர்கள், ஆட்சி உரிமை, சொத்துரிமை, பெண்கள் அவமதிக்கப் படுவது, கடத்தப்படுவது, மீட்கப்படுவது ஆகியவையும் ராமாயண - மகாபாரதத்தின் மையப் பிரச்சினைகள். உபநிடதங் களோடு ஒப்பிடும்போது ராமாயண மகாபாரதத்தில் வேறு ஒரு விதமான சொல்லாடலைச் சந்திக்கிறோம். வாழ்க்கையும், வரலாறும், உணர்ச்சிகளும், மோதல்களும் வெள்ளம்போல் ராமாயண மகாபாரதத்தில் பெருக்கெடுத்து ஓடுகின்றன. அவை கதைத் தன்மை கொண்டிருப்பதாலேயே, முக்கிய அரச குடும்பங்கள் மட்டுமின்றி இன்னும் பல நூற்றுக்கணக்கான அரசுகள், விளிம்பு நிலையில் காட்டப்படும் பழங்குடிகள், கானக மக்கள் எனப் பலவகைப்பட்ட சித்திரங்கள் இதிகாசங் களில் விரிகின்றன.

இராமாயண - மகாபாரதத்தை நடந்த வரலாறு என்றோ, ராமாயண - மகாபாரத நூல்கள் ஒரே காலத்தில் உருவாக்கப் பட்டன என்றோ நாம் கருதவில்லை. ராமாயண - மகா பாரதத்தில் இடம் பெறுபவை வரலாற்றுத் தன்மை கொண்ட கதைகள். சொத்து, அரசு, குடும்பங்கள் என்ற புதிய வரலாற்றுக் கூறுகள் இக்கதைகளுக்கு உட்புலமாக அமைகின்றன. ராமாயண - மகாபாரத நூல்கள் கி.மு. 5-ஆம் நூற்றாண்டிலிருந்து கி.பி. 3 ஆம் நூற்றாண்டு வரை பலமுறை பதிப்பிக்கப்பட்டுள்ளன என்பது குறித்து தனியாக ஆராய்ச்சிகள் உள்ளன. கி.மு. 5-ஆம் நூற்றாண்டை ஒட்டி சில ஆயிரம் கதைகளாகத் தொகுக்கப் பட்ட ராமாயண மகாபாரத நூல்கள் கி.பி.3-ஆம் நூற்றாண்டை

ஒட்டி பல ஆயிரம் கதைகளாகப் பெருகிவிட்டதாக ஆய்வாளர்கள் எடுத்துக் காட்டுகிறார்கள். கதைகளின் எண்ணிக்கையில் மட்டு மின்றி, கதைப் போக்குகளிலும் பதிப்பாளர்கள் மாறுதல்களை ஏற்படுத்தினார்கள் என்பதை அவர்கள் சுட்டிக் காட்டுகிறார்கள். ராமாயண - மகாபாரதக் கதைகள் சமணர்களிடமும் பௌத்தர் களிடமும் சில அடிப்படையான மாறுதல்களுடன் வழங்கி வந்தன என்பது குறித்தும் ஆய்வாளர்கள் எழுதியுள்ளார்கள். இவையெல்லாம் ஒருபுறம் இருக்க, வேதாந்தத்தின் உருவாக்கம், மீட்டுருவாக்கம் ஆகியவற்றில் ராமாயண மகாபாரதத்தின் பாத்திரத்தைப் பற்றி மட்டுமே நாம் இங்கு பேச விரும்புகிறோம்.

இந்திய வைதீகச் சிந்தனையின் வரலாற்றில் ராமாயண, மகாபாரதக் கதைகள் உருவான காலம் ஒரு மாபெரும் சத்திரியத் தலையீடு என மதிப்பிடப்பட வேண்டும். சமூகப் பண்பாட்டு வாழ்க்கைக்குள் மிகப் பிரும்மாண்டமான அளவில் சத்திரியச் சொல்லாடல்கள் உள் நுழைந்தன எனக் குறிப்பிட வேண்டும். வேத உபநிடதச் சிந்தனை புனித அதிகாரம் என்ற விஷயத்தில் தான் அக்கறை காட்டியது. ஆரியப் புரோகித வர்ணத்தின் புனித அதிகாரத்தைக் கட்டி எழுப்புவதுதான் வைதீக இலக்கியங்களின் வேலைத் திட்டமாக இருந்தது. சடங்கியல்ரீதியாகவும், தத்துவ ரீதியாகவும் வேத உபநிடதங்கள் அந்த வேலையைச் செய்தன. சமூகரீதியாக வருண அமைப்பின் தோற்றமும், அகமணமுறையும் அதே வேலையைக் குறித்து நின்றன. ஆயின் இத்தகைய சூழல்களுக்குள் அரசியல் அதிகாரம் என்ற ஒரு புதிய தலை யீட்டை ராமாயண மகாபாரத இலக்கியங்கள் ஏற்படுத்து கின்றன.

ஆரிய இனக்குழுக்கள் யமுனை - கங்கை நதிக்கரைகளில் எண்ணிலடங்கா பூர்வீக இந்தியப் பழங்குடிகளைச் சந்தித் தார்கள் என்று முன்பு குறிப்பிட்டோம். அந்தச் சந்திப்பின் மிக விரிந்த பரிமாணங்களை இதிகாசக் காலத்தில் காணுகின்றோம். ராமாயண - மகாபாரதங்களில் குறிக்கப்படும் சத்திரியக் குடும்பங்களெல்லாம் பூர்வ இந்தியக் குடிகளைச் சேர்ந்தவை என்று இங்கு நாம் கூற வரவில்லை. ஆனால், ராமாயண மகாபாரத நூல்களில் குறிக்கப்படும் அரச குடும்பங்களெல்லாம் ஆரியக் குடிகளைச் சேர்ந்தவை என்றும் கூற முடியாது. வேத உபநிடதங்கள் குறித்து நின்ற பூகோள எல்லைகளை ராமாயண மகாபாரதக் கதைகள் வெகுவாகத் தாண்டி விட்டன என்பது

கவனிக்கத்தக்கது. யமுனை - கங்கை நதிக்கரைகளைத் தாண்டி பெருமளவிலான வட இந்திய நிலப்பகுதிகளைத் தழுவியவை யாக இதிகாசக் கதைகள் அமைகின்றன. கதைகளின் சில முக்கிய போக்குகள் தென்திசை நோக்கியவை என்பதும் கணக்கில் கொள்ளப்பட வேண்டும். அரச குலங்கள் தவிர கானகங்களில் வாழ்ந்த "ராட்சசர்கள்", "அசுரர்கள்", கிஷ்கிந்தாவின் வானரக்குலம், இலங்கையின் ராவணக் குடும்பம் ஆகியவையும் கதைகளில் பெரும் இடத்தை வகிக்கின்றன.

இதிகாசக் காலம் ஏற்படுத்திய சத்திரியத் தலையீடு என்ற கருத்தை, இதிகாசங்களுக்கு வெளியில் கிடைக்கிற பிற வரலாற்றுத் தகவல்களும் ஊர்ஜிதப்படுத்துகின்றன. கி.மு. 7-ஆம் நூற்றாண்டில் தொடங்கி வடஇந்திய வட்டாரங்களில் காசி, குரு, கம்போஜம், மகதம் போன்ற சிறிய, பெரிய அரசுகள் தோன்றின என்பதை வரலாற்றாசிரியர்கள் தெரிவிக்கின்றனர். கங்கையின் கிழக்குப் பகுதிகளில் குறிப்பிட்ட இக்காலத்தில் சாருவாகம், சமணம், பௌத்தம் ஆகிய சிந்தனைப் போக்குகள் தோன்றிவிட்டன. சமணத்தைத் தோற்றுவித்த மகாவீரரும் பௌத்தத்தைத் தோற்றுவித்த கௌதமபுத்தரும் அரச குடும்பங்களைச் சேர்ந்தவர்கள் என்பது குறிப்பிடத்தக்கது. மகாவீரர் ஏன் அரசகுடும்பத்தில் பிறந்தார் என்பது குறித்து சமணர்களிடையில் ஒரு கதை உண்டு. குறிப்பிட்ட அக்காலத்தில் "எந்த வர்ணம் அதிகச் செல்வாக்குடன் விளங்குகிறதோ, அந்த வர்ணத்தில்தான் வர்த்தமான மகாவீரர் பிறக்கவேண்டுமென்று ஒரு தெய்வ விதி" இருந்ததாக அக்கதை கூறுகிறது. அரச குடும்பங்கள் செல்வாக்குப் பெற்ற காலமாக அக்காலம் இருந்தது இக்கதையில் பதிவாகியுள்ளது. ஜீனன் (வெற்றி பெற்றவன்), மகாவீரர் என்ற சொற்களெல்லாம் அரசியல் பண்பு கொண்டவை. சாருவாகத் தத்துவம் மார்க்சிய அறிஞர்கள் பலரால் மக்கள் தத்துவம் (லோகாயதம்) என்று மதிப்பிடப்படுகிறது. ஆனால், சாருவாகத்தில் காணப்படும் பிராமண எதிர்ப்பின் வேகம் அது ஒரு சத்திரியத் தத்துவமாக இருக்க வேண்டும் என்றுதான் எமக்கு உணர்த்துகிறது. அரசியல் நூலான அர்த்த சாஸ்திரத்தில் அரசர்கள் கற்றுத்தேற வேண்டிய தத்துவமாக சாருவாகம் சுட்டிக்காட்டப்படுகிறது. மகாபாரதத்தில் பாஞ்சால மன்னனின் சபையில் சாருவாகர்கள் அமர்ந்திருந்து தத்துவம் உரைத்ததாக திரௌபதி ஓரிடத்தில் குறிப்பிடுவாள். வரலாற்றுரீதியாக பிராமணர்களின் புனித அதிகாரத்தை

முதலில் கேள்வி கேட்டவர்களாக சத்திரியர்கள்தான் அமைந் தார்கள் என்பது புரிந்து கொள்ளத்தக்கது. பிராமணர்களின் புனித அதிகாரத்தைக் கேள்வி கேட்பதன் மூலம்தான் சத்திரியர்கள் தமது அரசியல் அதிகாரத்தை அரங்குக்குக் கொண்டுவர முடியும். இது உபநிடதக் காலத்திற்குப் பிறகு நடந்தது.

பிரம்மத்தின் புனித அதிகாரத்தைச் சத்திரியர்கள் தீவிரமாகக் கேள்வி கேட்டனர் என்பதை ராமாயண மகாபாரத இலக்கியங்களே ஏராளமாக எடுத்துக்காட்டுகின்றன. ராமாயண மகாபாரத நூல்கள் கி.பி.3-ஆம் நூற்றாண்டுவரை பலமுறை பதிப்பிக்கப்பட்ட பிறகான வடிவில்தான் நமக்கு இப்போது கிடைக்கின்றன. சத்திரியர்களின் தீவிர எதிர்ப்புகளெல்லாம் இப்போது கிடைக்கும் நூல்களில் முனை மழுங்கடிக்கப்பட்டு விட்டன. இருந்தபோதிலும் கூட ராமாயண - மகாபாரதத் திற்குள் ஒளிந்து கிடக்கும் பிராமண எதிர்ப்புச் சம்பவங்களை நாம் கண்டறிய முடியும். ராமாயண மகாபாரதத்தில் அடிக்கடி பேசப்படும் ஒரு கதை விசுவாமித்திரரது கதை. விசுவாமித்திரர் ஒரு சத்திரியர். அவரது பெயர் கௌசிகன். அவர் அரசராக இருந்தபோது வசிஷ்டர் எனப்படும் பிரம்ம ரிஷிக்கும் அவருக்கும் ஏற்பட்ட மோதலை ராமாயணம் விவரிக்கிறது. யாகத்தில் பிறந்த காமதேனு எனும் பசு வசிஷ்டரது சொத்தாக இருக்கிறது. மன்னன் என்ற முறையில் அவனது நாட்டு எல்லைகளுக்குள் உள்ள சகல சொத்துக்களும் தனக்கே சொந்தம் எனக் கௌசிகன் உரிமை கொண்டாடுகிறான். இதன் விளைவாக, பிரம்ம ரிஷியான வசிஷ்டனுக்கும் சத்திரியனான கௌசிகனுக்கும் போர் மூளுகிறது. பிராமணனின் யாகப் பலம் பெரிதா, சத்திரியனின் அரசியல் பலம் பெரிதா என்ற கேள்வியே, அவர்களுக்கிடையில் முக்கிய பிரச்சனை ஆகிறது. வசிட்டனுடன் நடந்த போரில் கௌசிகன் தோற்கிறான் (?). போரில் தோல்வியடைந்த கௌசிகன் பிரம்ம ஆற்றலைப் பெறுவதற்காக ஆட்சியைத் துறந்து யாகக் கல்வியை முனைந்து பெறுகிறான். அவன் எவ்வளவு முயற்சி செய்தும், அவன் பிறப்பால் பிராமணனாக இல்லாததால் பிரம்மரிஷி என்ற பட்டத்தைப் பெற முடியாமல் போகிறது. ஆறுதல் பரிசாக ராஜரிஷி (அல்லது சத்திரியரிஷி) என்ற பட்டத்தையே கௌசிகன் எட்டுகிறான். விசுவாமித்திரன் என்ற பெயரையும் பெறுகிறான். ராஜரிஷி விசுவாமித்திரனுக்கும் பிரம்மரிஷி

வசிட்டனுக்கும் இடையிலான போட்டி ராமாயணம், மகாபாரதம் இரண்டிலுமே பல வடிவங்களில் தொடருகின்றது. பிரம்ம பலம் பெரிதா, சத்திரிய பலம் பெரிதா என்ற கேள்வி மீண்டும் மீண்டும் கேட்கப்படுகிறது. திரிசங்கு எனும் அரசனின் பொருட்டு சத்திரியர்களுக்கென்று ஒரு சொர்க்கத்தை உருவாக்கும் வேலையில் விசுவாமித்திரன் ஈடுபடும் கதை பிராமணர் சத்திரியர் மோதலை விரிவாக எடுத்துரைக்கும். யாகம், தவம் ஆகிய சகல கலைகளையும் கற்றுத் தேர்ந்தவன் என்றபோதிலும் விசுவாமித்திரன் கடும் கோபக்காரன், மேனகையின் அழகில் ஒரு முறை மயங்கிப் போனவன் என்பது போன்ற 'செய்திகள்', அவன் பிறப்பால் சத்திரியன் என்ற எல்லையைத் தாண்ட முடியாமல் போனவன் என்பதை உறுத்தலாகச் சொல்லிக் காட்டுபவை, 'சத்திரியன் உணர்ச்சிவசப்படுபவன்' என்ற முத்திரைக்குள் அவனை அவை ஆழ்த்துகின்றன.

பிராமண - சத்திரிய மோதல்கள் இன்னும் பல வடிவங்களில் ராமாயண மகாபாரதத்தில் காணக் கிடைக்கின்றன. பரசுராமன் என்ற போர்க்குணம் கொண்ட பிராமண ரிஷி சத்திரியக் குலங்களைப் பூமியிலிருந்து பலமுறை அழித்தொழித்தான் என்கிற செய்தியும் இதிகாசங்களில் குறிப்பிடப்படுகின்றது. பரசுராமன் சில அரிய போர்க்கலைகளை அறிந்திருந்தான் என்றும், அவற்றை அவன் எந்த சத்திரியனுக்கும் கற்றுக் கொடுப்பதில்லை என்றும் மகாபாரதம் குறிப்பிடும். பரசுராமன் என்ற பிராமணனுக்கு எதற்கு போர்க்கலை? அவன் ஏன் சத்திரியர்களை அழித்தொழித்தான்? இந்தக் கதைகளெல்லாம் இதிகாசக் காலத்தில் எழுந்த சத்திரிய - பிராமண அதிகார மோதல்களையே காட்டுகின்றன. சத்திரியன் (கௌசிகன்) பிரம்ம ஞானத்தைப் பயில முனைவதும், பிராமணன் (பசுராமன்) போர்க்கலையைத் தெரிந்திருந்தான் என்பதுவும் பரஸ்பரம். அந்த இருதரப்பாரும் ஒருவர் மற்றொருவரை அச்சத்துடன் அணுகினர் என்பதைக் காட்டுகின்றன.

இராமாயண மகாபாரத இலக்கியங்களில் தேவர் - அசுரர் யுத்தங்கள் பற்றிய செய்திகள் ஏராளமாக இடம்பெறுகின்றன. தேவர் - அசுரர் யுத்தங்கள் என்பவை பொதுவாக ஆரியர் களுக்கும் ஆரியர் அல்லாத பூர்வக் குடிமக்களுக்கும் இடையிலான மோதல்கள் குறித்தவை என்று ஆய்வாளர்கள் கருதுவார்கள். இது பெருமளவில் உண்மையே. இருப்பினும்,

ராமாயண மகாபாரத சத்திரியச் சூழல்களில் தேவ - அசுர யுத்தங்கள் அரசியல் அதிகாரத்தை மையப்படுத்திச் சித்தரிக்கப் படுகின்றன என்பது குறிப்பிடத்தக்கது. பூலோக ஆட்சியைக் கைப்பற்றும் அசுரர்கள் அத்தோடு திருப்திப் படாமல் தேவலோக ஆட்சியையும் கைப்பற்ற முனையும்போதுதான் தேவ- அசுர யுத்தங்கள் விளைகின்றன என்ற சித்திரிப்பை இதிகாசங்களில் காணுகிறோம். தேவலோகம் எனும் இந்திராதி தெய்வங்களின் (இவர்கள் வேதக் கடவுளர்கள்) அதிகாரத்தை அச்சுறுத்துபவர்களாக பூலோக அரசர்கள் உருவானார்கள் என்ற செய்தியை மேற்குறித்த கதைகள் எடுத்துக் காட்டுகின்றன. தேவர்கள் எனப்படுவோர் வைதீக வேள்விகள் (யக்ஞுங்கள்) சார்ந்து தமது ஆற்றல்களை ஈட்டிக் கொள்பவர்களாகவும், இதற்கு மாறாக அசுரர்கள் தவங்களின் மூலம் ஆற்றல்களைத் திரட்டிக் கொள்பவர்களாகவும் குறிக்கப்படுகின்றனர். சத்திரி யர்கள் மிக விரிந்த அளவில் வைதீக எல்லைகளுக்கு வெளியில் தோன்றியவர்கள் என்பதனை இது சுட்டிக் காட்டும்.

இந்த நிலையில், வைதீகச் சிந்தனையின் வரலாற்று வரிசைக்குள் இதிகாசக் காலம் ஏற்படுத்திய தலையீட்டைக் குறித்துக் கொள்வோம். பிராமணர்களின் புனித அதிகாரத்திற்குச் சத்திரியர்களின் அரசியல் அதிகாரம் இக்காலத்தில் மிகப்பெரும் சவாலாக எழுகிறது. யக்ஞுங்களின் தேவையும் பிரம்மத்தின் ஆற்றலும் கேள்விக்குள்ளாக்கப்படுகின்றன. சத்திரிய 'குணங் களான' செயல்பாடு, தன்முனைப்பு, உணர்ச்சி வசப்படுதல் போன்றவை அரசியல் முக்கியத்துவம் கொண்டவையாக முன்னுக்கு வருகின்றன. சத்திரியர்களின் செயல்பாடு இக் காலத்தில் முன்வைக்கும் சில பிரச்சனைகள் வைதீகச் சிந்தனையை நிலைகுலைய வைக்கின்றன என்று கூறவேண்டும். உபநிடதங்களின் வேதாந்தத் தத்துவம் சில புதிய பிரச்சனை களைச் சந்திக்கின்றது. அவற்றை அது எதிர்கொண்டாக வேண்டும். வேதாந்தம் புதிய நிலைமைகளைக் கணக்கில் கொண்டு தனது தத்துவத்தை மறுகட்டமைப்பு செய்ய வரவேண்டும். இதனைச் செய்யாவிடில் அது தனது புனித அதிகாரத்தை இழந்துவிடும். மகாபாரதத்தின் இறுதிப் பகுதியில் சேர்க்கப்படும் பகவத் கீதை வேதாந்தத்தின் கலாசார அரசியலைப் புதிய சூழல்களுக்கேற்ப உருமாற்றுகிறது.

பகவத் கீதை - புனித அதிகாரமும் அரசியல் அதிகாரமும்

வைதீக இலக்கிய மரபில் பகவத் கீதை முக்கியமான நூலாகக் கருதப்படுகிறது. வேதாந்தத் தத்துவத்தின் மூன்று அடிப்படை நூல்களில் (பிரஸ்தான திரயம்) ஒன்றாக பகவத் கீதை சொல்லப்படுகிறது. மகாபாரத காப்பியத்தின் இறுதிப் பகுதியில் குருசேத்திரப் போர்க்களத்தில் கிருஷ்ணன் அர்ச்சுனனுக்கு உரைத்ததாக பகவத் கீதை மகாபாரதத்தின் ஒரு பகுதியாக இடம்பெற்றுள்ளது. இருப்பினும், பகவத்கீதையின் மொழி, நடை, உள்ளடக்கம் ஆகியவை மகாபாரதத்தின் கதை மொழிக்குப் பொருந்தாதவையாக இருப்பதால், அது ஒரு தனித்த நூல் என்றே ஆய்வாளர்கள் கருதுகிறார்கள். இது ஒருபுறமிருக்க, கருத்தியல்ரீதியாக மகாபாரதத்திற்கும், பகவத் கீதைக்கும் சில உள்ளீடான உறவுகள் உள்ளன. அவற்றைப் பற்றியே இப்பகுதியில் நாம் பேச இருக்கிறோம்.

உபநிடத காலத்திற்குப் பிறகு இதிகாசக் காலத்தில் அரங்கத்திற்கு வரும் சத்திரியர்களின் தீவிரச் செயல்பாடுகள் உபநிடத வேதாந்தத்திற்கு எழுப்பிய சவால்களைப் பிரம்ம வேதாந்தம் எப்படி எதிர்கொண்டது என்ற கதையைப் பகவத் கீதை குறித்து நிற்கிறது. பிரம்மத்தின் புனித அதிகாரத்தைவிட விஞ்சிய சக்தியாக சத்திரியர்கள் தமது அரசியல் அதிகாரத்தை முன்னிறுத்தியதை வைதீகம் எப்படி எதிர்கொண்டது என்ற வரலாற்றைப் பகவத் கீதை பதிவு செய்துள்ளது.

உபநிடதங்களுக்குப் பிறகு இந்திய வைதீக மையம் இரண்டு மிகப்பெரும் வரலாற்றுச் சக்திகளைச் சந்திக்கின்றது. அவை:

1. ஆரிய மற்றும் ஆரியரல்லாத சத்திரிய அரசர்களின் அரசியல் அதிகாரச் செயல்பாடுகள்;

2. மிகப் பரந்த வட இந்திய மற்றும் தென்னிந்திய வட்டாரங் களில் எழுச்சி பெறும் ஆரியரல்லாத பூர்வக் குடிமக்களின் வாழ்வு மற்றும் பண்பாடு.

இந்த இரண்டு வரலாற்றுச் சக்திகளின் செயல்பாட்டை வைதீகம் எதிர்கொள்ளுகிறது. வைதீகம் மற்றும் பிரம்மத்தின் புனித அதிகாரத்தைத் தக்கவைத்துக் கொள்ளும் விதத்தில் வேதாந்தத் தத்துவத்தில் கணிசமான மாறுதல்களை அது ஏற்படுத்திக் கொள்கிறது. சத்திரிய மற்றும் பூர்வக் குடிகளின்

அரசியல் செயல்பாட்டால் வைதீக புரோகிதமும் வேதாந்தமும் வீழ்த்தப்பட்டிருந்தால் இந்திய வரலாறு எப்படி வளர்ந்திருக்கும் என்பது ஒரு சுவாரசியமான கணக்கு. இருப்பினும், வரலாற்றில் இது நடைபெறவில்லை. ராமாயண மகாபாரத காலங்களுக்குப் பிறகு வைதீகம் தன்னை மறுதிரட்சி செய்து கொண்டது. தத்துவ ரீதியாக, வேதாந்தத்தின் புதிய வடிவங்களை அது உற்பத்தி செய்தது. குறைந்தது இரண்டு வடிவங்களில் வேதாந்தம் தன்னை மறுதகவமைப்பு செய்து கொண்டதாகத் தெரிகிறது.

1. சத்திரியச் செயல்பாட்டை உள்வாங்கி அகப்படுத்திக் கொண்ட வடிவில் தத்துவ வேதாந்தம் வரையறுக்கப்பட்டது.
2. பூர்வக் குடிகளின் வெகுசனச் செயல்பாட்டை உள்வாங்கி அகப்படுத்திக் கொள்ளும் விதத்தில் பக்தி வேதாந்தம் வடிவமைக்கப்பட்டது.

இந்த இரண்டு பணிகளையும் செய்யும் நூலாகத்தான் நாம் பகவத் கீதையைக் காணுகிறோம். இவற்றில் முதலாவதான பிரம்ம சத்திரியக் கூட்டணி பற்றி முதலில் பேசுவோம்.

குருசேத்திரப் போர்க்களத்தில் எதிரணி வரிசையில் தனது உறவினர்களையும் ஆசிரியர்களையும் கண்ட அர்ச்சுனன், இவர்களோடு போரிட்டு உயிர்க் கொலைகள் செய்வது தகுமா என மனம் தளர்ந்து காண்டீபத்தை நழுவ விடுகிறான். அவனது மனத்தளர்ச்சியைப் புரிந்து கொண்ட கிருஷ்ணன், 'அர்ச்சுனன் போரிட்டே ஆக வேண்டும், அதுவே சத்திரிய தர்மம்' என்று எடுத்துரைக்கிறான். இதனை இன்னும் சரியாகப் புரிந்து கொள்ளாத அர்ச்சுனனுக்குக் கிருஷ்ணன், விரிவாக பகவத் கீதையின் புதிய வேதாந்தத்தை எடுத்துரைக்கிறான். இதை ஏன் புதிய வேதாந்தம் என்று கூறுகிறோம்?

உபநிடத வேதாந்தத்தில் பிரம்மம் நிரந்தரமானதாகவும், மாறாததாகவும் செயல்பாடற்றதாகவும் வரையறுக்கப்பட்டது. செயல்பாடு எனும் பண்பு பிரபஞ்சத்தின் பண்பாகவும் (குணமாகவும்) அது பிரம்மத்திற்கு அந்நியமான பண்பாகவும் உபநிடதத்தில் சொல்லப்பட்டது. இது சுதர்மத்தின் தத்துவம் என்று அப்போது நாம் அடையாளப்படுத்தினோம். உபநிடதத்தில் பிரம்மத்தின், பிராமணர்களின் சுதர்மம் மட்டுமே வரையறுக்கப்பட்டிருந்தது. இப்போது பகவத் கீதையில், சத்திரியர்களின் சுதர்மம் வரையறுக்கப்படுகிறது. சத்திரியர்கள்

போர்புரிய வேண்டும், செயல்பட வேண்டும், அரசியல் அதிகாரத்தை ஈட்டவேண்டும் என்று பகவத்கீதை கூறுகிறது. செயல்படத் தயங்கும் அர்ச்சுனனுக்கு அவனது வர்ணக் கடமை போர் புரிவது என்று கிருஷ்ணன் எடுத்துரைக்கிறான்.

பகவத் கீதையின் இந்த விவாதத்தை ஒரு தத்துவ விவாதம் என்று கொள்ளமுடியாது. உபநிடதங்களில் பிரம்மம் செயல் பாடற்றது என்று வரையறுத்த வேதாந்தம் இப்போது செயல் பாட்டை ஏற்றுக்கொண்டு விட்டதா? எந்தவித உள்ளடக்கமும் இன்றி பிரம்மத்தைப் புனித அந்தஸ்து என்று முன்பு வரையறுத்த வேதாந்தம் இப்போது செயல்பாட்டைத் தனது வரையறைகளில் ஒன்றாக ஏற்றுக்கொண்டு விட்டதா? இல்லை, இல்லவே இல்லை. பிரம்மம் தனது அடையாளத்தில் எந்தத் திருத்தத் தையும் ஏற்படுத்திக் கொள்ளவில்லை. செயல்பாட்டின் எதார்த்தத்தைத் தர்க்கரீதியாகவோ, வாழ்வின் ஓர் உண்மை என்றோ பகவத் கீதை ஏற்றுக்கொள்ளவில்லை. பகவத் கீதையின் பிரம்மம் பற்றிய வரையறை முன்புபோலவே இப்போதும் எந்த உள்ளடக்கமும் அற்ற புனித அந்தஸ்தாகத்தான் இருக்கிறது. ஆனால், சத்திரியனின் கடமையாகவே செயல்படுதல் அல்லது போர் புரிதல் சுட்டப்படுகிறது. அதாவது, பகவத் கீதையில் நடப்பது தத்துவ விசாரணை அல்ல, வருண கடமைகள் பற்றிய விசாரணையே. நான் நானாகவேதான் இருப்பேன். நீ நீயாக இருப்பதற்கான கடமைகள் இவை என்பதுதான் அங்கு சொல்லப்படுகிறது. வர்ணங்களின் எல்லைகளும் வர்ணக் கடமைகளின் எல்லைகளும் அங்கு துல்லியப்படுத்தப்படு கின்றன. குறிப்பாக, சத்திரிய வர்ணத்தின் எல்லைகள்தான் அங்கு நிச்சயிக்கப்படுகின்றன.

சத்திரியன் செயல்பட வேண்டும், ஆனால், பலனை எதிர் நோக்காமல் செயல்படவேண்டும் என்று பகவத் கீதை கூறுகிறது. இது நிஷ்காமிய கர்மம் என விளக்கப்படுகிறது. காமம், காமியம் என்றால் ஆசை. நிஷ்காமியம் எனில் 'ஆசைகளின்றி' என்று பொருள். சத்திரியன் ஆசைகளின்றிச் செயல்பட வேண்டும் என்ற புதிய விளக்கம் தரப்படுகிறது. "ஆசைகளின்றி" அல்லது பலன்களை எதிர்நோக்காமல் செயல்படுதல் என்ற கட்டுப்பாடு வேதங்களில் கிடையாது. வேதப் பாடல்களில் குழந்தை குட்டிகளுக்காக, மேய்ச்சல் காடுகளுக்காக, கால்நடைகளுக்காக,

எதிரிகளை அழிப்பதற்காக என்றுதான் யாகங்கள் நடத்தப் பட்டன. உபநிடதங்களிலும்கூட நிஷ்காமியம் ஓர் அடை மொழியாக இடம்பெறவில்லை. நிஷ்காமியம் அல்லது ஆசை களின்றிச் செயல்படுதல் உபநிடதங்களுக்குப் பிறகான புதிய வேலைத்திட்டம். இதிகாசக் காலத்தில் கட்டுப்பாடு அற்ற அரசியல் செயல்பாடு என விரிந்து விட்ட சத்திரியரை ஒரு வட்டத்தை வரைந்து அதற்குள் வட்டாடவிடுவதுதான் நிஷ்காமிய கர்மம் என்ற கோட்பாடு. வர்ண எல்லைக்குள் ஆடிக்கொள் என்பது ஓர் உத்தி; ஆசைகளற்று செயல்பட்டுக் கொள் என்று விதிப்பது இன்னொரு உத்தி. இந்த உத்திகளைத் தான் பகவத்கீதை முன்மொழிகிறது.

ஆசைகளற்ற அல்லது பலனை எதிர்நோக்காத என்ற அடைமொழி பகவத் கீதைக்கு எங்கிருந்து கிடைத்தது? ஆசை களோடு கூடிய கர்மங்கள் (வினைகள்) அந்தச் செயல்பாடுகளின் மீதும், செயல்பாடுகள் விளைவிக்கும் பலன்கள் மீதும் பந்தத்தை ஏற்படுத்துகின்றன என்ற கோட்பாடு சமண - பௌத்தத் தத்துவங் களின் அடிப்படையான கோட்பாடு. எனவே செயல்பாடுகளை நிறுத்துதல், பந்தத்தை அகற்றுதல், ஆசைகளை அகற்றுதல் என்றெல்லாம் சமண - பௌத்தத் தத்துவங்கள் சிந்தித்தன. பகவத் கீதையின் ஆசைகளற்ற, பலனை எதிர்நோக்காத செயல்பாடுகள் என்ற கருத்து சமண பௌத்தக் கருத்தாக்கங்களிலிருந்து வந்திருப்பதற்கு ஏராளமான வாய்ப்புகள் உண்டு.

எது எப்படியோ, சத்திரிய செயல்பாடுகளுக்குப் பகவத் கீதையின் வேதாந்தம் கால்கட்டு, கை கட்டு போடுகின்றது. அரசியல் அதிகாரம் ஏற்கப்படுகிறது. ஆனால், பிரம்மத்தின் புனித அதிகாரத்திற்கு எந்தச் சேதாரமும் ஏற்படுத்தி விடாமல் சத்திரிய அரசியல் அகப்படுத்தப்படுகிறது. ஒரு கோடு வரையப்பட்டுள்ளது. அதைத் தொடாமல் அந்தக் கோட்டைச் சிறிய கோடாக மாற்றுவது எப்படி? அதைவிட பெரிய கோடு ஒன்றை வரைந்து விட்டால் அது சிறிய கோடாக மாறிவிடும். சத்திரிய செயல்பாட்டைவிட மேலதிகாரம் கொண்டதாக பிரம்ம அதிகாரத்தை ஆக்கி விட்டால் சத்திரிய அதிகாரம் உள்ளடங்கிவிடும்.

பலனை எதிர்நோக்காதே என்பது மட்டுமல்ல பகவத்கீதை. இந்த ஏற்பாடு ஏன்? என்ற கேள்வியையும் சத்திரியர்கள் கேட்கக் கூடாது. பகவத் கீதையில் கிருஷ்ணன், ‘நானே விஷ்ணு,

விஷ்ணுவே பிரம்மம், நானே வருணங்களையும் அவற்றின் கடமைகளையும் நிர்ணயித்தேன்' என்று கூறுகிறான். நானே விஷ்ணு என்று கூறிய கிருஷ்ணனது சொற்களை நம்பத் தயங்கிய அர்ச்சுனனுக்கு விஷ்ணு தனது விசுவரூபத்தைக் காட்டி சகல உலகையும் தனது உடலில் காட்டுகிறார். அர்ச்சுனன் நல்ல பிள்ளையாக ஏற்றுக் கொள்கிறான்.

பகவத்கீதையின் வழியாக வேதாந்தத்திற்கு ஓர் அரசியல் ஆயுதம் கைவசப்பட்டு விடுகிறது. இந்த அரசியல் ஆயுதத்தின் தேவை என்ன? என்பதையும் சிறிது யோசித்துப் பார்க்கலாம். முதலில், சத்திரிய நலன்களை முன்னிறுத்திய ஒரு சமூக வர்க்கம் தோன்றிவிட்டதைத் தடுத்து நிறுத்த முடியாது என்று வைதீக புரோகித வர்க்கம் உணர்ந்து கொண்டிருக்க வேண்டும். சத்திரியருக்கு வட்டாடுவதற்கு ஓர் இடத்தை விட்டுக் கொடுத்தாக வேண்டுமே தவிர அதன் உணர்ச்சியை, எழுச்சியை அடியோடு அழித்து ஒழிக்க முடியாது என்பதை வேதாந்தம் புரிந்து கொண்டிருக்க வேண்டும். பரசுராமன் சத்திரியரைப் பூண்டோடு அழித்தான் என்ற பருப்பு வேகவில்லை. சத்திரியரை ஏதாவ தொரு வகையில் சகித்துக்கொள்ள வேண்டும் என்ற நிர்ப்பந்தம் வைதீகத்திற்கு.

இன்னொருபுறம், சத்திரியருக்கும் வெளியே 'பளிச்'சென முகம் காட்டி தம்மை அறிவித்துக் கொண்ட நூற்றுக்கணக்கான விவசாயக் குடிகளை, பழங்குடிகளைக் கட்டி ஆளுவதற்கு அரசியல் அதிகாரம் தேவை. உக்கிரமான உயிர்க்கொலைகளும் வன்முறையும் கொண்ட வட்டாரம் அது. பரந்த வட இந்திய மற்றும் தென்னிந்திய நிலப்பரப்புகளில் வாழ்ந்த விவசாயக் குடிகளையும் பழங்குடிகளையும் ஆக்கிரமித்து ஆளுகை செய் வதற்கான இரும்புக் கரம் தேவைப்பட்டது. அடங்காத பழங் குடிகளை அழித்து துவம்சம் செய்யவேண்டும். சத்திரியர் நடத்துவது தர்மயுத்தம்தான் என்ற அங்கீகாரத்தை வைதீக புரோகிதத்தால் வழங்கிவிட முடியும். ஆனால், ஆயுதங்களோடு சென்று உயிர்க்கொலை புரிவதற்கு ஒரு கூட்டம் வேண்டும். அப்படிப்பட்ட கூட்டமாகத்தான் வைதீக புரோகிதத்திற்கு சத்திரியர்கள் கிடைத்தார்கள். இந்தியச் சூழல்களில் ஆரிய வட்டத்திற்கு வெளியிலிருந்த விவசாய மற்றும் பழங்குடிகளின் அளவு பிரும்மாண்டமானது. இம்மக்கள் வைதீக மற்றும் சத்திரியப் பேரரசுகளின் எல்லைகளுக்குள் நுழைந்துவிட்டார்கள் என்பதை இதிகாசக் காலம் காட்டுகிறது.

எண்ணிலடங்காத விவசாய மற்றும் பழங்குடிகளை ஆளுகைக்குள் கொண்டு வருதல் என்பதில் பொருளாதார ரீதியாக அவர்களது செல்வத்தைச் சுரண்டி புனித அந்தஸ்து கொண்ட புரோகித வர்க்கத்திற்குக் கொண்டு சேர்க்க வேண்டும் என்ற "கடமையும்" உண்டு. அதாவது, உழைக்கும் மக்களைச் சுரண்டி அவரது செல்வத்தின் ஒரு பகுதியைத் தான் எடுத்துக் கொண்டு இன்னொரு பகுதியைப் புனித அந்தஸ்து கொண்ட புரோகித வர்க்கத்திற்குக் கொண்டு சேர்க்க வேண்டும். இத்தகைய அக்கறை கொண்ட, ஒழுங்கான "தர்ம புத்திரர் களாக" சத்திரியரைப் பயிற்றுவிக்கும் பணி பகவத் கீதையில் தொடங்கிவிட்டது என்று கூற வேண்டும். சத்திரியரது சுதர்மங் களில் ஒன்றாக பிராமணரைப் பாதுகாப்பது என்ற கடமை இப்படித்தான் உருவாகிறது. எனவே வர்ணம், சுதர்மம், நிஷ்காமிய கர்மம் என்ற கோட்பாடுகளின் மூலமாக பகவத் கீதையில் வேதாந்தம் புரோகிதத்தைப் பேணிப் பாதுகாக்கும் அரசியல் கடமையையும் பொருளாதாரக் கடமையையும் சத்திரியர்கள் மீது சுமத்துகிறது.

"நிஷ்காமிய" சத்திரியர்களுக்குப் பல பண்பாட்டுக் கடமை களையும் புரோகிதம் விதிக்கிறது. யாகங்களைப் பாதுகாப்பது, தங்களைப் பாதுகாப்பது, யாகங்களுக்குத் "தொந்தரவு" செய்யும் பழங்குடிகளை அழித்தொழிப்பது, வைதீக - வர்ணாசிரம "ஒழுக்கங்களை" அறியாத மக்கள் கூட்டங்களைச் சமஸ்கிருதமயப் படுத்துவது, பழங்குடிகளைச் சூத்திர, பஞ்சம சாதிகளாக்குவது - இதுபோன்ற ஏராளமான கலாசாரக் கடமைகள் சத்திரியர் களுக்கு உண்டு. ராமாயணக் கதை தென்திசையை நோக்கிப் பரவியபோது தென்திசையின் மக்கள் கூட்டங்களை வைண வராக மாற்றுவது என்ற கலாசாரப் பணியையும் அது செய்தது. சிவபக்தனாக இருந்த விபீடணன் ராம பக்தனாக மாறுகிறான். ருத்திர (சிவ) அவதாரம் என்று பாராட்டப்பெற்ற அனுமான் "ஜே ஜே சீதாராம்" பக்தனாக மதமாற்றமடைகிறான். வடநாட்டில் உள்ள இடைத்தள, அடித்தள, வைணவ பக்தர்களிடையில் அனுமான் தான் பிரபலம் அடைந்தார், ராமனல்ல.

இறுதியாக, பகவத் கீதையில் உருவாகிய பிராமண - சத்திரியக் கூட்டணி நிகழாமல் இருந்தால், இந்திய வரலாறு எப்படி வளர்ந்திருக்கும்? என்பது ஒரு சுவாரசியமான கேள்வி. சத்திரிய உலக நோக்கு வலுவடைந்து இருந்தால், அது இந்திய

இந்தியத் தத்துவங்களும் தமிழின் தடங்களும் 57

வரலாற்றை எப்படி மாற்றியிருக்கும்? தத்துவரீதியாக, சாருவாகம், சாங்கியம், வைசேடிகம், சமணம், பௌத்த வகைப்பட்ட தத்துவங்கள் பலப்பட்டிருக்கும். சாருவாகம் சத்திரிய நிலைப் பாடுகளின் ஒரு தீவிர வடிவம் என்று எடுத்துக்கொண்டால் கூட, சமணமும், பௌத்தமும் சத்திரியச் சிந்தனையின் மிதமான வடிவங்களாகக் காட்சியளிக்கின்றன. பிரம்ம ஏகாந்தத்தை வன்முறையின் வடிவமாகக் கண்ட சமணம் அநேகாந்த வாதத் தைத் தனது தத்துவ அடிப்படையாகக் கொண்டது. உலகின், வாழ்வின் அடிப்படையாகப் பலவிதப் பொருட்களும் (அணுக் களும்) பலவித உயிர்களும் அமைந்திருக்கின்றன என்று சமணம் கூறியது. உலகையும் வாழ்வையும் புரிந்துகொள்ள பல்வேறு அணுகுமுறைகள் இருக்க முடியும் என்று அது கூறியது. பிரம்மத்தின் ஒற்றைச் சர்வாதிகாரத் தத்துவத்திலிருந்து பெருமளவில் வேறுபட்ட ஒரு தாராளவாத அணுகுமுறையாக சமணம் அமைந்தது. பொருட்களும் உயிர்களும் அணுகுமுறை களும் பன்மீயத் தன்மை கொண்டவையாக இருக்கும் பொழுது, அவற்றிற்கிடையிலான உறவுகள் அஹிம்சை உறவுகளாகத்தான் இருக்க முடியும் என்பது சமணத்தின் முடிவு. பிரம்ம ஏகாந்த வாதம் என்பது புனித அதிகாரத்தின் கட்டுப்பாடற்ற வன்முறைத் தத்துவம். அதற்கு எதிராக எழுந்த ஒரு பழைய குரல் சமணம்.

பௌத்தமும் ஒரு சத்திரியத் தத்துவம்தான். அது ஏகாந்தத் தையும் ஏற்கவில்லை; அநேகாந்தத்தையும் ஏற்கவில்லை. அது ஒரு மூன்றாவது குரலாக இருந்தது. ஏகாந்தம் கூறும் பிரம்மத்தின் சுத்த சுயாதீன நிலையும் அநேகாந்தவாதம் கூறும் உயிர்களின் பன்மீய சுயாதீன நிலையும் எதார்த்தத்தில் சாத்தியமில்லை என்று அது கூறியது. உலகப் பொருட்களும் உயிர்களும் பரஸ்பரம் உறவு கொண்டவையாக, ஒன்றையொன்று சார்ந்தவையாகத்தான் உள்ளன என்பது பௌத்தத்தின் தத்துவம். பிரம்மத்தின் சுத்த சுயாதீன நிலை என்பது வருண சுதர்மங்களின் தத்துவ அடிப்படை எனில் பௌத்தத்தின் சுயாதீன மறுப்பு சமூக ரீதியாக சுதர்மங் களின் மறுப்பு, பரஸ்பர பரிமாற்றங்கள் கொண்ட, ஒன்றை யொன்று சார்ந்திருக்கக் கூடிய 'சமூகம்' என்ற ஓர் அமைப்பை பௌத்தம் கருதியிருப்பதாகத் தெரிகிறது. ஒன்று (ஏகம்), பல (அனேகம்) - எதுவாக இருந்தாலும் அவை மாற்றத்திற்கு உள்ளாகாமல் தத்தமது ஒற்றை இருப்பில் நிரந்தரமாக இருக்க முடியும் என்பதையும் பௌத்தம் ஏற்றுக் கொள்ளவில்லை.

எல்லாமே உறவு கொள்ளுகின்றன, எல்லாமே மாறுபாடு அடைகின்றன என்பது பௌத்தத்தின் நிலைப்பாடு.

சரி, சமணத்தையும் பௌத்தத்தையும் பற்றி விரிவாகப் பேசு வதற்கு இங்கு நமக்கு இடமில்லை. ஆனால் கிட்டத்தட்ட இதிகாசக் காலத்தில் எழுந்த இரண்டு சத்திரிய சிந்தனைகள் அவை. கங்கையின் மேற்குக் கரையில் மனித உயிர்க் கொலையையும் வன்முறையையும் வருண தருமம் என்ற பெயரில் ஏற்றுக்கொண்ட ஒரு புரோகிதத் தத்துவம் உருவான அதே காலத்தில் கங்கையின் கிழக்குக் கரைகளில் அனேகாந்தமும் அஹிம்சையும் இன்னும் ஏராளமாக அறவியலும் பேசிய இரண்டு சத்திரிய தத்துவங்கள் தோன்றின என்ற இந்திய வரலாறு புரிந்து கொள்ளப்பட வேண்டும். இதன் வழி இந்திய வரலாறு தொடர்ந்திருந்தால் எப்படி இருந்திருக்கும் என்ற கணக்கு இன்றும்கூட நமக்குப் பயனுள்ள ஒரு கணக்குதான்.

பகவத் கீதையின் காலச் சூழலை, குறைந்தபட்சம் இரண்டு நாடுகளின் பழைய வரலாற்றோடு நாம் ஒப்பிட்டுப் பார்க்க முடியும். ஒன்று, சீனா. இந்த ஒப்பீட்டை மாக்ஸ்வேபர் எனும் சமூகவியல் அறிஞர் செய்திருக்கிறார். பண்டைய சீனாவிலும் மக்கள் திரளிடமிருந்து தன்னைத் தனிமைப்படுத்திக் கொண்ட புரோகிதச் சாதி இருந்தது. ஆனால் பேரரசுகளை உருவாக்கிய சத்திரிய சாதி அங்கு எழுச்சி பெற்றபோது புரோகித வர்க்கம் உடைந்து அதிகாரிகளாக, சட்ட நிபுணர்களாக, நிர்வாகிகளாக அது பரிணமித்தது. இந்த அடிப்படை மாற்றம் அந்த நாட்டின் பழைய வரலாற்றில் வருண அமைப்பு தோன்றாமல் அரசியல் சமூகம் உருவாவதற்கு இட்டுச் சென்றது. ஆனால், இந்தியாவில் அத்தகைய மாற்றமோ பரிணமிப்போ நிகழவில்லை. புரோகித வர்க்கம் மீண்டும் மீண்டும் தன்னைத் தக்கவைத்துக் கொள்ளும் கலாசார அரசியலில்தான் ஈடுபட்டு வந்திருக்கிறது. தனது சுதர்மத்தை, புனித அந்தஸ்தைக் காப்பாற்றுவதற்கு அது இந்த நாடு முழுவதையும் சுதர்மங்களின் நாடாக மாற்றி உள்ளது; மக்கள் அனைவரையும் வர்ண சுதர்மிகளாக மாற்றியுள்ளது. சமண பௌத்த காலத்தில் சத்திரியர், வணிகர், வேளாளர் சார்ந்த ஒரு புதிய சமூக அமைப்பு தோன்றுவதற்கான வரலாற்று வாய்ப்பு இந்தியாவிற்கு இருந்ததென மாக்ஸ்வேபர் குறிப்பிடுகிறார். ஆனால், அது நடைமுறைப்படவில்லை என்கிறார் அவர்.

வட இந்தியாவில் நடந்தவற்றைப் பழைய தமிழகத்தின் வரலாற்றோடும் ஒப்பிட்டுப் பார்க்கலாம். புரோகித மேலாண்மை இல்லாத ஒரு பழைய வரலாறு தமிழகத்திற்கு இருந்திருக்கிறது. சமணம், பௌத்தம் பரவிய காலத்தில் வணிகவர்க்கம், அறவியல் மற்றும் கல்வி அடிப்படையிலான சான்றோர் வர்க்கம் தோன்றி வளர்ந்திருக்கின்றன. பக்தி சிந்தனை இங்கு வலுப்படாத காலம் வரையில் புனித அந்தஸ்து அடிப்படையிலான ஒரு வர்க்கம் தமிழகத்தில் தோன்றியிருக்க வில்லை என்பது குறிப்பிடத்தக்கது.

பக்தி வேதாந்தத்தின் வெகுசன கலாசார அரசியல்

உபநிடதத்தின் பிரம்ம வேதாந்தம் தன்னைத்தானே நோக்கியது. அங்கு அது தனது புனித அதிகாரத்தையும் சுதர்மத்தையும் அறிவித்துக் கொண்டது. பகவத் கீதையின் வேதாந்தம் அரசியல் அதிகாரம் பேசிய சத்திரியரை நோக்கியது. பிராமணச் சத்திரிய-கூட்டணியை அது அரங்கேற்றியது. சத்திரியருக்கு அவரது சுதர்மத்தை எடுத்துக் கூறியது. பக்தி வேதாந்தம் வெகுசனங் களை நோக்கியது. வெகுசனங்களுக்கிடையில் சுதர்மக் கொள்கையை அது பரப்புவது. சுதர்மத் தத்துவத்திற்கு வெகுசன ஆதரவைத் திரட்டுவது. பக்தி வேதாந்தம் வரலாற்றுரீதியாகவும் சமூகரீதியாகவும் வேதாந்தத்தின் மூன்றாவது முக்கிய வடிவ மாகும்.

உபநிடத காலத்திற்குப் பிறகு ஆரியர் / பூர்வக் குடிகள் சந்திப்புகள் வட இந்திய, இன்னும் தென்னிந்திய நிலப்பரப்பு களில் ஏராளமாக நிகழ்ந்ததாகக் குறிப்பிட்டோம். அந்த மிகப் பெரிய சந்திப்புகளின் பண்பாட்டு வடிவமே பக்தி வேதாந்தம். ஆரியர்/ பூர்வக் குடிகள் சந்திப்பை வைதீகத்திற்கு ஆதாயமான முறையில் கட்டமைத்ததே பக்தி வேதாந்தம்.

பக்தி எனும் சமூகப் பண்பாட்டு நிகழ்வைத் தனியாக எடுத்துக் கொண்டால், அது ஆரியருடையது அல்ல. வேதங் களிலிருந்தோ, உபநிடதங்களிலிருந்தோ பக்தியை வருவிக்க முடியாது. வேதங்களில் யக்ஞம், மந்திரங்கள் அவற்றை நிகழ்த்தும் பிராமணர்கள் என்ற மையம்தான் முதன்மையானது. வேதக் கடவுளர்களோ, அவர்களைப் பாராட்டும் மக்களோ, அவர்களுக்கு இடையிலான உறவுகளோ வேதங்களில் முக்கியப் பட வில்லை. உணர்ச்சிவசப்பட்ட தெய்வ வழிபாடுகளுக்கு அங்கு இடமில்லை. யக்ஞங்கள் சரியாக நடத்தப்படுமானால்

வேதக் கடவுளர்கள் வந்து இறங்குவார்கள் என்ற எந்திரகதியான உறவுகளே அங்கு ஆளுகை செலுத்தின. யக்ஞங்களும், மந்திரங்களும் கடவுளர்களைவிட அதிக ஆற்றல் கொண்டவை என வேத ரிஷிகள் நம்பினார்கள். பக்தியில் அதிகம் பேசப்படும் பணிவு எனும் உணர்வுக்கு வேதங்களில் இடமில்லை.

பக்தி ஆரியரல்லாத பூர்வக் குடிகளிடையே தோன்றியது. ராமாயண - மகாபாரத கதைகள் யாகம் அல்லாத பலவகை வழிபாட்டு முறைகளை, வேதக் கடவுளர் அல்லாத பலவித தெய்வங்களைப் பற்றிய தகவல்களைத் தருகின்றன. பெரும் பாலும் அத்தெய்வங்கள் தாய்த் தெய்வங்களாக இருந்தன. வளமை, செழிப்பு சார்ந்த குறியீடுகளாக இருந்தன. கருப்பு, நீலம், பச்சை ஆகிய நிறங்களைக் கொண்ட ராமனும் கிருஷ்ணனும்கூட ஆரிய வட்டத்திற்குள் தோன்றவில்லை. வாசுதேவன், காமன் (மன்மதன்), நாராயணன் போன்ற பலவகை தெய்வங்களின் கூட்டாக கிருஷ்ணனும் விஷ்ணுவும் உருவானார்கள். விஷ்ணு வழிபாட்டின் முன்னோடியாக பஞ்சராத்திரம் சொல்லப்படுகிறது. இவற்றில் பல தாந்திரிகப் பின்புலம் கொண்டவை.

பக்தி தென்னாட்டில் தோன்றியது என்று சில பிற்கால புராணங்கள் குறிப்பிடுகின்றன. பக்தி எனும் பெண் தாமிரபரணி நதிக்கரையில் தோன்றி, தனது இரு பிள்ளைகளுடன் முதலில் வடமேற்கு இந்தியாவிலும் பின்னர் வட இந்தியாவிலும் பரவிச் சென்றாள் என்று அவை குறிப்பிடுகின்றன. தென்னாடு, வங்காளம் ஆகிய இடங்களில் அதிக எச்சங்கள் காணப்படும் சைவசமயத்தின் சிவன் வைதீக மரபால் ஆரம்பத்தில் பெரிதும் புறக்கணிக்கப் பட்டவன் என்பது குறிப்பிடத்தக்கது. சிவன் தோலை ஆடையாக அணிந்தவன். தோல் கருவியான உடுக்கை ஏந்தியவன், இடுகாடு சுடுகாடு ஆகியவற்றில் அலைபவன், அவன் மகாயோகி, வைத்தீஸ்வரன், பூத கணங்களின் தலைவன் என்பன போன்ற அடையாளங்கள் எல்லாம் அவனை வைதீக மரபுக்கு வெளியில் நிறுத்தி வைக்கின்றன. வேத வேள்விகளின் அவிர் பாகம் பலமுறை மறுக்கப்பட்ட தெய்வம் சிவன். பிராமணனைக் கொன்ற பிரம்மஹத்தி தோஷம் கொண்டவன் சிவன். பக்தி ஒரு சூத்திர மரபு எனக் கூறி ஆரம்ப காலம் தொட்டு வைதீகமரபு அதனை ஒதுக்கி வைத்தது. ஆனால், பக்தியின் வெகுசன செல்வாக்கு வேதாந்தத்திற்கு அதனைத் தவிர்க்க முடியாததாக் கியது.

பக்தியை வேதாந்தம் உள்வாங்கத் தொடங்கியதன் முதல் குறிப்புகளைப் பகவத்கீதையில் காணுகின்றோம். பக்தி வேதாந்தம் வடக்கில் பகவத் கீதையிலிருந்து தொடங்கியது எனக் கூறலாம். பகவத் கீதை பிரம்மத்தை விஷ்ணுவோடு சமப்படுத்துகிறது. விஷ்ணுவை உணர்ச்சிவசப்பட்டு பணிந்து வணங்குதல், வழிபடுதல் ஆகியவையே பக்தி என அது விளக்கு கிறது. "எந்தெந்த வடிவில் இறைவனை வணங்கினாலும் எல்லா வழிபாடுகளும் இறுதியில் என்னையே வந்து சேரு கின்றன" என்ற அகலமான அணுகுமுறையை விஷ்ணு பகவத் கீதையில் முன்வைக்கிறார். இது தாராளத்தன்மை கொண்ட தாகக் காட்சியளிக்கும். ஆனால், ஏராளமான வட்டார வழிபாடு களைச் செரித்து அகப்படுத்தும் ஒரு பேரிறைக் கொள்கை அது. அத்தோடு பகவத் கீதையின் புதிய ஏற்பாடான அவதாரக் கொள்கையையும் சேர்த்துக் கொள்ள வேண்டும். பக்தர்கள் இறைவனின் முன் தம்மை முழுவதும் இழந்து சரணாகதி அடைதல் என்ற கோட்பாடும் கீதையில் பேசப்படுகிறது.

பகவத் கீதை பக்தியை மட்டும் உள்வாங்கவில்லை. பூர்வக் குடிகளின் வெகுசன தளத்தில் நிலவிய தாந்திரிகப் பண்பாட்டுக் கூறுகள் பலவற்றை உள்வாங்கியது. தாந்திரிகப் பின்புலத்தில் விளைந்த சாங்கிய - யோகத் தத்துவக் கூறுகளைக் குறிப்பாக உள்வாங்கியது. பகவத் கீதை முழுவதுமே சாங்கிய - யோகச் சொல்லாடல்களால் ஊடுருவப்பட்டுள்ளது. இன்னொருபுறம் சாங்கிய - யோகக் கூறுகள் வேதாந்தமயப்படுத்தப்பட்டுள்ளன. பிரகிருதியின் (இயற்கையின்) கிரியா சக்தி, மாயா சக்தி எனும் அடைமொழியோடு விஷ்ணுவின் உடனுறை ஆற்றலாகச் சேர்க்கப்பட்டுள்ளது. தாய்த் தெய்வ வழிபாட்டுக் கூறுகள் ஆண் தெய்வங்களுக்கு ஆட்பட்டோ அல்லது தாய்த் தெய்வங்களை அப்படியே சேர்த்துக் கொண்டோ வைணவம் செழித்தது. பகவத் கீதை வெகுசனங்களை நோக்கி ஏற்படுத்திய திறப்பு, அதற்குப் பிறகு வந்த காலத்தில் வைணவ உருவாக்கத்தில் தாந்திரிகத்திற்கு ஏராளமாக இடமளித்தது. ஆண் - பெண் பாலியல் சேர்க்கை வைணவ சித்தாந்தத்தில் பேரிடம் வகிக்கிறது. ராதா கிருஷ்ணன், கோபியரின் கிருஷ்ணன் என்ற படிமங்கள் பலப்படுகின்றன. வெகுசனங்கள் பெருவிருப்புடன் இப்படிமங் களை ஏற்றுக் கொண்டனர். லீலை எனும் இறைவன் - இறைவி கலவி விளையாட்டே படைப்பின் துவக்கம் என்று வைணவம் இப்போது தத்துவம் செய்தது. பக்தி இலக்கியம் முழுவதும்

நாயகன் - நாயகி பாவனை ஆளுகை செலுத்துகிறது. லீலையும் கோபியரின் கிருஷ்ணனும் நாயக - நாயகி பாவனையும் பக்தி மரபை சந்நியாசத்திலிருந்து வெகு தூரம் வெளிக்கொண்டுவந்து கிரகஸ்த (குடும்ப) வாழ்க்கை முறையோடு தொடர்புபடுத்தின. வைணவ மற்றும் சைவக் கோயில்களில் கடவுளர்கள் தம்பதி சமேதராக அமர்ந்து அருள்பாலிக்கத் தொடங்கினார்கள். கோயில் திருவிழாக்கள் கடவுளின் திருமண விழாக்களாக நடத்தப்பட்டன. திருமணம் முடித்து வைத்த சூடோடு பக்தர்கள் கடவுளரை ஊஞ்சலில் வைத்து ஆட்டினார்கள். தெப்பத்தில் வைத்து குளத்து நீரில் மிதக்க விட்டார்கள். கோயில் கருவறைகளுக்குள் கடவுளரைத் தங்க வைத்து உலகை ஒவ்வொரு வருடமும் திரும்பத் திரும்ப உற்பத்தி செய்யச் செய்தார்கள். இந்த மாதிரி விஷயங்களெல்லாம் மக்களுக்குப் பெரிதும் பிடித்திருந்தன. தங்களின் வாழ்க்கைக் குறித்த புரிதல் களுக்கு அவை பெரிதும் அருகாமையில் இருப்பதாக மக்கள் உணர்ந்தார்கள்.

பௌத்தத்தின் பிற்கால வடிவங்களுக்கும் பக்தி இயக்கத் திற்கும் நெருங்கிய தொடர்பு உண்டு. கால வெள்ளத்தால் இந்த உறவுகள் மூழ்கடிக்கப்பட்டுள்ளன. உருவ வழிபாட்டின் சில முக்கிய முன்னோடி வடிவங்களை பௌத்தமே வழங்கியுள்ளது. முழுக்கக் கண்களை மூடி யோக நிஷ்டையில் அமர்ந்திருக்கும் புத்தரின் சிலைகள் சிறிது காலத்திற்குப் பிறகு மக்களை நோக்கி சற்றே திறந்த கண்களுடன் அருள்பாலிக்கும் வடிவில் வடிவமைக்கப் பட்டுள்ளன. கருணை கொண்ட கடவுள் என்ற கருத்தாக்கம் தோன்றியது. பௌத்த வழிபாடுகளுக்குள் பெண் தெய்வங்களும் சேர்த்துக்கொள்ளப்பட்டனர். தந்தராயனா, வஜ்ராயனா போன்ற பிற்கால வெகுசன பௌத்தம் மக்கள் வழிபாடுகளைத் தன்னோடு சேர்த்துக் கொண்டது. புத்த ஜாதகக் கதைகளின் வடிவில் பிறப்பு முதல் இறப்பு வரையில் அவதாரங்களின் கதைகள் இயற்றப்பட்டன. விஷ்ணு புராணம், பாகவத புராணம் ஆகிய பெரும் புராணங்கள் எழுதப்பட்டன.

தத்துவரீதியாக பௌத்தத்திற்கும் பக்தி வேதாந்தத்திற்கு மான உறவுகள் பேசப்பட வேண்டியவை. ஆன்மா தன்னில் தானே தன்னந்தனியாக இருத்தல் என்ற பழைய வேதாந்தத்தின் கருத்தை பௌத்தம் அடிப்படையிலேயே மறுத்தது. பௌத்தத்தில் இக்கோட்பாடு அனாத்மவாதம் என்றழைக்கப்படுகிறது.

இந்தியத் தத்துவங்களும் தமிழின் தடங்களும்

ஆன்மா என்ற ஒற்றை உண்மையைச் சொன்ன வேதாந்தத்தைப் பல உண்மைகள் உள்ளன எனக் கூறி சமணம் எதிர்கொண்டது. பௌத்தமோ ஆன்மாவையே மறுத்தது. ஆன்மா என்ற 'உட்பொருளை' அங்கீகரிக்காத நிலையில், மனித மனங்களில் தோன்றும் "நான்" என்ற உணர்வை அடியோடு கரைத்துவிடும் போது மனிதர்கள் நிர்வாண நிலை அடைகிறார்கள் என்பது பௌத்தம். ஆன்மா என்ற ஒன்று கிடையாது, எனவே 'நம்முடைய' என நாம் பொய்யாகச் சூடிக்கொண்டவற்றை ஒவ்வொன்றாகக் கழற்றி எறிந்துவிடும்போது நிர்வாணம் எட்டப்படுகிறது. ஆன்மா என்ற தனித்த இருப்பை முன் மாதிரியாகக் கொண்டு நம்மில் நாமே கட்டமைத்துக் கொண்ட தன்னகங்காரமே வாழ்வில் துன்பத்திற்கான காரணமாக அமைகிறது. எனவே, துன்பத்தை விலக்க வேண்டுமானால் தான் என்ற மையத்தைக் கட்டுடைக்க வேண்டும். தான் கழன்று விடும்போது எஞ்சுவது நிர்வாண நிலை. முழுக்கத் தன்னை இழந்த அந்த நிர்வாண நிலையை பௌத்தம் சூன்யம் என்றும் கூறும். சூன்ய நிலையில் தன்னகங்காரம் சார்ந்த தளைகள் எல்லாம் நம்மை விட்டு விலகி விடுவதால் நாம் முழுச் சுதந்திரம் அடைகிறோம். இந்தச் சூனிய நிலையை பூரண நிலை என்றும் கூறலாம். தன்னகங்காரம் சார்ந்த எல்லைகள் உடைந்து போவதால் நாம் எல்லைகளற்ற முழு (பூரண) நிலையை அடைகிறோம். நிர்வாணமே சூன்யம்; சூன்யமே பூரணம். எதுவுமில்லாத நிலை சகலத்தையும் எட்டிய நிலையாக இயங்கியல் மாற்றம் பெறுகிறது. தன்னை இழக்கும் போது சகலவற்றையும் ஈட்டுகிறோம் என்பது அதன் தருக்கவியல் (Nothingness is equivalent to everything). எதுவுமில்லாதது எல்லாமுமாக ஆகிறது.

பௌத்தம் மேற்குறிப்பிட்ட இயங்கியல் உருமாற்றத்தை உளவியல்ரீதியாக வளர்த்தெடுத்தது. இது எந்த அளவிற்குச் சரியானது? என்பது மிகச் சிக்கலான தத்துவ விவாதங்களுக்கு நம்மை இட்டுச் செல்லும். எதுவுமில்லாதது எல்லாமுமாக ஆகுமா? இழப்பது ஈட்டுவதாக ஆகுமா? விட்டுக் கொடுப்பது அடைவதாக ஆகுமா? இந்த இயங்கியலை மேலைநாட்டுத் தத்துவ மரபுகளும் வளர்த்தெடுத்துள்ளன. கிறிஸ்துவ சமயம் இந்தத் தர்க்கவியலைப் பயன்படுத்தி உள்ளது. ஏழைக்கு சொர்க்கம் காத்திருக்கிறது என்று கிறிஸ்துவம் கூறியது. ஊசியின் காது வழியே பணக்காரன் நுழைய முடியாது; ஆயின் மெலிந்து

எதுவுமற்றுப் போன ஏழை அத்துவாரத்தின் வழியாக நுழைந்து சொர்க்கத்துக்குப் போகலாம் என அது கூறியது. இல்லாதவனுக் காக எல்லாம் காத்திருக்கிறது என்பது கிறிஸ்துவம். காரல் மார்க்ஸ் இத்தருக்கவியலைச் சமூக வரலாற்றுக்குப் பொருத்திப் பேசினார். பாட்டாளி வர்க்கத்திற்கு இழப்பதற்கு எதுவுமில்லை; ஆனால், அது வெல்லுவதற்கு முழு உலகமும் உள்ளது என்று அவர் கூறினார். இருபதாம் நூற்றாண்டில் ஷான்பால் சார்த்தர், மனிதன் எதனாலும் தீர்மானிக்கப்படாதவன், இன்மை (Nothing-ness) என்பதே அவனது உண்மை என்றார். இன்மை என்பதே அவனது யதார்த்தமாக இருப்பதால் அவன் முழுச் சுதந்திர மானவனாக ஆகிறான் என்று சார்த்தர் கூறினார்.

பல அற்புதமான தத்துவ அறிஞர்கள் இக்கோட்பாட்டை பல்வேறுவிதமாக வளர்த்தெடுத்துள்ள போதும் ஜெர்மானியத் தத்துவ அறிஞர் நீட்சே இக்கோட்பாட்டைத் தாறுமாறுமாக விமர்சனம் செய்துள்ளார். கிறித்தவ மதம் இக்கோட்பாட்டைப் பயன்படுத்தி அடிமை மனோபாவத்தைக் கட்டி எழுப்பியுள்ளது என்பது நீட்சேயின் வாதம். ஏழையாக இருப்பதை ஒப்புக் கொள்ளுதல், பணிவு, தியாகம், விட்டுக் கொடுத்தல் போன்ற பல மதிப்புகளைக் கிறித்தவம் மேற்குறித்த தருக்கவியலைப் பயன்படுத்தி வெகுசனங்களுக்கிடையில் பரப்பி வந்துள்ளது. கிறித்தவ மதத்திற்கு வெளியேயும் கூட இது போன்ற அறவியல் பரவிக்கிடந்து மனிதரை அவர்களது இயல்புக்கு எதிராக வாழச் சொல்லுகின்றது. அடிப்படையில் இது துறவியின் தருக்கவியல் என்று நீட்சே கூறுகிறார்.

எதுவுமில்லாதது எல்லாமாக மாறுகிறது என்ற பௌத்த இயங்கியல் பக்திச் சிந்தனைக்குள்ளும் பரவியது. தான் என்ற உணர்வை இழந்து முழுக்க சரணாகதி அடைதலைப் பக்தி லட்சியமாக்கியது. பௌத்தத்தில் கடவுள் கொள்கை கிடையாது; தனி மனித ஆன்மா என்ற கருத்தும் கிடையாது. ஆனால் பக்தியிலோ இவை இரண்டுமே உண்டு. எனவே முழுக்கத் தன்னை இழந்து சரணாகதி அடையும்போது எஞ்சியிருக்கும் தனிமனித ஆன்மா இறைவனைச் சேருகிறது. அந்த இறைவனைப் பிரம்மம் என்ற பரம்பொருளாகச் சமப்படுத்தும்போது ஆன்ம - பிரம்ம ஒருமை தோன்றுகிறது என்பது பக்தி வேதாந்தம். பௌத்தத்திலிருந்து பக்தியும், பக்தியிலிருந்து பக்தி வேதாந்தமும் தோன்றுகின்றன.

இந்தியத் தத்துவங்களும் தமிழின் தடங்களும் 65

பக்தி மரபுக்குள் ஆக மொத்தம் மூன்று உள்சரடுகள் தென்படுகின்றன.

1. வேதாந்தமயப்பட்ட பக்தி - இது ஆரம்பத்தில் பகவத் கீதையிலும் பிற்காலத்தில் ராமானுஜரின் விசிஷ்டாத்வைதத் திலும் வேர் கொண்டது.

2. வட்டார மேட்டுக்குடிகளுடன் தொடர்பு கொண்ட பக்தி - இது தென்கலை வைணவம், சித்தாந்த சைவம் ஆகியவற்றிற்கு ஆட்பட்டது.

3. வேதாந்தம், சித்தாந்தம் ஆகியவற்றுக்குள் ஆட்படுவதற்கு முந்திய அல்லது அவற்றுக்கு வெளியிலேயே தங்கிவிட்ட வெகுசன பக்தி.

இந்த மூன்றாவது வகை பக்தி பூர்வக்குடிகளின் நாகரிகத்தி லிருந்து தோன்றியது. இது சனநாயகத்தன்மை கொண்டது. வெகுசனத் தன்மை கொண்டது. பக்தி எனும் உணர்ச்சி மயப்பட்ட பேரியக்கம் இது. இது நிறுவனரீதியாக ஒன்றுபட மறுப்பது, பன்மைத் தன்மை கொண்டது.

இரண்டாவது வகைப்பட்ட வட்டார மேட்டுக்குடி பக்தி இரண்டும் கெட்டான் தன்மை கொண்டது. இது வைதீகத் தோடு இரட்டை உறவு கொண்டது. அதுபோலவே அடித்தள மக்களோடும் இரட்டை உறவு கொண்டது. வைதீக மேலாதிக் கத்தை இது ஒரு புறம் எதிர்க்கும்; இன்னொரு புறம் வைதீகம் முன்மொழியும் வருண வரிசையை வட்டார மக்களிடையில் பரப்பும். வைதீகத்தை எதிர்க்கும்போது இது அடித்தள மக்களை ஆரத்தழுவிக் கொள்ளும்; உள்ளுக்குள்ளேயே தனது மேலாண்மையை நிறுவிக் கொள்ள அவர்களைத் தன்னிலிருந்து பிரித்துக் காட்டும். தமிழ்ச் சூழல்களில் வட்டார மேட்டுக் குடிகள் தமிழ்மொழியோடும் தமிழ்நிலத்தோடும் தமிழ்ப் பண்பாட்டு உணர்வோடும் தம்மை இணைத்துக்கொண்டனர். இன்னொருபுறம் ஆகமங்களோடு வேதங்களும் தமது புனித நூல்களே என்று அறிவித்துக் கொண்டனர். வட இந்திய வைணவ, சைவ புராணங்களைத் தமிழுக்கு இறக்குமதி செய்துகொள்ளவும் இவர்கள் தயங்கியதில்லை. தொண்டர் குலம், அடியார் குலம் என்ற புதிய அடையாளத்தை உருவாக்க இவர்கள் உற்சாகம் காட்டியதுண்டு. ஆனால், இந்த உற்சாகம் தளர்ந்து உள்ளூர் சாதியத்தை இவர்கள் பலப்படுத்தியதுண்டு.

இந்த இரட்டை நிலைதான் வட்டார மேட்டுக்குடிகளின் தனித்தன்மை.

இறுதியாக, முதல் வகைப்பட்ட பக்தி வேதாந்தம். இது வருண சுதர்மங்களை உச்சிமுதல் உள்ளங்கால்வரை பரப்ப வேண்டும் எனக் கூறுவது. சங்கர வேதாந்தத்தாலும் பகவத் கீதையின் வேதாந்தத்தாலும் ஈட்டப்படாத வெகுசனத் தளத்தை இது பக்தி வேதாந்தத்தின் மூலம் ஈட்டிக்கொள்கிறது. பக்தி எனும் வெகுசன உணர்வின் அடையாளங்களான கோவில் களுக்குள் சமஸ்கிருத அர்ச்சனையையும் யாக குண்டங்களையும் பரப்பியது இந்த மரபு. வட இந்திய மற்றும் நடு இந்திய வட்டாரங்களில் (ஆந்திரா வரையிலும்) வைணவம் என்னும் பேரடையாளத்தை இது கட்டி எழுப்பியது. கர்நாடகம், மலையாளம், தமிழகம் ஆகிய பகுதிகளில் இது முழு வெற்றி பெறவில்லை. வடக்கே வங்காளம், மராட்டியம், காஷ்மீர், பஞ்சாப் பகுதிகளிலும் இது முழு வெற்றி பெறவில்லை. வட - நடு இந்தியப் பகுதிகளில் இது சைவத்தின் செல்வாக்கைப் பெருமளவில் கட்டுப்படுத்தியது. ஒரு வரலாற்றுக் கட்டத்தில் வைணவ / சைவ வேறுபாடுகள் மையம் / விளிம்பு என்ற நிலையைக் கொள்ள முடிந்தது. கபாலிகர்கள், காளாமுகர்கள், பைரவர்கள், நாதர் சம்பிரதாயம், சித்தர் போன்ற உதிரி வடிவங் களில் சைவம் தன்னை அக்காலத்தில் தக்க வைத்துக் கொண்டது.

வட - நடு இந்தியாவில் நிலஉடமையின் பரவல் வைண வத்தின் பரவலோடு தொடர்பு கொண்டது என ஆர்.எஸ். சர்மா என்ற அறிஞர் எழுதுவார். வட இந்தியாவில் வைணவ பக்தியின் பரவல் (1) உழவுத் தொழிலின் பரவல்; (2) நிலஉடமை உறவுகளின் பரவல்; (3) சாதி அமைப்பின் பரவல் என்ற மூன்று பண்புகளைக் கொண்டது என்று ஆர்.எஸ்.சர்மா கூறுவார். சாதி நில உடமைப் பரவலின் கருத்தியலாக பக்தி வேதாந்தம் அமைந்தது.

இந்திய நில உடமை மேலிருந்தும் கீழிருந்தும் இருவகை யாகக் கட்டி எழுப்பப்பட்டன என்று டி.டி.கோசாம்பியும் குறிப்பிடுவார். “மேலிருந்து” என்பதை பிராமணியத்தன்மை கொண்டிருந்த மேட்டுக்குடிக் கருத்தியல்களிலிருந்து பரவிய சாதிய அமைப்பு முறை என்று புரிந்துகொள்ள வேண்டும். பக்தி இயக்கம் வேதாந்தமயப்படுத்தப்படுவதை, வெகுசனங்களுக்குள் சாதியம் திணிக்கப்படுவதை “மேலிருந்து” உருவாக்கப்பட்ட நில உடமை எனப் புரிந்துகொள்ள வேண்டும். உழவுத் தொழிலின்

பரவலால் நில உடமை தோன்றுவதையும் வட்டார மேட்டுக் குடிகள் உருவாவதையும் "கீழிருந்து" தோன்றிய நிலஉடமை எனக் கொள்ளல்வேண்டும். பக்தி இயக்கம் மடங்களின் தலைமையை ஏற்பதும், கோயில் பொருளாதாரத்தின் தோற்றமும் "கீழிருந்து" தோன்றிய நிலஉடமை முறையின் அடையாளங் களாகும். திருத்தொண்டர்களின் சைவம் இக்காலத்தில் சித்தாந்த சைவமாக நிறுவனப்படுகிறது. உழவுத்தொழில் சார்ந்த வேளாளர் வட்டங்கள் இக்காலத்தில் சைவ வேளாளரா கவும் அசைவ வேளாளராகவும் இரண்டு பட்டனர். வைதீகம் முன்மொழிந்த சாதிமுறைமை இப்போது இவர்களால் ஏற்றுக் கொள்ளப்பட்டு விட்டது. இது கீழிருந்து தோன்றிய நிலப் பிரபுத்துவம்.

வேதாந்தத்திற்கு வெகுசன வடிவம் ஏன் தேவைப்பட்டது? வேதாந்தம் என்பது ஒருவகை சமூக உறவின் கருத்தியல் வடிவம். பிராமணர்களின் சுதர்மத்தையும் பிற மக்கள் கூட்டங்களின் சுதர்மங்களையும் வரையறுத்துக் காட்டும் கருத்தியல் அது. வெவ்வேறு சமூக வர்க்கங்களுக்கிடையில் கலாசாரத் தடை களைக் கொண்ட ஏற்பாடு அது. தமது சுதர்மத்தைக் காத்துக் கொள்ள பிறரது சுதர்மங்களை நிர்ணயித்த ஏற்பாடு அது. வேதாந்தத்தின் வெகுசன வடிவம் வருண - சாதி அமைப்பு குறித்த வெகுசன அங்கீகாரம். வேதாந்தத்தின் வெகுசன வடிவம் சைவத்திற்கு எதிராகவும் பழங்குடிகளுக்கு எதிராகவும் வெகுசனங்களைத் திரட்டுவதற்கும் உதவுவது.

பத்தொன்பதாம் நூற்றாண்டின் இறுதியிலிருந்து வேதாந் தத்தின் வெகுசன வடிவம் "இந்து" என்ற புதிய பேரடையாளம் ஒன்றை உருவாக்கியது. இது இந்து தேசியம் என்ற நேரடி வடிவிலும் இந்திய தேசியம் என்ற மறைமுக வடிவிலும் தொழில்பட்டிருக்கிறது. முஸ்லிம்கள், கிறிஸ்தவர்கள், மேற் கத்தியப் பண்பாடு, விவசாயிகள், பழங்குடிகள் ஆகியோருக்கு எதிரான வெகுசனத் திரட்சிக்கும் இது பயன்பட்டிருக்கிறது.

இந்திய வரலாற்றில் உருவாகி வந்துள்ள வேதாந்தத்தின் மூன்று வடிவங்களை இந்நூல் சுட்டிக்காட்டுகிறது. அவை:

1. வைதீகத்தின் புனிதத்தையும் பிரம்மத்தின் புனிதத்தையும் சொல்லும் வேதாந்தத்தின் சுத்த சுயாதீன சுதர்ம வடிவம்.

2. வைதீகத்தின் தலைமையை ஏற்றுக்கொண்ட சத்திரிய அரசியல் வடிவம்.

3. வருண தருமத்தை வெகுசனப் பரப்பு முழுவதும் செயல்படுத்தும் பக்தி வேதாந்தம்.

இந்த மூன்றும் ஒன்றை மறுத்து மற்றது தோன்றவில்லை. ஒன்று மற்றொன்றோடு கூடி வளர்ந்துள்ளது. மூன்றினுள்ளும் நிலைபேறு பெற்ற கூறாக விளங்குவது வைதீகத்தின் தலைமையிலான சாதி - வருண ஏற்பாடே. வரலாற்றின் வெவ்வேறு காலங்களில் வைதீகம் மேற்குறித்த மூன்றினுள் ஏதாவதொன்றிற்கு அதிக அழுத்தம் தந்து வந்துள்ளது.

நமது காலத்தில் இந்துத்துவம் வேதாந்தத்தின் மூன்று வடிவங்களையுமே ஒரு சேரப் பயன்படுத்தி வருகிறது. சனநாயக சத்திகளுக்கு இது ஒரு மாபெரும் சவாலை ஏற்படுத்தியுள்ளது. சமகாலத்தின் சனநாயக சத்திகளைத் திரட்டுவதோடு வரலாற்றில் முன்பு தொழில்பட்டு வந்துள்ள மாற்றுக் கலாசாரச் சத்திகளின் ஆற்றலைத் திரட்டிக்கொள்ள வேண்டிய அவசியமும் இப்போது ஏற்பட்டுள்ளது.

4. பிரம்ம சூத்திரம்:
ஒரு கருத்தியல் பிரதியின் உருவாக்கம்

4
பிரம்ம சூத்திரம்: ஒரு கருத்தியல் பிரதியின் உருவாக்கம்

சென்னை ராமகிருஷ்ண மடம், பாதராயணரின் *பிரம்ம சூத்திரம்* நூலின் தமிழ் மொழிபெயர்ப்பை வெளியிட்டுள்ளது. இந்நூலை மொழிபெயர்த்து விளக்கவுரையும் எழுதியவர் சுவாமி ஆசுதோஷானந்தர் எனப் பதிப்புரையில் சொல்லப்பட்டுள்ளது. பிரம்ம சூத்திரத்திற்குத் தமிழில் பல மொழிபெயர்ப்புகள் உள்ளனவெனினும், புதிதாக வந்த தமிழ் மொழிபெயர்ப்பு என்பதனால் விருப்புடன் அதனைப் படித்தேன். இந்நூலைப் படிக்கும் போது, குறிப்பிட்ட சில பிரச்சினைகள் உறுத்தலாகத் தென்பட்டதால், அதனை இக்கட்டுரையில் பதிவு செய்யலாம் என விழைகிறேன்.

பிரஸ்தான திரயம்

பண்டைய இந்தியாவில் வேதாந்தத் தத்துவம் உருவானதற்கு ஒரு நீண்ட நெடிய வரலாறு உண்டு. வேதாந்தத் தத்துவத்திற்கு மூவகை நூல்கள் அடிப்படை நூல்களாக விளங்குகின்றன. இம்மூவகை நூல்களை *ப்ரஸ்தான த்ரயம்* என்று வைதீகர்கள் குறிப்பிடுகின்றார்கள். இவற்றில் வேதங்கள், உபநிடதங்கள் முதல் வகைப்பட்டவை, இவற்றை *சுருதி பிரஸ்தானம்* என்பர். சுருதிகள் என்பவை யாராலோ இயற்றப்பட்டவை என்றோ, எழுதப் பட்டவை என்றோ வைதீகர்கள் ஒப்புக்கொள்வது கிடையாது. பிரபஞ்ச வெளியில் ஒலி வடிவில் நிலவிய பாடல்களை வேத ரிஷிகள் காதுகளால் கேட்டுப் பதிவு செய்தார்கள் என்பது சுருதிகளுக்கு அவர்கள் வழங்கும் விளக்கம். இப்படிப்பட்ட ஒரு விளக்கம் நிச்சயமாகப் பிற்காலத்தியது என்று யூகிக்க முடியும். வைதீக மரபு உருவெடுத்த பின், அதற்குப் பலவகை நூல்களும் பலவித விளக்கங்களும் உருவான பின்னர், ஏதோ ஒரு வகையில் அதன் தொன்மையையும் புனிதத்தையும் காப்பாற்றவேண்டும்

என்பதற்காகவே சுருதி பிரஸ்தானம் என்ற, அதாவது ரிஷிகளால் கேட்கப்பட்ட பூர்வீகத்தை, வைதீகர்கள் உருவாக்கியிருக்க வேண்டும் என்று யூகிக்கலாம். அதாவது, இது மற்ற நூல்களைப் போல மானுடப் பிறவிகளால் எழுதப்பட்ட நூல் அல்ல (*அபௌருஷ்ய*) என்ற ஒரு புனித அந்தஸ்தை ஏற்றியுள்ளார்கள்.

வேதாந்தத்தின் இரண்டாவது முக்கியமான நூலாக பகவத் கீதை சொல்லப்படுகிறது. இதனை *ஸ்மிருதி பிரஸ்தானம்* என்பர். வேதங்களுக்கும் உபநிடதங்களுக்கும் மிகப் பிந்திய காலத்தைச் சேர்ந்தது பகவத் கீதை. பிராமண இலக்கியங்களான வேத உபநிடதங்கள், அவற்றிற்கு இணையாக சிராமணத் தத்துவங்கள் எனப்படும் ஆசீவகம், சமணம், பௌத்தம். இவற்றுக்குப் பின் தோன்றிய *ராமாயண மகாபாரதம்* என்ற வரிசையில் கடைசி யாகத் தோன்றியது பகவத் கீதை. இத்தனைக் காலங்கள் பின்னால் தோன்றியது என்பதைக் குறிப்பதற்கும், அது பல விசயங்களில் வேத உபநிடதங்களிலிருந்து விலகிச் சென்றது என்பதைக் குறிப்பதற்குமே, அது *ஸ்மிருதி பிரஸ்தானம்* என்ற இரண்டாம் நிலை அந்தஸ்தில் வைத்துச் சொல்லப்படுகிறது.

மேற்குறித்த இருவகை நூல்களைக் கடந்து, மூன்றாவது நிலையில் தோற்றம் பெற்ற நூலே பாதராயணரின் பிரம்ம சூத்திரம் ஆகும். உண்மையில் வேதாந்தம் என்ற தத்துவம் உருவானதில் இந்நூலே முடிவான பாத்திரம் வகித்தது. வேதங்களின் முடிவு, வேதங்களின் சாரம் என்ற அர்த்தங்களைக் கொண்டதாக இத்தத்துவம் பெயரிடப்பட்டுள்ளது. சிராமணத் தத்துவங்கள் மட்டுமின்றி, சார்வாகம், சாங்கியம், யோகம், வைசேடிகம், நியாயம் போன்ற தத்துவங்களும் இக்காலத்தில் நிலைபெற்றுவிட்டதால், வைதீக மரபுக்கென ஒரு தத்துவத்தை உருவாக்கிக் காட்டவேண்டிய அவசியம் இக்காலத்தில் ஏற்பட்டுவிட்டதென்று இங்கு நாம் காணக்கிட முடியும்.

தர்க்க பிரஸ்தானம்

வேத உபநிடதங்கள் *சுருதி பிரஸ்தானம்* என்றும், பகவத் கீதை *ஸ்மிருதி பிரஸ்தானம்* என்றும் அழைக்கப்படுவது போல, *பிரம்ம சூத்திரம்* இதே வரிசையில் *தர்க்க பிரஸ்தானம்* அல்லது *நியாய பிரஸ்தானம்* என்று அழைக்கப்படுகிறது. *நியாயம்* என்பது இந்தியத் தத்துவங்களில் அறிவின் ஆதாரங்களையும் தர்க்க விதிகளையும் பற்றிப் பேசுகிற விரிவான ஒரு தத்துவம்

ஆகும். இது வைசேடிகத்தோடு இணைத்துப் பேசப்படும் சிந்தனை ஆகும். நியாய பிரஸ்தானம் என்று பிரம்ம சூத்திரம் பெயரிடப்பட்டதிலிருந்து வேதாந்தத் தத்துவத்தைப் பிற தத்துவங்களைப் போலத் தர்க்கபூர்வமாக உருவாக்கவேண்டும் என்று அதன் ஆசிரியரான பாதராயணர் ஆசைப்பட்டிருக்கிறார் என்பது தெரிய வருகிறது. அப்படிச் செய்தால்தான் வைதீக மரபின் சிந்தனை ஒன்றுக்குத் தத்துவம் என்ற அந்தஸ்து கிடைக்கும் என்பதைப் பாதராயணர் புரிந்திருக்கிறார். பாதராயணரின் ஆசையைத் தவறென்று சொல்ல முடியாது. நியாயமான ஆசைதான்.

இந்நிலையில், நியாய பிரஸ்தானம் என பிரம்ம சூத்திரம் அழைக்கப்படுவதைப் பற்றி, சுவாமி ஆசுதோஷானந்தர் கூறும் விளக்கத்தை இங்கு எடுத்துக்காட்டுவோம். "நியாய பிரஸ்தானம் என்றால் யுக்திபூர்வமான அடிப்படை நூல். யுக்திபூர்வமானது என்றால், யுக்திபூர்வமான கேள்விகளுக் கெல்லாம் விடையளிப்பது என்றோ விஞ்ஞான பூர்வமான அடிப்படையில் எழுதப்பட்டது என்பதோ பொருள் அல்ல. 'யுக்தி பூர்வமானது' என்று கூறுவதன் மூலம் 'நேரடியாக உபநிசதங்களை அடிப்படையாகக் கொண்டது' என்பது சுட்டிக்காட்டப்படுகிறது" (ப. xv). ஆசுதோஷானந்தரின் விளக்கம் நமக்குச் சிறிது ஏமாற்றத்தை ஏற்படுத்துகிறது. ஒரு நூலுக்கு தர்க்க பிரஸ்தானம் என்று பெயரை வைத்துவிட்டு, அடுத்த வரியிலேயே அது தர்க்கபூர்வமானது அல்ல என்று விளக்கமளித்தால் ஏமாற்றம் ஏற்படத்தான் செய்யும். பிரம்ம சூத்திரம் விசயத்திலும் அதுதான் நடக்கிறது.

சரி, அது தர்க்கபூர்வமானது அல்ல என்றால், பின் எப்படிப்பட்டது? அது நேரடியாக உபநிடதங்களை அடிப்படையாகக் கொண்டது என்பதே சுட்டிக்காட்டப் படுகிறது என்கிறார் ஆசுதோஷானந்தர். அதாவது, வேதாந் தத்தின் உபநிடதத் தொடர்பை நிலைநாட்டுவதுதான் பாதரா யணருக்கு முக்கியம். உபநிடதத் தொடர்பு வைதீகத் தொடர்பு. அது ஒரு கூட்டத்தின் அடையாளம். அதுதான் பாதரா யணருக்குத் தேவை. அதை அவர் செய்துவிட்டுப் போகட்டும். ஆனால், அப்படிப்பட்ட நூலுக்குத் தர்க்க பிரஸ்தானம் அல்லது நியாய பிரஸ்தானம் என்று ஏன் பெயர் வைக்க

வேண்டும்? குறிப்பிட்ட அக்காலத்தில் நியாயத்திற்கும் தர்க்கத் திற்கும் 'மௌசு' ஏற்பட்டுவிட்டது என்பதற்காக அப்படிப் பெயர்வைத்துவிடலாமா, என்ன?

கொஞ்சம் வேறுவிதமாகச் சிந்திப்பதானால், உபநிடதங்களை அடியொற்றி எழுதப்பட்ட பிரம்ம சூத்திரம் என்ற இந்நூல், அந்தக் காரியத்தைச் செவ்வனே செய்வதற்காக தர்க்கவியலை ஒரு கருவியாகப் பயன்படுத்தப்போகிறதோ என்ற சந்தேகம் எழுகிறது. உண்மையில் பிரம்ம சூத்திரம் நூலுக்குள் அதுதான் நடக்கிறது. இதனைப் பின்னால் காண்போம். இப்போதைக்கு ஒன்றைப் புரிந்துகொள்ளலாம். பிரம்ம சூத்திரத்தின் நோக்கம் அறிவின் அடிப்படை ஆதாரங்கள் பற்றிய நியாயத்தைக் கொண்டோ, அதன் தருக்கவியலைக் கொண்டோ வேதாந்தம் என்ற ஒரு தத்துவத்தை உருவாக்குவதல்ல. மாறாக ஏற்கெனவே வழக்கிலிருந்த உபநிடத வரிகளிலிருந்து வைதீக மரபுக்கென ஒரு தத்துவக் கட்டடத்தைக் கட்டி எழுப்புவதே என்பதைப் புரிந்துகொள்ளுகிறோம். தருக்கவியல் இங்கு உண்மையைத் தேடும், உண்மையைக் கண்டறியும், பின் அதனை உரசிப் பார்க்கும் சாதனமாகப் பயன்படவில்லை. மாறாக, ஏற்கனவே கைவசம் உள்ள முன்முடிவை வலியுறுத்தும் கருவியாக மட்டுமே பயன்பட்டுள்ளது. தர்க்க பிரஸ்தானம் எனப்படும் பிரம்ம சூத்திர நூலில் தர்க்கத்திற்கு முதன்மையிடம் வழங்கப்படவில்லை. அது உபநிடதக் கருத்துக்களை நியாயப் படுத்துவதற்கான உபகருவியாக மட்டுமே பயன்படுத்தப் பட்டுள்ளது. நமது ஏமாற்றம் பெரிதாகிறது.

வேத உபநிடதங்களின் உரையாசிரியர்கள்

வேதாந்தத்தின் வரலாற்றில் இதுதான் வேதாந்தம் என்று விளக்கவந்த பலர் தத்தமது முன்முடிவுகளுக்கு ஏற்ப, வேத உபநிடத நூல்களைத் தம் மனம் போலப் பிரித்தும் திரித்தும் மிகவும் அசம்பாவிதமாகப் பொருள் கூறியுள்ளனர் என்று ஆசுதோஷானந்தர் வருந்துகிறார். இது குறித்து விவேகானந்தரின் வருத்தத்தையும் ஆசுதோஷானந்தர் எடுத்துக்காட்டுகிறார். விவேகானந்தரின் வீரமொழிகள் என்ற தலைப்பிலான நூல் தொகுதிகளின் ஐந்தாம் பகுதியில் இடம்பெறும் விவேகானந்தரின் சொற்களை அவர் எடுத்தாளுகிறார், "அத்வைத உரையாசிரியர் என்ன செய்கிறார்? அத்வைதப் பகுதி வரும்போது, அதை அப்படியே வைத்துக்கொள்கிறார். ஆனால் துவைதப் பகுதி

வருமானால் அதே உரையாசிரியர், அவரால் முடியுமானால், அந்தப் பகுதியைப் பிரித்தும் திரித்தும் மிகவும் அசம்பாவிதமாகப் பொருள் கொள்ளுகிறார். 'பிறப்பற்றது' [என்ற சொல்] சில இடங்களில் 'ஆடு' என்றாகிவிடுகிறது. இத்தகைய விநோத மாற்றங்களை எல்லாம் [உரையாசிரியர்களின் எழுத்துக்களில்] காணமுடியும். உரையாசிரியர் தமக்கு ஏற்றவாறு பொருள் தருவதற்காக, 'பிறப்பற்றது' என்ற பொருள் தருகின்ற 'அஜ:' என்ற வார்த்தையை, 'பெண் ஆடு' என்று பொருள்படுகின்ற 'அஜா' என்ற வார்த்தையாகக் கொள்ளுகிறார். இதைவிட மோசமாக இல்லையென்றாலும், இவ்வாறுதான் துவைத உரையாசிரியர்களும் வேதப்பகுதிகளைக் கையாளுகிறார்கள். துவைதப் பொருள் தரும் பகுதிகளை அப்படியே வைத்துக் கொண்டு, அத்வைதப் பொருள் வரும் பகுதியை விருப்பம் போல் திரித்துப் பொருள் தருகிறார்கள்."

விவேகானந்தரின் இந்தச் சொற்களை எடுத்தாளும் ஆசுதோஷானந்தர், வேதாந்த உரையாசிரியர்களைப் பற்றிக் கூடுதலாக ஒரு வரி எழுதிச் செல்லுகிறார்: "பாதராயணரின் கருத்துக்களையே மறைக்கும் அளவிற்கு இவர்கள் தங்கள் கருத்துக்களைத் திணிப்பதில் முனைந்து நிற்பதைக் காண முடிகிறது" (ப. xviii).

விவேகானந்தரும் ஆசுதோஷானந்தரும் 'பிரித்தும் திரித்தும் எழுதும் வேதாந்த உரையாசிரியர்கள்' என்று இங்கு யாரைக் குறிப்பிடுகின்றனர்? யாரோ இப்போதுள்ள அரைகுறை வேதாந்திகளை அவர்கள் இங்குக் குறிப்பிடவில்லை. சாட்சாத் சங்கரர், ராமானுஜர், மத்வர் போன்ற முதல் ஆச்சாரியார் களையே திரித்து எழுதியவர்களென்று விவேகானந்தரும் ஆசுதோஷானந்தரும் குறிப்பிடுகின்றனர். அதிர்ச்சியாக இருக்கிற தல்லவா? இன்னும் இருக்கிறது.

சமன்வய விளக்கங்கள்

பிரம்ம சூத்திரம் நூல் நான்கு பெரும் அத்தியாயங்களைக் கொண்டுள்ளது. அவற்றில் முதல் அத்தியாயம் ஸமன்வய அத்தியாயம் என அழைக்கப்படுகிறது. ஸமன்வயம் என்றால் என்ன?

"ஸமன்வயம் என்ற வார்த்தையை 'ஒரே விதமான கருத்து' என்று ஓரளவிற்கு மொழிபெயர்க்கலாம். வேதங்கள், குறிப்பாக

உபநிதங்கள் கூறுகின்ற ஒரேவிதமான கருத்து இறைவனே (பிரம்மம்)... உபநிசத வாக்கியங்கள் சில இடங்களில் தெளிவற்றுத் தென்படுகின்றன. அத்தகைய மந்திரங்களைத் தேர்ந்தெடுத்து அவையும் மேற்கண்ட கருத்தையே கூறுகின்றன என்பதைத் தெளிவுபடுத்துகிறார் பாதராயணர். இவ்வாறு உபநிசதங்கள் சமன்வயத்தை அதாவது, 'ஒரேவிதமான' கருத்தையே கூறுகின்றன என்பதை எடுத்துக் கூறுவதால் இந்த அத்தியாயம் 'ஸமன்வய அத்தியாயம்' என்று பெயர் பெறுகிறது" (பக். 3-4) என்கிறார் ஆசுதோஷானந்தர். உபநிடதங்கள் வேறுபட்ட கருத்துக்களைப் பேசவில்லை, அவை ஒரே பொருளைத்தான் (பிரம்மம் குறித்து மட்டுமே) பேசின என்று நிறுவுவதே சமன்வயம்.

சமன்வயம் என்ற சொல்லை ஆசுதோஷானந்தர் பிறிதோரிடத்திலும் விளக்குகிறார். "சாஸ்திரங்களில் பல கருத்துக்கள் காணப்படுகின்றன; அவற்றுள் எதை நிரூபண மாகக் கொள்ளுவது? என்ற கேள்விக்கு இங்கே பாதராயணர் கூறும் பதில் மிகவும் ஆழமானது. 'சமன்வயத்தின் வாயிலாக' என்று அவர் பதில் கூறுகிறார். சமன்வயம் என்றால் 'சமன் படுத்துதல்'... மேலோட்டமாகப் பார்த்தால், வேத உபநிசதங் களில் இதற்கு [பிரம்மம் என்ற கருத்தாக்கத்திற்கு] மாற்றுக் கருத்துக் களைக் காணமுடியும். ஆனால் அவை மாற்றுக் கருத்துக்கள் அல்ல; அவற்றைச் சமன்படுத்திப் புரிந்து கொண்டால் குழப்பம் நேர்வதற்கு வாய்ப்பில்லை" (பக். 24-25).

ஆசுதோஷானந்தர் இங்குச் சிறிது சிரமப்பட்டிருப்பதாகத் தெரிகிறது. உபநிடத வாக்கியங்கள் சில இடங்களில் தெளிவற்றுக் காணப்படுகின்றன, பல கருத்துக்கள் உள்ளன. பலவகைப்பட்ட கருத்துக்களில் எதைக் கொள்ளுவது? பிரம்மத்திற்கு மாற்றுக் கருத்துக்களும் உபநிடதங்களில் உள்ளன. ஆனால், அவை மாற்றுக் கருத்துக்கள் அல்ல.

எத்தனைத் தடுமாற்றங்களோடு ஆசுதோஷானந்தர் பிரம்ம சூத்திரத்தின் 'தருக்கவியலை' விளக்குகிறார் பாருங்கள்!

இருப்பினும், ஒரு விசயம் நமக்குத் தெளிவாகிறது. பிரம்ம சூத்திரம் மிக முக்கியமான, 'மிகவும் ஆழமான' ஒரு நோக்கத் திற்காக எழுதப்பட்டுள்ளது. உபநிடதங்களில் தெளிவில்லை. வரலாற்றின் முந்திய காலக்கட்டத்தில், வரையறுக்கப்பட்ட முன்முடிவுகள் இல்லாமல், சில வேளைகளில் முரண்பட்ட

கருத்துநிலைகளும் வேத உபநிடதங்களில் பதிவாகியுள்ளன. பிரம்மத்தைப் பற்றிய கருத்துக்களும் அந்நூல்களில் உள்ளன. மாற்றுக் கருத்துக்களும் அந்நூல்களில் உள்ளன. வரலாற்றின் அடுத்தக் கட்டத்தில், தமக்கு வரையறுக்கப்பட்ட தத்துவம் ஒன்று வேண்டும் எனக் கருதிய வைதீகர்கள், அப்பழைய நூல்களிலிருந்து குறிப்பான மந்திரங்களைத் தேர்வு செய்து, விளக்கமளித்து 'பிரம்மம் என்ற ஒரே விதமான கருத்தை' முன்னிலைப் படுத்துவதற்காக பிரம்ம சூத்திரம் என்ற நூலை உருவாக்கியுள்ளார்கள். இதனைச் செய்வதற்காகவே சமன்வயம் அல்லது சமப்படுத்தல் என்ற உத்தியை அவர்கள் பயன்படுத்தி யிருக்கிறார்கள்.

பின்னை நவீனத்துவ சிந்தனையாளர்கள் குறிப்பிடும் ஒரு கருத்தை இங்கு நினைவுபடுத்துவோம். எல்லா மூலப் பிரதி களுமே உள்ளுக்குள்ளாக முரண்பாடு கொண்டவையே, உள்ளுக்குள் வேறுபாடுகள் (பிசிறுகள், சிதறல்கள்) கொண்ட வையே. ஆயின், ஒரு மதம் அல்லது சிந்தனை முறை நிறுவனப் படும்போது, அந்த முரண்களும் வேறுபாடுகளும் உள்ளே அமுக்கப்பட்டு 'மொழு மொழு' என அமுல் பேபி போன்ற சித்திரம் உருவாக்கப்படுகிறது. இது ஒரு கருத்தியல் (ideology) செயல்பாடு. கருத்தியல் என்பதற்கு கார்ல் மார்க்ஸ், அது ஒரு பொய்யுணர்வு என்று கூறியதையும் இங்கு நினைவில் கொள் வோம்.

பிரம்ம சூத்திரம் சமப்படுத்துகிறதா, வீழ்த்த முனைகிறதா?

ஆசுதோஷானந்தர் சொல்லுகிறார், "பாதராயணரின் காலத்தில் சாங்கியம் மிகவும் பிரபலமான தத்துவமாக இருந்திருக்கவேண்டும். எனவே சாங்கியக் கருத்தைத் தவறென்று நிரூபிப்பதையே அவர் முதலில் எடுத்துக்கொள்கிறார். உலகின் மிகச் சிறந்த மல்யுத்த வீரனை வீழ்த்துகின்ற ஒருவன் மற்ற வீரர்களை எதிர்கொள்ளாமலேயே மிகச் சிறந்த வீரன் என்ற பட்டம் பெறுவான். அதுபோலவே சாங்கியத்தை எதிர் கொண்டால் அது மற்ற தத்துவங்களையும் எதிர்கொண்டதற்குச் சமமே என்பதால் பல சூத்திரங்களை சாங்கியத்தை எதிர் கொள்வதற்காகவே எழுதியுள்ளார் பாதராயணர். இத்தகைய தமது நிலையை 'ப்ரதான மல்ல நிபர்ஹண நியாயம்' என்று குறிப்பிடவும் செய்கிறார்" (பக். 26).

முன்பு சொல்லியதன்படி, உபநிடத வாக்கியங்களுக்குள் தென்படும் உள்முரண்களை அப்புறப்படுத்தவே பாதராயணர் தனது சமன்வயத்தைப் பயன்படுத்தப் போகிறார் என நாம் எதிர்நோக்கும் நேரத்தில், பாதராயணர் வேறொரு வேலைத் திட்டத்தை இங்கு முன்மொழிகிறார். வெறுமனே உபநிடதங் களில் காணப்படும் சின்னஞ்சிறு முரண்களை, பிசிறுகளை, வளைவு நெளிவுகளைத் தட்டி நேர்ப்படுத்துவதற்காக பாதராயணர் இங்கு சமன்வயத்தைக் கையாளவில்லை. ஓர் அடிப்படையான தத்துவப் பிரச்சினையைக் கையாளுவதற்காக சமன்வயம் இங்கே பயன்படப்போகிறது. அதாவது, அவரது காலத்தில் மிகவும் பிரபலமாக இருந்த சாங்கியத்தின் செல்வாக்கை உபநிடதங்களி லிருந்து அப்புறப்படுத்துவதற்கான வேலையிலேயே அவர் ஈடுபடுகிறார்.

வேதாந்தத்திற்குள்ளேயே சில நெளிவு சுழிவுகளை பாதராயணர் சரிசெய்ய முனைந்தால் நாம் அது குறித்துப் பெரிதும் கவலைப்படவேண்டியதில்லை. இது அத்வைதமல்ல, விசிஷ்டாத்வைதம், இல்லை இல்லை, இது துவைதம் என உபநிடத வரிகளைப் 'பிரித்தும் திரித்தும்' விளக்கமளித்தால் கூட நாம் அதனை 'அசம்பாவிதம்' எனக் கொள்ளப்போவதில்லை. ஆனால், பாதராயணர் பிரம்ம சூத்திரத்தில் வேதாந்தத்தின் உள்பிரச்சினைகளைவிட முக்கியமாக சாங்கியம் என்ற பிரதான மல்லனை வீழ்த்துவதற்கு இறங்கியுள்ளார். இது சமப்படுத்தல் அல்ல, வீழ்த்தும் அரசியல், தத்துவத்தில் வர்க்கப் போராட்டம் என்று அல்த்தூசர் குறிப்பிடும் கருத்து நினைவுக்கு வருகிறது.

சாங்கியம்/வேதாந்தம் என்ற தீவிர எதிர்வு

பிரம்ம சூத்திர நூல் சாங்கியத்தை வீழ்த்தி வேதாந்தத்தை எப்படித் தூக்கிப் பிடிக்கிறது என்பதை விளக்க சில எடுத்துக்காட்டுகளைக் குறிப்பிடுவோம். உபநிடத வரிகளில் சாங்கிய செல்வாக்குக் கொண்டவை என்று எவை எவை யெல்லாம் தென்படுகின்றனவோ அவற்றையெல்லாம் பிரம்ம சூத்திரம் முரட்டுத்தனமாக மோதி உடைகிறது.

சாந்தோக்ய உபநிடதத்தில் உலகப் படைப்பு பற்றிய பகுதியில், "கடவுள் என்ற ஒருவர் இல்லை; படைப்பு என்பது தானாக நிகழ்ந்தது என்று சிலர் கூறுகிறார்கள்" (6: 2.1) என்று ஒரு வரி இடம் பெறுகிறது.

"முதலில் நெருப்புத் தோன்றியது. அந்த நெருப்பு 'நான் பலராக ஆவேனாக! நான் மகோன்னதமாக விரிவடைவேனாக!' என்று சிந்தித்தது. அது தண்ணீரைப் படைத்தது. அந்தத் தண்ணீர் 'நான் பலராக ஆவேனாக! நாம் மகோன்னதமாக விரிவடைவேனாக!' என்று சிந்தித்தது. அது காற்றைப் படைத்தது... (6: 2, 3, 4). இவை சாந்தோக்ய வரிகள். இப்பாடல் வரிகள் சாங்கிய செல்வாக்குக் கொண்டவை என பாதராயணர் கருதுகிறார். நம்மைப் பொறுத்தமட்டில், இந்த வரிகள் சாங்கிய செல்வாக்குக் கொண்ட பகுதிகளாக இருக்கலாம், அல்லது பழங்கால இந்திய மரபின் இயற்கை வழிப்பட்ட சிந்தனைப் போக்காகவும் இருக்கலாம். ஆனால், அரண்டவன் கண்களுக்கு இருண்டதெல்லாம் பேய் என்பது போல இயற்கை வழிப்பட்ட சிந்தனையை சாங்கியம் எனக் கொண்டு, அதனை அடித்துத் துவைத்து அப்புறப்படுத்த பிரம்ம சூத்திரம் முனைகிறது.

சாந்தோக்ய வரிகளில் நெருப்பு சிந்தித்தது, தண்ணீர் சிந்தித்தது என்று சொல்லப்பட்டிருப்பதால், சிந்தித்தல் என்ற பண்பு சடப்பொருளுக்குப் பொருந்தாது; எனவே, பிரம்மம் என்ற இறைக்கருத்தே இங்கு நெருப்பு, தண்ணீர், காற்று என்ற பெயர்களில் சொல்லப்பட்டிருக்கிறது என்று பிரம்ம சூத்திரம் வாதிடுகிறது.

மிகப் பழங்காலச் சிந்தனை இயற்கை சக்திகளை உயிரற்ற வெற்றுச் சடப் பொருள்களாகக் கொண்டது கிடையாது. பஞ்சபூதங்கள், இயற்கை, மரம்-செடி- கொடிகள், மலைகள், நதிகள் ஆகிய அனைத்தும் ஏதோ ஒரு வகையில் உயிர்ப்பண்பு கொண்டவை என்றே பழங்கால மனிதர்கள் கருதினர். சங்க காலத் தமிழ் இலக்கியங்களில்கூட இத்தகைய வர்ணனைகள் உண்டு. எனவே, நெருப்பு சிந்தித்தது, தண்ணீர் சிந்தித்தது என்ற சித்திரிப்புகள் வியப்புக்குரியன அல்ல. இயற்கை சக்திகளுக்கு சொந்த இயக்கம் உண்டு, அவை ஒன்றிலிருந்து ஒன்றாக மாறுபடுகின்றன என்றே அன்றைய சிந்தனை முறை கருதியது. இயற்கையிலிருந்து மனிதர் அந்நியப்படாத அன்றைய சூழலை இவ்வகைச் சிந்தனை குறித்து நிற்கிறது.

ஆயின், வேதாந்தத் தத்துவம் இயற்கையிலிருந்து மனிதன் துண்டுபட்டுப் போன சூழலைத் தன்னில் கொண்டுள்ளது. அது இயக்கம், மாறுபடுதல், வளர்ச்சியடைதல் போன்ற பண்புகள் மனிதருக்கு மட்டுமே உரியவை என்று கருதுகிறது. வேறு

சொற்களில் சொல்லுவதானால், வேதாந்தம் இங்கு அதன் சொந்த அந்நியமாதலை உபநிடத வரிகளின் மீது திணிக்கிறது. நெருப்பு, நீர் போன்ற பஞ்சபூதங்களையும் இயற்கையையும் சடப்பொருளாக்குதல் (objectification) என்ற நிகழ்வுக்கு *பிரம்ம சூத்திரம்* ஆட்படுத்துகிறது. இயற்கையைச் சடப்பொருளாக்கும் போது, பிரம்மம் உயிர்ப்பொருளாக்கப்படுகிறது (subjectification).

வேதாந்தத்தில் பிரம்மம் மட்டுமே ஒரே உயிர்ப்பொருள், உணர்வுப் பொருள், அறிபவன், செயல்படுபவன். மிஞ்சிய எல்லாமே சடப்பொருளாக்கப்படுகின்றன. ஒன்றைச் சடமாக்காமல் மற்றொன்றை உயிர்ப் பொருளாக்க முடியாது. அடிமைப்படுத்தாமல் ஆண்டை உருவாவது இல்லை. பிரம்மத்தின் நிலைப்பாடு பின்னால் இந்தியத் தத்துவங்களில் ஏராளமாகப் பேசப்படக்கூடிய ஆணவம், அகங்காரம் கொண்ட நிலைப்பாடு. இந்தியத் தத்துவங்களிடையில் தனிமனிதமும் அதன் ஆணவமும் உருவான வரலாற்றின் முதல் பக்கங்களை வேதாந்தம் தன்னில் கொண்டுள்ளது. வேதாந்தத்தில் *சடம்/ கருத்து, சடம்/ உணர்வு* என்ற எதிர்வு அதன் தீவிர வடிவில் உருவாக்கப்படுகிறது. மேலே எடுத்தாளப்பட்ட உபநிடத வரிகளில் இல்லாத அந்நியப்பட்ட நிலையை வேதாந்தம் உண்டாக்கிக் காட்டுகிறது. மார்க்சின் சொற்களில் சொல்லுவ தானால், உலகின் சொந்த இயக்கத்தை, உலகின் உயிரை பிரம்மம் களவாடிக் கொள்ளுகிறது.

இதேபோல, தைத்திரிய உபநிடதம் (2: 1) கூறும் "வெளியிலிருந்து (space) காற்று, காற்றிலிருந்து நெருப்பு, நெருப்பிலிருந்து நீர், நீரிலிருந்து பூமி, பூமியிலிருந்து செடி கொடிகள், செடிகொடிகளிலிருந்து உணவு, உணவிலிருந்து மனிதன் தோன்றினான்" என்னும் வரிகளையும் சாங்கியம் என்ற 'சந்தேக'த்தின் பேரில் *பிரம்ம சூத்திரம்* சின்னாபின்னப்படுத்து கிறது. உபநிடதங்களில் பல இடங்களில் பிரம்மமே எல்லா வற்றையும் படைத்ததாகச் சொல்லப்பட்டிருப்பதால், அதற்கு மாற்றான கருத்துக்களை எடுத்துக்கொள்ள வேண்டிய அவசியம் இல்லை என *பிரம்ம சூத்திரம்* வாதிடுகிறது.

பிரம்ம சூத்திரத்தில் பல இடங்களில், பெரும்பான்மை யான இடங்களில் பிரம்மமே முதன்மைப்படுத்தப்படுகிறது என்பதை நாம் ஒத்துக்கொள்வோம். ஆனால், அக்காலத்தில் சில வேறுபட்ட கருத்துக்களும் இருந்தன, அவை இயற்கை

சார்ந்த கருத்துக்களாக இருந்தன என்பதை பிரம்ம சூத்திரம் ஒத்துக் கொள்ள மறுக்கும் அகங்காரத்தைத்தான் இங்கு சுட்டிக்காட்ட விரும்புகிறோம். ஒரு பழைய நூலில் அன்றைய காலக் கட்டத்தைப் பிரதிபலிக்கும் உள்முரண்கள் ஆங்காங்கே இருக்க வாய்ப்புண்டு என்ற அளவில்கூட பிரம்ம சூத்திரத்தால் வேறுபாடுகளைச் சகித்துக் கொள்ள முடியவில்லை என்பதையே காண்கிறோம்.

சாந்தோக்ய உபநிடதத்தில் சில பகுதிகள் (1: 9. 1-2; 8: 14.1). "ஒரு முனிவர் கேட்கிறார், இந்த உலகின் ஆதாரம் எது? இன்னொரு முனிவர் பதில் சொல்லுகிறார், ஆகாயம். ஏனெனில், பிரபஞ்சத்தில் காணப்படும் அனைத்தும் ஆகாயத்திலிருந்தே தோன்றுகின்றன. அவை இறந்த பிறகு ஆகாயத்திற்கே மீண்டும் செல்கின்றன. ஆகாயம் இவை எல்லாவற்றையும்விட உயர்ந்தது. எனவே ஆகாயமே அறுதி லட்சியம்." இந்த வரிகளும் பிரம்ம சூத்திரத்தால் மறுக்கப்படுகின்றன. ஆகாயம் என்ற பெயரில் இங்கு பரம்பொருளே குறிக்கப்படுகிறார் என்று பாதராயணர் வாதிடுகிறார் (பக். 51-52).

கதா உபநிடதத்தில் ஒரு பாடல் வரி (1: 3. 10-11), "புலன்களைவிட உலகப் பொருள்கள் வலிமை வாய்ந்தவை, பொருள்களைவிட மனம் வலிமை வாய்ந்தது, மனத்தைவிட புத்தி வலிமை வாய்ந்தது, புத்தியைவிட மகத் வலிமை வாய்ந்தது, மகத்தைவிட அவ்வியக்தம் வலிமை வாய்ந்தது, அவ்வியக்தத்தை விட புருசன் வலிமை வாய்ந்தது."

இவ்வரிகளில் உள்ள மனம், புத்தி, மகத், அவ்வியக்தம், புருசன் என்ற எல்லா கருத்தாக்கங்களும் அவற்றின் பரிணாம வரிசையும் சாங்கியத்தினுடையவை. இங்குச் சொல்லப்பட்டுள்ள சாங்கியம் ஈஸ்வர சாங்கியம், அதாவது வேதாந்தத்திற்கு வளைந்து கொடுக்கக்கூடிய பிற்கால சாங்கியம்தான். அப்படி இருந்த போதிலும், பிரம்ம சூத்திரம் விடுவதாக இல்லை. மேற்படி உபநிடதத்தில் பயன்படுத்தப்பட்டுள்ள, சாங்கியத் திற்கே உரிய அவ்வியக்தம் என்ற சொல் வேதாந்தக் கருத்தைக் குறிப்பிடுகிறதே தவிர சாங்கியத்தை அல்ல என்று பிரம்ம சூத்திரம் வாதிடுகிறது (187-190). அவ்வியக்தம் என்பது சாங்கியம் சார்ந்த சொல் அல்ல என நிரூபிப்பதற்காக, அச்சொல்லுக்கு உடம்பு என்பதே பொருள் என்று பாதராயணர் இங்கு நீண்ட விளக்கம் வரைகிறார்.

பிரம்ம சூத்திரத்திற்கு விளக்கம் சொல்லி வரும் ராமகிருஷ்ண மடத்தின் ஆசுதோஷானந்தருக்கே பாதராயணர் செய்யும் அட்டகாசங்களைப் பொறுக்க முடியவில்லை. அவர் சொல்லுகிறார், "அவ்வியக்தம் என்பதற்கு உடம்பு என்று பொருள் கொள்கிறார் பாதாராயணர். மிகவும் சுற்றி வளைத்தே அவர் இந்தப் பொருளைக் கூறுகிறார் என்பது தெளிவு. அவ்வியக்தம் என்ற சொல்லிற்கு வெளிப்படாதது என்பதுதான் நேரடிப்பொருள். ஆனால், உடம்பு என்பதோ அனைவருக்கும் வெளிப்பட்டுத் தோன்றுவது... அவ்வியக்தம் என்றால் உடம்பு என்று பொருள் காண்பது, கறுப்பு என்றால் வெள்ளை என்று பொருள் கூறுவது போன்றது... இவ்வாறு சாங்கியர்கள் கூறும் கருத்தை எதிர்க்கவேண்டும் என்பதற்காகவே போல் சுற்றி வளைத்து இத்தகைய பொருளைத் தருகிறார் பாதராயணர்" (பக். 189-190).

பாதராயணர், கறுப்பு என்றால் வெள்ளை என பொருள் கூறும் முறைமைக்கு இன்னுமோர் எடுத்துக்காட்டு. ஆசுதோஷானந்தர் சொல்லுகிறார், "உபநிசதங்களில் பல இடங்களில் உலகின் காரணம் பல்வேறு விதமாகக் கூறப்பட்டுள்ளது. அப்படியானால் உலகில் காரணம் வெவ்வேறா?" (பக். 210).

சாந்தோக்ய உபநிடதம் (96: 2. 2,3) கூறுகிறது, "ஆரம்பத்தில் 'ஸத்' (இருப்பு, existence) மட்டுமே இருந்தது. அதைத் தவிர வேறு எதுவும் இல்லை. அந்த ஸத் அக்கினியைத் தோற்று வித்தது, அக்கினி தண்ணீரைத் தோற்றுவித்தது."

தைத்திரிய உபநிடதம் (2: 7. 1) கூறுகிறது, "ஆரம்பத்தில் இல்லாமை (அஸத்) இருந்தது. அதிலிருந்து ஸத் உண்டாகியது."

முதலில் எது இருந்தது என்பதில் சாந்தோக்யமும் தைத்திரியமும் முரண்படுகின்றன. இங்கு தென்படும் முரண், சில நூறு ஆண்டுகளாக உபநிடதங்கள் நடத்திய தேடலின் விளைவாக இருக்க முடியும். அப்படித் தேடி, உபநிடதங்கள் தமது பிரம்மம், ஆன்மம் போன்ற முடிவுகளுக்கு வந்து சேர்ந்தன என்றே நாம் கருதுகிறோம். ஆனால், அப்படி ஒரு தேடல் நடந்ததற்கான தடயங்களை அழிக்கும் முயற்சியில் பிரம்ம சூத்திரம் ஈடுபடுகிறது. தேடல் என்பதை ஒத்துக்கொண்டால், அவை மானுட முயற்சிகள் என்பதை ஏற்றுக் கொண்டதாக ஆகிவிடும். குறிப்பிட்ட அச்சமூகச் சூழலில் வெவ்வேறு

இந்தியத் தத்துவங்களும் தமிழின் தடங்களும் 83

திசைகளில் விவாதங்கள் நடந்திருக்கின்றன என்ற உண்மையை ஏற்றுக்கொண்டதாக ஆகிவிடும். உபநிடதங்களைத் தெய்வீக நூல்கள் என்று சொல்லமுடியாமல் போய்விடும். எனவே, *ஸத்தோ, அஸத்தோ,* இந்த வார்த்தைகள் அனைத்துமே இறைவனின் (பிரம்மத்தின்) பல்வேறு பெயர்களே என்று *பிரம்ம சூத்திரம்* அறிவிக்கிறது. கறுப்பை வெள்ளையாக்கும் *பிரம்ம சூத்திரத்தின்* வித்தையை எந்த இலக்கணத்தைக் கொண்டு தருக்கவியல் என்று கூறமுடியும்? கறுப்பை வெள்ளையாக்கு வதை எந்த லட்சணத்தின்படி சமவயம் என்று கூறமுடியும்? *பிரம்ம சூத்திரத்தை* தருக்க பிரஸ்தானம் என்று கூறுவது நியாயமாகுமா?

பிரம்ம சூத்திரம் என்ற அந்த நூலில் பல தத்துவார்த்த விசயங்கள் ஆழமாகப் பேசப்பட்டிருக்கின்றன என்றே இன்னும் நாம் நம்புகிறோம். ஆயின், நாம் இங்கு எடுத்துக்காட்டிப் பேசியுள்ள பிரச்சினை *பிரம்ம சூத்திரத்தின்* தத்துவ ஆற்றலைச் சுட்டிக்காட்டவில்லை. மாறாக, *பிரம்ம சூத்திரம்* என்ற பிரதி அதற்கு முந்திய பிரதிகளான உபநிடதங்களில் தென்படும் உள்முரண்களை இல்லாமலாக்க முயற்சி செய்வதையே அது காட்டுகிறது. இந்தப் பொருளில்தான் அதனை ஒரு கருத்தியல் பிரதி என்கிறோம்.

அது வைதீகம் என்ற ஓர் அதிகாரமையத்தை உருவாக்கு வதற்கான முயற்சியாகவே நமக்குப் படுகிறது. வேதாந்தம் என்ற ஒற்றைத் தத்துவ அதிகாரத்தைக் கட்டியெழுப்பவே *பிரம்ம சூத்திரம்* முயற்சி செய்திருக்கிறது என்றே நமக்குப் படுகிறது.

5. இந்தியக் கதை
ஏகம் அநேகம் சாதியம்

5

இந்தியக் கதை ஏகம் அநேகம் சாதியம்

வானமும் பூமியும்

பண்பாடு, சமயம் ஆகியவற்றைப் பயிலும் பொழுது அவற்றில் வானம், பூமி, சூரியன், சந்திரன், நெருப்பு, நீர், மலைகள், நதிகள் போன்றவை ஏராளமாகப் பயின்று வரும் என்ற கருத்தை மிர்சியா இலியாட் என்ற சமய ஆய்வாளர் குறிப்பிடுகின்றார். இவை நேரடியாக இயற்கைப் பொருட்களாக மட்டுமின்றி குறியீடுகளாகவும் புராணக்கதைகளில் இடம்பெறும். ஒவ்வொரு பண்பாடும் மேற்கூறிய இயற்கைப் பொருட்களுக்குத் தத்தமக்கே உரிய அர்த்த பரிமாணங்களை வழங்குகிறது என்று அவர் கூறினார். பொதுவாக இவ்வகைப் பண்பாட்டுக் குறியீடுகள் எதிரெதிரானவையாக ஜோடி சேர்ந்து செயல்படும் என்பது அவரது கருத்து.

அப்படிப்பட்ட ஒரு வகைப் பண்பாட்டு எதிர்வுகள்தாம் வானம்/பூமி ஆகியவையும். இந்தியப் பண்பாட்டில் இந்த எதிர்வுகள் முக்கியமான இடம் வகிக்கின்றன. வானம் தெய்வங்கள் வாழும் இடம் என்று கருதக்கூடிய வழக்கமும் பூமியைத் தாய் என்று கருதும் வழக்கமும் நம் நாட்டுக் கலாசாரத்தில் உண்டு. இன்னும் அருகில் சென்று பார்க்கும் பொழுது இந்தியப் பண்பாட்டின் மிக அடிப்படையான சில விஷயங்களை விளக்குவதாக வானம்/பூமி எனும் எதிர்வுகள் அமைகின்றன.

இந்தியப் பண்பாட்டு வரலாற்றில் மிகப் பழமையான எச்சமாக நமக்குக் கிடைத்துள்ள சிந்துவெளி நாகரிகத்தைப் பார்ப்போம். அது ஒரு நதிக்கரைக் கலாச்சாரம். நதி, நீர் ஆகியவை அக்கலாசாரத்தின் அடிப்படைகள். சிந்துவெளி

நாகரிகத்தினர் விவசாயம் செய்து வாழ்ந்தவர்கள். நிலம், பயிர், பச்சை ஆகியவை அக்கலாசாரத்தின் முக்கியக்கூறுகள். பயிர் வழிபாடு அவர்களிடம் இருந்திருக்கிறது. இரண்டு புறமும் இரண்டு கொடிகள் வளர்ந்து நிற்க, அவற்றின் நடுவில் ஒரு பெண் கொடிகளைப் பற்றியபடி நிற்பதாக ஒரு முத்திரை ஹரப்பா, மொகஞ்சதாரோவில் கிடைத்துள்ளது. தலைகீழாக நிற்கும் ஒரு பெண்ணின் பிறப்பு உறுப்பிலிருந்து ஒரு செடி முளைத்து வருவதாக மற்றொரு முத்திரை. கருக் கொண்ட பெண்ணின் வயிற்றைப் போல பெருத்த வயிற்றுடன் பெண் உருவங்கள். இந்த முத்திரைகள் எல்லாம் சிந்துவெளி மக்களிடம் நதி, நீர், செடி கொடிகள், பயிர், பெண் தெய்வ வழிபாடுகள் ஆகியன இருந்து வந்ததைக் காட்டுகின்றன. இவையெல்லாம் பூமியோடு தொடர்பு கொண்டவை. பூமியின் செழிப்போடு தொடர்பு கொண்டவை. பூமிச்செழிப்பு என்பது ஒரு பெண் கருக்கொண்டு குழந்தைபெறுவதோடு விவசாயக் கலாச்சாரங்களில் தொடர்பு படுத்தப்படும். இவ்வாறாக சிந்துவெளிக் கலாச்சாரம் பூமி, நீர், பெண், வளர்ச்சி, செழிப்பு, பெருக்கம் ஆகியவற்றோடு தொடர்பு கொண்டதாகத் தெரிகிறது.

இன்னும் 2000 வருடங்களுக்குப் பின்னர் வடஇந்தியாவில் வடமேற்குப் பகுதி வழியாக ஆரிய இனக்குழுக்கள் நுழைந்தனர். இவர்கள் நிலையாக ஓரிடத்தில் வாழாதவர்கள். நாடோடி மக்கள். கால்நடைகளுக்கு மேய்ச்சல் நிலம் தேடி அலைந்து திரிந்தவர்கள். இவர்களுக்கு நிரந்தரமாக ஒரு நிலம் கிடையாது. நிலத்தில் இவர்களுக்கு ஈடுபாடும் கிடையாது. இவர்களது நாடோடி அலைச்சல் பகலிலும் இரவிலும் வானம் பார்த்தது. நேரம், திசை ஆகியவற்றை அறிய இவர்கள் சூரிய சந்திரரையும், நட்சத்திரங்களையும் வானத்தையும் ஏறிட்டுப் பார்க்கவேண்டும். அவைதான் அவர்களுக்கு வழி காட்டின. ஆரியர்களது தெய்வங்கள் வேதங்களில் குறிப்பிடப்படுகின்றன. பர்ஜன்யன், இந்திரன், அக்னி, மாருதி, அஸ்வினி, சூரியன், ராகு-கேது, சந்திரன், இடி, மின்னல், வாயு, வருணன் - இவர்கள்தாம் அவர்களால் பெரிதும் போற்றிப் புகழப்படும் கடவுளர்கள். இந்தக் கடவுளர்கள் அனைவருமே வானத்தோடும் ஆகாய வெளியோடும் தொடர்பு கொண்டவர்கள். பூமியோடு, பயிர் பச்சைகளோடு தொடர்பு கொண்ட கடவுளரே அவர்களிடம் இல்லை என்பதைக் காணலாம்.

ஆக, இந்தியக் கலாசாரத்தின் மிகப் பழமையான தொடக்கங்கள் எனப்படும் சிந்துவெளி / வேத ஆரியர்கள் என்ற இரண்டு மையங்களும் ஒன்றுக்கொன்று எதிரெதிர்ப் பண்பு கொண்டவையாக உள்ளன என்பதைக் காணுகிறோம். இந்த எதிர்வு இந்திய வரலாறு முழுவதிலும் தொடர்ந்து வருகின்றது என்பதையும் இங்கு குறிப்பிட வேண்டும். பூர்வக்கலாசாரம் பூமி சார்ந்ததாகவும் வைதீகக் கலாசாரம் வானம் சார்ந்ததாகவும் இருந்து வந்துள்ளன.

பூமி என்ற கலாசாரக் குறியீடு ஒற்றைத் தன்மை கொண்டதல்ல. பூமி ஒன்றாக இருக்கலாம், ஒரே தாய் என்பது போல. ஆனால் பூமியில் உள்ள சகல பொருட்களுமே பன்மைத் தன்மை கொண்டவை. மண் என்று எடுத்துக் கொண்டாலும் மண்ணில் பலவகை உண்டு. மண், மணல், களி, புழுதி, சகதி, தொழி, செம்மண், கரிசல்மண், சரல் - இப்படி மண்ணில் எத்தனையோ வகைகள் இருக்கமுடியும். பாறைகளில் பல வகைகள். நீரில் பல வகைகள், புல் பூண்டுகளில் எத்தனையோ வகைகள். அத்தனையும் பூமியின் படைப்புகள்! பூமி சார்ந்த கலாசாரம் இவ்வாறாக பூமியை ஒன்றெனக் கருதும் அதே வேளையில் பூமியிலுள்ள உயிரினங்களை, செடி கொடிகளை, மண்ணை, நீரைப் பன்மைத் தன்மை கொண்டவையாகக் கருதும். பன்மியம் ஒரு யதார்த்தம், ஓர் உண்மை என்ற அழகான உணர்வு இந்த மக்களுக்கு உண்டு.

பூமி சார்ந்த விவசாய கலாசாரத்தின் மற்றுமொரு மதிப்பீடு பூமியின் வளமை, செழிப்பு குறித்ததாகும். வளமை, செழிப்பு, பரிணாமம், மாறுபாடு, ஒன்று பலவாதல், பெருக்கம், விருத்தி என்பதாக இந்த மதிப்பீடுகள் வளரும். மாற்றமில்லாதது என்று எதனையும் இது கருதாது.

இதற்கு எதிர்நிலையில் உள்ளது வானம் சார்ந்த கலாசாரம். வானம் ஒற்றைத்தன்மை கொண்டது. பன்மைத்தன்மை அற்ற ஒற்றை வெளி அது. இது மாற்றத்தை ஏற்காதது. நிரந்தரத்தை நேசிப்பது. இது படைப்புத்தன்மை அற்றது என்று கூடக் கூறலாம். உள்ளுக்குள் குணவேறுபாடுகளின்றி, ஒற்றையாய், வெளியாய், எல்லையற்றதாய், நிரந்தரமானதாய் வானம் பரந்து விரிந்து கிடக்கும். மாற்றத்தை விட இருப்பைத்தான் இது

முன்னிலைப்படுத்தும் (அதிகம் பேசும்). பிறந்து, வாழ்ந்து, அழிந்து, மாறி, உருவாகிக் கொண்டிருக்கும் யதார்த்தத்தைவிட இக்கலாசாரம் சூன்யத்தை, பாழாம் வெளியினை, நிர்க் குணத்தை, நிரந்தரத்தைத்தான் அதிகம் பாராட்டும்.

வானம்/பூமி என்ற எதிர்வுகளின் வழியாகத்தான் இந்தியப் பண்பாட்டிற்குள் நுழைய முடியும் என்று உங்களுக்குப் புரிகிறதா? இந்தியப் பண்பாட்டின் உள்ளுக்குள் போரிட்டுக் கொள்ளும், சந்தித்துக் கொள்ளும் இரண்டு வகை மதிப்பீடுகள் பற்றி நாம் இங்குப் பேசுகிறோம் என்பது புரிகிறதா?

பகுப்பும் வரிசைப்படுத்தலும்

பகுப்பு, பகுப்பாய்வு என்பன எல்லாவகைத் தத்துவத் தேடல்களிலும் நிகழ்ந்து வந்துள்ளன. இந்தியத் தத்துவ வரலாற்றில் பகுத்தல் என்பது எப்போது தொடங்கியது? பகுத்தலின் அளவுகோலாக அமைந்தது எது? பகுத்தலின் நோக்கங்கள் என்னென்ன? எந்தெந்தத் தத்துவங்களில் உலகத்தை எவ்வாறெல்லாம் பகுத்துள்ளனர்? என்பனவற்றை உற்றுக் கவனிப்பது சுவாரசியமான ஒன்றாகும்.

பகுப்பு முறைகள் உபநிடத காலத்தில் உக்கிரமாகத் துவங்கின. பிருகத் ஆரண்யக உபநிடதம் தொடங்கி உபநிடதங்கள் அனைத்திலும் மிகத் தீவிரமாகப் பகுப்பு முயற்சிகள் நடந் துள்ளதைக் காணமுடிகிறது.

எது பிரம்மம்? என்ற கேள்வியை மையமிட்டு உபநிடதங் களில் பகுப்பு முறைகள் தொடங்குகின்றன. பெரும்பாலும் நான்கு அல்லது ஐந்தாக எல்லாவற்றையும் பகுப்பது என்ற ஒரு முறையியலை உபநிடதங்கள் கொண்டிருக்கின்றன. இந்தப் பகுப்புமுறை உபநிடதங்களுக்குப் பிறகு இடைக்கால இந்திய வரலாறு முழுவதுமே தொடர்ந்து வந்துள்ளது.

செல்வாக்குப்பெற்ற சில பகுப்புகளையும் அவை வரிசைப் படுத்தப்பட்டுள்ள முறைமையையும் கீழே தந்துள்ளோம்.

வருணங்கள் நான்கு	**ஆசிரமங்கள் நான்கு**
பிராமணர்	பிரம்மச்சரியம்
சத்திரியர்	கிரகஸ்தம்
வைசியர்	வனப்பிரஸ்தம்
சூத்திரர்	சந்நியாசம்
(பஞ்சமர்)	

குணங்கள் மூன்று (நான்கு)	**தூக்கம் / விழிப்பு நிலைகள்**
(துரியம்)	கனவில்லாத ஆழ்ந்த தூக்கம்

சத்துவம்	கனவு காணும் தூக்கம்
ரஜஸ்	விழிப்பு நிலை
தமஸ்	
பிரம்மம் / மாயை	**பஞ்ச பூதங்கள்**
நிர்க்குண பிரம்மம்	ஆகாயம்
சகுண பிரம்மம்	நெருப்பு (அக்னி)
மாயை	காற்று, நீர், மண்
மார்க்கங்கள் நான்கு	**ஞானம்**
ஞானம்	புர ஞானம் - பிரம்ம ஞானம்
கர்மம்	பரமார்த்திகம்
யோகம்	அபர ஞானம் - உலக ஞானம்
பக்தி	வியவகாரிகம்
(பிரபத்தி)	
மனிதன்	**உலோகங்கள்**
ஆன்மா	பொன்
மனம்	வெள்ளி
இந்திரியங்கள் (புலன்கள்)	வெண்கலம் - பித்தளை
உடல்	இரும்பு
உடல் கூறுகள்	**உடல் கூறுகள்**
பிராணன் (சுவாசம்)	தலை (நெற்றி)
வாய் (மந்திரம் ஓதுதல்)	தோள்கள்
காது	இடுப்பு - தொடைகள்
கண்	கால் பாதங்கள்

இன்னும் ஏராளமான விஷயங்களைச் சொல்லலாம். மொத்த பிரபஞ்சம், இயற்கைப் பொருட்கள், சமூகம், மனிதன் ஆகிய அனைத்தும் நான்கு அல்லது ஐந்தாகப் பகுக்கப்படுதல் வைதீக தத்துவத்தின் குறிப்பிடத்தக்க ஒரு பண்பாகும். பகுக்கப்பட்ட அந்தக் கூறுகளைப் படிநிலை அமைப்பில், ஏற்றத்தாழ்வாக - இது உயர்ந்தது, இது தாழ்ந்தது என்ற ஒரு வரிசைக்கிரமத்தில் - வகைப்படுத்திக் காட்டுவது வைதீகத் தத்துவத்தின் அடிப் படைப் பண்பாகும்.

இதனை வகைப்படுத்தல் என்பதை விட வருணப்படுத்தல் என்று கூறுவது பொருத்தமாகும். ஏனெனில், இந்தப் பகுப்பு முறை முழுவதற்கும் வருண அமைப்பே முன்மாதிரியாக விளங்கு கிறது. வருணங்களாக (சாதிகளாக) உருவாகிக் கொண்டிருந்த சமூக அமைப்பே தத்துவவாதிகளுக்கு பகுப்பதற்கான முறையி யலை வழங்கியுள்ளது. வருண அமைப்பு வைதீகத் தத்துவத்தின் பகுப்புமுறை முழுவதற்கும் ஆன முன்மாதிரியாக விளங்கியிருக் கிறது.

நேதி மார்க்கமும் இதி மார்க்கமும்

இந்தியப்பண்பாடு, மெய்யியல், சமய மரபுகளில் உள்ள இரண்டு போக்குகளைப்பற்றி இங்குப் பேசுகிறோம். "எது பிரம்மம்?" என்ற கேள்வியோடு உபநிடதங்களில் ஏராளமான விவாதங்கள் நடத்தப்பட்டுள்ளன. ஆரம்பத்தில் சூரியனே பிரம்மம், ஆகாயமே பிரம்மம், திக்குகளே பிரம்மம் என்பது போன்ற பதில்கள் கூறப்படுகின்றன. போகப்போக அருவமான, சூக்குமமான ஒன்றைப் பிரம்மம் என்று வரையறுப்பதற்கான முயற்சிகள் நடந்துள்ளன. இந்த முயற்சிகளின் உச்சக் கட்டமாக இறுதியில் எது பிரம்மம்? என்ற கேள்விக்கு "நேதி, நேதி" என்ற பதில் கூறப்படுகிறது. "அதுவல்ல, அதுவல்ல" என்பது இச் சொற்களின் பொருளாகும். சூரியன் அல்ல, ஆகாயம் அல்ல, திக்குகள் அல்ல என்பதாக இப்பதிலைப் புரிந்து கொள்ளலாம். இதுவென்று குறிப்பிட்டுச் சொல்லக்கூடிய எதுவும் பிரம்மம் அல்ல என்ற மொத்தப் பதிலைக் குறிப்பவை "நேதி, நேதி" என்ற சொற்களாகும். உருவமற்ற, சூக்குமமான பதிலைத் தேடும் முயற்சியில் உபநிடதச் சிந்தனையாளர்கள் அதுவரை சுட்டப் படும் பொருட்கள் நிறைந்த உலகைத் தாண்டிச் செல்ல முயன்று இறுதியில் சுட்டஇயலாத தன்மையைக் குறிக்க எதிர்மறைச் சொற்களைச் சென்றடைந்திருக்கிறார்கள்.

வேறு சில சொற்களாலும் நேதி என்ற கருத்தாக்கத்தை அவர்கள் விளக்குவதுண்டு. நிர்பிரபஞ்சம், நிர்குணம், நிர் ஆகாரம், நிர்விசேஷம் போன்றவை அச்சொற்கள். பிரபஞ்ச மல்லாதது, குணங்களற்றது, வெளிப்பாடற்றது, தனித்த பண்பு களற்றது என்பவை அவையாகும். இவையும் எதிர்மறைச் சொற்களே. நேதிக்கான விளக்கங்கள் இவை. இப்படி ஒவ்வொன்றாகச் சுட்டி, அதுவல்ல என்று கூறிய பிறகே "அதுவல்ல, அதுவல்ல" என்ற மொத்தப் பதில் கூறப்படுகிறது.

உலகைக் கடந்த நிலையில், உலகிற்கு அப்பாலை நிலையில், உலகப் பண்புகள் எல்லாம் இல்லாத தளத்தில் பிரம்மத்தைக்

காண்பதற்கான முயற்சி இது. இது இந்தியத் தத்துவத்தில் ஒரு மரபு. வைதீக மரபு. நேதி மார்க்கம். இதற்கு எதிர்நிலை கொண்டது இதி மார்க்கம். “இதி” எனில் “இங்கு உள்ளது” எனப் பொருள்படும். கடவுள் அல்லது உண்மையைத் தேடும் மெய்யியலாளன் உலகத்திலேயே, உலகப் பொருள்களிலேயே, உலகியல் பண்புகளிலேயே அவற்றைக் காணுதல் இதிமார்க்க மாகும். “உலகின் உட்பொருள் கடவுள்” என்று சொல்லக் கேட்டிருப்போம். இது “இதி” மார்க்கத்தின் கோட்பாடாகும்.

உண்மை அல்லது இறைவன் சுட்டஇயலாப் பொருளல்ல, அவன் சுட்டப்படும் பொருள்களுக்குள்தான் வாழுகிறான் என இதி மார்க்கம் அர்த்தப்படும். இன்னும் அதிகமாகவே இதி மார்க்கம் பேசும். இறைவனை அல்லது உண்மையை நீங்கள் கண்களால், புலன்களால், நேரடியாக உணரமுடியாமல் இருக்கலாம். ஆனால், உணர முடியாத அந்த உண்மையைப் புலப்படும் பொருட்களின் மூலமாகத்தான், சுட்டப்படும் பொருட்களின் மூலமாகத்தான் நாம் அடையமுடியும் என்று இது கூறும்.

நேதி மார்க்கம் ஒரு வகையான உலக மறுப்புக் கொள்கை யாகும். இதி மார்க்கம் உலகை மறுப்பதல்ல. நேதியின் கடைசி லட்சியம் துறவு. இதியின் வாழ்க்கை முறை துறவு அல்ல. இந்த உலகில் வாழ்ந்து, செயல்பட்டு, அனுபவப்பட்டே உண்மை அல்லது இறைவனை அடையமுடியும் என்று அது கூறும்.

யக்ஞங்களும் சாதி அமைப்பும்

சா தி-வருண அமைப்பின் தோற்றத்தில் யக்ஞங்களுக்கு (வேள்விகளுக்கு) ஒரு முக்கியமான பங்கு உண்டு. யக்ஞத்தி லிருந்துதான் பிரபஞ்சமும் மனிதர்களும் பிற ஜீவராசிகளும் உற்பத்தி செய்யப்பட்டதாக வேதங்கள் கூறுகின்றன. புருஷன் எனப்பட்ட ஒரு மகாமனிதனை வேள்வியில் பலியிட, அவ்வேள்வி யிலிருந்து பிரபஞ்சம் முதலானவையும் சமூகமும் தோன்றியதாக அவை கூறும். புருஷனின் நெற்றியிலிருந்து பிராமணரும், தோள்களிலிருந்து சத்திரியரும், தொடைகளிலிருந்து வைசியரும் கால்களிலிருந்து சூத்திரரும் தோன்றியதாக அது விவரிக்கும்.

இது ஒரு புறமிருக்க, யக்ஞங்களை இயற்றும் புரோகிதரே இந்தியாவில் தோன்றிய முதல் சாதியினர் என்றும் கொள்ளலாம். நாடோடிகளாகத் திரிந்த ஆரிய இனக்குழுவினர் தாம் செல்லும் இடங்களுக்கெல்லாம் தம்மோடு எப்போதும் உடன் எடுத்துச் சென்ற பொருள் நெருப்பு ஆகும். காடுகளுக்குள் குளிரிலிருந்து தம்மைப் பாதுகாத்துக் கொள்ளவும் உணவைச் சமைத்து உண்ணவும் அவசியமாக இருந்தது நெருப்பு. அடிப்படையான வாழ்க்கைத் தேவை என்ற அர்த்தத்தில் அக்னியை உருவாக்கு வதும், அதனைப் பாதுகாப்பதும், உடன் எடுத்துச் செல்வதும் அவர்களது கடமையாயிற்று. இவ்வாறு அக்னியின் பாது காவலர்களாக அமைந்தவர்கள் தாம் முதல் புரோகிதர்கள். வெறும் வாழ்க்கைத் தேவைகளுடன் மனித வாழ்க்கை முடிந்துவிடாது. ஆரிய இனக்குழுவினர் தமது பிறப்பு, இறப்பு, பிற சடங்குகளைத் தாம் தற்காலிகமாகத் தங்குமிடங்களில் நெருப்பைச் சுற்றி அமர்ந்து அல்லது ஆடிப்பாடி நடத்துவர். இச்சடங்குகளை நடத்துபவர்களும் புரோகிதர்களே. தலை முறை தலைமுறையாக இவ்வகைச் சடங்குப் பாடல்களை - எழுத்தில்லாத அக்காலத்தில் - மனனம் செய்து நினைவில் நிறுத்திக்கொள்ள வேண்டியது இருந்தது. இந்தப் பணியைச் செய்தவர்களும் அப்புரோகிதர்களே. மழை, குழந்தைச் செல்வம், இன்னும் பிற தேவைகளுக்காக இந்திரன், வருணன், மருத்

போன்ற கடவுளர்களை அவர்கள் வேண்டும்போது, அக்கடவுளர்களுக்கான பாடல்களை நினைவில் நிறுத்திப் பாடுபவர்களும் அதே புரோகிதர்களே. ஆரிய இனக்குழு மக்களுக்கிடையில் நடந்த முதல் வேலைப் பிரிவினை என்று கூட இதனைச் சொல்லலாம்.

நெருப்பை உண்டாக்குதல், பாதுகாத்தல், வேள்வி வளர்த்தல், உரிய பாடல்களைப் (மந்திரங்களைப்) பாடுதல், அவற்றை மனனமாகத் தெரிந்து வைத்திருத்தல் ஆகிய பணிகளுக்கென ஒதுக்கி விடப்பட்ட முதல் சமூகப் பிரிவினரே புரோகிதச் சாதியினர் ஆகும்.

இந்தியக் கதை

ஏகம் அநேகம் சாதியம்

இந்தியாவின் மிகப்பழைய தத்துவங்களை ஆராய்ச்சி செய்யும் அறிஞர்கள் அவற்றைப் பலவிதமாகப் பகுத்துக் காட்டியுள்ளார்கள். வைதீகம் /அவைதீகம், ஆத்திகம் / நாத்திகம், வைதீகம் / சார்வாகம், வைதீகம்/ பௌத்தம், இன்னும் வைதீகம்/ தாந்திரிகம் என்று பலவித எதிர்வுகளைக் கொண்டு இந்திய தத்துவப் பாரம்பர்யத்தை விளக்க முயற்சித்துள்ளார்கள். மார்க்சிய அணுகுமுறையைப் பயன்படுத்தி பொருள்முதல் வாதம்/ கருத்துமுதல்வாதம் என்று பிரித்துக் காட்டியவர்கள் உண்டு. உலகின் உண்மைத் தன்மையை ஏற்ற தத்துவங்கள்/ ஏற்காத தத்துவங்கள் என்று வகைப்படுத்தியவர்கள் உண்டு.

இந்த வகைப்படுத்தல்களில் நமக்கு ஒப்புதலும் உண்டு. சில வேளைகளில் நாம் வேறுபடுதலும் உண்டு.

இப்போது கொஞ்ச நாட்களாக மனத்துக்குள் ஒரு சிந்தனை. பண்டைய இந்தியத் தத்துவம், சமூகம் ஆகியவற்றின் அடிப் படைப் பிரச்சினை ஏகாந்தம்/ அநேகாந்தம் என்பதாக இருக்குமோ!

ஏகாந்தம் என்றால் கடைசி உண்மை ஒன்றுதான் என்பது. அநேகாந்தம் எனில் கடைசி உண்மைகள் பல என்பது. ஏகாந்தத் தத்துவம் என்று பெயர் பெற்றது வேதாந்தத் தத்துவம். அநேகாந்தம் என்று பெயர் பெற்றது சமணத்தத்துவம். இவற்றைக் கொஞ்சம் விரிவாகப் பார்ப்போம்.

ஏகாந்தச் சிந்தனையின் முதல் வடிவத்தை உபநிடதங்களில் காணுகிறோம். பிரம்மம் மட்டுமே ஒரே உயர்ந்த உண்மை, அது நிரந்தரமானது, அழியாதது, மாறாதது, புனிதமானது என்பது போன்ற சித்தரிப்புகளை உபநிடதங்களில் காணுகிறோம். பன்மையாகக் காட்சியளிக்கிற இந்த உலகமும் அதன் மாற்றங் களும் உண்மை அல்ல என்று அவை கூறும். பன்மைத்தன்மை

கொண்டவை வெறும் தோற்றம்தான், அவை நிரந்தரமானவை அல்ல என்று உபநிடதங்கள் கூறும். பன்மியத்தைப் புனித மற்றது, தாழ்ந்தது என்றும் அவை மதிப்பிடும்.

கி.மு. 1500-லிருந்து இந்தியாவிற்குள் நுழைந்து தம்மை நிறுவிக் கொண்ட ஆரிய இனக்குழுக்கள் கி.மு. 700-களை ஒட்டி உருவாக்கிக் கொண்ட தத்துவம்தான் உபநிடதத் தத்துவம். ஆரிய இனக்குழுக்கள் தமது இருப்பு, தனித்துவம், உயர்வு, புனிதம் ஆகியவற்றை அகத்தே கொண்டு உருவாக்கிய கருத்தாக்கம்தான் பிரம்மம். இப்படி ஒரு கருத்தாக்கத்தை அவர்கள் உருவாக்கிக் கொள்ளவேண்டிய அவசியம் என்ன? இந்தியாவில் ஏற்கெனவே வாழ்ந்து கொண்டிருந்த பல்வேறுபட்ட பூர்வீக இனக்குழுக் களிடமிருந்து தனித்தநிலையில் தம்மைக் காத்துக் கொள்ள வேண்டிய நிர்ப்பந்தம் அவர்களுக்கு இருந்தது. இந்தியாவின் பரந்துபட்ட இனக்குழுக்கள் தாம் எங்கே கரைந்து இல்லாமல் போய் விடுவோமோ என்ற அச்சம் அவர்களுக்கு இருந்திருக்க வேண்டும். இந்த இன அச்சமே (Ethnic Fear) தமது அடையாளங் களைப் புனிதமானவையென்றும், தமது இருப்பை நிரந்தரமான தென்றும், ஒன்றுபட்டதென்றும், உயர்ந்ததென்றும் இவர்களை வர்ணிக்கச் செய்திருக்கவேண்டும்.

தன்னை வரையறுப்பது என்பது தனது பிறிதை (Other) வரையறுப்பதோடு தொடர்பு கொண்டது. பிரம்மம் தன்னை வரையறுத்துக்கொண்டதோடு தனது எதிர்வையும் வரையறுத்துக் கொண்டது. தானல்லாத பிறவற்றைப் பன்மையானவை என்றும், தாழ்ந்தவை என்றும், இருட்டானவை என்றும், புனிதமற்றவை என்றும் அது வரையறுத்தது.

யமுனைக் கரையிலும் மேற்கு கங்கை வட்டாரத்திலும் ஆரிய இனக்குழுக்கள் உபநிடதங்களை யாத்துக் கொண்டிருந்த அதே வேளையில் கிழக்கிந்திய வட்டாரத்தில் தாந்திரிகமும், சாருவாகமும், ஆசீவகமும், சமணமும், பௌத்தமும் அடுத் தடுத்துத் தோன்றி வளர்ந்து கொண்டிருந்தன. இந்தத் தத்துவங் களுக்கும் பூர்வீக இனக்குழுக்களுக்கும் நெருங்கிய தொடர்புகள் இருந்தன. சமண, பௌத்தச் சிந்தனையாளர்கள் இனக்குழு அரசு குடும்பங்களைச் சார்ந்தவர்கள் என்று கூறுவார்கள். இனக் குழுக்கள் வரலாற்றுப்போக்கில் அழிந்து கொண்டிருந்ததை இவர்கள் கண்கூடாகக் கண்டார்கள். இனக்குழுக்கள் அழிக்கப் பட்டு அரசுகள், பேரரசுகள் தோன்றிக் கொண்டிருப்பதையும்

இவர்கள் கண்டார்கள். அரசுகள், பேரரசுகளை நியாயப்படுத்தக் கூடிய அல்லது இனக்குழுக்களை அடியோடு அழித்து ஒழிக்கக் கூடிய மேலாதிக்க ஏகாந்தத் தத்துவங்கள் தோன்றிக் கொண்டிருந்ததை அவர்கள் கண்டிருப்பார்கள்.

இத்தகைய பின்புலத்தில்தான் சமணம் அநேகாந்தவாதம் பேசியது. சமணத்தைத் தோற்றுவித்த மகாவீரருக்கு முன்னால் 23 தீர்த்தங்கரர்கள் இருந்ததாகக் கூறுவதோடு அவர்களது நீண்டநெடிய வாழ்க்கைக் கதைகளையும் சமணநூல்கள் கூறுகின்றன. இந்த மரபுவழிக்கதைகள் கிழக்கிந்திய வட்டாரத்தில் சமணத்தின் பழமையைக் குறிக்கின்றன. சமணத்தின் அநேகாந்த வாதம் எல்லாவகைப்பட்ட ஏகாந்த வாதத்தையும் மறுக்கிறது. மொத்த உலகை அது ஜீவன்/ அஜீவன் (உயிருள்ளவை/ உயிரற்றவை) என்று பகுக்கிறது. ஜீவன் எனப்படும் உயிர்கள் பல. அவை எண்ணிலடங்காதவை. உயிர்கள் ஒரேவிதமானவையும் அல்ல. அவை பலதரப்பட்டவை. அஜீவன் எனப்படும் சடப் பொருள் உலகமும் பன்மைத்தன்மை கொண்டது. பூதலம், காலம், வெளி, மாற்றம், மாற்றமின்மை என அது ஐவகைப் பட்டது. மட்டுமின்றி சடப்பொருள் உலகம் முழுவதுமே அணுக்களால் ஆனது. பூதலம் மட்டுமின்றி காலமும் வெளியும் கூட அணுக்களால் ஆனவை. அணுக்களும் ஒரே விதமானவை அல்ல, பலதரப்பட்டவை. இவ்வாறாக சமணத்தின் எல்லாக் கோட்பாடுகளையும் அநேகாந்தவாதம் ஊடுருவி நிற்கிறது.

சமணத்தின் அறிவுத்தோற்றக் கொள்கையும் அநேகாந்தத் தையே பேசும். உண்மை அவரவர் அனுபவத்திற்கேற்ப பலப் பலவானது. யானை பார்த்த குருடர்கள் என்று ஒரு வேடிக்கைக் கதை உண்டல்லவா! அந்தக் கதை உண்மையில் சமணர்களின் அநேகாந்தவாதத்தை விளக்கத் தோன்றிய கதை. அது வேடிக்கைக் கதையல்ல. 'சீரியசான' கதை. மனிதர்கள் அனைவருமே அவரவர் அனுபவத்தைக் கொண்டு உலகக் காட்சியைக் கண்டறிந்து சொல்லுகிறோம். உலகம் பற்றிய ஒட்டுமொத்தச் சித்திரத்தை நமது அனுபவங்களிலிருந்து சேர்த்து உருவாக்கிக் கொள்ள வேண்டியதுதான். அனுபவங்களையே பொய் என்று கூறிவிட முடியாது. எமது அனுபவங்களையெல்லாம் முட்டாள்தன மானவை என்று ஒதுக்கிவிட்டு எந்த மேதாவியின் கருத்தும் 'முழு உண்மை' என்று கொள்ளமுடியாது.

இந்தியத் தத்துவங்களும் தமிழின் தடங்களும்

சமணத்தின் அறிவுத்தோற்றக் கொள்கையில் சியாத்வாதம் என்று ஒரு கோட்பாடு உண்டு. சியாத் (CIAD) என்றால் "இருக்கலாம், இருக்கலாம்" என்று பொருள். உலகைப் பற்றிய உங்கள் கருத்தும் உண்மையாக இருக்கலாம், எனது கருத்தும் உண்மையாக இருக்கலாம், இப்படியும் சொல்லலாம், அப்படியும் சொல்லலாம் என்பது போன்ற கொள்கை சியாத் வாதம். அநேகாந்த வாதத்தின் இன்னொரு வடிவம் இக்கொள்கை. அநேகாந்த வாதத்தோடு கூடிநிற்கும் மற்றுமொரு கொள்கை நயவாதம் எனப்படும். நவில்தொறும் நூல் நயம் போல என்கிறார் திருவள்ளுவர். நயம் பாராட்டுதல் என்று ஒரு சொற்சேர்க்கை இலக்கியக் கல்வியில் உண்டு. அனேகாந்த வாதத்தின் ஒவ்வொரு நிலைப்பாட்டிற்கும் ஒரு சிறப்புத் தன்மை இருக்கும் என்பது நயவாதம். ஒவ்வொரு நிலைப்பாட்டிற்கும் ஒரு நியாயம் உண்டு. எனவே ஒரு நிலைப்பாடு முழுக்க சரியென்றும் மற்றொன்று முற்றும் தவறென்றும் கொள்ளுதல் கூடாது. பன்மிய அணுகு முறைகளில் ஒவ்வொரு அணுகுமுறையையும் அதன் சிறப்பை உணர்ந்து ஏற்றுக்கொள்ளவேண்டும்.

சமணத்தின் அகிம்சைக் கோட்பாட்டையும் அநேகாந்த வாதத்தின் நோக்கில் புரிந்து கொள்ளமுடியும். உண்மைகள் பலவாக இருக்கும்போது, யதார்த்தம் பற்றிய புரிதல்கள், அனுபவங்கள் பலவாக இருக்கும்போது இந்தப் பன்மீய நிலைப்பாடுகளுக்கிடையிலான உறவுகள் எப்படிப்பட்டவையாக இருக்கவேண்டும்? அவை அகிம்சை உறவுகளாக இருக்க வேண்டும். வன்முறை அற்றவையாக இருக்கவேண்டும். சகிப்புத் தன்மை கொண்டவையாக இருக்கவேண்டும். பல்வேறுபட்ட பார்வைகளுக்கு இடமளிப்பவையாக இருக்கவேண்டும். ஒரு பார்வை இன்னொரு பார்வையின் மீது மேலாதிக்கம் செலுத்து வதாக இருக்கக்கூடாது.

சமணத்தின் அநேகாந்தவாதமும் அகிம்சையும் அதிகாரம், மேலாதிக்கம், ஒற்றை நோக்கு, ஒற்றைப்புனிதம் ஆகியவற்றிற்கு எதிரானவை.

இந்தியாவின் ஒரு புறத்தில் ஒற்றை மையத்தைக் கட்டி மேலாதிக்கம் செலுத்த விழைந்த சக்திகள் உருவாகிக் கொண்டி ருந்ததை சமணம் கண்டு கொண்டதோ!

சமணம் மட்டுமல்ல, இன்னும் சாங்கியம், வைசேடிகம் ஆகியவையும் கூட ஏகாந்தவாதப் பிரம்மத்தை ஏற்காமல் பன்மீயம் பேசிய தத்துவங்கள்தாம்.

ஏகாந்தம்/அனேகாந்தம் என்ற நோக்கில் பண்டைய இந்தியத் தத்துவங்கள் ஒவ்வொன்றையும் இன்னொருமுறை கவனமாக வாசித்துப் பார்க்கவேண்டும் போல் தோன்றுகிறது. அரசு, பேரரசுகள் தோன்றிக் கொண்டிருந்த அக்காலத்தில், ஆரிய இனக்குழுக்களுக்கும் பூர்வக்குடிகளுக்கும் இடையிலான உறவுகளை நிர்ணயிக்க வேண்டி இருந்த அக்காலத்தில் ஏகாந்தம்/அனேகாந்தம் என்ற பிரச்சினை தத்துவவாதிகளால் பேசப் பட்டிருக்கவேண்டும் என்று தோன்றுகிறது.

ஏகம்/அநேகம் என்ற மேற்குறித்த தத்துவ மற்றும் சமூகப் பிரச்சினைக்கு வைதீகம் கண்ட முடிவு வருண சமூக அமைப்பு; பின்னாளில் சாதிச் சமூக அமைப்பு.

பிரம்மம் தனது புனிதத்தையும் நிரந்தரத்தையும் நிறுவிக் கொண்டு, தன்னைத் தவிர்த்த பிறவற்றைத் தனது நோக்கில், தனது நலன்களின் அடிப்படையில் வரிசைப்படுத்திக் கொண்ட முறைதான் வருண- சாதிச் சமூக அமைப்பு, ஏக பிரம்மத்தின் தலைமையின் கீழ் பிற இனக்குழுக்கள் படிநிலை அமைவாக கட்டமைக்கப்பட்டதுதான் வருண- சாதி அமைப்பு.

பிரம்மம் தனது புனிதத்தைக் காத்துக்-கொள்வதற்காகவும் முன்பு நாம் கூறிய இன அச்சத்தாலும் வருண- சாதி அமைப்பைக் கட்டிக்காக்கும் கோட்பாடாக அகமணமுறையை வலிமைப் படுத்தியது. தமக்கும் பிறருக்குமான உறவை "ஒழுங்குபடுத்து" வதற்காக மட்டுமின்றி, பிற இனக்குழுக்கள் தமக்குள் கடைப் பிடிக்க வேண்டிய உறவாகவும் அகமணமுறை விரிவாக்கப் பட்டது. வருண சுதர்மங்கள் வரையறுக்கப்பட்டன. இந்த மொத்த அமைப்பிற்கு புனித அங்கீகாரமும் இறைஅங்கீகாரமும் வழங்கப்பட்டன.

ஏகத்துவம்/ அனேகத்துவம் ஆகிய இரண்டிற்கும் இடையில் ஓர் இடைநிலையை (மத்திம மார்க்கம்) பௌத்தம் முயற்சித்த தாகத் தெரிகிறது. இன்னொருபுறம் வருண சாதிப்படிநிலை அமைப்பையும் அது மறுத்திருக்கிறது.

பிரம்மம், ஆன்மா, யக்ஞம் ஆகியவற்றின் அதீதப் புனிதத்தை புத்தர் ஏற்றுக்கொள்ளவில்லை. சமணர்கள் பேசிய அநேகாந்தப் பன்மியத்தையும் புத்தர் ஏற்கவில்லை. 'சகலமும்

சர்வாம்சமாக உறவு கொண்டவை' என்று புத்தர் போதித்தார். ஒவ்வொன்றும் தனித்தனியாக நிலவமுடியும் என்பதை அவர் ஏற்றுக்கொள்ளவில்லை. நாம் வாழும் இந்த வாழ்வு சர்வாம்ச உறவு கொண்டது மட்டுமின்றி, இந்த உறவமைப்பும் அதில் நிகழும் மாற்றங்களும் முரண்பாடானவை. எனவே சம்பந்தப் படும் மனிதர்களுக்கு அவை துன்பத்தைத் தருபவை. இந்தத் துன்பங்களை விலக்குவதற்கு அறவியல் ரீதியாகவும், உளவியல் ரீதியாகவும் சில தீர்வுகளை அவர் முன்மொழிந்தார். இருப்பினும் தனித்தனி மனிதர்களாகத் துன்பங்களை விலக்கி "விடுதலை" பெறமுடியும் என்பதைப் புத்தர் நம்பவில்லை. மாறாக மொத்த அமைப்பே செப்பம் செய்யப்பட்டு ஒட்டு மொத்த விடுதலையே (சர்வ முக்தி) சாத்தியம் என்பது புத்தரது நிலை.

வாழ்க்கைத் தளத்திலும் சரி, விடுதலைத் தளத்திலும் சரி புத்தர் வைதீகத்தின் ஏகத்துவத்தையோ, வருண சாதிப் படிநிலை அமைப்பையோ, இன்னொருபுறம் சமணத்தின் அநேகத்து வத்தையோ ஏற்கவில்லை.

வாழ்வு, விடுதலை பற்றிய புத்தரின் கருத்து கற்பனாவாத கம்யூனிசம் போன்றது என்று அறிஞர்கள் கூறுவர்.

பக்தி இயக்கத்தின் தொடக்க காலத்தில் வடஇந்தியா விலும் தென்னிந்தியாவிலும் பண்பாட்டுத்தளத்தில் மீண்டும் அநேகாந்த எல்லைகள் உயிர்பெற்றன. அநேகக் கடவுளர்கள், அநேக வழிபாட்டு முறைகள், வெவ்வேறு மொழிகளில், வெவ்வேறு வட்டார அடையாளங்கள், குறியீடுகளோடு துளிர்த்து எழுந்தன. அவை வைதீக ஏகத்துவத்தை மறுத்தன; சமஸ்கிருதத் தலைமையை மறுத்தன; யக்ஞத்தின் புனிதத்தைக் கேள்விக்குள்ளாக்கின. சமஸ்கிருதமோ வேதமோ அறியாத பக்தர்கள் ஊருக்கு ஊர் தோன்றினர். அவரவர் ஊரில் கடவுள்கள் சுயம்பாகப் பிறந்தார்கள். வைதீக யக்ஞத்தில் பிரபஞ்சம் ஒட்டுமொத்தமாக உற்பத்தியாகிய கதையை இவர்கள் நம்ப மறுத்தார்கள். ஐந்து ராத்திரி இருட்டுக்குள் (பஞ்ச ராத்திரம்) அல்லது அவரவர் கோயில் கருவறைக்குள்ளிருந்து அல்லது அந்தந்த ஊர் அம்மனிலிருந்து உலக உயிர்களெல்லாம் உற்பத்தி செய்யப்பட்டன என்ற கதைதான் உண்மையாக இருக்கவேண்டும் என்று இந்த மக்கள் நம்பினார்கள். சாதி வருண அமைப்பைக் கவிழ்த்துவிட்டு பக்தர்குலம் என்ற ஒரே

குலத்தை உருவாக்கி விடலாமா என்று கூட இவர்கள் ஆசைப் பட்டார்கள்.

இந்திய நிலப்பரப்பின் பல்வேறு வட்டாரங்களில் தோன்றிய பிரும்மாண்டமான இந்த அநேகத்துவ எழுச்சியை வைதீகம் சூத்திரர் இயக்கம் என்று சரியாகத்தான் புரிந்து கொண்டது. பக்தி தீட்டானது, மாயையானது என்று முத்திரை குத்திப் பார்த்தது. ஆனால் கட்டுப்படுத்த முடியவில்லை. அநேகம் புற்றீசல்கள் போல் முளைத்து எழுந்து கொண்டே இருந்தது. அந்தந்த வட்டாரங்களில் புதிய புனிதங்கள் தோன்றி வட்டார ஏகத்தத்துவங்கள் நிலை பெற்றன. வைதீக ஏகத்துவத்தையும் படி நிலை அமைவையும் வட்டாரப் புனிதங்கள் அகப்படுத்திக் கொண்டன. வைதீகம் சிறிது நெளிவு சுளிவாக பக்தி மரபை ஏற்கத்தொடங்கியது. வட்டாரப் புனிதங்களோடு சமரசம் செய்து கொண்டது. தங்களை வைதீகர்கள் அங்கீகரித்ததில் வட்டாரப் புனிதங்களுக்கும் சந்தோஷம்.

பக்தி அநேகத்தை கையகப்படுத்துவதில் வைதீகம் மிகவும் சிரமப்படவேண்டியிருந்தது. ஆங்காங்கே யார் யார் சொன்ன கதைகளுக்கோ ‘கங்கா ஜலத்’தைத் தெளித்துப் புனிதப்படுத்த வேண்டியிருந்தது. ஊர் ஊராகக் கறுத்த மனிதர்களோடு சென்று அவர்கள் கட்டிய கோயில்களுக்கு கும்பாபிஷேகம் நடத்த வேண்டிவந்தது. தாம் கடைப்பிடித்து வந்த “ஒழுக்கங் களை”யெல்லாம் வட்டாரப் புனிதங்களுக்குச் சொல்லிக் கொடுக்க வேண்டி வந்தது. பிரபஞ்சத்தின் மையம் யக்ஞம் என்ற பழைய தத்துவத்தை ரகசியமாக வைத்துக் கொண்டு பிரபஞ்சத்தின் மையம் கோயில்தான் என்று பேச வேண்டி வந்தது. பிரம்மம், யக்ஞம், சமஸ்கிருதம் ஆகியவற்றை மையமாகக் கொண்ட வருண சாதிப் படிநிலை அமைப்பை இப்போது கோயிலை மையமாகக் கொண்டு மறுகட்டமைப்பு செய்யவேண்டி வந்தது. அப்படியும் இப்படியுமாக எல்லா வற்றையும் சேர்த்துத் தைத்து மகாபுராணங்களை உருவாக்க வேண்டி வந்தது. இன்னொருபுறம், இத்தனையையும் செய்த பிறகு பழைய பிரம்ம தத்துவத்தையும் காத்துக்கொள்ள வேண்டியிருந்தது.

கடுமையான சமரசங்களுக்குப்பிறகு எப்படியோ மீண்டும் அந்தப்படிநிலை அமைப்பு சிலவேறுபாடுகளுடன் தக்க வைத்துக் கொள்ளப்பட்டது.

இசுலாமியர்கள் மீது ஏகத்துவக்காரர்களுக்கு ஏராளமான கோபம். எல்லா அரசர்களையும் போலத்தான் இஸ்லாமிய மன்னர்களும் படையெடுத்தார்கள், கொள்ளை அடித்தார்கள், மக்கள் மீது அடக்குமுறையையும் சுரண்டலையும் நடத்தினார்கள். கோபம் இவற்றால் ஏற்பட்டதல்ல. வைதீகம் இந்நாட்டில் கட்டி எழுப்பிக் கண்ணுக்குக் கண்ணாகக் காத்துவந்த சாதி அமைப்பை இஸ்லாமிய மன்னர்கள் போதுமான அளவு பேணிக்காக்க வில்லை. இஸ்லாமிய மன்னர்களுக்கு சாதிப்படிநிலை அமைப்பின் புனிதத்துவம் மீது விசேஷமான மரியாதை இல்லை. அவர்கள் மிகப் பிரும்மாண்டமான நகரங்களை உருவாக்கினார்கள்; டாக்காவிலிருந்து துருக்கியின் கான்ஸ் டாண்டிநோபில் வரை வணிக நகரங்களையும் போக்குவரத்துப் பாதைகளையும் உருவாக்கினார்கள். நகரங்களில் மாபெரும் கட்டடங்கள், நினைவுச் சின்னங்கள், நந்தவனங்கள், சமாதிகள் ஆகியவற்றைக் கட்டி எழுப்பினார்கள். பெரு நகரங்களிலும் சிறுநகரங்களிலும் சந்தைகள், பஜார்கள் உருவாகின. இத்தனை மாற்றங்களுக்கும் பின்னால் ஏராளமான உடலுழைப்புச் சாதிகள் இருந்தன. தோல்பதனிடுவோர், பட்டுநூல் தொழிலாளர், சாயம் காய்ச்சுவோர், கைவினைஞர்கள், கொத்தர்கள், தச்சுவேலைக்காரர்கள், கொல்லர்கள் என எண்ணிலடங்கா மக்கள் பகுதியினர் புதுவாழ்வு பெற்றனர். வணிகர்கள், வரிவசூலிப்போர், அரசுப்பணியாளர்கள், போர்வீரர்கள் ஆகியோர் எண்ணிக்கையில் பெருகினர். தீட்டுத்தொழில்கள் புரிந்தோர் என்று முன்பு கருதப்பட்ட பலர் இப்போது புதுப்பணக்காரர்கள் ஆனார்கள். சமூகத்தின் பல பகுதிகளில் தலைகீழ் மாற்றங்கள் நிகழ்ந்தன. சாதி அமைப்பு சடசடவென சரிந்து விடுமோ என்ற அச்சநிலை ஏற்பட்டது.

மீண்டும் ஒரு முறை ஏகம்/ அநேகம் என்ற பிரச்சனை முன்னுக்கு வந்தது. எப்படி? 10-17ஆம் நூற்றாண்டுகளில் மையத்தில் இஸ்லாமிய மன்னர்கள் ஆட்சியிலிருந்ததால் வைதீகம் தற்காலிகமாகப் பலவீனமடைந்தது. வைதீகத்திற்கு எந்த விதத்திலும் குறைந்துவிடாத ஒரு மாற்று ஏகத்துவக் கொள்கை இஸ்லாமியரிடமும் இருந்தது. ஆனால் வைதீகச் சாதி அமைப்பை அது சாராதது. எனவே அடித்தளச் சாதிகள் சமூகக் கட்டமைப்பில் மேல்நோக்கி நகருவதை அது அனுமதித்தது. அதற்கு அது இடமளித்தது. உடலுழைப்புச் சாதிகள், கை வினைஞர்கள், வணிகர்கள் பொருளாதார உபரியில் பங்கு

பெற்றதும் சமூகத்தின் ஆன்மீக உபரியிலும் பங்கு கேட்டனர். அதாவது மேல்நோக்கி நகர்ந்த மக்களிடையில் அவர்களது சொந்த ஞானியர்கள் தோன்றி புதுமதமும் தத்துவமும் பேசினார்கள். சூபிகள், கபீர், மீராபாய், துக்காராம், நர்சி மேத்தா, தாதுதயாள், பௌல்கள், சித்தர்கள், குரு நானக் முதல் குரு கோவிந்தர் வரை என புதிய ஞானிகள் தோன்றி புதிய ஆன்மீகம் பேசினார்கள். இவர்களது தத்துவங்கள் எந்த வேர் களிலிருந்து இவர்கள் வெளிக் கிளம்பினார்களோ அவற்றின் தத்துவங்களாக இருந்தன. இஸ்லாமுடன் நட்புறவு கொள்ளவும் இவர்கள் தயங்கவில்லை. வட்டார மொழிகளில் புனித நூல்கள் உருவாயின. பாரசீக, அராபிய, உருது மொழிச் சொற்களால் இறைவனைத் தொழ இவர்கள் கூச்சப்படவில்லை. அராபிய, பாரசீக இசைக் கூறுகளால் இறை அனுபவத்தைத் தீண்ட இவர்கள் தயக்கப்படவில்லை.

இந்தியாவின் பின் இடைக்காலம் எனப்படும் இக்காலத்தில் வைதீக ஏகத்துவம் தளர்வு கண்டதாலேயே சமய, தத்துவ, கலாசார மற்றும் மொழித்தளங்களில் அனேகத்துவம் புதிய அனுபவங்களுடன் முன்னுக்கு வந்தது. பஞ்சாப், மராட்டியம், காஷ்மீரம், டில்லி, வங்காளம், இன்னும் பல பண்பாட்டு மையங்கள் உருவானது இக்காலத்தில்தான்.

ஏகம், அநேகம், சாதியம் என்ற சில நிலைப்பாடுகளின் நோக்கிலிருந்து இந்தியக் கதையைப் பேச நாம் முயன்றுள் ளோம். ஏற்கெனவே இந்தியா என வரையப்பட்டுள்ள சித்திரங் களோடு இன்னும் ஒன்று கூடுதலாக, முந்தியவை விளக்கத் தவறும் சில விஷயங்களை இச்சித்தரிப்பு விளக்கலாம்.

இக்கதையை 19-20ஆம் நூற்றாண்டுகள் வரை இதே போக்கில் வளர்க்கலாம்.

ஒற்றையியம் – மொத்தத்துவம் – சாதியம்

மேற்கு நாடுகளில் முதலாளிய சமூகத்தின் வளர்ச்சிக் கட்டங்களை அந்த நாடுகளின் மார்க்சியர்கள் நுட்பமாக வரையறுத்து வருகிறார்கள். மார்க்சின் காலத்தில் அது முதலாளியம் என்று பொதுநிலையில் வரையறுக்கப்பட்டது. 19-ஆம் நூற்றாண்டின் இறுதியில் அதனை லெனின் ஏகாதிபத்தியம் என்று அடையாளப்படுத்தினார். மூலதனம் தொழிலாளர்களின் உழைப்புச் சக்தியை ஒரு பண்டமாக்கி (சந்தைப் பொருளாக்கி) அது உற்பத்தி செய்யும் உபரி மதிப்பைச் சுரண்டுகிறது என்று முதலாளிய உற்பத்தி முறையை மார்க்ஸ் விளக்கினார். மூலதனம் தனித்தனித் தொழில் துறைகளில் என்றில்லாமல் வங்கி, நிதி நிறுவனங்கள், சுரங்கத்தொழில், கச்சாப் பொருளுற்பத்தி, எந்திரங்களைச் செய்தல், சந்தைக்கான பண்டங்களை உற்பத்தி செய்தல், சந்தையைக் கட்டுப்படுத்துதல் என உற்பத்திமுறையை முழுவதும் கையகப்படுத்துவதை ஏகாதிபத்தியம் என்று லெனின் வரையறுத்தார்.

தொடர்ந்து மேற்கு நாடுகளின் சமூக அமைப்பின் புதிய பரிணாமங்களைப் பற்றி அங்குள்ள மார்க்சியர்கள் ஆய்வு செய்து வருகின்றனர். விஞ்ஞான தொழில் நுட்பப் புரட்சி எனும் தளத்தில் வைத்து அது உற்பத்தி வாழ்வையும் சமூக அரசியலையும் எவ்வாறு பாதித்து வருகிறது என்பதில் அங்குள்ள மார்க்சியர்கள் கவனம் செலுத்தினர். விஞ்ஞானம் நேரடியான உற்பத்தி சக்தியாக மாறிவிட்டது என்றும், தொழிலாளர்களுக்கிடையில் விஞ்ஞானத் தொழில் நுட்பவாதிகள் வெள்ளைக்காலர் தொழிலாளர்களாக (White collar workers) (அழுக்குப்படாத தொழிலாளிகளாக) உள்ளனர் என்றும் சில கருத்துக்கள் முன்வைக்கப்பட்டுள்ளன. தொழிலாளர் வர்க்கத்தின் உள்ளடக்கம் மாற்றம் பெறுகிறதா? என்ற சில சந்தேகங்களும் எழுப்பப்பட்டதுண்டு.

ஹெர்பர்ட் மார்க்யூஸ் என்ற புது மார்க்சியர் முதலாளியச் சமூகம் ஒற்றையியப் பண்பு கொண்டதாக மாறிவிட்டது என்று

ஒரு பெரிய விவாதத்தைத் துவக்கினார். முதலாளியச் சமூகத்தின் ஆளும் வர்க்கம் தனது எதிரிகளைத் தன்னகப்படுத்திக் கொண்டு ஜீரணித்துக் கொள்ளும் ஆற்றலை வளர்த்துக் கொண்டு விட்டது என்பது ஒற்றையியச் சமூகத்தின் பண்பாகும். தொழிற் சங்கங்கள், அவர்களது போராட்ட முறைகள், அவர்களது பொருளாதார மற்றும் அரசியல் கோரிக்கைகளை எதிர்நோக்கி அவற்றை எதிர் கொள்ளும் சமத்காரம் கொண்டதாக மேற்கத்திய சமூகங்கள் உருவாகி விட்டன என மார்க்யூஸ் அறிவித்தார். இவரது கருத்து அதிர்ச்சியூட்டுவதாக அமைந் திருந்தது. சமூக மாற்றத்திற்கான புரட்சிகர சக்திகளின் முனை மழுங்கடிக்கப்பட்டு அவை முதலாளிய அமைப்பின் ஒரு பாகமாகவும் பகுதியாகவும் ஆகிவிட்டன என்பது அவரது விவாதத்தின் முக்கிய கருத்தாகும்.

விவாதங்கள் தொடர்ந்தன. தொலைக்காட்சி நுட்பங்கள் இரண்டாம் உலகப்போருக்குப் பின் வேகமாக வளர்ந்தன. கலாசாரத் தொழில் (உற்பத்தி) (Culture Industry) என்ற ஒன்று பற்றி மேற்கத்திய மார்க்சியர்கள் பேசினார்கள். நீண்ட காலமாக மேற்கத்திய சமூகங்கள் பேசிய "கலை இலக்கியவாதியின் படைப்புச் சுதந்திரம்" இப்போது முடிவுக்கு வந்து விட்டதாக அவர்கள் கூறினார்கள். ஏனெனில், கலை, இலக்கிய, கலாச்சாரத் துறையும் முழுவதும் மூலதனத்தால் சிறைபிடிக்கப்பட்டு அவையும் மூலதனத்தின் விதிகளால் நிர்வகிக்கப்படுகின்றன என்ற கருத்திற்கு அவர்கள் வந்து சேர்ந்தார்கள். பத்திரிகை, பதிப்பகங்கள், திரைப்படம், தொலைக்காட்சி, ரேடியோ ஆகிய துறைகள் அனைத்தும் இன்னொரு மாபெரும் தொழிற்சாலை போல் முதலாளியத்தின் கட்டுப்பாட்டுக்கள் இயங்குகின்றன என்ற முடிவு பெறப்பட்டது. தொழில் உற்பத்தி என்ற பொருளாதார அடிப்படை மட்டுமின்றி கலாசாரமும் மூலதனத்தால் ஊடுருவப்பட்டுவிட்டது என்பது இதன் பொருளாகும்.

மேற்குறித்த கருத்துக்கள் இன்னும் பல திசைகளில் வளர்த்தெடுக்கப்பட்டன. முதலாளியச் சுரண்டல், அடக்கு முறை நடக்கும் இடங்களாக முன்பு பணிபுரியும் இடங்களைத் தான் சொல்லமுடியும் என்றால் இப்போது குடியிருக்கும் வீடு, மருத்துவமனை, ஓய்விடங்கள், கல்விக் கூடங்கள் ஆகிய அனைத்து இடங்களிலுமே மக்கள் சுரண்டப்படுகிறார்கள்

அல்லது சுரண்டலுக்கு ஆயத்தம் செய்யப்படுகிறார்கள் என்ற முடிவுகளுக்கு மேற்கத்திய மார்க்சியர்கள் வந்து சேர்ந்தனர். பணி இடங்களை மட்டுமே முன்பு மையப்படுத்தி பொருளாதார உறவுகளை ஆய்வு செய்த நிலை மாறி இப்போது வாழ்வின் எல்லைப்பகுதிகளிலும் எவ்வாறு சுரண்டல் உறவுகள் ஊடுருவி யுள்ளன என்பது குறித்துக் கவனம் பெறுகிறது. அமெரிக்க கம்யூனிஸ்டுகள், மார்க்சிய அறிஞர்கள் மூலதனத்தின் அன்றாட (தினசரி) வெளிப்பாடுகள் குறித்துப் பேசத் தொடங்கினர்.

இந்த நிலையில் தான் மேற்குறித்த சிந்தனைகளை உள்ளடக்கி பின்னை முதலாளியம் என்ற சமூக அமைப்பு பற்றி பிரடெரிக் ஜேம்சன் என்ற அமெரிக்க மார்க்சியர் விரிவாக எழுதி வருகிறார். ஆங்கிலத்தில் இது late- capitalism என்று அழைக்கப்படுகிறது. பின்னை முதலாளியம் என்றால் என்ன? அதன் அடிப்படைப் பண்புகள் யாவை?

மொத்தத்துவம் - மொத்தப்படுத்துதல் - என்ற ஒன்றைப் பற்றி பிரடெரிக் ஜேம்சன் குறிப்பிடுகிறார். மூலதனம் என்ற பொருளாதார அம்சம் பொருளுற்பத்தி எல்லைகளை முழுவதும் எட்டி, இப்போது அந்த எல்லைகளைத் தாண்டி சமூக, கலாசார மற்றும் தினசரி வாழ்க்கைத்தளம் முழுவதையும் ஊடுருவி விட்டது. எனவே மூலதனம் அல்லது முதலாளியம் என்பதை வெறுமனே பொருளாதார நிகழ்வாகக் கொள்ளுதல் முடியாது. அது சமூக மொத்தமும் சம்பந்தப்பட்ட விஷயம் என்றாகி விட்டது. பொருளுற்பத்தி வாழ்க்கையை மார்க்சி யர்கள் சமூக அடிப்படை என்றும், கலை, கலாசாரம், தத்துவம், கல்வி, குடும்ப உறவுகள் போன்றவற்றை மேற்கட்டுமானம் என்றும் வகைப்படுத்துவர். இந்த வகைப்படுத்தல் இப்போது கேள்விக்குள்ளாக்கப்பட்டுள்ளது. பின்னை முதலாளியத்தில் மூலதனமும் முதலாளிய உறவுகளும் ஒட்டு மொத்தச் சக்திகளாகச் செயல்படுகின்றன என்ற முடிவிற்கு பிரடெரிக் ஜேம்சன் வருகிறார். அடிப்படையைக் காரணமாகவும் மேற்கட்டு மானத்தைப் பிரதிபலிப்பாகவும், ஒன்றை நிஜமாகவும் மற்றொன்றை நிழலாகவும் அணுகும் முறையியல் பொருத்த மற்றது என்ற முடிவு இப்போது பெறப்படுகிறது.

இந்த ஒட்டுமொத்த (மொத்தத்துவ) அமைப்பு குறித்த சிந்தனை இந்திய மார்க்சியர்களுக்கு மிகவும் முக்கியமானது

என்று கருதுகிறேன். இந்தியச் சமூகம் மரபுரீதியாக இப்படிப் பட்ட மொத்தத்துவ அமைப்பைத்தான் கொண்டிருந்திருக்கிறது என்று தோன்றுகிறது. இந்த மொத்தத்துவப் பண்பு கொண்ட தாகத்தான் இந்தியச் சாதி சமூகம் இருந்து வந்திருக்கிறது. ஒரே வேளையில் வருண - சாதி முறை ஒரு பொருளாதார அமைப் பாகவும், கலாசார அமைப்பாகவும் பணிபுரிந்து வந்திருக் கிறது. தலைமுறை தலைமுறையாக குறிப்பிட்ட மக்கள் பிரிவினர் இந்தந்த தொழில்களைச் செய்வோர் என்று விதிக்கப் படுவது ஒரு பொருளாதார அம்சம் என்றால், இன்னொரு புறம் குறிப்பிட்ட அத்தொழில்களும் அதைச் செய்யும் மக்களும் தீட்டுக்குரியவர் என்று விதிப்பது சமூக, கலாசாரம் சார்ந்த அம்சமாகும். அவர்களுக்குக் கல்வி கிடையாது, மத உரிமைகள் கிடையாது, ஆன்மீகக் கலாசார வாழ்வில் பங்கு கிடையாது, சாதாரண மனித உரிமைகள் கூட கிடையாது என்றெல்லாம் ஒடுக்குவது இப்படிப்பட்ட கலாசாரம் சார்ந்த அம்சமாக உள்ளது.

எனவே சாதியம் என்பதை அடித்தளம் என்றோ மேற் கட்டுமானம் என்றோ பிரித்துப் பார்ப்பது கூடாது என்பதை இந்த மொத்தத்துவ (Totalizing) கோட்பாடு கூறுகிறது. பொருளாதாரம், மதம், தத்துவம் ஆகிய சகலவற்றாலும் சாதியம் பாதுகாக்கப்பட்ட ஒன்றாக விளங்குகிறது. இதுதான் மொத்தத் துவம் என்பதால் வலியுறுத்துகிறது.

தீட்டும் வேதாந்தமும்

இந்தியத் தத்துவத்தைச் சரியாகப் புரிந்துகொள்ள இந்தியச் சாதியமைப்பை முறையாகப் புரிந்துகொள்ள வேண்டும். இந்த வகையில் சாதியமைப்பிற்கும் இந்தியத் தத்துவங்களுக்கு மிடையில் ஓர் இடைவெளியற்ற உறவு நிலவுகிறது என்று நான் கருதுகிறேன். இந்தியத் தத்துவம் என்ற ஒன்று தனியாகவும் சாதியமைப்பு என்ற ஒன்று தனியாகவும் நிலவுவதாகக் கொள்வதற்கு இடமில்லை. சாதிக் கொள்கைகள் சமூகத் தளத்தில் நேரடியாகச் செய்ததைத் தத்துவங்கள் சூக்குமக் கருத்து வடிவில் மறைமுகமாகச் செய்தன.

கர்மக் கோட்பாடு, குணங்கள் (சத்வம், ரஜசம், தமசம்) பற்றிய கோட்பாடு, தீட்டுக் கொள்கை, சுதர்மக் கோட்பாடு, புருஷ சூக்தத்தில் சொல்லப்படும் வருண உற்பத்திக் கொள்கை ஆகிய எல்லாமே சாதி- வருண அமைப்போடு நேரடியாகத் தொடர்பு கொண்டவை.

மட்டுமல்ல, இந்தியத் தத்துவங்களில் ஆக உயர்ந்த தத்துவம் என்று கூறப்படும் வேதாந்தத்திற்கும் சாதியத்திற்கும் அப்பட்ட மான தொடர்பு உண்டு. மிக உயர்ந்த உண்மையாகிய பிரம்மத் திற்கும் உலகிற்குமிடையில் தீட்டு நிலவுகிறது என்று வேதாந்தம் கூறுகிறது. பிரம்மத்திற்கும் உலகிற்குமிடையில் உள்ள தீட்டை ஒழித்து பிரம்மம் ஒன்றே உண்மை, அது எதனுடனும் உறவு கொள்ளாதது என்பதை உணர்தலே பிரம்ம ஞானம் என்று அது கூறுகிறது. பிரம்மம் தன்னில் தானே நிலவ வேண்டும். அது பிறவற்றோடு கலந்து விடக்கூடாது. பிறவற்றோடு கலந்து விட்டால் அது தீட்டாகிவிடும். எனவே பிரம்மம் மிகவும் கறாராகத் தீண்டாமையைக் கடைப்பிடித்து தனது பவித் திரத்தைப் பாதுகாத்துக் கொள்ளவேண்டும் என்பது தான் வேதாந்தம் கூறும் செய்தி.

தனது சுத்தத்தை வலியுறுத்துவதற்காகவே அது உலகை மாயை என்கிறது. உலகம் மாயை, உடல் மாயை, உடல்

உழைப்பாளர்கள் மாயை, நிலம், இரும்பு, ரத்தம், பிறப்பு, இறப்பு ஆகியவையெல்லாம் மாயை என்று அது கூறுகிறது. நிலத்தில், இரும்பில் வேலை செய்பவர்கள், ரத்தத்தைத் தீண்டிப் பணி புரிபவர்கள், இறந்த மிருகங்களின் தோலைப் பதனிடுபவர்கள், பறை அடிப்பவர்கள் எனப் பல்வேறு சமூக உழைப்பாளிகளை அது தீட்டுக்குரியவர்கள் என்று கூறுகிறது.

இது போன்ற தொழில்களில் ஈடுபடாமல், அத் தொழில்களைச் செய்யும் மக்களோடு கலந்து விடாமலிருப்பதே பிரம்மத்தின் தூய்மை என்பது வேதாந்தம். இப்போது சொல்லுங்கள் இது தத்துவமா, சாதியமா?

பிரம்மத்திற்குச் செயல்பாடு பிடிக்காது: ஏன்?

பிரம்மத்தின் சுயரூபம் சத்-சித்- ஆனந்தம் என வரையறுக்கப் படுகிறது. இதன்படி பிரம்மம் உண்மையானது, கருத்துமய மானது, ஆனந்தமயமானது என்று பொருள். வேதாந்தத் தத்துவத்தின்படி பிரம்மத்தின் சுயரூபம் மட்டுமே உண்மை, உலகம் உண்மையானதல்ல. இன்னும் சொல்லுவதானால், பிரம்மத்தின் சுயரூபத்திலிருந்து உலகம் தோற்றுவிக்கப்பட முடியாது. உலகம் தோற்றுவிக்கப்பட வேண்டுமானால் பிரம்மம் செயல்படவேண்டும். ஆனால், செயல்பாட்டிற்கு பிரம்மத்தின் சுயரூப வரையறையில் இடம் இல்லை!

இன்னொருபுறம், செயல்பாடு என்பதை ஓர் உலகியல் பண்பு என்று வேதாந்தம் கூறுகிறது. அது பிரகிருதி (இயற்கை) யின் பண்பு. வேதாந்தத்தின்படி உலகம், இயற்கை ஆகியவை மாயை. செயல்பாடு, குணங்கள் எல்லாமே மாயைக்குச் சொந்த மானவை.

சங்கர வேதாந்தம் இவ்வாறாக செயல்பாட்டை மாயையின் ஒரு பண்பாகக் காட்டுகிறது. செயல்பாடற்ற நிலையில், ஞானத்தால் மட்டுமே பிரம்மத்தை அடையமுடியும் என்று சங்கரர் பெரிதும் வற்புறுத்தினார். அவரது சீடரான சுரேஸ்வரர் தனது நூலுக்கு நிஷ்கார்மிய சித்தி எனப் பெயரிட்டார். அதாவது, பிரம்ம ஞானம் செயல்பாடற்ற சித்தி என்ற அங்கீகாரத்தைப் பெறுகிறது. இந்த அளவிற்கு அடிப்படையி லேயே செயல்பாட்டை பிரம்மம் மறுதலிப்பது ஏன்? இதன் சமூக அர்த்தம் என்ன? என்று யோசிக்க வேண்டியுள்ளது.

செயல்பாடு மாற்றத்திற்கு இட்டுச் செல்கிறது. மாற்றம் என்பது குறிப்பிட்ட இத்தத்துவங்களின் காலத்தில் நிலவிய சமூக அமைப்பை மாற்றுவது என்பதாக ஆகி விட வாய்ப்புண்டு. பிராமணியத்தின் தலைமை, சாதி அமைப்பு ஆகியவற்றை மாற்றி அமைப்பதாகவும் செயல்பாடு ஆகிவிட முடியும். வேறு வார்த்தைகளில் சொல்வதானால், சமாதனம் அல்லது "ஆதி

அந்தமில்லாத நிரந்தரத் தன்மை" கொண்ட சாதி-வருண அமைப்பை அடித்தள மக்களின் எழுச்சிகள், சமூகச் செயல் பாடுகள் மாற்றி அமைத்துவிட முடியும். இதனை எதிர் நோக்கியே, எல்லா வகைச் செயல்பாடுகளையும் பிரம்ம தத்துவம் உண்மைக்குப் புறம்பானவை, மாயையானவை, அவற்றால் மாயை அதிகரிக்குமே தவிர குறையாது எனக் கருத்தியல்ரீதியாக கேவலப்படுத்தி வைத்துள்ளது.

பிரம்மத்தின் சாதுர்யம் இது: தன்னை மாற்றமற்ற நிரந்தர உண்மை என்று கூறியது மட்டுமின்றி, தன்னை மாற்றும் நோக்குடன் எழும் செயல்பாடுகளையும் மாயை எனக் கற்பித்து வைத்துள்ளது.

பிரம்ம ஞானம்

பிரம்மன் பற்றிய அறிவே உயர்ந்த அறிவு என்று உபநிடதங்கள் கூறுகின்றன. பிரம்ம ஞானமே ஒரே ஞானம் என்று வேதாந்தம் கூறுகிறது. பிரம்மத்தை அறிவதன் மூலம் எல்லாவற்றையும் அறிகிறோம் என்று அவை போதிக்கின்றன. இயல்பாகவே சில கேள்விகள் எழுகின்றன.

பிரம்மத்தை அறிவதன் மூலம் தோட்டியின் தொழிலை அறிந்ததாக ஆகுமா?

பிரம்ம ஞானம் சலவைத் தொழிலாளியின் தொழிலை எனக்கு உணர்த்துமா?

பிரம்ம ஞானத்தில் வெட்டியானின் அறிவு அடங்குமா?

மண்ணைப் பற்றிய அறிவையும், விதை நெல்லை விளைச்சலாக்கும் அறிவையும் பிரம்ம ஞானம் தருமா?

வீட்டில் யாரேனும் இறந்தால், ஊரில் கால்நடைகள் இறந்து போய்விட்டால் அந்த இறந்த உடல்களை எப்படி அகற்றுவது என்று அறிவை பிரம்ம ஞானம் சொல்லித் தருமா?

கால்நடைகள் இறந்துபோன பின் அவற்றின் தோலை எடுத்துப் பதப்படுத்தி செருப்பாகவும் பறையாகவும் இன்னும் பல பொருட்களாகவும் செய்யும் ஞானம் பிரம்ம ஞானத்தில் உண்டா?

பனை ஏறுபவரின் ஞானம் பிரம்ம ஞானத்தில் இடம் பெறுகிறதா? பதனீரைக் கருப்புக்கட்டியாக்கும் அறிவு பிரம்ம ஞானத்தால் வருமா?

சமையல் குறித்த அறிவு பிரம்ம ஞானத்தால் தோன்றுமா?

இன்னும் சட்டிபானைகள் செய்தல், தச்சு வேலை, கட்டட வேலை, மீன்பிடித்தல், படகு கட்டுதல் போன்ற அறிவுகளை பிரம்ம ஞானம் தருமா?

பிரம்மத்தை அறிந்தால் சகலத்தையும் அறிகிறாய் என்ற வாக்கியத்தின் பொருள் மேற்குறிப்பிட்ட, இன்னும் பல அறிவு களுக்கு இடம் தருகிறதா?

இவற்றில் எந்த அறிவையும் பிரம்ம ஞானம் தராதெனில், அந்த ஞானத்தை வைத்துக் கொண்டு என்ன செய்ய?

பிரம்ம ஞானம் யாருக்காக, எதற்காக உண்டாக்கப்பட்டது என்ற கேள்வி எழுகிறது. பிரம்ம ஞானம் உயர்ந்தது, அது ஒரே ஞானம் என்றெல்லாம் கொண்டாடிக் கூத்தாடுவதன் நோக்கம், அதன் பயன்பாடு என்ன என்ற கேள்விகளெல்லாம் அடுக்கடுக் காகத் தோன்றுகின்றன.

ஆன்மாவும் கலாசாரமும்

இருத்தலுக்கு (Being) வரலாற்றுத் தன்மை (Historicity) உண்டு என்று ஜெர்மானிய தத்துவவாதி ஹெய்டேகர் குறிப்பிட்டார். இந்தக் கருத்து சமீபகாலங்களில் பெரிதும் பாராட்டப்படும் கருத்துக்களில் உண்டு. இருத்தல் என்பதை, அல்லது உண்மை என்பதை, அல்லது அறிவு என்பதை வரலாற்றுக்கும் கலாசாரத்திற்கும் அப்பாற்பட்ட ஒன்றாகத் தான் தத்துவவாதிகள் கூறி வந்திருக்கின்றனர். இந்த அணுகு முறைக்கு நீண்ட கால வரலாறு உண்டு.

பிளேட்டோ அவரது தத்துவத்தில் எல்லா வகை உலகியல் சமாச்சாரங்களுக்கும் உயர்ந்தவையாக, அல்லது முன் மாதிரியாக கருத்துக்களைச் (Eidos, Ideas) சொன்னபோது அந்தக் கருத்துக்கள் வரலாற்றுக்கும் கலாசாரத்திற்கும் அப்பாற்பட்டவை என்று குறிப்பிட்டார். எந்த அளவிற்கு கருத்துக்கள் வரலாறு, சமூகம், கலாசாரம் ஆகியவற்றிலிருந்து அப்புறப்படுத்தப்படுகின்றனவோ அந்த அளவிற்கே அவை 'தூய்மை'யானவையாக ஆகமுடியும் என்று பிளேட்டோ கருதினார்.

ஐரோப்பாவில் மட்டுமல்ல இந்தியாவிலும் இவ்வகை அப்புறப்படுத்தல், 'தூய்மை'ப்படுத்தல் தத்துவங்களில் நிகழ்ந்தன. ஆன்மாவை அற்புத உண்மை என்று அறிவித்த வேதாந்தம் வரலாறு, சமூகம், பண்பாடு ஆகியவற்றைக் கடந்த ஒன்றாக ஆன்மாவைக்காட்டியது.

திகார்த் என்ற பிரெஞ்சுத் தத்துவஞானி ஐரோப்பிய விஞ்ஞானரீதியான சிந்தனைக்குத் தந்தை என்று போற்றப் படுகிறார். விஞ்ஞான அறிவு கால, தேச வர்த்தமானங்களுக்கு அப்பாற்பட்டது என்று தான் அவரும் வரையறுத்தார்.

இந்தப் பின்புலத்தில் ஹெய்டேகரின் கருத்து துணிச்சலான ஒன்றாகும். வரலாறு, சமூகம், கலாசாரம் ஆகியவற்றிற்கு வெளியில் எதுவும் இல்லை என்ற ஹெய்டேகர் கூறினார்.

தத்துவவாதிகள் கருத்துக்களைச் சூக்குமப்படுத்தும் போது, அவற்றிலிருந்து வரலாற்றை அப்புறப்படுத்திவிடும் போது கருத்துக்களில் எதுவும் மிஞ்சாது என்று அவர் கூறுகிறார்.

இதன்படி, ஆன்மா என்ற ஒன்றைப் பற்றிப் பேசும் போது கூட அந்த ஆன்மாவிற்கு ஒரு வரலாறு உண்டு, அது வரலாற்றிற்கு அப்பாற்பட்டதாக ஆக முடியாது என்றாகிறது.

இது இப்படியிருக்க, உபநிடத காலத்திலிருந்து 20-ஆம் நூற்றாண்டு வரை வேதாந்த ஆன்மா தன்னை வரலாறு, கலாச்சாரத்திற்கு அப்பாற்பட்டதாகக் கூறிக்கொண்டது ஏன்?

வேதாந்த ஆன்மாவானது சமூகம், கலாசாரம், வரலாறு ஆகியவற்றிலிருந்து, தன்னைத் தனிமைப்படுத்திக் கொண்டது ஏன்?

சமூகம், வரலாறு, கலாச்சாரம் ஆகியவற்றோடு தான் கலந்து கொள்வதை அது மாயை வயப்பட்ட செயல் என்று கருதியது ஏன்?

வேதாந்த ஆன்மா தன்னைக் கலப்பற்றதாக, சேர்க்கை அற்றதாக, இந்த நாட்டு கலாசாரத்திற்கு அப்பாற்பட்டதாகச் சொல்லிக் கொள்வது ஏன்?

ஒரு மிகப் பழைய வரலாற்றுச் செய்தியை இங்கு நாம் பேசிக்கொண்டிருப்பதாகத் தோன்றுகிறது. அது என்ன? ஆரியர் / ஆரியரல்லாதவர் என்ற மிகப் புராதன இன வேறு பாட்டுடன் தொடர்பு கொண்டதாகத்தான் இது நமக்குத் தோன்றுகிறது. இந்தியாவிற்குள் நுழைந்த ஆரிய இனக் குழுக்கள் இங்கு வாழ்ந்த பிற இனக் குழுக்களோடு தாம் கலந்து கரைந்து போய் விடக்கூடாது என்று இன அச்சம் (Ethnic fear) கொண்டிருக்கின்றனர். தம்மில் தாமே இருந்துகொள்ள வேண்டும் என்று அவர்கள் முடிவு செய்திருக்கின்றனர். ஆன்மா தன்னில் தானே இருப்பது, எதனோடும் கலந்து கொள்ளாதது, எதனோடும் சேராதது என்ற ஆன்மா குறித்த வரையறை இப்படித்தான் தோன்றியிருக்க வேண்டும் என்று தோன்றுகிறது.

இன்னொரு புறம் தன்னை வரையறுக்கும் பொழுது தானல்லாத பிற மக்களையும் வரையறுக்க வேண்டிவருகிறது. அப்போது, மீண்டும் தமது பாதுகாப்பு கருதி தானல்லாத பிறரை மாயை என்றும், இருள் என்றும், தூய்மையற்றவர் என்றும் உபநிடத கால ஆரியர் வரையறுக்கத் தொடங்கினர்.

மொத்த வேதாந்தத் தத்துவமுமே இந்த ஆரியர் / ஆரியரல்லாதோர் கலப்பிற்கு எதிராக இயற்றப்பட்டதாகத் தான் தெரிகிறது. ஆன்மா (Self) வேறு, ஆன்மாவல்லாதது வேறு (Non-self). *பிந்தியது முந்தியதன் மீது பதிவதை, அது இதனுடன் கலப்பதை, இரண்டும் ஒன்றையொன்று தொட்டுக்கொள்வதை விமர்சித்தே வேதாந்தம் வேலை செய்கிறது. அந்த இரண்டும் வேறு வேறானவை, ஆன்மா அல்லாதது ஆன்மாவிற்குத் தீண்டத் தகாதது என்பதிலிருந்தே வேதாந்தத் தத்துவம் தோன்றி வளர்கிறது.*

கிருஷ்ண - அர்ஜுனக் கூட்டணி

வேதாந்தத்தின் பிரம்மன் உலகியல் செயல்பாடுகளை ஏற்காது. உலகியல் மாற்றங்களை அது மாயை என்று மதிப்பிடும். இதனை சங்கரத் தத்துவம் தெளிவாக விளக்குகிறது. ஆனால் பகவத்கீதையில் நாம் வேறொரு சித்திரத்தைக் காணுகிறோம். பகவான் கிருஷ்ணன் தானே பிரம்மம் என்று அறிவித்துக் கொள்ளுகிறார். ஆனால், குருஷேத்திரப் போர்க்களத்தில் போரிடத் தயங்கும் அர்ஜுனனைப் போரிடச் சொல்லுகிறார். பிரம்மம் உலகியல் செயல்பாட்டை ஊக்குவிக்கிறது! இதனை எப்படிப் புரிந்து கொள்வது? எல்லா வகைச் செயல்பாடு களையும் மறுக்கும் பிரம்மம் முதல் முறையாக உலகியற் செயற்பாட்டை - குறிப்பாக சத்திரியனின் அரசியல் செயற் பாட்டை ஆதரிக்கிறதே, அது ஏன்?

இதைத்தான் நாம் கிருஷ்ண அர்ஜுனக் கூட்டணி என்கிறோம். அதனை பிரம்ம - சத்திரியக் கூட்டணி என்று கூடக் கூறலாம். இன்னும் அதனை பிரம்மத்தின் அரசியல் என்றும் கூறலாம். மக்கள் கதைகளில் வழங்கும் கிருஷ்ணன் வேறுவித மானவன். அவனைப்பற்றி நாம் இங்குப் பேசவில்லை.

மகாபாரதப் போர்க்களத்தில் முடிவு செய்யப்படுவது ஓர் அரசியல் பிரச்சினை. யாருக்கு ஆட்சி சொந்தம்? என்ற கேள்வி அங்கு ஆயுதங்களின் மூலம் முடிவு செய்யப்பட்டது. மகாபாரதம், ராமாயணம் இரண்டுமே சத்திரிய அரசியலைப் பற்றிய இதிகாசங்கள்.

அரசியல் அதிகாரம் என்று வரும் போது பிரம்மம் தனது தனித்த நிலையிலிருந்து - தனது சொந்தக் கூட்டிலிருந்து - வெளியே வருகிறது. ஏராளமான ஆர்வத்தோடு வெளியில் வருகிறது. சத்திரியச் செயல்பாட்டை அமோகமாக ஆதரிக் கிறது. நான் செயல்படமாட்டேன், ஆனால் நீ செயல்படு, உக்கிரமாகச் செயல்படு. வருண விதிகளின்படி செயல்பட வேண்டியது உனது கடமை. ஆயின் செயல்பாட்டின்

பலன்களை நீ எதிர்நோக்காதே!- என்று பிரம்மம் ஒரு புதிய தத்துவத்தை இப்போது போதிக்கிறது. நிஷ்காமிய கர்மம் என்பது இத்தத்துவ நிலைக்கு அது தரும் பெயர்.

செயல்படவேண்டியது உனது வருணக்கடமை, ஆனால் செயல்பாட்டின் பலனை எதிர் நோக்காதே என்று கூறியதன் மூலம் செயல்பாட்டின் மீது தனது ஆதிக்கத்தை பிரம்மம் நிலை நாட்டிக் கொள்ளுகிறது. பிரம்மத்தின் தலைமையை ஏற்கும் அரசியல் செயல்பாட்டிற்கு, செயல்பாடுகளையெல்லாம் மறுக்கும் தத்துவ பிரம்மம் இப்போது அங்கீகாரம் வழங்குகிறது.

ஆக, உலகியல் செயல்பாடுகளை பிரம்மம் இப்போது இரண்டாகப் பகுத்துக் காட்டுகிறது. பிரம்மத்தின் தலைமையை ஏற்கும் செயல்பாடுகள், பிரம்மத்தின் தலைமையை ஏற்காத செயல்பாடுகள். எல்லாச் செயல்பாடுகளையும் முன்பு மறுத்த பிரம்மம் இப்போது தனக்கு எதிரான செயல்பாடுகளை மட்டுமே எதிர்க்கிறது.

அத்வைதம்

நீதி, நியாயம் சாத்தியமில்லை

இந்தியா ஓர் உன்னதமான ஆன்மீக நாடு; ஒப்பற்ற ஆன்மீகச் சிந்தனைகளைக் கொண்ட நாடு; இந்திய ஆன்மீகத்தின் உச்சப்புள்ளி வேதாந்தம் - இப்படியெல்லாம் கூறிப் பெருமை கொள்வதில் இந்திய வைதீகர்களுக்கு இணை வேறு யாருமே கிடையாது.

இந்தப் பெருமைகளும் பீற்றல்களும் ஒருபுறம் இருக்க இந்த நாடு ஒரு நூறு வருடத்திற்குள்ளாக ஊழலும் லஞ்சமும் பெருக்கெடுத்து ஓடும் நாடாக எப்படி மாறியது? 2000 வருட ஆன்மீகம் பொல பொலவென்று சரிந்து விட்டதே, எப்படி? துறவிகளையும் ஞானிகளையும் தந்த நாடு மோசடிகளுக்கும் அயோக்கியத்தனங்களுக்கும் இருப்பிடமாக ஆகிவிட்டதே, அது எப்படி?

500- வருடங்களாக முதலாளித்துவத்தைப் பேணி வளர்த்து வந்துள்ள ஐரோப்பாவில் இல்லாத அளவிற்கு ஒழுக்கச் சீர்கேடுகளும் அநீதியும் இந்தியாவில் மலிந்து விட்டதே, அது ஏன்? நுகர்வுக் கலாசாரத்தை எதிர்கொள்ளமுடியாமல் இந்திய ஆன்மீகம் உடைந்து தூள் தூளாகிப் போய் விட்டதே, இது ஏன்?

இந்தக் கேள்விகளைச் சிறிது வேறுவிதமாகக் கேட்டுப் பார்ப்போம். அப்படிக் கேட்க வேண்டியது அவசியமாகிறது. இந்திய ஆன்மீகம் சமூக வாழ்க்கையில் கடைப்பிடிக்க வேண்டிய அறவியல் என்ற ஒன்றை உண்மையில் கொண்டிருக்கிறதா? சமூக வாழ்வில் நீதி, நியாயம் குறித்து இந்திய ஆன்மீகத்திற்கு உண்மையில் அக்கறை உண்டா? எந்தக் காலத்தில் எந்த விதமான அறவியல் அக்கறை அதற்கு இருந்திருக்கிறது? எந்த விதமான அறவியல் நூல்களை அது உற்பத்தி செய்திருக்கிறது? என்னென்ன அறவியல் விவாதங்களை இந்திய ஆன்மீகம் நடத்தியிருக்கிறது?

இந்திய ஆன்மீகத்தின் உச்சக்கட்ட ஞானம் என்று கூறப் படும் வேதாந்தம் பிரம்மம் மட்டுமே உண்மை, உலகம் மாயை என்று நிரூபித்துக் காட்டுவதற்கு தனது ஒவ்வொரு நூலின் அத்தனைப் பக்கங்களையும் செலவளித்திருக்கிறது. எந்த வேதாந்த நூலில் அறவியல் ஒரு பிரச்சினையாக விவாதிக்கப் பட்டுள்ளது? உலகை மாயை என்றும், வெறும் காட்சி என்றும் அறிவிக்கும் ஒரு தத்துவத்தால் உலகியல் அறங்களை, சமூகநீதி, நியாயம் பற்றி உருப்படியாகப் பேசமுடியுமா? மனித உறவுகள், சமூகநீதி பற்றிப் பேசுவதற்கான தத்துவ அடிப்படை மாயா வாதத்தில் உள்ளதா? வருண-சாதி அமைப்பு என்ற ஒன்றை நடைமுறையில் வைத்துக் கொண்டு, அதற்கு சாஸ்திர அங்கீகாரம் வழங்கிக் கொண்டு அறவியல் பற்றிப் பேச இந்தியத் தத்துவங் களுக்கு என்ன யோக்கியதை இருக்கிறது?

பிரம்மம்/ மாயை என்பதை பரமார்த்திகம்/ வியவகாரிகம் என்றும் வேதாந்தம் கூறும். பரமார்த்திகம் என்பது பிரம்ம ஞானம் பெறும் வட்டாரம். வியவகாரிகம் என்பது உலக விவகாரங்களின் வட்டாரம். இந்த இரண்டு வட்டாரங்களும் வெவ்வேறானவை, ஒன்றையொன்று தொடாதவை என்பதை நிரூபிப்பதற்குத்தான் வேதாந்தம் தனது எல்லாச் சாதுரியத் தையும் செலவளித்திருக்கிறது. அறிவு, ஞானம், உண்மை, புனிதம் - இவையெல்லாமே பரமார்த்திக வட்டாரத்திற்குச் சொந்தமானவை. இவையெல்லாம் இல்லாத வட்டாரம், இவற்றிற்கெல்லாம் சம்பந்தமில்லாத வட்டாரம் என்று வியவகாரிகம் (உலகியல்) நிரூபிக்கப்படுகிறது. இப்படி நிரூபித்த பிறகு, வேதாந்த ஆன்மீகத்தால் உலகியல் அறம் பற்றியோ, சமூக நியாயங்கள் பற்றியோ பேசமுடியுமா? அறம், நீதி பற்றிப் பேசுவதற்கு எந்தத் தத்துவ விளக்கத்தை அதனால் தரமுடியும்?

கொஞ்சம் கொஞ்சமாக உண்மை நமக்குப் புலப்படுகிறது. இந்திய ஆன்மீகத்தால் ஊழலையும், லஞ்சத்தையும், ஒழுக்கக் கேடுகளையும் எதிர்கொள்ள முடியவில்லை என்பதல்ல உண்மை. உண்மையில் இந்த அழிவுகளுக்கெல்லாம் மூல காரணமே இந்திய ஆன்மீகம். இந்திய ஆன்மீகம் ஒரு சுலப ஆன்மீகம். உலகம் கஷ்டம்; ஓடு - என்பதுதான் அது. உலகப் பிரச்சனைகளை, சமூகப் பிரச்சனைகளை அது தன் வரலாற்றின் எந்தக்காலக் கட்டத்திலுமே காத்திரமாக எதிர்கொண்டது கிடையாது. அப்பாலை உலகிற்குப் பிரம்மத்தையும் இப்பாலை உலகிற்கு வருண- சாதி அமைப்பையும் தந்ததைத் தவிர, நீதி, நியாயம், அறம், மனித நேயம், நல்வாழ்வு என்பது போன்ற பிரச்சினைகளை அது எப்போதுமே உருப்படியாகச் சிந்தித்தது கிடையாது.

அத்வைதம் ஒருமைவாதமா?

அத்வைதம் பற்றி ஒரு ஜனரஞ்சகக் கருத்து நிலவுகிறது. அத்வைதம் ஓர் ஒருமைவாதம் என்ற கருத்தே அது. அத்வைதம் எல்லாவற்றையும் ஒன்றென்கிறது; அது உயர்வு, தாழ்வு பாராட்டுவதில்லை; அது எல்லோரும் சமம் என்கிறது - என்பதே அந்த ஜனரஞ்சகக் கருத்து.

20-ஆம் நூற்றாண்டில் விடுதலைப் போராட்டகாலத்தில் இப்படி ஒரு பிரபல வெளித்தோற்றத்தை வழங்கி அத்வைதம் தனது செல்வாக்கைச் சம்பாதித்துக் கொண்டது. அதே விடுதலை இயக்கக் காலத்தில் இந்தியாவின் பல்வேறு வட்டாரங்களில் சாதி ஒழிப்பு இயக்கங்கள், சமூக சீர்திருத்த இயக்கங்கள் தோன்றின. பஞ்சாபில் நாமதாரி இயக்கம், குருத்வாரா சீர்திருத்த இயக்கம், அயோத்திதாச பண்டிதரின் புதிய பௌத்த இயக்கம், ஜஸ்டிஸ்கட்சி தொடங்கிய பிராமணரல்லாதோர் இயக்கம், திராவிட இயக்கம், ஃபூலே, அம்பேத்கார் இயக்கங்கள், அய்யன்காளி, நாராயண குரு, வைகுண்ட சாமி இயக்கங்கள் - இப்படிப்பல. இது போன்ற சமூக சமத்துவ இயக்கங்களை மிதித்து ஓரத்தில் தள்ளி விட்டுத்தான் அத்வைதம் தன்னை விடுதலை இயக்கத்தின் தலைமைக் கருத்தியலாக அறிவித்துக் கொண்டது. உண்மையிலேயே அத்வைதத்தின் உள்ளடக்கம் சமூக சமத்துவம் எனில் மேலே குறிப்பிட்ட சமூக சீர்திருத்த இயக்கங்களிலிருந்து அது வேறுபட்டது ஏன்?

உண்மையில் அத்வைதத்தின் தத்துவம் சமூக சமத்துவமோ, சமூக ஒற்றுமையோ அல்ல. அத்வைதம் என்ற சொல்லுக்கு இருமையற்றது என்று பொருள். ஆன்மாவும் பிரம்மமும் இரண்டல்ல, ஒன்றேதான் என்பது அதன் செய்தி. பிரம்மம் என்பது பிரபஞ்ச ஆன்மா, ஆன்மா என்பது தனிமனிதனில் உள்ள ஆன்மா. இவை இரண்டின் இரண்டற்ற தன்மையைத் தான் அத்வைதம் பேசியது.

ஆனால் ஆன்ம- பிரம்ம ஒருமை தோன்ற வேண்டுமெனில் ஆன்மா முதலில் தான் மனம் அல்ல, தான் இந்திரியங்கள் அல்ல,

தான் உலகம் அல்ல, தான் உடல் அல்ல என்ற ஞானம் பெறவேண்டும். உலகம், உடல், இந்திரியங்கள், மனம் எனப்படும் இந்த மாபெரும் உலகியல் வட்டாரத்தை அத்வைதம் மாயை என்றது. மாயையிலிருந்து விடுபட்ட பின்னரே ஆன்மா பிரம்மத்துடன் ஐக்கியப்படமுடியும். ஆக, ஆன்ம- பிரம்ம பரிபூரண ஒருமையைப் பேசிய அத்வைதம், அதே வேளையில் அந்த ஒருமை ஞானம் உலகியலிலிருந்து பரிபூரண வேற்றுமை கொண்டது என்றும் பேசியது. இது முக்கியம். ஆன்ம-பிரம்ம ஒருமைவாதம் உலகைப் பொருத்தமட்டில் உலகைப் பொருத்த மட்டில் ஒரு வலுவான இருமைவாதம். உலகுடன் வேறு எந்த வேதாந்த நிலையையும் விட அதிக அளவில் வேறுபாடு கற்பித்தது சங்கர அத்வைதம். ஆன்ம-பிரம்ம உண்மைக்கும் உலகுக்கும் இடையில் கடக்கமுடியாத ஏற்றத்தாழ்வை ஏற்படுத்தியது அத்வைதம்.

எனவே சகலமும் ஒன்று, சமம் என்று அத்வைதம் கருதுவதாக நினைப்பது தவறான புரிதலாகும்.

ஆனால் சங்கரருக்கு முன்பும் பின்பும் சகலவற்றின் ஒற்றுமை, சமத்துவம் பேசிய வேறு தத்துவங்கள் உண்டு. அவை அத்வைத எல்லைகளுக்கு வெளியில் இருந்தவை. சார்வாகமும், சமணமும், பௌத்தமும் மிகப் பழைய காலத்திலேயே சமத்துவத் திற்கான தத்துவங்களை உருவாக்கின. சகலவற்றின் ஒற்றுமை குறித்த தேடல் பக்திச் சிந்தனையில் மீண்டும் தோன்றியது. சிவ- சக்தி சமரசம் என்ற ஒன்றைப்பற்றி சித்தர் மரபின் முதற்குரு கோரக்க நாதர் பேசினார். யோகத்தின் உச்சக்கட்டமான சமாதி என்பதை அவர் சமரசநிலை என்றார். இறைவன்- உலக ஒற்றுமை பற்றிப் பல பக்திக் கவிஞர்கள் பேசியுள்ளனர். இவர்கள் ஆன்ம- பிரம்ம ஒருமை பற்றி அதிகம் பேசவில்லை என்பது கவனிக்கத்தக்கது. 'உண்ணும் சோறும், பருகும் நீரும், தின்னும் வெற்றிலையும் கண்ணன் நாமமே' என்று ஆழ்வார் ஒருவர் கூறும் போது உலகு/ இறைவன் ஒருமை துடிப்பாக வெளிப்படுகிறது. உடலே ஆலயம், உடலில் தேடு - காண்பாய் எனும் போது உடல்/உயிர் ஒற்றுமை பேசப்படுகிறது. சித்தர் களில் சிலர் உடல்/உயிர் ஒற்றுமை பிரச்சாரம் செய்தனர். சூபிகள், கபீர், குருநானக், நாராயணகுரு ஆகியோர் உலகம்/ இறைவன் ஒற்றுமையை வெகுதீவிரமாக நெருங்கி வந்தனர்.

இப்படி இறைவன்/ உலகு ஒற்றுமை, உயிர்/உடல் ஒற்றுமை பேசிய தத்துவங்களால்தான் சமத்துவம் என்ற கொள்கையை எட்டிவரமுடிந்தது. உடலை இழிந்தது என்று கூறிக்கொண்டு உடலுழைப்பாளர்களைத் தமக்குச் சமமானவர்கள் என்று ஆன்மத் தத்துவக்காரர்கள் ஏற்க-முடியுமா? உடல், ரத்தம், சதை, தோல் ஆகியவற்றைத் தீட்டு (மாயை) என்று சொல்லிய பிறகு அவற்றோடு தொடர்பு கொண்ட தொழில்களைச் செய்யும் மக்களோடு சமத்துவம் கொள்ளமுடியுமா? எனவேதான் அத்வைதத்திற்கும் சமத்துவத்திற்கும் எந்தச் சம்பந்தமும் இல்லை என்கிறோம். மட்டுமல்ல, இந்தத் தீட்டு, மாயைக் கொள்கையை உருவாக்கியவர்களே வேதாந்திகள்தாம். குறிப்பாக அத்வைத வேதாந்திகள்.

உலகமும் அதன் நிரந்தர இயக்கமும் உண்மை என்று கூறிய பௌத்தத்தால் சமத்துவம் பேசமுடிந்தது. பிண்டத்திற்குள் அண்டம் (உடலுக்குள் உலகம்) உள்ளது என்று கூறிய யோகப்பிரிவுகள் சிலவற்றால் சமத்துவம் பேசமுடிந்தது. தூமை தீட்டென்றால் பத்து மாதங்கள் தூமை திரண்டு உருவானவன் தானே வேதம் ஓதும் பார்ப்பானும்? என்று கேட்ட சித்தர்களால் சமத்துவம் பேச முடிந்தது. இறைவன் உண்மை, இறைவன் படைத்த உலகமும் உண்மை என்று கூறிய குருநானக்கால் சமத்துவம் பேசமுடிந்தது.

இந்தியத் தத்துவச் சூழலில் தேகத்தை, உலகத்தை மாயை என்போரால் சமத்துவம் பேசமுடியாது. அவற்றின் உண்மைத் தன்மையை கொஞ்சமாகவோ அதிகமாகவோ அங்கீகரித்த தத்துவங்களால்தான் அதற்கேற்ப சமத்துவமும் பேசமுடியும்.

சமத்துவம் விரும்பிய தத்துவவியலாளர்கள் பலர் இந்தியச் சூழலில் மாயைக் கொள்கையை, வைதீகத்தைத் தீவிர விமர்சனத் துக்குள்ளாக்கியே தமது விருப்பங்களைச் சாதிக்க முடிந்தது.

இந்துமதத்தின் தனித்தன்மை என்ன?
காஞ்சிப் பெரியவரின் சாட்சியம்

இந்துமதத்தின் தனித்தன்மை என்ன? மதம் என்பது கடவுள் சம்பந்தப்பட்ட விஷயமல்லவா என நினைத்து இந்து மதத்தினர் அனைவருக்கும் பொதுவான கடவுள் எது என்று மனம் தேடத்தொடங்குகிறது. சிவன், விஷ்ணு, பிரம்மன், தேவி, கிராமப் புறங்களிலுள்ள அம்மன்கள், பிற ஆண் தெய்வங்கள் - என்று கடவுள்களின் பெயர்கள் பெருகிக் கொண்டே போகின்றன.

இவற்றில் சில கடவுள்கள் பெருந்தெய்வங்கள், மற்றவை சிறு தெய்வங்கள் என்று சிலர் கூறுவார்கள். ஆனால் தெய்வத்தில் சிறிது, பெரிது என்று கூறலாமா? லட்சக்கணக்கான மக்கள் சிவனை வணங்கினாலும் எனக்கு எனது கிராமத்திலுள்ள அம்மன்தான் ஆகப் பெரிய தெய்வம். அந்த அம்மன்தான் இந்த உலகத்தைப் படைத்ததோடு சிவன், விஷ்ணு, பிரம்மன் அனை வரையும் படைத்தாள் என்று எங்கள் கோயில் வரலாறு கூறும்.

சிவனை வணங்குவோர் சைவர், விஷ்ணுவை வணங்குவோர் வைணவர் என்று பெருந்தெய்வச் சமயங்களுக்குள்ளும் வேற்றுமைகள் உண்டு. சிவனை பிராமணரான அய்யரும் வணங்குவார். வேளாளர் எனப்படும் பிள்ளைமார் சாதியினரும் வணங்குவார்கள். சிவன் போன்ற ஒரு கடவுளைச் சுடலை மாடன், மாடசாமி எனப் பெயர் சூட்டி தாழ்த்தப்பட்ட சாதி மக்களும் வணங்குவார்கள். வைணவத்திலும் இதே போல சாதிகளுக்கேற்ப வேறுபாடுகள் உண்டு. அய்யங்காரும் வைணவர் தாம். கள்ளழகரை வணங்கும் கறுப்புச் சாதி மக்களும் வைணவர்கள்தாம். அய்யங்கார்களுக்குள்ளும் தென்கலை/ வடகலை என்ற வேறுபாடுகள்.

இந்துக்களுக்குப் பொதுவான கடவுளைத் தேடுவதை விட்டுவிட்டுப் பொதுவான புனிதநூல் ஒன்றைத் தேடலாம் எனப் புறப்பட்டால் இங்கும் அதே மாதிரியான பிரச்சனைகள் எழுகின்றன. வேதங்களை முதல் நூலாகக் கொள்ளுவோர்

வைதீகர்கள். பன்னிரு திருமுறைகள் முதல் நூலாகக் கொள்ளு வோர் தமிழ்நாட்டுச் சைவர்கள். தென்கலை வைணவத் தாருக்கு நாலாயிரத்திவ்யப் பிரபந்தம்தான் முதல் நூல். எங்கள் ஊர் அம்மன் வழிபாட்டுக்காரர்களுக்கு நூல் என்று எழுதப் பட்ட எதுவும் கிடையாது. ஆனால் உலகம், கடவுள்கள் தோன்றிய கதையெல்லாம் புராணமாக வாய்மொழியாகப் பாடப்படும். அந்தப் புராணம்தான் எங்களுக்கு முதல் நூல், மூலநூல். இந்தியாவில் கோடிக்கணக்கான மக்கள் அவரவர் அம்மன்களுக்கு, சொந்தத் தெய்வங்களுக்குத் தனித்தனியாகப் புராணங்களை வாய்மொழியாகக் கொண்டிருக்கிறார்கள். இந்த மக்கள் தலைமுறை தலைமுறையாக வேதத்தையோ, கீதையையோ, திவ்யப்பிரபந்தத்தையோ, தேவாரத் திருவாசகத்தையோ பார்த் திருக்கவும் மாட்டார்கள், கேட்டிருக்கவும் மாட்டார்கள். வணங்கியதும் கிடையாது. பின் எந்த நூலைப் பொதுநூலாகக் கொள்வது?

மீண்டும் இந்துமதத்தின் பொது அம்சம் எது? என்ற கேள்வி விசுவரூபம் எடுத்து நம் முன் நிற்கிறது.

சில கணங்கள் யோசித்துவிட்டு இந்துமதத்தின் பொது அம்சம் சாதியம் என்று ஒரு பதிலை முன்வைக்கிறோம். இதை மறுக்க முடியுமா? அம்பேத்கார் சொன்னார். இந்துக்கள் அனைவரும் ஒவ்வொரு சாதியில் பிறக்கிறார்கள். சாதியில்லாத இந்து கிடையாது. எனவே இந்து மதத்தின் புனித நூல், ஒரே தெய்வம், ஒரே வழிபாடு சாதியம் தான். இதனை மறுக்க முடியுமா? இந்த விவாதத்தை எப்படித் தொடர்வது?

சாதிதான் இந்து மதத்தின் முதல் உண்மை என்ற முடிவு அதிர்ச்சியாக இருக்கிறது. ஆனால் மறுக்கவும் முடிவதில்லையே! இந்து மதத்திலுள்ள ஏதோ ஒரு கடவுள் மனதுக்குப் பிடித்து ஒருவர் இந்து மதத்திற்கு மதம் மாறுகிறார் என்று வைத்துக் கொள்ளுவோம், அந்தக் கடவுளைப் பிடித்திருப்பதால் அவர் இந்துவாகிவிட முடியாது. அவர் எந்தச் சாதிக்காரராக இந்து மதத்திற்குள் வாழுவது என்பது முடிவானால்தான் அவர் முழுக்க இந்துவாக முடியும். எந்தக் கடவுளை அவர் வணங்கு கிறார் என்பது அவரை இந்துவாக்காது.

வேதகாலத்து ஆரியர்கள் வணங்கிய தெய்வங்கள் இப்போது இருந்த இடம் தெரியாமல் போய்விட்டார்கள். தேவர்களுக் கெல்லாம் தலைவன் என்று போற்றப்பட்ட இந்திரன் கேவலப்

படுத்தப்பட்டு உடம்பு முழுவதும் யோனிகளுடன் புறக்கணிக்கப் பட்டு விட்டான். பயங்கர தெய்வமாக, அந்நியர்களின் தெய்வமாக வேதங்களில் இடம் பெற்ற ருத்திரன் இப்போது வைதீகர்களால் சிவனாக வணங்கப்படுகிறான். இந்திரனுக்கு எடுபிடியாக ஒன்றிரண்டு சம்பவங்களில் வந்து சென்ற விஷ்ணு இப்போது வைணவர் அனைவருக்கும் முழுமுதற் கடவுளாகி விட்டான். தாந்திரிகத்தையும் சாங்கியத்தையும் உக்கிரமாக எதிர்த்துப் போராடிய வைதீகர்கள் இப்போது மீனாட்சியையும் காமாட்சியையும் விழுந்து விழுந்து வணங்குகிறார்கள். பக்தியையே சூத்திர மார்க்கம் என்று தூஷித்த காலம் போய் கோயில் கலாசாரத்தை வைதீகர்களில் பெரும்பகுதியினர் ஏற்றுக்கொண்டு விட்டார்கள்.

ஆக, கடவுளர்கள் மாறுகிறார்கள். வழிபாடுகள் மாறு கின்றன. மாறாமல் நித்தியமாக உள்ளது: இந்து மதத்தில் வருண-சாதிப் படி நிலை அமைப்பு முறைதான்.

இந்தச்சாதி அமைப்பை ஏற்காததால் தான் பௌத்தம் இந்த நாட்டில் ஒழித்துக்கட்டப்பட்டது. சமணம் ஓரங்கட்டப்பட்டது. சீக்கியம் தனிப்பிரிவாய் ஆனது. சித்தர்கள் உதிரிக் கவிஞர்களாக ஆக்கப்பட்டார்கள். இஸ்லாம் மீது வைதீகம் கொண்டுள்ள காழ்ப்பிற்கும் அது சாதி அமைப்பை ஏற்காததுதானோ என்று எண்ணத் தோன்றுகிறது.

வருணமும் சாதியமும் பழைய இந்து மதத்தின் அடிப் படைகள்; 20-ஆம் நூற்றாண்டில் அப்படி இல்லை; விவேகானந்தர் எதிர் காலம் சூத்திரருக்குச் சொந்தம் என்று கூறினார்; காந்தி தீண்டாமையை ஒழிக்கச் சொன்னார்; பாரதி சாதிகள் இல்லையடி பாப்பா என்று கூறினார் என்றெல்லாம் எடுத்துக் காட்டுபவர்கள் இருக்கிறார்கள். சமீபத்தில் எம்.என். ஸ்ரீநிவாஸ் என்ற சமூகவியலாளரால் பதிப்பிக்கப்பட்ட நூலொன்றின் கட்டுரைகளைப் படித்தேன். ஒரு கட்டுரை இன்றைய இந்துத்துவ இயக்கம் பற்றிப் பேசுகிறது. மண்டல் கமிஷன் அறிக்கைக்குப் பிறகு சாதிகள் மறு உயிர்ப்பு பெற்றுவிட்டன; அவை நாட்டைப் பிளவுபடுத்துகின்றன; இந்துத்துவம் மட்டுமே அதற்கான மாற்றுசக்தி; இந்துக்கள் அனைவரையும் அது ஒன்றுபடுத்து கிறது. சாதியத்திற்கு அப்பாற்பட்ட ஒற்றுமையை அது சுட்டு கிறது என்று அக்கட்டுரை விவாதித்துச் சொல்லுகிறது.

இந்துத்துவம் சாதியை மறுதலிக்கிறதா என்ற கேள்வியோடு மீண்டும் சிந்தனையைத் தொடரவேண்டி வந்தது. ரிஷிகேஷ்,

ஹரித்வார், காசி, பூரி, காஞ்சி என நாடெங்கும் உள்ள மிகப் பெரிய மடங்கள் அனைத்தும் இந்துத்துவத்தின் உருவாக்கத் தால் மகிழ்ச்சியோடு இருக்கிறார்கள். இந்து மடங்களின் தலைவர்களில் யாரேனும் சாதியத்திற்கு எதிராகக் குரலெழுப்பி யிருக்கிறார்களா? என்று தேடிப் பார்த்தேன். எந்த ஒரு இந்துமத மடங்களின் தலைவராவது 'மனுதர்மத்தை நிராகரிக்கிறோம்' என்று ஒருமுறையாவது கூறியிருக்கிறாரா என்று தேடிப் பார்த்தேன். கிடைக்கவில்லை. சாதி அடையாளமான பூணூல் அணிவதை நிறுத்திவிடுங்கள் என்று எந்த ஒரு மதத் தலைவராவது ஒரு குரல் எழுப்பியிருக்கிறாரா என்று தேடிப் பார்த்தேன். கிடைக்கவில்லை. இன்றிலிருந்து இந்து மதத்தில் சாதியில்லை என்று யாராவது கூறியிருக்கிறார்களா? என்று தேடிப்பார்த்தேன். கிடைக்கவில்லை.

ஒரு சில ஆண்டுகளுக்கு முன்பு மரணமடைந்த காஞ்சி மடாதிபதி சந்திரசேகரேந்திர சரஸ்வதி சுவாமிகளின் உரைகளை ஏழெட்டு பெரிய நூல்களாகத் தொகுத்து வெளியிட்டுள்ளனர். "தெய்வத்தின் குரல்" என்றும் "அருள் உரை" என்றும் இவரது உரைகள் சிறிதாகவும் பெரியதாகவும் மீண்டும் மீண்டும் தொகுத்து வெளியிடப்பட்டுள்ளன. சாமான்யர்களுக்கும் இவரது கருத்துக்கள் எட்டவேண்டும் என்று முன்னுரை எழுதியுள்ளவர்கள் கூறியிருக்கிறார்கள். அவரது உரைகளைப் புரட்டினேன்.

வைதீகமதம் என்ற பொதுத்தலைப்பின் கீழ் ஒரு கட்டுரை. வைதீகமதம்/ இந்துமதம் என்ற சொற்களை ஒன்றுக்குள் ஒன்றாக வைத்து எது என்ற தெளிவில்லாமல், தெளிவு வராதபடிக்கு இவர் எழுதியுள்ளார்.

அடுத்தடுத்து ஒன்றிரண்டு உரைகள் இந்து மதத்தின் தனித்தன்மைகள் பற்றி அமைந்திருந்தன. "சமூகரீதியில் நம்மதத்திற்கென்று ஒரு பெரிய தனியம்சம் இருக்கிறது" என்ற துவக்கத்தோடு ஒரு பகுதி அமைந்திருந்தது. தொடர்ந்து "ஹிந்து மதத்தில் மட்டும் சமூக வாழ்வுக்கான அடிப்படை ரொம்பவும் கெட்டியாக 'வர்ணாச்ரம தர்மம்' என்ற விசேஷமான அம்சம் உண்டாயிருக்கிறது" என்று கூறுகிறார்.

உலகிலுள்ள மற்ற எல்லா மதங்களிலும் இல்லாத தனித்தன்மை - இந்து மதத்திற்கே உரிய வருண- சாதி அமைப்பு என்று பச்சையான மொழியில் எந்தக் கூச்சமுமின்றி எழுதி யிருக்கிறார். காந்தியைப்போல் வருண தர்மம் குணத்தால்,

இந்தியத் தத்துவங்களும் தமிழின் தடங்களும் 131

தொழிலால் என்றெல்லாம் சப்பைக்கட்டு கட்டாமல் பிறப்பு அடிப்படையில் பரம்பரை பரம்பரையாகத்தான் என்பதையும் தெளிவாகச் சொல்லுகிறார். அவரது வார்த்தைகள்:

"எப்படிப் பங்கீடு செய்வது? அவரவர் தகுதியை வைத்து என்றால், எல்லோரும் தங்கள் தகுதியை அதிகமாகத்தான் நினைத்துக் கொண்டிருப்பார்கள். அவரவர் மனோபாவத்தை வைத்து என்றால் எல்லாரும் அந்தஸ்தான வேலைகளுக்குத்தான் ஆசைப்படுவார்கள்... தகுதி, மனோபாவம் இவற்றை வெளியிலிருந்து பரீட்சித்து முடிவு பண்ணுவது எப்படி முழுக்க சரியாக இருக்கமுடியும்? இதனால்தான் தொழில்களைப் பாரம்பரியமாக நிரவி வைத்து வர்ணதர்மம் என்று ஏற்படுத்தினார்கள்."

"அவரவரும் பரம்பரைக் கிரமமாக வந்த காரியங்களையும் அனுஷ்டானங்களையும் பின்பற்றி வந்தால் ஜன சமூகத்தில் போட்டி, பொறாமை இல்லாமல் பொதுக்காரியம் நடப்பதோடு அவரவருக்கும் ஆத்ம பரிசுத்தியும் உண்டாகும்."

"இன்னமும் முழுக்க அணைந்து போகாமல் ஒரு சில பெரியவர்களிடமாவது இருக்கிற நாலுபொறி ஸநாதன தர்மத்தை ஊதி ஊதி எல்லாரிடமும் பரவச் செய்யலாம் என்பது என்னுடைய பேராசை."

"எல்லா தர்மங்களையும் பொதுவாக வைத்த ஒவ்வொரு தேசத்தின் பழைய மதமும் அடியோடு விழுந்து விட்டிருக்கின்றன."

"எல்லாருக்கும் அநுஷ்டானம் ஒன்று என்று சமமாக வைத்துக் கொண்டிருந்த பெரிய பெரிய மதங்களை எல்லாம் காலப் பிரவாகம் எங்கேயோ அடித்துக் கொண்டு போயிருக்கிறது. ஆனால் பல வகுப்பாக சமுதாயத்தை வர்ண தர்மத்தில் பிரித்து வைத்திருக்கிற நம் மதமோ இன்றளவும் 'என்னை யார் என்ன செய்துவிடமுடியும்?' என்று மூச்சைக் கெட்டியாகப் பிடித்துக் கொண்டு உயிர் வாழ்கிறது."

"மற்ற மதங்கள் போய்விட்ட போதிலும் இது மட்டும் பதினாயிரம் வருஷமாகப் போகாமலிருக்கிறதென்றால், அவைகளில் இல்லாத எதுவோ இதில் இருக்கிறது என்றுதானே அர்த்தம்? அது என்ன என்று பார்த்தால், வர்ண தர்மம்தான் நமக்கு மட்டும் பிரத்யேகமாக இருக்கிறது" (தெய்வத்தின் குரல் I. பக். 188- 201).

சனாதன தர்மமும் குருமார்கள் சமயங்களும்

வைதீக மரபினர் தமது சமயத்தைச் சனாதன தர்மம் என்று கூறுவார்கள். சனாதனம் என்றால் என்ன பொருள்? ஆதி அந்தமில்லாதது என்று அதற்குப் பொருள். புராதனம் (பழமை), நூதனம் (புதுமை) என்று அதற்குக் கால வகைப்பட்ட எல்லைகளைச் சுட்டமுடியாது என்று விளக்கம் அளிப்பார்கள். எல்லா மதங்களுமே குறிப்பிட்ட ஒரு வரலாற்றுக் காலத்தில் தோன்றியவைதான். கால, வரலாற்றுக் காரணிகளால் வளர்ச்சி யடைந்தவைதான். இருப்பினும் ஓர் அலங்காரச் சொல்போல் ஆதி அந்தமில்லாதது என்று சொல்லிக்கொள்ளுவது சமய வாதிகளின் வழக்கம்.

இது ஒருபுறமிருக்க, தனித்த ஒரு மதத் தலைவரால் இது உருவாக்கப்பட்டதல்ல என்றும் வைதீக (சனாதன) மதத்தவர் கூறிக்கொள்வார்கள். இயேசுவால் கிறித்துவ மதம் தோற்று விக்கப்பட்டது, நபிகளால் இஸ்லாம் தோற்றுவிக்கப்பட்டது, எங்கள் மதமோ அப்படி எந்த ஒரு தனி நபராலும் தோற்று விக்கப்பட்டதல்ல என்று சனாதனிகள் கூறிக்கொள்ளுவார்கள்.

கிறித்தவத்தோடும் இஸ்லாமோடும் வைதீகத்தை ஒப்பிடுவது தவிர, இந்திய நாட்டிலேயே தோன்றிய பிற சமயங் களோடு வைதீக சனாதனத்தை ஒப்பிட்டுப் பேசுவது இங்கு அவசியமாகிறது.

இந்தியாவில் மிகப் பழமையான காலத்திலிருந்தே சனாதன வைதீகத்திற்கு வெளியே, அதற்கு மாற்றாக குருமார்கள் சமயங்கள் என்று ஒரு நீண்ட நெடிய இணைமரபு இருந்து வந்திருப்பதாகத் தெரிகிறது. சமணம் ஒரு குருமார்கள் சமயம். அதனை உருவாக் கியவர் மகாவீரர். மகாவீரருக்கு முந்தியே 23 தீர்த்தங்கரர்கள் இருந்ததாக அவர்கள் கூறுவார்கள். சமணம் சனாதனம் அல்ல. வேதமுதன்மையை அவர்கள் ஏற்க மாட்டார்கள்.

பௌத்தம் மற்றுமொரு குருமார்கள் சமயம். அது வைதீகத்திற்கு எதிராகப் பெரிய போராட்டமே நடத்தியது.

அதன் கொள்கைகள் அறிவு பூர்வமானவையாகவும், உலகியல் ரீதியாகவும் அமைந்திருந்தன. தமிழ்நாட்டு பக்தி இயக்கத் திற்கும் குருமார்கள் உனக்கு. சைவம் நாயன்மார்களிலிருந்தும், வைணவம் ஆழ்வார்களிலிருந்தும் தொடங்குகின்றன. கர்நாடகத்தில் தோன்றிய வீரசைவம் பசவரிலிருந்து தொடங்கு கிறது. அதுவும் குருமார்கள் சமய வகைப்பட்டதுவே. சித்தர் களுக்கு குருமார்கள் வரிசை மிக முக்கியம். கோரக்கர் என்பார் இதன் முதல் குருவாகக் கருதப்படுவார். 16-ஆம் நூற்றாண்டில் தோன்றிய சீக்கிய சமயத்திற்கு குருநானக் முதலான பத்து குருமார்கள் உண்டு. கபீர் பந்தியின் குரு கபீர். தாதுபந்தியின் குரு தாதுதயாள். இடைக்கால இந்தியாவில் இராமானந்தர், நாமதேவர், இரவிதாஸ் என்பது போன்ற பல குருமார்கள் இருந்தார்கள். வங்காள வைணவத்தின் குரு சைத்தன்யர். இடைக்கால இந்தியாவில் சூபிய மரபிற்குள் கறாரான குருமார்கள் வரிசை இருந்து வந்திருக்கிறது. இந்து-முஸ்லீம் சந்திப்பு வட்டாரத்தில் பாபாக்கள் என்ற புதிய குருமார்கள் தோன்றி தத்தமது சமயங்களை உருவாக்கியுள்ளார்கள். பாபாக் களுக்கு இன்று வரை பின்பற்றாளர்கள் உண்டு.

மேலே நாம் குறிப்பிட்ட குருமார்களை, அவர்களது சமயங்களை வைதீக சனாதனம் ஏற்காது. அவர்களும் வைதீ கத்தை ஏற்கமாட்டார்கள். அடிப்படையான, நுட்பமான வேறுபாடுகள் இந்த இரண்டு மரபுக்களுக்கிடையில் உண்டு. குரு என்ற சொல்லையே வைதீகம் தனது எல்லைகளுக்கு வெளியிலுள்ள ஒன்றாகத் தான் கொண்டிருந்தது. ஆச்சாரியார் என்ற சொல்தான் வைதீகத்தின் சொல். "தெய்வத்தின் குரல்" நூலில் காஞ்சி சந்திரசேகரேந்திர சரஸ்வதி சுவாமிகள் ஆச்சாரி யாரையும் குருவையும் வேறுபடுத்திக் காட்டுகிறார். "பொதுவாக 'குரு' என்கிற பதம் ஸம்ப்ரதாயக் கட்டில் அதிகம் வராமல் அருளினால் எவருக்கும் எதையும் சொல்லிக் கொடுப்பவரைக் குறிப்பதாகவும், 'ஆசார்ய' மதம் குறிப்பிட்டவர்களுக்கு மட்டும் கட்டுத் திட்டமுள்ளதான போதனையை வித்வத்தினால் கொடுப்பவரைக் குறிப்பதாகவும் நினைக்கும் வழக்கமாயிருக் கிறது. இதற்குப் பொருந்துவதாக தர்ம சாஸ்திரங்களிலேயே ஒன்றில், எந்த பாஷையில் வேண்டுமானாலும் உபதேசம் தருபவர் குரு என்றும், வேத அத்யாபனம் மட்டும் பண்ணி வைப்பவர் ஆசார்யார் என்றும் சொல்லியிருப்பதாக ஞாபகம்."

"குரு என்பவர் எந்தக் கட்டுப்பாடான ஸம்ப்ரதாயத்திலும் வராமல் அருள் சக்தியாலேயே ஆத்மாபிவ்ருத்தி அளிப்பவ ரென்றும் ஆசார்யார் என்பவர் கட்டுப்பாடான ஒரு ஸம்ப்ரதாயப்படி வரையறுக்கப்பட்ட சித்தாந்தத்தை விஸ்தார மாக, நம் பகவத் பாதாளைப் போல போதிப்பவரென்றும் பொதுவாய்ச் சொல்கிறோம்". (IV. பக். 109)

காஞ்சிப் பெரியவர் எவ்வளவு துல்லியமாக ஆசார்யார்/ குரு என்ற சொற்களை வேறுபடுத்திக் காட்டுகிறார் என்பது கவனத்தில் கொள்ளப்படவேண்டியது. இது சனாதன மரபு/ குருமார்கள் மரபு குறித்த வேறுபாடும் ஆகும். "குறிப்பிட்ட வர்களுக்கு மட்டும்", "கட்டுத்திட்டமுள்ளதான போதனை", "வித்வத்தினால்", "வேத அத்யாபனம் செய்து வைப்பவர்", "கட்டுப்பாடான ஒரு ஸம்ப்ரதாயப்படி", "வரையறுக்கப்பட்ட சித்தாந்தத்தை", "நம் பகவத் பாதாளைப் போல்" (சங்கரரைப் போல்) - என்பது போன்ற சொற்களையெல்லாம் காஞ்சி மடத்தின் தலைவர் ஆசார்யார் மரபுடன் சேர்த்துக் கொள்கிறார்.

ஆனால் "குரு" வுடன் தொடர்பு கொண்ட சொற்கள் எவை, பாருங்கள்! "ஸம்ப்ரதாயக் கட்டில் அதிகம் வராமல்", "அருளினால்", "எவருக்கும் எதையும்", "எந்த பாஷையில் வேண்டுமானாலும்" - இவையெல்லாம் குருமரபுகளைக் குறிக்க காஞ்சிப்பெரியவர் பயன்படுத்தும் சொற்கள்.

குரு என்ற சொல்லையும் அதன் பயிற்சிமுறையையும் வைதீக மரபு தனக்குள் எடுத்துக்கொண்டது. வேதப்பாடங்கள், வேத விளக்கங்கள் அளிக்க அது குருகுல முறையைத்தான் பின்பற்றுகிறது. இன்று பெரும்பாலோர் குருகுல முறை என்றா லேயே அதுவும் வைதீகம் சார்ந்ததுதான் என்று கருதுகிறார்கள். அந்த அளவிற்கு குரு என்ற சொல் வைதீகத்தால் சமஸ்கிருதமய மாக்கம் செய்யப்பட்ட பிறகும் கூட ஆசார்யாரை எவ்வளவு கறாராக சந்திரசேகரேந்திர சுவாமி பிரித்துக் காட்டுகிறார், தெரிகிறதா! இது தான் பிராமணீயம்.

சரி, அது இருக்கட்டும். சனாதனமும் (வைதீகமும்), குரு மார்கள் சமயங்களும் வேறுபட்டவை என்பதைப் புரிந்து கொள்ளுகிறோம். குறிப்பாக வைதீகரல்லாத மக்களின் ("எவருக்கும் எதையும்") அறிவு, சமயம், மற்றும் கல்வித் தேவை களை ஈடுகட்டியவர்கள் குருமார்கள். அவர்கள் சமஸ்கிருத மல்லாத மொழிகளில் ("எந்த பாஷையில் வேண்டுமானாலும்")

தமது அறிவுத் தேட்டங்களை நிகழ்த்தினார்கள். வைதீகரல்லாத அந்த மக்கள் ஞானிகளின் அறிவு அந்த மக்கள் சார்ந்திருந்த சமூக வாழ்க்கை நிலைகளைச் சார்ந்திருந்தது. வைதீகத் தத்துவத்திற்கு மாற்றுத் தத்துவங்களை அவர்கள் உற்பத்தி செய்தார்கள். உடலுழைப்பிற்கு முழுதும் அந்நியமான வேதப் பிராமணர்களின் தத்துவங்களிலிருந்து உடலுழைப்புடன் கொஞ்சமாகவோ அதிகமாகவோ தொடர்பு கொண்டிருந்த பிராமணரல்லாத மக்களின் தத்துவங்கள் வித்தியாசப்பட்டிருந்தன. அடித்தளத்திலிருந்து மேல்நோக்கிச் செல்வதற்கு, சமூக அங்கீகாரம் பெறுவதற்கு அவர்களது சமயச் சிந்தனைகள் அவர்களுக்குப் பயன்பட்டன. சில வேளைகளில் அவர்கள் தம்மை சமஸ்கிருதமயமாக்கத்திற்கு உட்படுத்திக் கொண்டதும் உண்டு. இருப்பினும் சமஸ்கிருதத்திற்கு மாற்றாக அவர்கள் தோன்றினார்கள் என்பதனால் கடைசி வரை இந்த மாற்றுநிலையின் வேர்கள் காணப்படுவதும் உண்டு.

பொதுவாக இப்படி வைதீக எல்லைகளுக்கு வெளியில் தோன்றிய குருமார்களின் வாழ்க்கை வரலாறுகளை எண்ணிப் பார்த்தால், அவர்களை "ஓதாமல் உணர்ந்தவர்கள்" என்ற சொற்களால் குறிப்பிடுவதைப் பார்க்கலாம். ஓத்து என்றால் வேதம். வேதக்கல்வி பிராமணர்களுக்கே உரியது. அந்த வகையான கல்வி பெறாதவர்கள் இந்தக் குருமார்கள். வேறு வகையானவை இவர்களது கல்வியும் ஞானமும். எனவேதான் இவர்களை ஓதாமல் உணர்ந்தவர்கள் என்று கூறுவார்கள். புத்தர், குருநானக், கபீர், இரவிதாஸ், நாராயணகுரு அல்லது வள்ளலார் இராமலிங்கர், வைகுண்டர் - இவர்களுக்கு வேதக் கல்வி வாய்ப்பு கிடையாது. இவர்கள் ஓதாமல் உணர்ந்தவர்கள் என்று சொல்லப்படுவார்கள். இது உண்மைதான். இவர்களது சமய உணர்வுகள் ஓத்திலிருந்து (வேதத்திலிருந்து) தோன்றியவை அல்ல.

இறைவனை நேரடியாகத் தரிசித்தல், இறைக்காட்சி அல்லது அருளைப் பெறுதல் போன்றவற்றை இவர்கள் தமது ஆதாரமாகக் காட்டுவார்கள். புத்தர் போதிமரத்தடியில் ஞானம் பெற்றார், குருநானக் மூன்று நாட்கள் நீருக்குள் மறைந்திருந்து இறைவனோடு வாழ்ந்தார், காளிதாசனுக்கு காளிதேவி நாவில் எழுதினாள், பார்வதி ஞானசம்பந்தனுக்கு ஞானப்பால் ஊட்டினாள், சேக்கிழாருக்கு இறைவன் 'உலகெலாம்' என

முதலடி எடுத்துக் கொடுத்தார் இத்தகைய இறைத் தொடர்புகளெல்லாம் வைதீகத்திற்கு வெளியிலுள்ள குருமார்கள் பற்றிக் கூறப்படுபவை. சந்திரசேகரேந்திர சுவாமி குருமார்களைப் பற்றிக் கூறும் போது "அருளினால்", "அருள் சக்தியினால்" என்ற சொற்களைப் பயன்படுத்துகிறார்.

இந்தியப் பண்பாட்டு வரலாற்றில் வேத ஆதாரம் (சப்த பிரமாணம்) என்ற ஒன்றைத் தாண்டிக் குதிப்பதற்கு 'அருள்' பயன்பட்டது.

மாக்ஸ் வேபர் என்ற சமூகவியலாளர் இதுபற்றிக் கூறுவார். மரபுக்கு மேல் மரபாக சிக்கல்பட்டுப்போன பண்பாடுகளில் புதுமை செய்யவும், சமய நம்பிக்கைகளை எளிமைப்படுத்தவும், அவற்றை ஓரளவு அறிவுபூர்வமாக மாற்றுவதற்கும் தனி மனிதர்கள் தோன்றுவார்கள். அவர்கள் தமது மரபு மீறலை நியாயப்படுத்த இறை அருளை ஆதாரமாக்கிக் கொள்ளுவார்கள்.

சாங்கியம் வைதீகத்தின் பிரதானமல்லன்
(முதல் எதிரி)

சாங்கியத் தத்துவம் இந்திய தத்துவங்களுக்கிடையில் மிகவும் பழமையானது. பண்டைய இந்தியாவில் இது மிகவும் செல்வாக்குள்ள தத்துவமாக இருந்திருக்கிறது. இதன் ஆசிரியர் கபிலர். இதன் செல்வாக்கு வலுவானதாக இருந்ததால் வைதீக மரபு இதனை வேகவேகமாக தன்வயப்படுத்த முயற்சி செய்திருக்கிறது. கபிலர் உருவாக்கிய பூர்வீக சாங்கியத்தில் கடவுள் கருத்து கிடையாது. உலகம் எப்போதுமே நிலவிவரக்கூடிய ஒன்று என்றும் அதற்குத் தோற்றம், முடிவு ஆகியவை கிடையாது என்றும் சாங்கியம் கூறும். ஆனால், இதனை வைதீக மயப் படுத்தியோர் ஈசுவர சாங்கியம் என்று கடவுளை ஏற்கும் பிற்காலச் சாங்கியம் ஒன்றை உருவாக்கினார்கள். பூர்வ சாங்கியத்தை எழுதிய கபிலரை விஷ்ணுவின் அவதாரங்களில் ஒருவர் என்று சித்திரிப்பதற்கும் முயற்சிகள் நடந்தன. பகவத் கீதையின் கிருஷ்ணரை முன்னிலைப் படுத்தி சாங்கியத்தையும் வேதாந்தத் தையும் சமப்படுத்தி சில முயற்சிகள் செய்யப்பட்டன. வைணவத் தோடு தொடர்ந்து சாங்கியத்தைச் சம்பந்தப்படுத்தவும் ஏற்பாடுகள் நடந்தன. இவையெல்லாம் சாங்கியத்தின் செல்வாக்கை நமக்குச் சுட்டுகின்றன.

இருப்பினும் சாங்கியத்திற்கும் வேதாந்தத்திற்கும் இடையில் எந்த சமரசத்திற்கும் இடமில்லை என்பதே கறாரான வைதீகர்களின் கருத்து. அப்படிப்பட்ட கறாரான வைதீகர்களில் ஒருவர் சங்கரர். அத்வைத வேதாந்தத்தின் பிரபல ஆசிரியர்களில் ஒருவர். அவர் எழுதிய பிரம்ம சூத்திர உரைவிளக்கத்தில் முதல் அத்தியாயங்களில் அவர் சாங்கியத்தைத் தீவிரமாக விமர்சனத் திற்கு உள்ளாக்குவார். சாங்கியமே வேதாந்தத்தின் பிரதான மல்லன் - முதல் எதிரி- என்று அவர் குறிப்பிடுவார். சாங்கியத் தைத் தோற்கடிப்பதன் மூலம் வேதாந்தத்தின் எல்லா எதிரி களையும் தோற்கடிக்கப் போவதாக சங்கரர் சூளுரைப்பார்.

பிரகிருதி எனும் கருத்தாக்கத்திலிருந்து சாங்கியம் தொடங்கும். பிரகிருதி எனில் இயற்கை. அந்தப் பிரகிருதி தன்னிலிருந்த சகலவற்றையும் பரிணமிக்கச் செய்யும். பிரகிருதி என்பது ஒரு பெண்பால் சொல். இயற்கையை - பூமியைப் பெண்ணாக, தாயாகக் கருதும் ஒரு பழமையான மரபுக்குச் சொந்தமான தத்துவம் அது. பரிணமித்தல் என்பதையும் இயற்கை அல்லது தாய் தனது வயிற்றுக்குள்ளிருந்து உயிர்களை பிறப்பிக்கச் செய்வதையும் சாங்கியம் தத்துவமாக உருவகித்துக் காட்டும். பிரகிருதி தன்னிச்சைப்-பண்பு கொண்டது. அது தீவிர வடிவத் திலும் கூடத் தன்னை வெளிப்படுத்துவது. புயல், மழை போன்ற உக்கிர விளைவுகளைப் பிரகிருதியின் வெளிப்பாடுகள் என்று சிந்தனையாளர்களும் கவிஞர்களும் உருவகிப்பதுண்டு. காளி, சண்டி, மகமாயி என்பது போன்ற தாய்த்தெய்வங்களும் இப்படிப்பட்ட உக்கிர வடிவங்களாகக் குறிக்கப்படுவதுண்டு.

சத்காரிய வாதம் என்று ஒரு கோட்பாடு சாங்கியத்தில் உண்டு. இதுவும் பண்டைய இந்தியாவின் பூர்வீக மரபு ஒன்றைக் குறிக்கும். இக்கோட்பாட்டின்படி, விளைவுகளின் (காரியங் களில்) பண்புகள் அனைத்தும் அவற்றின் காரணங்களில் முன்னதாகவே உள்ளீடாகக் காணப்படும். அதாவது, ஒரு செடி முளைத்து வளருகிறதென்றால் அச்செடியின் பண்புகள் யாவும் முன்னதாகவே அதன் வித்தில் உள்ளடங்கி இருக்கும். வித்தில் உள்ள பண்புகள்தான் செடியில் வெளிப்படுகின்றன. இது சத்காரிய வாதம் ஆகும். சத்காரியவாதத்தின் முன்மாதிரி பண்டைய இந்திய மக்களின் இயற்கை குறித்த அனுபவம் ஆகும். அந்த மக்களின் விவசாய அனுபவம் என்றும் கூறலாம். அதுபோல, ஒரு தாய் வயிற்றில் கொண்டிருந்த கரு குழந்தையாக வெளிவந்து பின் மனிதனாக வளருகிறது என்ற அவர்களது வாழ்க்கை அனுபவம் ஆகும்.

வைதீகமும் சாங்கியமும் எதிரெதிர்க் கொள்கைகள் என்று கூறினோம் அல்லவா! வைதீகம் ஒன்று பலவாக இப்படிப் பரிணமிக்கிறது என்ற கருத்தை ஏற்காது. பரிணாமத்திற்கு உட்படாதது வைதீகத்தின் கருத்தாக்கமான பிரம்மம் என்பது. அது மாறாதது, வளராதது, பரிணமிக்காதது, செயல்படாதது. வேதாந்தத்தை சத்காரண-வாதம் என்று சிலர் குறிப்பிடுவர். காரணத்தின் பண்புகள் விளைவுகளில் (காரியங்களில்) காணப் படாது என்பது வேதாந்தம். இப்படிக் காரணமும் காரியமும்

தொடர்ச்சியற்றவையாக, எதிர் எதிரெதிரானவையாக ஆக்கப் பட்டதால்தான் பிரம்மமும் உலகமும் வேதாந்தத்தில் எதிர் எதிரானவையாக ஆக்கப்பட்டன. பிரம்மத்தை உண்மை என்றும் உலகை மாயை என்றும் வேதாந்தம் எதிர்வுகளாக்கும்.

இன்னும் ஒருபடி மு(பி)ன்னால் போய், வேதாந்தம் சத்காரணவாதத்திற்கு "காரணம் மட்டுமே உண்மையானது" என்றும் ஒரு விளக்கம் கூறும். அதாவது, பிரம்மம் மட்டுமே உண்மை, அதனைக் "காரணமாகக் கொண்ட" உலகம் உண்மை கொண்டதல்ல என்று வேதாந்தம் கூறும்.

சத்காரணவாதத்திற்கு இப்படி விளக்கம் கொடுக்கும்போது, சத்காரியவாதத்தின் விளக்கமும் புதிய பரிமாணம் பெறும். அதாவது காரியங்கள் மட்டுமே உண்மை, காரணம் உண்மையல்ல என்ற விளக்கம் கிடைக்கும். காரியங்களைத்தான் (விளைவு களைத் தான்) நாம் நேரடியாக வாழ்க்கையில் காணுகிறோம். அவற்றின் காரணங்களை நாம் யூகிக்கிறோம், அவ்வளவுதான். இது ஒரு வகையான நேர்க்காட்சிவாதம். இருப்பினும் காரணங் களைப் பொய் என்று சாங்கியம் கூறவில்லை. ஆனால், காரணங் களைவிட காரியங்களுக்கு அதிகப் பிரத்தியட்சத் தன்மை உள்ளது என்று அது கூறியது. இது ஏற்புடையதே. காரியங் களை நாம் வாழ்க்கைத் தளத்தில் சந்திக்கிறோம்; அனுபவிக் கிறோம். காரணங்களை நாம் சூக்கும விளக்கங்களாகத் தேடி அறிகிறோம். காரணங்களை விட காரியங்களுக்கு அதிக உண்மைத்தன்மை உள்ளது என்பதை மறுக்கமுடியாது. காரணங் களை முதன்மையானவை என்று அதீதப்படுத்தும் போது அது ஒருவித கருத்துமுதல்வாதமாகத் தான் முடியும்.

சாங்கியம் ஒரு சுவாரசியமாக தத்துவநிலையைக் கொண்டி ருந்தது என்பதைக் காணுகிறோம். சாங்கிய/வைதீக எதிர்வு இன்றும் கூட பேசி விவாதிக்கப்படவேண்டிய ஒன்று.

சாங்கியத்தின் விவசாயப்பின்புலம்

பண்டைய இந்தியத் தத்துவங்களுக்கிடையில் சாங்கி யத்தை வரிசைப்படுத்துவோர் அது ஒரு ஆஸ்திக தத்துவம் என்று வரிசைப்படுத்துகின்றனர். ஆஸ்திகம் என்றால் பண்டைய இந்தியாவில் வேதத்தின் தலைமையை ஏற்றுக் கொள்வது என்று பொருள். எனவே சாங்கியம் வேதத்தின் தலைமையை ஏற்றுக் கொண்ட தத்துவம் என்று வரிசைப் படுத்துகின்றனர். ஆனால் இது சரியான முடிவா?

பிரம்ம சூத்திர உரையில் சங்கரர் சாங்கியத்தை வேதாந் தத்தின் பிரதானமல்லன் - முதல் எதிரி - என்று குறிப்பிடுவார். இது சரியான கணிப்பு.

சாங்கியத்தின் முதன்மைக் கருத்தாக்கம் பிரகிருதி. பிரகிருதி எனில் இயற்கை, பூமி. பிரகிருதி என்ற சொல்லின் பொருள் முதன்மையான செயல், எல்லாவற்றையும் உற்பத்தி செய்வது என்பதாகும். பூமியை எல்லாவற்றின் பிறப்பிடமாகக் கொண்ட மக்களின் பண்பாட்டிலிருந்து சாங்கிய தத்துவம் தோன்றி யிருக்கவேண்டும்.

பிரகிருதி எப்போதோ ஒரு காலத்தில் அசைவின்றி, இயக்கமின்றி சமநிலையில் தன்னில்தானே இருந்ததென்றும், பின்னர் அதன் சமநிலையில் மாற்றம் ஏற்பட்டு அது உலகப் பொருட்கள் அனைத்தையும் தன்னிலிருந்து உற்பத்தி செய்யத் தொடங்கியது என்றும் சாங்கியம் கூறும். மகத், புத்தி, பஞ்ச பூதங்கள், ஐம்புலன்கள், ஐம்புலன் காரியங்கள் ஆகியவற்றையும் படிப்படியாக அது பிறப்பித்தது என்றும் சாங்கியம் கூறும். பூமி அல்லது இயற்கை உலகப் பொருட்கள், மனித இனம் ஆகியவற்றைப் படிப்படியாக உற்பத்தி செய்து கொண்டது என்ற ஒரு வகை விளக்கம் இது. பிரகிருதியை ஒரு தெய்வம் அல்லது இறைவன் என்பதாக சாங்கியம் கூறாது, மாறாகத் தன்னில் இருந்தே பல்வகைப் பொருட்களைப் பிரகிருதி பரிணமித்தது என்று சாங்கியம் கூறும். பரிணாமம் என்ற கொள்கை சாங்கியத்தின் சிறப்பம்சம்.

பிரகிருதி தன்னில்தானே இருக்கும்போது உலகப் பொருட்களெல்லாம், அவற்றின் பண்புகளெல்லாம் வெளிப்படா நிலையில் இருந்ததாகவும் அது பரிணமிக்கத் தொடங்கியவுடன் பொருட்களும் பண்புகளும் துலக்கமாக வெளிப்பாட்டு நிலைக்கு வந்ததாகவும் சாங்கியம் கூறும். வெளிப்படா நிலையை அவியக்தம் என்றும் வெளிப்பட்ட நிலையை வியக்தம் என்றும் அது கூறும். வித்திலிருந்து செடி வெளிப்படுவது போன்றது இது. வித்து - அவியக்தம்; செடி வியக்தம், இல்லாதது தோன்றாது. வெளிப்படாநிலை, வெளிப்பட்ட நிலை என்று இரண்டு நிலைகள் உண்டு. இரண்டும் சம அளவில் உண்மை யானவை.

எல்லாப் பொருட்களின் மூலாதாரம் என்ற பொருளில் பிரகிருதி ஒரே துவக்கம் எனலாம். அந்த ஒரே துவக்கத்திலிருந்து பல பொருட்கள் தோன்றுகின்றன. ஒன்று-பல என்ற பிரச்சினை இங்கு பேசப்படுகிறது. ஒன்று எந்த அளவிற்கு உண்மையோ, பன்மையும் அதே அளவிற்கு உண்மையே. பன்மையை விட ஒருமைக்கு அதிக உண்மைத் தன்மை உண்டு என்று சாங்கியம் கூறாது.

சாங்கியத்தின் இன்னொரு கொள்கை சத்காரியவாதம் என்பதாகும். சத்காரிய வாதத்தின் நேரடிப் பொருள் காட்சி உலகின் எல்லாக் காரியங்களையும் உண்மை என்று அங்கீகரிப்ப தாகும். சத்காரிய வாதம் சத்காரணவாதத்திற்கு எதிரானது. அதாவது காரணம் மட்டுமே உண்மை, காரியங்கள் முழு உண்மையல்ல என்பது சத்காரணவாதம். சத்காரியவாதமோ காரிய உலகை உண்மை என்பது ஆகும்.

சாங்கியத்தின் சத்காரியவாதம் மேலும் செழுமையானது. காரியத்தின் பண்புகள் காரணத்தில் முன்னதாகவே அமைந் திருக்கும் என்று சத்காரியவாதம் கூறியது. அதாவது காரணத்தில் காரியத்தின் (விளைவின்) பண்புகள் உள்ளடங்கிய (வெளிப் படா) நிலையில் அமைந்திருக்கும். காரணத்திற்கும் காரியத் திற்கும் உள்ள ஒரே வேறுபாடு காரணம் அவியக்தம், காரியம் வியக்தம் என்பது மட்டுமே. மீண்டும் வித்து x செடி என்ற உவமையைத் தான் சொல்லவேண்டும். வித்து - காரணம், அவியக்தம். செடி - காரியம், வியக்தம். இல்லாதது தோன்றாது.

கிழக்கிந்திய வட்டாரங்களில் சமணம், பௌத்த தத்துவங் களுக்கு முன்னோடியாக ஆசீவகம் என்ற தத்துவம் விளங்கியது.

ஆசீவர்கள் ஒரு தாய் கருவுற்ற காலத்தில் கருவின் பண்பு களிலிருந்து குழந்தையின் எதிர்காலத்தை கணித்துச் சொல்லும் வழக்கம் கொண்டிருந்தனர். கரு - காரணம், அவியக்தம். மனிதன் - காரியம், வியக்தம். பரிணமிப்பு, காரண காரியத் தொடர்பு. ஆசீவகத்திற்கும் சாங்கியத்திற்கும் இடையிலான உறவு இங்கு விளக்கம் பெறுகிறது.

காரண காரியத் தொடர்பு, இல்லாதது தோன்றாது, பரிணாம உறவு என்ற கோட்பாடுகளுக்கும் பௌத்தத்தின் சர்வாம்சத் தொடர்பு (பிரத்தித்ய சமுத்பாதம்) என்ற கொள்கைக்கும் அதிக தூரமில்லை.

சரி, மீண்டும் சாங்கியத்திற்கே திரும்பி வருவோம். பிரகிருதி என்பது பெண்பாற்சொல். பூமி, இயற்கை - அது ஒரு பெண், தாய். குறியீடாகச் சொல்லுவதானால் பிரகிருதி என்பது தாய். 'மா' காளி. பிரகிருதியின் நிறம் கருப்பு, கரும்பச்சை, நீலம். அவள் கட்டுப்பாடற்றவள். தான்தோன்றித் தன்மை அவளுக்கு உண்டு. தன்னிச்சைத் தன்மை அவளுக்கு உண்டு. புயல், வெள்ளம், கொந்தளிப்பு போன்ற உக்கிர வடிவங்கள் அவருடையவை. அவள் மாயைத் தன்மை கொண்டவள். மகாமாயை- மகமாயி. அவள் ஒடுங்கிய மற்றும் வெளிப்பட்ட ஆற்றல்கள் மயமானவள். அவள் மாறுபட்டுக் கொண்டே இருப்பவள். செயல் மயமானவள். உக்கிரச் செயல் களும் அவளுடையவை. எல்லாவற்றையும் உற்பத்தி செய்தவள், செய்பவள் அவளே. அவள் சக்தி.

இவ்வாறாக தத்துவமாக இருந்த சாங்கியம் சமயத்-தளத்தில் தாந்திரிகமாகவும் சாக்தமாகவும் ஆகிறது.

இந்திய விடுதலை இயக்கக் காலத்தில் பகவத்கீதை

இந்த மதத்தின் புனித நூல் எது? என்று ஒரு கேள்வியை நான் வகுப்புகளில் மாணவர்களிடம் கேட்பதுண்டு. மகாபாரதம், வேதங்கள், பகவத்கீதை என்று பல விதமாகப் பதில்கள் வருவதுண்டு. அப்படிப் பதில் கூறியவர்களிடம் அந்த நூல் களை நீங்கள் படித்திருக்கிறீர்களா? என்று கேட்டால் 'இல்லை' என்றும் கூறுவார்கள். கொஞ்சம் விவரமானவர்கள் 'ஒரு நூல் இல்லை, பல நூல்கள் உண்டு' என்றும் பதில் தருவதுண்டு.

இருப்பினும் 'பகவத்கீதை'க்கு நமது தலைமுறையில் ஒரு பிரபலம் உண்டு என்பதும் உண்மை. கிருஷ்ணர் அர்ச்சுனனுக்குப் பாடம் சொல்லியது என்று கூட மாணவர்கள் பதில் கூறுவார்கள்.

பகவத்கீதை 20-ஆம் நூற்றாண்டில் அதிக பிரபலம் பெற்ற நூல். திலகர் கீதா ரகஸ்யம் என்று உரை எழுதினார். சங்கரர், ராமானுஜர் எழுதிய உரைகள் ஆங்கில மொழி மூலம் பிரபல மடைந்தன. இராதாகிருஷ்ணன் உரை எழுதினார். விவேகானந்தர், காந்தி, நம்மூரில் பாரதியார் கீதைக்கு உரைகள் எழுதியுள்ளனர். இன்னும் பலர் அடிக்கடி எடுத்தாண்டுள்ளனர்.

இந்திய விடுதலைப் போராட்டத்தை அர்ச்சுனன் (பாண்ட வர்கள்) கௌரவர்களுக்கு எதிராக நடத்திய அரசுரிமைப் போராட்டத்திற்கு ஒப்பிடுவது 20-ஆம் நூற்றாண்டின் முற்பகுதியில் ஏராளமாக நடந்தது. கீதையைப் படித்தோர், விவாதித்தோர் என்பதை விட கீதா தத்துவம் உபதேசிக்கப் பட்ட சூழல் முக்கியப்படுத்தப்பட்டது. கீதையில் கிருஷ்ணர் அர்ச்சுனனுக்குக் கர்மயோகத்தை (கர்மமார்க்கத்தை) உபதேசித் தார் என்ற விஷயம் குறிப்பாகக் கீதை பயன்படுத்தப்பட்டதற்கு ஒரு காரணமாக அமைந்தது. கர்ம மார்க்கம் என்பது பொது நலன் (நாட்டு விடுதலை) ஒன்றுக்காகப் போராடுவது, செயல் படுவது என்று ஆகப் பொதுவாக விளக்கப்பட்டது.

பகவத்கீதை உபதேசிக்கப்பட்ட சூழல் இந்திய விடுதலை இயக்கத்திற்கு ஓர் உருவகமாகப் பயன்படுத்தப்பட்டது என்பது ஒரு புறமிருக்க, பகவத் கீதை இந்திய வரலாற்றில் வேறு எந்த நூற்றாண்டிலாவது இவ்வளவு பிரபலம் அடைந்திருந்ததா? என்று ஒரு கேள்வியைக் கேட்டுப் பார்ப்பது அவசியமாகிறது. இந்தக் கேள்விக்கு 'இல்லை' என்ற பதில்தான் கிடைக்கிறது. பொதுவாக மகாபாரத, ராமாயணக் கதைகள் பிரபலமாக இருந்திருக்கின்றன. விஷ்ணு புராணங்கள், கிருஷ்ணர் கதைகளுக்கு மக்களிடையில் பிரபலம் இருந்திருக்கிறது - குறிப்பாக வைணவர்களுக்கிடையில். ஆனால் பகவத்கீதைக்கோ, அது கர்மமார்க்கத்தைச் சொல்லுகிறது - எனவே சமூகநலன் நோக்கிய செயல்பாடுகள் என்பதுதான் அதன் செய்தி என்ற கண்டுபிடிப்புக்கோ இந்திய தத்துவ வரலாற்றில் 20-ஆம் நூற்றாண்டுக்கு முன்னர் எப்போதுமே விசேஷ அங்கீகாரம் இருந்ததாகத் தெரியவில்லை.

பகவத்கீதையில் கர்ம மார்க்கம், அதாவது சமூகநலன் கருதிச் செயல்படுங்கள் என்ற செய்தி உண்மையில் உள்ளதா என்று அணுகிப்பார்த்தால் அதுவும் இலலை. "நீ ஷத்திரியன், சத்திரியனின் சுயதர்மம் அரசுரிமைக்காகப் போராட வேண்டியது. எனவே போர் புரி. வெற்றி பெற்றால் அரசு கிடைக்கும். இறந்து பட்டால் சொர்க்கம் செல்வாய்!" என்பதுதான் கிருஷ்ணர் அர்ச்சுனனுக்குச் சொல்லுவது. இந்தச் செய்தியை இன்னும் அகலமாக நியாயப்படுத்த கிருஷ்ணர் "சுயதர்மக் கோட்பாட்டை எல்லா வருணங்களுக்கும் நான்தான் ஏற்படுத்தினேன். அவரவர் அவரவர் வருணத்திற்குரிய கருமங்களைச் செய்யவேண்டும்" என்று விளக்குகிறார். இவ்வாறாக கீதை வருண அமைப்பையும் வெவ்வேறு வருணங்களின் ஸ்வதருமங்களையும் விளக்கும் நூல். பிராமணன் வேதம் ஓதுவதையும் சத்திரியன் அரசுரிமைக்கு ஆயுதமேந்திப் போராடுவதையும் வைஸ்யன் விவசாயம், வணிகம் முதலிய உலகியல் தொழில்கள் செய்வதையும் சூத்திரன் அனைவருக்கும் தொண்டூழியம் செய்வதையும் மீண்டும் ஒரு முறை (இன்னும் பல நூல்கள் போல) வலியுறுத்திய நூல். ஆனால் எல்லோரும் செயல்படுங்கள், சமூக நலனுக்காகப் பாடுபடுங்கள் என்பதாக ஒரு செய்தி அதில் உள்ளதாகவும், அதுவே கர்மயோகம் என்பதுவும் 20-ஆம் நூற்றாண்டின் அரசியல் தேவைகளுக்காக இந்தக் கற்பிதம், புனைவு உருவாக்கப்பட்டு பரப்பப்பட்டது.

பிரிட்டிஷ்காரர்களுக்கு எதிராக விடுதலைக்காக முதல் குரல் கொடுத்தவர்கள் உண்மையில் இந்துக்கள் அல்ல. மொகலாய ஆட்சி முடிவுக்குக் கொண்டு வரப்பட்டு, பிரிட்டிஷார் இந்தியாவில் ஆட்சியைக் கைப்பற்றியதால், முஸ்லீம்கள் பிரிட்டிஷ் ஆட்சியாளர்களுக்கு எதிராக முதல் போராட்டங் களைத் துவக்கினார்கள். அவர்கள் "ஜிகாத்" (புனிதப்போர்) என்ற கருத்தைத் தமது மக்களைத் திரட்டப் பயன்படுத்தினர். செயல்படுதல், போர்புரிதல் என்ற கருத்துக்களுக்கு இஸ்லாத்தில் தாராளமாக இடம் உண்டு. சீக்கிய அரசரான மகாராஜா ரஞ்சித்சிங்கின் ஆட்சி பிரிட்டிஷ்காரர்களால் முடிவுக்குக் கொண்டு வரப்பட்டதால் சீக்கியர்கள் ஆயுதம் ஏந்திய எழுச்சிகளை நடத்தினார்கள். தீவிரச் சமூகச் செயல்பாடு, ஆயுதம் ஏந்திய மக்கள் எழுச்சிகள் ஆகியவற்றிற்கு சீக்கிய சிந்தனையில் தாராளமாக இடம் உண்டு.

ஆனால் இந்துக்களுக்கு, குறிப்பாக வைதீக மதத்தவருக்கு அவர்களது தத்துவங்களுக்குள் 'செயல்படுதல்' என்பதற்கு ஆதரவான கருத்துக்கள் கிடையாது. வைதீகத்திற்கு நேர் எதிரிடையான தத்துவநிலைப்பாடுகள் கொண்ட தாந்திரிக மரபில் (சாக்த மரபில்) தன்னிச்சையான செயல்பாடுகளுக்கு ஓர் முக்கிய இடம் உண்டு. ஆனால் வைதீகம் இதனை ஏற்காது.

இருப்பினும் இந்து-வைதீகம் 20-ஆம் நூற்றாண்டின் தொடக்கத்தில் ஓர் இக்கட்டான நிலைக்கு வந்து சேர்ந்தது. 'செயல்பாட்டை' ஏற்கக் கூடிய ஒரு தத்துவம் - ஒரு குறியீடு - அதற்குத் தேவைப்பட்டது. அப்படி அது கண்டறிந்த, கற்பித்த தத்துவம்தான் கீதையின் செய்தி கர்மயோகம் என்பது. அதன் குறியீடுதான் கிருஷ்ண - அர்ச்சுனக் கூட்டணி. இஸ்லாமி யரிடமும் சீக்கியரிடமும் உள்ளது எங்களிடமும் உள்ளது என்பது போல இக்குறியீடும் விளக்கமும் பிரச்சாரம் செய்யப் பட்டன.

இப்படி, உலகியல் செயல்பாடு என்ற பொருளில் (சமூக மாற்றத்திற்கான தீவிரச் செயல்பாடு என்ற பொருளில்) கர்ம மார்க்கத்தை இந்து-வைதீகம் நிரந்தரமாக ஏற்றுக் கொண்டது என்றாவது கூறமுடியுமா?

அதுவும் இல்லை. கர்மமார்க்கம் என்ற சதுரங்கக் காயை வைதீகம் குறிப்பிட்ட ஓர் அரசியல் சூழலில் மிகத் தந்திரமாகப்

பயன்படுத்தியது. அவ்வளவுதான். நிரந்தரமாக ஒரு கருத்தியல் பரிணமிப்பிற்கு - சுயவிமர்சனத்திற்கு - அது தன்னை எப்போதுமே ஆட்படுத்திக் கொள்ளவில்லை. கர்ம மார்க்கத்தை அது பிரச்சாரம் செய்து கொண்டிருந்த அதே காலத்தில் கூட (20-ஆம் நூற்றாண்டின் முற்பகுதியில்) அது இன்னொருபுறம் செயல்பாடு களைக் கடந்த, எந்த மாற்றத்தையும் ஏற்காத பிரம்மத்தைப் பற்றியும் ஏராளமாகப் பேசியது. இன்னும் பச்சையாக, வருண தருமத்தை அது எப்போதுமே நிராகரித்ததும் இல்லை. வைதீகத்தின் எந்த ஒரு பிரதிநிதியும் வருண தருமத்தை விமர்சித்தது கிடையாது. மாறாத பிரம்மம், சனாதன வருண தர்மம் ஆகியவற்றைப் பேசிக் கொண்டே அது இன்னொருபுறம் கர்ம மார்க்கம் பற்றியும் பேசியது.

அது கர்மமார்க்கம் பேசியதற்கு அரசியல் உள்நோக்கம் உண்டு. அரசுரிமை, ஆட்சி அதிகாரம் பற்றிய கேள்வி கீதை யினுடையது. பிரிட்டிஷ் ஆட்சியோடு நடந்த போராட்டமும் அதே கேள்வியைக் கொண்டது. இந்தியாவில் பிரிட்டிஷ் காரர்களுக்குப் பிறகு அதிகாரத்தைக் கைப்பற்றுவதற்காக "செயல்பாடுகள்" என்ற கோஷம் அதற்கு அநுசரணையாக கர்மமார்க்கமும் பேசப்பட்டன. ஆனால் அதே வேளையில் அப்படி ஆட்சி அதிகாரத் தலைமையை ஏற்க விழைந்தவர்கள் அரை நிலப்பிரபுத்துவ சக்திகளான இந்துத்துவவாதிகளாக இருந்ததால் பிரம்மமும், வருண தருமமும் இன்னொருபுறம் பேசப்பட்டன.

வைதீகம் இந்திய விடுதலைப்போராட்ட காலத்தில் இப்படிப் பல முகங்களைக் காட்டுவதற்குத் தன்னைத் தகவமைத்துக் கொண்டது என்பது இங்கு முக்கியமாகக் கவனிக்க வேண்டிய தாகும்.

சமஸ்கிருதமயமாக்கம்

சமஸ்கிருதமயமாக்கம் என்ற கருத்தாக்கத்தை 1960-களில் எம்.என். ஸ்ரீனிவாஸ் என்ற சமூகவியலாளர் பிரபலப்படுத்தினார். தமிழில் இதனை மேல்நிலையாக்கம் என்றும் சில அறிஞர்கள் மொழிபெயர்த்திருக்கிறார்கள்.

இந்திய சாதிச் சமூகத்தின் அடித்தளத்திலுள்ள சாதிகள் தமது அந்தஸ்தை உயர்ந்ததென்று காட்டிக்கொள்வதற்காக பிராமணர்கள் அல்லது சமஸ்கிருத கலாசாரத்தின் கூறுகளை தமதென்று சூடிக்கொள்ளுவதை, அதன் மூலம் படிப்படியாக அந்தச் சாதியினர் உயர் அந்தஸ்து ஈட்டிக்கொள்வதை எம்.என்.ஸ்ரீனிவாஸ் சமஸ்கிருதமயமாக்கம் என்று குறிப்பிட்டார்.

இக்கருத்தாக்கத்திற்குள் அவர் பொதிந்து வைத்திருக்கும் இன்னும் சில விஷயங்களையும் நாம் கண்டு கொள்ள வேண்டியுள்ளது. இந்தியச் சாதிச் சமூகம் இறுக்கமான சாதிக் கட்டுப்பாடுகளைக் கொண்டது என்ற கருத்தை மறுப்பதற்கு ஸ்ரீனிவாஸ் சமஸ்கிருதமயமாக்கத்தைப் பயன்படுத்துகிறார். அதாவது, சாதிச் சமூகம் அப்படியொன்றும் இறுக்கமானதல்ல, எத்தனையோ சாதிகள் பிராமண பழக்க வழக்கங்களைப் பின்பற்றுவதன் மூலம் உயர்வு அடைந்திருக்கின்றன என்பது அவரது வாதம். இந்த வாதத்தில், பிராமணியத்தை ஏற்பதன் மூலம் உயர்வு அடைவதற்கு வழி உண்டு என்ற கருத்துதான் வலியுறுத்தப்படுகிறது என்பது கவனத்தில் கொள்ளப்படவேண்டும். பிராமணியம் தான் உயர்ந்தது என்ற குறுகிய (தவறான) நிலைப்பாட்டிலிருந்து அந்தச் சமூகவியலாளர் வெளியே வரவில்லை என்பதும் கவனிக்கத்தக்கது.

சமஸ்கிருதமயமாக்கம் இந்திய வரலாற்றில் நடந்து வந்திருக்கிறது என்பதை விட சமஸ்கிருதமயமாக்கம் நடக்க வேண்டும் என்பதுவே இக்கருத்தாக்கத்தில் உள்ளது என்பது குறிப்பிடத்தக்கது.

இந்தியாவின் அடித்தளச் சாதிகள் பொருளாதாரம், அந்தஸ்து, அதிகாரம் ஆகியவற்றைச் சாதிப்பதற்கு பல்வேறு வழிகளில் முயற்சித்து வந்திருக்கிறார்கள். சமயங்களின் வரலாற்றையும் கலாசாரங்களின் வரலாற்றையும் உற்றுக் கவனிக்கும் போது நாம் இதனை அறியமுடியும். பௌத்தர்கள் வைதீக மரபை எதிர்த்து சமூக ஆன்மீக எல்லைகளுக்குள் வலுவான செல்வாக்கு செலுத்தினர். அவர்கள் சமஸ்கிருதமயமாக்கத்திற்கு ஆட்பட்டார்களா, என்ன? இல்லை. வட்டார பக்தி மரபுகள் தத்தமது மொழிகளில் இறை உணர்வை வெளிப்படுத்த முடியும் எனப் போராடினார்கள். வேதங்களுக்கு மாற்றான புனித-மூல நூல்களை உருவாக்கினார்கள். சமஸ்கிருதத்திற்கு மாற்று தமிழ், கங்கைக்கு மாற்று காவேரி, வேதங்களுக்கு மாற்று திவ்வியப் பிரபந்தம் - என்பதாக இம்முயற்சிகள் நடந்தன. தமிழ்நாட்டு சைவம், தென்கலை வைணவம் ஆகியவற்றைப் பேசியபடியே அதன் சார்பாளர்கள் சமூக உயர்வு (ஆதிக்கம்) ஈட்டினர். வட்டார பக்தி இயக்கங்கள் அவற்றின் முதற்கட்டத்தில் சமஸ்கிருதமயமாக்கத்திற்கு ஆட்படவில்லை. மாறாக, எதிர்நிலையில் செயல்பட்டன.

வடஇந்திய வட்டாரங்களில் இஸ்லாமியச் சார்பு கொண்ட ஆட்சியாளர்கள் ஆட்சி புரிந்த காலங்களில் (11-17 நூற்றாண்டுகளில்) ஏராளமான அடித்தளச் சாதியினர் பொருளாதார ரீதியாகவும், சமூக அரசியல்ரீதியாகவும் உயர்நிலைகளைச் சாதித்தனர். அவர்கள் உயர்வுக்கு சமஸ்கிருதமயமாக்கம் காரணமாக இருக்கவில்லை. இஸ்லாமிய மன்னர்களின் வணிக நலன்கள், தோல் பதனிடுதல், செருப்புத்தைத்தல், தோலாடைகள் உற்பத்தி, பட்டு நெசவு, சாயம் ஏற்றுதல், கட்டடக் கலைஞர்கள், கைவினைஞர்கள்- இன்னும் பல சமூகப்பிரிவினருக்கு பொருளாதார வாய்ப்புகளை வழங்கின. இதையொட்டி அம்மக்கள் தமது முந்தைய தீண்டத்தகாத சூழல்களிலிருந்து விடுபட்டு சமூக அந்தஸ்து கொண்டோராக உயர்ந்தனர். சமஸ்கிருத மரபு இட்டிருந்த தடைகளை உடைத்தெறிந்துவிட்டு அவர்கள் முன்னேறினர். இந்த மக்கள் பகுதியினர் இஸ்லாமியராகவும் மதம் மாறினர். அவர்களுக்கு இடையிலிருந்து கபீர், ரவிதாஸ் போன்ற ஞானிகளும் தோன்றினார்கள். இது சமஸ்கிருதமயமாக்கம் என்பதற்கு நேரடியாக எதிர்நிலையில் செயல்பட்ட நிகழ்வல்லவா?

15-16ஆம் நூற்றாண்டுகளில் சீக்கிய சமயம் தோன்றியதே! ஒரு மாபெரும் மக்கள் பிரிவிற்கு முகத்தையும் அடையாளத்தையும் அது வழங்கியதே! குருநானக் இளமையில் பூணூல் தரிக்க மறுத்தார் என்பதிலிருந்து தொடங்கி, குருசேத்திரத்தில் இறைச்சி உணவு சமைத்தார் என்பது வரை எத்தனை வைதீக எதிர்ப்புச் செயல்கள் அவரது வாழ்வில். சாதிப்பெயர்களை அழித்து சிங்/கௌர் என்ற பொதுப்பெயர்களை வழங்கி கால்சா என்ற அமைப்பை குருகோவிந்தர் உருவாக்கிய போது வைதீகச் சார்பு கொண்ட ஒரு பிரிவினர் இதனை ஏற்க மறுத்து விலகிச் சென்றனர் என்ற ஒரு வரலாற்றுத் தகவல் கூறும். சமஸ்கிருதத்திற்கு மாற்றான ஒரு மரபை உண்டாக்கியதில்தானே சீக்கியர் சிறப்பும் வரலாறும் அடங்கியுள்ளன!

இந்த நூற்றாண்டில் தலித் மக்கள் தம் விடுதலைக்காக பௌத்தம், கிறித்தவம், இஸ்லாம் என மதமாற்றம் ஆவதும் சமஸ்கிருதமயமாக்கத்திற்கு எதிரானதல்லவா!

ஆக, ஒடுக்கப்பட்ட மக்கள் விடிவு பெறுவதற்கான வழியாக இந்திய வரலாற்றில் எத்தனையோ வழிமுறைகளை - குறிப்பாக மாற்று மரபுகளை, எதிர் மரபுகளைக் கடைப்பிடித்து வருகையில், சமஸ்கிருதமயமாக்கமே அதற்கான ஒரே வழி என்பது போலக் கூறுவது துஷ்டத்தனம் அல்லவா!

மீண்டும் சமஸ்கிருதமயமாக்கம் பற்றி

எம்.என்.ஸ்ரீநிவாஸ் சமஸ்கிருதமயமாக்கம் பற்றிப் பேசி யிருப்பது குறித்து முன்பு எழுதினோம். கொஞ்சம் வேறு கோணத்திலிருந்தும் அதனைப் பார்ப்போம்.

சமஸ்கிருதமயமாக்கம் என்பது அடித்தளச் சாதிகள் தமது தாழ்வுணர்ச்சியால் பிராமணர்களைப் போல் தம்மைப் பாவனை யாகக் காட்டிக் கொண்டு அந்தஸ்து பெறுதல் என்று எம். என்.ஸ்ரீநிவாஸ் வரையறுக்கிறார்.

இந்திய வரலாற்றில் நடந்துள்ள சமஸ்கிருதமயமாக்கங்கள் யாருடைய தூண்டுதலால் நடந்து வந்துள்ளன என்பதனை உற்றுக் கவனித்தல் அவசியம்.

தமது பழக்க வழக்கங்களை யாரும் பின்பற்றக் கூடாது, தமது வேதங்களை யாரும் படிக்கக்கூடாது என்பது போன்ற ஏராளமான தடைகளுடன் தான் இந்தியாவில் சமஸ்கிருத மரபு (வைதீகம்) தனது பிழைப்பைத் தொடங்கியது. ஆனால், மிக விரைவில் அது நெருக்கடியை எட்டியது. ஒரு நெருக்கடி அல்ல, பல்வேறு நெருக்கடிகள். அப்படி பிராமணியம் எப்போ தெல்லாம் நெருக்கடிகளையும் அச்சுறுத்தல்களையும் சந்தித்ததோ அப்போதெல்லாம் தம்மை அச்சுறுத்தும் சக்திகளோடு சமரசம் செய்து கொண்டு அவற்றை சமஸ்கிருதமயமாக்கும் செயல்களில் அது ஈடுபட்டு வந்திருக்கிறது.

பௌத்தம் வடஇந்தியாவில் செல்வாக்குப் பெற்றது. சமஸ்கிருத புராணங்கள் புத்தரையும் விஷ்ணுவின் அவதாரங் களில் ஒன்றென வரிசைப்படுத்தின. சாங்கிய தத்துவ ஆசிரியர் கபிலர். அவர் வைதீகத்திற்கு எதிரான வலுவான ஒரு தத்துவ மரபின் ஆசிரியர். அவரையும் அவதாரங்களில் ஒன்றென வைதீகர்கள் வரிசைப்படுத்தினர். பக்தி இயக்கத்தை சூத்திர மரபு என முதலில் வைதீகர்கள் தூஷித்தார்கள். பின்னால் அது இந்தியாவின் பல்வேறு வட்டாரங்களில் வலுக்கொண்டு நிலை

பெற்றபிறகு, அவற்றின் வைதீக எதிர்ப்பையும் மீறி சமஸ்கிருத மந்திரங்கேளோடு ஆலிங்கனம் செய்தார்கள். கிருஷ்ணன் வேதக்கடவுளா? வேதக்கடவுளான இந்திரனுக்கும் அவனுக்கும் ஏராளமான மோதல்கள், சண்டைகள். ஆனால் அந்த கறுப்பு நிறக் கடவுளும் அவரது பின்பற்றாளர்களும் ஏராளமாக செல்வாக்குப் பெற்றவுடன் தமது சொந்தக் கடவுளர்களான இந்திரன், பிரம்மா ஆகியோரை விட்டு விட்டுக் கிருஷ்ணனுக்குத் துதி பாடினார்கள்- சமஸ்கிருதத்தில்.

யக்ஞச் சடங்குகள் (மீமாம்சம்), சுத்த ஞானம் (அத்வைத வேதாந்தம்) ஆகியவை மட்டுமே வைதீக மரபுகள். பின்னர் பக்தியையும் தம் அகப்படுத்தி சமஸ்கிருதமயப்படுத்திக் கொண்டார்கள். தென்னாட்டில் முருக வழிபாடு வெகுசனச் செல்வாக்குக் கொண்டது. முருகனைக் கந்தனுடன் சேர்த்து ஸ்கந்தபுராணம் எழுதினார்கள். கள்ளழகரை விஷ்ணு அவதாரம்-அம்சம் என்று சேர்த்துக் கொண்டார்கள். எத்தனை வட்டார தெய்வங்களை, வட்டார வழக்குகளை இப்படி இவர்கள் சமஸ்கிருதமயப்படுத்தியது!

ஆக, சமஸ்கிருதமயமாக்கம் அடித்தள தாழ்வுணர்ச்சியால் தோன்றுவது என்று எம்.என்.ஸ்ரீனிவாஸ் கூறுவது அபத்தம்.

குறிப்பிட்ட ஒரு மக்கள் வழிபாடு வலுவடையும் போது அதனைக் கையகப்படுத்தி தமது பிழைப்பிற்கு அங்கு ஓர் ஏற்பாட்டைச் செய்து கொள்ளுவதற்கான உத்தியே சமஸ்கிருத மயமாக்கம்.

சமீபத்திய சில எடுத்துக்காட்டுக்கள். ஆர்.எஸ்.எஸ், விஸ்வ இந்து பரிஷத் நிறுவனங்களின் அரசியல் ஆதாயத்திற்காக கிராமக் கோயில்கள் தோறும் திருவிளக்கு பூசைகள் பரப்பப்படுகின்றன. திருவிழாக்களின் போது சமய மாநாடுகள் நடத்தப்படுகின்றன. இவையெல்லாம் மேலிருந்து தூண்டப் பட்டு செய்யப்படுபவை. அவற்றின் நோக்கம் ஆன்மீகமல்ல, அரசியல் அதிகாரம்.

வேறுபாடுகளும் ஏற்றத்தாழ்வும்

பொருட்களுக்கிடையில் வேறுபாடுகள் உள்ளன.

சம்பவங்களுக்கிடையில் வேறுபாடுகள் உள்ளன.

மனிதர்களுக்கிடையில் வேறுபாடுகள் உள்ளன.

நமது எண்ணங்களுக்கிடையில் வேறுபாடுகள் உள்ளன. முழுக்க ஒரே விதமானவை என்று எதுவும் கிடையாது. ஒவ்வொன்றும் அவ்வவற்றின் தனித்தனிப் பண்புகளுடன் விளங்குகின்றன.

ஜெர்மானிய தத்துவ அறிஞர் ஹெகல் ஒருமுறை பிரஷ்ய நாட்டு அரச குடும்பத்துப் பெண்களுக்குத் தத்துவ வகுப்புகள் நடத்தினர். அப்போது, முழுக்க ஒரே விதமான இரண்டு பொருட்கள் கிடையாது என்ற விஷயத்தைக் கூறிக்கொண்டிருந் தார். அவர் வகுப்பு நடத்திக் கொண்டிருந்த அரங்குக்கு அருகில் ஓர் அழகான நந்தவனம் இருந்தது. அந்த நந்தவனத்திலுள்ள செடிகளில் உள்ள இலைகளில் ஒரே விதமான இரண்டு இலைகள் இருக்க முடியுமா? என்று கேட்டார். வகுப்பை கேட்டுக் கொண்டிருந்த பெண்கள் ‘இருக்கமுடியுமே’ என்று கூறியிருக்கிறார்கள். ஒரே செடியின் இரண்டு இலைகள் ஒரே மாதிரியாகத்தான் இருக்கும் என்று அவர்கள் நினைத்திருக் கிறார்கள். தோட்டத்திற்குச் சென்று முழுக்க ஒரே மாதிரி உள்ள இரண்டு இலைகளைப் பறித்து வாருங்கள்- என்று ஹெகல் கூறியிருக்கிறார். அந்தப் பெண்மணிகளெல்லாம் கூட்டமாக நத்தவனத்திற்குச் சென்று ஒவ்வொரு செடியாக ஒரே மாதிரி இரண்டு இலைகளை பறித்துப் பறித்து ஒன்றோ டொன்றை வைத்து அளந்து பார்க்கத் தொடங்கிவிட்டார்கள். சுமார் அரைமணி நேரத்திற்குள் தோட்டத்திலுள்ள செடிக ளெல்லாம் காலி, ஆனால் முழுக்க ஒரே விதமான இரண்டு இலைகளைக் கண்டுபிடிக்க முடியவில்லை.

இரண்டு பொருட்களுக்கிடையில், இரண்டு மனிதர்களுக் கிடையில் பொதுக் கூறுகள் சில இருக்கலாம். ஆனால், அது

போல் வேறுபட்ட அம்சங்களும் சில இருக்கும். இந்த வேறு பாடுகள் தாம் பொருட்களின் தனித்தன்மைகளை சிறப்பு அம்சங்களை எடுத்துரைக்கும். அந்தப் பொருளின் அடையாளத்தைக் குறிப்பவையாக அவை அமையும். பொருளின் விசேஷித்தப் பண்பை அவைதாம் எடுத்துக்காட்டும்.

பொருட்களின் விசேஷித்த பண்புகளைக் கொண்டுதான் அப்பொருட்களின் தனித்தன்மையை வரையறுக்க வேண்டும் என்ற கருத்தை வலியுறுத்தி இந்திய வரலாற்றில் ஒரு தத்துவம் இருந்தது. அதன் பெயர் வைசேஷிகத் தத்துவம். வைசேடிகம் என்று அதனைத் தமிழ்ப் படுத்திக் கூறுவார்கள். வைசேஷிகம் என்ற சொல்லே விசேஷம் (விசேடம்) என்ற சொல்லின் இன்னொரு வடிவம்தான். பண்டைய இந்தியாவின் பௌதீக விஞ்ஞானத் தத்துவம் என்று இதனைக் கூறலாம்.

இவ்வாறாக, பொருட்கள், மனிதர்கள், எண்ணங்கள், நிகழ்வுகள் ஆகியவற்றிற்கிடையில் வேறுபாடுகள் என்பது இயல்பு. இயற்கை. 'அஞ்சு விரலும் ஒரே மாதிரி இருக்க முடியுமா' என்று கிராமப்புறங்களில் இக்கருத்தைச் சாதாரண மாகச் சொல்லுவார்கள்.

ஆனால் வேறுபாடுகளை மனித வரலாறு ஏற்றத்தாழ்வாக, படிநிலை அமைப்பில் வரிசைப்படுத்தும் ஒரு வழக்கத்தைக் கொண்டுள்ளது. வேறுபாடுகள் இயல்பு (இயற்கை) எனில் படிநிலை வரிசையை உருவாக்குவது மனித சமூகத்தின் பண்பாட்டுச் செயலாகும். வேறுபட்டவற்றை நாம் உயர்ந்த தென்றும் தாழ்ந்ததென்றும் உருவாக்கப்பட்ட கற்பிதங்கள் ஆகும். வானம்/பூமி, மேல்/கீழ், ஆண்மை/பெண்மை, தங்கம்/ இரும்பு, உயிர்/ உடல், ஆன்மா/ இந்திரியங்கள், அறிவு/ உணர்ச்சிகள், இறைவன்/ உலகம், பிராமணர்/ பஞ்சமர், வெண்மை/ கறுப்பு, ஒளி/ இருட்டு, நல்லவை/கெட்டவை, புனிதமானவை/ தீட்டு என்ற ஏராளமான எதிர்வுகளைப் பயன்படுத்தி நாம் சம்பவங்களையும், பொருட்களையும், மனிதர்களையும், எண்ணங்களையும், செயல்களையும் படி நிலை வரிசையில் அடுக்குகிறோம். இன்னும் சொல்லுவதானால், மனித சமூகப் பண்பாட்டின் வேலையே எல்லாவற்றையும் இப்படி ஏற்றத்தாழ்வானவையாக கட்டமைத்துக் காட்டுவதே

ஆகும். இவ்வாறு கட்டமைப்பதுவும் அப்படி கட்டமைத்த வற்றை அடுத்த தலைமுறையினருக்கு கற்பிப்பதுவும்தான் பண்பாட்டின் சமூகப் பணியாக இருந்து வந்திருக்கிறது.

இதுதான் பண்பாட்டின் சமூகப் பணியாக இருந்து வந்திருக்கிறது என்பதை 20-ஆம் நூற்றாண்டின் கடைசி வருடங்களில் மனிதர்கள் புரிந்துகொள்ளத் தொடங்கி விட்டார்கள். நமது பண்பாட்டு வரலாறு இதுதான் என்பதை மனிதர்கள் உணரத் தொடங்கி விட்டார்கள்.

இதன் விளைவாகத்தான் *தத்துவம்*, சமயம், பண்பாடு, அறவியல் ஆகியவற்றை சில அறிஞர்கள் தீவிரமாக விமர்சிக்கவும் தொடங்கிவிட்டார்கள்.

மேற்குறித்த படிநிலை அமைவு சமூக வாழ்வின் மேட்டுக் குடியினரால் உருவாக்கப்பட்டது, மேட்டுக்குடியினருக்கு ஊழியம் செய்த அறிவுஜீவிகளால் கட்டமைக்கப்பட்டது என்றும் அவர்கள் புரிந்துகொண்டு விட்டார்கள். இதன் விளைவாக, இவ்வகைப் பண்பாட்டுக் கட்டமைப்புகளை அடித்தளமக்களும் அவர்களுக்குச் சார்பாக அறிவுத்துறை யினரும் 'கட்டுடைத்தல்' என்ற ஒரு வேலையில் இப்போது ஈடுபட்டு வருகிறார்கள். சமூகத்தின் ஒரு தரப்பார் கட்டமைத் தார்கள்; அதனால் பாதிக்கப்படும் இன்னொரு தரப்பார் கட்டுடைக்கிறார்கள்.

6. தத்துவங்களின் அரசியல்

6

தத்துவங்களின் அரசியல்

அறிமுகம்

தத்துவங்களுக்கு அரசியல் உண்டா? தத்துவங்கள் உண்மையைத் தேடுகின்றன, அவை அரசியலுக்கு அப்பாற் பட்டன என்று ஒரு கருத்து உண்டு. சரி, உண்மைக்கு அரசியல் கிடையாதா? என்று கேட்கத் தோன்றுகிறது. உண்மைக்கும் தத்துவங்களுக்கும் அரசியல் உண்டு என்று கார்ல் மார்க்ஸ் மிக உறுதியாகவே கூறினார். மார்க்ஸின் சிந்தனையில் அரசியல் முதலிடம் பெறுகிறது. தத்துவங்கள் நடுநிலையானவை என்றோ அப்பாவித்தனமானவை என்றோ மார்க்ஸ் நம்பவில்லை. அவை வர்க்க நலன்களைச் சுமக்கின்றன என்றே அவர் கருதினார். குறிப்பிட்ட ஒரு தத்துவத்தைப் பற்றிய புரிதல் என்பது அத்தத்து வத்தின் அரசியலைப் புரிந்து கொள்வதுதான். அறிவு உற்பத்திக்கும் அதிகாரத்திற்கும் இடையிலான உள்ளார்ந்த உறவுகள் பற்றிய சிந்தனை 20-ஆம் நூற்றாண்டில் தோன்றியிருக்கலாம். ஆயின் அவ்வகைச் சிந்தனைகளை வேறு எவரையும் விட மார்க்சியர்களால் எளிதில் புரிந்துகொள்ள முடியும். இந்த வட்டாரத்தில் மார்க்சியர்கள் தாம் ஏற்கெனவே அதிக தூரம் பயணித்தவர்கள்.

இந்தியச் சூழல்களில் தத்துவங்களுக்கு அரசியல் உண்டு என்பதை அதிகம் பேசியவர்கள் பெரியாரும் அம்பேத்காரும். பிராமணியம், சாதியம் என்ற இந்திய யதார்த்தங்களை மிகத் தீவிரமாக அவர்கள் உணர்ந்ததால் சமூகப் போராட்டங்களின் அவசியங்களுக்கிடையில் மரபுசார்ந்த அறிவுத் துறைகள் பற்றிய மலைப்புகள் அவர்களிடம் எளிதில் தகர்ந்து போயின. கடவுளின் பெயராலும் உன்னத உண்மைகளின் பெயராலும் 2500 வருடங் களாகத் தத்துவம் செய்தவர்களைப் பெரியாரும் அம்பேத்காரும் கண்ணில் காணும் அப்பட்டமான சமூக யதார்த்தத்தின்

பெயரால் தாக்கித் தகர்த்தனர். இந்திய மார்க்சியர்கள் இந்தியத் தத்துவங்களின் அரசியல் பற்றிப் பல அடிப்படையான, நிதானமான ஆய்வுகளைச் செய்துள்ளார்கள். டி.டி. கோசாம்பி, ரொமீலா தப்பார், இர்பான் கபீப், ஆர்.எஸ். சர்மா போன்ற மார்க்சிய வரலாற்றாசிரியர்கள் இந்திய சமூக வரலாற்றில் பிராமணியம், சாதியம் ஆகியவற்றின் பாத்திரம் குறித்து ஏராளமாக எழுதியுள்ளார்கள். இருப்பினும் அம்பேத்காரிலும் பெரியாரிலும் பறக்கும் அனல் மார்க்சிய எழுத்துக்களில் பறக்கக் காணோமே என்பதுதான் எல்லாருடைய வருத்தமும். இதனைக் கொஞ்சம் வேறுவிதமாகச் சொல்வதானால், மார்க்சிய அறிஞர்கள் ஆராய்ந்து கண்டவற்றைக் கூட கட்சிகள் வெகுசன அரசியலாக்கத் தவறி விட்டன என்ற வருத்தமே மிஞ்சுகிறது.

தத்துவங்களுக்கு அரசியல் உண்டு. ஆட்சியாளர்களின் நேரடி அரசியலை விட தத்துவங்களின் அரசியல் நுட்பமானது; தந்திரமானது; குறியீட்டுப் பண்பு கொண்டது. அவற்றிற்கு கலாசார ஆற்றல் உண்டு. உண்மை, அறிவு போன்ற கருத் தாக்கங்களுக்கு குறிப்பிட்ட ஒருவிதமான சமூக அந்தஸ்தை சம்பாதித்த பிறகு அந்தச் சமூக அந்தஸ்தின் பின்புலத்தோடு இந்த அரசியல் நடத்தப்படுகிறது. உண்மைக்குக் கிடைக்கும் சமூக மரியாதை, ஒரு வகை சமூக ஒப்புதல் தத்துவங்களின் அரசியலுக்கும் கிடைத்து விடுகிறது. தத்துவங்கள் மனிதர்களின் அறிவையும் மனங்களையும் வென்றெடுக்கின்றன. ஆயின் எத்தனை நுட்பத்தோடு இவை செய்யப்பட்ட போதும் வர்க்க நலன்கள், ஆதிக்க நலன்கள் அவற்றினின்றும் இல்லாமற் போய் விடுவதில்லை. வர்க்க நலன்களும் ஆதிக்க நலன்களும் தத்துவ நுட்பங்களோடு வெளிப்படுகின்றன. அவ்வளவுதான். இங்கு அந்தோனியா கிராம்சி நமக்கு முக்கியப்படுகிறார்.

இந்தியத் தத்துவ விவாதங்களில் விமர்சனப் பிரக்ஞை எப்போதுமே பலவீனமாகவே இருந்து வந்துள்ளது. தீவிரமான, அடிப்படையான விமர்சனங்கள் நம்மில் போதாது. தத்து வங்கள் இங்குச் சாதிகளால் பாதுகாக்கப்படுகின்றன. வேதாந் தத்தைப் பிராமணர்கள் பாதுகாக்கிறார்கள். சித்தாந்தத்தை வேளாளர்கள் பாதுகாக்கிறார்கள். சாதித் தொடர்புகள் புலப்படாத தத்துவங்களும் சாதி மீறிய தத்துவங்களும் இங்கு வழக்கொழிந்து போயிருக்கின்றன. அல்லது வெகுசன நம்பிக்கை களில் எங்கோ விளிம்பு நிலைகளில் பதுங்கிக் கிடக்கின்றன.

தமது தத்துவத்தில் உள்ள எந்தவொரு கருத்தையும் விமர்சனத் திற்கு உட்படுத்துவதை அத்தத்துவத்தைத் தாங்கிப் பிடிக்கும் சாதி சகித்துக் கொள்ளாது. தமது தத்துவத்தில் எல்லாமே நூற்றுக்கு நூறு சரி என்று வாதிக்கும் மனோபாவமே இங்கு அதிகம் உள்ளது. தத்துவங்கள் சாதி அடையாளங்களாகவே மாற்றப்பட்டிருக்கின்றன. தத்துவங்கள் இங்கு தத்துவமல்லாத வழிமுறைகளின் மூலம் பாதுகாக்கப்படுகின்றன. சாதிகள் உடையாததால் தத்துவங்களை விமர்சிப்பதற்கான பொது வெளி உருவாகவில்லை.

ஐரோப்பிய வரலாற்றில் குறிப்பிட்ட ஓர் அறிஞரால் உருவாக்கப்பட்ட தத்துவக் கருத்தாக்கம் அந்த அறிஞரின் தத்துவக் கட்டடத்தைக் கடந்து வெளியேறி தத்துவப் பொது வெளியின் கருத்தாக்கமாக மாறிவிடும். இன்னொரு தத்துவ வாதி அந்தக் கருத்தாக்கத்தை விமர்சிக்கவோ, எடுத்தாளவோ தடைகள் ஏதும் இருப்பதாக நாம் அறிந்தது கிடையாது. ஆனால் இந்திய வரலாற்றில் பிரம்மம் என்ற கருத்தாக்கம் வைதீக மரபை விட்டு வெளியேறியது கிடையாது; பதி, பசு, பாசம் சித்தாந்தத்தை விட்டு வெளியேறியது கிடையாது; பிரகிருதி சாங்கியத்தை விட்டு வெளியேறுவதுகூட பிரம்மத் திடம் அகப்படவே. தத்துவக் கட்டடங்கள் உடைபடாமல், தத்துவப் பொதுவெளி உருவாகாமல் ஆங்காங்கே கலாசாரப் பெரும் சுவர்கள் அவற்றைப் பாதுகாத்து நிற்கின்றன. தத்து வங்கள் இங்கே அறிஞர்களுக்கிடையில் கலந்து விவாதிக்கப் பட்டு வளரவில்லை. எல்லைகள் உடைபடாமல் ஒவ்வொரு கூட்டத்தாலும் ஒவ்வொரு தத்துவம் பாதுகாக்கப்பட்டுள்ளது. தத்துவங்களுக்கிடையில் இங்குக் கொடுக்கல் வாங்கல் கிடையாது. தத்துவங்களுக்கிடையில் இங்குத் தீண்டாமை உண்டு. தீண்டப் படாதவரின் உழைப்பில் விளைந்த நெல் மூட்டைகளின் மீது தண்ணீரைத் தெளித்து, தீட்டு நீக்கி, வீட்டின் உள்ளே எடுத்து வைத்துக் கொள்வதைப் போலவே அவரது தத்துவக் கருத்துக் களையும் திருடிக் கொண்ட வரலாறுகள் ஏராளமாக உண்டு. ஆனால், பகிரங்க அங்கீகாரமோ பொதுவிவாதமோ நடந்தது கிடையாது. அடித்தளத்திலிருந்து எழுந்த தத்துவங்கள் இங்குக் காலனியாதிக்கத்திற்கு உள்ளாகியதுண்டு. ஆனால், மேட்டுக் குடித் தத்துவங்கள் முனை மழுங்காமல் பாதுகாக்கப்பட்டுள்ளன.

குறிப்பிட்ட ஒரு தத்துவம் தனக்கு ஈராயிரம் வருட பழைமை இருப்பதாகப் பெருமையோடு கூறிக் கொள்ளும். பழமையின் மீது நம்மவர்களுக்கு தாளாத காதல் உண்டு. ஆனால், இந்த ஈராயிரம் வருடத்தில் ஒரு முறையேனும் தன்னை அது சுய விமர்சனம் செய்து கொள்ளாது. வேதாந்தம் உபநிடதங் களில் தோன்றியது. ராதாகிருஷ்ணன் அதன் சமீப காலப் பிரதிநிதி. கடந்த 2500 வருட காலத்தில் எப்போதாவது அது தன்னை சுயவிமர்சனம் செய்து கொண்டதா? இன்று மேற்கத்திய தத்துவங்களெல்லாம் கற்று வேதாந்த ஆராய்ச்சி செய்பவர் கூட அதை எழுத்துக்கு எழுத்து, வார்த்தைக்கு வார்த்தை நியாயப் படுத்துவாரே தவிர, புதிய புதிய பொழிப்புரை வழங்குவாரே தவிர அதனை விமர்சனரீதியாக அணுகுவதற்கு உடன்பட மாட்டார். உபநிடதங்களுக்கு முந்தி தோன்றிய வேதங்களில் கூட அந்தத் தத்துவம் இருந்தது என்று நிரூபிப்பதற்குத்தான் வேதாந்தப் புலவர்கள் தமது சக்தியைச் செலவளித்திருக் கிறார்களே தவிர சுயவிமர்சனத்திற்கு அவர்கள் தயாராக இருந்தது கிடையாது. வேதாந்தத்திலிருந்து சிறிது விலகிப் போன அரவிந்தரையும் ரமணரையும் மீண்டும் முழு வேதாந்தி களாக்குவதற்கு இவர்கள் முட்டிமுட்டி முயலுவார்களே தவிர விலகிப் போனார்கள் என அங்கீகரிக்க மாட்டார்கள். இதே போலத்தான் சித்தாந்திகளும். தேவார திருவாசகக் கருத்துக்கள் தாம் திருக்குறளின் உட்கிடை என நிரூபிக்க முயலுவார்கள். தேவாரத்திற்கும் திருமந்திரத்திற்கும் அல்லது தேவாரத்திற்கும் சிவஞான போதத்திற்கும் என்ன வேறுபாடு என்று யோசிக்கத் துணியமாட்டார்கள். விலகிப் போன சித்தரையும் ராமலிங் கரையும் மீண்டும் சித்தாந்தத்தில் மீளக்கொணர்ந்து கரைத்து விடவே பாடாய்ப் படுவார்கள். ஏன் இத்தனை இறுக்கம்? ஏனெனில் தத்துவங்கள் இங்குச் சாதிகளின் அடையாளங்களாக உள்ளன. சாதிகள் இங்குத் தம்மை சுயவிமர்சனம் செய்து கொள்வதோ, தமது எல்லைகளை உடைத்துக் கொள்வதோ கிடையாது. தமது சாதியில் பிறந்த ஏதோ ஒருவர் அப்படி விலகிச் சென்றிருந்தால் அவரது விமர்சனத்தை மிச்சமின்றிக் கொன்று மீண்டும் அவரைச் சாதி எல்லைக்குள் கொண்டு வந்து விடுவர். எவ்வளவு சல்லித்தனமான தத்துவவாதிகள் பாருங்கள்! இப்படிப்பட்டவர்கள் உண்மையைத் தேடினார்கள் என்று நம்ப முடியுமா? நமது தத்துவங்களுக்கு ஆழமான சாதி அரசியல் உள்ளது.

இந்தியத் தத்துவங்களின் அரசியலைப் பற்றிப் பேசுவதற்கு சமீப காலங்களில் கூடுதலான வாய்ப்புகள் கிடைத்துள்ளன என்று கூறலாம். மார்க்சியம், பெரியாரியம், அம்பேத்காரியம் ஆகியவற்றோடு பின்னை நவீனத்துவம், பெண்ணியம் ஆகியவை இத்தகைய வாய்ப்புகளை விரிவாக்கியுள்ளன. இதற்கு முன் உள்ள பகுதிகளான 'ஏகம், அநேகம், சாதியம்' மற்றும் 'வேதாந்தத்தின் கலாச்சார அரசியல்' ஆகியவற்றில் ஏற்கெனவே முயன்றுள்ளேன். அந்த முயற்சியின் தொடர்ச்சிதான் இந்தப் பகுதியும்.

சிந்து வெளியிலிருந்து தொடங்குவோம்

அறியப்பட்ட இந்திய வரலாறு சிந்துவெளி நாகரீகத்திலிருந்து தொடங்குகிறது. அதன் காலம் கி.மு. இருபதாம் நூற்றாண்டு. இன்றைக்கு சுமார் நாலாயிரம் ஆண்டுகளுக்கு முந்தியது. அந்த நாகரீகத்தைப் பற்றி நமக்கு மிக்க குறைவாகவே அகழ்வாய்வுத் தகவல்கள் கிடைக்கின்றன. அகழ்வாய்வுத் தகவல்களிலிருந்து அந்தக் காலத்தின் தத்துவத்தைப் பற்றிப் பேசிவிட முடியுமா? பேச முடியாது. இருந்தாலும் பேசித்தான் பார்ப்போமே!

சிந்துவெளி நாகரிகம் ஒரு விவசாய நாகரீகம். ஹரப்பா, மொகஞ்சதாரோ என்ற இரண்டு நகரங்களைச் சுற்றியும் இன்னும் பரந்து விரிந்த நிலப்பரப்பிலும் அந்த நாகரீகம் வளர்ந்திருந்ததாகத் தெரிகிறது. விவசாய மக்கள் மண் சார்ந்த, நீர் சார்ந்த பண்பாட்டுக்காரர்கள். நிலத்தையும் பெண்ணையும் ஒத்த நிலையில் வைத்துப் பார்க்கும் மனோபாவம் அவர்களுடையது. நிலமும் பெண்ணும் புதிய உயிர்களைப் பிறப்பித்துத் தருகின்றனர். நிலம் பெண்ணின் வயிறு போன்றது. சகல உயிர்களும் பிறப்பெடுக்கும் இடம் அது. கோயில்களில் இன்றும் இறைவனும் இறைவியும் தங்கியிருக்கும் இடம் கருவறை என்றே அழைக்கப்படுகிறது. வயிற்றிலிருந்து பிறப்பெடுத்து (பூமியின்) வயிற்றுக்குள்ளேயே உயிர்கள் சென்றடைகின்றன.

சிந்துச் சமவெளியில் கிடைக்கின்ற முத்திரைகளில் பல பெண்ணுருவங்களைக் கொண்டுள்ளன. பெண்ணின் அடி வயிற்றிலிருந்து ஒரு செடி முளைத்து வருவது போன்ற முத்திரை ஒன்று கிடைக்கிறது. பருத்த (நிறை) வயிறுடன் பல பெண்ணுருவங்கள் கண்டெடுக்கப்பட்டுள்ளன. இரண்டு கைகளாலும் இரு கொடிகளைப் பற்றிக் கொண்டு நிற்கும் பெண்ணுருவம் ஒன்று காணப்படுகிறது. பெண்ணுருவம், அடிவயிறு, செடி கொடிகள் ஆகியவை அந்த மக்களிடையே செழிப்பு குறித்த நம்பிக்கைகள் வழக்கத்தில் இருந்தமையைக்

காட்டுகின்றன. பல்கிப்பெருகுதல், ஒன்று பலவாதல், செழிப் படைதல் ஆகியவையே அந்த மக்களின் வாழ்க்கை பற்றிய புரிதலாக இருந்திருக்க வேண்டும் என்று தோன்றுகிறது.

சிந்துவெளி நாகரீகத்தை இன்று வரை இந்திய நிலப்பரப்பில் விரிந்து கிடக்கும் நாட்டுப்புற சமய நம்பிக்கைகளோடு ஒப்பிடலாம். செழிப்பு, வளமை சார்ந்த ஒரு வலுவான நீரோட்டம் நாட்டுப்புற மக்களிடையில் இன்றும் உள்ளது. செடி, கொடிகள், மலர் சொரிந்து வழிபடுதல், நீர், முளைப்பாரி, மஞ்சள் ஆடுதல், பொங்கல் சோறு, பொங்கும் கள், உதிரம் போன்றவை வளமையின் குறியீடுகளாக மக்களால் கொண்டாடப் படுகின்றன. இது ஒற்றை வடிவம் கொண்ட நம்பிக்கை அல்ல. அந்தந்த வட்டார மண்ணோடு, நீரோடு, செடி கொடிகளோடு தொடர்பு கொண்ட சிறு சிறு நம்பிக்கைகள் அவை. இத்தனை நூற்றாண்டுகள் ஆன பிறகும் ஒற்றை நிறுவனமாக ஆக மறுக்கும் நம்பிக்கைகள் அவை. வட்டாரத்தன்மையின் வலு அவை நிறுவனமாவதைத் தடுத்து வந்திருக்கிறது.

பிற்கால இந்தியச் சமயங்களோடு ஒப்பிட சிந்துச் சமவெளியின் நம்பிக்கைகள் உலக விருப்புத் தன்மை கொண்டவை. உலகைப் பொய் என்று சொல்வதற்கான சமூக நெருக்கடிகள் இன்னும் அவர்களுக்கு ஏற்பட்டதாகத் தெரிய வில்லை. செழித்து வாழ வேண்டும் என்பதாகத்தான் அவர் களின் வாழ்க்கை பற்றிய புரிதல் இருந்திருக்கிறது. நேர்முகமாக உலகைக் காண்பது, உலகியல் வளமையை வேண்டுவது, வளமையின் குறியீடுகளைக் கொண்டாடுவது என்பனவாகத் தான் அவர்களது பார்வை இருந்ததாகத் தெரிகிறது. எல்லா வற்றிற்கும் அடிப்படையான ஏதோ ஓர் அறுதிப் பொருளைத் தேடும் முயற்சியெல்லாம் இன்னும் அவர்களிடம் தோன்றிய தாகத் தெரியவில்லை. இந்த உலகைக் கடந்த நிலையை நோக்கிய நகர்வுகள் அவர்களிடம் அறவே தோன்றவில்லை.

சிந்து வெளியில் யோக நிட்டையில் அமர்ந்திருக்கும் எருது முகம் கொண்ட ஆண் உருவம் ஒன்று கிடைத்துள்ளது. இவ்வுருவம் குறித்து ஏராளமான விவாதங்களும் உள்ளன. இவ்வுருவம் சிவனது வடிவமான பசுபதி என்று சைவர்கள் கோருகின்றனர். சிந்து வெளி உருவத்தைச் சுற்றிப் பல விலங்கு களின் உருவங்கள் காணப்படுகின்றன. சிவன் மகாயோகி,

விலங்குலகின் (உயிர்களின்) தலைவன், எனவே அவன் ஆரியர் வருகைக்கெல்லாம் முந்திய எங்கள் சிவனே என்று சைவர்கள் வாதிடுகிறார்கள்.

கி.மு. ஆறாம் நூற்றாண்டில் வர்த்தமான மகாவீரர் சமண மதத்தைத் தோற்றுவித்தார். ஆனால், அவருக்கு முன்னால் இன்னும் 23 தீர்த்தங்கரர்கள் வரலாற்றில் இருந்ததாக சமண இலக்கியங்கள் கூறுகின்றன. முதல் தீர்த்தங்கரரின் பெயர் ரிஷிப தேவர். ரிஷபம் எனில் எருது. தீர்த்தங்கரர்களின் வரலாற்றைப் பின்பற்றிச் சென்றால் அது சிந்துச் சமவெளி நாகரீகம் வழக்கிலிருந்த அந்தப் பழைய காலத்திற்கு இட்டுச் செல்லும். சமண முனிவர்கள் யோகப் பயிற்சிகளின் மூலம் ஆற்றல்களை வளர்த்துக் கொண்டார்கள் என்பதும் நாம் அறிந்ததே. எனவே, சிந்துவெளியில் கிடைத்துள்ள எருது முகம் கொண்ட உருவம் ரிஷப தேவரின் உருவமே என்று சக்ரவர்த்தி நாயனார் போன்ற சமண அறிஞர்கள் கூறுகின்றனர்.

சிந்துவெளியில் கிடைத்துள்ள யோகியின் உருவம் ஒரு ஷாமனாக (Shaman) இருக்க வேண்டும் என மானுடவியல் அறிஞர்கள் கூறுவார்கள். ஷாமன் என்பவர் பழைய இனக் குழுக்களில் மூத்தவர். அவர் இனக்குழுவின் தலைவர், போர்த் தளபதி, மந்திரவாதி, மருத்துவர், நீதிபதி, பழங்குடிச் சமூகத்தில் ஷாமன் என்பவர் பல்வேறு பணிகளை ஒருங்கே செய்கிற முதியவர். ஒருவகையில் சிவனது வடிவே கூட ஒரு ஷாமனிய வடிவம்தான். பூத கணங்களின் தலைவன் அவன், வைத்தீஸ்வரன், யோகி, சடையன். மட்டுமல்ல, சமண தீர்த்தங்கரர்களும்தான் ஷாமனியர்கள். 24 தீர்த்தங்கரர்களின் வரலாறு அவர்களின் ஷாமனியப் பண்புகளை எடுத்துக் காட்டுகின்றன.

சிந்துவெளி உருவம் யோகப் பயிற்சிகள் மற்றும் யோகத் தத்துவம் குறித்த சில பழைய தகவல்களையும் நமக்குத் தருகின்றது. வளமை மதிப்புகளையும் வளமைக் குறியீடு களையும் முதன்மைப்படுத்திய சிந்துவெளி நாகரீகத்தில் மனித உடல், உடலின் உள்ளூறையும் ஆற்றல்களைப் பெருக்கிக் கொள்ளுதல் ஆகியவற்றைக் கொண்ட இன்னொரு பண்பாட்டு நீரோட்டமும் இருந்திருக்கிறது என்பது தெரிய வருகிறது. விவசாய சமூகத்தில் நிலத்தையும் பெண்ணையும் ஒத்த நிலையில் வைத்துப் பார்த்தார்களல்லவா! அதன் தொடர்ச்சியே உடல் சார்ந்த பண்பாடு. நிலத்தினுள் தாவரங்களெல்லாம்

வித்துக்களாக ஒளித்துக் கிடக்கின்றன, சாதகமான சூழல் கிடைத்தவுடன் துளிர்த்து வெளிப்படுகின்றன. மனித உடலுக் குள்ளும் இப்படித்தான் பல அற்புதமான ஆற்றல்கள் ஒளித்துக் கிடக்கின்றன. உசிப்பிவிட்டால் அவை துடித்து வெளிப்படும். அண்டத்தில் (பிரபஞ்சத்தில்) உள்ளவை எல்லாமே பிண்டத்தில் (உடலில்) உள்ளன. அண்டமும் பஞ்சபூதங்களால் ஆனது, பிண்டமும் பஞ்ச பூதங்களால் ஆனது. ஒடுங்கிய நிலையில் சகலமும் உள்ளே உறங்குகின்றன. துலங்கிய வடிவில் விழித் தெழச் செய்ய வேண்டும். பூக்கச் செய்ய வேண்டும். செழிக்கச் செய்ய வேண்டும். அநேகமாக, உடல் என்பதை முதலில் பெண்ணுடல் என்றே அந்த மக்கள் கருதியிருக்க வேண்டும். பெண்ணுடல் பத்து மாதங்கள் தனது உயிர்ச் சத்தைத் தன்னிலேயே தேக்கி வைத்து குழந்தையைப் பெற்றுத் தருகிறது. இதனை ஆணும் செய்வதானால் எப்படி? ஆணும் தனது உயிராற்றலை உடலிலேயே தேக்க வேண்டும். புதியது தோன்றும். இப்படித்தான் ஆணின் துறவுத்தனம் தோன்றியதோ! தனி மனிதன் தன்னை அகவயப்படுத்தும் வழக்கம் இப்படித்தான் தோன்றியதோ! உடல் தளத்தில் முதலில் உண்டாக்கிக் கொண்ட விஷயம் பின்னால் உளவியல் தளத்திற்குப் பரவியதோ! ஷாமனியம் தீர்த்தங்கரனாகவும் யோகியாகவும் செழித்ததோ!

சிந்துவெளி நாகரீகத்தை உற்றுக் கவனித்தால் சில முக்கியமான தத்துவப் போக்குகளின் முதல் புள்ளிகளை அங்குக் காண முடியும். இரண்டு முதல் புள்ளிகளைச் சுட்டிக் காட்டி விடுவோம். ஒன்று, வளமை - செழிப்பு சார்ந்த வெகுசனப் பண்பாடு. இது சடங்குத் தன்மை கொண்டதாகவும் எதிர் காலத்தில் விரியும். இரண்டாவது, மனித உடல் சார்ந்த அகவயப்பட்ட நடைமுறை. இது தனிமனித மனப் பயிற்சிகள் சார்ந்ததாகவும் எதிர்காலத்தில் விரியும்.

வைதீகமா, அவைதீகமா?

எது முந்தியது? எது பழையது?

பாடப் புத்தகங்களில் இந்தியத் தத்துவத்தை இரண்டாகப் பிரித்துக் காட்டுகிறார்கள். ஒன்று வைதீகம், மற்றது அவைதீகம். வைதீகத் தத்துவங்கள் - மீமாம்சம், வேதாந்தம், சாங்கியம், யோகம், வைசேடிகம், நியாயம் என ஆறு. அவைதீகத் தத்துவங்கள் - ஆசீவகம், சார்வாகம், சமணம், பௌத்தம். வேதத் தலைமையை ஏற்றுக் கொண்டவை வைதீகத் தத்துவங்கள். வேதத் தலைமையை ஏற்காதவை அவைதீகத் தத்துவங்கள். இப்படியாக நமது பாடப் புத்தகங்கள் கூறுகின்றன. இந்தப் பகுப்பின்படி வைதீகமே இந்தியத் தத்துவங்களில் காலத்தால் பழையதாகவும் இந்தியத் தத்துவங்களின் மையத்தொனியை நிர்ணயிப்பதாகவும் ஒரு சித்திரம் உண்டாக்கப்பட்டுள்ளது. அவைதீகத் தத்துவங்களான சமணமும் பௌத்தமும் வைதீகத்தின் சடங்கியல் கூறுகளால் அதிருப்தி அடைந்து வைதீகத்தினுள் ஒரு தலையீட்டினை நிகழ்த்தியதாகவும் இன்னொரு சித்திரம் உருவாக்கப்படுகிறது. ஓரளவு 'தாராள' மனசு கொண்ட வைதீகர்கள் சமணமும் பௌத்தமும் நியாய மான சில சீர்திருத்தக் கருத்துக்களை முன்வைத்ததாக எழுது வார்கள். இங்கு வேதங்களே தத்துவ வரலாற்றை மதிப்பிடும், வகைப்படுத்தும் அளவுகோலாகப் பயன்படுத்தப்படுகிறது என்பது கவனத்திற்கு உரியது.

மேற்குறித்த பகுப்பில் ஆரியர் வருகைக்கு முந்திய சிந்து வெளி நாகரீகம் குறித்த தகவல்களெல்லாம் அடையாளமின்றி முழுவதும் அழித்தொழிக்கப்படுகின்றன. வேதங்களிலிருந்து தான் எல்லாமே தொடங்கின என்பது போன்ற மாயச் சித்திரம் உருவாக்கப்படுகிறது. சிந்துவெளி நாகரீகத்தில் முறைப்படுத்தப் பட்ட தத்துவங்கள் தோன்றவில்லை என்றே வைத்துக் கொள்வோம். ஆனால், அந்தப் பண்பாடு எங்கே போய்த் தொலைந்தது? தத்துவம் என்பதை விட பண்பாடு என்பது அதிக அடிப்படையான யதார்த்தம் அல்லவா! சிந்து நதிக்கரைகளிலும்

இன்றைய ஆப்கானிஸ்தானிலிருந்து உத்தரப் பிரதேசத்தின் மேற்குக் கரை வரையும் பரவிக் கிடந்த அந்த நாகரீகத்திற்கு என்ன ஆயிற்று? இத்தனை அகலமாகப் பரவிக் கிடந்த ஒரு பண்பாடு எந்தத் தடயமும் இன்றி செத்து ஒழிந்து போய் விடுமா? சமணர்கள் 24 தீர்த்தங்கரர்கள் என ஒரு வரலாற்றைக் கூறுகிறார்களே, அதனை முழுவதும் புறக்கணிப்பது எப்படி? முதல் தீர்த்தங்கரரின் காலம் யாது? வைதீகம் / அவைதீகம் என்ற பகுப்பு இக்கேள்விகளுக்கெல்லாம் எந்தப் பதிலையும் தராது.

பௌத்த சிந்தனையின் தோற்றம் பற்றிய ஆய்வுகள் (Studies in the Origins of Buddhism) என்ற நூலின் ஆசிரியரான ஜி.சி. பாண்டே என்ற அறிஞர் பண்டைய இந்தியத் தத்துவங்கள் பற்றி வேறு ஒரு அதிக பொருத்தம் கொண்ட சித்திரத்தைத் தருகிறார். “இந்திய வரலாற்றின் போக்கை வெற்றி பெற்ற ஆரிய நாகரீகத்தின் வரலாறு என்றும், பூர்வீகக் காட்டுமிராண்டிகள் அதனுள் படிப்படியாகத் தலையிட்டு அதன் தூய்மையைக் கெடுத்தார்கள் என்றும் இனியும் நாம் கருதிக் கொண்டிருக்க முடியாது. மாறாக, இந்தியாவின் மீது ஆரியர் படையெடுப்பை, ஏற்கெனவே நீண்ட காலமாக இங்கு நிலைபெற்றிருந்த ஒரு நகர நாகரீகத்திற்குள் காட்டுமிராண்டிகளின் நுழைவு என்றே கொள்ள வேண்டும்”.

ஜி.சி. பாண்டேயின் கருத்திலிருந்து பண்டைய இந்தியத் தத்துவம் பற்றி வேறொரு சித்திரம் உண்டாகிறது. சிந்துவெளி நாகரீகம் தொட்டு ஒரு பண்பாட்டுப் பெரு நீரோட்டம் இந்திய மண்ணில் இருந்து வந்தது. அது பெருமளவில் விவசாயம் சார்ந்ததாக இருந்தது. வளமைச் சடங்குகளும் வளமைக் குறியீடுகளும் அந்தப் பண்பாட்டின் வெகுசன வடிவங்களாக இருந்தன. இனக் குழுக்களின் தலைமை வட்டாரத்தில் ஷாமனிய நம்பிக்கைகள் சார்ந்த, உடலை மையப்படுத்திய, அகவயப்பட்ட சிந்தனை முறை ஒன்று உருவாகியிருக்கிறது. அதுவே படிப் படியாக ஆசீவகமாகவும், சமணமாகவும், பௌத்தமாகவும் கூட பரிணமித்திருக்கிறது. இப்படியாகப் பெருகி ஓடிய பண்பாட்டுப் பெரு நீரோட்டத்தினுள்தான் ஆரியர் வருகை ஒரு தலையீடாக அமைந்தது. எனவே பூர்வ இந்தியப் பண்பாடு என்பது ஆழத்திலும் அகலத்திலும் மிகப் பெரியது. அது செத்தொழியாத சிந்துவெளி நாகரீகத்தின் உயிரோட்டமான தொடர்ச்சி. அது நிறுவனப்படாதது. நாட்டுப்புறப் பண்பாடு

போன்று அது அக்கறையின்றி விரிந்து கிடந்தது. ஆரியம்தான் இங்கு நடந்த தலையீடு.

சுரேந்திர நாத் குப்தா என்பார் இந்தியத் தத்துவ வரலாறு பற்றி ஐந்து மிகப்பெரும் தொகுப்புகள் எழுதி வெளியிட்டவர். அவரது குறிப்பு ஒன்று சமணத்தின் பண்பாட்டுப் பெரும் பரப்பு பற்றிப் பேசுகிறது. "ஆரம்ப கால சமணத்தில் ஒருவிதமான உயிரியல் தத்துவம் உள்ளது. யாரென்று சரியாக அறியமுடியாத பழங்குடி மக்களிடம் இந்த நம்பிக்கை பரவி இருந்ததாகத் தெரிகிறது. சமண இலக்கியங்கள் பிராகிருத மொழியில் காணப்படுகின்றன. இறை உணர்வை வலியுறுத்தாத, அறவியலுக்கு முன்னுரிமை வழங்குகின்ற ஒருவித நாட்டார் தத்துவம் சமணத்தின் முக்கிய போக்காக உள்ளது" (Introduction, Satkari Mukarjee).

"சமணர்களின் புனித நூல்கள் நம்மால் செவ்வியல் இலக்கியங்கள் என வழக்கமாகச் சொல்லப்படும் சமஸ்கிருத இலக்கியங்களை விட பழமையானவையாக, ஆச்சரியப்படும் வகையில் மிகப் பழமை கொண்டவையாக உள்ளன" என ஹெர்மன் ஜாக்கொபி (1964: Introduction, IX) என்ற அறிஞரும் குறிப்பிடுவார்.

ஆரியம் இந்தியாவிற்குள் நுழைந்து இங்கு அமர்ந்து கொண்ட பின்னும் அது ஒரு சிறுபான்மைக் கலாசாரமே. மேற்கத்திய அறிஞரான ஹோப்கின்ஸ் கூறுகிறார்: "பிராமணியம் என்பது எப்போதுமே கடலுக்குள் ஒரு தீவு போலத்தான். பிராமணிய (வேத-உபநிடதக்) காலத்தில் கூட அது ஒப்பீட்டளவில் சிறிய ஒரு கூட்டத்தின் தனிமைப்பட்ட நம்பிக்கையாகத்தான் இருந்தது என்பதற்கு ஏராளமான எடுத்துக் காட்டுக்களைத் தர முடியும். ஆரிய மக்களைக் கூட முழுதும் பிராமணர்களால் தமது கட்டுப்பாட்டுக்குள் வைத்திருக்க முடியாமல்தான் இருந்தது" *(1896: 548)*.

வேதக் காலத்தின் தொடக்கத்தில் இன்னும் பூர்வ இந்தியப் பண்பாட்டின் செல்வாக்கை வேதங்களில் காண முடியாது. ஆனால், வேதங்களின் பிற்பகுதியில் பூர்வ இந்திய விவகாரங்கள் வேதங்களுக்குள் தலைநீட்டத் தொடங்கி விடுகின்றன. சமஸ்கிருதமல்லாத பல பூர்வ சொற்களை வேதங்களில் காணத் தொடங்குகிறோம். ரிக் வேதத்தில் காணப்படும் "முனி" என்ற

சொல் நிச்சயமாக வைதீகருக்கு அந்நியமான கலாச்சாரத்திலிருந்து வந்ததே என்று ஜி.சி. பாண்டே குறிப்பிடுகிறார். ரிக் வேதத்தில் குறிப்பிடப் பெறும் முனி(வர்)கள் ஆசீவர்களாக இருக்கலாம் அல்லது மகாவீரருக்கு முந்திய தீர்த்தங்கரர்களின் வட்டத்தைச் சேர்ந்தவர்களாக இருக்கலாம். வேதங்களை அடுத்து வரும் ஆரண்யக இலக்கியங்களில் சிராமணர்கள் பற்றிய குறிப்புகள் வரத் தொடங்குகின்றன. சிராமணர்கள் பிராமணர்களுக்கு அறக் கருத்துக்களைப் போதித்ததாக தைத்ரிய ஆரண்யகம் கூறுகிறது. உபநிடதங்களிலும் சிராமணர் பற்றிய குறிப்புகள் காணப்படுகின்றன. முண்டக உபநிடதம் மிகத் தெளிவாகத் தலை மயிரை மழித்த துறவிகளைப் பற்றிப் பேசுகிறது. அவர்கள் வேதங்களை மதிக்காதவர்கள் என்று குறிப்பிடுகிறது.

இந்த இடத்தில் வேதங்களுக்கும் உபநிடதங்களுக்கும் இடையில் காணப்படும் ஒரு மிகப்பெரும் இடைவெளியைப் பற்றிச் சொல்ல வேண்டும். வேதங்களில் விசேஷமாகத் தத்துவம் எதுவும் கிடையாது. ஆனால் உபநிடதங்களில் வைதீகச் சிந்தனை பிரம்மம் என்ற கருத்தை மையமாகக் கொண்டு தத்துவம் செய்யத் தொடங்குகிறது. இந்தத் தத்துவக் கலையை வைதீகர்கள் அல்லது வைதீகர்களில் ஒரு பிரிவினர் எங்கிருந்து கற்றுக் கொண்டனர்? பிரம்மம் என்ற கருத்தாக்கம் வைதீகருடையது. அது பிராமணத் தலைமையை, முதன்மையைக் குறித்து நிற்கும் கருத்தாக்கமே. இதில் நமக்கு சந்தேகம் இல்லை. ஆனால் பிரம்ம ஞானத்தை எட்டுவதற்கு அகவயப்பட்ட சில முறைகளை உபநிடத சிந்தனையாளர்கள் பின்பற்றத் தொடங்குகிறார்கள். இந்த முறைகள் வேதங்களிலிருந்து வருவதற்கு வாய்ப்பில்லை. வைதீக எல்லைகளுக்கு வெளியிலிருந்துதான் குறிப்பிட்ட சில வகை உடல், மனப் பயிற்சிகளும் அவற்றின் முடிவில் பிராமண நலன்களை முதன்மைப்படுத்தும் பிரம்மம் என்ற கருத்தாக்கமும் தோன்றியிருக்க முடியும். வைதீகத்திற்கு வெளியிலிருந்த பூர்வ இந்தியப் பண்பாட்டிலிருந்து அவற்றை வைதீகர்கள் கற்றுக் கொண்டு தமது நலன்களுக்கேற்ற தத்துவ முடிவுகளுக்கு வந்து சேர்ந்திருக்கிறார்கள். பிரம்மம் என்ற கருத்தாக்கத்திற்கு இணையாக உபநிடதங்களில் வளர்த்தெடுக்கப்படும் ஆன்மா என்ற கருத்தாக்கமும் தோன்றியிருக்க முடியும். வைதீகத்திற்கு வெளியிலிருந்த பூர்வ இந்தியப் பண்பாட்டிலிருந்து அவற்றை வைதீகர்கள் கற்றுக் கொண்டு தமது நலன்களுக்கேற்ற தத்துவ

முடிவுகளுக்கு வந்து சேர்ந்திருக்கிறார்கள். பிரம்மம் என்ற கருத்தாக்கத்திற்கு இணையாக உபநிடதங்களில் வளர்த்தெடுக்கப்படும் ஆன்மா என்ற கருத்தாக்கத்தின் வரலாறும் கவனத்திற்குரியது. இக்கருத்தாக்கமும் வைதீகர்களின் சொந்தச் சம்பாத்தியமாகத் தெரியவில்லை. வேதக் காலத்தில் இன்னும் சிறிதளவு கூட சுயம் (தனிமனிதம்) என்ற நிலைப்பாட்டிற்கோ, அந்தச் சுயத்தை தமக்குள்ளேயே தேடுதல் என்ற உத்திக்கோ சிறிதும் பழக்கப்படாத வைதீகர்கள், உபநிடதங்களில் அவற்றைக் கற்றுக் கொண்டார்கள் என்பதுவும் தாம் கற்றுக் கொண்ட உத்திகளைத் தமது கூட்டத்தின் நலன்களை அடிப்படையாகக் கொண்ட கருத்தியல் கட்டடங்களைக் கட்டப் பயன்படுத்தினார்கள் என்பதுவும் கணிசமான செய்திகள். பூர்வ இந்தியர்களிடமிருந்து கற்றுக் கொண்ட தத்துவக் கலை, அதன் மூலம் அவர்கள் ஆக்கிக் கொண்ட தத்துவம் ஆகியவை குறிப்பிட்ட அக்காலத்தில் பிராமணர்களை ஆதிக்க வர்ணமாக ஆக்கின என்பது குறிப்பிடத்தக்கது.

உபநிடதங்களில் வேத எல்லைகளுக்கு வெளியிலிருந்த இன்னும் பல தத்துவங்களைப் பற்றிய குறிப்புகள் காணப்படுகின்றன. சாங்கியம், யோகம் அவற்றில் முக்கியமானவை. தன்னைச் சுற்றிக் கடல் போன்று கட்டுப்பாடற்று விரிந்து கிடந்த பூர்வப் பண்பாட்டின் மிக நுட்பமான கலைகளைத் தேர்வு செய்து அகப்படுத்திக் கொள்வதில் வைதீகம் விசேட அக்கறை காட்டியது என்றுதான் தோன்றுகிறது. சாங்கியத்தையும் யோகத்தையும் தனக்குப் பணியாளர்களாக ஆக்கும் பணியை வைதீகம் உபநிடதங்களிலிருந்தே தொடங்கி விட்டது எனலாம். பின்னால் தத்துவங்களை வைதீகம் / அவைதீகம் எனப் பிரித்துக் காட்டும் போது சாங்கியமும் யோகமும் வைதீகத் தத்துவங்கள் எனக் காட்டப்படும். அவை வேதத் தலைமையை ஏற்றுக் கொண்டவை என விளக்கம் தரப்படும். இப்படிச் சொல்லுவதே அவை வைதீகத்தால் அகப்படுத்தப் பட்ட தத்துவங்கள் என்பதைத்தான் காட்டுகின்றது. கே.எஸ். சேஷகிரிராவ் என்ற அறிஞர், "பிராமண இந்து ஆசிரியர்கள் தமது இறை நம்பிக்கைகளை, இறைக்கோட்பாடுகளே இல்லாத யோகம், சாங்கியம், பௌத்தம் ஆகியவற்றின் மீது திணித்தார்கள்" என்று குறிப்பிடுவார்.

பின்னால் வந்த சங்கரன் புத்திசாலி. சாங்கியம், யோகம் போன்றவையெல்லாம் வைதீகத் தத்துவங்கள் என்று சங்கரன்

ஒத்துக்கொள்ள மாட்டான். வேத மூலத்துவம் என்ற ஒரு கோட்பாடு பற்றி சங்கரன் பேசுவான். வேத மூலத்துவம் எனில் பெயருக்கு வேதத்தின் தலைமையை ஏற்றுக் கொண்டால் போதாது, வேதத்தையே முதன்மை ஆதாரமாகக் கொண்டு தனது கருத்துக் கட்டடத்தைக் கட்டி எழுப்ப வேண்டும். நமக்குக் கிடைக்கும் சாங்கிய, யோக, வைசேடிக, நியாய நூல்கள் வேதத்தின் தலைமையை ஏற்றுக் கொள்வதாகச் சொல்லுகின்றன, உண்மைதான். தமது நூல்களின் முதல் ஒன்றிரண்டு சூத்திரங்களில் தாம் வேதத் தலைமையை ஏற்பதாகச் சொல்லிவிட்டு அதன்பின் தமது சொந்தத் தத்துவங் களின் சொந்தக் கருத்தாக்கங்களை அவை பேசத் தொடங்கி விடுகின்றன. வேதாந்தத்தின் எந்த ஒரு கருத்தாக்கமும் அவற்றின் விவாதங்களில் உள்ளே வராது. அதாவது அவற்றின் கருத்துக் கட்டடங்கள் வேதங்களில் ஆதாரம் கொள்ளவில்லை. எனவேதான் அவற்றிற்கு வேத மூலத்துவம் கிடையாது என்று சங்கரன் வாதிப்பான். வேத மூலத்துவம் கொண்டவை உண்மையில் மீமாம்சமும் வேதாந்தமும் மட்டும்தான். தமது ஒவ்வொரு விவாதத்திற்கும் (பொருந்துகிறதோ, பொருந்த வில்லையோ) வேத வாக்கியங்களை அடுக்கடுக்காக எடுத்துக் காட்டி மீமாம்சகரும் வேதாந்திகளும் நகருவர்.

இப்படியாக, பண்டைய இந்தியத் தத்துவச் சூழல்களில் வைதீகத்தை விட பூர்வ இந்தியப் பண்பாடு மிகப் பழைமை யானது எனக் காண்கிறோம். சிந்துவெளி நாகரீகத்திலிருந்து பூர்வ இந்தியப் பண்பாடு தனது மிகச் செழுமையான வரலாற்றைத் தொடங்குகிறது. அப்பண்பாட்டின் வேர்களி லிருந்தே ஆசீவகம், சார்வாகம், சமணம், பௌத்தம், சாங்கியம், யோகம், வைசேடிகம், நியாயம் போன்ற தத்துவங்கள் தோன்றின என்றும் காண்கிறோம். பூர்வ இந்தியப் பண்பாடு எனும் பெருவெள்ளத்திற்குள் ஒரு தலையீடாகவே ஆரியம் வந்து சேர்ந்தது என்பதும் புரிகிறது.

ஏகாந்தமும் அநேகாந்தமும்

ஏகாந்தமும் அநேகாந்ததும் பற்றி ஏற்கெனவே எனது "ஏகம்- அநேகம் - சாதியம்" நூலில் எழுதியிருக்கிறேன். எனினும் இங்கு சுருக்கமாகக் காண்போம்.

உபநிடத காலத்தை ஒட்டி இந்தியத் தத்துவத்தின் ஒரு பழைய பிரச்சினை உருப்பெற்றது. அது, ஒன்று/ பல ஆகியவற்றிற்கு இடையிலான உறவுகள் பற்றிய பிரச்சினை. ஒற்றைத் தொடக்கத்தை வலியுறுத்தியவர்கள் ஏகாந்தவாதிகள். பன்மையை முதன்மைப்படுத்தியவர்கள் அநேகாந்தவாதிகள். பிரம்மம் என்ற ஒற்றைக் கருத்தை அறுதிப் பொருள் என வாதிட்டவர்கள் உபநிடத ஏகாந்தவாதிகள். அணுக்கள், உயிர்கள் என அறுதிப் பொருட்கள் பல எனக் கூறியவர்கள் சமணர்கள். இது வெறுமனே தத்துவப் பிரச்சினை மட்டுமல்ல, குறிப்பிட்ட அக்கால இந்தியப் பண்பாட்டின் ஒட்டு மொத்தப் பிரச்சினை என்பதே நாம் இங்கு வலியுறுத்துவது.

பிரம்மம் ஒன்றே உண்மையானது. அதுவே முதன்மை யானது. அதுவே உயர்ந்தது என்று தத்துவம் செய்த உபநிடதச் சிந்தனையாளர்கள் பண்பாட்டுரீதியாக தனிமைப்பட்ட நிலையில் வாழ்ந்தார்கள் என்றுதான் சொல்லத் தோன்றுகிறது. காடெனப் பரந்து கிடந்த பூர்வீக இந்தியப் பண்பாட்டைக் கண்டு அவர்கள் பயந்தார்கள் என்றே தோன்றுகிறது. ஆரம்பத்திலிருந்தே உபநிடதங்களில் ஓர் ஒடுங்கிய திட்டம் காணப்படுகிறது. அவை பேசியதெல்லாம் அந்த பிரம்மத்தைப் பற்றி மட்டுமே. பிரம்மத்திற்கு இப்புறமாக உள்ள இந்த உலகம், அதன் பரப்பு, அதன் பகுப்புக் கூறுகள் ஆகியவையெல்லாம் அவற்றின் கண்ணில் படவில்லை. சாங்கியத்தில் உள்ளது போன்ற ஒரு விரிந்த பகுப்பாய்வு உபநிடதங்களில் இல்லை. வைசேடிகத்தில் உள்ளது போன்று பதார்த்த விசேடங்கள் பற்றிய ஆய்வு உபநிடதங்களில் இல்லை. பௌத்தத்தில் உள்ளது போன்று மனித துக்கம் பற்றிய அக்கறையோ

உளவியல் கூர்மையோ உபநிடதங்களில் காணப்படவில்லை. நிலத்திலோ சமூகத்திலோ உபநிடதங்களால் கால்பாவ முடிய வில்லை. அறிவுத் தேடலை விட ஆதிக்கத்தை நியாயப் படுத்தும் கருத்தியலாகவே வேதாந்தம் உருவெடுத்திருக்கிறது. "எல்லாவற்றையும்" விட பிரம்மம் உயர்ந்தது, பிரம்மத்தைத் தெரிந்து கொண்டால் "சகலவற்றையும்" தெரிந்ததாகும் என்பன போன்ற மொண்ணையான அறிவிப்புகளைத் திரும்பத் திரும்ப உபநிடதங்கள் கூறுகின்றனவே தவிர அதற்கு முந்தியதாகச் செய்யப்பட வேண்டிய உலகு பற்றிய பகுப்பாய்வு உபநிடதங் களில் காணப்படவில்லை. உலகு பற்றிய ஒரு சில பகுப்பாய்வு களுக்கும் அவை சாங்கியத்தைத்தான் நம்பியிருந்திருக்கின்றன.

பிரம்மம் என்ற கருத்தாக்கத்தை உருவாக்கும் போது உபநிடதங்கள் உலகு பற்றிய சிக்கலான தகவல்களை அக்கருத் தாக்கத்திற்கு வெளியில் தள்ளி விடுகின்றன. உலகப் பொருட் களின் பன்மைப் பண்பு, அவற்றிற்கு இடையிலான வேறு பாடுகள், அவற்றின் தனித்தனி அடையாளங்கள், அவற்றிற் கிடையிலான முரண்பாடுகள், காலம், வெளி, மாற்றம் ஆகியவையெல்லாம் பிரம்மக் கருத்தாக்கத்திலிருந்து வெளி யேற்றப்படுகின்றன. எந்த உலகியல் உள்ளடக்கமும் இல்லாத வெறும் வடிவமாக பிரம்மம் ஆக்கப்படுகிறது. அப்படிப்பட்ட வெற்று வடிவமாக இருப்பதே பிரம்மத்தின் உயர்வைக் காட்டும் அடையாளமாகக் கொள்ளப்படுகிறது. வேறு வார்த்தைகளில் சொல்லுவதானால், எந்த ஒரு உள்ளடக்கத் திற்காகவும் பிரம்மம் பாராட்டப்படவில்லை. எந்த உள்ளடக்கமும் இல்லாததாக இருப்பதால் பிரம்மம் உயர்ந்ததெனப் பாராட்டப் படுகிறது. பிரம்மம் நிர்குணமானது, நிர்பிரபஞ்சமானது என்பது போன்ற சொல்லாடல்களின் மூலமாகத் தனது வெற்று உயர்வை அறிவித்துக் கொள்கிறது. "நேதி, நேதி" (இதுவல்ல, இதுவல்ல) என்று எதுவாகவும் சுட்டப்பட முடியாத நிலையை அது சாதித்துக் கொள்ளுகிறது. முன் நிபந்தனையற்ற உயர்வு (Unconditional Superiority) அதன் நோக்கம். உள்ளடக்கமற்ற, முன்நிபந்தனையற்ற உயர்வு என்பதுதான் புனிதத்தின் வரையறை.

பின்னை நவீனத்துவ நோக்கில் பிரம்மம் என்ற கருத் தாக்கமும் ஒரு பெருஞ் சொல்லாடல். அது அடையாளங் களை அழிப்பது, அவற்றை அங்கீகரிக்காதது. பிரம்மத்திற்கு

வரலாறோ மாற்றமோ கிடையாது. காலத்தையோ மாற்றத்தை யோ அங்கீகரித்தால் தனது மரணத்தை அது தானே ஏற்றுக் கொண்டதாகி விடும். காலத்தைத் தனக்கு வெளியே அது தள்ளுவதன் மூலம் தன்னை அது சனாதனமாக்கிக் கொள்கிறது. சனாதனம் என்றால் என்ன பொருள்? அது புராதனமும் அல்ல, நூதனமும் அல்ல. அதாவது அது பழையதும் அல்ல, புதியதும் அல்ல. இன்னும் தெளிவாக, அது காலத்தைத் தனக்கு வெளியே தள்ளி விடுகிறது. அதுவே சனாதனம்.

பிரம்மத்திற்கு இணையாக வேதாந்தம் மனிதனில் உருவாக்கும் கருத்து ஆன்மா என்பது. பிரம்மம் போலவே இதுவும் பொருட்தன்மையற்ற, கால வெளியற்ற பெருஞ் சொல்லாடல். ஆனமா மட்டுமே ஒரே தான்மை அல்லது சுயம் (Subjectivity) என உபநிடதங்களில் சொல்லப்படுகிறது. மனம், இந்திரியங்கள், உடல் எல்லாமே சுயம் அல்லது தான்மை அற்றவை. அதாவது அவை சடப்பொருள் பண்பு கொண்டவை. ஆன்மாவை சுயமாக்கும் போதே மனமும் இந்திரியங்களும் உடலும் சடப் பொருளாக்கப்படுகின்றன.

சடப்பொருளாக்குதல் என்பது ஏராளமாக அரசியலைக் கொண்ட கருத்தியல் செயல்பாடு. ஒன்றைச் சடப் பொருளாக்கும் போது, சுயம் கொண்டது சடப் பொருளாக்கியவற்றின் மீது அதிகாரம் செலுத்தும் உரிமை பெற்று விடுகிறது. சடப் பொருளை உடைக்கலாம், தகர்க்கலாம், அவமதிக்கலாம், கருவியாகப் பயன்படுத்தலாம், அதன் தோளின் மீது ஏறலாம். இது ஒரு சமூக மனோபாவமாகவே ஆக்கப்படுகிறது. வைதீகத் தத்துவமும் இயற்கையைச் சடப்பொருளாக்குவதோடு நிற்க வில்லை. மனிதக் கூட்டங்களையே சடப்பொருளாக்கியது. அதன் இலக்கு இயற்கையைச் சடப்பொருளாக்குவதல்ல. தானல்லாத மக்கள் கூட்டமே அதன் இலக்கு. தனது உயர்வையும் பிறரது தாழ்வையும் நிறுவுவதற்காகவே அது இயற்கையையும் கூட சடப்பொருளாக்கியது. அநேகாந்த வாதம்- சமணம் இயற்கையைச் சடப்பொருளாக்கவில்லை. எல்லாவற்றிலும் உயிருண்டு என்று அது கூறியது.

பிரம்மம் என்ற கருத்தாக்கம் மீஷல் பூக்கோ சொல்லுவது போல ஒரு pan-opticon என்ற நிலைக்கு உயர்த்தப்படுகிறது. pan-opticon என்றால் என்ன? ஒரு சிறைச்சாலையில் கைதிகள் அடைக்கப்பட்டிருக்கும் அறைகளுக்கு நடுவே ஓர் உயர்ந்த

கோபுரம் கட்டப்படும். அந்தக் கோபுரத்தின் உச்சியில் காவலாளிகள் நின்று கொண்டிருப்பர். அவர்களால் எல்லாச் சிறை அறைகளையும் மேலிருந்து கண்காணிக்க முடியும். ஆனால், அவர்கள் தம்மை கண்காணித்துக் கொண்டிருக் கிறார்கள் என்பதை சிறைக்கைதிகள் அறிய முடியாது. இப்படி ஒருபுறம் மறைக்கப்பட்ட கோபுர ஏற்பாட்டைத்தான் பூக்கோ pan-opticon என்று கூறினார். பிரம்மத்திற்கும் இப்படிப்பட்ட மறை-கோபுர வரையறையே தரப்படுகிறது. பிரம்மத்தால் சகலவற்றையும் அறிய முடியும். ஆனால், பிரம்மத்தை வேறு எதனாலும் அறிய முடியாது. பிரம்மத்தை அறிவதனால் சகலவற்றையும் அறிந்தவனாகிறாய், ஆனால், பிறவற்றை அறிந்ததனால் இன்னும் நீ பிரம்மத்தை அறிந்தவனாக மாட்டாய்.

பிரம்மத்திற்கு வழங்கப்படும் மறை- கோபுர வரையறை ஓர் அதிகாரச் செயல்பாடு. சகலவற்றையும் தனக்குக் கீழ் வரிசைப்படுத்தும் உரிமையும் அவற்றைக் கண்காணிக்கும் உரிமையும் பிரம்மத்திற்குக் கிடைக்கிறது. ஒழுங்கு மற்றும் கண்காணிப்பு அரசியல் இது. பிறவற்றைச் சடப் பொருளாக்கி தன்னை மட்டுமே பிரம்மம் உயிருள்ள (the only Subject) அறிபவனாக அறிவித்துக் கொள்கிறது.

வரிசைப்படுத்தும் மற்றும் கண்காணிக்கும் உரிமையை நவீன காலத்தில் கூட வைதீகம் கடைப்பிடித்தே வருகிறது. இந்து மதம் என்ற ஒன்றின் சார்பாக வைதீகர்கள் பேசத் துணிவதை இங்குச் சுட்டிக் காட்ட வேண்டும். இந்து மதத்திற்கு முறையான நிறுவனத்தன்மை இல்லாதபோதும் சாதி வரிசையில் மேல் நிலையில் தம்மை வைத்துக் கொள்ளும் பிராமணர் அதன் சார்பாகப் பேசுவதற்கு தமக்கு முன்னுரிமை உள்ளதாகக் கருதிக் கொள்ளுகின்றனர். இந்து மதத்தைக் கண்காணிக்கும் உரிமை தனக்கு இருப்பதாகக் கருதியபடிதான் கோவிலுக்குள் இன்னார் நுழையலாமா கூடாதா என்பது குறித்து சங்கராச்சாரி அபிப்பிராயம் கூறுகிறார். சங்கராச்சாரியார் தன் கையில் வைத்திருப்பது சாதி அடிப்படையிலான கண்காணிப்பு உரிமை.

ஏகாந்தத்திற்கு எதிர் நிலையில் இந்தியத் தத்துவத்தில் ஒலித்த ஒரு வலுவான குரல் சமணத்தின் அநேகாந்தவாதம். அத்வைத ஏகாந்தத்தின் தருக்கரீதியான எதிர்க்கொள்கை சமணத்தின் பன்மீய யதார்த்தம் பற்றிய கோட்பாடு என்று பத்மராஜையா (1963: 290) என்ற சமண அறிஞர் கூறுகிறார். பௌதீக உலகம்

அதன் கடைசித் துகள்களான அணுக்களால் ஆனது என்று சமணம் கூறியது. உயிர்களும் பல என அது கூறியது. காலம், வெளி ஆகியவையும் அணுப் பண்பு கொண்ட துகள்களால் ஆனது என்றே அது கூறியது. மொழி ஒலித் திரள்களால் ஆனது என்று சமணம் தமிழில் கூறியதை நாம் அறிவோம். இந்தியத் தத்துவ நூல்களில் சமணம் பன்மீய யதார்த்தவாதம் என்றே அறிமுகப்படுத்தப் பெறுகிறது.

ஏகாந்தவாதத்தை வலியுறுத்த சமணத்தில் ஒரு கதை சொல்லப்படும். யானை பார்த்த குருடர்களின் கதை அது. ஆறு குருடர்கள் யானையை அருகில் சென்று தடவிப் பார்த்தார்கள். ஒவ்வொருவரும் அவரவர் அனுபவத்திற்கேற்ப யானையை சுவர் போலுள்ளது என்றும், தூண் போலுள்ளது என்றும், முறம் போலுள்ளது என்றும் பலவிதமாகச் சொன்னார்கள். இப்படித் தான் தத்துவவாதிகளும் அவரவர் காலச் சூழல்களுக்கேற்ப, அக்காலத்திய அவரவர் அனுபவத்திற்கேற்ப இதுதான் உண்மை என்று சொல்லிச் செல்கிறார்கள். முழு உண்மையை எப்போதும் யாரும் சொல்லிவிட்டதாக ஆகாது. மட்டுமல்ல, ஒவ்வொரு காலத்திலும் மக்கள் கூட்டங்கள் தத்தமக்கே உரிய முறையில் வாழ்வில் பங்கேற்கிறார்கள். அவர்கள் பங்கேற்பதும் சேர்த்துத்தான் அக்காலத்தில் உண்மை உருவாகும். எனவே உண்மை ஏற்கெனவே உள்ள ஒன்று என்பதாகவும் மனிதர்களின் வேலை அதனைக் கண்டுபிடிப்பது மட்டும்தான் என்றும் நாம் கருதிக் கொள்ளமுடியாது. எனவே முடிந்த உண்மை என்பதே ஒரு தவறான கற்பிதம். உண்மை ஒவ்வொரு காலத்திலும் வெவ்வேறு மக்கள் கூட்டங்களால் வெவ்வேறு வகையாக உற்பத்தி செய்து கொள்ளப்படுகிறது.

அனேகாந்தவாதம் ஒரு பழைய மொழியில் அறிவின் சமூகப் பண்பைப் பற்றிச் சொல்லுகிறது என்று கூடக் கூறலாம். உண்மை அனுபவம் சார்ந்தது என்ற கருத்தும் மனிதருக்கு மனிதர் அனுபவங்கள் வேறுபடுகின்றன என்பதுவும் ஒற்றைப் பெருஞ் சொல்லாடல்கள் சாத்தியமில்லை என்பதும் கணிசமான கருத்துக்கள். பன்மீய அறிவே சாத்தியம் என அது கூறுகிறது.

அநேகாந்தவாதத்தின் தொடர்ச்சியாக சமணத்தில் சியாத் வாதம் என்ற கோட்பாடு சொல்லப்படுகிறது. சியாத் என்ற சொல்லுக்கு “இருக்கலாம்” என்று பொருள். தமிழில் “அநேகம்” என்ற சொல்லுக்குப் பல என்ற பொருள் உண்டு. “அநேகமாக”

என்ற சொல்லுக்கு "ஒருவேளை அது அப்படியும் இருக்கலாம்" என்ற பொருள் உண்டு. தமிழில் சமணம் அநேகாந்தக் கோட்பாட்டையும் சியாத் வாதத்தையும் ஒரே சொல்லில் பதிய வைத்திருப்பது அதிசயம்தான். சியாத்வாதம் குறிப்பிட்ட ஒரு விஷயத்தை ஏழு வகையாக அணுகமுடியும் என்று சொல்லு கிறது. சப்தபங்கி என இது சமணத் தருக்கவியலாளர்களால் சொல்லப்படுகிறது.

அநேகாந்தக் கோட்பாட்டின் இன்னொரு நுட்பமான வளர்ச்சி நிலை நயவாதம் எனப்படுகிறது. ஒரு நிகழ்வை பலவிதமாக அணுகலாம் என்பது மட்டுமல்ல; ஒவ்வொரு அணுகுமுறையிலும் ஒருவித அழகு, நியாயம் உண்டு என்பது நயவாதம். திருக்குறளில் நயம் என்ற சொல் ஏராளமாகப் பயின்று வந்துள்ளது. ஒவ்வொரு அணுகுமுறையும் ஒருவித அனுபவத்தைச் சார்ந்தே எழுவதால் அந்த அனுபவத்தை மதிக்க வேண்டிய, அதற்கு நியாயம் வழங்க வேண்டிய கடப்பாடு நமக்கு உண்டு. அணுகுமுறைகளுக்குப் பின்னால் அனுபவங்களும், அனுபவங் களுக்குப் பின்னால் வாழ்நிலைகளும் உள்ளன. சமணம் அறிவையும் வாழ்வையும் ஒரு பன்மீய சனநாயகத்தளம் நோக்கி இட்டு வருவதைக் காண முடிகிறது.

சமணம் ஏன் ஓர் அறவியல் சிந்தனையாக செழித்தது என்பதையும் இங்கு நாம் புரிந்து கொள்ள முடிகிறது. வாழ்வு பன்மைத்தன்மை கொண்டதாக இருக்கும் போது, அணுகு முறைகளும் அறிவும் பன்மைத்தன்மை கொண்டிருக்கும் போது எப்படி சேர்ந்து வாழ்வது? வேறுபாடுகள் கொண்ட நாம் ஒரே சமூகத்தில் ஒன்றாக வாழ்வது எப்படி? நமக்கிடையிலான உறவுகள் எப்படி அமைய வேண்டும்? சமணம் மனிதருக் கிடையிலான உறவுகள் அகிம்சை உறவுகளாக இருக்க வேண்டும் எனக் கூறுகிறது. வன்முறையற்றவையாக அவை இருக்க வேண்டும் எனக் கூறுகிறது. ஒற்றை உண்மையை மனிதரின் மீது திணிப்பது, ஒருவரது பார்வையை இன்னொருவர் மீது ஏற்றுவது என்பவையெல்லாம் வன்முறையானவை என்று அது கூறுகிறது.

அநேகாந்தம் அகிம்சையை முன்மொழிகிறது என்பது மட்டுமல்ல, அது ஏகாந்தத்தின் பொருளையும் விளங்கச் சொல்லுகிறது. ஹேமச்சந்திரர் என்ற சமணச் சிந்தனையாளர் கூறுகிறார், "ஏகாந்தம் என்பது வன்முறையின் தத்துவம்".

ஆன்மவாதம் / அனான்மவாதம்
சுயநலம் / பொதுநலம்

ஆத்மா என்பது வேதாந்தத்தின் கருத்தாக்கம். அனான்ம வாதம் என்பது பௌத்தத்தின் கோட்பாடு. உலகையும் உலகு, உடல் சார்ந்தவற்றையும் மாயை என அறிவித்த பிறகு நின்று நிலவும் கடைசிப் பொருளாக ஆன்மா, வேதாந்தத்தில் சொல்லப்படுகிறது. சகலமுமே மாறுகின்றன; எனவே ஆன்மா என்ற நிலைத்த பொருளும் கிடையாது என்பது பௌத்தம்.

ஆன்மவாதத்தை இந்தியத் தத்துவ வரலாற்றின் மிக உயர்ந்த கருத்துமுதல்வாதமாகச் சித்தரிப்பதை நாம் நூல்களில் படிக்கிறோம். இந்த அடிப்படையில் வேதாந்தத்தை பிளேட்டோவுடனும் பெர்க்லியுடனும் காண்டுடனும் ஹெகலுடனும் பிராட்லியுடனும் ஒப்பிட்டு நம்மூர்க்காரர்கள் உச்சிமுகர்வதைப் படித்திருக்கிறோம். ஆனால், ஆன்மவாதத்தை இப்படியெல்லாம் ஒப்பிட முடியுமா என்று சிறிது உரசிப் பார்க்க வேண்டிய அவசியம் உள்ளது.

கே.சி. பட்டாச்சாரியா என்ற அறிஞர் ஆன்மவாதம் என்பதை சுதர்மத்தின் தத்துவம் என்கிறார். அதாவது இந்திய வருண சாதி அமைப்பிற்குரிய தத்துவ நியாயத்தை வழங்கும் கொள்கை ஆன்மவாதமே என்று அவர் கூறுவார். ஆன்மாவை சுயம் என்று மொழிபெயர்த்துக் கொள்ளுவோம். வருண அமைப்பில் மிக உயர்ந்ததாகச் சொல்லப்படும் பிராமண வருணம் பிற எல்லா வருணங்களையும் விட மிக உயர்ந்த, முன்நிபந்தனையற்ற, புனித சுயத்தைக் கொண்டுள்ளது. வருணங்கள் இந்திய வரலாற்றில் புனித வரிசையில் அடுக்கப் பெற்றுள்ளன. மேலேயுள்ள வருணங்கள் புனிதம் கூடியவை யாகவும், கீழேயுள்ள வருணங்கள் (பெண்களும்) புனிதம் குறைந்து தீட்டுப் பண்பு கூடியவையாகவும் அடுக்கப்பட்டுள்ளன. ஒவ்வொரு வருணத்தின் சுதர்மமும் இதே புனித / தீட்டு படி நிலை வரிசையில் முறைப்படுத்தப்பட்டுள்ளன. மேலிருந்து

நோக்க ஆரம்பிக்கும்போது வர்ணங்களின் சுதர்மத்தால் அந்தந்த வருணத்தின் சுய நலன்களும் பேணிக்காக்கப் பட்டுள்ளன. பிராமண வர்ணம் புனித அதிகாரம் கொண்டது. சத்திரிய வர்ணம் அரசியல் அதிகாரம் கொண்டது. வைசிய வர்ணம் உடமை அதிகாரம் கொண்டது. சூத்திர வருணம் பிற மூன்று வருணங்களுக்கு தொண்டு செய்யும் கடப்பாடு கொண்டது. சூத்திர வருணத்தின் "சுய நலன்கள்" காக்கப்பட வில்லை. ஆயின் இந்திய வரலாற்றில் சூத்திர வருணத்தின் ஒரு பகுதி தன்னை மேல்நிலையாக்கம் செய்து கொண்டு உடைமை அதிகாரத்தை ஈட்டிக் கொண்டுள்ளது. பஞ்சம சாதிகள் உடைமையற்ற வர்க்கமாக இன்று வரை உழைப்பை விற்றுப் பிழைப்பவர்களாக உள்ளனர். இவ்வாறாக ஆன்மத்தத்துவம் என்பது சாதியத்தோடு இறுக்கமாகப் பிணைந்து தொழில் படுகிறது. ஆன்ம முக்தியின் பாதை வருண சாதிக் கடமை களைப் பழுதற ஆற்றுவதோடு தொடர்பு கொண்டது. சுய நலன்கள் படிநிலை வரிசையில் அடுக்கப்பட்டிருக்கின்றன. சுயம் என்ற மையத்தைக் கட்டும் வேதாந்தத்திற்கு இங்கு ஒரு முக்கிய பாத்திரம் உண்டு. இது கருத்துமுதல்வாதத் தத்துவமா?

ஆன்மத் தத்துவத்தின் அடிப்படையில் எந்தக் கருத்து முதல்வாதமும் உள்ளதாக எனக்குப் படவில்லை. இத் தத்துவத்தில் சமூகக் குழுக்களின் சுதர்மங்களும் சுய- நலன்களும் வரையறுக்கப்பட்டுள்ளன. அவை புனித அதிகாரம் / அரசியல் அதிகாரம் / உடைமை ஆகியவை சார்ந்த ஒரு படிநிலை அமைப்பாக வரிசைப்படுத்தப்பட்டுள்ளன. மதம், அரசியல் ஆதிக்கம், உடைமை ஆகியவற்றுக்கு இடையில் செய்யப் பட்ட ஒரு மாபெரும் ஒப்பந்தமாக இது தோன்றுகிறது.

இன்னொரு புறம் பௌத்த சிந்தனையில் அனான்மவாதம் என்ற கோட்பாடு வரையறுக்கப்படுகிறது. அனான்மம் எனில் சுயமின்மை என்பதாகும். மனிதரின் உடல், இந்திரியங்கள், மனம் ஆகியவற்றிற்கு அப்பால் ஆன்மா என்ற ஒன்று இருப்பதாக பௌத்தம் ஏற்றுக் கொள்ளவில்லை. அதாவது சுயம் என்ற மையம் மனிதரில் இல்லை என அது கூறும். சுயம் என்பதெல்லாம் ஒரு கட்டமைப்பே என்ற முடிவுக்கு பௌத்தம் வந்து சேரும். பௌத்தம் இங்கு ஒரு மத்திய மார்க்கமாகவே காட்சி தருகிறது. அது பெரிதும் அக்கறைப்படுவது மனத்தைப் பற்றியே. மனம் என்பது முடிந்த பண்பு கொண்டதல்ல. அது

கணத்துக்கு கணம் மாறுபடுவது. அது மாறுபடுகிறது என்பதை அதுவே புரிந்து கொள்ளாமல் ஏதோ சிலவற்றை நிலைத்ததென கொள்ளும்போது அதை ஒட்டி ஒரு சுயம் உருவாகுமாக இருக்கலாம். எனவே மனதையும் அதில் உருவெடுக்கும் சுயத்தையும் கட்டுடைக்க வேண்டும்.

பௌத்தத்தின் அனாத்மம் அல்லது சுயமின்மை என்ற நிலைப்பாட்டிலிருந்துதான் இந்திய வரலாற்றில் சமூகம் குறித்த பிரக்ஞை தோன்றுகிறது எனலாம். சுயம் இல்லை, சுயத்தைக் கட்டுடைத்தல் என்பது ஒரு தனிமனிதன் தனது சொந்த எல்லைகளை உடைத்துக்கொள்ளுதல் ஆகும். தானற்றவனாக அவன்/ள் ஆகிக்கொள்ளுதல் அது. பௌத்தம் ஏன் ஓர் அறவியல் சிந்தனையாகக் காட்சி தருகிறது என்பதையும் இது விளக்கும். சுயம் கட்டுடைக்கப்பட்ட நிலையில் சுயநலம் என்ற சொல்லும் அர்த்தமிழக்கிறது. இதுவரையில் தத்துவங்களில் பேசப்படாத புது வட்டாரம் ஒன்று திறந்து கொள்கிறது. அது சமூகம் என்ற வட்டாரம், அறம் என்ற துறை, பொதுநலம் என்ற தளம். ஆன்மா என்ற ஒன்றைத் தேடுவதாக உலகைக் கடந்த நிலைக்குச் சென்ற தத்துவத்திற்குப் பின்னால் சுயநலம் ஒளிந்து கிடப்பதையும், இன்னொருபுறம் உலகைக் கடந்த எந்த இருப்பையும் மறுத்த தத்துவத்தில் சுயமும் மறுக்கப்பட்டு சமூகம், அறம், பொதுவாழ்வு ஆகியவை திறந்து கொள்வதையும் காண்கின்றோம்.

சுயம் எப்படி உருவாகிறது என்ற பௌத்தத்தின் விளக்கமும் இங்கு உற்று நோக்கத்தக்கது. தனி மனிதம் எப்படி உருவாகிறது? பௌத்தம் பெருமளவில் இக்கேள்விக்கு உளவியல் ரீதியாகத்தான் பதில் கூறும். இருப்பினும் இன்னொரு வகையான பதில் பௌத்தத்தில் இல்லாமலில்லை. சுற்றியுள்ள சமூக உறவுகளின் ஒரு குறிப்பிட்ட வகையான ஒற்றைப் பதிவே தனிமனிதம், சுயம். மனதில் உருவாகும் ஒருவகைச் சேர்க்கை (ஸ்கந்தம்) என்று பௌத்தம் சுயத்தை விளக்கும். இந்தச் சேர்க்கையைக் கலைக்கலாம், கட்டுடைக்கலாம். கலைக்கச் சொல்வதே பௌத்தம். இப்படிப்பட்ட அறிவுபூர்வமான விவாதங்களை ஆன்மா பற்றி அகலமாகப் பேசும் உபநிடதங்களில் அறவே காண முடியாது.

இதே தத்துவ அடிப்படைகளில் வளர்வதால்தான் பௌத்தம் தனது விடுதலைக் கோட்பாடாக சர்வமுக்தி

என்பதனைக் கொள்கிறது. உடல் அழிந்த பிறகுதான் உயிர் விடுதலை அடையும் எனக் கருதுவது விதேக முக்தி. உயிர் வாழும்போதே உடலை விட்டு விலகிய நிலையை உளவியல் ரீதியாகச் சாதிப்பது ஜீவமுக்தி. இதே பாணியில் ஆன்ம விடுதலையைக் குறிப்பது ஆன்ம முக்தி. இவற்றிலிருந்து அடிப்படையாக வேறுபட்டது சர்வ முக்தி. தனிமனிதரில் ஆன்மா என்ற ஒன்று இல்லாததால் எது முக்தியடைகிறது என்ற கேள்விக்குப் பௌத்தத்தில் பதில் கிடைக்காது. எனவே சகல உயிர்களும் ஒன்றுபட்ட நிலையில் சர்வ முக்தி என்பதே சாத்தியம் என்று பௌத்தம் விவாதிக்கும். சர்வ முக்தி என்பதைச் சமூக விடுதலை என இன்றைய தமிழுக்கு மொழிமாற்றம் செய்யலாமா?

பௌத்தத்தில் போதிசத்துவம் என்று ஒரு கோட்பாடு உண்டு. உலக வாழ்வின் நிலையாமையை உணர்ந்து பௌத்தன் நிர்வாண இலக்கை நிர்ணயிக்கிறான். நிர்வாணத்தை நெருங்கிச் செல்கிறான் என்றே வைத்துக் கொள்வோம். அந்த நிலையில் அவனுக்கு ஒரு கேள்வி எழுகிறது. என்னில் எது நிர்வாணம் அடைகிறது? ஆன்மா என்பது இல்லையல்லவா! நிர்வாணத்தை ஏற்றுக் கொண்டால் தனது தனி மனிதத்தையும் ஏற்றதாக அல்லவா ஆகிவிடும்? பௌத்தன் இந்நிலையில் "தனது" நிர்வாணத்தையும் மறுக்கிறான். மீண்டும் உலகிற்குத் திரும்பி வருகிறான். மக்களிடையில் வாழ்கிறான். அன்பு, கருணை, சேவை போன்ற மதிப்புகளோடு உயிரினங்கள் அனைத்தும் விடுதலை அடைவது நோக்கி வாழத் தொடங்குகிறான். தாமரை இலைத் தண்ணீர் போல என்ற உவமை இப்படித்தான் உருவாகிறது. சேற்றில் முளைத்த செந்தாமரை என்ற சொல்லாக்கம் இப்படித்தான் உருவாகிறது. அப்படி வாழ்பவனே போதிசத்துவன். தமிழில் மணிமேகலைக் காப்பியத்தில் மணிமேகலை ஒரு போதிசத்துவி. மணிமேகலாத் தீவிற்குச் சென்று அவள் தனது முற்பிறப்புக் கதைகளையெல்லாம் தெரிந்து கொண்டு போதம் பெறுகிறாள். ஆனால் "தான்" போதம் பெற்ற பிறகும் அமுதசுரபியோடு திரும்பி வந்து மக்களின் பசிப்பிணி அகற்றுகிறாள். "தானற்ற" தத்துவத்திற் குரியவளாக அவள் இருப்பதால் சமூகம் நோக்கி முழுவதும் திறந்து கொள்கிறாள். சமூகம் குறித்த ஏராளமான மதிப்பு களைக் கொண்டதாக பௌத்தம் உருவாக முடிகிறது. பௌத்தத் திற்கு முன்னால் வேறு எந்தத் தத்துவமாவது இத்தனைப் பெரிதாகச் சமூகம் நோக்கித் திறந்து கொண்டதா? சமூகம்

நோக்கித் திறந்து கொள்வதற்கான தத்துவ அடிப்படைகள் வேறு தத்துவங்களிடம் உண்டா?

பௌத்தத்தின் சுயம் மறுப்பு என்ற நிலைப்பாடு சரியான தத்துவ நிலையா? என்ற விவாதத்திற்குள் நாம் இப்போது நுழையவில்லை. சுயத்தை அடியோடு மறுத்துப் பொதுமையை அதீதமாக வளர்க்கும் போது அது ஒரு கருத்துமுதல்வாதமாக ஆகுமாக இருக்கலாம். அவற்றைப் பற்றி வேறு ஒரு சந்தர்ப்பத்தில் பேசுவோம். ஆனால் சுயம் மறுப்பு, சுயநல மறுப்பு, சுயத்தைக் கட்டுடைத்தல் என்ற பௌத்த நிலைகளிலிருந்து தான் இந்திய வரலாற்றில் அறம் பற்றிய சிந்தனையும் சமூகம் பற்றிய பிரக்ஞையும் தோன்றுகின்றன.

பௌத்தம்

ஒரு மத்திம மார்க்கம்

இந்திய இயங்கியலின் அற்புதமான வடிவங்களை பௌத்தத்தில் காண முடியும். பண்டைய கிரேக்கத்தில் ஹெராக்ளிட்டஸ் இயங்கியலைத் தோற்றுவித்த அதே காலத்தில் இங்கு புத்தர் அதே விதமான சிந்தனை ஒன்றைத் தோற்று வித்தார் என்பது ஆச்சரியமான விஷயம்தான். ஹெராக்ளிட்ட ஸின் எழுத்துக்கள் மிகக் குறைவானவையே. ஆனால் மேற்கத்திய தத்துவ மரபு மிகக் குறைவாகவே கிடைத்த ஹெராக்ளிட்டஸின் எழுத்துக்களுக்கு மேலும் மேலும் விளக்கங்கள் (Hermeneutics) அளித்ததன் மூலம் இயங்கியலை வளர்த்தெடுத்துக் கொண்டது. புத்தரின் கருத்துக்களாக நமக்கு ஏராளமான விஷயங்கள் கிடைத்துள்ளன. புத்தருக்குப் பிறகும் பல நுட்பமான இயங் கியல் விவாதங்கள் இங்கு நடந்துள்ளன. ஆனால் அவை யெல்லாம் இன்னும் விரிவாக விவாதிக்கப்படவில்லை என்பதும் உண்மை.

பௌத்தத்தின் ஒரு கோட்பாடு அநித்யம் பற்றியது. நிலையாமைக் கோட்பாடு என அது அறியப்படுகிறது. சகலமும் மாறுகின்றன என்று பௌத்தம் கூறுகிறது. பொருட்கள் மாற்றம் அடைகின்றன. கருத்துக்கள் மாற்றம் பெறுகின்றன. மனித மனம் என்பதே மாற்றத்திற்கு உட்படுவதுதான். ஒரே நீருக்குள் இரண்டு முறை மூழ்கி எழமுடியாது. நீர் ஓட்டத்தி லேயே உள்ளது. மனம் என்பதும் நீரோட்டம் போலத் தான். பௌத்தத்தின் நிலையாமைக் கோட்பாடு புத்தருக்குப் பிறகு இளமை நிலையாமை, யாக்கை நிலையாமை என வளர்த்தெடுக்கப்பட்டு மனிதரில் அற உணர்வைத் தூண்டு வதற்குப் பயன்படுத்தப்பட்டுள்ளது. இந்த அணுகுமுறையின் அதீத வடிவங்கள் உலக நிலையாமையினின்று இன்னொரு நிலைத்த உலகை யூகம் செய்ய இட்டுச் சென்றன. அளவு மாற்றங்கள் பண்பு மாற்றங்களுக்கு இட்டுச் செல்கின்றன என்பதைப் புத்தரை வாசித்தவர்கள் புரிந்து கொள்ளவில்லையோ!

புத்தரைக் கேட்டால் நான் இந்த உலகைத் தவிர வேறு எதைப் பற்றியும் பேசவில்லையே என்பாராக இருக்கலாம்.

புத்தரின் நான்கு அடிப்படை உண்மைகள் என அறியப்பட்டுள்ள கோட்பாடுகளில் முதல் உண்மை துக்கம் பற்றியது. உலகில் துன்பம் உள்ளது என்று அது கூறுகிறது. துன்பம் பற்றிய இக்கோட்பாட்டிலும் புத்தரின் இயங்கியல் உண்டு. துன்பம் என்பது முரண்பாடு என்பதன் அகவயப்பட்ட கருத்தாக்கம். ஹெராக்ளிட்டஸ் முரண்பாடு என்று கூறினார்; வாழ்வில் முரண்பாடு உள்ளதெனில், சிக்கல் உள்ளதெனில் அது மனித மனங்களைத் துன்ப உணர்வாகப் பாதிக்கும் என்பது புத்தரின் அணுகுமுறை. ஹெராக்ளிட்டஸ் உலக விஷயமாகக் கூறியதைப் புத்தர் மனித விஷயமாக்கிக் கூறியுள்ளார். ஹெராக்ளிட்டஸ் புறவயமாக, பொது விஷயமாகக் கூறியதை புத்தர் மனிதரைப் பொறுத்த அளவில் (Subjective) முரண் எப்படி அமையும் எனக் கூறியுள்ளார். பௌத்தம் சிந்துவெளி நாகரீகத்தி லிருந்து தொடர்ந்த ஒரு பண்பாட்டுப் பெரும் பரப்பில் விளைந்தது என்று முன்பு கூறினோம். சிந்து வெளியிலிருந்து ஷாமனிய-யோக மரபு ஒன்று தொடர்ந்தது என்றும் கூறினோம். அந்த ஷாமனிய-யோக மரபின் பண்பு புற உலகை மனித உடலில் பதிப்பது. புற உலகை வெளிப்பொருளாகக் கொள்ளாமல், அது மனிதரை எப்படிப் பாதிக்கிறது என்ற வகையில் பார்ப்பது. இத்தகைய பார்வையில் புற உலகம் மனிதரிலிருந்து தனித்ததல்ல. புத்தர் உலகப் பிரச்சினைகளை மனிதப்படுத்துகிறார். முரண்பாடு அவருக்குத் துன்பம் எனத் தோன்றுகிறது.

முரண்பாட்டை மனிதப்படுத்தி துன்பம் எனப் பார்ப்ப தோடு துன்பத்தை நீக்குவதை மனிதப்படுத்தும் போக்கும் பௌத்தத்தில் உண்டு. ஆக துன்பம் என்பது தனி மனித உளவியல் பிரச்சினை என்றும் கூட ஆகிவிடுகிறது. இது பௌத்தத்தைத் திசை திருப்பியது. உளவியல் ரீதியாகத் துன்பத்தை நீக்குவது குறித்து அதீத அக்கறை கொண்டதாக பௌத்தம் பரிணமித்தது.

புத்தரின் மத்திம மார்க்கம் என்ற கோட்பாடு ஓர் இயங்கியல் கோட்பாடு. ஒன்றை அதீத நிலைப்பாடு கொள்வதை புத்தர் விமர்சிக்கிறார். அவரது காலத்தில் பலவித அறுதி நிலைகளைப் பாராட்டிய தத்துவவாதிகள் இருந்தார்கள். உலகம் உண்மையானது, அது எப்படி உள்ளதோ அப்படியே

வாழலாம் என்பது ஓர் அதீத நிலை. உலகம் பொய்யானது என்பது மற்றொரு அதீத நிலை. விமர்சனமற்ற நுகர்வுவாதமும் உலகை விலக்கிய துறவும் இருவகைக் கடைசி நிலைகள். புத்தர் இரண்டையும் மறுத்தார். உலக விருப்புக்கும் உலக வெறுப்புக்கும் இடையில் ஒரு மத்திம மார்க்கத்தை அவர் தேர்வு செய்தார்.

புத்தரின் சொந்த வாழ்க்கையே நமக்குக் கிடைக்கும் விதத்தில் கவனத்திற்குரியது. புத்தர் துறவியாகி விடுவார் என்று அவர் பிறந்ததும் ஜோசியக்காரர் சொன்னதால், புத்தரின் தந்தை, மகனை எந்தத் துன்பமும் அறியா வண்ணம் வளர்த்தாராம். அப்படி வளர்க்கப்பட்ட புத்தர், ஒரு நோயாளி, முதியவர், ஒரு பிணம் ஆகியவற்றைக் கண்ணுற்று உலகை விலக்கிக் கடினத் துறவை மேற்கொண்டாராம். 14 வருட கடினத் துறவுக்குப் பின்னும் உண்மை அவருக்குப் புலப்படாததால் துறவையும் விலக்கி வேறு பாதையைத் தேடத் தொடங்கினாராம். இங்குத் தரப்பட்டுள்ள புத்தரது வாழ்க்கை தீவிர எதிர்வுகளின் வழியாகச் சித்திரிக்கப்பட்டுள்ளதைக் காண்கிறோம். இளமையில் துன்பமே அறியாதவர் துன்பத்தைக் கண்டதும் மறுமுனைக்குத் தாவுகிறார். அங்கு எதையும் கண்டறிய முடியாமல் துறவையும் கைவிடுகிறார். அதீத இன்பம், அதீத துறவு ஆகிய இரு முனைகளையும் விலக்கி ஒரு மத்திம பாதையை வந்தடைகிறார். மத்திமமே அவரது தத்துவமாக ஆகிறது.

எதிர்மறைகளின் ஒன்றுபடுதலும் வேறுபடுதலும் என்று ஐரோப்பிய இயங்கியல் வரையறை செய்யப்படும். அதீத எதிர்வுகளை விலக்கி மத்திமப் பாதையைக் கண்டறிய புத்தம் சொல்லுகிறது. எதிர்வுகள் தமது ஒற்றை நிலையில் விளங்குவதை விலக்கி அவை சந்திக்கும், சந்தித்து உறவு கொள்ளும் மத்திமத்தை பௌத்தம் தேர்வு செய்யச் சொல்லுகிறது. எதிர்வுகள் சந்திக்கும் தளத்தில் சாத்தியப்படும் எல்லா வகை உறவுகளையும் பௌத்தம் பரிசீலிக்கச் சொல்கிறது.

ஏகாந்தம், அனேகாந்தம் ஆகியவற்றிற்கிடையில் பௌத்தம் மத்திம மார்க்கத்தையே முன்மொழியும். ஒற்றைக் கடைசிப் பொருள், பன்மீய அணுக்கள் ஆகிய இரண்டையுமே அதீதங்கள் என பௌத்தம் விலக்கும். பௌத்தம் சகலமும் உறவு கொண்டவை எனக் கூறுமாக இருக்கலாம். பிரத்தித்ய சமுத்பாதம் எனும் பௌத்தக் கோட்பாடு உறவுகள் பற்றியது. பரஸ்பர உறவால் நிகழ்வுகள் நிர்ணயமாகின்றன. தன்னந்தனிமை

என்பது கிடையாது. தன்னந்தனிமையை ஏற்றுக் கொண்டால் சுயத்தை ஏற்றதாகவும் ஆகிவிடும். பௌத்தத்தின் அனான்மமும் இது பற்றியதே. தனித்த இறுதிப் பொருள் கிடையாது.

அந்தங்களே கிடையாது என்று கூட பௌத்தம் கூறும். இயங்கியலை பௌத்தம் அதன் உச்சக் கட்டத்திற்கு வளர்க்கிறது. தத்துவங்களில் மூன்று மிகப் பிரபலமான அந்தங்கள் உண்டு. ஒன்று: கடவுள் அல்லது கடந்த நிலையிலுள்ள அனுபூதி உலகம்; இரண்டாமவது: பொருளுலகம், மூன்றாமவது: மனித ஆன்மா அல்லது மனம் (ஆழ்மனம் உட்பட). இறையியலாளர்கள் கடவுளை முதற்பொருள் என்றனர்; பிளேட்டோ, ஹெகல் போன்றோர் ஒரு பரிபூரணக் கருத்தை முதற்பொருள் என்றனர். பொருள் முதல்வாதிகள் உலகை முதல்பொருள் என்றனர். காண்ட், பெர்க்லி போன்றோர் மனித மனமே எல்லாம் என்றனர். புத்தர் என்ன சொல்லுவார்? அவர் இதுபோன்ற அந்தங்களே இல்லை என்பார். ஒன்றை முதல் பொருளாக்குவதால் பிறவற்றை அம்முதற்பொருளுக்கு ஆட்படுத்தும் அரசியலும் தொடங்கி விடுகிறது. கொள்கை ரீதியாக ஒரு சூத்திரவாதம் (Dogmatism) வேலை செய்யத் தொடங்கி விடுகிறது. முதற் பொருளிலிருந்து பிற எல்லாவற்றையும் வருவிக்கும், வர மறுத்தால் வலிந்து வரவழைக்கும் முறையியல் தொடங்கி விடுகிறது. இப்படி வருவித்தல் இயங்கியலுக்கு எதிர் திசை யிலான செயல்பாடாகும். எனவே அந்தங்களின் அரசியல் வன்முறை கொண்டதாக ஆகிவிடுகிறது. புத்தர் அந்தங்களின் அரசியலை மறுக்கிறார். அனாத்மவாதம் பாலி மொழியில் அனாத்தவாதம் எனப்படுகிறது. "அனாத்த" என்பது "அனாற்ற" என ஒலிக்கப்படலாமோ எனத் தோன்றுகிறது. அத்தம் என்ற சொல்லை இன்று வரை மலையாளிகள் "அற்றம்" என்றே நாக்குச் சுத்தமாக உச்சரிக்கிறார்கள். புத்தர் அற்றங்கள் இல்லை என்கிறார். அந்தங்கள் இல்லை என்கிறார். மத்திமம் அவர் மாற்றாக முன்வைப்பது. வாழ்வு மட்டுமே நமக்குத் தரப் பட்டுள்ளது - ஒரு சிக்கலான வடிவில். அதன் அந்தங்களைத் தேடுவதால், தேடி ஒன்றைக் கண்டடைவதால் சிக்கல் தீர்ந்ததாகி விடுமா? புத்தர் சில கேள்விகளுக்கு மௌனம் சாதித்தார். அவை பெரும்பாலும் அந்தங்கள் பற்றிய கேள்விகள்.

புத்தர் மூன்று முதற்பொருட்களையுமே கட்டுடைத்தார். கடவுளை அவர் நம்பவில்லை; அனுபூத உலகை அவர்

ஏற்கவில்லை; பொருளுலகை அதன் தரப்பட்ட வடிவில் அவர் ஒத்துக் கொள்ளவில்லை; அது நிலைத்ததல்ல என்றார். அது மாறிக்கொண்டே இருப்பது என்றார். தனிமனித ஆன்மா அல்லது மனம் என்பதும் நிலைத்த பொருள் அல்ல என்றார். புத்தரது காலத்தில் மட்டுமல்ல, அவருக்குப் பின்பும் பலவித அலங்காரங்களோடு அரங்கேற்றப்பட்டுள்ள தத்துவ முதற்பொருட்களை புத்தர் மிக இலகுவாகக் கட்டுடைத்து எறிகிறார். இது இயங்கியலின் ஆற்றல். இயங்கியல் எந்த எல்லையையும் ஏற்காது. வரையறைகளை அது உடைத்தெறியும். எதிராளி தரும் எல்லா வரையறைகளையும் சாக்ரட்டீசின் விவாதமுறை உடைத்தெறியும். எல்லைகளை உடைக்கும் போது திறப்பதே கருத்துக்களின் இயக்கம், சிந்தனை எனும் செயல்பாடு.

புத்தர் உலகை அப்படியே வாழ்வதையோ, உலகின் யதார்த்தத்தை அடியோடு மறுப்பதையோ ஏற்கவில்லை என்று கூறினோம். குறிப்பாக உலகை மறுத்தொதுக்கிய துறவியின் "ஞானத்தை" புத்தர் உண்மையான அறிவு என ஏற்கவில்லை. வேறுவிதமாகச் சொல்லுவதானால், அறிவு என்பதையே புத்தர் மத்திமப் பண்பு கொண்டது என்பார். கடைக்கோடி எல்லையில் நீ ஈட்டுவது அறிவு அல்ல. அது வேறு எதுவாகவோ இருக்கலாம். எல்லைகள் சந்திக்கும் மத்திமத் தளத்தில் எதிர்வுகளைப் புணரச் செய்து நீ கண்டறிவதே அறிவு. அங்கு உலகம் உண்டு, உலகு குறித்த விமர்சனம் உண்டு, உலகு தரும் வாய்ப்புக்கள் உண்டு, மாற்றம் குறித்து தன்னுணர்வு உண்டு, படைப்புத் தன்மை கொண்ட தேடல் உண்டு. அறிவு இயங்கியல் பண்பு கொண்டது. ஏதோ ஒரு கடைக்கோடி நிலையைக் கட்டி அழுவது அறிவா? உலகை மறுத்து ஒரு வெறுமைத்தளத்திற்கு நீ தன்னந்தனியனாகச் சென்று சேர்வது அறிவா? நான் ஆன்ம முக்தி அடைந்துவிட்டேன் என நீ சென்று சேர்ந்த இடத்தி லிருந்து உலகிற்கு சொல்லுவதற்கும் உலகில் செய்வதற்கும் உன்னிடம் என்ன இருக்கும்?

புத்தர் அறிவு என்பதைப் போதி என்றும் போதம் என்றும் அழைத்தார். புத்தி, புத்தர் என்ற சொற்கள் கூட அதிலிருந்து முளைத்தனவே. அது மத்திம வகைப்பட்ட சிந்தனையின் விளைபொருள். அது ஆன்மஞானம் அல்லவே அல்ல, அது மானசஞானமாக (மனம் குறித்த அறிவாக) இருக்கலாம். உடல் என்ற சடப்பொருள், நிலைத்த ஆன்மா என்ற அனுபூதக் கற்பிதம்

ஆகிய இரண்டுக்கும் இடைநிலையில் அவை இரண்டின் சந்திப்புத் தளமாக அமைவது மனித மனம். மனம் பற்றிய அறிவு மானச ஞானம். உடலை வெறும் சடப்பொருள் எனக் கொள்வதே கூட அனுபூத அணுகுமுறைதான். மனித உடல் எங்கே எப்போது வெறும் சடப்பொருளாக உள்ளது? ஆன்மா தனது வெறும் (கேவல) நிலையில் உள்ளது என்பதும் அனுபூதவியல்தான். தன்னிலேயே உள்ள (in-itself) உடலும் கிடையாது, தன்னிலேயே உள்ள ஆன்மாவும் கிடையாது. கலந்த நிலையில், சேர்ந்த நிலையில்தான் அவை உள்ளன. மனதில் அவை சந்திக்கின்றன என்று ஒரு வசதிக்காகச் சொல்லிக் கொள்ளலாம். மனமும் முடிந்த பொருளோ, மூடிய பொருளோ அல்ல. மன ஓட்டம். மனச் சேர்க்கை. அறிவு அதைக் கைப்பற்று கிறது.

அறம் என்பது என்ன? பௌத்தம் ஏன் அறமாகிறது? அறம் விளைவதும் மத்திம வட்டாரத்தில் தான். அறம் அனுபூதமும் அல்ல, அறம் உலகியலும் அல்ல. இரண்டின் மத்திம வட்டாரம் அது. அறவியலில் கொள்கையும் நடைமுறையும் சந்தித்துக் கொள்கின்றன. வெறும் கருத்தாக்கங்களோ குருட்டு நடை முறையோ அறமாகாது. எப்படி மண்ணில் நல்ல வண்ணம் வாழலாம் என்பது இவ்வட்டாரத்தில் பேசி முடிவு (It is negotiated here) செய்யப்படுகிறது. இது ஓர் உரையாடல் தளம். புத்தர் எது சரியான வாழ்க்கை என்று சொல்லி வைத்து விட்டுப் போகவில்லை. மத்திமத் தளத்தில் பேசி முடிவு செய்து கொள்ளுங்கள் என்றுதான் சொல்லி விட்டுப் போயிருக்கிறார். வாழ்வின் பிரத்தியட்சமான தகவல்களைக் கொண்டு, பிரத்தி யட்சமாக ஆய்வு செய்து வாழ்ந்து கொள்ளுங்கள் என்றார். மோரிஸ் கார்ன்போர்த் என்றொரு பிரிட்டிஷ் மார்க்சியர் இயங்கியல் என்பதற்கும் இதே வரையறையைத்தான் வழங்கினார் (Concrete analysis of concrete situations).

பௌத்தத்தின் மத்திம மார்க்கம் என்ற கருத்தாக்கத்தை நாம் அணுகி ஆய்வு செய்தால் இன்னும் பல செய்திகள் நமக்குக் கிடைக்கலாம். அவை இயங்கியல் குறித்த நமது புரிதலுக்கும் உதவும்.

பக்தி மரபுகளின் தத்துவம்

இந்திய வரலாற்றில் பக்தி மரபுகள் பற்றிப் பேசுவது மிகச் சிக்கலான காரியம். கி.பி. முதல் நூற்றாண்டுகளிலிருந்து 17-18 ஆம் நூற்றாண்டுகள் வரை இந்தியாவின் மத்திய கால வரலாறு முழுவதையும் பற்றி நிற்கும் கருத்தியல் களமாக பக்தி அமைந் துள்ளது. மொழி, வட்டாரம், தத்துவம், சமூகவியல் எனப் பல்வேறு நோக்குகளில் அது குறித்து விரிவாகப் பேச வேண்டி வரும்.

பக்தியைப் பற்றி எழுதியுள்ள ஆசிரியர்கள் பலர் அதனை ஓர் ஒற்றை வடிவமாகச் சித்தரித்துள்ளனர். பக்தி மரபு அல்லது பக்தி இயக்கம் என்ற ஒற்றைச் சொற் பயன்பாடு எப்போது வழக்கிற்கு வந்தது என்று கூட கேட்டுப் பார்ப்பது அவசியம். காலனி ஆட்சிக் காலத்தில்தான் இச்சொற் பயன் பாடு வந்திருப்பதாகத் தெரிகிறது. இந்தியாவின் ஒருமைப் பாட்டினைக் குறித்து நிற்கும் இயக்கம் என அதனைச் சிலாகிப் பவர்கள் உண்டு. இந்தியாவின் ஒருமைப்பாடு என்று அவர்கள் இங்குக் குறிப்பிடுவது இந்து மதத்தின் உருவாக்கத்தையே என்பதும் கவனிக்கத்தக்கது. இந்து மதத்தின் இருபெரும் பிரிவுகளான சைவமும் வைணவமும் பக்தி மரபுகளாகத்தான் நிறுவப்பட்டன என்பது அவர்கள் குறித்து நிற்கும் விஷயமாகும். இந்து மதம் என்ற சொல்லே மத்திய கால இந்தியாவில் கிடையாது என்பது முதலில் குறிப்பிடப்பட வேண்டும். பக்தி மரபுகள் என அவர்கள் கூறும் எந்த மரபிலும் இந்து என்ற சொற் பயன்பாடு கிடையாது. சிவன், விஷ்ணு என்ற இரண்டு கடவுளர்கள் மத்திய கால இந்தியாவில் பிரபலம் அடைந்தது உண்மைதான். ஆனால் ஸ்மார்த்த பிராமணர்களின் சிவனும் சித்தாந்திகளின் சிவனும் அடித்தள மக்கள் பகுதியினர் வணங்கும் சுடலை மாடனும் மாடசாமியும் பெயருக்குத்தான் சிவனே தவிர அவர்கள் அனைவரையும் சைவர்கள் என்று எந்த வகையிலும் ஒன்றாகச் சொல்ல முடியாது. சமய நிறுவனமாகவோ தத்துவமாகவோ சைவம் அல்லது வைணவம் இக்காலத்தில்

ஒருங்கிணையவில்லை என்பது மிக முக்கியமாகும். காஷ்மீர் சைவத்திற்கும் தமிழ் சைவத்திற்கும் எந்தத் தொடர்பும் கிடையாது. வங்காள வைணவத்திற்கும் தென்கலை வைணவத்திற்கும் எந்தத் தொடர்பும் கிடையாது. பக்தி மரபுகள் இந்தியாவின் வெவ்வேறு வட்டாரங்களில் வெவ்வேறு காலத்தில் தோன்றி ஆங்காங்கே தம்மை நிறுவிக் கொண்டன. அந்தந்த வட்டாரங்களின் மொழி, பண்பாடு சார்ந்து தமது பண்புகளை வகுத்துக் கொண்டன. பல வட்டாரப் பண்பாடுகளின் வரலாறு அங்கே பக்தி மரபு தோன்றியதிலிருந்துதான் அறியப்படுகிறது. முதல் எழுத்திலக்கியமாக, குறிப்பிட்ட அந்த வட்டாரத்தில் தோன்றிய பக்தி இலக்கியம் அமைகிறது. இன்று இந்தியாவில் காணும் மொழிவழி மாநில மையங்களுக்கான முதல் எழுத்துவழி இலக்கியங்கள் எவை என உற்றுக் கவனித்தால் அவை பக்தி இலக்கியங்களாக இருப்பதைக் காண முடிகிறது. இவ்வாறாக பக்தி மரபுகள் என்பவை பெருமளவில் வட்டாரப் பண்பு கொண்டவையாகத்தான் உள்ளன. அந்த வட்டாரத்தின் தனித் தன்மையை முதலில் அறிவித்தவை அவைதான் என்று கூட கூறலாம்.

பக்தி தென்னாட்டில்தான் முதலில் தோன்றியது என்று ஒரு கருத்து உண்டு. பவிஷ்ய புராணம், பிரும்மாண்ட புராணம் போன்ற சமஸ்கிருத நூல்களில் பக்தி தென்னாட்டில் தோன்றியது என்ற குறிப்புகள் காணப்படுகின்றன. பக்தி ஒரு பெண்ணாகத் தாமிரபரணிக் கரையில் பிறந்து தனது இரண்டு பிள்ளைகளோடு கர்நாடகம் வழியே வடநாட்டிற்குச் சென்றாள் என அவை கூறுகின்றன. அந்தப் பெண்ணின் கணவன் யார் என்று சொல்லப்படவில்லை. பக்தி ஒரு பெண்ணாகச் சித்தரிக்கப்பட்டிருப்பதும் நதிக்கரையில் பிறந்தாள் என்பதும் கவனத்திற்குரியன. இத்தோடு பக்தி ஒரு சூத்திர மரபாகவும் குறிக்கப்படுகிறது. பெண்ணுக்கும் சூத்திரனுக்கும் சமஸ்கிருத மரபில் ஒரே இடம்தான்.

பக்தியின் தொடக்கம் முழுக்க தென்னாடு என்றும் முடியக் கூறிவிடவும் முடியாது. மகாபாரத, இராமாயண நூல்களில் பலதரப்பட்ட இறைவழிபாட்டு மரபுகள் பரவிக்கிடந்தமை பற்றிய குறிப்புகள் உள்ளன. அவை அனைத்துமே சமஸ்கிருதக் கலாசார எல்லைகளுக்கு வெளியில் நிலவியவை. அங்கும் அவை சூத்திர மரபுகளே. ஆனால், அவை வெகுசனப் பின்பற்றாளர்களைக் கொண்டவை. சமஸ்கிருத நூல்கள் அவற்றைப் பற்றித்

தீண்டா நிலையிலிருந்தே பேசுகின்றன. இவ்வாறு சமஸ்கிருத எல்லைகளுக்கு வெளியிலிருந்த மரபுகள் படிப்படியாகத் திரண்டே அங்கு பக்தியாக உருப்பெற்றன. பகவத் கீதையில் சாங்கிய தத்துவம் உள்வாங்கப்பட்டது பற்றிய முன்பு கூறியுள் ளோம். சாங்கியமும் அதன் இன்னொரு வடிவமான தாந்திரிகமும் வைசிய சூத்திரர்களுக்கிடையில் அதிக செல்வாக்கு பெற்றிருந்த சிந்தனைப் போக்குகள். தாய்த் தெய்வ வழிபாடுகள் மேற்குறித்த சிந்தனைகளின் சமய வெளிப்பாடுகள். பெருமளவில் விவசாயப் பின்புலத்தில் தோன்றியவை அவை. எனவே பக்தி மரபுகள் வடக்கிலும் தோன்றின, அவை தெற்கிலிருந்தது போலவே அங்கும் அடித்தள மக்களின் விவசாய வாழ்நிலை வழங்கிய நம்பிக்கைகளிலிருந்து தோன்றின எனலாம். வடக்கிலும் தெற்கிலும் பக்தியின் சமூக வேர்கள் ஒத்திருக்கின்றன.

பக்தி அவைதீகத் தன்மை கொண்டது என்பதில் சந்தேகம் இல்லை. மொழி, நிலம், வழிபாட்டு முறை, பின்பற்றாளர்கள் என அநேக அடையாளங்களில் அது சமஸ்கிருத - வைதீக மரபுக்கு வெளியே தோன்றியிருக்கிறது. யக்ஞும் அல்லது கேள்வி சமஸ்கிருத மரபின் மையம். மலர்களைத் தூவி மனம் ஒப்ப நின்று வழிபடுதல் (பூசை) பக்தியின் அடையாளம். பூசை நிறுவனப்பட்டு கோயில் வழிபாடாகிறது. கோவர்த்தனகிரி மலைப் பகுதிகளில் ஆடு மாடு மேய்த்து வாழ்ந்த மக்கள் வைதீகத் தாக்கத்தால் யாகம் வளர்க்கும் பழக்கத்தைக் கொண்டிருந்தனர். கிருஷ்ணன் அவர்களிடம் உங்கள் ஆடு மாடுகள் எங்கே சென்று உணவு பெறுகின்றன எனக் கேட்டான். அந்த மக்கள் இந்த மலைச் சரிவில்தான் சென்று மேய்கின்றன என்று பதிலிறுத்தார்கள். பின் என்ன? அந்த மலையை வணங்குங்கள், ஏன் வீணாக யாகம் வளர்க்கிறீர்கள் என உணர்த்தினான். அந்த மக்களும் மலையின் முன்னால் பூ, பழம் வைத்து வழிபடத் தொடங்கினார்கள். யாகம் நிறுத்தப்பட்டதால் இந்திரன் கோபப்பட்டான். ஏராளமாக மேகங்களை வரவழைத்து மழையாகக் கொட்டத் தொடங்கினான். அடை மழையின் கோரத்தைத் தாங்க முடியாத மக்கள் கிருஷ்ணனின் உதவியை நாடினார்கள். கிருஷ்ணன் அந்த கோவர்த்தன கிரியையே கைகளில் தூக்கிக் குடை போல உயர்த்திப் பிடித்து மக்களைக் காப்பாற்றினான். இது ஒரு புராணக் கதை. வைணவ மரபு தோற்றம் பெற்ற காலத்தில் அது வைதீக யாகங்களை மறுத்த வரலாற்றை இக்கதை பதிவு செய்துள்ளது. யாகத்திற்கும், பூ

வழிபாட்டிற்குமிடையிலான முரணை இக்கதை சுட்டுகிறது. சிவன் சுடுகாட்டில் சுற்றியலைபவன் என்பதால் சிவனுக்கு யாகத்தில் அவிர்பாகம் மறுக்கப்பட்டதை தட்சன் கதை குறிப்பிடும். சுடுகாடு வைதீக மரபில் தீட்டுக்குரியது. சிவன் தீட்டானவன். அவன் இடுப்பில் இறந்த விலங்கின் தோலைச் சுற்றிக் கொள்பவன். தோல் கருவியான உடுக்கையைக் கையில் ஏந்தியவன். பிரம்மனது தலையைக் கிள்ளி எறிந்து அதனால் பிராமணனைக் கொன்ற "பாவமும்" கூட சிவனுக்கு உண்டு. இவனை வைதீக மரபு ஆரம்பத்தில் மிகக் கோபத்தோடு நிராகரித்தது. கிருஷ்ணனும் சரி சிவனும் சரி பூர்வீகத்தில் வேத மரபுக்கு எதிரானவர்களே.

பக்தி சமஸ்கிருத மொழியின் மந்திரங்களை வேண்டாதது. மக்களின் தாய்மொழியில், வாய்மொழியில், உணர்ச்சி வசப்பட்ட ஈடுபாட்டில் அது இறைவியை அல்லது இறைவனை அணுகுவது. பக்தி இறையை மனித உருவகப்படுத்திப் பார்க்கும். இவையெல்லாம் வைதீகத்திற்கு அந்நியமானவை.

சைவ வைணவ பக்தி மரபுகள் சமண பௌத்தத்தைப் பின்னுக்குத் தள்ளி முன் வந்தன என்ற கருத்து பரவலாக உள்ளது. மதம் என்ற அளவில் சைவ வைணவத்திற்கு முன்னால் அதிக செல்வாக்குப் பெற்றிருந்தவை சமண பௌத்தம்தான். பிராமணத் தத்துவங்களுக்கு எப்போதுமே வெகுசன செல்வாக்கு கிடையாது. எனவே சமண பௌத்தத்தை நகர்த்தி விட்டு அந்த இடத்தைப் பிடித்தவை சைவ வைணவமே எனலாம். இருப்பினும் சமண பௌத்தங்களோடு பக்தி மரபுகளுக்கு சில தொடர்ச்சிகளும் உண்டு.

வினைக் கோட்பாடு சமண பௌத்தத்தின் ஒரு முக்கியமான அடிப்படை. சமணமும், பௌத்தமும் கடவுளை நம்பாத தத்துவங்களாக இருந்தன. உலகை விளக்குவதற்கு அவை கறாராகப் பயன்படுத்திய கோட்பாடு வினைக் கோட்பாடு. அவரவர் செய்யும் வினைகள் அடுத்து வந்து உறுத்தும் என்பது வினைக்கோட்பாடு. வினைக் கோட்பாடு ஒரு முழுக்கோட்பாடு. அதிலிருந்து யாருக்கும் எந்தச் சூழலிலும் விடுப்பு கிடையாது. வினைக் கோட்பாடு அறவியல் உணர்வைத் தூண்டுவதற்காக உருவாக்கப்பட்டது என விளக்கமளிக்கலாம். ஆனால், அறம் ஒரு வெகுசன மனோபாவம் என்று கூறி விட முடியாது. படிப்படியாக சமண பௌத்த சிந்தனைகள் அறவியலை நுட்பப் படுத்தியிருப்பதைப் பார்க்கும் போது அவை மேட்டுக்குடிப்

பண்பினை ஈட்டியிருப்பதாகத்தான் தோன்றுகிறது. புலால் மறுத்தல், கள்ளுண்ணாமை ஆகியவற்றை வைத்துக் கொண்டு எந்த அடித்தள மக்களைச் சம்பாதிக்க முடியும்? பௌத்தத்தில் உளவியல்ரீதியான நுட்பங்களும் அதிகரித்துக் கொண்டே போவதைக் காண முடிகிறது. மிகக் கறாரான வினைக் கோட்பாடும் வெகுசனத் தளத்தில் கருணையற்றதாக ஆகிவிடுகிறது. கருணை உள்ள கடவுள் மக்களுக்கு அதிக ஏற்புடையவர்.

கருணை என்ற கருத்தாக்கத்தை பௌத்தமே உருவாக்கி விட்டதாகத் தெரிகிறது. புத்தருக்குப் பிறகு அவரது தத்துவத்தை உற்றுப் பார்த்த அவரது சீடர்கள் புத்தரில் ஏராளமாகக் கருணை இருந்ததைக் கண்டு கொண்டனர். அதைச் சிறப்பாக வளர்த்தெடுக்கவும் தொடங்கினர். முழுக்க மூடிய கண்களைக் கொண்ட புத்தரது உருவச் சிலைகளோடு சற்றே கண்களைத் திறந்து மக்களைக் கருணையோடு நோக்கும் புத்தர் சிலைகள் செதுக்கப்பட்டன. போதிசத்துவம் போன்ற கோட்பாடுகளும் கருணைக்கு அதிக இடமளித்தன. பிற்காலப் பௌத்தத்தில் வினைக்கோட்பாட்டை கருணை படிப்படியாக வெல்கிறது. கோட்பாட்டுரீதியாக வினை பேசப்பட்டாலும் சமூகரீதியாக கருணை செல்வாக்கு செலுத்துகிறது.

பக்தி மரபுகள் வினைக்கோட்பாட்டையும் கருணை யையும் சேர்த்தேதான் சமண பௌத்தத்திலிருந்து சுவீகரித்துக் கொண்டன. இடைக்கால இந்தியச் சிந்தனை முழுவதில் அவை சேர்ந்தே பயணித்திருப்பதைக் காணமுடிகிறது. அருள் புரியும் கடவுள், வினைகளை அறுக்க பக்திக்குப் பெரிதும் பயன்பட்டிருக்கிறார். வினைகளின் கறார்த்தனம் பக்தியில் வெகுவாகக் குறைந்து போகிறது.

பக்தியில் நிலம், பெண் சார்ந்த குறியீடுகள் மிக ஏராள மாக உள்ளே நுழைகின்றன. பக்தி மரபுகளின் பரவலை ஆர்.எஸ்.சர்மா என்ற அறிஞர் விவசாயத்தின் பரவலோடு தொடர்புபடுத்துவார். பக்தியின் பலவகைப்பட்ட குறியீடுகள் பூர்வீக இந்திய மக்களின் வளமை சார்ந்த குறியீடுகள். கருவறையும் திருக்கல்யாணங்களும் கடவுளரின் காதல் லீலைகளும் பிரபஞ்ச உருவாக்கத்தின் தொடக்கங்களாகின்றன. பூக்கள், பூசைகள், கரகம், பொங்கல், முளைப்பாரியெடுத்தல், குங்குமம், மஞ்சள் போன்றவையெல்லாம் வழிபாட்டுப் பொருள்களாகின்றன.

ஆனால், அதேவேளையில் பக்தியில் நிலமும் பெண்ணும் வளமைக் குறியீடுகளும் ஒருவகை ஆட்படுத்தலுக்கு உள்ளாக்கப் பட்டுள்ளன என்பது முக்கியம். நிலமும் பெண்ணும் வளமையும் ஆட்படுதல் என்பது விவசாய உபரிச் செல்வமும் அதன் ஆதாரங்களும் ஆட்படுத்தப்படுவதைக் குறிக்கின்றது. அதாவது பக்தியின் பரவல் வெறுமனே விவசாயத்தின் பரவல் மட்டுமல்ல. ஆர்.எஸ். சர்மா அது நிலவுடைமையின் பரவல் என்றும் குறிப்பிடுவார். விவசாயத்தின் பரவல் நிலத்தின் மீதும் நில உற்பத்தியின் மீதும் தனி உடைமை உறவுகள் பரவலைக் காட்டுகின்றது. பக்தி மரபுகளில் பெண் தெய்வங்கள் ஆண் தெய்வங்களுக்கு ஆட்படுத்தப்படுவதற்கு இதனை ஒப்பிடலாம். பக்தியில் ஆண் கடவுளர் ஆதிக்கம் உடைமை உறவுகள் நிறுவப்படுதலை இங்குக் குறிக்கின்றது. பக்தியின் மூலமாக பெண் தெய்வங்கள் ஆண் தெய்வங்களின் காலனியாதிக்கத் திற்கு ஆட்படுகின்றன. தாய்த் தெய்வங்கள் மா, மாயி, மாதா, மகாமாயை, மகமாயி, சக்தி என்று முன்பு குறிக்கப்பட்டிருக் கின்றன. அவர்களெல்லாம் இப்போது அதே பெயர்களுடன் அல்லது புதிய பெயர்களுடன் விஷ்ணுவிற்கும் சிவனுக்கும் தேவியராக்கப்படுகின்றனர். உலகைப் படைப்பதற்கான மாயாசக்தி தேவியரிடமே இருப்பதாகக் கூறப்பட்ட போதும் அவர்களை விட உயர்ந்த சூக்கும அதிகாரம் ஆண்கடவுளரிடம் இருப்பதாகக் கூறப்படுகிறது.

தாய்த் தெய்வ வழிபாடுகளில் இறைவிக்கும் பக்தர் களுக்கும் உள்ள உறவு தாய் / மக்கள் உறவு. தனது மக்களைக் காப்பாற்ற தாய் இறங்கி வருவாள். மனிதரின் உடலில் அருளாக இறங்குவாள். அருள் வாக்கு தருவாள். ஆனால், பெண் தெய்வங்கள் ஆட்படுத்தப்பட்ட போது உறவு முறை மாறுகிறது. ஆண் கடவுளர், ஆகப்பெரும் கடவுளராக ஆக்கப்படுவதோடு அந்த மிக உன்னத ஆணின் மீது காதல் கொள்பவர்களாகப் பெண் தெய்வங்கள் மட்டுமின்றி பக்தர்களும் ஆக்கப்படு கின்றனர். பெண் தெய்வங்களும் பக்தர்களும் தாமாக முன் வந்து கடவுளுக்கு அடிமைகளாகின்றனர். இறைவன் நாயகன், பிற அனைவருமே நாயகியர். இறைவன் இறங்கி வருவது இல்லாமலில்லை. இருப்பினும் நாயகியர் கடவுளை நாடிப் போவதும் காதலனான இறைவனை நினைத்துத் தவியாய்த் தவிப்பதும்தான் அதிக அர்த்தமுள்ளதாகக் காட்டப்படுகிறது. தாய் / மக்கள் எனும் பூர்வீக உறவு இப்போது நாயகன் / நாயகி

உறவாக மாற்றப்பட்டு விடுகிறது. படைப்பு சக்தி பெண்ணிடம், நிலத்திடம், அடித்தள மக்களிடம் இருப்பது பக்தியில் ஒருவகையாக ஒத்துக்கொள்ளப்படுகிறது. ஆனால், உச்ச அதிகாரம் இருப்பது ஆண் கடவுளரிடம்தான். பக்தி மிக நுட்பமாக நிலஉடைமையின் தத்துவமாகிற்று.

பக்திச் சிந்தனை பழைய தத்துவங்களின் முக்தி நோக்கத்தை இல்லாமலாக்கியது. முக்தியை விட பக்தியோடு இவ்வுலகில் வாழ்ந்து உயர்ந்த இலக்கு என்று அது கூறும். இந்திர லோகம் ஆளும் அச்சுவை தரினும் வேண்டேன், உனக்கு இங்கு அடிமையாய் இருந்தால் போதும் என்று நமது பக்திக் கவிஞர்கள் கூறுவார்கள். “மனித்தப் பிறவி வேண்டுவேன் இம்மாநிலத்தில்” என்றெல்லாம் அவர்கள் கூறுவதுண்டு. இவ்வுலகை, வாழ்வை அவர்கள் சிறப்பிக்கிறார்களே என்று நினைத்து நாம் ஏமாந்து விடக்கூடாது. இவ்வுலகில் அவர்கள் வாழ விரும்புவதே இறைவனிடம் வயப்பட்டு பக்தி செலுத்துவதற்காகவே. அவர்கள் சிறப்பிக்கும் இவ்வுலக வாழ்வு அதிகாரத்திற்கு முன்பு தாமாக முன்வந்து மனிதர் அடிமைப் படும் வாழ்வு. அது நில உடைமைச் சமூகத்தில் உழைப்பாளி யிடம் எதிர்பார்க்கப்படும் விசுவாச வாழ்வு. முக்தித் தத்துவக் காரர்களுக்கு நிலத்தின் அருமையும் உழைப்பின் அருமையும் தெரியாது. பக்திக்காரர்களுக்கு அது தெரியும். இந்த நிலமும் அவர்களுக்கு வேண்டும், உங்கள் உழைப்பும் வேண்டும், விசுவாசமும் வேண்டும்.

முக்தித் தத்துவங்கள் உலகை மறுத்த சந்நியாசியைத்தான் மிக உயர்ந்த லட்சிய மனிதனாக முன்வைத்தன. பக்தித் தத்துவத்தின் குறியீடு ஆணாதிக்கக் குடும்ப அமைப்பை நோக்கியது. ஆணாதிக்கக் குடும்ப உறவுகள் கட்டப்படுவதன் ஊடாக நில உடைமைச் சமூக உறவுகளும் பக்தி உறவுகளும் கட்டப்படுகின்றன. குடும்பத்தில் பெண்ணும், உற்பத்தியில் உழவனும், கோயிலில் பக்தனும் ஒரே நிலையில் வைக்கப் படுகிறார்கள். அவர்கள் முறையே ஆணோடும் நிலச்சுவா னோடும் இறைவனோடும் ஒரேவித உறவுகள் கொண்டிருக்க வேண்டுமென எதிர்பார்க்கப்படுகிறார்கள். குடும்ப உறவு களுக்கும் நிலவுடமை உறவுகளுக்கும் முன்மாதிரியான உறவு களாகப் பக்தி உறவு சித்தரிக்கப்படுகிறது.

பக்தி இலக்கியங்கள் தொண்டு, ஊழியம், சேவை, அடிமை, ஆட்படுதல் ஆகியவை பற்றி ஏராளமாகப் பேசுகின்றன. இந்தச் சொற்கள் எங்கே இருந்து தோண்டி எடுக்கப்பட்டவை? மனுதர்மத்தில் சூத்திரரைக் குறிக்க, அவரது கடமைகளைக் குறிக்க இந்தச் சொற்கள் பயன்படுத்தப்பட்டன. சூத்திரரின் மீது திணிக்கப்பட்டிருந்த சொற்கள் அவை. சூத்திரரின் கடமை பிற மூன்று வருணத்தாருக்கும் தொண்டு செய்வதாகும் என விதிக்கப்பட்டிருந்தது. மனு தர்மத்தால் சூத்திரருக்குச் சூட்டப்பட்டிருந்த சொற்களெல்லாம் பக்தி இலக்கியங்களில் பக்தி மதிப்புகளாக உருமாற்றம் பெற்றிருக்கின்றன. சூத்திரருக்கு சொல்லப்பட்டிருந்த கடப்பாடுகள் இப்போது எல்லா பக்தர்களும் ஏற்றுக் கொள்ள வேண்டிய மதிப்புகளாகப் பொதுமைப்படுத்தப்படுகின்றன. சூத்திர மதிப்புகள் பக்தியில் பொதுமதிப்புகளாக உருமாற்றம் பெறுகின்றன. சூத்திரர்கள் மேலேயுள்ள மூன்று வர்ணங்களுக்குத் தொண்டு, ஊழியம் செய்ய வேண்டும் என்ற கருத்து இப்போது விரிவாக்கப்பட்டு எல்லா பக்தர்களுமே இறைவனுக்குத் தொண்டு, ஊழியம் செய்ய வேண்டும் எனக் கூறப்படுகிறது. இந்த உருமாற்றத்தை எப்படிப் புரிந்து கொள்வது? பக்தி சூத்திர வட்டாரத்தில் தோன்றிய மரபு எனக் கொள்ளும்போது, இதனை ஓர் எதிர்ப்புச் சொல்லாடல் எனக் கொள்ளலாம். அதாவது மேலேயுள்ள மூன்று வர்ணங்களுக்குத் தொண்டு செய்ய நிர்ப்பந்திக்கப்பட்டிருப் பதில் உள்ள எதிர்ப்புணர்வை, எல்லோருமே இறைவனுக்கு முன்னால் அடிமைகள்தான், எனவே நான் மட்டுமல்ல, நீயும் அடிமைதான் என்று உருமாற்றி இருக்கலாம். ஆனால் தொண்டு, ஊழியம், சேவகம் ஆகிய சொற்களுக்குப் பின்னால் உள்ள பொருளாதாரரீதியான சுரண்டல், சமூகரீதியான அவமதிப்பு ஆகியவை அவை பொது மதிப்புகளாக்கப்படும் போது இலகுவாக்கப்படுகின்றன என்பது கவனிக்கப்பட வேண்டும். சூத்திரரின் மீது மற்றவர்களால் திணிக்கப்பட்டுள்ள கடப்பாடுகளுக்கு பக்தி சமூக அங்கீகாரம் பெற்றுத் தருகிறது. அடிமைத்தனம் லட்சியமாக்கப்படுகிறது (Enslavement is idealized). மேலேயிருந்து செயல்படும் அதிகாரம் உன்னதப் படுகிறது. அது புனிதப்படுத்தப்படுகிறது. அதிகாரத்தைப் புனிதப்படுத்தும்போது அது வெகுவாக ஏற்புடைய ஒன்று என்ற மனோபாவம் உருவாக்கப்படுகிறது. மற்றொருபுறம், அடிமைத்தனமும் கீழிருந்து தாமாக முன்வந்து ஏற்றுக்

கொள்ளப்பட வேண்டிய ஒன்றாகச் சித்தரிக்கப்படுகிறது. சேவை மனோபாவம், தியாகம், விட்டுக்கொடுத்தல், அர்ப்பணிப்பு, விசுவாசம், கீழ்ப்படிதல் ஆகியவையெல்லாம் உன்னத மதிப்பு களாக்கப்படுகின்றன. இது இன்னொரு விதமான லட்சிய மாக்குதல். இன்னொரு வகையான புனிதப்படுத்தல். சகிக்க முடியாத ஒன்று (அடிமைத்தனம்) சகித்துக் கொள்ளக் கூடிய தாகவும், மனம் ஒப்பி ஏற்றுக் கொள்ள வேண்டியதாகவும் விரும்பத் தக்கதாகவும் உருமாற்றப்படுகின்றது.

நீட்சே மற்றும் அந்தோனியோ கிராம்சி இது குறித்துச் செய்துள்ள ஆய்வுகள் முக்கியமானவை. மதத்தின் வெற்றி இது போன்ற அடிமை மனோபாவத்தை உருவாக்குவதில்தான் அடங்கியுள்ளது என்று நீட்சே குறிப்பிடுவார். மனித இயல்புக்கு மாறான (மனிதரின் பொருள் வகை நலன்களுக்கு எதிரான) சமூகத் தகவுகளை உற்பத்தி செய்து, மதம் மனிதரின் மீது திணிக்கிறது என அவர் கூறுவார். செயல்பட இயலாமற் போகின்ற மனிதர் அவரது செயல்பாட்டுத் திறனை இடப் பெயர்ச்சி செய்து பக்தி போன்ற கருத்தியல் செயல்பாடாக்கு கின்றனர் என்று நீட்சே குறிப்பிடுவார். அந்தோனியோ கிராம்சி அடக்குமுறைகளுக்கான சமூக ஒப்புதலை மதங்கள் ஒடுக்கப் படுபவர்களிடமிருந்தே பெற்றுத் தருகின்றன என்பார். அவை உளவியல்ரீதியாகச் செயல்பட்டு ஒடுக்கப்படுபவர்களின் மனங்களை வென்றெடுக்கின்றன, இதன் மூலமாக நீண்டகாலப் பண்பாட்டு மேலாதிக்கத்தை உத்திரவாதப்படுத்திக் கொள் கின்றன என்பவற்றை கிராம்சி எடுத்துக்காட்டுவார்.

பக்தி மரபுகள் பண்டைய இந்தியாவில் உருவான தத்துவ மொழியில் அமைந்த சிந்தனைகளை மறுதலித்தன. தருக்கவியல், விவாத உத்திகள், மூடிய தத்துவக் கட்டடங்களைக் கட்டி எழுப்புதல் போன்ற முறைமைகளையும் பக்தி பின்பற்றவில்லை. தன்னிச்சையான உணர்ச்சி மொழி என்ற தோற்றம் பக்தி இலக்கியங்களில் கிடைக்கின்றன. இந்த இடத்தில் வடநாட்டு பக்தி மரபுகளுக்கும், தென்னாட்டு பக்தி மரபுகளுக்கும் இடையில் தென்படும் ஓர் அடிப்படையான வேறுபாட்டைப் பற்றியும் குறிப்பிட வேண்டும். மகாபாரத- ராமாயணக் காலத்திலிருந்தே தொடரும் ஒரு வலுவான கதை சொல்லும் மரபு வடநாட்டு பக்தியில் மேலாண்மை செலுத்துகிறது. மக்களிடையில் வழங்கும் ஆயிரக்கணக்கான கதைகளைத்

தொகுத்து மகாபாரத - ராமாயண நூல்கள் உருவாக்கப் பட்டிருப்பது போலவே வைணவ - சைவ புராணங்களும் பல ஆயிரக்கணக்கான மக்கள் கதைகளிலிருந்து உண்டாக்கப் பட்டிருக்கின்றன. பாகவத புராணம், விஷ்ணு புராணம், மார்க்கண்டேய புராணம், நாரத புராணம், சிவ புராணம், பத்ம புராணம் என எழுதப்பட்டுள்ள புராணங்கள் பெரும் கதைத் தொகுப்புகளாக உள்ளன. கதை எனில் காலம் என பால் ரிக்கர் என்ற அறிஞர் கூறுவார். ஒரு ஊரிலே ஒரு ராஜா இருந்தார் எனத் தொடங்கும் கதை தனக்குள் உள்ளீடாகச் சம்பவங் களைக் குறிப்பிட்ட ஒரு கால வரிசையில் அடுக்குகிறது. சம்பவங் களை ஒழுங்குபடுத்துவதற்கு காலம் ஒரு கருவியாகப் பயன் படுத்தப்படுகிறது. நகரங்களும் கிராமங்களும் காடுகளும் வாழ்க்கையும் கதைகளில் காட்சிப்படும் பரந்த வெளியாக விரிகின்றன. காலம், வெளி ஆகிய இரண்டைத் தவிர கதைகள் தொகுக்கப்படும் போது அவற்றினுள் தொழில்படும் கருத்தியல் ரீதியான கட்டமைப்புப் பணியும் மிக முக்கியமானது. மக்களிடையில் வழங்கும் ஏராளமான கடவுளர் கதைகளை புராணங்கள் விஷ்ணு அல்லது சிவன் என்ற ஒற்றை இறைக்கோட்பாட்டின் கீழ் கொண்டு வருகின்றன. விஷ்ணுவின் அவதாரங்கள், அம்சங்கள் என்ற கருத்து ஏராளமான வட்டாரக் கதைகளை ஒரு குடையின் கீழ் கொண்டுவந்துவிடுகிறது. விஷ்ணுவும் சிவனும் இந்திய மக்களிடையில் பரவத் தொடங்கிய போது ஆங்காங்கே வழக்கில் இருந்த ஆயிரக்கணக்கான தாய்த் தெய்வங்களைத் திருமணம் செய்து கொண்டனர். அந்தத் தாய்த் தெய்வங்களுக்குப் புதிய பெயர்கள் வழங்கினர். தாமும் கூட புதிய பல பெயர்களை ஏற்றுக்கொண்டனர். சிவனையும் விஷ்ணுவையும் மணம் முடித்த தாய்த்தெய்வங்கள் அவர் களுக்கு அடிமைகள் ஆனார்கள். அடித்தள மக்களைப் பிரிந்து வட்டார மேட்டுக் குடிகளின் கடவுளரானார்கள். இந்தக் கதைகளைத்தான் புராணங்கள் கொண்டுள்ளன. வட இந்திய பக்தியில் இவ்வாறாகக் கதைகள் முதன்மைப் பாத்திரம் ஏற்கின்றன.

வட இந்திய பக்தியின் கதை மரபு பௌத்தத்தின் வரலாற்றிலிருந்து தொடர்ந்து வருவது என்பதும் இங்குக் குறிப்பிடப்பட வேண்டும். புத்தரின் வரலாற்றையும் போதி சத்துவரின் வரலாற்றையும் பௌத்தர்கள் புத்த சாதகக் கதைகள் என்ற பெயரில் தொகுத்து வைத்தார்கள். சமண

தீர்த்தங்கரர் வரலாறுகளும் கூட இவ்வகைப்பட்டவையே. சமணரும் பௌத்தரும் முனிவர்கள் மற்றும் அரசர்கள் வரலாற்றைக் கதைகளாக எழுதி வைத்தமைக்கு அவர்களது தத்துவம் சார்ந்த ஒரு காரணம் உண்டு. சமண பௌத்தரின் தத்துவத்தில் வினைக் கோட்பாடு முதலிடம் பெறுகிறது அல்லவா, அந்த வினைக் கோட்பாட்டை நிரூபிக்க எழுதப் பட்டவையே கதைகள். அதாவது, குறிப்பிட்ட ஒரு மனிதன் குறிப்பிட்ட ஒரு காலத்தில் செய்த வினையின் பயன் எவ்வாறு அவனையே வந்து சேர்கிறது என்பதை எடுத்துக் காட்டு வதற்காக சமண பௌத்தர்கள் கதைகளை அல்லது வரலாறு களைத் தொகுத்து வைத்தார்கள். சமண பௌத்தத்தில் இவ்வாறாகக் காலம் என்பது வினையைக் காட்டுவது. காலம், வரலாறு, கதை என்பவை வினையோடு இரண்டறத் தொடர்பு கொண்டவை. தமிழ் மொழியில் காலத்தைக் குறிக்கும் இலக்கணக் குறிப்புகள் வினைச் சொற்களுடன்தான் இணைத்து வைக்கப்பட்டுள்ளன. இவ்வாறாக சமண பௌத்தர்கள் காலத்தை வினையின் விளையாட்டுத் தளமாகப் பார்த்தார்கள். வினையின் விளையாட்டை உணர்த்த வரலாறுகளை, கதைகளை எழுதி வைத்தார்கள். இதே மரபைத்தான் பக்தியின் புராணங்களும் பின்பற்றின, சில மாறுதல்களுடன். பக்தி வினைக்கோட்பாட்டை முழுதும் மறுத்து விடவில்லை. இருப்பினும் அது வினையோடு இறை அருளையும் சேர்த்துக் கொண்டது. எனவே பக்தி மரபில் கதைகளின் தன்மையும் மாறிப் போயிற்று. வரலாறு மட்டுமின்றி இறைவனின் அதிசயச் செயல்களும் இப்போது கதைகளில் இடம்பெறலாயின. இறைவனின் அதிசயச் செயல்கள் வினையை உடைப்பவை, வினை ஒழுங்கை உடைப்பவை, காலத்தையும் உடைப்பவை. இப்படித்தான் சாதகக் கதைகள் புராணங்களாக உருமாற்றம் பெற்றன. ஆரம்பத்தில் சமண பௌத்த செல்வாக்கால் வினைக் கோட்பாட்டை விளக்கி எழுதப்பட்ட கதைகளும் கூட பிற்காலத்தில் பக்தி பரவியபோது அவதாரங்களின் கதை களாக மறுபதிப்புப் பெற்றன. இராமாயணக் கதை வினைக் கோட்பாட்டை வலியுறுத்த எழுதப்பட்ட ஒன்றாகவே தெரிகிறது. ஆனால், அடுத்தடுத்த பதிப்புகளில் அது ராம அவதாரக் கதையாகவே மாற்றப்பட்டு விட்டது. தமிழில் சிலப்பதிகாரம், மணிமேகலை, சீவக சிந்தாமணி ஆகியவற்றில்

வினைக் கோட்பாடு காப்பியங்களின் கட்டமைப்புக் கோட்பாடாகவே அமையும். இங்கு அவை அவதாரக் கதைகளாக மாற்றப்படாமல் தப்பித்து விட்டன.

வட நாட்டு பக்தியில் கதை மரபு உருவான கதையை இதுவரை பேசினோம். தென்னிந்திய பக்தி மேற்படி மரபிலிருந்து வேறுபடுவதை இனிக் காண்போம்.

தென்னிந்திய பக்தியில் இசை முதன்மைப் பாத்திரம் ஏற்கிறது. ஆழ்வாரும் நாயன்மாரும் இங்கு இசையால் பக்தி வளர்த்தார்கள், பரப்பினார்கள். கதைகளை விட இசை அதிக உணர்ச்சிவசப்பட்ட தன்மை கொண்டது எனச் சொல்லலாமா? ஆழ்வார், நாயன்மார்கள் பாடல்களின் இடையே வட இந்திய புராணக் கதைகள் குறிப்புகளாகப் பேசப்படுகின்றன. கதைகள் வடக்கே வெகுவாக யாக்கப்பட்டு விட்டதால் அவற்றைத் தமது பாடல்களின் ஊடாகப் பேசிக் கடந்து செல்ல முடிவு செய்தார்களா? இசை எனும் அதிகப் பலம் கொண்ட கருவி இவர்களுக்கு ஏன் தேவைப்பட்டது? வட இந்திய மரபில் கதையோடு வினைக் கோட்பாடு தொடர்பு கொண்டிருந்த தெனின் அத்தொடர்பை மறுத்தது தென்மரபா? இந்தக் கேள்விகள் முக்கியமானவை. சமணமும் பௌத்தமும் தமிழர் களை மிக வலுவாகவே பற்றிப் பிடித்திருந்ததால் இசை எனும் ஆற்றல் கொண்ட மாற்று வடிவத்தை சைவ வைணவர்கள் நாடினார்களா? வினை எனும் காலத்தை வெல்ல தமிழர்கள் உணர்ச்சிமயப்பட்ட இசை வடிவத்தை எடுத்தாண்டார்களா?

பக்தியின் வட இந்தியக் கதை வடிவத்தையும் தென்னிந்திய இசை வடிவத்தையும் குறிப்பிட்ட ஒருவிதத்தில் வைதீகத் தத்துவ நிலைப்பாடுகளுடன் ஒப்பிட முடியும். உபநிடதங்களில் பிரம்மத்தின் உருவகமாக ஓம் என்ற ஏற்ற இறக்கமில்லாத நீண்ட ஒலி பயன்படுத்தப்படுகிறது. பல்வேறுபட்ட "தாறுமாறான" ஒலிகளை மாயை என விலக்கும் வேதாந்தம் ஓம் எனும் ஒலியை பூர்வ ஒலி என்றும், அடிப்படை ஒலி என்றும் கூறுகிறது. சப்த பிரமாணம் என்றும் அது அதனைக் கூறும். "தாறுமாறானவை" என, மாயை என, தீட்டு என வேதாந்தம் விலக்கி விட்டுத் தள்ளிவிட்ட உலகியல் தளத்தின் வாழ்க்கைக் கூறுகளைப் பக்திச் சிந்தனை இன்னொருவிதமான ஒழுங்கிற்குள் கொண்டு வருகிறது. அதாவது தாறுமாறான உலகுக்குள் கடவுள் நுழைகிறார். வந்து ஆட்கொள்ளுகிறார். திருவிளையாடல்

புரிகிறார். அவரே காதலிக்கிறார், மனைவியைப் பிரிகிறார், போர் புரிகிறார். புராணக்கதைகள் என்பன இந்தப் புதிய ஒழுங்கைக் குறிக்கின்றன. முன்பு தாறுமாறானவை எனக் கழிக்கப்பட்டவற்றை இப்போது கதைகள் ஒழுங்குபடுத்து கின்றன. இறைத் தலைமையில் உலகம் கட்டமைக்கப்படுகிறது.

ஓம் எனும் ஏற்ற இறக்கமற்ற ஒற்றை நிர்குண வடிவி லிருந்து இசை என்பதும் வேறுபட்டது. இசை "தாறுமாறான ஒலிகளுக்கிடையில் ஓர் ஒழுங்கு சாத்தியம்" என்கிறது. ஏற்ற இறக்கம் கொண்ட பல்வேறுபட்ட ஒலிகளுக்குள் இசை ஓர் ஒழுங்கை ஏற்படுத்துகிறது. "தாறுமாறான" ஒலிகள் மனிதரின் தன்னிச்சையான உணர்ச்சிகளைக் குறிக்கின்றன எனக் கொண்டால், இசை அந்த உணர்ச்சிகளைக் கைப்பற்றி அவற்றை இறைவனை நோக்கித் திருப்பி ஓர் ஒத்திசைவை உருவாக்குகின்றது. அறிவை விட, பௌத்தத்தின் அறத்தை விட உணர்ச்சிகள் அதிக அடிப்படைத் தன்மை கொண்டவை, வெகுசனத் தன்மை கொண்டவை என்பதைப் பக்தி கண்டு கொண்டது. எனவே அந்த உணர்ச்சிகளை அகப்படுத்தும் திசையில் அது வேலை செய்திருக்கிறது.

கதைகளையும் இசையையும் பக்தி கைப்பற்றிக் கொள் வதற்கான உந்துதல் எங்கிருந்து கிடைத்தது என சிந்திப்பதும் அவசியமானதே. கதையும், ஆட்டமும், பாட்டும், இசையும் நாட்டுப்புறப் பண்பாட்டின் பிரிக்கவொண்ணா கூறுகள். ஆனால், இவை நாட்டுப்புறப் பண்பாட்டில் நிறுவனப் படாதவை. எந்த ஒற்றை ஒழுங்கிற்கும் ஆட்படாமல் சொந்தமாக அவை நின்று நிலவ முடியும். அவை கேலியும் கிண்டலும் கொண்டவை. பெரும்பாலான வேளைகளில் மேட்டுக்குடித் தத்துவங்களை, அவரது வாழ்க்கை முறையைப் பகடி செய்பவை. நாட்டுப்புறச் சமயங்களும் கூட நிலம், நீர், உழைப்பு, உடல் ஆகியவை சார்ந்தவை. மக்களின் துன்பங் களுக்கு வடிகாலாக அமைபவை. அடித்தள மக்களின் ரகசிய ஆறுதல்கள் அவை. அவர்களது பண்பாட்டுப் பதுங்கு குழிகள் அவை. அந்த மக்களின் சந்தோஷங்களும் ஏமாற்றங்களும் விரக்திகளும் அலட்சியங்களும் கதைகளாகவும் ஆட்ட பாட்டமாகவும் வெளிப்படும். பக்தி கையகப்படுத்திக் கொள்ளும் வடிவங்கள் அடித்தள மக்கள் வாழ்விலிருந்து எழுந்தவை. ஆயின் பக்தியில் அவை மிக அடிப்படையான

மறுகட்டமைப்புக்கு உள்ளாக்கப்படுகின்றன. பல கூறுகள் தலைகீழ் மாற்றத்திற்கு உட்படுத்தப்படுகின்றன. ஒற்றை ஒழுங்கின் கீழ் கொணரப்படுகின்றன. விவசாயம் சார்ந்த மக்கள் கலாசாரம், நிலவுடைமை, சாதியம் ஆகிவற்றால் ஊடுருவப் படுகின்றது.

இதுவரையில் பக்தியின் பல்வேறு வகையிலான சிக்கலான கூறுகளைப் பற்றிப் பேசி வருகின்றோம். தொடர்ந்து பேச வேண்டும். பக்தியை வட்டாரப் பண்பாட்டு எழுச்சி யாகவும் அதற்கு முன்பு வழக்கில் இருந்த சமணம் - பௌத்தம் ஆகியவற்றோடு இரட்டை உறவு கொண்டதாகவும் காண் கின்றோம். வைதீகத்திலிருந்து வேறுபட்டதாகவும் அது உள்ளது. சமூகரீதியாக வட்டார அளவில் நிலவுடைமை, சாதியம் ஆகியவற்றின் கருத்தியலாகவும் அது தென்படுகிறது. இந்தச் சிக்கல்களை ஒற்றை வடிவங்களாக ஆக்காமல் பக்தியை அதன் எல்லா முரண்களோடும் புரிந்து கொள்ள வேண்டிய அவசியம் உள்ளது.

சிந்துவெளி – சிராமணம் – பக்தி

இந்திய சமண வரலாறு குறித்து ஒரு புதிய விளக்கத்திற்கு நாம் வந்து சேருகிறோம். எல்லாவற்றையும் வேத மரபோடு பொருத்திப் பார்க்கும் அணுகுமுறையிலிருந்து இது வேறுபட்ட விளக்கம். வேதங்களை ஏற்றவை வைதீகம், ஏற்காதவை அவைதீகம் என வேதங்களைக் கொண்டே விளக்கும் முறையி லிருந்து நாம் வேறுபடுகிறோம். அப்படி விளக்க வேண்டிய அவசியம் இல்லை என்று நாம் கருதுகிறோம். அப்படி விளக்க முயற்சிப்பதில் விளங்காமல் உள்ளவைதாம் ஏராளம்.

நமது அணுகுமுறையில் சிந்துவெளி மரபு அதிக அடிப்படை கொண்டதாகக் கிடக்கிறது. சிந்து வெளியின் தொடர்ச்சியை சிராமண மரபுகளில் காணுகின்றோம். சிந்து வெளியில் தோன்றிய ஷாமனிய அகவயப்பட்ட மரபு சில மாற்றங்களோடு சமண பௌத்த சிந்தனைகளாகப் பரிண மித்திருக்கிறது. இன்னொரு புறம் சிந்துவெளியின் வளமை சார்ந்த, தாய்த் தெய்வம் சார்ந்த நம்பிக்கைகள் சிராமண மரபுக்கு வெளியே வெகுசன வழிபாடுகளாகப் பரவிக் கிடந்தன. அவை பிற்காலத்தில் பக்தி மரபுகள் தோற்றம் பெறும் நாற்றங்காலாயின. சிராமண மரபு பிராமணியத்தின் மீதும் செல்வாக்கு செலுத்தி உள்ளது. வேதச் சடங்கு அடிப் படையிலான பிராமணியத்தை அது வேதாந்த பிராமணியமாக மாற்றியுள்ளது. அதேபோல பூர்வ மரபிலிருந்து தோன்றிய யோகமும் சாங்கியமும் வேதாந்தத்திற்குள் ஊடுருவிப் பாய்ந் துள்ளன. இன்னொருபுறம் பௌத்தம் ஆட்சியாளர் தத்துவ மாகவே பரிணமித்துள்ளது. இது பண்டைய இந்தியா.

அடுத்து பக்தி மரபுகள் உருவாகின. அவை வேளாண் மையின் பரவலோடும் நிலவுடைமையின் உருவாக்கத்தோடும் தொடர்பு கொண்டவை. தனி மனித மனம் சார்ந்த, அகவயப் பட்ட பௌத்தத்திலிருந்து மாறுபட்ட சிந்தனை இது. சிந்துவெளி தொட்டுத் தொடர்ந்த, நாடெங்கும் பரவிக் கிடந்த

பூர்வ மரபுகளை நிலவுடைமையின் கருத்தியலாக மாற்றும் மிகப் பெரிய நிக்ழவுப் போக்கு இது. இது சமச்சீரற்ற வடிவில் நாடு முழுவதும் வெவ்வேறு காலகட்டங்களில் நடந்தேறி யுள்ளது. சிராமண மரபுக்கும் பக்திக்கும் நடுவே தொடர்ச்சியும் இடைவெளிகளும் இருந்தன. பௌத்தத்தின் அனான்ம வாதம் இல்லாமல் பக்தி இல்லை, சரணாகதி இல்லை, ஆணவம் மறுத்தல் இல்லை. சமணத்தின் வினைக்கோட்பாட்டை மறுக்காமலும் பக்தியின் அருள் புரியும் கடவுள் இல்லை. வினைக்கோட்பாடு ஒருபுறமும் அருள் புரியும் கடவுள் இன்னொரு புறமுமாக பக்தியின் தத்துவம் உருவாகியிருக்கிறது.

வட்டார மொழிகளுக்கு வந்து சேருதலுக்கும் முதலடி களை எடுத்துக் கொடுத்ததாக சமண பௌத்தத்தைத்தான் சொல்ல வேண்டும். பௌத்தம் அது பரவிய எந்த ஒரு நாட்டிலும் ஒற்றைப் பூர்வ மொழி எதனையும் வலியுறுத்திய தாகத் தெரியவில்லை. மாறாக மக்களின் பேச்சு மொழியையே அது எடுத்துக் கொண்டுள்ளது. பௌத்தமும் சமணமும் அவை பரவிய வட்டாரங்களின் மொழிகளைச் செம்மைப் படுத்தியிருக்கின்றன. மொழி, இலக்கியம், இலக்கணம், அறம் ஆகிய துறைகளைச் சமணமும் பௌத்தமும் கைப்பற்றியிருக் கின்றன. எங்கெல்லாம் அவை ஆளும் வர்க்கத் தத்துவங் களாக ஆக முடிந்ததோ அங்கெல்லாம் அவை மொத்தப் பண்பாட்டையும் வென்றிருக்கின்றன. தென்னாட்டில் சைவமும் வைணவமும் தமிழில் ஆர்வம் கொண்டன எனச் சொல்லுகிறார்களே, அந்த ஆர்வம் சமண பௌத்தத்தால் ஏற்படுத்தப்பட்டது. எது எப்படியோ பௌத்தத்திற்கு ஒற்றை மொழி அடையாளம் இல்லை. எனவே சிராமணியத்திற்கும் பக்தி மரபுகளுக்கும் பன்மீய மொழித் தொடர்ச்சி உள்ளது. அவை ஒற்றைப் பண்பாட்டு இறுக்கத்தை ஏற்படுத்தவில்லை. குறிப்பாக சமஸ்கிருத மொழி பேசப்பட்ட ஒரு குறுகிய வட்டாரத்தைத் தாண்டி ஒரு பரந்த மொழிப் பரப்பில் சிராமணமும் பக்தி மரபுகளும் தொழில்பட்டிருக்கின்றன.

சிந்துவெளி நாகரீகத்திற்குப் பல காலம் பிந்தியது வேதச் சிந்தனை. வேதச் சிந்தனை எந்த வகையிலும் சிராமண மரபின் உருவாக்கத்தில் பங்களிக்கவில்லை. சிராமணம் சுயாதீனமாகத் தோன்றியது. அதற்கும் சிந்துவெளிப் பண்பாட்டிற்கும் உள் தொடர்புகள் உள்ளன. மட்டுமல்ல, சிராமண மரபு தனது

அகவயப்பட்ட தேடலை பிராமணியத்திற்கு வழங்கியுள்ளது. வேதாந்தத் தத்துவத்தின் நோக்கமெல்லாம் தனது புனிதத் தலைமையை எப்படித் தக்க வைத்துக் கொள்வது என்பதாகவே இருந்திருக்கிறது. வேத வேதாந்தங்களில் உண்மையான தத்துவத் தேடல்கள் அதிகம் இல்லை. அவற்றின் பிரச்சினையெல்லாம் சமூகப் பிரச்சினை, சமூகத் தலைமை குறித்த பிரச்சினை. வருண தருமம் பிராமணியத்தின் உருவாக்கம். ஆனால், சமண பௌத்தத்தின் மையமான பிரதேசத்திற்குள் வருண தருமத்தால் நுழைய முடியவில்லை. வருண தர்மம் சிராமணத்தை வென்று விட பகீரதப் பிரயத்தனம் செய்துள்ளது. ஆனால், சிராமணத்தின் வெளிவாயிற் கதவுகளை முட்டி உள்நுழைய முடியாமல் அது நின்று போயிற்று. சமண பௌத்த தத்துவக் கருத்தாக்கங்களில் எந்த ஒரு வைதீகக் கருத்தாக்கத்தையோ அதன் செல்வாக்கையோ காண முடியாது. ஆசீவகம், சமணம், பௌத்தம், யோகம், சாங்கியம், வைசேடிகம், நியாயம் ஆகியவை வைதீகத்திற்கு சம்பந்தமேயில்லாத சுயாதீனமான தத்துவக் கட்டடங்களைக் கொண்டுள்ளன.

அடுத்து வந்த காலக்கட்டத்தில் பக்தி மரபுகளும் பிராமண எல்லைகளுக்கு வெளியில்தான் தோன்றின. ஆரம்பக் கால சைவ வைணவ மரபுகள் சிவன், விஷ்ணு போன்ற பெருங்கடவுளரை உருவாக்கி அக்கோட்பாடுகளின் கீழ் பல அடித்தள சாதிகளை ஒன்றுபடுத்தியிருக்கின்றன. மதம் என்ற பெயருக்கு அதிகப் பொருத்தம் உள்ள ஒரு கடவுள், ஒரு குலம் என்பதான ஏற்பாடு கூடி வந்துள்ளது. ஆயின் பக்தியின் வேளாண்மைக் கலாசாரத்திற்குள் நிலவுடைமை உபரி உற்பத்தி பெருகத் தொடங்கிய போது வட்டார ஆதிக்க வர்க்கங்கள் தமது நலன்களைப் பாதுகாத்துக் கொள்ள வருண வடிவத்தை ஏற்க முடிவு செய்திருக்கின்றன. வட்டார நிலஉடைமை மேட்டுக் குடிகள் பிராமண வருண தருமத்தைத் தமது ஆதிக்கத்திற்கு உகந்த வடிவமாகக் கண்டு கொண்டன. சிராமண மரபின் வலுவான செல்வாக்குப் பரவியிருந்த வட்டாரங்களில் உள் நுழையமுடியாமல் சிரமப்பட்டுக் கொண்டிருந்த வருண தருமத்திற்கு வாழ்வளித்தவை பக்தி மரபுகளே. வேறு வார்த்தைகளில் சொல்லுவதானால், பக்தி எனும் நிலவுடைமை தத்துவமே வருண அமைப்பைச் சாதி அமைப்பாகப் பெருக்கி இந்தியா முழுவதிலும் பரப்பியது. வட்டார மேட்டுக்குடிகளுக்கு

இந்தப் பரவலில் முக்கிய பங்கு இருந்தது. நிலவுடைமைப் பொருளாதார நலன் கருதியே வட்டார மேட்டுக் குடிகள் சாதியத்தை ஏற்றிருக்கின்றன.

சாதியத்தை உருவாக்கியதில் வைதீக பிராமணியத்திற்கு முதல் பாத்திரம் இருந்தது. ஆனால், சாதியத்தை இந்திய நிலப்பரப்பின் எல்லாப் பகுதிகளுக்கும் மத்திய காலத்தில் பரப்பியவை பக்தி மரபுகள்தாம். பிராமணிய வருண சாதி யமைப்பின் ஆதாயங்களை உணர்ந்து கொண்ட பக்தி மரபுகள் அதே அமைப்பை வட்டாரத் தனித்தன்மைகளுக்கு ஏற்ப செப்பம் செய்து அமுல்படுத்தின. சமண பௌத்த சூழல்கள் அப்புறப்படுத்தப்பட்டு பிராமணியத்தோடு அவசியமான சமரசங்கள் செய்து கொள்ளப்பட்டன. இறைக்கருத்தோடு உணர்ச்சிமயப்பட்ட உறவு கொள்ளும் பக்திக் கருத்தியலுக்குள் வருண சாதி சமூக ஏற்பாடு உள்நுழைக்கப்பட்டது. பிராமணர் - வட்டார மேட்டுக்குடியினர் என்ற இருவகைச் சாதியினர் நிலவுடைமையின் வர்க்கமாக ஒன்றுபடும் நிகழ்வுப் போக்கு இது. இந்த நிகழ்வுப் போக்குக்குத் தலைமை தாங்கியவர்கள் பிராமணர்கள் என்று சொல்ல முடியாது. வட்டார நிலவுடைமை மேட்டுக் குடிகளே அதிக முனைப்புடன் செயல்பட்டிருக் கின்றனர். சாதியமைப்பை மறுகட்டுமானம் செய்து பாது காத்தவர்கள் அவர்களே.

சாருவாகத்தின் பிராமண எதிர்ப்பு

சாருவாகம் இந்தியாவின் மிகப் பழைமையான பிராமண எதிர்ப்புத் தத்துவம். இந்திய மண்ணில் பிராமண வர்ணமும் பிராமணியமும் எப்போது வேர் கொண்டனவோ, அப்போதே பிராமண எதிர்ப்பும் தோன்றிவிட்டது என்பது ஆச்சரியத்தைத் தருகிறது. அதைவிட பெரிய ஆச்சரியம், பிராமண எதிர்ப்பு இந்திய வரலாறு முழுவதிலும் அதன் சூடு குறையாமல் எல்லாக் காலங்களிலும் இருந்து வந்திருக்கிறது என்பதாகும்.

சுமார் 2,500 வருடங்களுக்கு முன்னால் பிராமண எதிர்ப்பு வேலைத் திட்டத்தை சாருவாகம் முன்மொழிந்திருக்கிறது. பிற்கால இந்திய வரலாற்றில் தோன்றிய வேறு எந்த பிராமண எதிர்ப்பையும் விட அதிக உக்கிரத்துடன் சாருவாகத்தின் பிராமண எதிர்ப்பு அமைந்திருக்கிறது. வேதம், யாகம், மந்திரம், சடங்குகள், சமஸ்கிருதம், பிராமணர், சுருதி, தானம் போன்ற பிராமணியத்தின் சகலக் கூறுகளையும் சாருவாகம் எதிர்த்து வந்துள்ளது. சாருவாகத்தின் பிராமண எதிர்ப்பு வேலைத் திட்டம் மொத்தமாகவோ சில்லறையாகவோ பிற்கால பிராமண எதிர்ப்புகளில் வெளிப்பட்டுள்ளது என்று கூறலாம்.

"வேதங்களை அடிப்படையாகக் கொண்ட மொத்த சிந்தனையே பிழையானது. யாகங்களில் விலங்குகளைப் பலியிடுவதால் எந்தப் பயனும் ஏற்படப் போவதில்லை. நெருப்பில் நெய்யை வார்ப்பதால் மறுபிறப்புக்கு நல்லது என்பது சிறுபிள்ளைத்தனமான நம்பிக்கை. வேள்வியில் பலியிடும் விலங்கின் உயிர் சொர்க்கத்திற்குச் செல்லுமெனில், வேள்வியை நடத்துபவன் தனது தந்தையையே வேள்வியில் பலியிட்டு நேராக சொர்க்கத்திற்கு ஏன் அனுப்புவதில்லை? ஒருவன் உண்பதால் இன்னொருவனுக்கு வயிறு நிரம்பு மெனில், வெளியூருக்குப் பயணம் சென்றவனின் வயிறு நிறைவதற்காக இங்கேயே சாப்பிடலாமா? அரிய பெரிய உண்மைகள் வானத்திலிருந்து ஒலிப்பதில்லை. அவை இங்குதான் நம்மால் விவாதிக்கப்பட்டு, கண்டறியப்பட வேண்டும்.

யாகங்கள் என்பவை பிராமணர்கள் தமது பிழைப்புக்காக ஏற்படுத்திக் கொண்டவை. பிராமணர்கள் முணுமுணுக்கும் மந்திரங்களில் எந்த உண்மைத் தன்மையும் கிடையாது".

இவையெல்லாம் சாருவாகத்தின் கருத்துக்கள். சாருவாகர்களை பிராமணியமும் தீவிரமாகக் கடிந்திருக்கிறது. சாருவாகர்களை வேதவிரோதிகள் என்று சமஸ்கிருத நூல்கள் அடையாளப் படுத்தியுள்ளன. சாருவாகர்களை விகருமஸ்தர்கள் என்றும் அவை கூறியுள்ளன. விகருமஸ்தர்கள் எனில் வருண வரிசைப் படியிலான கருமங்களைச் செய்யாதவர்கள் எனப் பொருள். யாகங்கள் நடத்தாதவர்கள் என்று பொருள். சாருவாக நூல்களை தீக்கிரையாக்கியுள்ளார்கள். இன்று வரை முழுமையான ஒரு சாருவாக நூல்கூட நமக்குக் கிடைக்கவில்லை. சாருவாகம் பற்றிய ஒரு கொச்சைப்படுத்தப்பட்ட சித்திரமே இந்த நாட்டின் தத்துவ நூல்களில் தரப்பட்டுள்ளன. ஆனால் இத்தனைக்கும் பிறகு, சாருவாகர்கள் தொடங்கிய பிராமண எதிர்ப்பு இந்த நாட்டில் தங்கி விட்டது.

சாருவாகர்கள் தொடங்கிய பிராமண எதிர்ப்பு வேத எதிர்ப்பாகவும், வேதாந்த எதிர்ப்பாகவும் பல்கிப் பெருகியுள்ளது. இந்திய வரலாற்றில் பிராமண எதிர்ப்பு, சாதி வருணப்படி நிலை எதிர்ப்பின் ஒரு முனைப்பான பகுதியாக ஆகி உள்ளது. இந்திய சமூக வரலாற்றில் வருண - சாதி அமைப்பை அறிமுகப்படுத்தியவர்கள், அதற்கு சமய- தத்துவ அங்கீகாரம் வழங்கியவர்கள், இன்றுவரை முழுமுஸ்தீபுடன் சாதி-வருண அமைப்பைக் காத்து நிற்பவர்கள் பிராமணர்களே என்ற பழி அவர்களைச் சார்ந்து விட்டது.

சாருவாகம் தொடங்கி வைத்த பிராமண எதிர்ப்பை சமணமும் பௌத்தமும் தொடர்ந்தன எனலாம். பிராமணத் தத்துவத்தின் பிரம்ம ஏகாந்தவாதத்தை சமணத்தின் அனேகாந்த வாதம் எதிர்த்தது. உபநிடத வேதாந்தத்தின் ஆன்மத்தத்துவத்தை பௌத்தத்தின் அனான்ம வாதம் எதிர்த்தது. சைவ-வைணவ பக்தி இயக்கங்கள் சமஸ்கிருத எல்லைகளுக்கு வெளியில் அடியார் குலம், தொண்டர் குலம் என்ற மரபுகளை உண்டாக்கி விட முயற்சித்தன. இந்தியாவில் இஸ்லாம் பரவிய போது, சாதிப்படி நிலையைப் பாதுகாக்கும் அக்கறையின்றி, அது பல அடித்தளச் சாதிகளை மேல் நோக்கி நகர்த்தியது. சூபிய மறை ஞானிகளும் சித்தர்களும் வெளிப்படையாகவே சாதி எதிர்ப்பு,

சடங்கு எதிர்ப்பைப் பற்றி பேசினர். சீக்கிய சமயம் கடந்த 500 வருடங்களுக்குள் ஒரு பிராமணரல்லாதோர் இயக்கத்தைக் கட்டமைத்துள்ளது. பத்தொன்பதாம் நூற்றாண்டில் ராம் மோகன் ராய் தொடங்கி வள்ளலார், நாராயணகுரு, வைகுண்டசாமி வரையிலான சமயசீர்திருத்தவாதிகளில் கொஞ்சமாகவோ அதிகமாகவோ பிராமண எதிர்ப்பு தொழில்பட்டுள்ளது. இருபதாம் நூற்றாண்டில் அயோத்திதாச பண்டிதர், பெரியார் ஈ.வெ.ரா, அம்பேத்கார் ஆகியோர் பிராமண எதிர்ப்பைக் கூர்மைப்படுத்தியுள்ளனர். இவ்வாறாக இந்திய வரலாறு நெடுக பிராமண எதிர்ப்பு பயணம் செய்து வந்துள்ளது.

இதனை இன்னொரு விதமாகவும் புரிந்துகொள்ள முடியும். இந்தியப் பண்பாட்டின் பல்வேறு சிந்தனைப் புலங்கள் தோன்றிய தளமாக பிராமண எதிர்ப்பும், இன்னும் அதிகமாகச் சாதி எதிர்ப்பும் இருந்து வந்துள்ளன. இந்திய அறவியலின் அடிப்படைகளை உருவாக்கியவை என சமணத்தையும் பௌத்தத்தையும் நாம் முன்னிலைப்படுத்த முடியும். அன்பு, கருணை, உண்மை, அகிம்சை, பொதுநலம், சமூக நன்மை, சுயநலமின்மை போன்ற பல்வேறு அறவியல் மதிப்புகளை அவை தாம் உருவாக்கித் தந்தன. அறவியல் அணுகுமுறைக்கான தத்துவ அடிப்படைகளையும் அவை வழங்கின. இவ்வாறாக, இந்திய அறவியல் உருவாக்கப்பட்டதில் சமண- பௌத்தத்தின் பிராமண எதிர்ப்புக்கு முக்கிய பங்குண்டு.

இதே போல இந்திய பக்தியியலை உருவாக்கிய சமயங்கள் சைவம், வைணவம் ஆகியவை ஆகும். தொண்டு, சேவை, சரணாகதி, உணர்ச்சி வசப்பட்ட அர்ப்பணிப்பு எனப் பலவித மதிப்புகளை சைவமும் வைணவமும் உண்டாக்கின. இந்தியப் பக்தியியல் மதிப்புகளும் பிராமணரல்லாத வட்டாரங்களில் தோன்றியவையே. இந்திய மறைஞானச் சிந்தனை உருவாக்கத்தில் சித்தர்கள், சூபிகள், சந்தர்கள் ஆகியோர் முதன்மையான பங்களிப்பு செய்தனர். மறைஞான சிந்தனை மரபுகள் சடங்கு எதிர்ப்பு, தீட்டு எதிர்ப்பு, அகத்தூய்மை, இறை உணர்வையும் அற உணர்வையும் ஒன்றுபடுத்துதல் என்பன போன்ற மதிப்புகளை உற்பத்தி செய்தன. இந்திய மறைஞானமும் பிராமண எதிர்ப்புத்தன்மை கொண்டுள்ளது. இந்திய அழகியலும் கூட பிராமணியம் தவிர்த்த தளத்திலேயே தோன்றி வளர்ந்துள்ளது. வேதாந்தத் தத்துவம் ஓம் என்ற ஒற்றை நீள்

ஒலியை நிர்குண பிரம்மம் என்று பாராட்ட, இந்திய இசை மரபு பல்வேறுபட்ட ராகங்களின் மூலம் உலக ஒலிகளை உணர்ச்சி ஒழுங்கிற்குள் கொண்டு வர முயற்சித்துள்ளது. இவ்வாறாக, இந்திய வரலாற்றில் அறவியல், பக்தியியல், மறைஞானவியல், அழகியல் எனப் பலதரப்பட்ட புதிய சிந்தனைப் புலங்க ளெல்லாம் அவற்றின் தோற்றத்தில் பிராமண எதிர்ப்பைக் கொண்டிருக்கின்றன. இவற்றோடு இருபதாம் நூற்றாண்டின் சமூக சனநாயக, மார்க்சிய மற்றும் சமூக நீதி அரசியல் இயக்கங் களுக்கும் மூடிய அல்லது வெளிப்படையான பிராமண எதிர்ப்புத் தன்மை உண்டு.

பிராமண எதிர்ப்பு என்ற விஷயத்தை குறிப்பிட்ட ஒரு சாதியைச் சேர்ந்த நபர்களுக்கு எதிரான போராட்டம் என்று கருதுவதை விடுத்து, இந்திய வரலாறு, இந்தியச் சமூகம் ஆகியவை குறித்த ஆய்வுகளுக்கான தவிர்க்க முடியாத ஒரு கருத்தாக்கம் என நாம் கொள்ள வேண்டியுள்ளது. பிராமணியம் என்பதை இந்தியச் சமூகத்தை அடையாளப்படுத்துவதற்கான ஒரு கருத்தாக்கமாகக் கொள்ள வேண்டி உள்ளது. அடிமைச் சமூகம், நிலவுடைமைச் சமூகம், முதலாளியச் சமூகம் என மேற்கு நாடுகளின் சமூக அமைப்புகளை அடையாளப்படுத்தியது போல, இந்தியச் சமூகத்தை அதன் பிரத்தியேகப் பண்புகளைக் கொண்டு அடையாளப்படுத்துவதற்கு சாதிச் சமூகம் என்ற கருத்தாக்கம் நமக்குப் பயன்பட வேண்டும். அப்படி அடையாளப்படுத்தும் போது, சாதிச் சமூகத்தின் பிரத்தியேகச் சூழலுக்குள் பிராமண எதிர்ப்பு என்ற கருத்தாக்கமும் அர்த்தப்பட வேண்டும். வர்க்கமற்ற சமூகம் குறித்த ஏக்கமும் கனவும் வேலைத் திட்டமும் எப்படி மேற்கு நாடுகளின் தொன்மங்களிலும், சமயங்களிலும், கலை இலக்கியத்திலும், இறுதியாகச் சமூகவியலிலும் வெளிப்பட்டனவோ அதே போல சாதியில்லா சமூகம் குறித்த இந்திய ஏக்கங்களும் கனவுகளும் நம்மிடமும் வெளிப்பட்டிருக்கின்றன. சாருவாகம், சமணம், பௌத்தம், சித்தரியம், சூபியம் என்பவையெல்லாம் அந்தக் கனவுகள், ஏக்கங்கள், வேலைத்திட்டங்கள். பிராமண எதிர்ப்பு என்ற நீண்ட நெடிய மரபு அவற்றிற்கான களத்தை அமைத்துத் தந்துள்ளது. சாருவாகம், பௌத்தம் உட்பட இவற்றில் பல தோற்றுப் போயிருக்கலாம். ஆனால் சாதி ஒழிப்பு என்ற நமது பழைய கனவு நிறைவேறாத வரை, மீண்டும் அவை உயிர்ப்பிக்கப்படுகின்றன. கனவுகளை வேலைத் திட்டங் களாக்க தொடர்ந்து நாம் முயற்சித்துத்தான் ஆக வேண்டும்.

சாருவாகம், மிகப் பழங்கால இந்தியாவில் பொருள் முதல்வாதம், தேகவாதம், எதேச்சாவாதம், பிராமண எதிர்ப்பு ஆகியவற்றை மிகத் தீவிரமாக முன் வைத்த தத்துவம் ஆகும். பிராமணருக்கு அடுத்த சமூக நிலையில் அவர்களோடு அதிகாரப் போட்டியில் ஈடுபட்ட சத்திரியர்களின் தத்துவமாக சாருவாகம் விளங்கியதால் காத்திரமான சில தத்துவநிலைப்பாடுகளை அது முன்வைத்திருக்கிறது. 2,500 வருடங்களுக்கு முந்தி நடந்த பிராமணர் - சத்திரியர் அதிகாரப் போட்டியில் சாருவாகம் வெற்றி பெறவில்லை. சத்திரிய வர்க்கமே கூட சாருவாகத்தைக் கைவிட்டு விட்டு பிராமணியத்தோடு வேறு வகைப்பட்ட தத்துவ சமரசங்களுக்குள் தன்னை ஆட்படுத்திக் கொண்டது. இது ஒரு புறமிருக்க, 2,500 வருடப் பழமை கொண்ட சாருவாகத்தை இன்றைய கருத்தியல் போராட்டத் தேவைகளுக்காக அடித்தள மக்கள் சுவீகரித்துக் கொள்ள சாத்தியம் உள்ளதா? அதிகாரப் போட்டிக்காக சத்திரியர்கள் அன்று உருவாக்கிய சாருவாகத்தை இன்று நாம் எடுத்தாளுவதில் உள்ள நியாயங்கள், சிரமங்கள் என்னென்ன?

பண்டைய கிரேக்கத்தில் பொருள் முதல்வாதத்தை உருவாக்கிய டெமாக்ரிடஸ், எபிகியூரஸ் போன்றோர் அடிமை எஜமானக் குடும்பங்களைச் சேர்ந்தவர்கள்தான். இருந்த போதிலும் பொருள்முதல்வாதம் தத்துவ வரலாறு நெடுகப் பயணித்து நம்மை வந்து சேர்ந்திருக்கிறது. நவீனக் காலத்தில் பொருள்முதல்வாதத் தத்துவங்களை உண்டாக்கிய பிரான்சிஸ் பேக்கன், ஜான் லாக், தாமஸ் ஹோப்ஸ் போன்றோர் ஆங்கிலேய மேட்டுக்குடிகளைச் சார்ந்தவர்கள்தாம். பிரெஞ்சுப் பொருள்முதல்வாதிகள் ஹோல்பாக் போன்றோர் பூர்ஷ்வாக்கள்தாம். முதலாளிய நலன்களை முன்நிறுத்தித்தான் அவர்கள் பொருள்முதல்வாதம், நாத்திகம் போன்ற கொள்கைகளை உருவாக்கினார்கள்; பிரச்சாரம் செய்தார்கள். இருந்தபோதிலும், மார்க்சும் ஏங்கல்சும் லெனினும் பிரெஞ்சுப் பொருள்முதல்வாதத்தைச் சுவீகரித்துக் கொள்ளுவதில் அதிக அக்கறை காட்டினார்கள். ரஷ்யப் புரட்சிக்குப் பிறகு பிரெஞ்சு நாத்திக இலக்கியங்களை மொழிபெயர்த்துப் பரப்ப வேண்டும் என்பதில் லெனின் கவனம் காட்டினார். இவ்வாறாக, தத்துவ நிலைப்பாடுகளைச் சுவீகரித்தல் என்பது சமூக வரலாற்றில் தொடர்ந்து நடந்து வந்துள்ள ஒரு நிகழ்வுப் போக்குதான்.

நாம் சொன்னாலும் சொல்லாவிட்டாலும் சாருவாகத்தின் கோட்பாடுகளை இந்திய வரலாறு ஏதோவொரு விதத்தில் சுவீகரித்து வந்துள்ளதையும் காணமுடிகிறது. சாருவாகம் இந்திய வரலாற்றில் எவ்வாறு சுவீகரிக்கப்பட்டு வந்துள்ளது என்பதை உற்றுக் கவனிக்கும் போது, குறிப்பிட்ட சில பண்பு களை இந்நிகழ்வுப் போக்கில் காணமுடிகிறது. சாருவாகத்தின் பல்வேறு கோட்பாடுகளை மனதில் கொண்டு பார்க்கும் போது, அவற்றிற்கிடையில் பிராமண எதிர்ப்பு எனும் கோட்பாடு மட்டுமே அதிக அளவில் இந்திய வரலாற்றில் தொடர்ந்து எடுத்தாளப்பட்டு வந்துள்ளது என்பதைக் காண முடிகிறது. பொருள்முதல்வாதம், தேகவாதம், ஏதேச்சாவாதம் போன்ற கோட்பாடுகளெல்லாம் பின்னுக்குத் தள்ளப்பட்டு, பிராமண எதிர்ப்பு எனும் நிலைப்பாடு மட்டுமே தேர்வு செய்யப்பட்டு தொடர்ந்து இந்திய வரலாற்றில் அதிகம் பயன்படுத்தப்பட்டுள்ளது. சாருவாகத்திற்கு பிந்தி வந்த சமணம், பௌத்தம், பக்தித் தத்துவங்கள், சீக்கியம், கபீரியம், லிங்காயதம், சைவ-சித்தாந்தம் போன்ற தத்துவங்களெல்லாம் சாருவாகத்தின் பொருள்முதல்வாதத்தை ஏற்றுக்கொள்ள வில்லை. ஆனால் இத்தத்துவங்கள் எல்லாமே பிராமண எதிர்ப்பை உறுதியாகப் பின்பற்றி வந்திருக்கின்றன. இத்தகைய குறிப்பான தேர்வுக்குக் காரணம் என்ன?

பிராமண எதிர்ப்பு இந்திய வரலாற்றில் சத்திரியர்களைத் தாண்டி பிற சமூகக் குழுக்களாலும் எடுத்துக் கையாளப் பட்டுள்ளது. வைசியர்கள், வணிகர்கள், கைவினைஞர்கள், வேளாளச் சாதியினர், சூத்திரர் எனப் பல வகைப்பட்ட சமூகப்பிரிவினர் பிராமணர் எதிர்ப்பை எடுத்தாண்டுள்ளனர். சமூகப்படி நிலையில் கீழ்நிலையில் இருந்த மேற்குறித்த சாதிகள், தமது மேல்நிலையாக்கத்திற்காகக் குறிப்பிட்ட சில காலம் பிராமண எதிர்ப்பைக் கையாளுவதும் தாம் விரும்பிய மேல் நிலையாக்கத்தைப் பெற்றவுடன் பிராமணியத்தோடு சமரசம் செய்து கொள்ளுதலும் என்ற ஓர் இரட்டை வடிவம், இந்திய வரலாற்றில் தொழில்பட்டு வந்திருப்பதைக் காண முடிகிறது. அதாவது, அதிகாரப் போட்டிக்காகப் பிராமண எதிர்ப்பை கையாளுதலும், ஆதிக்க நிலையை எட்டியதும் பிராமண எதிர்ப்பை கைவிடுதலும் என்ற இரட்டை நிலையை அவர்கள் கையாண்டு வந்துள்ளனர். இதனை வேறு வார்த்தைகளில் சொல்லுவதானால், பிராமண எதிர்ப்பு என்பது அதிகாரப்

போட்டிக்கான ஒரு கருவியாகவே இந்திய வரலாற்றில் அதிக அனுபவம் பெற்றுள்ளது. சாதி ஒழிப்புக்கான கருவியாக அது ஒரு சாதி மேல்நிலையைச் சாதிக்கும் வரையில் பிராமண எதிர்ப்பை வாய்நிறையப் பேசுகிறது; எஞ்சி இருக்கும் பிற அடித்தளச் சாதிகளையும் தனது பிராமண எதிர்ப்பு யுத்தத்தில் சேர்த்து இழுத்துக் கொள்கிறது. ஆனால், குறிப்பிட்ட அச்சாதி மேல்நிலையாக்கத்தைச் சாதித்தவுடன், தனக்குக் கீழே உள்ள சாதிகளைக் கொண்டு சாதிப் படிநிலையைப் புனர் நிர்மாணம் செய்து கொள்ளுகிறது. முடிந்த அளவுக்கு பிராமண மேலாண்மை தவிர்க்கப்பட்ட, தனது சொந்த மேலாண்மை கொண்ட சாதிப் படிநிலையை அது மறுகட்டமைப்பு செய்து கொள்ளு கிறது. இதுவே பிராமண எதிர்ப்பின் இந்திய வரலாறாக உள்ளது. பிராமண எதிர்ப்பின் வரலாற்றில் ஆதிக்கப் போட்டியின் தடங்களைத்தான் அதிகம் காண முடிகிறதே தவிர சாதி ஒழிப்பின் தடங்களைக் காண முடியவில்லை. பிராமண எதிர்ப்பின் தீவிரமே சாதி எதிர்ப்பை மிதப்படுத்துவதற்காகவோ என்று எண்ணத் தோன்றுகிறது.

ஐரோப்பிய வரலாற்றில் ரோமப் பேரரசுக்கு எதிராக அடிமைகளைத் திரட்டி ஆதரவாளர்களாகச் சேர்த்துக் கொண்டுதான் நிலவுடைமைத் தத்துவமான கிறிஸ்தவம் தோன்றியது. விவசாயிகளைத் திரட்டிச் சேர்த்துக் கொண்டுதான் ஐரோப்பிய பூர்ஷ்வாக்கள் நிலப்பிரபுக்களை எதிர்த்தார்கள். இந்திய வரலாற்றிலும் இதுபோலவே நடந்துள்ளது. அடித்தள மக்கள் காலம் காலமாக ஏமாற்றப்பட்டிருப்பது பிராமண வருணத்தவரால் மட்டுமல்ல, பிராமண எதிர்ப்பைப் பேசிக் கொண்டு சாதியத்தை மறு கட்டமைப்பு செய்த பிராமண ரல்லாத மேட்டுக் குடிகளாலும்தான்.

இந்தியாவில் பிராமண எதிர்ப்புச்சக்திகள்தான் பக்தி இயக்கங்களை உசுப்பி விட்டன. ஆனால் பக்தியும் கோயில் கலாசாரமும் பிராமணியத்தைவிட எந்த அளவில் நிலவுடைமைத் தனத்தில் குறைந்துபோய் விட்டன? பக்தி இயக்கங்கள் தாம் அவற்றை விட உறுதியான பிராமண எதிர்ப்பு கொண்ட பௌத்த மரபுக்கு எதிராக வெறித்தனமாகப் போராடி பௌத்தத்தை ஒழித்தன! இன்றைய இந்துத்துவத்தில் பிராமணியம் மட்டுமல்ல, பக்தியின் பாரம்பரியங்களும் ஏராளமாக உண்டு.

தமிழ்நாட்டிலும் பிராமண எதிர்ப்பு மிகச் சாதுர்யமாகத் தொழில்பட்டு வந்துள்ளது. 19-ஆம் நூற்றாண்டின் கடைசியில், 20-ஆம் நூற்றாண்டின் தொடக்க ஆண்டுகளில் இந்துப் பேரடையாளம் கட்டப்பட்ட காலத்தில் பிராமண எதிர்ப் பாளர்களான தமிழ்ச் சைவர்கள் "நாங்கள் இந்துக்கள் அல்ல" என்று அறிவித்துக் கொள்ளவில்லை. இந்துப் பேரடையாளத் திற்கு மாற்றாகப் பௌத்த பேரடையாளத்தைக் கட்ட முயன்ற அயோத்திதாசர் தாங்கள் இந்துக்கள் அல்ல என்று அறிவித் திருக்கிறார். இந்துப் பேரடையாளத்திற்கு இணையாக இங்கு சைவப் பேரடையாளம் கட்டப்பட்டது. தமிழகமெங்கும் சைவமாநாடுகள் நடத்தப்பட்டன. சைவப்பேரடையாளம் கட்டப்படுதலுக்கும் தமிழ்நாட்டு நிலவுடைமைச் சக்திகள் மறுதிரட்சி பெறுதலுக்கும் உதவியாகத்தான் பிராமண எதிர்ப்பு இங்குச் செயல்பட்டுள்ளது. தமிழ் மற்றும் தனித் தமிழ் இயக்கங்கள், இங்குச் சைவ அடையாளத்தின் கள்ள வடிவங்களாகத்தான் இருந்து வந்திருக்கின்றன. தமிழ்நாட்டின் பிராமண எதிர்ப்பு வைணவ அடையாளங்களைக் குறி வைத்துத் தாக்கியது (ராமன், ராமாயணம்). தமிழ்நாட்டு நிலப்பிரபுத்துவ சமயமான சைவத்தை அது தப்பவிட்டது (சிவன், பெரியபுராணம்). பெரியாரின் பிராமண எதிர்ப்பைத் தமிழ்ச் சைவம் பயன்படுத்திக் கொண்டதேயொழிய, அவரை அது சுதந்திரமாகச் செயல்படவிடவில்லை. சாருவாகத்திலிருந்து பிராமண எதிர்ப்பை மட்டும் எடுத்துக் கொண்டதைப் போல, பெரியாரியமும் தேர்வு செய்யப்பட்ட திசைகளில் மட்டுமே செயல்பட நிர்ப்பந்திக்கப்பட்டது.

இவ்வாறாக இந்திய வரலாற்றில் பிராமண எதிர்ப்பு சாதி எதிர்ப்பாகப் பரிணமிக்காமல் தடுக்கப்பட்டு வந்துள்ளது. பிராமண எதிர்ப்பின் சமூகரீதியான பன்முகப் பரிமாணங்கள் வற்றடிக்கப்பட்டு, அது ஆதிக்கப் போட்டிக்கான கருவி என்ற ஒற்றை வடிவத்தை ஈட்டியுள்ளது. பிராமண எதிர்ப்பு இங்கு சாதி எதிர்ப்பை உத்திரவாதப்படுத்தியதில்லை. ஆதிக்கப் போட்டியில் மட்டும் ஈடுபட்ட சாதிகளுக்கு பிராமண எதிர்ப்பு என்ற ஒற்றை வடிவம் போதுமானதாக இருக்கலாம். ஆனால் சாதி ஒழிப்பு என்ற வேலைத் திட்டத்தோடு செயல்படும் அடித்தளமக்களுக்கு அது போதாது.

சித்தர் சிந்தனை

தமிழ்ச் சித்தர்கள் 18 பேர் என்பது பிரபலம். பதினெண் சித்தர்கள் யார், யார் என்ற கேள்விக்கு வெவ்வேறு பட்டியல்கள் தரப்படுகின்றன. எல்லாப் பட்டியல்களிலும் இடம்பெறும் சில பொதுவான பெயர்கள் உண்டு. கோரக்கர், போகர், அகத்தியர் ஆகியோர் முதல் சித்தர்களாகக் குறிப்பிடப்படுவர். சிவவாக்கியர், பத்திரகிரியார், பாம்பாட்டிச் சித்தர், அகப்பேய் சித்தர், கொங்கணர், இடைக்காட்டுச் சித்தர், குதம்பைச் சித்தர் ஆகியோர் நன்கு அறியப்பட்டவர்கள். சித்தர் மரபைச் சைவ சமயத்தோடு இணைக்க விரும்புபவர்கள் திருமூலரை ஒரு சித்தராக்கிக் காட்டுவர். பட்டினத்தாரைச் சித்தராகக் காட்டு பவர்கள் உண்டு. இந்தப் பெயர்களெல்லாம் ஒருபுறமிருக்க, தமிழ்ச் சித்தர்களின் வரலாறு என்ன? என்று ஒரு கேள்வியைக் கேட்டுப் பார்ப்போம்.

12-13ஆம் நூற்றாண்டுகளில் வடமேற்கு இந்திய வட்டாரத்தில் தோன்றிய நாதர் சம்பிரதாயம் அல்லது நாதர் மரபு தமிழ் நாட்டு பதினெண் சித்தர் மரபுக்கு முன்னோடி மரபு என்று கூறமுடியும். நாதர் மரபின் முதலாசிரியர் கோரக் நாதர் என்பார். இவரே பதினெண் சித்தர் பட்டியல்களிலும் கோரக்கர் என்ற பெயருடன் முதல் சித்தராகச் சுட்டப்படுகிறார். கோரக்நாதர் மத்சியேந்திர நாதர் என்பவரிடமிருந்து சித்தர் தத்துவத்தை அறிந்ததாகக் கூறுகிறார்கள். சிவபெரு மானுக்குத் தெரியாத தாந்திரிகச் சித்தத் தத்துவத்தை பார்வதி தேவி அவருக்கு ஒருநாள் ரகசியமாகப் போதித்தார். அருகி லிருந்த குளத்தில் கிடந்த ஒரு மீன் (மத்சியம்) அதைக் கேட்டு விட்டது. கேட்டதால் அது மனித உருப்பெற்றது. மத்சியேந்திர நாதன் என்ற பெயரையும் பெற்றது. அவரிலிருந்து நாதர் மரபு பூமியில் உருவானதாகக் கதை. கோரக் நாதர் எழுதிய நூல்கள் உண்டு. அவை சித்தர் தத்துவத்தின் முதல் நூல்களாகக் கருதப்படுவன. இவ்வாறாகத் தமிழ்ச்சித்தனின் வரலாற்றுக்கு முன் வரலாறாக நாதர் மரபைக் கொள்ளலாம்.

பழைய இந்தியாவில் சித்தர்கள் என்ற பெயரில் சமணத் துறவிகள் அழைக்கப்பட்டனர். முக்தி நிலை அடைந்த சமணத் துறவிகள் சமண நூல்களில் சித்தர் என்ற அடைமொழியுடன் அழைக்கப்பட்டனர். சித்தம் என்ற சொல் சமண-பௌத்த மரபு களோடு தொடர்பு கொண்டது. மனப் பயிற்சி, மன மாற்றம், மனத்தளவில் அறம் சாதித்தல் என்ற திசைகளில் வேலை செய்த வர்கள் சமணரும் பௌத்தரும். சித்தம், சித்தி, போதம், போதி என்ற சொற்கள் சமண-பௌத்தத்தில் மனத்தால் சாதிக்கப் படும் அறநிலையை, அறிவு நிலையைச் சுட்டும் சொற்கள். சடங்குகளையோ, யாகங்களையோ, வழிபாடுகளையோ ஏற்காமல் உடல் - மனப்பயிற்சிகளுக்கு முன்னுரிமை கொடுத்தவர்கள் சமணரும் பௌத்தரும். உடலுக்கு நோய் வந்தால் நோய் நாடி நோய் முதல் நாடி குணப்படுத்தல் போல, மனக்கவலைகளை அடையாளங்களாகக் கொண்டு குணப்படுத்துதல் சமண பௌத்தரின் வித்தை. Treat the Body as wound என்பது புத்தரின் வாக்கு. இதனைத் தமிழில் மொழிபெயர்த்தால் 'உடலைக் காயமெனக் கொள்' என்று பொருள். தமிழில் உடலுக்குக் காய மென்ற சொல்லையே பௌத்தர்கள் விட்டுச் சென்றுள்ளனர்! சமண பௌத்தருக்கும் சித்தருக்கும் எப்போதுமே மருத்துவத் தோடு தொடர்பு உண்டு. உடல் மன ஒற்றுமையை இத்தத்துவ வாதிகள் வலியுறுத்துவர். இவ்வாறாகத் தமிழ்ச் சித்தனின் வரலாறு பழைய இந்தியாவின் சமண பௌத்த மரபுகளுக்கு நம்மை இட்டுச் செல்கிறது.

கதை இத்தோடும் முடிந்து விடுவதல்ல. சமண பௌத்த மரபுக்கு ஒரு முன் வரலாறு உள்ளது. சிந்துவெளி அகழ்வுப் பொருட்களில் ஒரு யோகியின் உருவம் பதிக்கப்பட்ட முத்திரை ஒன்று உள்ளது. எருது முகம் கொண்ட யோகி. இவர் சமண தீர்த்தங்கரர்களில் முதல்வரான ரிஷபநாதர் என்று சமண ஆய்வாளர்கள் கோருகின்றனர். அது மகாயோகியான சிவனின் வடிவம் என்று சைவர்கள் கோருகின்றனர். விலங்குகளின் தலைவனான, உயிர்களின் தலைவனான பசுபதி என்று சைவர்கள் விளக்குகின்றனர். சிந்துவெளி யோகி தீர்த்தங்கரனா, பசுபதியா?

சிந்துவெளி நாகரிகத்தில் வளமை - செழிப்பு சார்ந்த குறியீடுகளை வெகுசன வழிபாட்டுப் பொருட்களாக வணங்கும் மரபு ஒன்றும், மனித உடல்- மனப்பயிற்சிகளை மையமிட்ட மரபு ஒன்றும் தோன்றின என்று முன்பு குறிப்பிட்டோம். குறிப்பிட்ட

இந்தியத் தத்துவங்களும் தமிழின் தடங்களும் 217

இக்காலத்திலேயே அறத்திற்கும் சடங்கிற்கும் இடையிலான வேறுபாடு தோன்றிவிட்டதாகத் தெரிகிறது. சடங்குகள் சமூகத்தின் வெளிச்சத்திலும் அறம் தனிமனிதனின் அகத்தளத்திலும் தொழில் படத் துவங்குகின்றன.

சிந்துவெளியில் தனிமனிதனை மையமிட்டுத் தோன்றிய அந்தப் பழைய மரபு முதிர்ந்து கி.மு. 8-7ஆம் நூற்றாண்டுகளை ஒட்டி சமண பௌத்தச் சிந்தனைகளாக வெளிப்பட்டது. இப்போது அது சிராமண மரபு என்ற பெயருடன் வைதீக பிராமண மரபுக்கு மாற்றாக வெளிப்பட்டது. அறம் / சடங்கு எனும் எதிர்வு தெள்ளத் தெளிவாக புலப்பட்டது சிராமணம் / பிராமணம் என்ற எதிர்வில்தான். பிராமண மரபு வேதச் சடங்குகள், மந்திரங்கள், யாகங்கள், உயிர்ப்பலிகள், பிராமணர் மேலாதிக்கம் என்று வளர்ந்து கொண்டு போக, சிராமண மரபு சித்தம், போதம் (சித்தி, போதி) என மன ஆழங்கள் பற்றிய தத்துவ ஆய்வுகளில் தன்னை ஈடுபடுத்திக் கொண்டது. பிரம்மத்தின் ஏகாந்தவாதத்தை மறுத்து சமணம் அனேகாந்த வாதத்தையும் அகிம்சையையும் முன்மொழிந்தது; ஆன்மாவின் இருப்பை மறுத்த பௌத்தம் மனித மனத்தைத் தனது மிகப்பெரும் ஆய்வுப் பொருளாக எடுத்துக் கொண்டது. ஆன்மாவை மறுத்தல் என்பது சுயத்தை மறுத்தல். சுயத்தை மறுத்தல் என்பது சுயநலத்தை மறுத்தல். சுயநலம் மறுக்க பொதுநலம் பற்றிப் பேசுபவர்களாகிறோம். அறமும் அறிவும் பொது (நலத்) தளத்தில் தான் தொழில்படு கின்றன. பௌத்தத்தில் இப்படித்தான் அறமே தத்துவமாகிறது.

சமணமும் பௌத்தமும் தமிழில் வேர்பிடித்த போது, இங்கு அறஇலக்கியங்கள் செழித்தன என்பதை இங்குக் கவனத்திற்குக் கொண்டு வருவோம். சமண பௌத்தத்தைத் தமிழ்ச்சூழல் களில் வீழ்த்திய சைவமும் வைணவமும் தமிழ்நாட்டின் அறச் சிந்தனைக்கு எந்தப் பங்களிப்பும் செய்து விடவில்லை என்பதையும் இங்குக் கூடுதலாகக் கூறிச் செல்வோம். அறச் சிந்தனையைப் பின்னுக்குத் தள்ளி அவை பக்தியையும் கோயில் கலாசாரத்தையும் சடங்காசாரங்களையும் சாதி - நல உடைமையையும் கட்டமைத்தன என்பதைக் காண்கிறோம். பக்தியும் கோயில் கலாசாரமும் நிறுவனப்பட்டுப் போன பிறகு, தமிழ்ச்சித்தர்களின் வழி அறச் சிந்தனை மீண்டும் முன்னுக்கு வருகிறது. கோயில் கலாசாரத் தையும் அது வளர்த்தெடுத்த சாதி - நிலவுடைமை மதிப்புகளையும் விமர்சித்தபடி தமிழ்ச்சித்தர் மரபு அரங்கிற்கு வருகிறது. சடங்கா சாரங்கள் மிகத் தீவிரமாக மறுதலிக்கப்படுகின்றன.

தமிழ்ச்சித்தர் மரபிற்கு முன்னோடி என நாம் குறிப்பிட்ட வட இந்திய நாதர் சம்பிரதாயமும் வட இந்தியச் சூழல்களில் வைணவ பாகவத மரபுக்கு மாற்றாகத்தான் தோன்றியது. குப்தர் காலம் தொட்டு 10-11ஆம் நூற்றாண்டுகள் வரை வட இந்தியாவில் செழித்து வளர்ந்த புராணீக வைணவத்தை நாதர் சம்பிரதாயம் கடும் விமர்சனங்களுக்கு உள்ளாக்கியது. நாதர் சம்பிரதாயத்தின் விமர்சன மனோபாவத்தை (Critical Spirit) சூபிகளும் கபீரும் குருநானக்கும் சந்தர்களும் ஆர்வத்துடன் ஏற்றுக் கொண்டனர். அறந் சிந்தனை சடங்குகளுக்கு எதிர் சக்தியாக தொழில்பட்டது.

இவ்வாறாக அறம் / சடங்கு எனும் எதிர்வு இந்திய வரலாற்றில் பின்னிடைக் காலம் வரை (கி.பி. 17-ஆம் நூற்றாண்டு வரை) ஓர் நிரந்தர முரண்பாடாகச் செயல்பட்டு வந்திருப்பதைக் காணு கிறோம். அறம் ஓர் அறிவுபூர்வமான கருத்தியலாக, மனிதநேயக் கருத்தியலாக, சமூக நலன் நோக்கிய கருத்தியலாகச் செயல்பட்டு வந்திருப்பதைக் காணுகிறோம். சடங்குகளைக் காத்து நின்ற பிராமணரும் பக்தி இயக்கத்தாரும் இந்தியச் சமூக வரலாற்றைப் பின்னோக்கி இழுத்தவர்களாகவும் அறம் பேசிய சமண பௌத்தரும் நாதரும் சித்தரும் சமூகத்தை முன்னோக்கி நகர்த்தி யவர்களாகவும் உள்ளமையைப் பார்க்க முடிகிறது.

இந்தியப் பண்பாட்டு வரலாற்றில் சாதிச் சடங்கியல் சமூகம் குறித்த ஆழமான விமர்சன வாய்ப்புகளை வழங்குவதாகச் சமண-பௌத்த - சித்தரியம் முன் வைத்த அறச்சிந்தனை உள்ளது இன்றுவரை.

சாதி, மத, சடங்கியல் அதிகார மையங்களை உடைக்க வெட்டவெளி என்ற ஆதாரநிலை பௌத்தர் முதல் சித்தர் வரை ஒரு விமர்சனக் கருவியாகப் பயன்பட்டிருக்கிறது என்பதைக் கண்டுகொள்ள வேண்டியுள்ளது. நமது காலத்தில் பின்னை நவீனத்துவம் பேசுவோரது தத்துவ நிலைப்பாடு பௌத்தர் போலவும், சித்தர் போலவும் வெற்றுப் பாழ்வெளி ஒன்றை ஆதாரமாகக் கொண்டு அதிகார மையங்களைத் தகர்க்கும் பண்பு கொண்டதாக உள்ளது கவனிக்கத்தக்கது. இத்தகைய தத்துவ நிலைப்பாட்டிற்கு விமர்சன ஆற்றல் ஏராளமாக உள்ளது. அதன் விமர்சன ஆற்றலை நாம் பயன்படுத்திக் கொள்ள முடியும். ஆனால் பௌத்தர்களும் சித்தர்களும் வரலாற்றில் தோற்றுப் போயிருக்கின்றனர் என்ற அனுபவத்தையும் நாம் கணக்கிலெடுத்துக் கொள்ள வேண்டியுள்ளது.

7. உடமைச் சமூக வரலாற்றில் ஆன்மாவின் பயணம்

7

உடமைச் சமூக வரலாற்றில் ஆன்மாவின் பயணம்

இந்தியாவின் தாய் மதம் பௌத்தம் என்றே சொல்ல வேண்டும். வரலாற்றில் மிகப் பழமையானதும், பிற்காலத்திய பல மதங்களின் பிரச்சினைகளை முன்னதாகவே நிர்ணயித்ததும் பௌத்தம்தான். எனவே இந்தக் கதையைப் பௌத்தத்திலிருந்தே தொடங்க வேண்டும்.

சங்கம்

பௌத்தம் இந்தியாவின் மிகப் பழைய இனக்குழுக்களின் அழிவைக் கண்கூடாகக் கண்டது. தனி உடமை வேட்கைகளினால் இனக்குழுக்களுக்கிடையில் போர்களும் அழிவும் விளைவதை பௌத்தம் வருத்தத்துடன் பார்த்தது. பழைய இனக்குழுக்களிடையில் இயல்பாக நிலவிய சமத்துவத்தை தனிஉடைமையின் தோற்றம் அழித்தொழிப்பதை அது வேதனையுடன் கவனித்தது. அத்தகைய சூழல்களில்தான் பௌத்தம் தனது தத்துவத்தின் மையக் கருத்தாக சங்கம் என்பதை முன்வைத்தது. சங்கம் என்பது வெறும் கருத்து அல்ல. அது ஒரு நிறுவனம். பொதுஉடமை, தனிமனித அதிகார நீக்கம், பரிபூரண எளிமை போன்ற இலக்குகளின் மீது அந்நிறுவனம் கட்டப்பட்டது. எல்லா மனிதர்களாலும் அது பின்பற்ற முடியாமற் போனாலும் பௌத்த பிக்குகள் எனப்பட்ட இலட்சிய புருஷர்களாவது அதனைக் கறாராகப் பின்பற்ற வேண்டும் என்று புத்தர் விரும்பியிருப்பார்.

அனான்மம்

தனி உடமை என்பது ஒரு தற்காலிக நிகழ்வுதான், அது தொடரப்போவதில்லை என்று புத்தர் கருதியிருக்க வேண்டும். பல ஆயிரம் ஆண்டுகளாக எத்தனையோ கடினமான

சூழல்களில் பல நூறு இனக்குழுக்களைக் கட்டிக் காத்த புராதனப் பொதுஉடமை அமைப்பு அத்தனை எளிதில் உடைந்து சிதறிப் போகும் என்பதில் புத்தருக்கு நம்பிக்கை இல்லை. எனவே தனி உடமையையும் தனிமனிதம் என்ற உணர்வையும் புத்தர் கிட்டத்தட்ட பொய் என்றே கருதினார். எனவே தனிமனித உணர்வை அவர் ஒரு தத்துவ உண்மையாகக் கொள்ளவில்லை. இதன் விளைவாகவே தனிமனித உணர்வை அடியோடு மறுக்கும் அனாத்மவாதம் என்ற கோடபாட்டை புத்தர் உருவாக்கினார். தனிமனிதரின் சாராம்சம் எனக் கருதப்படும் ஆன்மா என்ற கருத்துக்கு உண்மைத்தன்மை இல்லை என்பது அக்கோட்பாடு.

அனான்மம் என்பதற்கும் சங்கம் என்பதற்கும் ஒரே பொருள்தான். தனிமனிதம் என்ற ஒன்று இல்லை என்று அனான்மம் கூறுகிறது, சங்கம் மட்டுமே உள்ளது என்ற கூற்றின் மறுபக்கம் அது.

வரலாறு புத்தரை ஏமாற்றிவிட்டது

வரலாறு புத்தரை மிக வன்மையாக ஏமாற்றிவிட்டது. பல ஆயிரம் ஆண்டுகாலமாக நிலவிய புராதன பொதுஉடமைச் சமுதாயத்தை அப்போதுதான் அரையும் குறையுமாகத் தோன்றியிருந்த தனிஉடமை என்ற புதுப்பழக்கத்தால் அழித்துவிட முடியாது என்று புத்தர் கருதினார் அல்லவா? அந்தத் தனிஉடமை அரசர்களின் புதுப்புது ஆசைகளால் அதிகார நாட்டங்களால் விரைவில் பலம் பெறத் தொடங்கியது. தனி உடைமை சார்ந்த தனிமனித உணர்வுகளும் பலம் பெறத் தொடங்கின. இத்தனைக்கும் தனிமனித உணர்வுகளால் விளையும் துன்பங்கள் பலப்பல. எல்லாச் சிரமங்களையும் இனக்குழுவினர் ஒட்டுமொத்தமாக ஒருவருக்கொருவர் ஆதாரமாக நின்று சந்தித்துக் கொண்ட நிலையிலிருந்து ஒவ்வொருவருடைய துயரங்களையும் அவரவரே தன்னந் தனியாக அனுபவிக்க வேண்டிய நிலை. இருப்பினும் தனி உடமை வென்றது. தனிமனித உணர்வு வென்றது. ஆக, உடமைச் சமூகம் தோன்றியே விட்டது.

ஆன்மா

புத்தர் முன்பு கூறியதுபோல ஆன்மா இல்லை என்று இனிச் சொல்லமுடியாது. அப்படிச் சொல்லிக்கொண்டிருந்த

அனான்மவாதம் வரலாற்றில் தோற்றுவிட்டது. தனிஉடமை தோன்றிவிட்டதென்றால், தனிமனித உணர்வு தோன்றிவிட்டதெனில், அத்தனிமனிதரின் சாராம்சமாக ஆன்மா என்ற ஒன்று உள்ளது என்பதை ஒத்துக்கொண்டே ஆக வேண்டும். வேத உபநிடதத் தத்துவங்கள் ஆன்மா என்ற தனிமனித சாராம் சத்திற்கு மிக அடிப்படையான இடத்தை வழங்க முன்வந்தன. ஆன்மாவே மானுட சாராம்சம் என அவை அறிவித்தன. சங்கம் என்ற அமைப்பின் நடைமுறைத் தோல்வி ஆன்மத் தத்துவத்தைத் தோற்றுவித்தது என்று ஆனந்த குமாரசாமி விளக்குகிறார்.

ஆன்மாவும் அனான்மாவும்

தனிஉடமை தோற்றம் பெறத் தொடங்கிய அந்த நாட்களில், பொது உடமையும் தனி உடமையும் ஒரே நேரத்தில் கலந்து நிலவின. தனி உடமை கொண்ட அரச குடும்பங்களும் பொது உடமையோடு வாழ்ந்து வந்த பொதுமக்களும் ஒரே காலத்தில் ஒரே சமூகத்தில் வாழ்ந்தனர். வேறு மொழியில் சொல்லுவதானால், தனிமனித உணர்வு கொண்ட தனிமனிதர்களும் பொது உணர்வுகளோடு வாழ்ந்த பொதுமக்களும் சேர்ந்தே வாழ்ந்தனர். அதாவது தனிமனித ஆன்மா குறித்த தன்னுணர்வு கொண்டோரும் கூட்டுணர்வோடு வாழ்ந்த பொதுமக்களும் கலந்தே வாழ்ந்தனர். தனிமனித உணர்வுகள் தோற்றம் பெறத் தொடங்கிவிட்டன என்பதைக் கிட்டத்தட்ட எல்லோரும் புரிந்து கொண்டனர். ஆன்மாவை ஆதரித்தவர்களும் அனான்மத்தை ஆதரித்தவர் களும் சேர்ந்தே வாழ்ந்தனர். அனான்மம் தேய்ந்துகொண்டே வந்தது. ஆன்மா நிலை பேறு பெறத்தொடங்கியது. ஆயின் உடமையற்ற, தனிமனிதம் அற்ற கடந்த காலம் குறித்த ஏக்கம் பெருகிக் கொண்டே போனது. அனான்ம ஏக்கம் சமத்துவம் குறித்த ஏக்கம். அனான்மமும், சங்கம் குறித்த உணர்வுகளும் சாக மறுத்தன. அவை தம்மை நேரடியாகவும் மறைமுகமாகவும் உணர்த்திக்கொண்டே இருந்தன.

ஓர் இரட்டை நிலை: ஆன்மாவும் ஆணவமும்

தனிமனிதத்தின் உடமை மற்றும் அதிகாரம் குறித்த ஆசைகள், பேராசைகள் தனிமனித ஆன்மாக்களை ஒரு குற்ற உணர்வு போல வருத்த ஆரம்பித்தன. இதுதான் ஆன்மாவின் நிலையா? என்ற பெரும் கேள்வி ஆன்மாக்களைக் குடைய ஆரம்பித்தது. பல ஆயிரம் ஆண்டுகால உடமையற்ற உணர்வு

களை நினைவுக்குக் கொண்டுவந்து அவற்றின் வெளிச்சத்தில் தனிமனித உணர்வுகளை எடைபோடும்போது இனம் புரியாத ஒரு குற்ற உணர்வு மேலும் மேலும் பெருகியது. உடமையற்ற பொது நிலையின் சந்தோஷங்கள் முன்னுக்கு வந்தன. சுயநலம் என்ற ஒரு புது உணர்வு ஆன்மாவோடு தொக்கி நிற்பதை அக்கால மக்கள் புரிந்துகொண்டனர். வாழ்வு முரண்பாடு கொண்டதாக ஆகிவிட்டதை அவர்கள் கண்டுகொண்டனர். உடமை, அதிகாரம், பாலியல் இன்பம் என்ற பல்வேறு தளங்களில் சுயநலம் கொண்டோராக மனிதர்கள் மாறி வருவதை அவர்கள் அறிந்து கொண்டனர். சமத்துவ ஏக்கம் அவர்களை வருத்தியது. இருப்பினும் சுயநலத்தை விட்டு விலக்கிச் செல்லவும் அவர்களால் இயலவில்லை. உளவியல் ரீதியாக அவர்கள் ஆழப்படத் துவங்கினர். தனிமனிதரிலேயே ஆன்மா என்ற ஒரு தூய நிலையும் ஆணவம் என்ற தூய்மையற்ற நிலையும் உள்ளது என அவர்கள் வரையறுக்க முன்வந்தனர். தனிமனிதம் இரட்டைத்தன்மை கொண்டது என்ற புரிதலோடு தத்துவ வரலாற்றில் ஒரு மிகப்பெரிய இருமை நிலையினுள் மனிதர்கள் நுழைந்தார்கள்.

தனிமனிதரில் ஆன்மாவும் ஆணவமும் ஓர் உள்முரண் பாட்டை, ஓர் இருமை நிலையைக் குறிக்கின்றன என்பது மட்டுமல்ல, ஆன்மாவிலேயே இத்தகைய இரட்டை நிலை உண்டு. எப்படி? ஆன்மாவில் ஆணவத்தின் சாயலும் உண்டு; அனான்மத்தின் சாயலும் உண்டு. ஆணவம் போல் ஆன்மாவும் தனித்தது; இருப்பினும் அனான்மம் போல் பொதுமை நோக் கியது. தனித்திருந்து பொதுமை கோருவது ஆன்மாவின் உள்முரண்பாடு. அனான்மம் அப்படி தனித்திருப்பதல்ல. அதன் பொருளே அது எல்லாவகைத் தனிமைகளையும் மறுப்பது என்பதாகும். அனான்மாவின் பொருள் சங்கம் ஆகும். ஆன்மா தனித்திருப்பது, அதனால் சங்கமாக முடியாது என்பதை உணர்த்துகிறது. சங்கரன் கூட அதனை அத்துவிதம் என்றுதான் கூறினான், ஏகம் என்று கூறாமல் மழுப்பிவிட்டான்.

ஆன்மா என்ற தூய தனிமனிதத்தின் தவிர்க்க இயலாத இருண்ட பக்கம் ஆணவம். ஒன்று இல்லாமல் மற்றது கிடையாது. ஆன்மா தூய்மையாகக் காட்சியளிப்பதே ஆணவத்தின் இருட்டுப் பின்புலத்தில்தான். ஆன்மா ஆணவத்தைப் பொய் என்று

நிரூபிக்க முயற்சி செய்கிறது. இருப்பினும் ஆணவம் தன் உடன் பிறப்பை விட்டு விலகுவது இல்லை.

இயலாமையின் மொழி: ஆன்ம முக்தி

ஆன்மா/ ஆணவம் என்ற இரட்டை நிலை உண்மையில் பூர்வீக இனக்குழு/ புதிதாக உருவாகி வந்த தனிமனிதம் என்ற முரண்பாட்டின் வெளிப்பாடுதான். இன்றைய மொழியில் அதனைச் சமூகம்/ தனிமனிதம் என்று கூறலாம். பொதுநலம்/ சுயநலம் என்றும் புரிந்து கொள்ளலாம். சமூக வாழ்வு தழுவிய இந்த முரண்பாட்டை சமூகத் தளத்திலேயே அர்த்தப்படுத்த இயலாத அன்றைய தத்துவங்கள் தனிமனித உளவியல் தளத்தில் அம்முரண்பாட்டைப் பதிய வைத்துக் காட்டின. அன்றைய தத்துவங்களின் கையறு நிலையையும் இது காட்டுகிறது. சமூகத்தளத்தில் உண்மையாக இம்முரண்பாட்டை முன்வைக்கவோ தீர்வுகாணவோ பலமற்றுப் போன அன்றைய தத்துவங்கள் ஆன்மா/ ஆணவம் என்ற பிரச்சினையை ஓர் உளவியல் பிரச்சினையாகச் சித்தரித்துக் காட்டின. ஆணவத்திலிருந்து தப்பித்து ஆன்மா தன்னைச் சமூகம் சார்ந்ததாக, பொதுநலம் சார்ந்ததாக அமைத்துக் கொண்டாலே அது முக்தி அடைந்த தாகக் கருதிக் கொண்டது. ஆணவத்திலிருந்து விடுதலை பெறுதல் ஆன்மாவின் விடுதலை என்ற வரையறை உறுதிப்படத் தொடங்கியது. தனிமனிதம் தன்னைத்தானே தூய்மைப்படுத்திக் கொள்ள வேண்டும். அது விடுதலை. ஆன்மாவும் தனிமனிதம். ஆணவமும் தனிமனிதம். இருப்பினும் தனிமனிதத் தளத்திலேயே ஒன்று சமூகம் சார்ந்த குறியீடாகவும் மற்றொன்று தனிமனிதம் சார்ந்த குறியீடாகவும் உள்ளுக்குள்ளாகவே வரையறுத்துக் கொண்டன. படிப்படியாக சமூகம் என்ற ஒரு விஷயம் இங்கு சம்பந்தப்படுவதே கூட மறக்கடிக்கப்பட்டு ஆணவத்திலிருந்து விடுதலை பெறுவதே ஆன்ம முக்தி என்று சுருக்கமாக கருதப் பட்டது.

ஆண்டவன்

ஆணவத்திலிருந்து விடுதலை பெற்றவன் முக்தியடைவான், சரி. ஆனால் ஆணவம் அவ்வளவு எளிதில் அகன்றுவிடும் என்று உடமைச் சமூகம் நம்பத் தயாரில்லை. ஆன்மா தன்மை அவ்வளவு பலம் கொண்டதாக நம்பத் தயாராக இருக்கவில்லை. ஆன்மா மிகவும் பலவீனமாக இருந்தது. எனவே தன்னைத் தானே இன்னும் அதிகமாகப் பலவீனப்படுத்திக் கொண்டு அது

ஆண்டவன் என்ற கருத்தை உற்பத்தி செய்தது. ஆன்ம விடுதலைக்கு ஆண்டவன் தேவை என்று அது அறிவித்தது. ஆணவத்தை அகற்றவும் ஆன்ம விடுதலை பெறவும் அது கடவுளை நம்பத் தொடங்கியது. ஆணவத்திற்கெதிரான போராட்டத்தில் தன்னை மிகவும் பலவீனமாக உணர்ந்த ஆன்மா ஆண்டவன் வந்து ஆட்கொள்ளுவான் என்று சாதுர்யம் பேசியது. ஆண்டவன் என்ற கருத்தாக்கத்தின் உதயம் உண்மையில் ஆன்மாவின் மிகப்பெரிய பலவீனம். ஆணவத்தை அது தனியாக எதிர்கொள்ள முடியாமல் போனதை ஆண்டவன் என்ற கருத்தாக்கம் காட்டிக் கொடுக்கிறது. இது இயலாமையின் உச்சக்கட்டம். ஆன்மாவின் பலவீனமும் ஆண்டவனுக்குக் கற்பிக்கப்பட்ட அதீதப் பலமும் உண்மையில் ஆணவத்தின் ஆற்றலை எடுத்துக்காட்டுகின்றன. அதாவது ஆன்மா தனி உடமைச் சமூகத்தில், தனிஉடமையின் முன்னால் பலமிழந்து போனதை அவை எடுத்துக் காட்டுகின்றன. மனித மனம் தனது தோல்விகளை இடப்பெயர்ச்சி செய்து வெற்றிகளாக மறு உருப்படுத்தும் என்று நீட்சே கூறுவார். இதுதான் ஆன்மா விற்கும் நடந்தது. தூய ஆன்மா தனது பலவீனங்களை ஆண்டவனாக இடப்பெயர்ச்சி செய்தது. தன்னால் சொந்தமாக முக்தியைச் சாதிக்க முடியவில்லை என்பதை, அது இறைவன் தானாக முன்வந்து தன்னை ஆட்கொள்வான் என அறிவித்துக் கொண்டது. தான் எந்த ஆற்றலுமின்றி நிர்கதியாக நிற்கும் போது இறைவனைச் சரணடைந்தால் அவன் வந்து ஆட்கொள்ளுவான் என வருணித்தது.

ஆணவம் பொருட்தன்மை கொண்டது, தனித்தது

தனிமனிதத்தை இரண்டாக உடைத்து ஒன்றைத் தூய ஆன்மா என்றும் மற்றதை அதிகார மமதை கொண்ட ஆணவம் என்றும் கூறிய இந்தியத் தத்துவங்கள் தொடர்ந்து அதே தனிமனித உளவியல் எல்லைக்குள் ஆன்மாவை கருத்துமய மானது என்றும், ஆணவத்தைப் பொருட்தன்மை கொண்டது என்றும் வரையறை செய்தன. கருத்துமயமான ஆன்மா அதேபோல கருத்துமயமான இறைவனுடன் சேர்ந்து தன் விடுதலையைச் சாதித்துக் கொள்ளுமென்றும், பொருட்பண்பு கொண்ட ஆணவம் அதே போன்ற பொருட்தன்மை கொண்ட உலகுடன் சேர்ந்து விடுதலையைத் தடை செய்யுமென்றும் விளக்கம் தரப்பட்டது.

ஆணவம் என்ற சொல் அணு என்ற சொல்லிலிருந்து பிறந்ததாகச் சொல்லுகிறார்கள். அணு என்பது கூட்டற்ற தனித்த பொருளைக் குறிப்பது. ஆணவம் என்பது உடமைச் சமூக மனிதரின் தனித்த நிலையையே குறிக்கிறது. இதற்கு மாறாக ஆன்மாவில் பொதுநிலை பதிவாகி இருப்பது போன்ற தோற்றம் உள்ளது. ஆணவத்தோடு ஒப்பிட ஆன்மாவில் பொதுநிலை பதிவாகி இருக்கலாம். ஆனால் புத்தர் முன்வைத்த சங்கம், அனான்மா ஆகியவற்றோடு ஒப்பிட ஆன்மாவும் தனிமனிதத்தையே சுமக்கிறது.

அனான்மத்தின் போலிமை ஆன்மா

ஆன்மா நிர்குணமானது. ஆன்மாவைப் பற்றிச் சொல்லு வதற்கு ஏதுமில்லை. அது எல்லா ஆற்றல்களையும் இழந்து விட்டது. அது குணங்களை உதிர்த்த போதும் அனான்மா ஆகும் அடிப்படையை இழந்து நிற்கிறது. நிர்குணம் என்பது கிட்டத்தட்ட நிர்வாணம்; ஆனால் அது நிர்வாணம் அல்ல, ஒரு கோவணம் அளவாவது ஆடை கட்டிய நிர்வாணம் அது. நிர்வாணம் ஆகாமல் அது நிர்வாணமாக ஆசைப்படுகிறது. ஆன்மா தும்பை விட்டுவிட்டு வாலைப் பிடிக்கிறது. தன்னைத் தனித்ததாக ஒருநிலையில் அறிவித்துக்கொண்டு இன்னொரு நிலையில் பொதுவானதாக எத்தனிக்கிறது. தனிஉடமைச் சமூகத்தின் மோகவலையினுள் தானாக வந்து சிக்கிக்கொண்டு பின்னர் பொதுமை என நாடகமாடுகிறது. அனான்மத்தின் போலிமை ஆன்மம். சங்கரன் பிரசன்ன பௌத்தனாவது இந்த இடத்தில்தான். எத்தனை முறை எத்தனித்தாலும் ஆன்மா அனான்மா ஆக முடியாது.

உடமைச் சமூகத்தில் ஆணவத்தின் பெருக்கம்

ஆன்மா ஆணவத்தை உரக்கக் கண்டிக்கிறது. ஆனால் ஆன்மாவும் ஆணவமும் ஒரே குட்டையில் ஊறிய மட்டைகள். உடமைச் சமூக வரலாற்றில் ஆன்மா மேலும் மேலும் பல வீனப்பட ஆவணவம் அடுத்தடுத்து தன் பலத்தைப் பெருக்கிக் கொண்டது. தமிழில் தோன்றியதாகச் சொல்லப்படும் சித்தாந்தத் தத்துவத்தில் ஆணவம் அதன் உச்சக்கட்ட வளர்ச்சியைச் சாதித்தது. ஆன்மாவைப் போலவே, ஏன், அந்த ஆண்டவனைப் போலவே தானும் ஆதிஅந்தம் இல்லாத தனிப்பெரும் பொருள் (பதி, பசு போலவே பாசமும் அநாதி) என அது அறிவித்துக்

கொண்டது. எந்த நிலையிலும் ஆணவத்தை அடியோடு விலக்க முடியாது, ஏனெனில் அது முதற்பொருள் மூன்றினில் ஒன்று என சைவ சித்தாந்தம் கூறுகிறது. சித்தாந்தத்தின் ஆணவம் குறித்த கோட்பாடு ஆன்மீகத்திற்கு அடிக்கப்பட்ட ஆப்பு. கடைசி ஆணி. சித்தாந்த சைவத்திற்கு தனிஉடமைச் சமூக அனுபவம் அதிகம் உண்டு. ஆணவத்தை அகற்ற முடியாது என்ற பாடத்தை அந்த அனுபவங்கள் சொல்லிக் கொடுத்திருக்க வேண்டும். ஆணவம் அநாதி என்ற வாக்கியம் ஆன்மாவின் படுதோல்வியைச் சுட்டுகிறது. இனி எப்போதுமே ஆன்மா அனான்மாவாக முடியாது.

இப்படியாக, உடமைச் சமூகத்தின் தனிமனிதனை ஆன்மாவும் ஆணவமும் பங்கு போட்டுக் கொண்டன. இரண்டுமே தனி உடமையின் வெளிப்பாடுகளாக இருந்ததால், எது வெற்றி பெற்றாலும் அது தனி உடமையின் வெற்றியாகத்தான் அமைந்தது. எது வெற்றி பெற்றாலும் அது தனி உடமையின் எல்லைகளைக் கடந்து வெளியே வந்ததாகாது. மிக அடிப்படையாக மனித மனத்தை அகழ்ந்தெடுத்து ஆய்வு செய்வதாகக் காட்டிக் கொண்டாலும் ஆன்மத் தத்துவங்கள் தனிமனிதத்தைத் தாண்டி இன்னொரு அடிப்படையைக் கண்டறிய இயலாதவை ஆகின. சமூகம் என்ற பெரும்பரப்பை ஆன்மத் தத்துவங்கள் எப்போதுமே தவறவிட்டு விடுகின்றன. ஆன்மா வையும் வைத்துக் கொண்டு சமூகம் பற்றிப் பேச முடியாது. சமூகம் என்பது ஆன்மாவிற்குப் போடும் சிறுதீனிதான், அது ஆன்மாவிற்கு அடிப்படையானது அல்ல.

நமது காலத்தில்தான் தனிமனிதம் என்ற கற்பிதத்தை விட்டு விலகி சமூகம் சார்ந்து சிந்திப்பதற்கு நாம் கற்று வருகிறோம். எங்கெங்கோ சுற்றிவிட்டு இப்போதுதான் பௌத்த வகைப்பட்ட சிந்தனைக்கு மீண்டு வருகின்றோம். உடமைச் சமூகங்களின் தனிமனிதனைப் புரிந்துகொள்ள சமூக வரலாறு தேவை என்ற உண்மை தெரியவருகிறது. தனிமனிதத்தை தனிமனிதத்திற்கு உள்ளேயே நின்று கொண்டு உடைக்க முடியாது என்பது புலப்படத் தொடங்குகிறது. அனான்மம் என்ற பாழ்வெளிப் பரப்பை மனம் தேடுகிறது.

பகுதி II
தமிழின் தடங்கள்

1. இந்தியச் சூழல்களில் தமிழர் தத்துவமரபுகள்

1

இந்தியச் சூழல்களில் தமிழர் தத்துவ மரபுகள்

பத்மபூஷன் முனைவர் ராஜா சர் வி.கி.முத்தையா செட்டியார் அறக்கட்டளை சார்பான இச்சொற் பொழிவில், தமிழர் தத்துவ மரபுகளுக்கும் இந்திய துணைக் கண்டத்தின் தத்துவங்களுக்கும் இடையிலான தொடர்புகளை அடையாளங் காணுவதுடன், இந்தியத் தத்துவச் சிந்தனைகளுடன் தமிழர் மரபுகள் கொள்ளும் இயங்கியல் உறவுகளை (dialectical interaction) அறிவதற்கான ஒரு சிறு முயற்சி மேற்கொள்ளப்படுகிறது. தமிழின் இருத்தலையும் இந்நாட்டின் பிற்பகுதிகளில் உருக்கொண்ட தத்துவங்கள் மற்றும் பண்பாட்டு ஊடாட்டங்களையும் அறிவதற்கான ஒரு கோட்பாடாக இயங்கியலை இங்கு நான் பயன்படுத்தியுள்ளேன். இயங்கியல் கோட்பாடு ஒரு புறம் தமிழின் உயிர்ப்பு நிலையை அடையாளப்படுத்தவும் இன்னொரு புறம் பிற சிந்தனைகளோடு அது கொள்ளும் வேறுபாடு, மோதல், செல்வாக்கு, தாக்கம் போன்ற பல்வேறு அம்சங்களை உள்ளடக்கியதாகவும் இங்குப் பயன்படுத்தப் படுகிறது.

சங்கப் பாடல்களில் ஆதிப் பொருள்முதல்வாதப் பண்பாடு

தமிழ் பண்பாட்டு விவாதங்கள் எதுவாக இருந்தாலும், கி.மு.3-ஆம் நூற்றாண்டு முதல் கி.பி.5-ஆம் நூற்றாண்டு காலகட்டம் வரையிலான, ஏறத்தாழ 800 ஆண்டு காலங்களில் தோன்றிய சங்க இலக்கியப் பாடல்களில் இருந்து அவற்றை ஆரம்பிப்பதே சரியாக இருக்கும். தமிழ் அறிஞர்கள், கடைச் சங்க காலம் ஜைன-புத்த செல்வாக்குப் பெற்றிருந்ததை ஏற்றுக் கொள்கின்றனர். இருந்த போதிலும் தென்னிந்தியாவிற்குள் சிராமண தத்துவங்கள் நுழைவதற்கு முன்பிருந்த பண்பாட்டிலிருந்தே பூர்வீகத்

தமிழ் பண்பாட்டைத் தமிழ் அறிஞர்கள் தேடத் தொடங்கு கின்றனர்.

தொடக்ககாலச் சங்கப் பாடல்கள் ஆச்சரியப் படத்தக்க வகையில் மதச்சார்பற்ற நெறிகளை, எந்த மதத்திற்கும், எந்தப் புராணங்களுக்கும் தொடர்பு அற்ற நிலையில் எடுத்துரைப்பதை அறிஞர்கள் சுட்டிக்காட்டுகின்றனர். அதே வேளையில், சுயமான முறையில், நில அமைப்புகளுடனும் அவற்றின் பண்புகளுடனும் உடனடித் தொடர்பு கொண்டனவாக அன்றைய சிந்தனை முறைகள் அமைந்திருந்ததைக் காணமுடிகிறது. அதாவது புவியியல் பொருள்முதல்வாதம் எனும் பண்பு கொண்டதாக பழங்காலச் சிந்தனைகள் தனிச் சிறப்பு மிக்கனவாக இருந்துள்ளன. பழங்காலத்தில் தமிழர்கள் தாம் வாழ்ந்து வந்த நிலப்பகுதிகளைக் குறிஞ்சி, முல்லை, மருதம், நெய்தல், பாலை எனப் பிரித்திருந்தனர். குறிஞ்சி என்பது மலையும் மலை சார்ந்த இடமும், முல்லை என்பது காடும் காடு சார்ந்த இடமும், மருதம் என்பது வயலும் வயல் சார்ந்த இடமும், நெய்தல் எனில் கடலும் கடல் சார்ந்த இடமும், இறுதியாகப் பாலை எனில் வறண்ட நிலம் எனவும் பொருள்பட நிற்கின்றன. இப் பிரிவுகளின் வாழ்வியல் தனித்தன்மைகள் 'திணை' என்னும் தலைப்பின் கீழ் தமிழில் விரிவாகப் பேசப்பட்டது. இவ்வாறு வகைப்படுத்தப்பட்ட நிலங்களில் வாழ்ந்த மக்களின் வாழ்வு குறித்தும், அவர்கள் இயற்கைச் சூழல்கள் வழங்கிய அமைப்பின்படியே அந்தெந்தத் தொழில்களில் ஈடுபட்டிருந்தனர், அவற்றின் அடிப்படையிலான அன்றைய மக்களின் பண்பாடு, மதம் குறித்தும் பழந்தமிழ் நூல்கள் விவரிக்கின்றன. ஒவ்வொரு திணைப் பிரிவும் அல்லது நிலப் பிரிவும், அந்தந்த நிலப் பிரிவிற்கும் பண்பாட்டிற்கும் ஏற்ற வகையில் தனித் தனிக் கடவுளர்களைக் கொண்டிருந்தனர் என்பது உண்மை. இன்னொரு வகையில் சொல்வதானால், 'கடவுள்' நிலப் பிரிவின் இயற்கைத் தன்மைக்கு ஏற்றவாறு உருவாக்கம் பெற்றிருந்தார். அன்று வழங்கிய எந்த தெய்வத்திற்கும் இயற்கை கடந்த பண்புகள் சூட்டப்படவில்லை. மேலும் அந்தத் தெய்வங்கள்தான் பூமியை அல்லது அந்தக் குறிப்பிட்ட நிலத்தை உருவாக்கியதாகவும் கருதப்படவில்லை. தமிழ்நாட்டின் வெவ்வேறு பரப்புகளை ஒரு படித்தாக ஒற்றுமைப் படுத்திக் காட்டும் முயற்சி எதுவும் முன்வைக்கப்பட வில்லை. மாறாக, புவியியல் பன்மீயம் ஏற்றுக் கொள்ளப்பட்டிருந்ததாகத்தான் தெரிகிறது. அம்மக்களின் தொழிலும் பண்பாடும் அவரவர் சுற்றுச் சூழல்களிலிருந்து உள்ளீடாக (Immanent) வருவிக்கப்பட்டிருந்த

தால் பழந்தமிழர்களின் பண்பாடு ஆதிப் பொருள்முதல்வாதம் அல்லது இயற்கைப் பொருள்முதல்வாதம் என அழைக்கப்பட முடியும். 'சுற்றுச்சூழல்' என்ற சொல் அன்றைய நிலையை எடுத்துரைக்கப் போதுமானதாக இல்லை என்றுகூட குறிப்பிடலாம். அன்றைய மனிதர், சூழலிலிருந்து பிளவுபட்டவராக இருக்கவில்லை. திணைக் கோட்பாடு தமிழர்களை இன்றுவரை அடையாளப்படுத்து வதற்கான அவர்தம் மிகப்பெரும் பங்களிப்புகளில் ஒன்றாகும்.

மற்றும் சில சங்கப் பாடல்கள் பிரபஞ்சத்தின் அமைப்பு நிலம், நீர், காற்று, ஆகாயம், நெருப்பு என்னும் ஐந்து மூலக்கூறுகளால் கட்டப்பட்டது என்று தெரிவிக்கின்றன. இந்த இயற்கைக் கூறுகள் படைக்கப்பட்டனவாகச் சொல்லப்படவில்லை, மாறாக பிரபஞ்ச அமைப்பு மட்டுமே குறிப்பிடப்படுகிறது. எந்தவிதமான சிருஷ்டிகர்த்தா அல்லது தெய்வீக ஆற்றல் பற்றிய குறிப்பும் பிரபஞ்ச அமைப்பில் இடம்பெறவில்லை. மேலும், ஒரு பழந்தமிழ் இலக்கியப் பாடல், உணவே வாழ்வின் அடிப்படை அங்கமாக விளங்கியதாகத் தெரிவிக்கிறது. நிலத்திற்கும், நீருக்கும் சமமாக உணவு பாவிக்கப்பட்டதாகத் தெரிகிறது. நிலமும் நீரும் உடலுக்கும் உயிருக்கும் இணையாகக் கொள்ளப் படுகின்றன. 'உயிர்' என்ற சொல் அனுபூதவியலின் (Metaphysical) கருத்தான 'ஆன்மா' என்று கொள்ளப்படவில்லை. சங்கப் பாடல்களின் கூற்றுப்படி, உயிர் என்பதை 'உயிர் வாழ்தல்' என்று மட்டுமே பொருள் கொள்ள முடிகிறது. உடலுக்கு அந்நியமான ஆன்மாவாக இன்னும் அது மாற்றப்படவில்லை. உடலைப் பிரிந்து தனியே நிற்கும் (அல்லது அலையும்) உயிராக அது கற்பிதம் பெறவில்லை.

மூன்றாவதாக, சங்கப் பாடலில் காணப்படும் தத்துவம் சம்பந்தப்பட்ட இரண்டு கருத்தாக்கங்கள் 'அகம்', 'புறம்' என்பனவாகும். இவை மனித வாழ்வின் இரண்டு எல்லைகளாக பண்டைய இலக்கியங்களில் இடம்பெறுகின்றன. பழங்கால மனிதருக்கிடையில் முதலில் ஏற்பட்ட வேலைப்பிரிவினை (Division of Labour) ஆண், பெண் என்ற பாலியல் அடிப்படையானது என்று மானுடவியல் அறிஞர்கள் கூறுவர். இம்மானுடவியல் கருத்தை மெய்ப்பிக்கும், சில வேளைகளில் விவாதத்திற்கு உள்ளாக்கும், மிக விரிவான சான்றுகளை தமிழில் அக இலக்கியங்களும் புற இலக்கியங்களும் கொண்டுள்ளன. இலக்கியம் சார்ந்த கருத்துக்களான அகம், புறம் என்னும் சொற்கள் அகவயமான, புறவயமான (Subjective, Objective) என்னும் தத்துவ இருமைகளைக்

குறிப்பது போன்ற மயக்கத்தை ஏற்படுத்தாமல் இல்லை. இருந்த போதிலும், சங்கப் பாடல்களின் வரம்புகளுக்குள் ஆண் போர் சூழ்ந்த வாழ்விற்குள்ளும் பெண் குடும்ப வாழ்வை அணைத்துக் கொள்ளும் வாழ்விற்குள்ளும், வைத்துக் கருதப்பட்டுள்ளனர். ஒரே வாழ்வின் இரண்டு பரப்புகள் (Male Space and Female Space) இங்கு வரையறுக்கப்பட்டுள்ளன. புறம் ஆண்களின் போர், வாணிபம் போன்ற பொருளீட்டும் புற வாழ்வு பற்றியும், அகம் பெண்களின் நெருக்கமான அன்பினால் அனுபவப்பட்ட வாழ்வு பற்றியும் கூறுகின்றன. ஆனால் அக வாழ்வின் அனுபவங்கள் எப்போதுமே பெண்களாலேயே எடுத்துரைக்கப்பட்டுள்ளன என்றும் சொல்ல முடிய வில்லை. அகத்திணைப் பாடல்களில் உள்மயமாக்கல் (Interiorization) படிப்படியாக அதிகப்பட்டு அமைந்திருப்பதாகத் தோன்றுகிறது. பல வேளைகளில் அகத்திணையில் வெளிப்படும் அன்புணர்வின் காரணமாக, பெண்ணின் குரல் ஆண்களின் போர், வாணிபம் போன்ற பொருளீட்டும் புற வாழ்வை விமர்சித்திருப் பதைக் காணமுடிகிறது. பொருளுடைமை, போர் வன்முறை, ஆண்களின் மற்றும் ஆளுவோரின் அதிகாரம் ஆகியவற்றுக்கான எதிர்ப்புக் குரல்கள் அகத்திணைப் பாடல்களில் பதிவாகியுள்ளன என்று கூறமுடிகிறது. ஆண், பெண் என்ற பாலியல் அடிப்படை யிலான வேலைப் பிரிவினையும் வாழ்க்கைப் பரப்புகளின் வேறுபாடும் நிகழ்ந்துவிட்ட சூழல்களில் அவற்றுக்கிடையிலான முரண்களும் கூட உருவெடுத்துவிட்டன என நாம் யூகிக்கலாம். இருப்பினும் பெண்ணிய நோக்கில் இம்முரண்களை ஆய்வு செய்தால் பல புதிய முடிவுகளுக்கு வர வாய்ப்புகள் ஏற்படலாம்.

இப்படி இருக்கிறபட்சத்தில் முறையாகக் கட்டமைக்கப்பட்ட தத்துவார்த்தமான பொருள் முதல்வாதம் சங்கப் பாடல்களில் இருப்பதாக நாம் சொல்வதற்கில்லை. ஆனால் உலக வாழ்விற்கு அதிகமும் நெருக்கமான செழுமை, எளிமை, நேர்முகமான ஆதிப் பொருள்முதல்வாதம் போன்றன, இயற்கைச் சூழலைச் சார்ந்து நிலம், நீர், உலகியல் செயல்பாடுகள் ஆகியன நிற்பது கண்டறியப்படுகிறது. சங்கப் பாடல்களில் காணப்படும் ஆதிப் பொருள்முதல்வாதம் நமக்கு உண்மையில் முக்கியமானது. ஏனென்றால், சுதேசித் தமிழ் உணர்வில் உருவான ஆதிப் பொருள்முதல்வாத அடுக்கு (Proto Materialist Substratum) பிற்கால தமிழ்ப் பண்பாட்டு வரலாற்றின் பிரத்தியேகமான போக்குகளைத் தீர்மானிப்பதில் அடிப்படையான பங்கைப் பெற்றுள்ளது. தமிழ்ப் பண்பாட்டில் ஆதிப் பொருள்

முதல்வாத அடுக்கு காணப்படுவதைப் பிற்காலத் தமிழ் இலக்கியங்கள் தமது கவிதா வெளிப்பாட்டை மிஞ்சி நின்று அல்லது அவற்றைக் கடந்து நின்று தெளிவாகக் காட்சிப்படுத்துகின்றன.

சமூகவியல் அளவுகோல்களின்படி சங்க காலத்தைப் புராதன இனக்குழு வாழ்விலிருந்து வர்க்க சமூக வாழ்விற்கு மாறுதல் பெற்றக் காலம் என மதிப்பீடு செய்யலாம். குறிப்பிட்ட இக்காலத்தில் சிறு இனக்குழுக்கள் அழிக்கப்பட்டு, பேரரசுகள் தோன்றியதற்கான வரலாற்றுச் சான்றுகள் நமக்குக் கிடைத்துள்ளன. அதே போன்று குடும்பம் என்னும் மானுடவியல் நிறுவனமும் தோற்றம் பெற்றது. சங்கப் பாடல்கள் குடும்பம்-அரசு, பெண்ணின் கற்பு, ஆணின் முனைப்பு போன்றவற்றிற்கான மதிப்புகளைச் செதுக்கி உருவாக்குவதில் (Interpellation) பெரிதும் வெற்றி பெற்றுள்ளன. நாடு காப்பது அல்லது பேரரசுகள் தோன்றுவதற்கான செயல்களில் ஈடுபடுவது ஆண்களின் கடமையாக உருவாக்கப்பட்டது. பெண்கள் குடும்பத்தின் மையக்கருவாக ஆணாதிக்கக் குடும்பத்தினுள் கொண்டுவரப்பட்டனர். சங்கப் பாடல்கள், தத்துவ முடிவுகளாக நிலைத்த அறுதிப் பொருட்களைக் (Ultimate Reals, Ontology) கண்டுபிடிப்பதில் முதலில் சிரத்தை எடுத்துக் கொள்ளவில்லை. ஆனால் அரசு, குடும்பம் ஆகியவற்றைக் கட்டி எழுப்புவதற்குச் சாதகமான அறநெறிக் கொள்கைகளை (Axiology) உருவாக்குவதில் சங்கப் பாடல்கள் ஆழமான ஈடுபாடு கொண்டிருந்தன.

வளர்ந்து கொண்டிருந்த சமூக அமைப்பினுள் எதிர்ப்பின் வடிவங்கள் தோற்றம் கொள்வதைக் கண்டு கொள்ள முடிகிறது. புராதன இனக்குழுவின் சமத்துவ நினைவுகள், இழந்து போனதான கூட்டு வாழ்வு பற்றிய ஏக்கங்கள், ஆணாதிக்கச் சமூகத்தில் பெண் நுழைவிற்கான நிராகரிப்பு, வறுமை மற்றும் சமத்துவமின்மை குறித்த சித்தரிப்புகள் போன்றன அவ்வெதிர்ப்பின் வடிவங்கள் ஆகும். இவை வர்க்க சமூகத்தின் காட்சிகள், உணர்வுகள். பாணர்களும் புலவர்களும் பழைய நிலையை மீட்டு அடைவதற்கான அல்லது இழந்துபோன பழைய ஒழுங்கினை ஈடு செய்வதற்கான விமரிசன அறிவுரைகளை வழங்குகின்றனர். அடுத்து வந்த காலத்தில் தமிழில் அறவியலின் தோற்றம் சமூக நெருக்கடிகளுக்கு எதிர்வினையாக அல்லது நெருக்கடிகளுக்கு ஏற்பத் தகவமைத்துக் கொள்வதற்கான உத்தியாக அமைந்தன எனலாம்.

சங்க காலத்திற்குப் பிறகான இலக்கியம்: முதல் சந்திப்பு

சங்க இலக்கியங்களுக்குப் பிந்திய காலம் மிக முக்கியமான இலக்கண நூலாகிய தொல்காப்பியம், நீதி நெறி நூல்களான திருக்குறள், நாலடியார் போன்றவை, முதல் தமிழ்க் காப்பியங்களான சிலப்பதிகாரம், மணிமேகலை, சீவகசிந்தாமணி, நீலகேசி போன்ற நூல்களை உருவாக்கின. இவை போன்ற எண்ணிலடங்கா மொழி, இலக்கிய, அறநெறி நூற்தொகுதிகளை உருவாக்கிய படைப்பாற்றல் திறம் கொண்ட மேதைகளைக் காணும் போது ஒரு வாசகன் தடுமாற்றத்திற்குள்ளாகிறான். இந்தக் காலகட்டத்தில்தான் பழந்தமிழர்களுக்கு இந்திய தத்துவங்களான ஜைன புத்த சிந்தனைகளுடனான முதல் சந்திப்பு நிகழ்ந்தது. வரிசைக் கிரமமாக நோக்கும் போது, இந்திய தத்துவங்களான அவைதீக சிராமண மரபுகளான ஆசீவகம், ஜைனம், புத்தம், உலகாயதம், சாங்கியம் போன்றவற்றின் அறிமுகம் தமிழர்களுக்கு வாய்த்தது என்பது வித்தியாசமான ஒரு சூழலாகும். பட்டியலிடப்பட்ட நூல்கள் அனைத்துமே சந்தேகத்திற்கு இடமில்லாத வகையில் சிராமணச் செல்வாக்குப் பெற்றிருந்தன என்பது கணிசமான ஒரு செய்தியாகும். ஜைன புத்த காப்பியங்களில் பெரும்பாலும், பெண் கதாபாத்திரங்களே முக்கியத்துவம் பெற்றிருந்தன. எதற்காக அக்காப்பியங்களின் தலைப்புகள் பெண்ணின் பெயர்களை அல்லது அவர்கள் அணியும் அணிகலன்களின் பெயர்களைப் பெற்றிருந்தன? இக் காப்பியங்களின் சில பகுதிகள் அக்காலத்தில் உயிர்ப்புடன் விளங்கிய பல தத்துவப் போக்குகளைப் பரபக்கம் அல்லது பூர்வபட்சம் என்ற வகைப்பாட்டின் கீழ் உண்மையாக வரிசைப்படுத்தியுள்ளன. அவற்றுள் வேதச் சிந்தனை, பல தத்துவ சிந்தனைகளுக்கிடையில் ஒன்றாக மட்டுமே சேர்க்கப்பட்டுள்ளதேயன்றி வேறு பெரிதாக எந்த இடத்தையும் பெற்றுவிடவில்லை என்பது கவனத்திற்குரிய ஒரு காட்சியாகும். வேதங்களை முதன்மைப்படுத்தும் பார்வையோ, அவற்றைக் கொண்டு தத்துவங்களை வகைப்படுத்தும் முறையியலோ அக்காலத்தில் தோற்றம் பெறவில்லை என்பதற்குத் தமிழ் சாட்சியமாக நிற்கிறது. தமிழ்க் குறிப்புகளின் அடிப்படையில் நோக்கும்போது, சிராமண தத்துவங்களின் வரிசை, தமிழ்ப் பண்பாட்டு அடிக்கட்டுமானத்தில் பழமையானது என்பதனையும், அது தமிழ்ப் பண்பாட்டு உருவாக்கத்தில் அதிகச் செல்வாக்குப் பெற்றிருந்தமையையும் கண்டுகொள்ள முடிகிறது.

சிராமணச் சிந்தனைகள் தமிழ்ப் பண்பாட்டிற்குள் நுழைவதற்குச் சாதகமான சூழல்கள் எவ்வாறு ஏற்பட்டன? என்ற கேள்வியை இங்கு எழுப்புவது பயனுள்ள ஒன்றாகும். அல்லது, எது தமிழ்ப் பண்பாட்டிற்குள் சிராமணச் சிந்தனைகளை வரவழைத்தது? என்ற கேள்வியை எழுப்பலாம். தமிழ் பூமியும், தமிழர் பண்பாடும் சிராமணச் சிந்தனைகள் நுழைவிற்கு மிகச் சாதகமான சூழல்களை வழங்கியிருந்தன என வரலாற்று சான்றுகள் கூறுகின்றன. சமூகப் பண்பாட்டுச் சூழல்களில் பொருந்திய நிலை என்று இதனைக் கூறலாம். முதல் நூற்றாண்டுகளில் தமிழ்நாட்டிற்கு ஏற்புடமை கொண்டனவாகவும் விரும்பத்தக்க முறையிலும், சமுதாய வளர்ச்சிக்கட்டத்திற்குப் பொருத்தமானதாகவும் ஜைன புத்த மதங்கள் திகழ்ந்திருக்க வேண்டும். இச் சிந்தனைகளில் தோன்றிய சமூகப் பண்பாட்டுக் கருத்துகள் தமிழகத்தின் பண்பாட்டுத் தேவைகளைப் பூர்த்தி செய்வதற்குப் பொருத்தமானவையாக இருந்திருக்கின்றன. தமிழ்ச் சமூகத்தில் அன்று தோன்றியிருந்த சில நெருக்கடிக் கூறுகளை எதிர்கொள்ள உதவுவனவாகவும் அவை இருந்திருக்கலாம். தமிழ் மண்ணில் நிகழ்ந்த இந்த பண்பாட்டுச் சந்திப்பு, அதன் தொடர் விளைவுகள் விரிவாகப் பேசப்பட வேண்டியனவாகும்.

ஆசீவகம், உலகாயதம், ஜைனம், புத்தம் போன்றன பழந்தமிழ் சமூகத்தின் மேல் அளவு கடந்த செல்வாக்குப் பெற்றிருந்தன. அவை தமிழர் மனதில், அவர்களுடைய மொழி, இலக்கியம், நீதி நெறி, வாழும் முறைமை போன்றவற்றின் வளங்களை முழுமையாகப் பற்றிக் கொண்டன. சிராமணர்கள் தமிழர்களின் வாழ்விலக் கணத்தின் முதல் ஆசிரியர்களாக இருந்து எழுதினர். ஒரு பார்வையில், ஜைன புத்த மதத்தினரால் தமிழ் மண்ணில் உருவாக்கப்பட்ட மாற்றங்கள் தமிழர்களின் பண்பாட்டு அரசியலில் மிகச் சிறப்பான துவக்கங்கள் என்பதனை விளங்கிக் கொள்ள முடியும். மொழி, பண்பாடு சார்ந்த அரசியல் தமிழ் மண்ணில் சமண பௌத்தர்களால் ஒரு நிரந்தரக் கூறாக, ஓர் அடிப்படையான போக்காக அக்காலத்தில் தீர்மானம் பெற்றது. பிற்காலத்தில் சைவர்களும் வைணவர்களும் ஆங்கிலேயர்களும் அதே வகையான பண்பாட்டு அரசியலைப் பின்பற்றும் படியாயிற்று. மொழியை, பண்பாட்டை அகப்படுத்தும் ஓர் அரசியலாக அது செழுமைப் பட்டுள்ளது. தமிழ் அடையாள அரசியலின் துவக்கம் என்று இதனைச் சொல்லலாமா?

ஜைனமும் புத்தமும் முழு அளவில் தத்துவச் சூத்திரங்களை தமிழுக்கு விட்டுச் செல்லவில்லை. ஆனால் தமிழர்களை விரிவான தத்துவப் பயிற்சிக்கு அவை தூண்டின. சிக்கலான தத்துவக் கருத்துக்களை வாழ்வியல் சூழல்களோடு பொருத்துவதற்கும் அவற்றை தினசரி வாழ்க்கைச் செயல்பாடுகளுடன் (Everyday Existence) இணைப்பதற்கும் அவை பயிற்சி அளித்தன. கருத்துக் களைத் தினசரி வாழ்வுடன் இணைப்பது என்பது அன்று புதிதாக உருவான ஒரு நடைமுறையாக இருந்திருக்க வேண்டும். பெரும்பாலும் மதங்கள் இந்நடைமுறையை வெகுவாகப் பயன்படுத்தியுள்ளன. சமணமும் பௌத்தமும் வடநாட்டுச் சூழல்களில் உருவாக்கிய சில கோட்பாட்டு நிலைகளைத் தமிழ்ச் சூழல்களில் மிதப்படுத்தியிருக்கின்றன அல்லது விட்டொ துக்கியிருக்கின்றன. துறவுக் கருத்து அவ்வளவு அமோகமாகத் தமிழ்ப் பண்பாட்டில் ஏற்றுக் கொள்ளப்படவில்லை. மாறாக, ஜைனமும் புத்தமும், முன்பு நாம் சொல்லிய, தமிழரின் ஆதிப் பொருள் முதல்வாத நிலைப்பாடுகளுடன் இயங்கியல் உறவு கொண்டு தம்மை மறுவரையறை செய்துகொண்டன. இதன் விளைவாக, அவை விசாலமான, செழுமையான அறநெறிக் கருத்துக்களைத் தமிழ் பண்பாட்டிற்குக் கொண்டு வருவதில் வெற்றி பெற்றன. பிராமண வேள்விச் சடங்கியல் மற்றும் வர்ணாசிரம முறை ஆகியவற்றின் செல்வாக்குக்கு உட்படாத பௌத்த சமண கர்மவினைக் கொள்கை தமிழ்ப் பண்பாட்டில் அதிக அழுத்தத்துடன் பதிந்தது. எண்ணம், சொல், செயல் ஆகிய மூன்று தளங்களிலும் பரஸ்பரத் தொடர்பு கொண்ட வினைகளின் சமூக மற்றும் தனிமனித உளவியல் விளைவு களைப் பற்றி ஜைன பௌத்த அற நூல்கள் பேசின. சிராமணச் சிந்தனைகள், தமிழர்களின் ஆதிப் பொருள்முதல்வாத அடிப்படை ஆகிய இரண்டின் இயங்கியல் தமிழ் மண்ணில் மதச்சார்பற்ற அறத்தையும் மானுடப் பொதுநிலைகள் குறித்த சில விகசிப்புகளையும் உருவாக்கியது. நீண்ட கால நடைமுறைப் பண்பும் காரியவாதமும் கொண்ட, ஆனால் அப்பாலைப் பண்பற்ற, அறவியல் ஒன்று தமிழ் மண்ணில் தழைக்கும்படியானது.

பிந்திய சங்க காலத்தில், தமிழ்ச் சிந்தனை அற நெறித் தளம் நோக்கித் திரும்பியது நன்றாக ஆராயப்படவேண்டிய ஒரு முக்கியமான பிரச்சனை ஆகும். குறிப்பிட்ட இந்த சமயத்தில் தான் தமிழ்ச் சமூகம் தனி மனிதரை மையப்படுத்தி சிந்திக்கத் தொடங்கியது. வர்க்க சமூகச் சூழல்களில் அகம்-புறம், ஆண்-பெண், வீரன்-கல்விமான், ஒழுக்கமுடையோன்-ஒழுக்கமற்றோர்,

நன்மதிப்புள்ள அரசன் - விசுவாசமுள்ள குடிமகன் போன்றன மிகக் கவனமாகச் செதுக்கப்பட்டு நிலைபேறுடையனவாக ஆக்கப்பட்ட (Interpellation) காலமும் இதுவே ஆகும். குடும்பம், அரசு, குடிமைச் சமூகம் ஆகியவற்றுக்கான ஒழுக்கங்களும் சட்டங்களும் கூட இக்காலத்தில்தான் இயற்றப்பட்டன. தனி மனிதரின் அல்லது ஒரு குழுவின் புகழ், அந்தஸ்து, சமூக உரிமைகள், நன்மதிப்பு அல்லது பழி, அவமானம், உரிமை இழப்பு ஆகியவை நிலைப்படுத்தப்பட்ட காலமும் இதுவே ஆகும்.

ஜைனமும் புத்தமும் அறநெறி சார்ந்த கருத்துமுதல்வாதம் ஒன்றைத் தமிழ்ப் பண்பாட்டில் விதைக்கக் கூடியனவாக இருந்தன என்பது உண்மையே. ஆனால் தொடக்ககாலச் சங்கப் பாடல்கள் உருவாக்கியிருந்த தத்துவார்த்த அடிப்படைகளை அவற்றால் அப்புறப்படுத்த முடியவில்லை. கீழிருந்து எழுந்த ஆதிப் பொருள் முதல்வாத அடிப்படைகளும் மேலிருந்து இறங்கிய அறநெறிக் கோட்பாடுகளும் வசீகரமான பயன்பாட்டு வாத (Fascinating Pragmatic Synthesis) இணைவாக்கம் பெற்ற நிகழ்வை இக்காலத்தில் நாம் சந்திக்கிறோம். பொருள்முதல்வாதமும் ஆன்மீகமும் மத்திமப் பகுதியில் சந்தித்து இயங்கியல்ரீதியாக இணக்கம் பெற்று அறநெறி களாகவும் ஒழுக்கங்களாகவும் வடிவம் பெறுகின்றன. அறநெறித்தளம் என்பது அனுபூத இயலும் பொருள்முதல்வாதமும் சந்திக்கும் இடம் ஆகும். மேலும் அது தனி மனிதரின் நடத்தை குறித்த ஒழுங்குமுறைகளைக் குறிக்கும் ஒரு வட்டாரம் ஆகும். "அனுபவப்படுதலும் அகற்றுதலும்" (Experience and Extinguish) என்ற ஒரு வேலைத்திட்டம் குறிப்பிட்ட இக்காலத்தில் தமிழர் இடையில் உருவானதாக நாம் கொள்ளமுடியும். வினைகளை அழுந்தி அனுபவித்தல், அதன் மூலமாகவே அவற்றைக் கரைத்து அகற்றுதல் என அச்சொற்களைப் புரிந்து கொள்ளலாம். சீவக சிந்தாமணியின் கதைத் தலைவன் ஓர் இளவரசனாக இருந்து வாழ்வின் அனைத்து வளங்களையும் அனுபவித்து, ஏராளமான போர்கள் புரிந்து தனது அரசுப் பரப்பை விரிவு செய்து, அதிக எண்ணிக்கையிலான பெண்களை மணஞ்செய்து, இறுதியாகக் கர்ம வினைப்படி பாவத்திலிருந்து விடுபடுவதற்காக துறவறம் மேற்கொண்டதாக அக்காப்பியம் கூறுகிறது. உலக வாழ்வு என்பதே "கர்மமும் அதன் விளைவும்" என்பதன் அடிப்படையில் ஒருவன் பூமியில் தன் வாழ்வு முழுமையையும், எக்காரணம் கொண்டும் தவிர்க்காமல், வாழ்ந்து இறுதியில் தானாகவே அனைத்தையும் துறந்து முக்தி அடைய வேண்டும் என்ற வேலைத்திட்டம் இங்கே

உருவாகிறது. இப்போது 'கர்மமும் அதன் பயனும்' தமிழ் பண்பாட்டின் இரண்டாவது தத்துவ அடிப்படையாக (Second Substratum) இடம் பெறுகின்றது. எல்லையற்ற இன்ப நாட்டம் அப்படியே ஆதரிக்கப்பட்டுவிடவில்லை, ஆயின் பொருளியல் நலன்கள் மறுதலிக்கப்படவும் இல்லை. கோவலன் - வரம்புகளை மீறிய இன்பநாட்டம் கொண்டவன். மணிமேகலை - துறவி. சீவகன் - இல்லறம் மேற்கொண்டு பின்பு துறவறத்தில் ஈடுபட்டவன். முதல் இரண்டு கதாபாத்திரங்களும் ஒன்றையொன்று நிராகரிப்பவை. மூன்றாவது கதாபாத்திரத்தில் அவை இயைபுபடுத்தப்பட்டுள்ளன அல்லது சமரசப்பட்டுள்ளன. வாழ்தலும் துறத்தலும் வாழ்வின் இயற்கை என வரையறுக்கப்படுகின்றன. வினைப்பயனால் பெறும் உடலைக் கொண்டு வாழ்க்கை அனுபவம் பெறுவதும், அதன் மூலம் வினைகளைக் கரைத்து முக்தியை எட்டுவதும் என இரண்டு பகுதிகளாக தனிமனித வாழ்க்கை உருவகிக்கப்படுகிறது. முதல் பகுதியில் அறநெறி உணர்வுடனான குடும்ப வாழ்வும் இரண்டாவது பகுதியில் துறவறம் மேற்கொண்டு வினைகளை உதிர்த்தலும் ஒன்றாகத் தொகுக்கப்பட்டுள்ளன. இருவகை நெறிகளுக்கிடையில் சமரசம் கற்பிக்கப்பட்டுள்ளது.

பக்தி: உணர்ச்சிமயமாதலின் மீட்டுருவாக்கம்

கி.மு. 5-ஆம் நூற்றாண்டிலிருந்து சைவ நாயன்மார்களாலும் வைணவ ஆழ்வார்களாலும் முன்னெடுக்கப்பட்ட பக்தி இயக்கம் வட இந்தியாவின் வேதச் சிந்தனைகளும் புராணச் சிந்தனைகளும் மிகப் பெரிய அளவில் தமிழகத்திற்குள் நுழைவை ஏற்படுத்திய நிகழ்வாகும். அவை ஏற்கனவே இங்கு நீண்ட காலமாகச் செல்வாக்குப் பெற்றிருந்த சிராமணச் சிந்தனைகளை இடப்பெயர்ச்சி செய்து வெளித்தள்ள முயற்சி செய்தன. அதோடு, சைவ வைணவ பக்திச் சிந்தனைகளால் இங்கு உருவாக்கப்பட்டிருந்த அறநெறிக் கோட்பாடுகளும் அப்புறப்படுத்தப்பட்டன. வினைக் கொள்கை, அதன் அடிப்படையான தளங்களிலிருந்து அகற்றப்பட முடியாமல் போனதால் அதனை வேறுவிதமாக எதிர்கொள்ள இறையருள் என்ற கருத்து அறிமுகமாகியது. எனவே, உருக்கமான உணர்ச்சிவசப்பட்ட இறை பக்தியின் மூலம் இறையருளைப் பெறுவது என்ற கருத்து சைவ, வைணவப் பின்பற்றாளர்களால் புதிதாக முன்னுக்கு வைக்கப்பட்டது.

முதலில் பக்தி தென்னிந்திய மரபாகக் கொண்டாடப்பட்டது. அதனுடைய உணர்ச்சிகளைப் பற்றிப் பிடிக்கும் ஆற்றல் பிரம்மாண்டமானது. ஆழ்வார்கள், நாயன்மார்களின் தெய்வீகப் பாடல்களில் ஏராளமான புராணச் சான்றுகள் இருந்த போதிலும் தென்னிந்திய பக்தி, முழுக்க இசைப்பண்பு கொண்டதாகக் காணப்பட்டது. அதே சமயத்தில் வட இந்திய பக்தி, மிக அடிப்படையாகப் புராணக் கதாம்சத்துடன் காணப்பட்டது. உணர்ச்சிவயப்பட்ட மன நிலைக்குப் பொருந்துவதாகவும் கூட்டு வழிபாட்டிற்கு ஏற்றதாகவும் இசை இருக்கமுடியும் என்பது நோக்கத்தக்கதாகும். கதை வடிவிலான வருணனை முறை தன்னிலிருந்து பிரிக்க முடியாத வகையில் உள்ளீடாகக் கால அளவையைக் கொண்டதாக உள்ளது. உணர்ச்சிவயப்பட்ட இசை வடிவம் காலவரிசையைத் தன்னில் மிக ஆழமாக மறைத்தே வைத்துள்ளது. இசை வடிவம் உடனடியானதாகவும் மறைபொருட்தன்மை கொண்டதாகவும் காணப்படுகிறது. உருக்கமான இசை வடிவம் பக்தியிலுள்ள முக்கியமான ஏதோ ஒரு சக்தியை வெளிப்படுத்தவல்லதாக உள்ளது. மேலும் அது இசையில் ஈடுபடுவோரிடையில் ஒரு கூட்டு உணர்வை உருவாக்குகிறது. தமிழ்ச் சொற்களான இசை, இசைவு ஆகியவை பொதுவாக சம்மதம் என்ற பொருளைக் குறிப்பதாக உள்ளது. தமிழ்ச் சைவர்களும் வைணவர்களும் அவர்களுடைய பக்தி மார்க்கம், சாதி வேறுபாடுகளற்ற ஒரு சமய இணைப்பை வெற்றிகரமாக தமிழ் மண்ணில் உருவாக்கியதாகக் கோரி வருகின்றனர். தமிழ் வைணவம், சாதி அமைப்பு குறித்த விமர்சனங்களில் சைவத்தைக் காட்டிலும் அதிகமாக முன்னெடுத்துச் செல்கிறது. எப்படி இருந்த போதிலும் இறுதியாக மதக் (ஒன்றுபட்ட மதத்தை உருவாக்குதல்) கேள்விக்கும் சமூகக் (சாதிகளின் இருப்பு) கேள்விக்கும் இடையிலான முரண்பாடு பெரிதாக எந்தத் தீர்வையும் கொண்டிருக்கவில்லை. முடிவாக தமிழ் பக்தி, சாதி இல்லாத ஒரு சமூக அமைப்பை உருவாக்கும் முயற்சியில் படு தோல்வியைத் தழுவியுள்ளது. பக்தியின் வழியாக மக்களை ஒன்றுபடுத்தும் முயற்சியை சாதி தோற்கடித்து விட்டது.

பக்தியில் வெளிப்படும் உணர்ச்சிமயப்பட்ட பண்பில் ஆதிப் பொருள்முதல்வாத அடிப்படை தொடர்ந்து தொழில்படுகிறது. பக்தி உணர்ச்சிகளை தூய அறம், கர்மக் கோட்பாட்டின் கெடுபிடித்தனம், சமண பௌத்தத்தின் துறவுக் கோட்பாடு ஆகியவற்றுடன் ஒப்பிடும்போது இது நன்கு வெளிப்படுகிறது. சமணமும் பௌத்தமும் மேலும் மேலும் கருத்துமுதல்வாதமாக

இறுகிப்போன சூழல்களில், பூர்வீகத் தமிழ்ப் பண்பாட்டின் ஆதிப் பொருள்முதல்வாதத்தை மீட்டுக் கொணரும் பணியில் பக்தி ஈடுபட்டிருக்கிறது. தமிழ் சைவத்தினுள் வினைக் கோட்பாட்டிற்கும் பக்தி உணர்வுக்கும் இடையிலான உறவு இங்குச் சொல்லப்பட வேண்டும். குறிப்பிட்ட இக்காலத்திற்குள் தமிழ்ப் பண்பாட்டின் இரண்டாம் தத்துவார்த்த அடிப்படையாக ஆகிவிட்ட வினைக் கோட்பாட்டைத் தமிழ் பக்தியால் இடப்பெயர்ச்சி செய்விக்க இயலாமல் போய்விட்டது. வினைக் கோட்பாட்டை கடவுட் கோட்பாட்டால் மாற்றியமைக்க இயலாமல் போய்விட்ட சைவம், வினைக் கோட்பாட்டைக் கண்காணிக்கும் சக்தியாக கடவுளைச் சித்தரிக்க முனைகிறது. கடவுளால் வினையின் பயன்களை இல்லாமல் ஆக்க முடியாது. சைவத்தின் சமயக் கருத்துமுதல் வாதத்தால் ஜைன பௌத்தத்தால் உருவாக்கப்பட்ட வினைக் கோட்பாட்டை அழிக்கமுடியவில்லை. "வினைகள் முதலில், கடவுள் பிறகுதான்" என்பதே சைவ சமயத்தின் நிலைப்பாடாக உள்ளது. மீண்டும், மேலிருந்து கருத்துமுதல்வாதம், கீழிருந்து பொருள் முதல்வாதம் என்ற நிலையையே சந்திக்கின்றோம்.

சைவ சித்தாந்தம்: ஒரு முக்கியமான வளர்ச்சி

கி.பி. முதல் ஆயிரம் முடியும் தறுவாயை எட்டிய போது, தமிழர் தத்துவச் சிந்தனை தன்னை மிகச் சிறப்பாக முழுமையடைந்த வடிவில் வெளிப்படுத்திக் கொண்டது. அத்தகைய ஒரு வளர்ச்சியடைந்த தத்துவமாகச் சைவ சித்தாந்தம் அமைந்தது. அது முழுமையானது, வளர்ச்சியடைந்தது நான் கூறுவதற்குக் காரணங்கள் இல்லாமலில்லை. அது நிலஉடமைச் சமூகத்தின் ஆற்றலுள்ள ஒரு தத்துவமாகக் காட்சியளிக்கிறது. சைவ சித்தாந்தத் தத்துவத்தில் வளர்ச்சியடைந்த நில உடமைச் சமூகத்தின் தனிமனிதம் (Individuality) முழுமையான தத்துவார்த்த அங்கீகாரத்தை ஈட்டுகிறது. சித்தாந்தத்தில் விரிவாகப் பேசப்படும் 'ஆணவம்' எனும் கருத்தாக்கம் நாம் மேலே குறிப்பிட்ட செய்தியை மெய்ப்பிக்கின்றது. ஆணவம் என்பது, அணுத்தன்மை கொண்ட தனிமனிதம். அதன் அதீத வடிவம் தனிமனிதவாதம். ஆணவம் உயிரைவிட்டு எப்போதும் அகலாமல் அதன் உடனிருக்கும் பண்பு என சைவ சித்தாந்தத்தில் கூறப்படுகிறது. சைவ சித்தாந்தத்தின் மூன்று முதற்பொருட்களான பதி, பசு, பாசம் ஆகியவற்றில் ஒன்றாக, உயிரோடும், ஏன் இறைவனோடும் சமநிலையில் வைத்து "அநாதியானது" என எண்ணப்படுவதாக ஆணவம் குறிக்கப்படுகிறது. ஆணவம், கன்மம்,

மாயை ஆகிய மும்மலங்களும் சேர்ந்து பாசம் என்ற சொல்லால் குறிக்கப்படுகின்றன. இம்மூன்று மலங்களில் மூலமலம் என்ற சிறப்பான இடத்தை ஆணவம் பெறுகிறது. இந்தியத் தத்துவங்களில் வேறு எந்த ஒரு தத்துவமும் ஆணவம் அல்லது "நான் எனது" என்ற உணர்வுக்கு இத்தனை முதன்மை வழங்கியது கிடையாது. பண்டைய இந்தியாவின் பூர்வீக நாத்திக, ஆஸ்திகத் தத்துவங்களுக்கு வெகுகாலத்திற்குப் பிறகே தோன்றிய சைவ சித்தாந்தம், இடைக்கால வரலாற்றில் நின்று நீடித்த நில உடைமைச் சமுதாயத்தின் வளர்ந்த அனுபவங்களைப் பெற்று அந்த அனுபவங்களின் வழியாக ஆணவம் என்ற கருத்தாக்கத்தை அழுத்தமாக உருவாக்கியுள்ளது.

சைவ சித்தாந்தத்தின் விடுதலைக் கோட்பாடு உலகை மாயை எனவோ கானல் நீர் எனவோ கூறி அவ்வுலகை மறுக்க வேண்டும் என்று அறிவிக்கவில்லை. அது உலகின் உண்மைத்தன்மையை மறுதலிக்கவில்லை. மாறாக, சைவ சித்தாந்தம் விடுதலை அல்லது முக்திக்கான பாதையில் உலகையும் உலக வாழ்வையும் அவசியமான கட்டங்களாக இணைத்துக் கொள்கிறது. இறைவன், உயிர்களின் மீது கொண்ட இரக்கத்தின் காரணமாக உலகைப் படைத்தார். அது இறை அருளால் படைக்கப்பட்டது, உயிர்கள் உலகில் வாழ்ந்து பரிபக்குவம் அடைந்து, பின் இறைவனை நாடிச் சென்று விடுதலை பெறுகின்றன. உலகில் பிறப்பதும் வாழ்வதும் உயிரின் வினைப்பயன், எனவே அது தவிர்க்க முடியாதது. உயிர் அதுவே வினைகளை வாழ்ந்து அனுபவித்து, பின் உலகிலிருந்து விலகி இறைவனை அடைகிறது. சைவ சித்தாந்தம் முன்வைக்கும் விடுதலைக்கான பாதையை உயிரின் நிகழ்வியல் பாதை (Phenomenology of Soul) என அழைக்கலாம். அது இரண்டு கட்டங்களாக உள்ளது. ஒன்று, உலக வாழ்வை வாழ்ந்து அனுபவப்படுவது. இரண்டாவது, உலக வாழ்வில் சலிப்புற்று இறைவனை உணர்வுபூர்வமாக நாடுவது. சைவ சித்தாந்தம் எடுத்த எடுப்பிலேயே உலகை மாயை என்று அறிவித்து விட்டு, பிரம்மத்தைத் தேடிப்போ! என்று சொல்லவில்லை. சைவ சித்தாந்தத்தின் வழி ஒரு சுற்று வழி. முதலில் உலகில் வாழ்ந்து அனுபவித்து, பின்னர் இயல்பாக அதை விட்டு விலகிச் செல்லுவது. மீண்டும் இது, கீழிருந்து பொருள்முதல்வாதமும், மேலிருந்து கருத்துமுதல்வாதமும் அல்லவா! உலகியல் வாழ்க்கைக்கு ஒரு நியாயம், உலகியல் வாழ்விற்கு ஓர் அவசியம், நேர்க் காட்சி உலகுக்கு ஓர் அங்கீகாரம் - இவையெல்லாம் சைவ சித்தாந்தத்தின் பலமான புள்ளிகள்.

இறைவன் உலகைப் படைத்ததே உயிர்கள் உலகில் அனுபவப்பட வேண்டும் என்பதற்காகத்தான். உயிர்கள் தமது வினைகளைக் கரைப்பதே அப்படியான உலக வாழ்வில் தான். வினைகளைக் கரைக்காமல் அப்படியே விட்டு விட முடியாது. அவற்றைக் கரைக்க ஓர் உலகு வேண்டும். வினைகள் தொழில்படும் பரப்பே உடலும் உலகும். ஒருவர் கீழிறங்கிச் செல்லாமல் மேலே ஏறிச் செல்ல முடியாது. மலத்தை மலத்தால்தான் அகற்ற வேண்டும் என்கிறது சைவ சித்தாந்தம். வினைகள் தொழில்படும் உலகே உயிர்களை ஆன்மீக உலகுக்கு அழைத்துச் செல்கிறது. அனுபவித்தலும் அகற்றலும் (Experience and Extinguish) என்ற பழைய கோட்பாடு இங்கும் வேலை செய்கிறது.

பொருளுலகு உண்மையானது என்பதை நியாயப்படுத்த சைவ சித்தாந்தம் சக்திக் கோட்பாட்டைப் பயன்படுத்துகிறது. சக்தியே அருளுக்குச் சொந்தமானவள். அவளது அருளே உலகைப் படைக்கிறது. உலகியலில் அவளது ஆட்சியே நடைபெறுகிறது. இச்சை, ஞானம், கிரியை என்ற மூன்று உலகியல் இயக்கங்களுக்கும் அவளே சொந்தக்காரி. சக்தி மாயை என்றும் அழைக்கப்படுகிறாள். மகாமாயை, மகமாயி, அவள் சைவ சித்தாந்தத்தில் ஒரு நேர்முகமான கருத்தாக்கம். சைவத்தால் முழுதும் வெற்றிகொள்ளப்படாத சுயமான கருத்தாக்கமாகவே சக்திக் கோட்பாடு நிற்கிறது.

சைவ சித்தாந்தம் இந்தியத் துணைக்கண்டத்தின் பல்வேறு தத்துவார்த்த சாதனைகளைத் தனதாக்கிக் கொள்கிறது. சாங்கியம், ஜைனம், பௌத்தம், தாந்திரிகம் போன்ற பலதரப்பட்ட தத்துவங்களை சைவ சித்தாந்தம் உள்வாங்கிக்கொண்டு, அவற்றிலிருந்து அது முன் செல்கிறது. பிரகிருதி மாயையிலிருந்து சாங்கிய பரிணாமம், சமணத்தின் அனேகாந்த உயிர்களும் அதன் வினைக் கோட்பாடும், பௌத்தத்தின் அனாத்மவாதம் மிதப்படுத்தப்பட்டு ஆணவ மலம் பற்றிய கோட்பாடு என்பன வெல்லாம் மிக நெகிழ்வாக சைவத் தத்துவத்தால் அகவயப் படுத்தப்பட்டுள்ளன. சித்தாந்த சைவம் சென்று சேரும் தத்துவார்த்த நிலைப்பாடுகளில் பொருள்முதல்வாதக் கூறுகளும் உள்ளன, கருத்துமுதல்வாதக் கூறுகளும் உள்ளன. மிகத் தந்திரமான இணைவாக்கத்தில் அது ஈடுபடுகிறது.

சைவ சித்தாந்தம் ஒரு முழுமையடைந்த நில உடைமைச் சமூகத் தத்துவம். சமூக ஏற்றத்தாழ்வுகளை அது தத்துவார்த்தக் கருத்தாக்கங்களாக உருமாற்றி உட்செரித்துக் கொண்டுள்ளது.

சரியை, கிரியை, யோகம், ஞானம் அல்லது சாலோகம், சாமீப்பியம், சாரூபம், சாயுச்சியம் என்பது போன்ற நால்வகைப் பிரிவுகள் சமூகப் படிநிலையைக் குறிப்பிடாமல் இல்லை. சமூக வகைப்படுத்தல் தத்துவார்த்தக் கருத்தாக்கங்களின் வகைப்படுத்தலாக உருமாற்றம் பெற்றுள்ளது. பரிபக்குவம் என்ற மற்றொரு கருத்தாக்கமும் குறிப்பாகச் சொல்லத்தக்கது. ஆன்மீகத் தளத்தில் கூட சமத்துவம் சாத்தியமில்லை என்பதையும் படிநிலை வளர்ச்சி மட்டுமே சாத்தியம் என்பதையும் அக்கருத்தாக்கம் வலியுறுத்துகிறது.

நவீன காலச் சூழல்களில் தமிழ் அடையாள உருவாக்கத்தின் தத்துவார்த்த விளைவுகள்

முற்பகுதியில் குறிப்பிட்டுள்ளபடி, கீழிருந்து பொருள் முதல்வாதம், மேலிருந்து கருத்துமுதல்வாதம் ஆகியவற்றின் இயங்கியல் வெவ்வேறு வரலாற்றுக் காலக் கட்டங்களில் வெவ்வேறு விளைவுகளை ஏற்படுத்து கின்றன. அவற்றின் சமூக விளைவுகளும் வேறு வேறானவை. இருப்பினும் வரலாற்று நிகழ்வுகளைத் தாண்டி தமிழ்ப் பண்பாட்டு அடையாளத்தின் தத்து வார்த்த வெளிப்பாடாக அது விளங்குகிறது எனக் கூறலாம்.

காலனிய நவீனச் சூழல்களில், மீண்டும் தமிழரின் தத்துவார்த்த அடையாளம் சிற்சில குறிப்பிடத்தக்க மாறுபாடுகளுடன் தன்னை எடுத்துரைக்க முனைந்துள்ளது. 19-ஆம் நூற்றாண்டின் பிற்பகுதியிலும் 20-ஆம் நூற்றாண்டின் முற்பகுதியிலும் தமிழர்கள் தமது கடந்த காலத்தை, மரபுகளை மீள்பார்வைக்கு உள்ளாக்கி தமிழ் அடையாளத்தை மறுவரையறை செய்ய முன்வந்து உள்ளனர். மேற்கத்திய நாகரிகத்தின் தீவிரமான தாக்கத்தின் ஊடாகத் தமிழர்கள் தமது மரபை எடுத்துரைக்க முனைந்தனர் என்ற செய்தி, பண்பாட்டுக் கடந்தகாலம் குறித்த தமிழர்களின் தன்னம்பிக்கையை, சுயமரியாதை உணர்வைச் சுட்டிக்காட்டுகிறது எனலாம். இன்னொருபுறம், நவீனமயமாக்கம் என்ற நிகழ்வுப் போக்கைத் தமிழ்ச் சமூகம் விருப்புடன் எதிர்கொண்டது என்பதையும் குறிப்பிட்டாக வேண்டும். பண்பாட்டுத் தன்னம்பிக்கை, நவீனமயமாக்கம் என்ற இரண்டு எல்லைகளுக்கு நடுவிலான இயங்கியல் பலபடித்தான தாகத் தொழில்பட்டுள்ளது. வேறுவார்த்தைகளில் சொல்லுவதானால், மேற்கத்திய நாகரிகத்தை எதிர் கொள்ளுவதிலும் நம்மை நாமே அறிவித்துக் கொள்ளுவதிலும் பலவகையான மாதிரிகள் விளைந்தன எனலாம். காலனியச் சூழலில் மேலெழுந்த ஒவ்வொரு சமூகப் பிரிவும் வெவ்வேறு விதமாக மேற்படி

இயங்கியலில் தொழில்பட்டன. தமக்குள் அவை போட்டிகளிலும் ஈடுபட்டன.

குறைந்தபட்சம் மூன்று வகையான சமூகப் பண்பாட்டு எடுத்துரைப்புகளை நாம் அச்சந்தர்ப்பத்தில் அடையாளப்படுத்த முடிகிறது. சைவச் சார்பு கொண்ட தமிழ் அடையாள உருவாக்கத்தை முதல் வகைப்பட்டதாகச் சொல்லவேண்டும். இந்த அணியினர், தமிழ் அடையாளத்தைச் சைவ மரபு வகைப்பட்ட தாகவே அடையாளப்படுத்தினர். இலங்கையிலிருந்து ஆறுமுக நாவலர், மனோன்மணியம் சுந்தரம்பிள்ளை, மறைமலை அடிகள் ஆகியோர் இவ்வகைப் போக்கின் துடியான பிரதிநிதிகள் ஆவர். சைவ சித்தாந்தத் தத்துவம் கீழிருந்து உலகியலுக்கு இடமளித்தது என்ற உண்மையை நவீன சைவ சித்தாந்தவாதிகள் மேற்கத்தியத் தத்துவங்களான நேர்க்காட்சிவாதம், பயன்பாட்டுவாதம், காரிய வாதம் ஆகியவற்றோடு இயைபுபடுத்த முனைந்தனர். சைவ சித்தாந்தத்திற்குள் தென்படும் உலகியல் பரப்பினுள் நவீன மேற்கத்திய விஞ்ஞானங்கள், உலகியல் விளக்கங்கள் ஆகியவை வேகவேகமாக உள்வாங்கப்பட்டன. நேர்க்காட்சி பயன்பாட்டு அறிவை ஒருபுறம் உள்வாங்குதலும் இன்னொருபுறம் சைவ ஆன்மீக ஞானத்தை ஆகப்பெரிதான மிகை அறிவாக முன்வைத்தலும் எனும் இரட்டைத் தருக்கவியலைச் சைவ சித்தாந்திகள் பயன்படுத்தினர்.

இரண்டாவது வகைப்பட்ட நவீன போக்காக, திராவிட இயக்கத்தாரைச் சொல்ல வேண்டும். இவர்களில் பலர் மூடிய வடிவில் சித்தாந்த சைவத்தோடு தொடர்புகளைக் கொண்டிருந்த போதிலும், தமிழ் மொழி, சங்கத் தமிழ் மரபு, சமயம் சாராத தமிழ் என்ற திசைவழியைக் குறித்து நின்றனர். தமிழ்ப் பண்பாட்டு மரபை நேர்மையாகத் தோண்டித் துருவி ஆய்வு செய்வது என்று ஓர் அணியினர் இவ்வகையில் உருவாயினர் என்பது குறிப்பிடத்தக்கது.

தலித்திய, மார்க்சிய வட்டாரங்களில் உருவான தமிழ்ப் பண்பாட்டுத் தேடல் இங்கு மூன்றாவதாகக் குறிப்பிடத்தக்கதாகும். அயோத்திதாச பண்டிதர், சிங்காரவேலர், ஜீவா, நா.வா என்று இந்த வரிசை நீளும். தமிழ்ப் பண்பாட்டை உழைக்கும் மக்கள், அடித்தள மக்கள், சிறுபான்மையோர், பெண்கள், பழங்குடிகள், சுற்றுச்சூழல் என்பன போன்ற புள்ளிகளிலிருந்து தொடங்க வேண்டும் என்பது இவ்வணியினரின் நிலைப்பாடாகும். இவ் அணியைச் சார்ந்தோரைத் தனித்தனியாக எடுத்து நோக்கின், ஒவ்வொரு உட் பிரிவினரும் வித்தியாசமான சில கோணங்களிலிருந்து தமிழ்ப் பண்பாட்டை

இந்தியத் தத்துவங்களும் தமிழின் தடங்களும்

நோக்கியுள்ளனர் என்பது குறிப்பிடத்தக்கதாகும். அயோத்திதாச பண்டிதர் பூர்வ பௌத்த நோக்கிலிருந்து தமிழ்ப் பண்பாட்டை அணுகுவார். ஜீவா, தமிழ் இலக்கியங்களையே உழைக்கும் மக்களின் பார்வையில் மறுவாசிப்புக் குள்ளாக்குவார். பேராசிரியர் நா.வா நாட்டுப்புறவியலின் நோக்கில் பண்பாட்டை விமர்சிப்பார்.

நவீனத் தமிழில் இவ்வாறாக வெவ்வேறு அணுகுமுறைகள் தொழில்பட்டு வருகின்றன. சைவ அணி நில உடைமைச் சமூகத்தின் சில பழமைக் கூறுகளைத் தக்கவைக்க முனைந்து வருகிறது. திராவிட அணியினரில் சமயச் சார்பற்ற புனைவியல் பண்புகள் கொண்ட கூறுகள் அதிகச் செல்வாக்குச் செலுத்துகின்றன. தலித் மற்றும் மார்க்சிய அணியினரிடையில் விமர்சனச் சொல்லாடல்கள் தீவிரமாகப் பயின்று வருகின்றன. இவ்வாறாக நவீனச் சூழல்களில் தமிழ் அடையாளம் கடுமையான விவாதங்களுக்குரிய பொருளாக உள்ளது. அது அப்படித்தான் இருக்க முடியும். இந்த விவாதங்கள் படைப்புத் தன்மை கொண்ட விளைவுகளை ஏற்படுத்த முடியும் என்பது நமது எதிர்பார்ப்பாக உள்ளது.

2. தகவுகளால் கட்டமைக்கப்பட்ட சமூகம்:
புறநானூறு - குறுந்தொகை - பத்துப்பாட்டு

2

தகவுகளால் கட்டமைக்கப்பட்ட சமூகம்:
புறநானூறு – குறுந்தொகை – பத்துப்பாட்டு

புறநானூறு

சில சொந்தச் செய்திகளிலிருந்து இக்கட்டுரையைத் தொடங்கலாம் எனக் கருதுகிறேன். நான் தமிழ்ப் பேராசிரியன் அல்ல. மெய்யியல் ஆசிரியன். கடந்த 20-25 வருடங்களாக மார்க்சியம், ஐரோப்பியத் தத்துவம், இந்தியத் தத்துவம் ஆகியவை பயின்று வருகிறேன். இதே காலத்தில் தமிழ் இலக்கியங்களைப் பயின்று அவற்றின் தத்துவ நிலைப்பாடுகளைப் புரிந்து கொள்ள வேண்டுமென்ற ஆசையோடும் இருந்து வருகிறேன். ஆயின் பழந்தமிழ் இலக்கியங்கள் இன்னும் எனக்குப் பிடிபடாதவையாகவே இருந்து வருகின்றன. அதற்கான காரணங்கள் இரண்டு: முதற்காரணம், பழந்தமிழ் செய்யுட்களைப் படித்துப் பொருள் கொள்ளுவதற்கான பயிற்சி இன்மை. இரண்டாவது காரணம், முந்தியதை விடச் சிக்கலானது. தத்துவம் எனில் அது கடைசிப் பொருட்களை, அறுதி உண்மைகளை எடுத்துரைக்க வேண்டும் என்ற எனது புரிதல். சில எடுத்துக்காட்டுகளை இங்குச் சொல்லியாக வேண்டும். இறைத் தத்துவங்களில் இறைவனே உலகைப் படைத்தவன். சகலவற்றையும் நிர்வகிப்பவன். எனவே இறைவன் ஓர் அறுதிப்பொருள், நிரந்தரப் பொருள். இதற்கு எதிரான தத்துவங்களில் இயற்கையே கடைசிப்பொருளாகச் சொல்லப்படும். இயற்கை அல்லது இயற்கையின் பஞ்ச பூதங்கள் அல்லது அணுக்கள் அறுதிப் பொருளாகக் கொள்ளப்படும். இறைவனையோ இயற்கைப் பொருட்களையோ ஏற்காமல் மனித மனம் அல்லது ஆன்மாவை அறுதிப் பொருளாகக் கொள்வோரும் உண்டு. இவ்வாறாக, இறைவன், இயற்கை, ஆன்மா என்ற அறுதிப் பொருட்களில் ஏதாவது ஒன்றை அல்லது இரண்டை முதற்பொருட்களாகக் கொண்டே பெரும்பாலான தத்துவங்கள் அமைந்துள்ளன.

பண்டைத் தமிழ் இலக்கியங்களைப் பயிலும் போது அவற்றில் மேற்குறித்த வகையிலான அறுதிப் பொருட்கள் எனக்குக் காணக் கிடைக்கவில்லை. இது எனது புரிதலில் உள்ள இயலாமையா, இலக்கியத்திற்கும் தத்துவத்திற்கும் உள்ள இடைவெளியா? என்ற கேள்விகளோடே நான் ஓடிக் கொண்டிருந்தேன். ஆயின் இப்போது கொஞ்ச நாட்களாக தமிழின் பழைய இலக்கியங்களுக்குள் ஒருவகையாக நுழைந்துவிடலாம் என்பது போல சில வெளிச்சங்கள் தென்படுகின்றன. இங்கு அவற்றில் ஒரு சிலவற்றையாவது பேசிவிடுவது நல்லது எனத் தோன்றுகிறது.

தத்துவமல்ல தகவுகள்

கடைசிப்பொருட்கள் பற்றிய தத்துவத்திற்கு ஆங்கிலத்தில் Ontology (Theory of Being) என்று பெயர். தமிழில் அதற்கு இணையாக இருப்பியல் அல்லது மெய்யியல் என்ற சொல்லைச் சொல்லலாம். கடைசி கடைசியாக எது இருக்கிறது (எது உள்ளது, எது உண்மை)? என்ற கேள்விக்கு அது பதில் சொல்லும். ஆனால் தத்துவத்தில் மெய்யியல் அல்லது இருப்பியல் தவிர மற்றுமொரு துறையும் உள்ளது. ஆங்கிலத்தில் அதனை Axiology என்று கூறுவர். சமூகத் தகவுகள் அல்லது சமூக மதிப்புகள் (Theory of Values) பற்றிய கல்வியே அது. மானுடத் தகவுகள் அல்லது மானுட மதிப்புகள் பற்றியது இது என்றும் கூறலாம். ஒரு சமூகத்தின் அல்லது ஒரு மானுடக் கூட்டத்தின் வாழ்விற்கு எந்தெந்த தகவுகள் அச்சாணியாக (Axis) விளங்குகின்றனவோ அவற்றை இத்துறை பயிலுகிறது. பழந்தமிழ் இலக்கியத்தில் தத்துவம் பற்றிய எனது தேடலில் நான் வெகுநாளாக இருப்பியலை அல்லது மெய்யியலைத் தேடிக் கொண்டிருந்திருக்கிறேன். ஆயின் உண்மையில் பழந்தமிழ் இலக்கியங்கள் இருப்பியலைப் பற்றி அதிகம் அக்கறை கொள்ளவில்லை, அவை தாம் பிறந்த சமூகத்திற்கான தகவுகளை உற்பத்தி செய்வதில் தான் அதிக அக்கறை காட்டியிருந்திருக்கின்றன. இந்தக் கருத்தை நான் பழந்தமிழ் இலக்கியங்கள் குறித்த ஒரு தத்துவக் கருதுகோளாக முன்வைக்கின்றேன். இக்கட்டுரையில் புறநானூற்றுப் பாடல்களை முன்னிறுத்தி இக்கருதுகோளை எடுத்துக்காட்டுகளோடு மெய்ப்பிக்கவும் முயலுகின்றேன்.

பேராசிரியர் க. கைலாசபதி சங்க இலக்கியங்களை "வீரயுகக் கவிதை" என வரையறுத்தபோது, சங்க இலக்கியங்களில் வீரம், ஈகை, புகழ் போன்ற, அரசு அமைப்பு தோன்றிய மாறுபடு காலத்திற்குச்

(Transition Period) சொந்தமான, சமூகத் தகவுகள் உற்பத்தி செய்யப் பட்டன என்றே கருதினார். தமிழ் மண்ணில் அரசு அமைப்பு தோன்றிய மாறுபடு காலம் பற்றியே நாமும் முதலில் பேசத் தொடங்குகிறோம். குறிப்பிட்ட அந்த மாறுபடு காலமே தகவுகள் சார்ந்த தத்துவம் தோன்றுவதற்குக் களம் அமைத்துக் கொடுத்தது என்று இங்கு வாதிடப்படுகிறது.

தமிழில் புராதன இனக் குழுக்கள் உடைபட்டு அரசுகள் தோன்றிய சிக்கலான நீண்ட நெடியக் காலப்பரப்பின்போது உருவான சமூகத் தகவுகளைப் புறநானூறு விரியப் பேசுகிறது. சீறூர் மன்னர்கள் வீழ்ந்துபட்டு பெருவேந்தர்கள் உருவாகிய காலத்தின் சோகங்கள் புறநானூற்றுப் பாடல்களில் மிக அற்புதமாகப் பதிவாகியுள்ளன.

> சீறூர் மன்னர் ஆயினும், எம் வயின்
> பாடு அறிந்து ஒழுகும் பண்பினோரே (புறம்:197)

என இனக்குழுத் தலைவர்கள் பாராட்டப்படுகின்றனர். “புரவலர் புன்கண் நோக்காது, இரவலர்க்கு அருகாது ஈயும் வண்மை, உரைசால் நெடுந்தகை ஓம்பும் ஊரே” என “சில்குடிச் சீறூர்” (புறம்:*329*) பாராட்டப்படுகிறது. இதற்கு மாறாக, தேர், களிறு, படை, முரசம் ஆகியவற்றைக் கொண்டிருப்பினும், “ஒண் பூண் வேந்தர் வெண்குடைச் செல்வம் வியத்தலோ இலமே” (புறம்:*197*) என பெருமன்னர்கள் குறிக்கப்படுகின்றனர். வேந்தர்களிடம் பாடு அறிந்து ஒழுகும் பண்பில்லை என்பதைச் சில பாடல்கள் எடுத்துக் காட்டுகின்றன. “முற்றிய திருவின் மூவர் ஆயினும், பெட்பின்றி ஈதல் யாம் வேண்டிலமே” (புறம்:*205*) என்கிறார் ஒரு புலவர்.

புராதன இனக்குழுக்களின் தலைவர்களாக இருந்த சீறூர் மன்னர்கள் வீழ்ந்த போது பழங்குடிச் சமூகத்தின் குழுமப் பொருளா தாரம் உடைபட்டுப் போனது. அதிகமோ, குறைவோ, கிடைத் ததைப் பகிர்ந்துண்ட பழங்குடி வாழ்வு சரிந்து சமூகத்தின் ஒரு பகுதியில் வறுமை, பசி, பட்டினி ஆகியவை தோன்றியமை புறநானூற்றில் ஆழமாகப் பதிவாகியுள்ளது. “இரவலர் இன்மை” (புறம்:*3*), “வருந்திய குடி” (புறம்:*35*), “இல்லோர் கையற” (புறம்:*55*), “கையது, கடன்நிறை யாழே; மெய்யது, புரவலர் இன்மையின் பசியே; அரையது, வேற்று இழை நுழைந்த வேர் நனை சிதாஅர் ஓம்பி உடுத்த உயவற்பாண!” (புறம்:*69*), “பசந்த மேனியோடு படர் அற வருந்தி, மருங்கில் கொண்ட பல்குறுமாக்கள் பிசைந்து தின, வாடிய முலையள், பெரிது அழிந்து, குப்பைக் கீரை கொய்கண்

அகைத்த முற்றா இளந்தளிர் கொய்து கொண்டு, உப்பு இன்று, நீர் உலையாக ஏற்றி, மோர் இன்று, அவிழ்ப்பதம் மறந்து, பாசடகு மிசைந்து, மாசொடு குறைந்த உடுக்கையள்" (புறம்:159), "பசி தினத் திரங்கிய கசிவுடை யாக்கை", "பால் இல் வறு முலை சுவைத்தனன் பெறாஅன், கூழும் சோறும் கடைஇ, ஊழின் உள் இல் வருங்கலம் திறந்து, அழக்கண்டு" (புறம்:160) போன்ற பல பாடல்வரிகள் அக்காலத்திய வறுமையின் கொடூரங்களை எடுத்துச் சொல்லும்.

சீறூர் மன்னர்களால் பெரிதும் பேணப்பட்ட பாணர், கூத்தர், விறலியர் ஆகியோர் அடுத்து வந்த காலத்தில் தமது பொருளாதாரப் பாதுகாப்பையும் சமூக அந்தஸ்தையும் இழந்து வறியவராகின்றனர். இனக்குழும உறவுகள் உடைபட்ட காலத்திய பொதுவான சமூக நிலையாக இது இருந்த போதிலும் பாணர், கூத்தர், விறலியர் வகைப்பட்ட புலவரின் வறுமை நிலையாகவே புறநானூற்றில் இது பதிவாகியுள்ளது. இனக்குழுமங்களில் பாணரும் கூத்தரும் விறலியரும் "இயல்பாகவே" சமூகத்தால் பாதுகாக்கப்பட்டனர். ஆயின் உடமைச் சமூகம் தோன்றியபோது அப்பாதுகாப்பை அவர்கள் இழந்தனர். சீறூர் மன்னரோடு கிடைத்ததைப் பகிர்ந்துண்ட காலம் பழைய காலமாகப் போய்விட்டது. இதனை "அன்பு கண் மாறிய அறன் இல் காட்சி" (புறம்:210) என்று ஒரு புலவர் சுட்டுகிறார். புதிய செல்வர் "தொன்மை மாக்களின் தொடர்பு அறியலரே" (புறம்:165) என்கிறார் மற்றொரு புலவர். ஆயின் இழந்த உலகைப் புலவர்கள் புதிய சூழல்களில் மீட்டுக் கொணர முயற்சிக்கின்றனர். பகிர்ந்துண்ட பழைய காலம் அவர்களால் திரும்பத் திரும்ப புறநானூற்றுப் பாடல்களில் பேசப்படுகின்றது. பழைய வாழ்க்கை உடைபட்டுப் போனதைப் புலவர்கள் விரக்தியுடன் பதிவு செய்கின்றனர். " சிறிய கட் பெறினே, எமக்கு ஈயும் மன்னே! பெரிய கட் பெறினே, யாம் பாட, தான் மகிழ்ந்து உண்ணும் மன்னே...! இனி, பாடுநரும் இல்லை: பாடுநருக்கு ஒன்று ஈகுநரும் இல்லை" (புறம்:235) என அதியமான் மறைந்த போது அவ்வையார் பாடுகிறார். வேந்தர்கள் படையெடுப்பால் மன்னன் ஒருவனின் சீறூர் அழிந்து பட்டதைக் கீழ்க்காணும் பாடல் காட்சிப்படுத்துகிறது:

களிறு அணைப்பக் கலங்கின், காஅ;
தேர் ஓடத் துகள் கெழுமின், தெருவு;
மா மறுகலின் மயக்குற்றன, வழி;

கலம் கழாஅலின், துறை கலக்குற்றன;
தெறல் மறவர் இறை கூர்தலின்,
பொறை மலிந்து நிலன் நெளிய,
வந்தோர் பலரே, வம்ப வேந்தர்,   (புறம்:345).

வம்ப வேந்தர் என்பதற்கு உரையாசிரியர்கள் புதிய அரசர் எனப் பொருள் தருகின்றனர். ஆயின் வேந்தர்கள் அழிவைச் சுமந்து வந்தனர் என்ற எதிர்மறைப் பொருள் வம்ப வேந்தர் என்ற சொல்லில் உள்ளதாகத் தெரிகிறது.

புறநானூற்றுப் பாடல்களில் பேசப்படும் நிலையாமைக் கொள்கைகள் புராதன இனக்குழும வாழ்வில் விளைந்த நெருக்கடிகளாலேயே தோற்றம் பெற்றிருக்க வேண்டும். "தேய்தல் உண்மையும், பெருகல் உண்மையும், மாய்தல் உண்மையும், பிறத்தல் உண்மையும்" (புறம்:27) என ஒரு பாடல் நிலையாமையையே முழு உண்மையாகச் சொல்லுகிறது.

இருங்கடல் உடுத்த இப்பெருங்கண் மாநிலம்
உடையிலை நடுவணது இடைபிறர்க் கின்றி,
தாமே ஆண்ட ஏமங் காவலர்
இடுதிரை மணலினும் பலரே; சுடு பிணக்
காடு பதி ஆகப் போகி, தம்தம்
நாடு பிறர்கொளச் சென்று மாய்ந்தனரே;
அதனால் நீயும் கேண்மதி அத்தை! வீயாது
உடம்பொடு நின்ற உயிரும் இல்லை;
மடங்கல் உண்மை மாயமோ அன்றே   (புறம்:363)

என மற்றொரு பாடல் கூறுகிறது.

நிலையற்ற உலகை ஒப்பிட்டு, புகழ் முதலான தகவுகளே நிலைத்தவை என்ற வாதம் வளர்க்கப்படுகிறது. "இவண் இசை உடையோர்க்கு அல்லது, அவணது உயர்நிலை உலகத்து உறையுள் இன்மை" (புறம்:50), "பொது மீக்கூற்றத்து நாடு கிழவோயே" (புறம்:135) போன்ற வரிகள் தகவுகளின் முதன்மையை வலியுறுத்துகின்றன. மீக்கூற்றம் என்ற சொல்லுக்கு புகழ் என உரையாசிரியர்கள் பொருள் தருகின்றனர். ஆயின் நேரடிப் பொருளில் அது மரணத்தை வென்று நிற்பது எனப் பொருள் படுகிறது. மன்னரின் பொறுத்தல், சூழ்ச்சி, வலி, தெறல், அளி போன்ற பண்புகள் "ஐம்பெரும் பூதத்து இயற்கைபோல" பொருட்சக்தி கொண்டவை என புறநானூற்றின் இரண்டாம் பாடல்

விளக்குகிறது. "பாஅல் புளிப்பினும், பகல் இருளினும்" என இயற்கைச் செயல்களே மாறுபடினும் நீ நடுக்கின்றி வாழ்வாய் என வேந்தன் ஒருவன் பாராட்டப்படுகின்றான் (புறம்:2). "நிலம் பெயரினும், நின் சொல் பெயரல்" (புறம்:3) என மற்றொரு மன்னன் பாராட்டப்படுகிறான். பொருட்சக்திகளை விட, இறைச் சக்திகளை விட தகவுகள் வலிமையானவை என்ற கருத்து வலியுறுத்தப் படுகிறது.

சீறூர் மன்னர்/வேந்தர், இனக்குழுக்கள்/அரசின் தோற்றம் என்ற எதிர்வுகள் புறநானூற்றில் வலுவாகத் தொழில்படுகின்றன. இந்த எதிர்வுகள் ஆச்சரியப்படத்தக்க வகையில் வடநாட்டில் பௌத்தம் தோன்றிய காலத்திய எதிர்வுகளை ஒத்திருக்கின்றன. மேற்குறித்த எதிர்வுகளின் ஊடாகத் தோன்றிய பௌத்தம் வட இந்தியச் சூழல்களில் தகவுகளின் தத்துவமாகவே தோன்றியது என்பதும், அது இறைவன், இயற்கை, ஆன்மா போன்ற அறுதிப் பொருட்களை அலட்சியம் செய்தது என்பதுவும் குறிப்பிடத்தக்க செய்திகளாக விளங்குகின்றன.

தகவுகளின் உலகம் இயற்கை உலகமோ, இறை உலகமோ அல்ல. இயற்கை/இறைவன் என்ற விலகிய எதிர்வுகளை அது அங்கீகரிக்காது. அது மானுட உலகம்; பண்பாட்டு உலகம். மானுட உலகம் எனும் போதும் அது தனிமனித உலகம் அல்ல, பரஸ்பரத் தொடர்புகள் முதன்மையிடம் வகிக்கும் குழும உலகம். எங்கே தனிமனிதன் போதுமான அளவு உறுதிப்பட்ட நிலையில் தோன்றுகிறானோ அங்கேதான் சட உலகம்/இறை உலகம் என்ற இரட்டை நிலையும் தோன்ற முடியும். தகவுகளின் பிரத்தியேகப் பண்பு யாதெனில், அவற்றில் சடம்/இறை, அகம்/புறம், பொருள்/கருத்து, ஒன்று/பல என்ற எதிர்வுகள் துலக்கம் பெறாது. அவை இறுக்கம் இன்றி இயங்கியல்ரீதியாக நெகிழ்வுடன் தொழில்படும். தகவுகள் என்பவை தத்துவங்களில் காணப்படுவது போல் கருத்தாக்கங்களும் (Concept) அல்ல, அவை மேற்கூறிய எதிர்வுகள் இணைவாக்கம் பெறும் Non-Concepts.

வட இந்தியச் சூழல்களில் அரசு அமைப்புகள் தோற்றம் பெற்ற போது, சத்திரியர் எழுச்சி பெற்ற போது அங்கு இருவகை அறிவுத்துறையினர் தோன்றினர். சத்திரியரிடமிருந்து வேறுபட்ட வர்க்க நலன்களை அவர்கள் குறித்து நின்றனர். ஒருவர், வைதீகப் புரோகிதர்; மற்றொருவர், சிராமண மரபின் அறவோர். ராமாயண-மகாபாரத-பகவத்கீதை காலத்தில் பிராமணரும் சத்திரியரும் முதலில்

புனித அதிகாரம்/அரச அதிகாரம் எனப் போட்டியிட்டு, பின் சமரசம் செய்து கொண்டனர். சிராமணர் அணி சிறிது விலகி நின்று அறம் பேசி தனித்து தொழில்பட்டது. தமிழில் சங்க இலக்கியக் காலத்தில் அநேகமாக ஒரு வகை அறிவுத் துறையினரே தோற்றம் பெற்றிருக்கின்றனர். புறநானூற்றுப் புலவர்களே அவர்கள். தமிழில் புரோகிதர் காணப்படவில்லை. புலவர்களே அறவோர்களாக அரசர்களை அண்டிச் சென்றுள்ளனர். புறநானூற்றுப் புலவனே தமிழ் பண்பாட்டின் முதல் சொந்த அறிவாளி (Organic Intelligentsia). தகவுகளின் உற்பத்தி புறநானூற்றுப் புலவரிலிருந்துதான் தொடங்குகிறது. புனித அதிகாரம் குறித்த பிரச்சனை சங்க காலத்தில் இல்லை. அரசு/புனித அதிகாரக் கூட்டணி இங்கு சைவம்-வைணவத்தோடுதான் அரங்கேறியுள்ளது.

வீரமும் புகழும்: நெகிழ்வான இரண்டு குறிப்பான்கள்

உடையும் குழும உறவுகளைப் பழையகாலத்தின் முன் மாதிரியிலேயே மீட்டுருவாக்க புறநானூற்றுப் புலவர்கள் சில தகவுகளை உற்பத்தி செய்கின்றனர். மன்னரின் அல்லது வேந்தரின் வீரம், அவரது பகுத்துண்ணும் பாங்கு, கொடை, ஈகை, அறத்தோடு மக்களைப் புரக்கும் மாண்பு, மன்னர்கள் ஈட்டும் புகழ் ஆகியவை யெல்லாம் புறநானூற்றுப் பாடல்களில் இடம்பெறுகின்றன. இத்தகவுகள் சில முக்கியமான சமூகப்பணிகளைச் செய்கின்றன. அவை மன்னர் (வேந்தர்), புலவர் ஆகிய இருதரப்பினரைச் சுற்றிக் கட்டப்பட்டனவாகவே புறநானூற்றுப் பாடல்களில் இடம் பெற்றுள்ளன. ஆயின் அத்தகவுகள் மன்னரையும் புலவரையும் கடந்து சமூகம் தழுவியவையாகப் பொருள் கொள்ளத் தக்கன. மன்னர்கள் படையெடுத்துச் சென்று பிற மன்னர்களை வீழ்த்திப் பெருமன்னர்களாகின்றனர். மன்னரின் போர் வீரம் புறநானூற்றின் முக்கியமான விழுமம். இன்னொருபுறம், மன்னரை அண்டிவாழும் புலவர்கள் முந்திய காலம் போலவே தமக்குரிய பொருளாதாரப் பாதுகாப்பையும் சமூக அங்கீகாரத்தையும் வேண்டி, மன்னர்களுக்கு ஒருவகை நிர்ப்பந்தத்தை வழங்குகின்றனர். அதாவது, மன்னர்கள் புலவரிடத்தும் பரந்த மக்கள் பகுதியினரிடமும் புகழுடன் விளங்கவேண்டும் என்பதைப் பெரிதும் வலியுறுத்துகின்றனர். வீரம் என்பது மன்னர் குறித்த, அவரது வெற்றிகள் குறித்த ஒரு தகவு. இன்னொருபுறம், புகழ் என்பது மன்னர் மக்களிடம் பெறும் சமூக அங்கீகாரம் குறித்தது. ஒன்று, சமூகத்தின் மேட்டுப் பகுதிகளைக் குறித்தது. மற்றொன்று, சமூகத்தின் கீழ்ப்பகுதிகளைக் குறித்தது.

வீரம் எனும் தகவு அங்கீகரிக்கப்படுகிறது. புகழ் என்ற தகவுக்கு அங்கீகாரம் கோரப்படுகிறது. புறநானூற்றுப் புலவர்கள் உற்பத்தி செய்யும் தகவுகள் அனைத்திலும் வீரம்/புகழ் எனும் இவை இரண்டும் முதன்மையான இடத்தைப் பெறுகின்றன. வீரம் என்பதற்கான ஓர் ஒற்றைப் பொருண்மையைப் புறநானூற்றுப் பாடல்களில் காண்பது சாத்தியமல்ல. அது பரந்துபட்ட அர்த்தப்பரிமாணங்களைக் கொண்டதாக புறநானூற்றுப் பாடல்களில் காட்சியளிக்கிறது. அதன் மிக எளிமையான மற்றும் பழமையான அர்த்தத்தில் வீரம் என்பது வேட்டைச் சமூகத்தின் வேல் ஏந்தும் ஆற்றலை, விலங்கு களை வேட்டையாடும் ஆற்றலைக் குறிக்குமாக இருக்கலாம். அடுத்து வந்த காலங்களில், இனக்குழுக்களுக்கிடையில் நிகழ்ந்த போர்களில் ஈடுபடும் வீரர்களின் போராற்றலை அது குறிக்குமாக இருக்கலாம். வீரம் எனும் தகவின் பொருளாதாரப் பின்புலத்தை ஒரு சில பாடல்கள் எடுத்துக்காட்டுகின்றன.

யாம் தன் இரக்கும் காலை, தான் எம்
உண்ணா மருங்குல் காட்டி, தன் ஊர்க்
கருங் கைக் கொல்லனை இரக்கும்,
'திருந்து இலை நெடு வேல் வடித்திசின்' எனவே (புறம்:180).

வேந்தர்கள் நடத்திய போர்களில் நிலங்கள் கைப்பற்றப் பட்டன, எதிரிகளின் நீர்நிலைகள் அழிக்கப்பட்டன, ஊர்கள் கொள்ளையடிக்கப்பட்டன. இதுவும் வீரம் என்றே அழைக்கப் பட்டது.

தாய் இல் தூவாக் குழவி போல
ஓவாது கூஉம், நின் உடற்றியோர் நாடே (புறம்:4)

வாடுக, இறைவ! நின் கண்ணி - ஒன்னார்
நாடு சுடு கமழ் புகை எறித்தலானே! (புறம்:6)

-----------------------------பகைவர்
ஊர் சுடு விளக்கத்து அழு விளிக் கம்பலைக்
கொள்ளை மேவலை----------------- (புறம்:7)

கடுந் தேர் குழித்த ஞௌ்ளல் ஆங்கண்
வெள் வாய்க் கழுதைப் புல் இனம் பூட்டி,
பாழ் செய்தனை-------------------- (புறம்:15)

------------------------------அவர்
விளை வயல் கவர்பூட்டி,
மனை மரம் விறகு ஆக (புறம்:16)

போர், வன்முறை, பொருளாதார நலன், அதிகாரம் ஆகிய பலவற்றைக் குறிப்பதாக வீரம் என்ற தகவு புறநானூற்றுப் பாடல்களில் இடம்பெறுவதைக் காணுகின்றோம். பொருட்பண்பு (Material) கொண்ட பலவகை நலன்கள், மரியாதைக்குரிய வீரம் எனும் தகவாக புறநானூற்றுப் புலவர்களால் உருமாற்றப்பட்டிருக் கின்றன. ஒரு நேர்கோடு வளைகோடாக மாற்றப்படுவதைப் போன்றது இது. சீறூர் மன்னர் குடிகள் அழிக்கப்படும்போது வேந்தரின் வீரம் புலவர்களின் அச்சத்திற்குரியதாகவும் சித்திரிக்கப்படுகிறது. வீரம் எனும் தகவில் சம்பந்தப்படும் வன்முறை (Violence and Coercion) குறித்த கவலை புறநானூற்றுப் பாடல்களில் இல்லாமலில்லை. உருவாகி வந்த அரசு எந்திரத்தின் உட்பொதிந் திருந்த அதிகாரம், அது விளைவிக்கும் அழிவு ஆகியவை பற்றிய கவலை இது.

> வேந்துடைத் தானை முனைகெட நெரிதர,
> ஏந்துவாள் வலத்தன் ஒருவன் ஆகி,
> தன்இறந்து வாராமை விலக்கலின், பெருங்கடற்கு
> ஆழி அனையன் மாதோ (புறம்:330)

> வேந்துதலை வரினும் தாங்கும்.
> தாங்கா ஈகை, நெடுந்தகை ஊரே (புறம்:325)

வீரம் எனும் நெகிழ்வான குறிப்பானின் (Fluid Signifier) உள் ஒளிந்திருக்கும் பலவகைப் பொருண்மைகள் தமக்குள் வேறுபட்டு, முரண்பட்டு ஒருவகை அவதிநிலையைக் (Agonistic Plurality, Agony of Difference) கொண்டமைகின்றன.

வீரம் எனும் தகவினை வலுவுடன் எதிர்த்து நிற்கும் தகவாக புறநானூற்றுப் பாடல்களில் புகழ் அமைகிறது. மன்னர், வேந்தர், அவர்தம் வீரம், ஈகை ஆகியவை பொருட்டு சமூகத்தில் விளங்கும் அங்கீகாரம் புகழ் எனப்படுகிறது. வீரம் என்ற தகவின் பொருண்மை களாக விளங்குகிற வன்முறை, அதிகாரம், பொருளாதாரம் ஆகிய வற்றைப் பெருமளவில் சிதைக்கும் (Subversion) ஒரு தகவாக புகழ் விளங்குகிறது. வேந்தனின் பொருளாதார ஆற்றலும் அதிகாரமும் மிக முக்கியமாக தனி உடமை சார்ந்தவை. ஆயின் புகழ் எனும் தகவு அதன் வரையறையின் படியே சமூகம் சார்ந்தது. பாணர், விறலியர், கூத்தர், புலவர் மட்டுமின்றி சமூகத்தின் இதர மக்கட் பிரிவினரும் மன்னனுக்கோ வேந்தனுக்கோ வழங்கும் ஒப்புதலை (Consent, Consensus) அது குறிக்கிறது.

குன்று, மலை, காடு, நாடு
ஒன்று பட்டு வழிமொழிய,
கொடிது கடிந்து, கோல் திருத்தி,
படுவது உண்டு, பகல் ஆற்றி,
இனிது உருண்ட சுடர் நேமி
முழுது ஆண்டோர் வழி காவல! (புறம்:17)

புகழ், புறநானூற்றுப் பாடல்களில் 'இசை' என்னும் சொல்லாலேயே பெரும்பாலும் குறிக்கப்படுகிறது. இசை என்ற சொல்லின் வேர்ப் பொருள் இசைவு, ஒப்புதல், ஒத்திசைவு என்பனவாகும். மன்னன் தனது இனக்குழுவினரிடையில் 'புகழ்' பெற்றிருந்தான் எனில் மன்னன் அவனது மக்களின் இசைவினைச் சம்பாதித்திருந்தான் என்று பொருளாகும். மக்களின் இசைவுடன் தொழில்படுதல் என்பது இனக்குழும சமூகத்தின் ஓர் அடிப்படைப் பண்பாகும். அது அச்சமூகத்தின் 'இயல்பு நிலை' என்பது போலாகும். புகழ் பெற்றிருத்தல் என்பது பல புறநானூற்றுப் பாடல்களில் 'தொல் இசை' (புறம்:24), 'நல் இசை' (புறம்:31), 'தொல்நெறி' (புறம்:184), 'ஒக்கல் வாழ்க்கை' (புறம்:193), 'திரியா சுற்றம்' (புறம்:2) போன்ற சொற்களால் உறுதிப் படுத்தப்படுகிறது. 'முறை' (புறம்:35), 'நெறி' போன்ற சொற்களும் கூட இனக் குழு ஒக்கல் வாழ்வைச் சுட்டுகின்றன.

புகழ் என்பது புறநானூற்றில் ஒரு நடைமுறை சார்ந்த தகவு, அது வாழ்விலிருந்து அந்நியப்பட்ட ஒன்றல்ல. மறுமைப் பலனை நோக்கிய ஈதலை புறநானூறு மறுக்கிறது.

'இம்மைச் செய்தது மறுமைக்கு ஆம்' எனும்
அற விலை வணிகன் ஆஅய் அல்லன்;
பிறரும் சான்றோர் சென்ற நெறி என,
ஆங்குப் பட்டன்று, அவன் கைவண்மையே (புறம்:134)

மறுமை நோக்கின்றோ அன்றே,
பிறர், வறுமை நோக்கின்று, அவன் கைவண்மையே (புறம்:141)

காணாது ஈத்த இப் பொருட்கு யான் ஓர்
வாணிகப் பரிசிலன் அல்லேன் (புறம்:208)

சீறூர் மன்னர் பகுத்துண்டதால் மக்களின் (புலவர்களின்) இசைவைப் பெற்றார். பகுத்துண்ணுதலும் புகழ் பெறுதலும் இனக்குழு சமூகத்தில் பொருளாதாரப் பண்பு கொண்டவை. இனக்குழுவின் ஒட்டுமொத்த செல்வம் கிட்டத்தட்ட சமமாகப் பகிர்ந்தளிக்கப்

இந்தியத் தத்துவங்களும் தமிழின் தடங்களும்

பட்டதை இது குறிக்கும். இனக்குழு சமூகம் உடைந்துபட்ட போது, வேந்தர் அரசுகள் தோன்றிய போது பாணரும் கூத்தரும் விறலியரும் புலவரும் மீண்டும் புகழ் எனும் தகவை மையப்படுத்துகின்றனர். இது பழஞ்சமூகத்தின் ஒரு தொடர்ச்சி. மட்டுமின்றி, புதிய சூழல்களில் உருவாகிய உபரிச் செல்வம் பழைய முறைமைப்படியே பகிர்ந்தளிக்கப்படவேண்டும் என்ற கோரிக்கை; கீழிருந்து எழும் கோரிக்கை. புகழ், இசை என்ற வரிசையில் இடம் பெறும் மற்றொரு சமூகத் தகவு 'புரவுக் கடன்' எனப்படுகிறது (புறம்:149).

புகழ் எனும் தகவு வீரம் எனும் தகவை விட அதிகப் பரப்பும் அதிக சமூகப் பண்பும் கொண்டதாகத் தென்படுகிறது. அது ஒரு சமூகம் சார் தகவு எனும் வகையில் அதிக நெகிழ்வு (Fluidity) கொண்டதாக அமைகிறது. அது மன்னன் ஈட்டும் புகழ். ஆயின் மக்கள் வழங்க வேண்டிய ஒப்புதல். அது வழங்கப்பட, மன்னன் சில பொருளாதாரக் கடமைகளை ஆற்றியாக வேண்டும். பலவகைப்பட்ட மக்கள் சம்பந்தப்பட்ட பொதுத் தகவு அது. புகழ் எனும் தகவுக்கு வெகுசனத் தளம் ஒன்று உள்ளது. அது தொகுப்புத் தன்மை கொண்டது. அது சமூகத்தின் ஏதோ ஒரு பகுதி சார்ந்தது அல்ல. சமூகத்தின் வெவ்வேறு பகுதியினர் ('மன்னுயிர் பன்மை' புறம்:19) தத்தமது நலன்கள் பேணப்படுகிறதா என்பதை உய்த்துணர்ந்து மன்னனுக்கு அங்கீகாரம் வழங்குவார்களாக இருக்கலாம். மக்கள் ஆதரவே மன்னனைக் காக்கும் எனும் கருத்து வலியுறுத்திச் சொல்லப்படுகிறது.

அருளும் அன்பும் நீக்கி, நீங்கா
நிரயம் கொள்பவரோடு ஒன்றாது, காவல்,
குழவி கொள்பவரின், ஓம்புமதி!
அளிதோ தானே; அது பெறல் அருங்குரைத்தே (புறம்:5)

அறிவும் ஈரமும் பெருங்கண்ணோட்டமும் (புறம்:20)
அரசர்க்குத் தேவை எனக் கூறப்பட்டுள்ளது.

மாரி பொய்ப்பினும், வாரி குன்றினும்,
இயற்கை அல்லன செயற்கையில் தோன்றினும்,
காவலர்ப் பழிக்கும், இக்கண் அகல் ஞாலம் (புறம்:35)

மாரி அன்ன வண்கை (புறம்:133)

மன்னா உலகத்து மன்னுதல் குறித்தோர்
தம் புகழ் நிறீஇத் தாம் மாய்ந்தனரே (புறம்:165)

புகழ் எனின், உயிரும் கொடுக்குவர், பழி எனின்,
உலகுடன் பெறினும், கொள்ளலர்   (புறம்:182)

செல்வத்துப் பயனே ஈதல்,
துய்ப்பேம் எனினே, தப்புந பலவே   (புறம்:189)

போன்ற பாடல் வரிகளெல்லாம் புகழ் எனும் தகவின் விரிந்த பரப்பையும் அடிப்படைப் பண்பையும் காட்டுகின்றன.

புறநானூற்றுப் பாடல்களில் வீரம்/புகழ் எனும் இருபெரும் தகவுகள் பொருதிக் கொள்கின்றன. இருவகைத் தகவுகளுமே இனக்குழுக்களிலிருந்து வேந்தர் முதலானோரின் உடைமைச் சமூகம் உருவான வரலாற்றை எடுத்துரைக்கின்றன. வீரம் எனும் தகவு, அரசு உருவாக்கத்தை மேலிருந்து எடுத்தியம்புவதாகவும், புகழ் குறித்த பாடல்கள் இனக்குழும செல்வப் பகிர்வை கீழிருந்து நினைவுக்குக் கொண்டு வருவதாகவும் உள்ளன. இருவகைத் தகவுகளுக்கு மிடையில் உள்முரண் உள்ளது. இருவகைத் தகவுகளுமே காலப் பரப்பிலும் சமூகப் பகுதிகளிலும் விரிந்த தளத்தில் தொழில் படுவதால் வெகுசனப் பண்பு கொண்டு நெகிழ்வானவையாக உள்ளன. வீரத்தை விட புகழ் அதிக அடிப்படைத் தன்மையும் மக்கள் பண்பும் கொண்டதாக உள்ளது. புதிதாக உருவாகி வந்த சமூகம் குறித்த விமர்சனம், புகழ் குறித்த புறநானூற்றுப் பாடல்களில் பதிவாகியுள்ளது. இவ்வகை ஆய்வில் புறநானூற்றுச் சமூகம் தகவுகளால் கட்டமைக்கப்பட்ட சமூகமாக நமக்குக் கிடைக்கிறது.

குறுந்தொகை

அகப்பாடல்களின் சமூகவியல்

சங்க இலக்கியங்கள் 2000-2500 ஆண்டுகள் பழமையானவை யாக இருந்த போதும், கடந்த 150 வருடங்களாக அவை குறித்து அதிகமாகப் பேசி வந்திருக்கிறோம். காலனி ஆட்சிக் காலத்தில் மேற்கத்திய சிந்தனைகளும் வாழ்க்கை முறையும் இங்கு பரவ ஆரம்பித்த போது, சமஸ்கிருதப் பண்பாட்டின் ஆதிக்கத்தை மனதிற் கொண்டு, தமிழ்ப் பண்பாட்டின் தற்காப்பினை முன்வைத்து தமிழர் அடையாளங்கள் எடுத்துரைக்கப்பட்டன. தமிழர் அடையாளங்களில் மிகத் தொன்மையானதும் செழுமையானதும் என சங்கத் தமிழ் கட்டமைக்கப்பட்டது. பத்துப் பாட்டு, எட்டுத்தொகை, தொல்காப்பியம், பதினெண்கீழ்க்கணக்கு நூல்கள், ஐம்பெருங்காப்பியங்கள் என பழந்தமிழ் இலக்கியங்கள் அன்றே பல்கிப் பெருகி இருந்தமை தமிழரின் மிகப்பெரும் சாதனை. கடந்த 150 வருடங்களில் தமிழ் நூல்கள் அச்சேறியமை, தமிழர் வரலாறு எழுதப்பட்டமை, தனித் தமிழ், தமிழ் இசை, தமிழ்க் கல்வி, திராவிட இயக்க அரசியல் எனப் பலவகைப்பட்ட இயக்கங்களுக்கு சங்க இலக்கியம் முதன்மையான ஊற்றுக்காலாக இருந்து வந்திருக்கிறது. தமிழ் மொழியும் பண்டைத் தமிழ் இலக்கியங்களும் அவற்றின் அறியப்பட்ட முதல் வடிவங்களில் சமயச் சார்பற்றவை யாக, புராணச்சார்பற்றவையாக நமக்குக் கிடைத்திருப்பது குறிப்பிட்டுச் சொல்லவேண்டிய ஒரு சிறப்பாக விளங்குகிறது. இன்று, தமிழ் செம்மொழி என அறிவிக்கப்பட்ட சூழல்களில் மீண்டும் பண்டைத் தமிழ் இலக்கியங்களைப் பற்றிப் பேச முனைந்திருக் கிறோம்.

தமிழ் செம்மொழி என அறிவிக்கப்பட்டுள்ள இன்றைய சூழல் களை உற்றுக் கவனிக்க வேண்டியுள்ளது. நேரடியான காலனி ஆட்சியின் அபாயம் இன்று நமக்கில்லை. ஆனால் அதைவிட

பலமடங்கு அதிக வலு கொண்ட உலகமயமாக்கம் என்ற ஒரு நிகழ்வை இப்போது நாம் சந்தித்து வருகிறோம். பிரதேசப் பண்பற்ற காலனியாதிக்கம் (Non-territorial Imperialism, non-territorial colonialism, Empire) என இதனைக் குறிப்பிடுகின்றனர். அதாவது நாடு பிடித்தல், ஆட்சியைக் கைப்பற்றுதல் என்ற நேரடி முறைகள் பின்பற்றப்படாமல், நாடுகளையும் மக்களையும் பொருளாதார, பண்பாட்டு ஆதிக்கத்திற்கு உட்படுத்துதலை உலகமயமாக்கம் குறித்து நிற்கிறது. தேசியம், நாடு, அரசு போன்ற எல்லைகளை உடைத்துக் கொண்டு உலகமயமாக்கம் பாய்ந்து வருகிறது. பல சிறு பண்பாடுகள் அடையாளமே இன்றி அழிந்து போகக் கூடிய அபாயம் தோன்றியிருப்பதாக அறிஞர்கள் எச்சரித்து வருகின்றனர். மிகப் பெரும் பண்பாடுகள் கூட உலகமயமாக்கத்தால் அடையாளம் தெரியாமல் சிதைவுண்டு போகும் அபாயம் இருப்பதாக மதிப்பிடு கிறார்கள். இத்தகைய சூழல்களில் தான் சங்க இலக்கியம் அல்லது தமிழ்ச் செம்மொழி குறித்த பேச்சுக்கள் முக்கியப்படுகின்றன.

இந்தியா போன்ற ஒரு நாட்டில் உலகமயமாக்கம் போன்ற நிகழ்விற்கு எதிர்வினையாக அகில இந்திய தேசியம், இந்து தேசியம் போன்ற ஒற்றை அடையாளங்கள் பலமடைவதற்கு வாய்ப்புகள் அதிகம். இப்படி ஓர் அனுபவம் நமக்கு காலனி ஆட்சிக் காலத்தி லேயே ஏற்பட்டிருக்கிறது. அகில இந்திய தேசியமும் இந்து தேசியமும் தமிழின், அதேபோல இன்னும் பல மொழிவழி, சமயவழி பண்பாடு களின் வளர்ச்சி வாய்ப்புகளைக் குறைத்திருக்கின்றன என்ற அனுபவமும் நமக்கு உண்டு. எனவே அத்தகைய ஒரு சூழலை மனதில் கொண்டும் தமிழ் செம்மொழி எனும் உரையாடலை நாம் நடத்திச் செல்லவேண்டியுள்ளது.

மார்க்சியரைப் பொறுத்தமட்டில், மார்க்ஸ் எப்போது ஆசிய உற்பத்தி முறை என்ற ஒன்றைப் பற்றிப் பேசினாரோ, அப்போ திருந்தே வெறும் பொருளாதார வர்க்க அரசியல் மூன்றாம் உலக நாடுகளுக்குப் போதாது என்பது வெளிப்படையான ஓர் உண்மை. தேசிய இனங்களின் விடுதலை என்ற கோஷத்தையும் சேர்த்துக் கொண்டுதான் லெனின் ரஷ்யப் புரட்சியை நடத்தினார். தேசிய இனங்களின் விடுதலை என்ற கோஷம் முன்வைக்கப்பட்டதால், அத்தேசிய இனங்களின் விவசாய, தொழிலாளர் தலைவர்கள் தயக்கமின்றி தம் மக்களை சோசலிசத்திற்கான இயக்கத்திற்கு

இட்டுவர முடிந்தது. லெனினது காலத்திய சோசலிச கட்டுமானத்தின் போது இன்னும் உறுதிப்படாமல் இருந்த பல இளம் தேசிய இனங் களை சோசலிச அரசு ஊட்டி வளர்த்தது. இருபதாம் நூற்றாண்டில் மூன்றாம் உலக நாடுகளின் விடுதலை அரசியலுக்கு மார்க்சின் ஆசிய உற்பத்தி முறையும், லெனினது தேசிய இன அரசியலும் மிக முக்கிய மானவை. வர்க்கமும் கருப்பர் இனமும், வர்க்கமும் பாலினமும், வர்க்கமும் தேசிய இனமும் என்ற சேர்க்கைகளினூடாகத்தான் இருபதாம் நூற்றாண்டில் மூன்றாம் உலக நாடுகளின் அரசியல் முழுவதும் நடந்து வந்திருக்கிறது. ஐரோப்பிய சிந்தனையாளர்களில் ஆஸ்திரிய மார்க்சியர் (Austro Marxism) என்ற பிரிவினர் பண்பாட்டுத் தேசியம் பற்றி விரிவான ஆய்வுகள் செய்துள்ளனர். பிரதேசரீதியாக தனிநாடாகப் பிரிந்து போகாத சூழல்களில் கூட, ஒரே அரசின் கீழ் பல பண்பாட்டு தேசியங்கள் சுயாட்சி (National Cultural Autonomy) உரிமைகளுடன் வாழுவதைப் பற்றி ஆஸ்திரிய மார்க்சியர்கள் பேசினர். வேறு வார்த்தைகளில் சொல்வதானால், வர்க்கமும் அடையாளமும் என்ற சொற்சேர்க்கை, இருபதாம் நூற்றாண்டு மார்க்சியர்களின் மீது திணித்துள்ள ஒரு மாபெரும் விவாதத்திற்கான தலைப்பு. இருபத்தியொன்றாம் நூற்றாண்டின் சோசலிசத்திற்கான விவாதங்களிலும் அதே தலைப்பு தொடர்கிறது. லத்தீன் அமெரிக்க நாடுகளில் கடந்த சில ஆண்டுகளாக எழுச்சி பெற்றுவரும் சோசலிச அரசியல் லத்தீன் அமெரிக்காவின் பூர்வக்குடிகளை, பழங்குடிகளை சோசலிசச் சொல்லாடல்களின் மையத்திற்குக் கொண்டு வந்திருக்கிறது. ஏன், இந்திய அரசியலிலும் கூட ஒடுக்கப்பட்ட சாதிகளின், பழங்குடிகளின், சிறுபான்மைச் சமயங்களின் அடையாள அரசியல்கள் மையத்திற்கு வந்துள்ளன. சமீபத்தில் மதுரையில் பேசிய எழுத்தாளர் கோணங்கி, இன்றைய தமிழ் இலக்கியத்தின் முனைப்பான பிரச்சினை "திணைகளின் எழுச்சி" என்று குறிப்பிட்டார். வானிலிருந்து இடிபோல இறங்கும் உலகமய மாக்கத்தின் ஒற்றைப்படுத்தும் தாக்குதலை எதிர்கொள்ள நிலங்களும் மொழிகளும் பழங்குடிகளும் தேசிய இனங்களும் (இந்தியாவில் மட்டுமல்ல, உலகம் முழுவதிலும்) தம்மைத் திரட்டிக் கொள்வதைத்தான், தம்மை எடுத்துரைக்க முன்வந்திருப்பதைத் தான் அவர் "திணைகளின் எழுச்சி" என்று குறிப்பிட்டதாக நான் பொருள் கொள்ளுகிறேன். இத்தகைய சூழல்களில் தான் நாம் சங்க இலக்கியம், தமிழர் அடையாளம் போன்ற விஷயங்களைப் பற்றிப்

பேசுவதற்காக இங்கே கூடியிருக்கிறோம். மார்க்சியச் சொல்லாடலில், சங்க இலக்கியம் பற்றிய பேச்சு என்பது வர்க்கமும் அடையாளமும் என்ற மாபெரும் உரையாடலின் ஒரு பகுதி என்றே எனக்குப் படுகிறது.

இருபதாம் நூற்றாண்டு முழுவதிலும் சங்க இலக்கியம் குறிப்பிட்ட ஒரு கருத்தியல் சட்டகத்தில் (Episteme, Ideological Frame) வைத்துப் பொருள் கொள்ளப்பட்டது, பொருள் சொல்லப் பட்டது. ஆயின் நாம் மேலே குறிப்பிட்டுள்ள உலகமயமாக்கம், "திணைகளின் எழுச்சி" என்ற பின்புலங்களில் அந்தக் கருத்தியல் சட்டகம் காலாவதி ஆகிவிட்டது என்பதைச் சொல்லியாக வேண்டும். சங்க இலக்கியங்களுக்குப் பொருள் சொல்ல, பொருள் கொள்ள புதிய ஒரு கருத்தியல் சட்டகம் இன்று நமக்குத் தேவைப்படுகிறது. தமிழர் என்ற ஒற்றை அடையாளம், தமிழ் மொழியின் தனித் தன்மைகள், தமிழர் வீரம்-தமிழ்ப் பேரரசு, தமிழ்க் காதல்-கற்பு-தமிழ்க் குடும்பம் போன்ற கருத்தியல் வடிவங்களின் ஊடாக இருபதாம் நூற்றாண்டில் சங்க இலக்கியம் பொருள் சொல்லப் பட்டது. இத்தகைய பொருள் கோடலில் சில புனைவியல் பண்புகள் இருந்தன. இன்று அதே கருத்தியல் வடிவங்கள் நமக்குப் போதாது. வேறு சில தேவைகளுடன் சங்க இலக்கியங்களை அணுக வேண்டி யுள்ளது.

தொல்காப்பியம் வரையறுக்கும் குறிஞ்சி, முல்லை, மருதம், நெய்தல், பாலை எனும் ஐந்திணைக் கோட்பாடு தமிழ் மொழி என்ற ஒரே எல்லையினுள் நிலம், தொழில், ஒழுக்கம் சார்ந்த பன்மீய வடிவங்களின் இருப்பை எடுத்துக் காட்டுகிறது. தொல்காப்பிய காலத்தில் தமிழ் மண்ணில் அநேகமாக நூற்றுக்கணக்கான இனக்குழுக்கள் இருந்திருக்க வேண்டும். அவற்றை ஐவகைத் திணை களாக தொல்காப்பியர் சுருக்கி வகைப்படுத்தியிருக்க வேண்டும். அனைத்தையும் ஒன்றாகச் சுருக்கும் முயற்சியில் தொல்காப்பியர் ஈடுபடவில்லை என்பது ஆறுதலான ஒன்று. எனவே ஒற்றை அடையாளம் ஒன்றுக்கு தொல்காப்பியர் இடமளிக்கவில்லை. ஐவகைத் திணைகளில் மருதமும் பாலையும் ஒரு வகையில் எதிரெதிர் முனைகளைக் குறிக்கின்றன. மருதம் செழிப்பான நதிக்கரை நாகரிகத் தையும் பாலை மிக வறட்சியான நிலப்பகுதிகளையும் குறிக்கின்றன. தத்துவச் சிந்தனையில் இன்மை, சூன்யம், மறுப்பு போன்ற

கருத்தாக்கங்களுக்கு ஒரு முக்கியமான விமர்சனப் பாத்திரம் உண்டு. மருதத்தோடு ஒப்பிட, பாலை அப்படிப்பட்ட ஒரு மறுத்தல் பண்பைக் கொண்டதாகவே காட்சியளிக்கிறது. இயல்பு அழிந்து, இயல்பு திரிந்து, இயல்பு மயங்கி உருவாவதே பாலை. வறட்சியும் ஏழ்மையும் பிரிவுணர்ச்சியும் அந்நியமாதலும் பாலையின் பண்புகள். மறுத்தலோடும் மாற்றத்தோடும் தொடர்புடையனவாக பாலையின் பண்புகள் அமைந்துள்ளன. "அன்பின் வழி வந்த ஐந்திணை வாழ்வில்" சிதைவுகளை ஏற்படுத்துவது பாலை. சங்க இலக்கியங்களில் ஐந்திணை என்பதோடு கூடுதலாக எழுதிணை என்ற சொல்லாக்கமும் உள்ளது. ஐந்தோடு கூடுதலாகச் சேரும் இரண்டு திணைகள் அடியவர், வினைவலர், ஏவல் மரபினர் ஆகியோரோடு தொடர்பு கொண்டன வாக வரையறை செய்யப்படுகின்றன. அவை நிலம் சார்ந்த திணைகள் அல்ல. எனில் ஐந்திணைகளுக்குள்ளும் வர்க்க ஏற்றத் தாழ்வுகள் தோன்றிய செய்தியைச் சுமந்து நிற்கின்றன. இவ்வாறாக தொல்காப்பியத்தின் திணைக்கோட்பாடு பண்டைத் தமிழ்ச் சமூகத்தின் பல படித்தான கட்டமைப்பு, அவற்றினுள் வர்க்கங்கள் உருவாக்கம் போன்ற பல செய்திகளை நமக்குச் சொல்கின்றன.

அகம்/புறம் என்றொரு மிகப்பெரும் வகைப்படுத்தலையும் சங்க இலக்கியங்களில் காணுகிறோம். இவற்றில் புறம் என்பது தமிழ் மண்ணில் அரசு உருவாக்கத்தையும் அகம் என்பது குடும்பம் உருவானதையும் பற்றிய மிகப்பழைய செய்திகளைக் கொண்டுள்ளன. ஏங்கெல்சின் தனிச்சொத்து, அரசு, குடும்பம் ஆகியவற்றின் தோற்றம் என்ற நூலினைப் பின்புலமாகக் கொண்டு தமிழில் அகமும் புறமும் வாசிக்கப்பட வேண்டும். இத்தனைப் பழங்காலத்தில் அரசு, குடும்பம் ஆகியவற்றின் தோற்றம் குறித்த ஆவணங்களாக அகநூல்களும் புறநூல்களும் அமைகின்றன. மக்களோடு மக்களாக கலந்து வாழ்ந்த சீறூர் மன்னர்களுக்கும் அவர்களை அழித்துப் பேரரசுகளை உருவாக்கிய வேந்தர்களுக்கும் இடையிலான பொருளாதார, அரசியல் முரண்பாடுகளை மையமாகக் கொண்டு புறநானூற்றுப் பாடல்களை வாசிக்கமுடியும். புராதன இனக்குழு சமூகத்திற்குச் சொந்தமான பகுத்துண்டு வாழ்ந்த ஒரு தொல்நெறி, பழநெறி அழிந்து வன்முறையும் வறுமையும் தோன்றியமையை இப்பாடல்கள் எடுத்துக் காட்டுகின்றன. "பாடு அறிந்து ஒழுகும் பண்பினராகச்" சீறூர் மன்னர்கள் குறிக்கப்படுகின்றனர். மாறாக பேரரசுகளின்

வேந்தர்கள் "தொன்மை மாக்களின் தொடர்பு அறியாத"வராக, "அன்பு கண் மாறிய அறனில் காட்சி"யாளராகச் சுட்டப்படு கின்றனர். புறத்திணைப் பாடல்களில் இருவகைக் கவிஞர்களைச் சந்திக்கிறோம். சீறூர் மன்னரோடு சொந்தமென இணைந்து வாழ்ந்த பாணர்கள், கூத்தர்கள், விறலியர் எனப்பட்ட இனக்குழுச் சமூகத்தின் கலைஞர்கள். இன்னொரு புறம் வேந்தர்களின் வன்முறை வீரத்தை மட்டும் புகழ்ந்து பாடிய அரசவைப் புலவர்கள். தமிழ் மண்ணின் அறிவாளிகளை ஊடறுத்துத் தோன்றிய வர்க்க வேறுபாடுகளைச் சந்திக்கிறோம். அறிவாளிகள் இரண்டுபட்டதாகத் தெரிகிறது. இன்றுவரை அப்படித்தான் உள்ளனர்.

சங்க இலக்கியத்தில் அகம்/புறம் என்ற பிரிவுகள் தமிழ்ச் சமூகத்தில் பெண்ணின் வெளி/ஆணின் வெளி என்ற இரண்டு சமூகப் பிரதேசங்கள் (Social Spaces) உண்டாகிய வரலாற்றை எடுத்துக் கூறுகின்றன. புறம் ஆண்வெளி ஆவதோடு போர், பொருள், அதிகாரம் ஆகியவை சார்ந்த வெளியாகவும் ஆகிறது. அகமோ பெண்வெளியாவதோடு பிரிவு, இரங்கல், ஏக்கம், நாணுடை மடந்தை, பெண் புறக்கணிக்கப்படுதல் ஆகியவற்றின் வெளி யாகவும் ஆகிறது. சங்க இலக்கியத்தின் அகத்திணைப் பாடல்கள் நீண்ட காலமாகவே காதல் நாடகம் ஒன்றின் காட்சிகளாக ஒருவிதப் புனைவியல் தளத்தில் அர்த்தப்படுத்தப்பட்டு வந்துள்ளன. ஆயின் அகத்திணையில் பதிவாகியுள்ள பெண்ணின் பிரிவுத் துயரமும் இரங்கலும் ஏக்கமும் குடும்பம் எனும் அமைப்பினுள் வரலாற்று ரீதியாக முதல் முதலாக அடைக்கப்பட்ட தமிழச்சியின், பெண் துயரத்தின் முதல் பதிவுக்கல் எனக் கொள்ளப்பட வேண்டும். அவை நாடகக் காட்சிக்கு உரியன அல்ல. அவை உண்மைத் துயரங்கள். சமயத் துயரத்தைப் பற்றி மார்க்ஸ் எழுதும் போது "சமயத்துயரங்கள் என்பவை சமூகத்துயரங்கள்; அவை சமூகத் துயரங்களுக்கான எதிர்ப்பும் கூட" என்று எழுதுவார். இந்த வரையறை அகத்திணையில் காட்டப்படும் பெண்களின் துயரத்திற்கும் பொருந்தும். அகத்திணைப் பாடல்களில் பதிவாகியுள்ள பெண்ணின் துயரங்கள் உடைமைச் சமூகத்தில் ஆண்/பெண் உறவுகளில் ஏற்பட்ட சிக்கல் களைச் சுமக்கும் துயரங்கள்; அவை அத்துயரங்கள் குறித்த பெண்ணின் எதிர்ப்பையும் தம்முள் கொண்டுள்ளன. அகத்துள் அடைபடும் பெண் ஒரு குறுந்தொகைப் பாடலில்,

முட்டுவேன் கொல் தாக்குவேன் கொல்
ஓரேன் யானும் ஓர் பெற்றி மேலிட்டு
ஆஅ ஒல்லெனக் கூவுவேன் கொல்
அலமரல் அசைவளி அலைப்ப என்
உயவுநோய் அறியாது துஞ்சும் ஊர்க்கே (குறுந்தொகை 28)

எனத் தன்னிலையைச் சித்திரிக்கிறாள்.

"கன்றும் உண்ணாது கலத்தினும் படாது
நல் ஆன் தீம்பால் நிலத்துக்காங்கு
எனக்கும் ஆகாது என்னைக்கும் உதவாது" (குறுந்தொகை 27)

பெண் பிரிவுத் துன்பத்திற்கு ஏன் உள்ளாகிறாள்? ஏனெனில் ஆண் பொருளுக்காக, போருக்காக அல்லது (மருத நிலத்தில்) பரத்தையின் பொருட்டுப் பிரிகிறான். மூன்றுமே உடமைச் சமூகத்தின் ஆணாதிக்கக் கூறுகள்.

"அருளும் அன்பும் நீங்கி, துணை துறந்து,
பொருள்வயிற் பிரிவோர் உரவோர் ஆயின்
உரவோர் உரவோர் ஆக!
மடவம் ஆக, மடந்தை நாமே!" (குறுந்தொகை 20)

இப்பாடலில் ஆண்கள் உரவோர், பெண்கள் மடந்தையர் என விதிக்கப்பட்ட இலக்கணத்தை பெண் கேள்விக்குள்ளாக்குகிறாள். "அருளிலார் பொருள் வயின் அகல" (அகநானூறு 305), "பொருள் வயின் அகறல் அன்பன்று" (கலித்தொகை 2) என்ற பாடல்வரிகளும் ஆண்/பெண் உறவுகளில் பொருளாதார உறவுகள் ஊடுபாய்ந்து விட்டதை எடுத்துக்காட்டுகின்றன. பின்னால் வள்ளுவர் "அருளொடும் அன்பொடும் வாராப் பொருளாக்கம் புல்லார் புரள விடல்" (755) என இதனைக் கூறுவார். அன்பும் அருளும் நீங்கி, வன்முறைகளால் பொருள் ஈட்டச் சென்ற ஆடவரின் இல்லத்தில் அடங்கி இருந்து அவரது தனிச் சொத்துக்கு புதல்வரைப் பெற்றுத் தரும் பெண்ணே கற்புடை மகளிர் எனப் பாராட்டப்பட்டனர். பெண் "மாசில் கற்பின் புதல்வன் தாய்" என்றே (அகநானூறு 6; குறுந்தொகை 359) குறிக்கப்படுகிறாள்.

அகத்திணைப் பாடல்களில் பதிவாகியுள்ள பெண்ணின் துயரங்கள் அன்றைய சமூகத்தின் துயரங்கள்; பெண் இயலாமையின் துயரங்கள்; அவற்றுக்கான எதிர்ப்பையும் அவை கொண்டுள்ளன. புறத்திணையில் பேசப்படும் அரச உருவாக்கம், தனி உடைமைப் பொருளாக்கம், வன்முறை ஆகியவற்றிற்கு எதிராக அகத்திணைப்

பாடல்களில் பெண்ணின் துயரங்கள், அவளின் காதலுணர்ச்சி ஆகியவை தொழில்படுகின்றன.

இவ்வாறாக நமக்குக் கிடைக்கும் சங்கப் பாடல்கள் தமிழரின் வீரம், மானம், காதல் என்ற புனைவியல் சித்திரிப்புகளை வெகுவாகத் தாண்டிச் செல்கின்றன. பல முரண்களின் கோப்பாக சங்ககாலச் சமூகம் நமக்குக் கிடைக்கிறது. திணைகளின் ஊடாகத் தொழில்படும் வேறுபாடுகள், பாடறிந்து ஒழுகும் சீறூர் மன்னர்/வெண்குடைச் செல்வம் கொண்ட வேந்தர் ஆகியோரின் முரண்பாடுகள், அன்பும் அருளும் நீக்கி பலரொடு முரணும் பாசறைத் தொழிலில் ஈடுபடும் ஆடவர்/இமை தீய்ப்பன்ன கண்ணீர் தாங்கி (குறுந்தொகை 4) தம் துயரத்தையும் எதிர்ப்பையும் பதிவு செய்யும் பெண்கள் என ஒரு மிகச் சிக்கலான சித்திரம் சங்க இலக்கியங்களிலிருந்து நமக்குக் கிடைக்கின்றது. அறியப்பட்ட தமிழ் வரலாற்றின் வேர்களிலேயே உள்ள இந்த முரண்களெல்லாம் தீர்க்கப்பட்டு விடவில்லை. அந்த முரண்கள் தீர்க்கப்படாதவரை சங்க இலக்கியப் பாடல்கள் நமக்கு ஆயுதங்களாகவும் பயன்பட முடியும்.

பத்துப் பாட்டு

அகம் - புறம் முரண்களும் சமரசங்களும்

அமைப்பு என்ற சொல் பொதுவாக பல்வேறு பொருட்களில் தமிழில் பயன்படுத்தப்படுகிறது எனினும் அமைப்பியலின் வருகைக்குப் பின் அது ஒரு கோட்பாட்டுப் பொருளமைதியைக் கொண்டதாக விளங்குகிறது. எனவே இங்கு அமைப்பியலின் சில கோட்பாட்டுக் கூறுகளைப் பயன்படுத்தி ஆய்வு செய்வது என்ற முயற்சியில் நான் ஈடுபடுகிறேன்.

அமைப்பியல் என்ற சிந்தனைமுறை இலக்கியத்திலும் பிற துறைகளிலும் வேறுபாடுகள், எதிர்வுகள் என்ற விடயத்திற்கு முன்னுரிமை வழங்குகிறது. மொழி ஆய்வுகளில் அமைப்பியலின் அடிப்படைகளைக் கண்டறிந்த ஃபெர்டினான்ட் டி சசூர், மொழி என்பது வேறுபாடுகளின் அமைப்பு (System of Differences) என்று வரையறுத்தார். சொற்கள் அல்லது ஒலிப்படிமங்கள் (Sound images) தமக்கிடையிலான வேறுபாடுகளைக் கொண்டு அர்த்தங்களைப் பதிவு செய்கின்றன என அவர் குறிப்பிட்டார். சொற்களின் ஊடாகச் சென்று பொருண்மையைத் தேடுபவர்கள் சொல்லொலிகளுக் கிடையிலான வேறுபாடுகளில் கவனம் செலுத்துங்கள் என அறிவுறுத்துவதுபோல அது அமைந்தது. சசூருக்குப் பிறகு ரோமன் யாக்கப்சனும், அவரைப் பின்பற்றி லேவி ஸ்ட்ராசும் எதிர்வுகள் என்ற கருத்தாக்கத்திற்கு முன்னுரிமை வழங்கினார்கள். மானுடவியலிலும் தொன்மவியலிலும் தடம் பதித்த லேவி ஸ்ட்ராஸ், தொன்மங்களின் தீர்வில்லா எதிர்வுகளின் (Impossible Contradictions) மீது கவனம் செலுத்தினார். வாழ்வு/ சாவு, இயற்கை/ செயற்கை, இயற்கை/பண்பாடு, இயற்கையின் சீற்றங்கள், தீரா நோய்கள் போன்ற தீர்வில்லா முரண்களைத் திரும்பத் திரும்ப இசைத்துப் பார்த்து (Reciting the Impossible Contradictions) தொன்ம மனிதர்கள் அவற்றுக்கான தீர்வுகளைத் தேடுகிறார்கள். பல வேளைகளில் அவர்களால் உடனடியான நடைமுறைத் தீர்வுகளைக் கண்டறிய முடியாமல் போகும் போதுகூட, சமூக வரலாற்றுரீதியான,

கருத்தியல்ரீதியான சமரசங்களை (Mediations) அவர்கள் கண்டடை கிறார்கள் என்று லேவி ஸ்ட்ராஸ் குறிப்பிட்டார். "மீண்டும் மீண்டும் இசைத்து சமரசங்களைக் கண்டடைதல்" என்ற கருத்தாக்கம் இங்கு முக்கியப்படுகிறது. லேவி ஸ்ட்ராஸ் தென் அமெரிக்க மக்களின் பல நூறு தொன்மக் கதைகளைப் பகுப்பாய்வு செய்து, அவற்றின் ஊடாக இவ்வகையிலான அடுத்தடுத்த இயைவுபடுத்தல் நிகழ்ந்தது என விளக்குவார். அதுபோலத்தான், சங்க இலக்கியங்களாகத் தொகுக்கப்பட்டுள்ள நூற்றுக்கணக்கான தனிப்பாடல்களையும் நாம் அணுக முயல்கிறோம். அப்பாடல்களின் ஊடாக அன்றைய தமிழ்ச் சமூகம் மீண்டும் மீண்டும் அதன் தீரா முரண்களைப் பாடி இசைத்து, அம்முரண்களைத் தீர்க்க இயலாமல் போகும்போது, சமரசத்தன்மை கொண்ட புதுத் தகவுகளை உற்பத்தி செய்துள்ளது. அவ்வாறு உருவாக்கப்படும் சமரசங்கள் உடைமையாளரின் நலன்கள், ஆணாதிக்கம் போன்ற புதிய சூழல்களின் எல்லைகளைக் கொண்டனவாகவும் அமைந்து போகின்றன என்பதைக் காண்கிறோம். மார்க்சியத்தின் சமூக வரலாற்று அணுகுமுறையுடன் இணைந்த நிலையில், லேவி ஸ்ட்ராசின் அமைப்பியல் குறித்த கருத்தாக்கம் இங்குத் தலைப்பாகிறது.

தமிழில் அகம்/புறம் என்ற எதிர்வு மிக ஆழமாகத் தொழில் படுவதை நம்மால் அவதானிக்க முடிகிறது. வரலாற்றின் மிகப் பழமையான வேலைப் பிரிவினைகளைப் பற்றி மார்க்சும் எங்கெல்சும் குறிப்பிடும்போது, அவற்றில் முதன்மையானவையாக ஆண்/பெண், முதியோர்/நடுவயதினர், குழந்தைகள்/பெரியவர்கள் போன்ற வேலைப் பிரிவினைகளைக் குறிப்பிடுவர். ஆயின் இவை எல்லாவற்றையும் விட வேட்டையாடுவோர்/ ஆநிறைகள் வளர்ப் போர்/ விவசாயம் செய்வோர்/ மீன் பிடித்து வாழ்வோர் போன்ற உணவு உற்பத்திச் செயல்பாடுகளே உலக வரலாற்றில் முன்னுரிமை பெற்று வளர்ச்சியடைந்தன என்று அவர்கள் கூறிச் செல்லுவர். பழங்குடி மக்களின் உணவு உற்பத்திச் செயல்பாடுகளை அடிப்படையாகக் கொண்டே சமூக வரலாற்றில் வர்க்கங்கள் எனும் பிரிவு தோற்றம் பெற்றதாக மார்க்சியம் கூறும். ஆயின் தமிழைப் பொறுத்தமட்டில், உணவு உற்பத்திச் செயல்பாடுகளுக்குச் சற்றும் குறையாத முக்கியத்துவம் கொண்டதாக ஆண்/பெண் என்ற முதல் வேலைப் பிரிவினை வலுவாகத் தங்கி நிற்பதைக் காணுகிறோம். தமிழின் அகம்/புறம் என்ற பகுப்பில் அவை வெறும் வேலைப் பிரிவினையாக இல்லாமல் வாழ்வியல் களங்களின் பிரிவுகளாக

(வாழ்வியல் வெளிகளாக) அமைந்திருப்பதைக் காணுகிறோம். அகம், புறம் என்ற முரண்களின் ஊடாக அடுத்தடுத்து வர்க்க உறவுகள் தம்மை வெளிப்படுத்துவதையும் சந்திக்கிறோம்.

அகம்/புறம் என்ற திணைகளின் பகுப்பில் வேறுபாடுகள் உள்ளன, எதிர்வுகள் உள்ளன, முரண்கள் உள்ளன என்பதை அடுத்த நிலையில் நாம் அங்கீகரிக்க வேண்டியவர்களாக உள்ளோம். அகம்/புறம் என்ற திணைப் பிரிவுகளின் ஊடாக தமிழில் குடும்ப அமைப்பு, ஆணாதிக்கம் ஆகியவை ஒருபுறமும், நாடு, அரசு, போர், வீரம், வணிகம், கல்வி போன்ற நிறுவனக் கூறுகள் மற்றொருபுறமும் சிறுகச் சிறுக வேர் கொண்டதாக நாம் கொள்ளமுடியும். அகத்திணை இலக்கணங்கள் இயற்கையோடு அதிகம் நெருங்கியவை என்ற கருத்து இருந்தபோதும், அந்த இயற்கை நிலையை மாற்றியமைக்கும் பண்பாட்டு அரசியல் ஆண்/பெண் உறவுகளைச் சுற்றியே மிக அடர்த்தியாகத் தொழில்பட்டிருக்கின்றன என்ற சித்திரத்தை நாம் காண முடிகிறது. பெண்ணைப் பாலியல்ரீதியாகக் கட்டுப்படுத்தி, கற்பு எனும் சமூகத் தகவினுள் ஆட்படுத்தி, குடும்ப அமைப்புக்குள் வயக்கும் கருத்தியல் செயல்பாடுகள் பண்டைத் தமிழில் மிகத் தீவிரமாகத் தொழில்பட்டு வந்திருப்பதை உணர முடிகிறது. இவ்வாறாகத்தான் அகம்/புறம் ஆகிய இரண்டு வாழ்க்கைத் தளங்களுக்கிடையில் ஆணாதிக்கம் சார்ந்த ஒரு கருத்தியல் கட்டமைக்கப்பட்டிருக்கிறது. எனவே அகம்/புறம் இரண்டிற்கிடையிலான வேறுபாடுகளையும் எதிர்வுகளையும் முரண்களையும் அவற்றுக்கிடையிலான கருத்தியல் சமரசங்களையும் கண்டறிவது நமது ஆய்வுத் தலைப்பாகிறது.

பத்துப் பாட்டு நூல்களின் ஆற்றுப்படைகளில் புலவர், பாணர், பொருநர், கூத்தர் ஆகியோரின் வறுமைக்கு ஊடாக பெரு மன்னர்களின் வலிமையும் வளமையும் வீரமும் பாராட்டப்படுகின்றன.

படையும் கொடியும் குடையும் முரசும்
நடைநவில் புரவியும் களிறும் தேரும்
தாரும் முடியும்   (தொல்காப்பியம் 1571)

எனத் தொல்காப்பியம் வகுத்தபடி போரொழுக்கத்தில் வெற்றி களைச் சாதித்த பெருமன்னர்களை ஆற்றுப்படைப் பாடல்களில் சந்திக்கிறோம்.

பீடு கெழு திருவின் பெரும் பெயர் நோன்தாள்
முரசு முழங்கு தானை   (பொரு. ஆற். படை: 53-54)

கொண்ட மூவேந்தர்களை அப்பாடல்களில் சந்திக்கின்றோம். இன்னொரு புறம் உடமைச் சமூகத்தின் தோற்றத்தால் வாழ்க்கை அழிந்து ஏழ்மையின் பாற்பட்ட பாணர் கூட்டங்களையும் சந்திக்கிறோம்.

ஈரும் பேனும் இருந்து இறைகூடி
வேரொடு நனைந்து வேற்று இழை நுழைந்த
துன்னற் சிதாஅர் (பொ.ஆ.படை: 79-81)

அணிந்த பாணர்கள்

ஆடுபசி உழந்த நின் இரும்பேர் ஒக்கலொடு
நீடுபசி ஒராஅல் வேண்டி (பொ.ஆ.படை: 61-62)

நின்ற காட்சியையும் காண்கின்றோம். பாணர்கள்

கைக் கசடு இருந்த என் கண் அகன் தடாரி
(பொ.ஆ.படை: 70)

பறையை இசைத்துப் பாடினர் என அறிமுகப்படுத்தப்படுகிறார்கள்.

உடமைச் சமூகத்தில், சமூகத்தின் ஒரு பிரிவு ஏழ்மையில் வீழ்வது என்பது நிகழ்கிறது. "இன்மையது இளிவும் உடமையது உயர்ச்சியும்" (தொல்காப்பியம் 987) அறிந்த சமூகமே அன்றைய சமூகம். "நீடுபசி", "ஆடுபசி", "ஒல்குபசி", "அழிபசி" என எத்தனை வகைப் பசிகளைப் பண்டைத் தமிழ்ச் சமூகம் பதிவு செய்துள்ளது! அரசர்களின் பீடுகெழு திருவும் பாணர்களின் துன்னல் சிதாஅரும், அரசரின் முரசு முழங்கு தானையும் பொருநரின் கைக்கசடு படிந்த தடாரியும் அன்றைய ஒரு சமூக முரணை அதன் தீர்க்கயியலா வடிவில் சித்திரிக்கின்றன எனலாம்.

போரையும் செல்வத்தையும் ஆளும் அரசர்கள் தனிமனிதர் களாக, இலக்கியங்கள் சிறப்பிக்கும் திருவுருக்களாகச் சித்தரிக்கப்படுகின்றனர். பாணரும் கூத்தரும் "ஒக்கலொடு", "சுற்றமொடு" பசியுடன் அலையும் மக்கட் கூட்டங்களாகச் சித்தரிக்கப்படுகின்றனர்.

பழுமரம் தேரும் பறவைபோலக்
கல்லென் சுற்றமொடு கால்கிளர்ந்து
புல்லென் யாக்கைப் புலவு வாய்ப் பாண

என்கிறது பெரும்பாணாற்றுப் படை (20-22).

ஆயின் ஆற்றுப்படையின் நோக்கம் இச்சமூக முரணைக் காட்டிக் கடந்து சென்றுவிடுவதல்ல. ஆற்றுப்படையில் பரிசு பெற்ற பொருநர் ஏழைப் பொருநரை ஏழ்மை நீங்க வளம் பூண்ட அரசனை நோக்கி ஆற்றுப்படுத்துகிறார்.

-------------------------கரிகால் வளவன்
தாள்நிழல் மருங்கின் அணுகுபு குறுகித்
தொழுதுமுன் நிற்குவிர் ஆயின்   (பொ.ஆ. படை: 149-151)

அவன் பொருநரின் ஏழ்மையை நீக்கப் பெருஞ்செல்வம் தருவான் என ஆற்றுப்படுத்துகிறார்.

கெடுக நின் அவலம்!   (பெ.பா.படை:38)

என்ற புலவனின் சொற்களில் உணர்த்தப்படும் தீவிரம் சமூக ஏழ்மை குறித்த புலவனின் கரிசனத்தைக் காட்டுகின்றது. ஆற்றுப் படை என்ற இலக்கிய வகைமையே இங்கு ஒரு சமரசப் படுத்தலாக (Mediation), ஒரு தீர்க்கவியலா முரண்பாட்டைக் குறிப்பிட்ட அவ்வுடமைச் சமூகத்தின் எல்லைக்குள் தற்காலிக மாக சமரசப்படுத்தும் வடிவாக அமைவதைக் காணுகிறோம். அரசனை அண்டி, அவன் "தாழ்நிழல் மருங்கின் அணுகுபு குறுகித் தொழுதுமுன் நிற்குவிர் ஆயின்" செல்வம் பெறலாம் என்ற கருத்தியல் முன்வைக்கப்படுகிறது. உமது "பாசி வேரின் மாசொடு குறைந்த துன்னற் சிதாஅர் நீக்கி" (பொ.ஆ.படை: 153-154) அருள்வான் என்பது சொல்லப்பட்டிருக்கிறது. ஆற்றுப்படை என்ற இலக்கிய வகைமை மட்டுமின்றி இதுபோன்ற பல இலக்கிய வகைமைகளை உற்பத்தி செய்துதரும் புலவர் என்ற அறிவுத் துறையினரின் சமூகப் பாத்திரமே நாம் மேலேகுறிப்பிட்ட சமரசப்படுத்தலுக்கான உருவாக்கம் என்பதைப் புரிந்து கொள் கிறோம்.

உடமைச் சமூகத்தில் ஏழ்மை தோன்றும் போது அரசனை அண்டிப் பிழைத்துக் கொள் என்று அறிவுரை கூறி ஆற்றுப்படுத்துவது ஒரு வகை சமரசம். இன்னொரு புறம், உலகின் நிலையாமையையும் செல்வத்தின் நிலையாமையையும் தத்துவரீதியாக விரித்துப் பேசி, துறவு மேற்கொள் என்று சொல்லுவதும் கூட இன்னொரு வகைச் சமரசமே. உடமைச் சமூகத்தில் ஏழ்மையை ஒழிக்க முடியாது என்ற தீர்க்கவியலா முரணை நேர்கொண்டு, வாழ்க்கைத் தளத்திலிருந்து வேறொரு தளத்திற்குப் பிரச்சினையை இட்டுச் செல்வதன் மூலம், இவ்வுலகே நிலையற்றது என விளக்கமளிக்கும் துறவு என்ற புதிய கருத்தியல் புனைவு ஒன்று கட்டமைக்கப்படுகிறது. சங்க இலக்கியங் களில் இத்தகைய புனைவுகளுக்கும் இடம் உண்டு.

இப்போது நாம் பத்துப் பாட்டு நூல்களில் அகத்திணை பாடும் பாடல்களை நோக்கி நகருவோம். "பலரொடு முரணிய பாசறைத் தொழிலில்" (நெ.ந.வாடை: 188) ஈடுபட்டிருந்த தலைவனைப் பிரிந்த தலைவியின் நீண்ட நெடுவாடைக் கால உணர்வுகள் நெடுநல்வாடையில் பதிவாகியுள்ளன. ஏழைப் பொருநரை ஆற்றுப்படுத்திய பரிசு பெற்ற பாணனை ஒத்த ஆற்றுப்படுத்தும் அல்லது சமரசப்படுத்தும் பணியில் இங்கு செவிலியும் குறிப்பாகத் தோழியும் ஈடுபடுகின்றனர். தோழியின் சமரசப்படுத்தும் பணியைக் குறிஞ்சிப் பாட்டின் ஒரு வரி நன்றாகவே எடுத்துக்காட்டுகிறது. "இகல்மீக் கடவும் இருபெருவேந்தர் வினையிடை நின்ற சான்றோர் போல" (கு.பா: 27-28) என்பது அவ்வரி. ஒரு முரண்பாட்டின் ஊடாக நின்று சமரசப்படுத்தும் பணியில் தோழி ஈடுபடுவது இங்குச் சுட்டப்படுகிறது. கார்காலத்தில் தலைவியின் காதல் உணர்வுகள் இயற்கை உணர்வாக ஒருபுறம் சித்திரிக்கப்பட, அதினின்றும் மாறுபட்டு, வேந்துவினையில் ஈடுபட்டு, போர்க்களச் சூழலில் வாழும் தலைவனின் செயல்கள் நெடுநல்வாடையில் சித்திரிக்கப் படுகின்றன.

-----------------------------மின் அவிர்
ஓடையொடு பொலிந்த வினைநவில் யானை
நீள்திரள் தடக்கை நிலமிசைப் புரள
களிறுகளம் படுத்த பெருஞ்செய் ஆடவர்
(நெ.ந.வாடை: 168-171)

இப்பாடல் வரிகளில் இடம்பெறும் "பெருஞ்செய் ஆடவர்" என்ற சொற்கள் கவனத்தைக் கவருகின்றன. யானைகளின் தும்பிக்கைகளை வெட்டித்தள்ளிய போர்ச்செயல்களில் ஈடுபட்ட ஆடவர் "பெருஞ் செயல்" செய்தவர்களாகச் சித்திரிக்கப்படுகின்றனர். தலைவியின் காதல் உணர்வுகளைச் சிறுமைப்படுத்தும் ஒரு முயற்சி ஆடவரின் பெருஞ்செயல் என்ற சொற்களில் உள்ளதோ என எண்ணத் தோன்றுகிறது. இவ்வகையான "பெருஞ்செயல்"களில் சம்பந்தப்படும் கருத்தியலை,

அருளும் அன்பும் நீக்கித் துணை துறந்து
பொருள்வயிற் பிரிவோர் உரவோர் ஆயின்
உரவோர் உரவோராக
மடவமாக மடந்தை நாமே

என ஒரு குறுந்தொகைப் பாடல் (20) எதிர்கொள்ளும்.

நெடுநல்வாடையின் தலைவி தங்கியிருக்கும் அரண்மனையின் பிரும்மாண்டம் வினையே உயிராகக் கொண்ட ஆடவரின் பெருமையைச் சித்தரிப்பதாக விரிக்கப்பட்டுள்ளது.

நூலறி புலவர் நுண்ணிதின் கயிறு இட்டு
தேஎம் கொண்டு தெய்வம் நோக்கி,
பெரும்பெயர் மன்னர்க்கு ஒப்ப மனை வகுத்தனர்
(நெ.ந.வாடை: 76-78)

என்று அரண்மனை அரசரின் பெருமைக்கு ஒப்ப அமைக்கப்பட்டதாகச் சொல்லப்படுகிறது. "பெரும் பெயர்" என்ற அடைமொழி பொருநராற்றுப் படையிலும் முன்பு சொல்லப்பட்டதைக் காண்கிறோம்.

அரண்மனையின் ஆண்மையுறு தோற்றம் இன்னும் பல சொற்களில் எடுத்துச் சொல்லப்படுகிறது.

பரு இரும்பு பிணித்துச் செவ்வரக்கு உரீஇ
துணைமாண் கதவம் பொருத்தி இணைமாண்டு
நாளொடு பெயரிய கோளமை விழுமரத்து
போதுஅவிழ் குவளைப் புதுப்பிடி காலமைத்துத்
தாழொடு குயின்ற போரமைப் புணர்ப்பின்
(நெ.ந.வாடை: 80-85)

ஆடவர் குறுகா அருங்கடி வரைப்பின் (அதே: 107)

அரண்மனை என அது வருணிக்கப்பட்டுள்ளது. குறிஞ்சிப்பாட்டில் தலைவன், தலைவியின் களவுக்கூடல் பல தயக்கங்களுடன், அச்சங்களுடன், மெல்ல மெல்ல, பலவித இயற்கைச் சூழல்களின் ஆதரவுடன் நிகழ்ந்தேறுகிறது. குறிஞ்சியில் தலைவியைப் பீடித்து நிற்கும் இயற்கைச் சூழல்களையும் நெடுநல்வாடையில் தலைவி தங்கியிருக்கும் அரண்மனையின் செயற்கையான பிரும்மாண்டத்தையும் ஒப்பிட்டு நோக்க முடியும். குறிஞ்சிப்பாட்டிலிருந்து நெடுநல்வாடை வரை பயணம் செய்யும்போது, இயற்கைப் புணர்ச்சிக்கான சூழல்கள் பிறழ்ந்து, அப்பிறழ்ச்சியை சமூகரீதியாக ஈடுகட்ட வலுவான கருத்தியல் தகவுகள் உருவாக்கப்பட்டு விட்டதைக் காணுகிறோம்.

அந்த அரண்மனையினுள் தங்கியிருக்கும் தலைவியின் நிலை என்ன?

வாயுறை அழுத்திய வறிதுவீழ் காது.. (நெ.ந.வாடை: 140)

பூந்துகில் மரீஇய ஏந்து கோட்டு அல்குல்
அம்மாசு ஊர்ந்த அவிர்நூல் கலிங்கமொடு
(நெ.ந. வாடை: 145-146)

அவள் இருந்தாள் எனத் தலைவியின் நிலை சுட்டப்படுகிறது. பொருநரின் "கைக்கசடு படிந்த தடாரி" என முன்பு குறிப்பிடப்

பட்டதைப் போல் "மாசு ஊர்ந்த அவிர்நூல் கலிங்கம்" என தலைவியின் இடை ஆடை சித்தரிக்கப்படுகிறது. ஒடுக்கப்பட்ட சமூகநிலையையும் மனநிலையையும் சித்தரிக்க "கசடு", "மாசு" போன்ற சொற்கள் பயன்பட்டு வருவதையும் கவனிக்க வேண்டியுள்ளது.

வேந்து விடு வினையில் ஈடுபட்ட தலைவனின் உடலும் இயற்கைப் புணர்ச்சியில் ஈடுபட விழையும் தலைவியின் உடலும் நெடுநல்வாடையின் முரணில் சம்பந்தப்படுகின்றன. ஆணின் உடல் வேந்தன் நடத்தும் போருக்குத் தேவை. குறிப்பிட்ட ஓர் அரசியல் பொருளாதாரக் கருவியாக அவனது உடல் ஆக்கப்பட்டுவிட்டது. தலைவியின் உடலும் அது போன்ற ஓர் அரசியல் சமூகத் தேவைக்கான கருவியாக ஆக்கப்படவேண்டும் என்ற கருத்தியல் நெடுநல்வாடையில் செயல்படுகிறது. இந்நிலையில்தான், தலைவன் விரைவில் வருவான், நீ அவனையே நினைத்திரு, அது உன் கடமை, அது உன் கற்பு நெறி என உணர்த்தி தோழி தலைவியை ஆற்றுப் படுத்துகிறாள். முன்பு நாம் பேசிய உலகை மறுத்த துறவு நெறி போன்று, கற்பு எனும் இல்லறத் துறவு ஒரு சமரசமாக இங்குக் கட்டமைக்கப்படுகிறது. வேந்துவினை என்ற அரசியல் கருத்தியலினுள் தலைவன் ஆட்படுத்தப்பட்டதுபோல, தலைவியும் கற்பு எனும் புதுக் கருத்தியலினுள் ஆழ்த்தப்படுகிறாள். கருத்தியல்களின் வழி (ஆண், பெண் போன்ற) தன்னிலைகள் (Subjectivities) உருவாக்கப்படுதலை லூயி அல்த்தூசர் பெயரிடுதல் அல்லது தன்னிலைகளைக் கடைந்தெடுத்தல் (Naming, Interpellation) என்று அழைப்பார். நெடுநல்வாடையில் ஆண்,பெண் என்ற இயற்கை வேறுபாடுகளைத் தாண்டி, ஆடவர், பெண்டிர் என்ற கருத்தியல் வேறுபாடுகளின் வழியான தன்னிலைகள் கடைந் தெடுக்கப்படுகின்றன.

பத்துப்பாட்டு நூல்களில் இவ்வாறாக நாம் சில அடிப்படை யான முரண்களையும், அவை தீர்க்கப்படாமல் போகும்போது உருவாக்கப்பட்ட கருத்தியல் சமரசங்களுக்கும் சாட்சியமாகிறோம். ஆற்றுப்படுத்தல், துறவு, வேந்து வினையில் ஆடவர் காட்டவேண்டிய வீரம், அரண்மனைக்குள் அடங்கி வாழும் தலைவியரின் கற்பு, இவ்விதத் தகவுகளால் உருவாக்கப்படும் தன்னிலைகள் எனப் பலவிதமான சமரசக் கட்டமைப்புகளைப் பாட்டு நூல்களில் சந்திக்கிறோம். தமிழ்ச் சமூகம் நடந்து வந்த தடங்களை அந்நூல்கள் நமக்குச் சொல்லுகின்றன.

3. தொல்காப்பியப் பொருளதிகாரம் காட்டும் மெய்யியல் நிலைப்பாடுகள்

3

தொல்காப்பியப் பொருளதிகாரம் காட்டும் மெய்யியல் நிலைப்பாடுகள்

பண்டைத்தமிழரின் மெய்யியல் நிலைப்பாடுகளை முற்ற எடுத்துரைக்கும் முயற்சி என இதனைச் சொல்ல முடியாது. பண்டைத் தமிழ் நூல்களின் ஆழமும் அகலமும் அவற்றினுள் தொழில்படும் மெய்யியலும் நம்மால் இன்னும் முழுதும் உணர முடியாமலேயே உள்ளன. எனவே சிறுகச் சிறுக அவற்றை அகழ்ந்து அடையாளப்படுத்தவேண்டும் என்ற நோக்கமே இக்கட்டுரையில் தொழில்படுகிறது. மெய்யியல் என்பதற்கு அறிவு உற்பத்தி செய்யப்படுவதற்கான முன்வடிவங்கள் (Conditions of Knowledge) என்று ஒரு வரையறை உண்டு. ஜெர்மானியச் சிந்தனையாளரான இம்மானுவெல் காண்ட் இது பற்றிப் பேசினார். குறிப்பிட்ட ஒரு சமூகச் சூழலில் உற்பத்தியாகும் வெவ்வேறு வகையான அறிவுத் தொகுதிகளுக்கு "அடிப்படையாக" குறிப்பிட்ட ஒருவிதமான மெய்யியல் புலம் விளங்குகிறது என்று காண்ட் குறிப்பிட்டார். ஆயின் அம்மெய்யியல் புலத்தை "அடிப்படை" என்றோ பின்புலம் அல்லது சூழல் என்றோ கருதுதல் கூடாது என்பார் அவர். இதன்படி, அறிவுத் தொகுதிகளிலிருந்து விலகிய அல்லது தனித்த நிலையில் மெய்யியல் தோற்றமளிக்காது. மாறாக, குறிப்பிட்ட அக்காலத்திய வெவ்வேறு அறிவுத் தொகுதிகளின் ஊடாகவே அது தன்னைப் புலப்படுத்தும், எனவே அறிவுத் தொகுதிகளின் உடனுறைப் புலம் என்று அதனைக் கருதவேண்டும் என்பார் அவர். பண்டைத் தமிழர் மெய்யியலை அக்காலத்திய இலக்கியங்கள், இலக்கணங்களின் ஊடாக, அவற்றின் உடனுறைப் புலமாகக் கண்டறிய வேண்டும் என்ற முறையியல் இவ்வகை விவாதங்களின் வழியாக நமக்குக் கிடைக்கிறது. சமீபகாலங்களில் லூயி அல்த்தூசர் என்ற பிரெஞ்சு மார்க்சியர் மார்க்சின் பொருளாதார நூல்களை வாசித்து அதனுள் தொழில்படும் மெய்யியல் புலத்தை அடையாளப்

படுத்த முனைந்தார். இவ்வகை வாசிப்பை அவர் அடையாளப் படுத்தும் வாசிப்பு (Symptomatic Reading) என்றார்.

காண்ட், அறிவு உற்பத்திக்கான மெய்யியல் முன்வடிவங்களை அனுபவம் கடந்தவை என்றார். நாம் அப்படிக் கொள்ளவில்லை. அவை வெறும் கருத்தளவிலான முன்வடிவங்களோ, அனுபவம் கடந்தவையோ அல்ல, அவை சமூக வரலாற்றுரீதியாக அர்த்தப் படுபவை என்றே நாம் கொள்ளுகிறோம். தமிழ் இலக்கிய, இலக்கண நூல்கள் உருவாவதற்கான மெய்யியல் முன்வடிவங்களை அவற்றின் சமூக வரலாற்றுத்தளத்தில் வைத்து கண்டறிய முனைவோம். இலக்கிய, இலக்கண நூல்களை அடையாளப்படுத்தும் வாசிப்பு முறை (Symptomatic Reading) மூலம் வாசித்தறிந்து அவற்றினூடாகத் தொழில்படும் மெய்யியல் நிலைப்பாடுகளை கண்டறிதல் எனும் முறையையும் இங்குப் பயன்படுத்துகிறோம். தொல்காப்பிய நூலில் "பாடலுள் பயின்றவை நாடுங்காலை" (தொ.கா. 949) என்றொரு சொற்சேர்க்கை பயன்படுத்தப்படுவதை நாம் அறிவோம். பாடலுள் பயின்றவற்றை நாடி அடைவதே நாம் மேலே குறிப்பிட்ட அடையாளப்படுத்தும் வாசிப்பின் வழி மெய்யியல் உடனுறைப் புலத்தைக் கண்டறிதல் எனக் கொள்ளலாம்.

இங்கு தொல்காப்பியத்தின் பொருளதிகாரத்தை முன் நிறுத்தி அதனுள் பயின்று வரும் மெய்யியல் நிலைப்பாடுகளை அடையாளப்படுத்த முனைவோம்.

முதல், கரு, உரிப்பொருள் என்ற மூன்றே...

தொல்காப்பியம் பொருளதிகாரத்தின் முதல் நூற்பாக்களில் ஒன்று முதல், கரு, உரிப்பொருள் என்ற மூன்றைப் பற்றிப் பேசத் தொடங்குகிறது.

முதல்கரு உரிப்பொருள் என்ற மூன்றே
நுவலுங்காலை முறை சிறந்தனவே
பாடலுள் பயின்றவை நாடுங்காலை (தொ.கா: 949)

என்பது அந்நூற்பா.

அடுத்து வரும் நூற்பாக்கள் முதல், கரு உரி எனும் மூன்று பொருட்களை விரித்து வரையறுக்கின்றன.

முதல் எனப்படுவது நிலம் பொழுது இரண்டின்
இயல்பென மொழிப இயல்புணர்ந்தோரே (தொ.கா: 950)

எனத் தொடங்கி பின் கருப்பொருட்களும் உரிப்பொருட்களும் வரையறுக்கப்படுகின்றன.

முதல் எனப்படுவது நிலம் பொழுது என்ற பெரிய வட்ட மாகவும் அதனுள் கரு எனப்படுவது நிலம் பொழுது ஆகிய வற்றை விட அளவில் குறைந்த ஒரு வட்டமாகவும் இன்னும் சிறியதான குறிப்பான ஓர் உள்வட்டத்தினுள் இடம் பெறுபவை யாக உரிப்பொருட்களும் வடிவப்படுத்தப் பெறுகின்றன. முதல் கரு உரிப்பொருட்கள் மூன்றும் ஒன்றினுள் ஒன்று சிறந்ததாக வரும் என்ற உரையாசிரியர்களின் விளக்கம் கவனத்திற்கு உரியதாகிறது. உரி என்ற சொல் சிறப்பாக, குறிப்பிட்ட அதற்கு உரியது என்ற பொருண்மையை நோக்கியே இட்டுச் செல்கிறது. முதல் பொருளைச் சொல்லும் போது "இயல்பென மொழிப இயல்புணர்ந்தோரே" என்ற பாடல் வரியில் பயின்று வரும் "இயல்பு" எனும் சொல் கவனத்தைக் கவருகிறது. இதற்கு இணையாக "முறை சிறந்தனவே" என்ற சொற்களும் நிற்கின்றன. தொல்காப்பிய முதல் நூற்பாக் களிலேயே இயல்பு, சிறப்பு என்ற கருத்தாக்கங்கள் தொழில் படுவதாக நம்மால் உணரமுடிகிறது. முதல், கரு, உரிப் பொருள் என்ற வரிசையில் ஒன்றின் ஒன்று சிறந்ததாகக் குறிப்பிட்ட ஒரு திசையில் வகைப்படுத்தல் நிகழ்வதையும் அது இயல்பிலிருந்து சிறப்புப் பொருள் நோக்கி நகர்வதையும் காணமுடிகிறது.

இந்நிலையில், சங்ககாலத் தமிழர்களின் இலக்கியங்களையும் இணைத்துப் பார்க்கும்போது, இயற்கையோடு இரண்டறக் கலந்திருந்த ஒரு நிலையிலிருந்து, மானுட இயல்பு அல்லது சமூக இயல்பு என்ற அடுத்த நிலைக்கும், இன்னும் குறிப்பாக சமூகத்தினுள் உருவாகும் வேறுபாடுகளால் சிறப்புப் பண்புகளை வரையறுக்கும் மூன்றாவது நிலையை நோக்கியும் பண்டைத் தமிழ்ச் சிந்தனை நகர்வதாகத் தோன்றுகிறது. எனவே இயற்கை, இயல்பு, சிறப்பு என்ற மூன்று கருத்தமைப்புகளின் வழியாக பண்டைத் தமிழரின் மெய்யியல் நிலைப்பாடு உருவாவதாகச் சொல்லத் தோன்றுகிறது.

இயல்பு, சிறப்பு ஆகிய சொற்களில் நின்று சிந்திக்கும்போது, தொல்காப்பிய ஆசிரியர் சுபாவவாதம், வைசேடிகம் ஆகிய சிந்தனைப் போக்குகளை அறிந்தவராக இருந்தார் என நாம் முடித்து விட முடியும். தொல்காப்பியர் சுபாவவாதம், லோகாயதம், ஆசீவகம், சமணம் போன்ற பல சிந்தனைப் போக்குகளை நன்றாகவே அறிந்திருந்தவர் என்பதை அவரது எழுத்துக்களிலிருந்து அறிய

முடிகிறது. ஆனால், அவற்றில் எந்த ஒன்றுக்கும் தமிழ்ப் பண்பாட்டைச் சுருக்கிக் காட்டும் முயற்சி அவரிடம் இருப்பதாகச் சொல்லமுடியவில்லை. மாறாக அவரால் அறியப்பட்டிருந்த மெய்யியல் சிந்தனைகள் ஒருபுறமிருக்க, அவற்றைக் கடந்து தமிழ்ப் பண்பாட்டை அதன் சொந்த இயல்புகளிலிருந்தே வரையறுக்க விழையும் அவரது முயற்சியே முனைப்பாக வெளிப்படுகிறது.

திணைக் கோட்பாடு

மாயோன் மேய காடுறை உலகமும்
சேயோன் மேய மைவரை உலகமும்
வேந்தன் மேய தீம்புனல் உலகமும்
வருணன் மேய பெருமணல் உலகமும்
முல்லை குறிஞ்சி மருதம் நெய்தல் எனச்
சொல்லிய முறையால் சொல்லவும் படுமே (தொ.கா: 951)

பண்டைத் தமிழர்கள் குறிஞ்சி, முல்லை, மருதம், நெய்தல் என நால்வகை நிலங்களையும், இவை மயங்கி வரும் பாலை எனும் மற்றொரு நிலத்தையும் பகுத்து அவற்றை அடிப்படையாகக் கொண்டு அந்நிலங்களில் வாழ்ந்த மக்களின் உணவு ஈட்டலையும் சமூக நடத்தையையும் தெய்வங்களையும் வகுத்திருந்தார்கள் என அறிகிறோம். இது ஓர் அபூர்வமான பகுப்பு முறை. நான்கு அல்லது ஐவகை நில மக்களின் வாழ்வையும் தனித்தனி உலகாகவே உருவகித்திருந்தனர் என்பது அவ்வவ் நிலத்து முழுமை வலியுறுத்தப்பட்டிருப்பதைச் சுட்டிக்காட்டுகிறது. இதனைப் பூகோளவியல் சார்ந்த ஒரு பொருள்முதல்வாத மெய்யியல் பார்வை எனலாம். பூகோளவியல் என்பதைவிட இயற்கை சார்ந்த மெய்யியலாக இதனை விளக்கலாம். பண்டைத் தமிழரின் இயற்கை சார்ந்த பொருள்முதல்வாதப் பார்வை இயற்கையை அருவமாக்கி ஒற்றைப்படுத்தாமல் பன்மீயப் பண்புகளோடு பதிவு செய்துள்ளது என்பதும் குறிப்பிடத்தக்க ஓர் உண்மையாகும்.

நிலங்களைக் குறிப்பிட்டு அந்நிலத்து வாழும் மக்களின் தொழில், ஒழுக்கம், வழிபாடு ஆகியவை அந்நிலங்களின் பண்புகளைச் சார்ந்தே சொல்லப்படும்போது, நிலங்களின் இயல்பான பண்புகளிலிருந்து அந்நிலத்து மக்களின் சமூக வாழ்க்கை முறை வருவிக்கப்பட்டிருக்கிறது என்ற முடிவுக்கு வரவேண்டியுள்ளது. நிலத்தின் பண்புகள், அங்கு வளரும் தாவரங்கள், வாழும் உயிரினங்கள் ஆகியவற்றின் நடத்தையிலிருந்து மனிதரின்

நடத்தையும் தகவுகளும் வருவிக்கப்பட்டிருந்தன என்பதைக் காண்கிறோம். சமூக ஒழுங்கிற்கு முன்னோடியாக இயற்கையும் இயற்கையில் உயிரினங்களின் செயல்பாடுகளும் கொள்ளப் பட்டிருக்கின்றன. எனவே இயற்கை என்பதைப் பண்டைத் தமிழர் வெறுமனே "சுற்றுப்புறச் சூழலாக"க் கொள்ளாமல், தம்மை இயற்கையின் நீட்சியாகவும் தொடர்ச்சியாகவும் கொண்டனர் என்று உணரமுடிகிறது. இயற்கையைச் சுற்றுப் புறமாகவும் சூழலாகவும் கொள்ளும்போது மனிதர்/இயற்கை என்ற இரட்டைநிலை உருவாகிவிடுகிறது. அந்தச் சுற்றுப் புறத்திற்கும் சூழலுக்கும் அந்நியமாகிவிட்ட மனிதர் என்ற தன்னிலை (Subjectivity) உருவாகி விடுகிறது. ஆயின் பண்டைத் தமிழரின் திணைப் பார்வையில் மனிதர் இயற்கையிலிருந்து இன்னும் தனித்து நிற்கவில்லை. இயற்கையைத் தம்மைவிடப் பலமடங்கு பெரிதான ஒன்றாகவே மனிதர் அக்காலங்களில் உணர்ந்திருக்கின்றனர். அகத்திணைப் பாடல்களில் ஏராளமாகக் காணப்படும் இயற்கை வருணனைகள் உண்மையில் இயற்கைக்குப் புறமாக நின்று வருணிக்கப்படுபவையே அல்ல. மாறாக, அவை இயற்கையினுள் இரண்டறக் கலந்து வாழும் ஒரு மக்கள் கூட்டம், அந்த இயற்கையிலிருந்தே தனது காதலுக்கும் களவுக்கும் புணர்ச்சிக்கும் பிரிவுக்கும் இலக்கணங்களை, முன்வரைவுகளை வருவித்துக் கொள்கிறது.

இயற்கை சார்ந்த பண்டைத்தமிழரின் உலகநோக்கை வலியுறுத்தும் மற்றொரு நூற்பாவும் தொல்காப்பியத்தில் உள்ளது.

நிலம் தீ நீர் வளி விசும்பொடு ஐந்தும்
கலந்த மயக்கம் உலகம் ஆதலின்   (தொல்காப்பியம் 1589)

உலகம் என்ற சொல் இங்கும் பயின்று வருகிறது. ஆயின் இங்கு அது குறிஞ்சி, முல்லை, மருதம், நெய்தல் போன்ற தம்மிலேயே முழுமை கொண்ட பலவகை நிலங்களைக் குறிக்கவில்லை என்பது கவனத்திற்கு உரியது. இப்பாடலில் உலகம் என்பது அதிகப் பொதுமைத்தன்மை கொண்டு மொத்த இயற்கையையும் குறிக்கிறது. இங்கு எடுத்தாளப்பட்டுள்ள நூற்பாவில் உள்ள "உலகத்"தை ஒருவர் புலன்களால் உணரமுடியாது. இது தத்துவார்த்தரீதியாக பூடகப்படுத்தப்பட்டுள்ள அல்லது அருவப்படுத்தப்பட்டுள்ள (Abstract) உலகம் ஆகும். மலையும் மலை சார்ந்த பகுதியும், காடும் காடு சார்ந்த பகுதியும், நதியும் நதி சார்ந்த பகுதியும், கடலும் கடல் சார்ந்த பகுதியும் என முன்பு வகுப்பட்ட "உலகங்கள்" அதிக

பிரத்தியட்சத் தன்மை கொண்டவையாக இருந்தன. குறிஞ்சி யையும் முல்லையையும் மருதத்தையும் நெய்தலையும் ஒருவர் கண்களால் காணமுடியும். புலன்களால் உணர முடியும். ஆயின் தொல்காப்பியம் 1589-இல் சொல்லப்படும் "உலகம்" அப்படிப் பட்டதல்ல. இது மலை, காடு, நதி, வயல், கடல், கடற்கரை போன்ற அப்பட்டமான நேர்க்காட்சிகளிலிருந்து விலகி பொதுமைப்படுத்தப்பட்ட ஒரு மொழியில் நிலம், தீ, நீர், வளி, விசும்பு ஆகியவற்றின் மயக்கத்திலிருந்து உலகை வருவிக்கிறது.

குறிஞ்சி முதலான நால்வகை உலகங்கள் எடுத்துக்காட்டப் படும்போது அவற்றை ஒரே உலகமாக ஒன்றிணைத்துக் காட்டும் அக்கறை பண்டைத் தமிழருக்கு இருந்ததாகத் தெரியவில்லை. பிந்திய பாடலில் அது ஒரே உலகமாக ஆக்கப்பட்டிருக்கிறது. தமிழின் முதல் வரையறை நிலங்களின் பிரத்தியட்சப் பண்பையும் பன்மீயத்தையும் அங்கீகரிப்பதாக உள்ளது. நால்வகை நிலங்களின் தனித்தனி இயல்புகள், அவற்றின் தாவரங்கள், பறவைகள், விலங்கினங்கள் என விரியும்போது அதே வகையான பரந்த பிரத்தியட்சம் பதிவாகியிருப்பதாகவே உள்ளது. இயற்கையைப் புறப்பொருளாகப் பார்க்கும்போதுதான் அதனை ஓர் ஒருமைவாதத்தினுள் அடக்கும் முயற்சிகள் தொடங்கும் என்று இங்கு நாம் வாதிடமுடிகிறது. இயற்கையைப் புறப்பொருளாகப் பார்ப்பதற்கு அப்படிப் பார்ப்பதற்கான மனிதனின் தன்னிலை (Subjectivity) தோன்றியிருக்கவேண்டும். அத்தன்னிலையின் ஒருமையே புற உலகை ஒருமைப்படுத்துவதற்கான முன்நிபந்தனை யாகிறது. குறிஞ்சி முதலான நால்வகை நிலங்கள் அவற்றின் எல்லா வகையான பன்மை வடிவில் சித்தரிக்கப்பட்டிருப்பது இயற்கை உலகை அன்றைய தமிழர்கள் இன்னும் அந்நியப்படுத்தவில்லை என்பதையும் எனவே அவ்வகை அந்நியப்படுத்தலில் தோன்றும் தன்னிலை, ஒரே உலகம் என்ற எல்லை கட்டப்பட்ட பார்வை களும் தோன்றவில்லை என்பதும் புரியவருகிறது.

தொல்காப்பியம் 951, 1589 ஆகிய இரண்டு நூற்பாக்களுமே பொருள்முதல்வாத நிலைப்பாட்டினையே குறிப்பனவாக இருந்த போதிலும் நால்வகை நிலங்கள் குறித்த முந்திய நூற்பா தமிழுக்கே உரிய பிரத்தியேகமான இயற்கை சார்ந்த ஒரு பழைய மெய்யியல் நோக்கைக் குறித்து நிற்கிறது.

அதேபோல, பாலை என்பதை நில மயக்கத்தால் உருவாவது என்று தொல்காப்பியம் குறிப்பிடும். இங்கு மயக்கம் என்ற சொல் வருவது பண்டைத் தமிழரின் இயங்கியல் அணுகுமுறையைக் குறிக்கிறது எனலாம். தொல்காப்பியம் 1589-இல் சொல்லப்படும் நிலம், நீர், தீ, வளி, விசும்பு ஆகியவற்றின் "கலந்த மயக்கம்" என்ற சொற்கள் முன்பு பேசிய இயங்கியலை மேலும் முன்னெடுத்துச் செல்கின்றன. நால்வகை நிலங்களை அல்லது பஞ்சபூதங்களைத் தனித்தனியாகப் பெயரிட்டு அழைப்பதைவிட அவை கலந்து மயங்கி புணர்ந்து நிற்கின்றன என்ற சித்திரம் அதிகக் காட்சிப்பண்பு கொண்டதாக உள்ளது.

நிலமும் பொழுதும் (மனிதரும்)

குறிஞ்சி முதலான நால்வகை நிலங்கள் வரையறுக்கப்பட்ட பின்னர் அடுத்து வரும் நூற்பாக்களில் நால்வகை நிலங்களின் பெரும் பொழுதுகளும் சிறு பொழுதுகளும் வரையறுக்கப்பட்டுள்ளன.

காரும் மாலையும் முல்லை குறிஞ்சி
கூதிர் காமம் என்மனார் புலவர்   (தொ.கா. 952)

பனிஎதிர் பருவமும் உரித்தென மொழிப   (தொ.கா. 953)

வைகறை, விடியல் மருதம்; எற்பாடு
நெய்தலாதல் மெய்பெறத் தோன்றும்   (தொ.கா. 954)

முதற்பொருளாக இங்குச் சொல்லப்படும் நிலத்தையும் பொழுதையும் ஆங்கிலத்தில் சொல்லப்படும் வெளியும் காலமும் (Space and Time) என்று மொழிபெயர்த்துவிட முடியாது. ஆங்கிலத்தில் கருதப்படும் வெளியும் காலமும் என்பவை பெருமளவில் அருவமானவை, சூக்குமமானவை (Abstract). பொருள்முதல்வாதத் தளத்திலேயே அவை அருவப்படுத்தப்படுகின்றன. ஆயின் தொல்காப்பிய நூற்பாக்கள் (951-954) குறிப்பிடும் நிலங்களும் பொழுதுகளும் மிக மிகப் பிரத்தியட்சமானவை. பொழுதுகள் ஆண்டு, பருவகாலங்கள் போன்ற பெரும் பொழுதுகளாகவும் ஒரே நாளின், சிறுபொழுது களாகவும் திரும்பத் திரும்ப வரும் சுழற்சிப் பண்பு கொண்ட காலவரையறைகளைக் குறிக்கின்றன. பொழுது என்பது வெறுமனே கால ஓட்டத்தை மட்டும் குறிக்காமல் இன்னும் நிலம், தாவரங்கள், உயிரினங்கள் ஆகியவற்றின் உணர்ச்சிநிலைகளையும் சேர்த்துக் குறிக்கிறது. நிலமும் பொழுதும் இன்னும் கூடுதலாக மானுட உணர்ச்சிகளுடன் இயைபு கொண்ட நிலையில் சுட்டப்படுகின்றன

என்பது நிலம், பொழுது ஆகியவற்றின் பிரத்தியட்சப் பண்பைத் தீவிரப்படுத்துகின்றன.

காலம் நேர்கோட்டுப் போக்கில் சுட்டப்படவில்லை என்பது கவனத்திற்குரியது. நிலங்களின் கண்கூடான முழுமையும் காலங்களின் சுழற்சியும் இவை இயற்கையிலிருந்து வருவிக்கப்பட்டுள்ளன என்பதை நிரூபிக்கின்றன. பொதுவாக மேற்கத்திய மெய்யியலில் வெளியும் காலமும் கிடைநிலைப் பண்பையும் குத்துக்கோட்டுப் பண்பையும் முறையே குறித்து நிற்கும். தமிழிலும் அவை அவ்வாறே உள்ளன எனலாம். நிலம் சமதளத்திலான பரப்பையும் பொழுதுகள் ஒரே ஆண்டின் அல்லது ஒரே நாளின் மாறுபடு பண்பையும் குறிக்கின்றன எனலாம். ஆனால் மேலை மெய்யியலில் சொல்லப்படும் வெளியும் காலமும் என்ற கருத்தாக்கங்களைவிட அதிக குறிப்பான, பிரத்தியட்சமான கருத்தாக்கங்களாகத் தமிழின் நிலமும் பொழுதும் விளங்குகின்றன.

நிலம் இயற்கையின் சமதளப் பரப்பையும் பொழுதுகள் அச்சமதளப் பரப்பில் நிகழும் மாற்றங்களையும் குறிக்கின்றன எனலாம். மாற்றங்கள் சுழற்சிப் பண்பைக் கொண்டனவாகவும் உள்ளன. காலம் என்பது இன்னும் நேர்கோட்டுத் தன்மை பெறாத வடிவில் மாற்றங்கள் வாழ்வில் சுழல் ஒழுங்கினைக் குறிக்கும் மாற்றங்களாகத் தமிழில் பதிவாகியுள்ளன. நிலம், பொழுது, சுழல் மாற்றங்கள் ஆகியவை அன்றைய தமிழ்ச் சமூகத்தின் உலக நோக்கினுள் ஓர் உள்ளீடான முழுமையை வலியுறுத்துவனவாக அமைந்துள்ளன.

நிலமும் பொழுதும் வெளி, காலம் என்று தனித்தனியாக அர்த்தப்படாமல், அவற்றிற்குப் புறத்தேயுள்ள மனிதர் எனவும் அர்த்தப்படாமல், மிக அணுக்கமாக நிலம், பொழுது, மனிதர் என்ற சார்புநிலையில், மிகப் பிரத்தியட்சமாகத் தமிழில் பயின்று வந்துள்ளன.

அகமும் புறமும்

இக்கட்டுரையின் தொடக்கத்தில், இயற்கையோடு இணைந்திருந்த நிலை, பொருள் மற்றும் மானுட இயல்பு, அவற்றின் சிறப்பு என்ற வரிசையில் வகைப்படுத்தும் முறைமை பண்டைத் தமிழரிடையில் ஓர் அடிப்படையான முன்வடிவாக தொழில்

பட்டிருப்பதாகக் குறிப்பிட்டோம். இந்த வரிசையில் மிகப் பெரிய ஒரு வகைப்படுத்தலாக அகமும் புறமும் உருவாகின்றன.

மனித சமூக வரலாற்றில் முதல் வேலைப் பிரிவினை ஆண்/ பெண் ஆகியோருக்கிடையில் நிகழ்ந்ததாக மார்க்ஸ் முதலான சமூகவியலாளர்கள் கூறுவர். இதனை வேலைப் பிரிவினை என்பதை விட, வாழ்வியல் வட்டாரங்களில் ஏற்பட்ட முதல் பகுப்பு எனலாம். பண்டைத் தமிழின் அகம்/புறம் என்ற பகுப்பு அவ்வகைப்பட்ட ஒரு பகுப்பாகவே தோன்றுகிறது. அகமும் புறமும் சிறப்புப் பண்புகளைக் கொண்ட இரு வாழ்வியல் வட்டாரங்களாக அடையாளப்படுத்தப்படுகின்றன. அவை இரண்டின் இலக்கணங்கள் மிக விரிவான முறையிலும் நுட்பமான முறையிலும் பண்டைத் தமிழில் வரையறுக்கப்படுகின்றன.

அகமும் புறமும் பெண், ஆண் (தலைவன்,தலைவி) ஆகியோரின் வாழ்வியல் வெளிகளைக் குறிப்பனவாகவும், காதல்வாழ்வு/பொருளீட்டல், குடும்பம்/போர், குடும்பம்/அரசு ஆகிய எதிர்வுகளைக் குறிப்பனவாகவும் தமிழில் உருவாகியுள்ளன. இவ்விருவகை வாழ்வியல் வட்டாரங்களுக்கிடையில் முரண்கள் உண்டு என்பதையும் குறிப்பிட்டாக வேண்டும். இயற்கை சார்ந்த வாழ்க்கை என்பதனுடன் அகவாழ்க்கை அதிகத் தொடர்ச்சி கொண்டதாக அடையாளப்படுத்தப்பட முடியும். இந்த வகையில் காதல், களவு, கற்பு, குடும்பம் ஆகியவை முன்னுரிமை கொண்ட அடிப்படைகளாகத் தமிழில் பதிவு பெறுகின்றன.

"எல்லா உயிர்க்கும் இன்பம் என்பது
தான் அமர்ந்து வரூஉம் மேவற்றாம்" (தொ.கா. 1168)

"காமப்பகுதி கடவுளும் வரையார்" (தொ.கா. 1029)

புறம் என்பதில் ஆண் வெளி, பொருளீட்டல், போர் வாழ்க்கை, அரசு உருவாக்கம் ஆகியவை அடங்குகின்றன. புறவாழ்க்கையின் செயல்பாடுகள் பல அகவாழ்க்கையை நிலைப்படுத்த விரும்பும் பெண்ணால் பல வேளைகளில் விமர்சனத்திற்கு உள்ளாகின்றன. அவை அருளற்ற கொடூரமான செயல்கள், சொந்த விருப்பால் அமையாமல் வேந்து வினை என்ற நிர்ப்பந்தத்தால் செய்யப்படுபவை என்ற விமர்சனம் அகப்பாடல்கள் பலவற்றில் பதிவாகியுள்ளன. "அருளும் அன்பும் நீக்கித் துணை துறந்து பொருள் வயிற் பிரிவோர் உரவோர் ஆயின் உரவோர் உரவோராக, மடவோமாக மடந்தை

நாமே" (குறுந்தொகை 20) என்பது போன்ற பாடல்களை நினைவு கூறுவோம்.

அகம், புறம் என்ற ஆண், பெண் வாழ்வியல் பரப்புகள் மிக விரிவாகவும் நுட்பமாகவும் வரையறை பெறுவதை அல்தூசரின் தன்னிலைகள் கடைந்தெடுக்கப்படுதல் (Interpellation of Subjectivities) என்ற கருத்தாக்கத்தின் வழியாக விளக்கலாம். இயற்கையோடு இரண்டறக் கலந்திருந்த நிலையிலிருந்து, இயற்கையிலிருந்து வாழ்வியல் கூறுகளை வருவித்தல் என்ற நிலை உருவாகி, அதன் பின்னர் சமூகப் பிரிவுகள் என்ற தன்னிலைகள் கடைந்தெடுக்கப்படுதல் என்ற மூன்றாவது நிலை உருவாகிறது. இயற்கையோடு இயைந்திருந்த நிலையிலிருந்து சமூக வாழ்க்கை உருவாவதில் தன்னிலை உருவாக்கங்கள் நிகழ்வது மெய்யியல்ரீதியாக ஒரு முக்கியமான வரலாற்றுச் சம்பவமாகும். தன்னிலை உருவாக்கங்களின் வழியாகவே சமூக முரண்கள் சுய இயக்கம் பெற்று சமூக வரலாறு தொடங்குகிறது. இத்தகைய ஒரு நிகழ்வைக் குறிப்பதே அகம், புறம் ஆகியவற்றைச் சுமந்து நிற்கும் பெண், ஆண் என்ற தன்னிலைகள் கடைந்தெடுக்கப்படுவதாகும். ஆண், பெண் என்ற முதல் வேலைப் பிரிவினையை அடிப்படையாகக் கொண்டு ஆண், பெண் ஆகியோரைக் குறிக்கும் தன்னிலைகள் கடைந்தெடுக்கப்படுகின்றன. இந்தத் தன்னிலைகள் உருவாவதில் ஏற்றத்தாழ்வான சமூகப் பாத்திரங்களும் அவற்றிற்கிடையில் முரண்பாடுகளும் தோன்றவேண்டும். ஏற்றத்தாழ்வும் முரண்பாடுமின்றி தன்னிலைகள் கடைந்தெடுக்கப்பட முடியாது. அகம், புறம் என்ற பகுப்பில் அத்தகைய ஏற்றத்தாழ்வும் அவற்றிற் கிடையில் முரண்பாடுகளும் தோன்றுகின்றன.

சமூகரீதியான சிறப்பினங்கள் (தன்னிலைகள்) உருவாக்கம்

அகம், புறம், ஆண், பெண், தலைவன், தலைவி போன்ற தன்னிலைகள் உருவாக்கப்படுவதுடன் அந்நிகழ்வுப் போக்கிற்கு இணையாக தொழில்ரீதியான வேலைப் பிரிவினை நிகழ்வதையும் பண்டைத் தமிழ் இலக்கியங்கள் சுட்டிக்காட்டுகின்றன. குறிஞ்சி, முல்லை, மருதம், நெய்தல் என்ற நிலப்பகுப்பில் இவ்வகை வேலைப் பிரிவினை உள்ளடங்கி அமைந்துள்ளது.

பெயரும் வினையும் என்று ஆஇரு வகைய
திணைதொறும் மரீஇய திணை நிலப் பெயரே (தொ.கா. 966)

என்ற தொல்காப்பிய நூற்பா நிலம் சார்ந்த தொழில் அடிப் படையில் மக்கட்பெயர்கள் அமைவதைக் குறிப்பிடுகிறது. "இது கருப்பொருளின் பாகுபாடாகிய மக்கட்திறம் உணர்த்துதல் நுதலிற்று" என்று இளம்பூரணர் குறிப்பிடுவார். மக்கட்திறம் என்ற சொல்லை நிலம் சார்ந்த மக்கள் கூட்டத்தினரின் குறிப்பான அல்லது சிறப்பான பெயரை எடுத்துரைத்தல் எனலாம். ஆயர், வேட்டுவர், குறவன், குறத்தி, எயினர், எயிற்றியர், உழவர், உழத்தியர், நுளையர், நுழைச்சியர் போன்ற பலவகை மக்கட் கூட்டத்தினரின் பெயர்கள் இங்கு உருவாகின்றன அல்லது கடைந்தெடுக்கப் படுகின்றன. தன்னிலைகள் கடைந்தெடுக்கப்படுதலை அல்தூசர் பெயரிட்டழைத்தல் (Naming, Calling) என்றும் கூறுவார்.

நிலங்களின் வேறுபாடும் பாலியல் வேறுபாடும் தொழில் களின் வேறுபாடும் தன்னிலைகளை இங்கு உருவாக்கியுள்ளன. வேறுபாடு, முரண்பாடு (Difference, Contradiction) என்ற இரண்டு கருத்தாக்கங்களை இங்கு வித்தியாசப்படுத்திக் காட்டவேண்டி யுள்ளது. வேறுபடுத்துதல் என்ற செயல்பாடு சிறப்பினடிப்படையில் அமைவதுதான். பகுப்பாய்வு எனும் முறை சிறப்பினடிப்படை யிலான வேறுபடுத்தலைச் செய்கிறது. பகுப்பாய்வின் குறிப்பிட்ட ஒரு வகை, எதிர்வுபடுத்தல் அல்லது முரண்பாடு ஆகும். தொல் காப்பியப் பொருளதிகாரத்தில் ஏராளமான பகுப்புகள் கண்டறியப் படுகின்றன. இருப்பினும் அவை எல்லாமே முரண்படுத்தல் ஆகாது. சமூகரீதியான பகுப்புகளே முரண்பாடாக இறுக்கமடைகின்றன, நிலைபெறுகின்றன. சமூகரீதியான முரண்பாடுகள் தொடர்ந்து தொழில்படும் நிலைத்த தன்னிலைகளை உருவாக்குகின்றன. உயர்ந்தோர் (தொ.கா. *972, 977, 979, 1162)*, அடியோர் (தொ.கா. *969)*, மேலோர் (தொ.கா. *975)*, புலைய, இழிசின (புறம் *287)* என்பது போன்ற சொற்களின் பயன்பாடு சமூக முரண்பாடுகளைச் சுமக்கும் தன்னிலைகளாக உருப்பெறுகின்றன.

"இன்மையது இளிவும் உடமையது உயர்ச்சியும்" (தொ.கா. *987)* அறிந்த சமூகமாக இந்நிலையில் தொல்காப்பியச் சமூகம் காட்சியளிக்கிறது.

"உயர்ந்தோர் பொருள்வயின் ஒழுக்கத்தான" (தொ.கா. 979) என்ற நூற்பா இங்குக் குறிக்கத்தக்கது. பொருள் வயிற் பிரிவை நியாயப்படுத்தும் தொல்காப்பியம் சமுதாயத்தில் உயர்ந்தோர்தம் ஒழுக்கச் சிறப்புக்கள் பொருட்செல்வத்தினாலாகும் எனக் கூறுகிறது.

சமூகத்தளத்தில் தோற்றம் பெற்று நிலைகொண்டுவிட்ட முரண்பாடுகளின் தீவிரத்தை அகம்/புறம் அல்லது ஆண்/பெண் என்ற சட்டகத்தினுள் மீட்டுக் கொணர்ந்து மிதப்படுத்தும் முயற்சியும் பிற்காலத் தமிழ் மரபினுள் உருவாவதைக் காண்கிறோம். இவ்வகை மிதப்படுத்தல்களுக்கான முன்வரைவுகளைத் தொல்காப்பியத்தினுள்ளேயே கண்டடையமுடியும்.

4. திருக்குறளின் மெய்யியல் நிலைப்பாடுகள்

4
திருக்குறளின் மெய்யியல் நிலைப்பாடுகள்

திருக்குறளைப் பற்றி பல நோக்குகளில் தொடர்ந்து நாம் பேசிவந்துள்ளோம், இன்னும் பேச முடியும். திருக்குறள் ஒரு சமண நூல், இல்லை, அது ஒரு பௌத்த நூல், இல்லை இல்லை, அதன் உட்கிடை சைவ சித்தாந்தமே, அதுவும் இல்லை, அதன் தொடக்கம் கிறித்தவமே என்று பலபடித்தாக அது குறித்து அறிஞர்கள் நீண்டகாலமாகவே பேசிவந்திருக்கிறார்கள். இவை ஒருபுறமிருக்க, நவீன காலத்திய, அதாவது கடந்த 200 ஆண்டுகால பண்பாட்டு அரசியல் விவாதங்களில் திருக்குறள் தமிழின் அடையாளமாக பல மதத்தவரும் மதச்சார்பில்லாதவர்களும் ஏற்றுக் கொள்ளும் வகையில் நின்று நிலைத்துவிட்டது என்பதையும் காணுகிறோம். காலனியக் காலத்திலிருந்து, ஐரோப்பிய அறிஞர்களும் தேசியவாத அறிவாளி களும், வைதீக இந்து மதம் என்ற ஒன்றை இந்தியர்களின் பேரடையாளமாக உருவாக்க முனைந்த சூழல்களில், தமிழின் அடையாளம் மதச்சார்பற்ற அல்லது வைதீகச் சார்பற்ற திருக்குறள் என்ற குரலைத் தமிழர்களால் சொல்ல முடிந்திருக்கிறது என்பது பெருமைக்குரிய ஒரு விடயமாகும். இது தமிழ் குறித்த ஒரு விடயமாக மட்டுமல்லாமல், இந்தியத் துணைக்கண்டத்தின் பன்மீயப் பண்பாட்டு எதார்த்தத்தைக் குறிப்பதாகும். காலனியச் சூழல்களில் கட்டமைக்கப்பட்ட இந்து மதம் (இலங்கையிலும் பிற தென்கிழக்கு நாடுகளிலும் பௌத்தம்) என்பது சமீபகாலங்களில் பின்னைக் காலனியவாதிகளால் மிகத் தீவிரமாக மறுபரிசீலனைக்கு உட்படுத்தப்பட்டு வருகிறது என்பதை இங்கு நினைவு கோருவோம். எனில் திருக்குறளின் மதச்சார்பற்ற அல்லது வைதீகச் சார்பற்ற தமிழ் அடையாளம் என்ற கருத்து, அதுவும் காலனியக் காலத்தில் தான் கட்டப்பட்டது எனினும், அது ஒரு மாற்று வாய்ப்பினைக் குறித்து நிற்கிறது என்று நாம் சுட்டிக்காட்ட முடிகிறது.

பின்னைக் காலனியமும் நவீனம் பற்றிய தேடல்களும்

இந்திய ஆய்வுகளில் காலனிய ஆட்சிக் காலத்தில் ஐரோப்பிய நாடுகளிலிருந்து இங்கு வந்து சேர்ந்த பலவகையான நவீன

மேற்கத்திய கோட்பாடுகளின் செல்வாக்கினை மறுபரிசீலனை செய்யுமாறு பின்னைக் காலனியம் நம்மைத் தூண்டிவருகிறது. நவீனம் என்பதே மேற்கு நாடுகளின் சொத்து அல்லது கருவி என்ற காலனியக் கருத்தைச் சமீபகாலங்களில் பின்னைக் காலனிய ஆய்வாளர்கள் மறுதலித்து வருகின்றனர். மேற்கத்திய செல்வாக்குகள் ஏற்படுவதற்கு வெகு முன்னதாகவே "நவீனப் பண்புகளைக் கொண்ட" சிந்தனைகளும் செயல்பாடுகளும் உலகின் பல்வேறு கலாசாரங்களில் காணக் கிடைக்கின்றன என்று அறிஞர்கள் கூறிவருகின்றனர். மத்திய தரைக்கடலின் ஆசியப்பகுதியில் பரவியிருந்த இஸ்லாமியக் கலாசாரத்தின் தூண்டுதலாலேயே ஐரோப்பாவின் தென்பகுதியில் நவீன யுகத்தின் முதல் அலையான மறுமலர்ச்சி தோன்றியது என அறிஞர்கள் எடுத்துக்காட்டி வருகின்றனர். இந்திய நாட்டின் விவசாயம் சார்ந்த, கிராமியம் சார்ந்த சாதியப் பண்பாட்டை வணிகம், கைவினைத் தொழில்கள், நகர்மயமாக்கல் சார்ந்த மொகலாயர் பண்பாடு அடிப்படையான சில மாற்றுத் திசைகளில் திருப்பிவிட்டது என்பதிலும் நவீனக் கூறுகளைக் கண்டறிய முடிகிறது. திருக்குறளைப் பற்றிய ஆய்வுகளில் இது போன்ற கருத்துக்களைப் பொருத்திப் பார்ப்பது முக்கியமான ஒரு விடயமாக எனக்குப் படுகிறது. பல ஆண்டுகளுக்கு முன்னால் "கீழை மேலை உலகங்களில் அறிவொளிச் சிந்தனை" (Enlightenment East and West) என்ற ஒரு நூலை நான் படித்தேன். அந்நூலின் ஆசிரியர் பாவ்லோஸ் கிரிகோரியஸ் என்பார் ஆவார். அவர் டெல்லியில் உள்ள ஆதிக் கிறித்தவ சர்ச்சின் ஆர்ச் பிஷப்பாக (ArchBishop of Orthodox Christian Church, Delhi) இருந்தவர். அறிவொளி இயக்கம் பிரெஞ்சுப் புரட்சியை ஒட்டி 18 ஆம் நூற்றாண்டில் தோன்றியது என்ற கருத்தை அவர் அந்நூலில் விமர்சன ஆய்வுக்கு உட்படுத்தியிருந்தார். நவீன அறிவொளி இயக்கத்தோடும் அதன் சிந்தனைகளோடும் ஒத்த நிலையில் வைத்து எண்ணத்தக்க சிந்தனைகளும் இயக்கங்களும் கீழை நாடுகளின் வரலாற்றில் வெவ்வேறு காலகட்டங்களில் தோன்றியிருக்கின்றன என்று கிரிகோரியஸ் அந்நூலில் விரிவாக வாதிட்டிருந்தார். மிகப் பழமையான காலத்தில் தோன்றிய பௌத்தம் ஓர் இயக்கமாகவும் சிந்தனையாகவும் கீழை மரபில் நவீன அறிவொளிப் பண்பு கொண்டதாகத் தொழில்பட்டு வந்திருக்கிறது என்று அவர் எடுத்துக்காட்டியிருந்தார். பௌத்தம் இந்திய வரலாறு முழுவதிலும் மீண்டும் மீண்டும் தனது அறிவொளி ஆற்றல்களை அவ்வப்போது வெளிப்படுத்தி வந்துள்ளது என்றும் அவர் அந்நூலில் குறிப்பிடுவார்.

இந்தியத் தத்துவங்களும் தமிழின் தடங்களும் 297

இப்போது பின்னைக் காலனியவாதிகள் கூறிவரும் கருத்துக்கள் சில, பாவ்லோஸ் கிரிகோரியசின் கருத்துக்களை மீட்டுக் கொண்டு வருகின்றன. நவீனம், அறிவு, விஞ்ஞானம், மனிதநேயம், சனநாயகம் போன்றவை ஐரோப்பிய மையம் கொண்டவை, அவை 17-ஆம் நூற்றாண்டுக்குப் பிந்திய ஐரோப்பிய தொழில்யுகத்தோடு தொடர்பு கொண்டவை என்பது போன்ற கருத்துக்களைப் பின்னைக் காலனியம் தீவிரமாக மறுபரிசீலனை செய்து வருகிறது. ஜோனார்தன் கனேரி (Jonathan Kaneri) என்ற ஓர் ஆய்வாளர் காலனிய ஆட்சிக்கு முந்திய காலங்களில், இடைக்காலம் என அழைக்கப்படும் வரலாற்றுக் காலத்தின் பிற்பகுதியில், இந்தியச் சூழல்களில் நவீனம், அறிவொளி, மனிதநேயம், சமய எல்லைகளைக் கடந்து செல்லுதல் போன்ற சாத்தியப்பாடுகள் தோன்றியிருந்தன என்ற கருத்தினைத் தனது நூல் ஒன்றில் சமீபத்தில் எழுதியுள்ளார். தமிழில் வெளிவந்துள்ள அகம் புறம் ஆய்விதழில் திரு ராமானுஜம் அவர்கள் இது குறித்து ஒரு கட்டுரை எழுதியுள்ளார். திருக்குறள் பற்றிய நமது உரையாடல்களில் இதுபோன்ற விடயங்களை நாம் இணைத்துப் பேசமுடியும். காலரீதியாகத் துண்டுபடுத்தி வைத்திருக்கும் (பண்டைக் காலம், இடைக்காலம், நவீன காலம் போன்ற) வரலாற்றுக் கட்டங்களைக் கடந்து சென்று கருத்துக் கட்டமைப்புகளை ஆய்வு செய்யும் அவசியம் உருவாகியுள்ளதை இவை எடுத்துக்காட்டுகின்றன.

திருக்குறளில் அறமே மெய்யியலாக

திருக்குறள் பொதுவாக ஓர் அற இலக்கியம் என்று நமக்கு அறிமுகப்படுத்தப்படுகிறது. ஆயின் வள்ளுவரைப் பொறுத்தமட்டில் அறமே மெய்யியலாக அந்நூலில் சொல்லப்பட்டுள்ளது என்பதை நாம் காணமுடிகிறது. அறமே மெய்யியலாவது என்பது மெய்யியலின் வாழ்வியல் பண்பை, அதன் நடைமுறைப் பண்பைக் குறிக்கும் ஒரு கருத்தாகும். மெய்யியல் என்பது வெறும் கோட்பாடு என்ற எல்லையை அது தாண்டிச் செல்லுகிறது. மெய்யியலில் சில வேளைகளில் இருப்பியல் (Ontology - Theory of Being) ஆய்வுகள் அதிக இடத்தைப் பிடித்திருக்கும், இன்னும் சில வேளைகளில் அறிவுத் தோற்றவியல் (Epistemology - Theory of Knowledge) அதிகச் செல்வாக்குக் கொண்டதாக அமைந்திருக்கும். பிற வேளைகளில் அறவியல் (Ethics) அதிக ஆற்றல் கொண்டதாக வெளிப்படும். மெய்யியலில் அறவியல் மிகும் போது, ஆங்கிலத்தில் அதனை Axiology என்று பெயரிடுவர். மனிதரின் வாழ்க்கை அறக் கருத்துக் களை, அற மதிப்புகளை அச்சாகக் (Axis) கொண்டு சுழலுகிறது என்பதைக் குறிப்பதற்காக Axiology என்ற சொல் பயன்படுத்தப் படுகிறது.

அறவியலின் தோற்றம்

பண்டைத் தமிழகத்தின் குறிப்பிட்ட ஒரு வகைச் சூழல்களுக் கிடையில் அறவியலுக்கு முன்னுரிமை வழங்கும், அறமே மெய்யியலாக உருவாகும் நிலைமை எப்படி ஏற்பட்டது? என்பது ஒரு முக்கியமான கேள்வியாகும். இரண்டு விதமாக இக்கேள்விக்கு நாம் பதில் கூறமுடியும். முதலாவதாக, பண்டைத் தமிழ்ச் சூழல்களில் ஏற்கெனவே நிலவி வந்த உலகியல் சார்ந்த சிந்தனைகள் (திணை சார்ந்த, அகம் புறம் சார்ந்த சிந்தனைகள்), தமிழுக்குப் புதிதாக அறிமுகமாகிய சமணம், பௌத்தம், ஆசீவகம் போன்ற துறவு சார்ந்த சிந்தனைகளை எதிர்கொண்டபோது அவை இரண்டின் இயங்கியல் (Dialectics) தொழில்பாட்டின் விளைவாக அறம் என்ற மூன்றாவது தளத்தை உருவாக்கின என்று கூறலாம். அதாவது, துறவு என்ற உலகைக் கடந்த அப்பாலைச் சிந்தனை (உலக மறுப்புச் சிந்தனை), உலகியலை நோக்கி (நேர்முகச் சிந்தனை) உள்ளிழுக்கப் பட்டு அவை இணைவாக்கமாகி (Synthesis) அறவியல் என்ற வாழ்வியல் தளம் உருவெடுத்தது என்பது நமது முதல் பதில் ஆகும். ஒன்றையொன்றை மறுக்கும் துறவு, உலகியல் என்ற இரண்டு போக்குகள் தமக்குள் பொருதும்போது, அவை சமரசப்பட்டு அறவியல் தோன்றுகிறது எனலாம்.

இரண்டாவது பதிலாக, மற்றொன்றைக் கூறலாம். இங்கு பௌத்தம் குறித்த சில தகவல்களை நாம் உள்வாங்கிப் பேச வேண்டும். பௌத்தம் மத்திய மார்க்கம் (Middle Path) என்று தன்னை அறிமுகப்படுத்திக் கொள்ளுகிறது. பண்டைய இந்தியச் சூழல்களில் சார்வாகம், சாங்கியம், வைசேடிகம் போன்ற உலகியல் தத்துவங்கள், ஆசீவகம், சமணம் போன்ற உலக மறுப்புத் தத்துவங்கள் ஆகியவற்றுக்கு இடையில் மத்திய மார்க்கமாக பௌத்தம் உருவெடுத்தது. மேற்குறித்த இத்தத்துவங்களெல்லாம் மனித வாழ்வின், பிரபஞ்ச இருப்பின் அறுதிப் பொருட்களைக் (Ultimate Realities) கண்டறிய முயற்சி செய்தன. வெவ்வேறு அறுதிப் பொருட்களை அவை கண்டறிந்தன. இயற்கை, பஞ்சபூதங்கள், அணுக்கள் ஆகியவை ஒரு வகைப்பட்ட அறுதிப் பொருட்கள். இறைக்கருத்து என்பது இன்னொரு வகை அறுதிப் பொருள், உலகின் முழுமுதற் காரணி. உயிர்கள் என்பவை மூன்றாவது வகை அறுதிப் பொருட்கள். இரண்டாவது, மூன்றாவது வகை அறுதிப் பொருட்கள் பரப்பிரம்மம், ஆன்மா, ஜீவன்கள் என்றும் பிற தத்துவங்களில் பரிணமித்ததுண்டு. பௌத்தம் மேலே குறிப்பிடப்பட்டுள்ள மூன்று வகை அறுதிப் பொருட்களையும்

மறுத்தது, அவை குறித்து பேசமறுத்தது, மௌனம் சாதித்தது. இது ஒரு வித்தியாசமான நிலைப்பாடாகும். அறுதிப் பொருட்களின் இருப்பை மறுக்கும்போது, மேலும் கீழுமாக அமைந்துள்ள (பஞ்சபூதங்கள், இறைவன் போன்ற) இந்த அறுதிப் பொருட்களுக்கு ஊடே உள்ள உலகியல், வாழ்வியல், சமூகவியல், நடப்பியல், இருத்தலியல் மற்றும் பயன்பாட்டியல் தளங்கள் திறந்து கொள்ளு கின்றன. இதுவே அறவியல் தோற்றம் பெறும் உலகு. இதுவே வள்ளுவர் கூறும் உலகு. அறவியலில் பரப்பு மத்திமப் பரப்பு. அதன் எல்லைகளைப் புரிந்துகொள்ள அறுதிப் பொருட்களைப் பற்றிய தகவல்கள் நமக்கு உதவுகின்றன. அறவியலுக்கு அருகில் புறமாக நின்று அறுதிப் பொருட்கள் நமக்கு உதவ முடியும்.

சமயச்சார்பற்ற அறவியலின் கோட்பாட்டு அடிப்படைகள்

திருக்குறளின் அறவியல் சமயச் சார்பற்றது எனக் குறிப்பிட்டோம். எந்த வகையான அனுபூதவியலையும் (Metaphysics) திருக்குறள் அதுவாக முன்வைக்கவில்லை. அது முழுக்க உலகியல் சார்ந்த ஓர் அறவியலையே முன்வைக்கிறது, இப்படிப்பட்ட அறவியல் தமிழில் முதன்முதலாக இத்தனை விரிந்த வடிவில் உருவாக்கப்பட்டுள்ளது என்பதையும் குறிப்பிட்டுச் சொல்ல வேண்டும். "அறத்தினூங்கு ஆக்கம் எவனோ உயிர்க்கு?" (கு. 31), "அறத்தான் வருவதே இன்பம்" (கு. 39), அது "நோற்பாரின் நோன்மை உடைத்து" (கு. 48), அன்பு என்பது ஓர் "அகத்துறுப்பு" (கு. 79), "அன்பின் வழியது உயிர்நிலை" (கு. 80), அடக்கம், "அதனின் ஊங்கில்லை உயிர்க்கு" (கு. 122), "ஒழுக்கம் உயிரினும் ஓம்பப்படும்" (கு. 131), அவர்கள் "துறந்தாரின் தூய்மை உடையார்" (கு. 159) போன்ற திருக்குறள் பாடல்வரிகளும் சொற்களும் வள்ளுவர் அறத்தையே முழு மெய்யியலாகக் கொள்ளுமாறு தூண்டுகிறார் என்பதை உணர்த்துகின்றன. இருப்பியல் தளத்திலுள்ள எதார்த்தப் பொருட்களை விட, உயிரை விட, தவம்-நோன்பு போன்றவற்றை விட அறம், அன்பு, அடக்கம், ஒழுக்கம் ஆகியவை அடிப்படையானவையாகவும் ஆக்கம் (விருத்தி) தருபவையாகவும் வள்ளுவரால் சொல்லப்படுகின்றன. அன்பு, அடக்கம், அறம் ஆகியவை கிட்டத்தட்ட இருப்பியல் நிலைக்கு, ஏன், அதையும் மிஞ்சிய உயரத்திற்கு வள்ளுவரால் இட்டுச் செல்லப்படுகின்றன.

இறைவன், உயிர்கள், இயற்கை போன்ற அறுதிப் பொருட்களை ஒரு தத்துவம் மறுத்துவிடும் போது, அதன் விளைவுகளைப் பற்றி நாம் கவனம் செலுத்த வேண்டியது அவசியமாகும். அறுதிப்

பொருட்கள் இல்லாத ஒரு தத்துவத்தில் மையம் இல்லை என்று பொருளாகும். இதனைச் சரியாகச் சொல்லுவதானால், அறுதிப் பொருட்கள் அங்கீகரிக்கப்படாத ஒரு தத்துவத்தில் அனுபூத மையம் இல்லாமல் போய்விடுகிறது என்று பொருள். அனுபூத மையம் என்பது அதனைக் கொண்ட தத்துவத்திற்கு ஒரு மிகப்பெரிய அதிகாரத்தை வழங்குகிறது. திருக்குறள் அறுதிப் பொருட்களைத் தேடவில்லை எனும் போது, அது அனுபூத மையமோ அதிகாரமோ கொண்டிருக்கவில்லை எனும்போது அது பன்முகத்தன்மை கொண்டதாகிறது, இன்றைய மொழியில் அது சனநாயகப் பண்பு கொண்டதாக மாறுகிறது. அது தன்னுள்ளேயே சுயவிமர்சனங்களை அனுமதிக்கிறது என்றும் பொருளாகிறது.

திருக்குறள் அனுபூதி மையங்களைத் தேடுவதை விடுத்து மிகவும் உணர்வுபூர்வமாக உலகியல் தளத்திலேயே, வாழ்வியல் தளத்திலேயே அறத்திற்கான ஆதாரங்களைத் தேடுகிறது. அறத்திற்கான மதம் சாராத சில அளவுகோல்களை, சில ஆதாரங் களை அது புதிதாகக் கட்டமைக்க முனைகிறது. புகழ்/பழி, இசை/வசை போன்ற கருத்தாக்கங்களை இங்குக் குறிப்பிட வேண்டும். இசைபட வாழ்தல் (தி. கு. 239) என்ற இலக்கில் சமூக அங்கீகாரத் திற்கு முதன்மை வழங்கப்படுகிறது. வையத்துள் வாழ்வாங்கு வாழ்தல் (தி.கு. 50), அவரவர் எச்சத்தால் காணப்படும், ஒன்றா உலகத்து உயர்ந்த புகழ் (தி. கு. 233), உலகத்தோடு ஒட்ட ஒழுகல் (தி. கு. 140) போன்ற வரிகளெல்லாம் அறத்துக்கான சமூக ஆதாரங்களையும் பாதுகாப்புகளையும் குறிக்கின்றன. "அறத்தான் வருவதே இன்பம்" என்று சொல்லும்போதும் உலகியல்ரீதியான ஆதாரம் ஒன்று, நியாயம் ஒன்று முன்வைக்கப்படுகிறது.

அறம், தினசரி வாழ்வின் செயல்பாடுகளாக மாற்றப்படுதல்

திருக்குறளில் அறம் வெறும் கருத்துக்களாக அல்லது மதிப்புகளாக மட்டும் முன்வைக்கப்படாமல் தினசரி வாழ்வின் நடைமுறைக் கூறுகளாக மாற்றப்படுகிறது. விருந்தோம்பல், இனியவை கூறல், இன்னா செய்யாமை, அடக்கமுடைமை, பயன்மரம் உள்ளூர்ப் பழுத்தற்றால், ஊருணி நிறைந்தற்றே, தக்கார்க்கு வேளாண்மை செய்தற் பொருட்டு என்பது போன்ற வரிகளும் சொற்களும் அன்றாட வாழ்வின் நடத்தைகளை (Every day Existence) ஊடுருவி நிற்கின்றன. திருக்குறள் முழுதுமே தினசரி வாழ்க்கைச் செயல்பாடுகளைக் கைப்பற்றுவதையே நோக்கமாகக் கொண்டுள்ளது போன்ற உணர்வு தோன்றுகிறது. தமிழில் இதுவும் புதிய ஓர் உத்தி.

கருத்துக்கள் வெகுமக்கட் தளத்தையும் அவரின் தினசரி வாழ்க்கைச் செயல்பாடுகளையும் கைப்பற்ற முயல்கின்றன.

திருக்குறள் காலத்திய சமூகம்: எதிர்க்குரல்களும் தகவமைப்பும்

சுமார் ஈராயிரம் ஆண்டுகளுக்கு முற்பட்டது திருக்குறள். ஈராயிரம் ஆண்டுகளுக்கு முந்திய சமூகநிலைமைகளை யூகித்து திருக்குறளின் சமூகவியலை மீட்டெடுக்க முடியுமா? முயற்சிக்கலாம். புராதன இனக்குழுச் சமூகத்தில் தீவிர சமூக முரண்கள் தோன்றாதவரை உணர்வுபூர்வமாக அறவியல் என்ற ஒன்றை உருவாக்கவேண்டுமென்றோ அதனைத் தெளிவான மொழியில் எடுத்துரைக்க வேண்டுமென்றோ பரப்புரை செய்யவேண்டு மென்றோ மனிதர்கள் கருதியிருக்கவில்லை. திருக்குறளின் காலத்தில் "இலர் பலராகி" (கு. 270) விட்டனர். "அற்றார் அழிபசி" (கு. 226) அக்காலத்திய எதார்த்தத்தின் ஒரு பகுதியாகி விட்டது. தமிழ்ச் சமூகத்தில் "அல்லல் பட்டு ஆற்றாது அழுத கண்ணீர்" தோன்றத் தொடங்கிவிட்டது. இவ்வாறாக, சமூக ஏற்றத்தாழ்வுகள் தோன்றியபோது, அவற்றுக்கான எதிர்க்குரலும் பழைய கூட்டுச் சமூக வாழ்வு குறித்த ஞாபகங்களை நினைவுக்குக் கொண்டுவரும் வழக்கமும் தோன்றி விடுகின்றன. பழைய வாழ்வை மீட்டுக் கொணர (Utopia) அக்கால வாழ்வின் தன்னுணர்வற்ற செயல்பாடுகளைக் கூட கோட்பாடாக வகுத்துச் சொல்லவேண்டி வந்தது. சமூக நெருக்கடிகளை எதிர்கொள்ளுவதற்கான சில உத்திகளை உருவாக்க வேண்டி வந்தது. இறுதியாக, நெருக்கடிகளைச் சகித்துக் கொண்டு, அவை நேரடியாக ஒருவரைத் தாக்கி வீழ்த்தாமலிருக்க தகவமைப்பு முறைகளை உருவாக்க வேண்டியிருந்தது. இவ்வாறாக எதிர்க்குரல் என்பதிலிருந்து, கற்பனாவாத மாற்றுகளைத் தேடுதல் என்பதிலிருந்து, தகவமைப்பு வரையிலான ஒரு நெடிய வேலைத்திட்டத்தை (an entire spectrum of responses) அறவியல், குறிப்பிட்ட அக்காலத்தில் உருவாக்கியுள்ளது என்பதைத் திருக்குறளின் வழி உணர முடிகிறது.

திருக்குறள் அறவியலின் மெய்யியல்

மேற்குறித்த சமூகப் பண்பாட்டுப் பின்புலத்தை மிகப் பழங்கால தத்துவ தரிசனங்கள் தமது மெய்யியல் மொழியில் வெளிப்படுத்தி யுள்ளன. பௌத்த சிந்தனையின் நான்கு அடிப்படை உண்மைகள் என்ற பகுதியை இங்கு நினைவுக்குக் கொண்டு வருவோம். 1. துக்கம்

உள்ளது. 2. துக்கத்திற்குக் காரணம் உள்ளது. 3. அக்காரணத்தை நீக்க துக்கமும் நீங்கும். 4. துக்கத்தை நீக்க நல்ல எண்ணம், நல்ல செயல், நல்ல சொல் முதலான எண் வழிப்பாதையைப் பின்பற்ற வேண்டும். பௌத்தம் நோய் நாடி, நோய்முதல் நாடி அணுகும் ஒரு மருத்துவத் தருக்கவியலைக் கச்சிதமாகப் பயன்படுத்தியது என அறிஞர்கள் தெரிவிக்கின்றனர்.

துக்கம், துக்க காரணம், துக்க நிவாரணம், துக்க நிவாரணப் பாதை என்ற நான்கு விடயங்களைப் பற்றிப் பௌத்தம் பேசுகிறது. துக்கத்தை நீக்குவது என்ற பௌத்த இலக்கு உலகைக் கடந்த உண்மையைத் தேடுவதோ, அடைவதோ அல்ல. அது முழுக்க முழுக்க ஒரு மானுடவியல், இருத்தலியல், உலகியல், வாழ்வியல், சமூகவியல் மற்றும் பயன்பாட்டியல் பிரச்சனை.

வட இந்தியச் சூழல்களில் விளைந்த சமண பௌத்த தத்துவங்கள் துக்கத்தின் காரணங்களாகவும் துக்க நிவாரண வழிகளாகவும் முதல் கட்டத்தில் சில தீவிரமான கோட்பாடுகளையும் நடைமுறைகளையும் முன்வைத்தன. ஆசை, பற்று, பந்தம், வினை, மலம், பாசம், மாயை, தளை, ஆணவம், அகங்காரம் என்ற அடுத்தடுத்த கருத்தாக்கங்களை நெடுக முன்வைத்து இந்தியத் தத்துவங்கள் துக்கத்தை விளக்க முனைந்திருக்கின்றன. இவற்றை அடியோடு அகற்ற அவை நிலையாமை, உலக மறுப்பு, இறுதியாகத் துறவு, முக்தி-விடுதலை என்ற தீர்வுகளை முன்வைத்து வந்திருக்கின்றன. சமண பௌத்தம் போல் முற்றத் துறத்தலை முன்வைக்காத சில தத்துவங்கள் வெளிப்படையாகச் சமய வடிவம் ஏற்று, இறை உணர்வை, பக்தியை வினைக்கும் பந்த பாசத்திற்கும் மாற்றாக முன்வைத்து அவற்றை வெல்ல முயற்சித்துள்ளன. பக்தியை விட ஞானம் உயர்ந்தது, அல்ல, அல்ல, யோகமே சிறந்தது என இன்னும் சில தத்துவங்கள் முயன்றுள்ளன. துக்க நிவாரணம் என்ற பூர்வீக இந்தியாவின் பெரிய ஒரு வேலைத்திட்டத்தின் கீழ் பலவகையான இந்தியச் சிந்தனைப் போக்குகள், கடவுளை ஏற்று அல்லது கடவுளை ஏற்காமல், அறிவு, யோகம் போன்றவற்றைத் தழுவி அல்லது விலகி, அடுத்தடுத்து தொடர்ந்து வேலை செய்து வந்திருக்கின்றனவோ என்று எண்ணத் தோன்றுகிறது. இருப்பினும் அவற்றுக்கிடையில் திருக்குறள் வகிக்கும் பாத்திரம், அது மேலெடுத்துச் செல்லும் விவாதம் தனித்துவமானது.

திருக்குறளின் நிலையாமை, துறவு, மெய்யுணர்தல், அவா அறுத்தல் என்ற நான்கு அதிகாரங்களில் (34-37) உள்ள பாடல்கள்

திருக்குறளின் நிலைப்பாட்டைத் தெள்ளிதின் உணர்த்துகின்றன. நீங்குதல், துறத்தல், விடல், அறுத்தல், அடக்கல், கெடல், வேண்டாமை, இன்மை, நீப்பு போன்ற சொற்களை வள்ளுவர் இவ் அதிகாரங்களில் சரளமாகப் பயன்படுத்துகிறார். இவ் அதிகாரங்களில் பெருமளவில் வள்ளுவர் துக்கத்தின் காரணங்களையும் நிவாரண வழிகளையும் தத்துவார்த்தக் கறார்த்தன்மையுடன் வெளிப்படுத்து கிறார். "தீரத் துறந்தாரின்" (348) சார்பாக நின்று இவ் அதிகாரங்களை வள்ளுவர் இயற்றியுள்ளார். ஆயின் இவையே திருக்குறளின் முழுச் செய்தியாக ஆகிவிடவில்லை என்பது குறிப்பிடத்தகுந்ததாகும்.

வள்ளுவம் "தீரத் துறந்தாரின்" நிலைப்பாட்டிலிருந்து வெளியேறி நகர்கிறது. திருக்குறள் ஓர் அறநூலாக, வள்ளுவத்தில் அறமே மெய்யியலாகப் பரிணமிப்பது இங்குதான். சமண பௌத்தத்தின் அகநடையான துறவு, தமிழ் மரபில் சங்க காலம் தொட்டு விளைந்த உலகியலின் அழுத்தங்களுக்கு ஆட்படும் சந்தர்ப்பம் இதுவே. துறவின் கறாரான தத்துவார்த்த நிலைப் பாடுகளை நன்கு அறிந்திருந்த வள்ளுவர் துறவிலிருந்து உலகியலை நோக்கி நகருகிறார். அநேகமாக, குடும்பம், அரசு, குடிமைச் சமூகம் என்ற மூன்று அமைப்புகள் அவரது கவனத்தை வெகுவாகக் கவருகின்றன. மொத்த திருக்குறளுமே இம்மூன்று சமூக நிறுவனங்களை நோக்கி நகருகின்றது. வினைக் கோட்பாட்டின் அடிப்படையான பாத்திரத்தை நன்கு அறிந்திருந்த வள்ளுவர், அதனை உணர்வுபூர்வமாகக் கடந்து செல்ல முனைகிறார். துறவு எனில் வினையை அடியோடு களையவேண்டும் (இருள்சேர் இருவினை) என்பதைக் கோட்பாட்டுரீதியாக ஏற்றுக்கொள்ளும் திருக்குறள், பொருட்பாலில் தெரிந்து வினையாடல், தெரிந்து செயல்வகை, வினை உடைமை, வினைத் திட்பம், வினை செயல்வகை என விரிவாக வினையைச் சாதுர்யமாகக் கையாள அறிவுரை கூறுகிறது. "பொருள் கருவி காலம் வினை இடனொடு ஐந்தும் இருள் தீர எண்ணிச் செயல்" (675) எனச் "செயலை" சமூகச் சூழல் களுக்குள் வரையறை செய்கிறார். தெய்வத்தால் ஆகாதவற்றைக் கூட மானுட முயற்சி, மனிதச் செயல் வென்றுவிடும் என்று எழுதுகிறார் (619). மானுடச் செயற் திறனால் ஊழையும் உப்பக்கம் காணமுடியும் என்கிறார் (620). பொருளை நிலையற்றது என்று எழுதிய அதே வள்ளுவர், "செய்க பொருளை" (759) என உத்தரவிடுகிறார். துக்கத்திலிருந்து நிவாரணம் பெறவேண்டும் எனத் தீவிரமாக விழைந்த வள்ளுவர், இப்போது "இடுக்கண் வருங்கால் நகுக" (621) என்கிறார். "இடும்பை இயல்பெ"ன்போம் (628)

என்கிறார். இந்தியச் சூழல்களில் வேறு எந்த ஒரு தத்துவமும் இத்தனை நுட்பமாக தனது நகர்வுகளை ஏற்படுத்தியது கிடையாது. இந்தியாவின் வேறு எந்தப்பகுதியில் தோன்றிய தத்துவமும் இத்தனைச் சாதுரியமாக உலக மறுப்பைத் தாண்டிச் சென்றதில்லை. இன்பத்துப் பாலை எழுதியவரும் வள்ளுவர் தானே!

வள்ளுவர் ஓர் அதிசயம் தான். வள்ளுவரின் மெய்யியல் நிலைப்பாடுகள் என்பதை விட வள்ளுவரின் மெய்யியல் புலமை ஆச்சரியப்பட வைக்கிறது. மெய்யியலின் அடியாழங்களை நன்கு தெரிந்து அவர் வினையாடியுள்ளார். அதனால் அவரால் தொடர்ந்து செல்ல முடிகிறது. புதிய புள்ளிகளை மிக இயல்பாக எட்ட முடிகிறது. எந்த ஓர் அறுதிநிலைக்கும் மையத்துக்கும் அவர் தன்னை ஆட்படுத்திக் கொள்ளவில்லை. மெய்யியல் புலமை வழங்கும் சுதந்திரத்தின் ஆற்றலை அவர் சுகித்துப் பயன்படுத்தியுள்ளார். எனவேதான் அவரால் முன்னேறிச் செல்ல முடிந்திருக்கிறது. அவரது மெய்யியல் நிலைப்பாடுகளை இன்னும் பல காலத்திற்கு நாம் பேசலாம்.

5. காப்பியங்கள்:
காலச்சூழலும் பெண்களும் மெய்யியல் விவாதங்களும்

5

காப்பியங்கள்: காலச்சூழலும் பெண்களும் மெய்யியல் விவாதங்களும்

காப்பியப் பெண்கள் மறுபார்வை

பெண்ணியத்திற்கு ஆதரவானவன் என்பதைத் தவிர பெண்ணியத் தலைப்புகளில் நான் இதுவரை எழுதியதில்லை. பெண்களே அது குறித்து முனைப்புடன் எழுதவேண்டும் என்று கருதியமையால் அத்துறையில் நான் அதிகம் யோசித்ததில்லை. இருப்பினும் பெண்ணிய நோக்கில்லாத எந்த ஒரு பார்வையும் இன்று முழுமையான பார்வையாக அமையாது என்பதை நான் அறிந்திருக்கிறேன். கோட்பாட்டுரீதியாகவே பெண்ணிய நோக்கு இன்று அத்தியாவசியமான ஒன்றாக ஆகி உள்ளது.

கி.பி. முதல் நூற்றாண்டுகளில், இன்றைக்கு 1800 ஆண்டு களுக்கு முந்தி, எழுந்த தமிழ்க் காப்பியங்களைப் பற்றிப் பேசத் தொடங்கும் போது, அந்த நூல்கள் அவற்றின் தோற்றக்காலத்தை வெகுவாகக் கடந்து, 19-20 ஆம் நூற்றாண்டுகளில் தமிழ் அடையாள அரசியலின் குறியீடுகளாக இங்கு வலம் வந்தன என்ற விஷயத்தை மனதில் கொண்டு இந்நூல்களைப் பற்றியும் அவற்றில் பெண் பாத்திரங்கள் குறித்தும் பேச வேண்டியுள்ளது. குறிப்பாக கண்ணகி, மாதவி, மணிமேகலை குறித்த மதிப்பீடுகள், அவர்கள் அளவிற்கு குண்டலகேசி, வளையாபதி போன்ற பாத்திரங்கள் பேசப்படாமை ஆகியவை குறித்து சிந்தித்துப் பார்க்க வேண்டியுள்ளது. பிற எந்த நூலையும் விட சிலப்பதிகாரம் அதிகம் பேசப்பட்டுள்ளமை, கண்ணகி தமிழ்க் கற்பின் குறியீடாக சிறப்பிடம் பெற்றமை ஆகியவை நமது கவனத்தைக் கவருகின்றன. 19-20 ஆம் நூற்றாண்டு களில் தமிழில் மிகப் பிரும்மாண்டமான அளவில் நடந்துள்ள பொருள்கோளியல் (Hermeneutics) வாசிப்புகளை மனதில் கொள்ளாமல் பண்டைத் தமிழ் செவ்வியல் இலக்கியங்களின்

வரலாற்றுப் பயணத்தை நாம் புரிந்துகொள்ள முடியாது என்ற நிலை உள்ளது.

அகம்/புறம் என்றொரு மிகப்பெரும் வகைப்படுத்தலைச் சங்க இலக்கியங்களில் காணுகிறோம். இவற்றில் புறம் என்பது தமிழ் மண்ணில் அரசு உருவாக்கத்தையும் அகம் என்பது குடும்பம் உருவானதையும் பற்றிய மிகப் பழைமையான செய்திகளைக் கொண்டுள்ளன. எங்கெல்சின் தனிச்சொத்து, அரசு, குடும்பம் ஆகியவற்றின் தோற்றம் என்ற நூலினைப் பின்புலமாகக் கொண்டு தமிழில் அகமும் புறமும் வாசிக்கப்பட வேண்டும். இத்தனைப் பழங்காலத்தில் அரசு, குடும்பம் ஆகியவற்றின் தோற்றம் குறித்த ஆவணங்களாக அகநூல்களும் புறநூல்களும் அமைகின்றன. சங்க இலக்கியங்களின் பின்புலத்தில் ஐம்பெருங் காப்பியங்களை அவதானிக்கும் போது, சங்க அக இலக்கியங்களின் ஒரு குறிப்பிடத் தக்க தொடர்ச்சியைக் காப்பியங்களில் காண முடிகிறது. (புறத்திணைப் பாடல் மரபுக்கு இத்தகைய தொடர்ச்சி இருப்பதாகத் தெரியவில்லை.) பண்டைத் தமிழ்ச் சூழல்களில் குடும்பம் என்ற நிறுவனம் எவ்வாறு தோற்றம் பெற்றது? அந்நிறுவனத்தின் அடிப்படைப் பண்புகள் யாவை? என்பது போன்ற கேள்விகளுக்கு அக இலக்கியங்கள் மிகப் பழமையான முதன்மைச் சான்றுகளாக அமைகின்றன என்றால், காப்பியங்கள் அதே பிரச்சினைகளை ஆய்வு செய்வதற்கான அடுத்த நிலையிலான சான்றுகளாக விளங்குகின்றன என்பதை ஆய்வாளர்கள் ஒத்துக் கொள்ளுவர். ஆயினும் அரசு எனும் நிறுவனம் எவ்வாறு உருவாகி நிலை பெற்றது? என்ற பிரச்சினை ஆய்வு செய்யப்பட்ட அளவுக்கு, தமிழில் குடும்பம் என்ற நிறுவனம் எவ்வாறு தோன்றி நிலை பெற்றது? என்ற பிரச்சினை போதுமான அளவுக்கு ஆய்வு செய்யப்படவில்லை என்றே கூறவேண்டும். வெளிப்படையான அரசியல் பிரச்சினைகளே நம்மை அதிகம் உறுத்துவதால், அல்லது அரசு குறித்த பிரச்சினைகள் நமது சமூகத்தில் ஆண்களின் பிரச்சினைகளாக உள்ளதால், அரசு அமைப்பு பற்றிய அக்கறை நமக்கு அதிகம் உள்ளதாகத் தோன்றுகிறது. ஆயின் தமிழ் மண்ணில் கடந்த 150 ஆண்டுகளுக்கு மேலாகப் பண்பாட்டு அடிப்படையிலான அரசியல் முனைப்பாக நடந்து வந்திருக்கிறது என்பதைக் கொண்டு நோக்கும் போது, குடும்பம் எனும் நிறுவனத்தின் உருவாக்கமும் அந்நிறுவனத்தின் ஊடாகவே பண்பாடு, கருத்தியல் ஆகியவை வலுவாகத் தொழில்பட்டு வந்திருக்கின்றன என்பதையும் புதிய கவனத்துடன் நாம் பார்க்க வேண்டியவர்களாகிறோம். அரசு

தவிர்த்த குடிமைச் சமூகப் பரப்பில் குடும்பம் என்பதே பண்பாட்டுக் கருத்தியல் வடிவங்களை உருவாக்கிக் காத்துநிற்கும் நிறுவனமாக உள்ளது என்பதை நாம் உணர்ந்து கொள்ள வேண்டியுள்ளது. பெண்ணிய ஆய்வாளர்கள் இப்பிரச்சினையை முக்கிய பிரச்சினையாக எடுத்து ஆய்வு செய்வதற்கான சூழல்கள் ஏற்கெனவே உருவாகிவிட்டன என்றே தோன்றுகிறது.

சங்க இலக்கியத்தில் அகம்/புறம் என்ற பிரிவுகள் தமிழ்ச் சமூகத்தில் பெண்ணின் வெளி/ஆணின் வெளி என்ற இரண்டு சமூகப் பிரதேசங்கள் (Social Spaces) உண்டாகிய வரலாற்றை எடுத்துக் கூறுகின்றன. புறம் ஆண்வெளி ஆவதோடு போர், பொருள், அதிகாரம் ஆகியவை சார்ந்த வெளியாகவும் ஆகிறது. அகமோ பெண்வெளியாவதோடு பிரிவு, இரங்கல், ஏக்கம், நாணுடை மடந்தை, பெண் புறக்கணிக்கப்படுதல் ஆகியவற்றின் வெளியாகவும் ஆகிறது. சங்க இலக்கியத்தின் அகத்திணைப் பாடல்கள் நீண்ட காலமாகவே காதல் நாடகம் ஒன்றின் காட்சிகளாக ஒருவிதப் புனைவியல் தளத்தில் அர்த்தப்படுத்தப்பட்டு வந்துள்ளன. ஆயின் அகத்திணையில் பதிவாகியுள்ள பெண்ணின் பிரிவுத் துயரமும் இரங்கலும் ஏக்கமும் குடும்பம் எனும் அமைப்பினுள் வரலாற்றுரீதியாக முதல் முதலாக அடைக்கப்பட்ட தமிழச்சியின், பெண்துயரத்தின் முதல் பதிவுகள் எனக் கொள்ளப்பட வேண்டும். அவை நாடகக் காட்சிக்கு உரியன அல்ல. அவை உண்மைத் துயரங்கள். சமயத் துயரத்தைப் பற்றி மார்க்ஸ் எழுதும் போது "சமயத் துயரங்கள் என்பவை சமூகத் துயரங்கள்; அவை சமூகத் துயரங்களுக்கான எதிர்ப்பும் கூட" என்று எழுதுவார். இந்த வரையறை அகத்திணையில் பதிவாகியுள்ள பெண்களின் துயரத் திற்கும் பொருந்தும். அகத்திணைப் பாடல்களில் பதிவாகியுள்ள பெண்ணின் துயரங்கள் உடைமைச் சமூகத்தில் ஆண்/பெண் உறவு களில் ஏற்பட்ட சிக்கல்களைச் சுமக்கும் துயரங்கள்; அவை அத்துயரங்கள் குறித்த பெண்ணின் எதிர்ப்பையும் தம்முள் கொண்டுள்ளன. அகத்திணையின் பெண், மிக முக்கியமாக, ஆணைத் தலைவனாகக் கொண்ட குடும்ப வாழ்க்கையினுள் வேர் கொள்ளத் தொடங்கும் சமத்துவமற்ற காதலுக்கு எதிராகக் குரல் கொடுக்கத் தொடங்குகிறாள். அன்று உருவாகத் தொடங்கிய குடும்ப வாழ்வில் காதலைத் தவிர வேறுபல அம்சங்கள் - தனி உடைமை, உபரிச்செல்வத்திற்காக அரச உத்தரவுகளால் மேற்கொள்ளப்படும் போர்கள், ஆணாதிக்கத்தின் ஒரு வெளிப் பாடாக ஆண்கள் பிற பெண்களை நாடிச் செல்லுதல் ஆகியவை -

முக்கியப்படுவதைக் கண்டுகொள்ளுகிறாள். அகத்துள் அடைபடும் பெண் ஒரு குறுந்தொகைப் பாடலில்,

“முட்டுவேன் கொல் தாக்குவேன் கொல்
ஓரேன் யானும் ஓர் பெற்றி மேலிட்டு
ஆஅ ஒல்லெனக் கூவுவேன் கொல்
அலமரல் அசைவளி அலைப்ப என்
உயவுநோய் அறியாது துஞ்சும் ஊர்க்கே” (குறுந்தொகை 28)

எனத் தன்னிலையைச் சித்திரிக்கிறாள்.

“கன்றும் உண்ணாது கலத்தினும் படாது
நல் ஆன் தீம்பால் நிலத்துக்காங்கு
எனக்கும் ஆகாது என்னைக்கும் உதவாது” (குறுந்தொகை 27)

பெண் பிரிவுத் துன்பத்திற்கு ஏன் உள்ளாகிறாள்? ஏனெனில் ஆண் பொருளுக்காக, போருக்காக அல்லது (மருத நிலத்தில்) பரத்தையின் பொருட்டுப் பிரிகிறான். மூன்றுமே உடைமைச் சமூகத்தின் ஆணாதிக்கக் கூறுகள்.

“அருளும் அன்பும் நீங்கி, துணை துறந்து,
பொருள்வயிற் பிரிவோர் உரவோர் ஆயின்
உரவோர் உரவோர் ஆக!
மடவம் ஆக, மடந்தை நாமே!” (குறுந்தொகை 20)

இப்பாடலில் ஆண்கள் உரவோர், பெண்கள் மடந்தையர் என விதிக்கப்பட்ட இலக்கணத்தை பெண் கேள்விக்குள்ளாக்குகிறாள். “அருளிலார் பொருள் வயின் அகல” (அகநானூறு 305), “பொருள் வயின் அகறல் அன்பன்று” (கலித்தொகை 2) என்ற பாடல்வரிகளும் ஆண்/பெண் உறவுகளில் பொருளாதார உறவுகள் ஊடுபாய்ந்து விட்டதை எடுத்துக்காட்டுகின்றன. பின்னால் வள்ளுவர் “அருளொடும் அன்பொடும் வாராப் பொருளாக்கம் புல்லார் புரள விடல்” (755) என இதனைக் கூறுவார். அன்பும் அருளும் நீங்கி, வன்முறைகளால் பொருள் ஈட்டச் சென்ற ஆடவரின் இல்லத்தில் அடங்கி இருந்து அவரது தனிச் சொத்துக்கு புதல்வரைப் பெற்றுத் தரும் பெண்ணே கற்புடை மகளிர் எனப் பாராட்டப்பட்டனர். பெண் “மாசில் கற்பின் புதல்வன் தாய்” என்றே (அகநானூறு 6; குறுந்தொகை 359) குறிக்கப்படுகிறாள்.

எனவே அகத்திணைப் பாடல்களில் பதிவாகியுள்ள பெண்ணின் துயரங்கள் அன்றைய சமூகத்தின் துயரங்கள்; பெண் இயலாமையின் துயரங்கள்; அவற்றுக்கான எதிர்ப்பையும் அவை

கொண்டுள்ளன. புறத்திணையில் பேசப்படும் அரச உருவாக்கம், தனி உடமைப் பொருளாக்கம், வன்முறை ஆகியவற்றிற்கு எதிராக அகத்திணைப் பாடல்களில் பெண்ணின் துயரங்கள், அவளின் காதலுணர்ச்சி ஆகியவை தொழில்படுகின்றன.

உரவோன், மடந்தை என்ற சொல்லாக்கங்களின் தோற்றமும் அவற்றின் உள்ளடக்கமும் விரிவான ஆய்வுக்குரியன. இச்சொற்களின் வழி ஆண்/பெண் என்ற வேறுபட்ட, ஏற்றத்தாழ்வான இரு தன்னிலைகள் (Subjectivities) உருவாக்கப்பட்டுள்ளன. இவை கருத்தியல் கட்டமைப்புகள். பொருள் தேடிச் செல்லும் ஆண், வீட்டு வேலைகளுக்கான பெண் என்ற தொழில்பிரிவினையும் கூடுதலாக உரவோன், மடந்தை என்ற கருத்தியல் கட்டமைப்பும் உருவாகியுள்ளன. "புதல்வன் தாய்", "மாசில் கற்பின் புதல்வன் தாய்" என்பவையும் கவனத்திற்குரியன. தனிச் சொத்தின் வாரிசுரிமைக்கான புதல்வனைப் பெற்று வளர்த்துத் தரும் தாய் எனும் நிலை, அதனை உறுதிப்படுத்தும் கற்பு எனும் தகவு ஆகியவை வலியுறுத்தப்படுகின்றன. இது போன்ற தன்னிலைகள் உருவாக்கப்படுவதை அல்தூசர் Interpellation என்ற ஒரு சொல்லால் விளக்குவார். Interpellation என்றால் கருத்தியல் மூலமாகப் பெயரிடுதல் ஆகும். இவர் இன்னார் என்பது கருத்தியலின் வழி நியமனமாகிறது. கல்லிலிருந்து சிற்பங்கள் செதுக்கி எடுக்கப்படுவது போல, சமூக நாடகத்தின் பாத்திரங்கள் உருவமைக்கப்படுகின்றன. கருத்தியல் என்பது ஒரு நடைமுறை என்பார் அல்தூசர். பெண் என்பாள் இவள், பெண்ணின் நடத்தைகள் இவை இவை என்பது வரையறுக்கப்படுகிறது. கற்பு எனில் இது, கற்புடை நங்கையின் செயல்பாடுகள் இவ்வகைப்பட்டவை என எடுத்துரைக்கப்படுகின்றன.

பெண்ணின் தன்னிலை உருவாக்கம் என்பது குறிப்பிட்ட ஒரு சமூகக் கருத்தியல் அமைப்புக்கு பெண்ணை ஆட்படுத்துவது (Subjection) ஆகும். அவள் அப்படி ஆட்படுத்தப்படுவதோடு, அது அவளது சொந்த, இயல்பான இருப்பு என நம்ப வைக்கப்படுகிறாள். இதன்படி, கற்பின் நடத்தையை, அவள் ஏற்றுக் கொண்ட அல்லது அவள்மீது திணிக்கப்பட்ட தன்னிலையின் வழி நடைமுறைப்படுத்துகிறாள். ஆயின், அவள் அதனை எதிர்ப்பதில்லையா? அவளது எதிர்ப்புச் செயல் எவ்வாறு தொழில்படுகிறது? பெரும்பாலும் பெண்ணின் எதிர்ப்பு அவள் ஆட்பட்டு விட்ட சமூகக் கருத்தியல் மொழியின் வழியாகவே நடைபெறுகிறது. அக்கருத்தியல்

அமைப்பின் எல்லைகளைத் தாண்டாமலேயே எதிர்ப்பின் உத்திகளை அவள் தேடித் தேர்வு செய்யவேண்டி வருகிறது. மிக அபூர்வமாகவே அந்த அமைப்பை முற்றாக நிராகரிக்கும் தன்னிலையை அவள் ஈட்டுகிறாள்.

சங்க அகத்திணைப் பாடல்களைக் கடந்து காப்பியங்களினுள் நுழையும் போது, அங்கு தமிழ்ச் சமூகத்தில் ஆணைத் தலைவனாகக் கொண்ட குடும்பம் இன்னும் வலுவாகத் தன்னை உறுதிப்படுத்திக் கொள்வதைக் காண்கின்றோம். தமிழில் சமணம், பௌத்தம் ஆகிய சமயங்களின் தலையீடு அறச்சிந்தனையைத் தமிழுக்குத் தந்தது என அறிஞர்கள் போற்றுவர். ஆயின் சமண பௌத்தம் வழங்கிய அத்தனை அறமும் பெண்ணை நோக்கி, ஆணாதிக்கக் குடும்ப உருவாக்கத்தை நோக்கிச் செயல்பட்டிருக்கின்றன என்பதைக் காப்பியங்களில் காணுகிறோம். திருக்குறள், நாலடியார் முதல் ஆசாரக் கோவை வரையில் சமண பௌத்த அறங்கள் பெண்ணை நோக்கிச் செலுத்தப்படுகின்றன.

சிலப்பதிகாரம் புகார்க் காண்டத்தில் நாம் சந்திக்கும் கண்ணகி தமிழ்க் குடும்பத்தின் பழமையின் குறியீடாக நிற்கிறாள். அரசரைப் போல் செல்வம் கொண்ட ஒரு வணிகக் குடும்பத்தின் (சிலம்பு 1: 32-33) பெண், "உயர்ந்தோர் ஏத்தும் உரைசால் பத்தினி" (சிலப்பதிகாரம் பதிகம் 56) யாக இருந்தபோதும், "மாதரார் தொழுது ஏத்த வயங்கிய பெருங்குணத்துக் காதலாளாக" (சிலம்பு 1: 29-30) இருந்த போதும், அல்லது அப்படி இருந்ததாலேயே, தனது காதலைத் தற்காத்துக் கொள்வதற்கான எந்த ஒரு வாய்ப்பும் அற்றவளாக இயலாமையைச் சுமந்து நிற்பவளாக உள்ளாள். புகார்க் காண்டத்தில் நாம் காணும் கண்ணகியின் வழி நின்று சொல்வதானால், அவள் தமிழ்க் குடும்பத்தின் ஆற்றல்களையோ அதன் சனநாயகப் பண்பையோ எடுத்துரைப்பவளாக இல்லை. மாறாக தமிழ்க் குடும்பத்தின் மிகப்பெரும் பலவீனங்களை, அதன் சனநாயகமற்ற பண்புகளைச் சுட்டிக்காட்டுபவளாகவே காட்சியளிக்கிறாள். புகார்க் காண்டம் தமிழகத்தின் அன்றைய கடற்கரை நகரங்களில் செழித்த வணிக வாழ்க்கையின் உள்முரண் களைச் சுட்டிக்காட்டுவதாக உள்ளது. "பொருளாதார ஏற்றத் தாழ்வுள்ள ஒரு சமுதாயத்தில் என்னென்ன குறைபாடுகள் இருக்குமோ அவை எல்லாம் சிலப்பதிகார காலத்துத் தமிழகத்தில் இருந்தன" என்று அறிஞர் சாமி சிதம்பரனார் (**சிலப்பதிகாரத் தமிழகம், 1963, 190**) கூறுவது இங்கு ஏற்புடையதாகும்.

சிலப்பதிகாரப் பின்புலத்தில் கட்டி எழுப்பப்பட்ட கற்பு எனும் சமூகத் தகவின் சில பண்புகளை இங்குப் பேசுவது பொருத்தமாக அமையும் எனக் கருதுகிறேன். அது ஆணாதிக்கக் குடும்பம், தனி உடமை, பெண்ணை ஆட்படுத்தல், சமத்துவமற்ற காதல் போன்ற புறக்கூறுகளை மட்டும் கொண்டதல்ல. தூய்மை, கலப்பின்மை, ஒழுக்கம், புனிதம் ஆகிய உளவியல் கூறுகளை அது தன்னகத்தே கொண்டமைகிறது. ஒழுக்கமின்மை என்ற சமூகப் பழிக்கு ஆளாகிவிடும் அச்சம், தூய்மை குறித்த தன்னுயர்ச்சி உணர்வு போன்ற எதிரெதிரான, சிக்கலான கூறுகளால் அது கட்டப் பட்டுள்ளது. உடமை, அதிகாரம் போன்ற வெளிப்படையான ஆதிக்கச் சொல்லாடல்களை விட அதிக ஆற்றல் கொண்ட பண்பாட்டு உளவியல் அதிகாரம் அதனுள் தொழில்படுகிறது. கற்பு எனும் பண்பாட்டு உளவியல் சொல்லாடல் அதன் கட்டமைப்பில் இடம்பெறும் ஆணாதிக்க வேட்கையையும் தனி உடமை நலன் களையும் குடும்ப உறவுகளில் அனுமதிக்கப்படும் சமத்துவமற்ற காதலையும் திரைபோட்டு மறைத்து, அது குறிப்பிட்ட அப்பெண்ணின் தூய்மை அல்லது ஒழுக்கம் பற்றிய பிரச்சினை என்பதாக உருமாற்றிவிடுகிறது. அது அப்பெண்ணின் சுயத்தின் தூய்மை பற்றிய பிரச்சினை என்பதாக மாற்றிவிடுகிறது. கற்பு எனும் தகவை கேள்விக்குள்ளாக்கும் பெண் ஆணாதிக்கத்தை வெறுக்கிறாள், தனி உடமையைக் கேள்வி கேட்கிறாள், காதலில் சமத்துவம் கோருகிறாள் என்று புரிந்து கொள்ளப்படுவதில்லை. மாறாக அவள் தூய்மை அற்றவள் என ஒற்றைப்படையாகப் புரிந்து கொள்ளப்படுகிறாள். சமூகப் பழி எனும் மாபெரும் அச்சுறுத்தலுக்கு அவள் நேரடியாக ஆட்படுத்தப்படுகிறாள். இந்த அச்சுறுத்தல் கற்பு எனும் தகவின் பின்னாலுள்ள அத்தனை அதிகாரங்களையும் எவ்விதச் சேதாரமுமின்றி காத்துக் கொள்ளப் பயன்படுத்தப் படுகின்றது. இவ்வகைக் கருத்தியலுக்கு முழுவதும் ஆட்பட்ட பெண்ணாகவே, பலியுண்ட பெண்ணாகவே சிலப்பதிகாரப் புகார்க் காண்டத்தின் கண்ணகியைக் காணுகிறோம்.

சிலப்பதிகாரக் காப்பியத்தின் முற்பகுதியில் சித்திரிக்கப்படும் கண்ணகியின் பொறுமை, சகிப்புத்தன்மை ஆகியவை பண்டைத் தமிழகத்தின் ஒருகோடியில் உருவாக்கப்பட்ட கற்பின் வெற்றியைக் குறிப்பதாகத் தெரியவில்லை. மாறாக, காப்பியத்தின் பிற்பகுதிச் சம்பவங்களையும் சேர்த்துப் பார்க்கும் போது, தமிழில் உருவான குடும்ப அமைப்பின் நெருக்கடிகளையே அவை குறிப்பதாகத்

தோன்றுகிறது. கண்ணகி, மாதவி, மணிமேகலை போன்ற காப்பிய நாயகிகள் வாழ்வில் வெற்றி பெற்ற நாயகிகள் அல்ல. ஆணாதிக்கம், பெண்ணின் இயலாமை, அரசியல் வட்டாரங்களில் நடைபெறும் சூழ்ச்சிகள், நேர்மையின்மை ஆகியவற்றால் சிதைவுண்ட நாயகிகளே அவர்கள். கண்ணகி, மாதவி, மணிமேகலை ஆகிய மூவரின் மீதுமே துன்பத்தின் சாயல் படிந்திருக்கிறது.

சிலப்பதிகாரத்தின் பிற்பகுதியில் கோவலன் கொலை, மதுரை நகர் தீயிட்டு எரிக்கப்படுவது ஆகியவை தொடர்ந்து ஊழ்வினை கொண்டு விளக்கப்பட்டாலும், அச்சம்பவங்களோடு கண்ணகி யின் கட்டுக்கடங்காத ஆவேசத்தைச் சந்திக்கிறோம். "மன்பதை அலர் தூற்ற மன்னவன் தவறிழைப்ப அன்பனை இழந்தேன் யான் அவலம் கொண்டு அழிவலோ?" (சிலம்பு 18:36-37) எனக் கண்ணகி அழுது புலம்புகிறாள். "பட்டேன் படாத துயரம்" (சிலம்பு 19: 5) என ஊராருக்குத் தன்கதையை எடுத்தியம்புகிறாள். இந்நகரில் "பெண்டிரும் உண்டுகொல்?.. சான்றோரும் உண்டுகொல்?.. தெய்வமும் உண்டுகொல்?" (சிலம்பு 19: 50-59) என வினவுகிறாள். பாண்டிய மன்னனிடம் நீதி கேட்கிறாள். "ஒட்டேன் அரசை, ஒழிப்பேன் மதுரையை" என மதுரை நகரை எரிக்கிறாள். கண்ணகியின் இச்செயல்களில் வெளிப்படும் ஆற்றொணாக் கோபம் வெறுமனே பாண்டிய மன்னனின் பாற் பட்டதாக மட்டும் தெரியவில்லை. காப்பியத்தின் முற்பகுதிக்கும் பிற்பகுதிக்கும் ஒரு தொடர்பு இருப்பதாகவே படுகிறது. காப்பியத்தின் முற்பகுதியில் அவள் எத்தனை இயலாமையின் பாற்பட்டிருந் தாளோ, அவ்வியலாமையும் இணைந்தே கண்ணகியை இத்தனை ஆத்திரம் கொள்ளச் செய்திருக்கவேண்டும். குடும்ப அமைப்பினுள் அவளால் முன்பு உள்ளமுக்கப்பட்ட கோபங்களும் இயலாமையும் சேர்ந்து வன்முறையான வடிவம் கொண்டு வெளிப்படுகின்றன. நூலின் முற்பகுதியில் கண்ணகி ஒரு வலுவான கருத்தியலுக்குப் பலியான பெண்மணி. அவளை அக்கருத்தியல் கட்டுப்படுத்தியது. (She was not a Subject; She was a subjected being.) அக்கருத்தியலின் பிரதிநிதி அவள். பிற்பகுதியில் அவள் ஒரு மீறலின் பிரதிநிதி, ஒரு தீவிரச் செயலின் பிரதிநிதி. அவள் செயல் ஒரு வன்முறைச் செயல். ஆயின் அவளது வன்முறை நீதியின் பாற்பட்ட வன்முறை; சுத்திகரிக்கும் வன்முறை. (She is a Subject.) நூலின் பிற்பகுதியில் அவள் விடுதலை பெற்றவள். நூலின் பிற்பகுதியில் கண்ணகியின் வன்முறை அரசும் சமுதாயமும் நடத்தும் அமைப்புரீதியான

வன்முறைகள் (Structural Violence) குறித்து நமது கவனத்தை ஈர்க்கிறது. கோவலன் மாதவியை ஏக, கண்ணகி "கற்புநெறி" தவறாமல் அடங்கிக் கிடக்க வேண்டும் என்ற கருத்தியலில் ஒரு சமூகம் அனக்கமில்லாமல் நடத்தும் வன்முறை உள்ளது. "கொன்று வா" என்று உத்தரவிட்ட தேரா மன்னனின் செயலில் ஓர் அரசு பகிரங்கமாக நடத்தும் வன்முறை உள்ளது.

சிலப்பதிகாரம், மணிமேகலை ஆகிய காப்பியங்களின் காலம் ஒரு நெருக்கடிக் காலம் என்ற கருத்தை மீண்டும் நான் வலியுறுத்த விரும்புகிறேன். பண்டைத் தமிழகத்தின் கடற்கரை நகரங்களில் வணிகச் சூழலில் செழித்து வளர்ந்த கணிகையர் கலாசாரம், செல்வத்தை இழந்து வறிஞனான வணிக இளைஞன் மனைவியோடு பிழைப்புக்காகப் புலம் பெயர்தல், மதுரையில் அவன் கொலை செய்யப்படுதல், மன்னனும் அவன் மனைவியும் வீழ்ந்து இறத்தல், நகரம் தீக்கிரையாவது, மதுரையில் மழை பொய்த்து தெய்வங்களைத் திருப்திப்படுத்த ஆயிரம் பொற்கொல்லரைப் பலி கொடுத்தல், மாதவி, மணிமேகலை ஆகியோர் துறவு மேற்கொள்ளுதல், மணிமேகலையைக் காதலித்த அரச குமாரன் கொலை செய்யப்படுதல், புகார் நகரைக் கடல் கொள்வது - இவை எல்லாமே தொடர்ந்து ஒரு பெரும் நெருக்கடியைக் குறித்து நின்ற சம்பவங்களாகவே தெரிகிறது. பண்டைத் தமிழகத்தில் வணிகக் கலாசாரத்தின் நெருக்கடியோடு, சிலம்பு, மேகலை ஆகிய காப்பியங்களின் கதை இல்லறத்திலிருந்து துறவு நோக்கி நகருவதும் நெருக்கடியின் குறியீடாகவே தோன்றுகிறது. கதைச் சம்பவங்கள் சமூக நெருக்கடியை மட்டுமல்லாமல், உருவாகி வந்த தமிழ்க் குடும்பம் அன்றையக் காலகட்டத்தில் ஒரு நெருக்கடியைச் சந்தித்ததையும் சுட்டிக்காட்டுகின்றன.

கண்ணகிக்கு இது ஏன் நிகழ்ந்தது? கோவலனுக்கு இது ஏன் நிகழ்ந்தது? மதுரை நகருக்கு இது ஏன் நிகழ்ந்தது? புகார் நகருக்கு இது ஏன் நிகழ்ந்தது? என்பது போன்ற கேள்விகளுக்கு இளங்கோவடிகளிடமும் சாத்தனாரிடமும் பதில்கள் இல்லை. எல்லா வற்றிற்கும் காரணம் ஊழ்வினை என்ற ஒற்றைப்பதில் மட்டுமே அவர்களிடம் உண்டு. இந்தப் பதிலை நாம் ஏற்றுக்கொள்ள வேண்டும் என்ற அவசியம் எதுவும் இல்லை. ஊழ்வினை எனும் முட்டுச் சந்தைப் பதிலாக வழங்குவதே நெருக்கடியின் வெளிப்பாடுதான்.

மணிமேகலை துறவு மேற்கொண்டாள் என்ற செய்தியும் மணிமேகலைக் காப்பியத்தில் இடம் பெற்றுள்ள அவளது செயல்பாடுகள் பற்றிய தகவல்களும் பண்டைத் தமிழகத்தில் குடும்பம் எனும் நிறுவனம் நெருக்கடிக்குள்ளானதையே குறித்து நிற்பதாக நமக்குப் படுகிறது. மணிமேகலை பௌத்த சமயம் சார்ந்து பௌத்த பிக்குணியாக மாறுகிறாள். அவள் கணிகையர் குலத்தில் பிறந்ததால், அக்குலத்திற்கு விதிக்கப்பட்ட வாழ்க்கை முறையை அவள் ஏற்காததால், அந்நாளையச் சமூகம் அவளைக் குடும்ப வாழ்க்கை வாழ அனுமதிக்கவில்லை (அவளைக் காதலித்த உதயகுமாரன் மீது அவளுக்கு விருப்பம் இருந்தது. அவள் "வருணக் காப்பு இலள்" என ஓரிடத்தில் குறிக்கப்படுகிறாள் (5; 87). எனவே அவள் பௌத்தத் துறவு மேற்கொள்ளுகிறாள். சமணத்தை விட பௌத்தம் பெண்களுக்குத் துறவில் இடமளித்தது என்ற தகவலும் நூலில் உள்ளது. இவ்வாறாக மணிமேகலை துறவு மேற்கொண்டாள் என்ற செய்தியும் குடும்பம் பற்றிய ஒரு விமர்சனமாகவே எடுத்துக் கொள்ளப்படவேண்டும். பௌத்தம் அனான்மவாதம் என்ற ஒரு கோட்பாட்டைத் தனது அடிப்படை களில் ஒன்றாகக் கொள்கிறது. இதன்படி, தனி ஆன்மா, தனித்த நிலை என்ற ஒன்று இல்லை என்று அது கூறும். எனவே ஒரு சமூகத்தின் மனிதர்கள் அவர்களைத் தனியர்களாக்கும் நிறுவனங்களிலிருந்து விடுபட்டு, சங்கம் என்ற பொதுமை அமைப்பு ஒன்றில் அவர்கள் கலக்க வேண்டும் என்பது பௌத்தத்தின் நிலைப்பாடு. மணிமேகலையும் அப்படிப்பட்ட சங்கம் என்ற அமைப்பில் ஒருத்தியாகத்தான் கலக்கிறாள். மனிதர்களைத் தனியர்களாக்கும் நிறுவனங்களில் ஒன்று, அவற்றில் மிகப் பலமான நிறுவனம் குடும்பம் ஆகும். எனில் மணிமேகலை துறவு மேற்கொள்ளுகிறாள் என்ற செய்தி அன்றைய குடும்ப அமைப்பு குறித்த வலுவான ஒரு விமர்சனச் செயல்பாடு என்றே புரிந்து கொள்ளப்படவேண்டும்.

மணிமேகலை துறவு மேற்கொண்டாள் என்ற செயலை அதனோடு தொடர்பு கொண்டு மேலும் இரண்டு செயல்பாடு களோடு இணைத்துப் புரிந்து கொள்ளவேண்டும். மணிமேகலை பௌத்தத் தத்துவத்தைக் கற்றுத் தேர்ந்து பிற சமயக் கணக்கரோடு வாதம் செய்தாள், அமுதசுரபி பெற்று பசிப்பிணி மருத்துவச்சி ஆனாள் என்ற இரண்டு செயல்பாடுகள் தாம் அவை. மணிமேகலை ஆணாதிக்கக் குடும்ப எல்லையைக் கடந்து வெளியேறி தத்துவங்கள் கற்று வெல்லற்கரிய அறிஞரானாள் என்பது ஒன்று. மற்றது, அவள்

சமூகத்தின் பசித் துயரத்தை நீக்குவதையே தன் வாழ்வாக ஏற்றாள் என்பது. முன்பு குறிப்பிட்ட அன்றைய சமூகத்தின் ஏற்றத் தாழ்வுகள், நெருக்கடி ஆகியவை குறித்த விவாதங்களை இங்கு நினைவு கோருவோம். பசிப்பிணியின் கொடுமைகள் பற்றி மணிமேகலைக் காப்பியம் துடுக்காகப் பேசுகிறது.

> குடிப்பிறப்பு அழிக்கும்; விழுப்பம் கொல்லும்
> பிடித்த கல்விப் பெரும்புணை விடூஉம்
> நாண் அணி களையும்; மாண் எழில் சிதைக்கும்
> பூண்முலை மாதரொடு புறம்கடை நிறுத்தும்
> பசிப்பிணி என்னும் பாவி (மணிமேகலை 11: 76-80)

என்று மணிமேகலை விவரிக்கிறது. எனவே பசிப்பிணி நீக்கு தலையே ஒற்றைப் பெரு அறமாக மணிமேகலை முன்மொழிகிறது.

> மக்கள் தேவர் என இரு சார்க்கும்
> ஒத்த முடிவின் ஓர் அறம் உரைக்கேன்
> பசிப்பிணி தீர்த்தல் என்றே அவரும்
> தவப்பெரு நல்லறம் சாற்றினார் (மணிமேகலை 12: 116 - 119).

> அறம் எனப்படுவது யாது எனக் கேட்பின்
> மறவாது இது கேள்; மன் உயிர்க்கெல்லாம்
> உண்டியும் உடையும் உறையுளும் அல்லது
> கண்டது இல் (மணிமேகலை 25: 228-231).

மணிமேகலை அமுதசுரபி ஏந்தி "எல்லா உயிரும் வருக என" (28: 219) அறம் செய்தாள்.

மணிமேகலை அவளது தனித்த நிலை மறுத்து சங்கமாக, சமூகமாகக் கலந்தபோது உயிர்களின் துயரை அதிகம் உணர் கிறாள். உடமைச் சமூகம் உருவாக்கும் தன்னிலை குறித்த தீவிர விமர்சனத்தின் ஒரு வடிவம் மணிமேகலையின் வழி வெளிப் படுகிறது. உடமைச் சமூகம் உருவாக்கும் அத்தகைய தன்னிலையின் ஒரு மிக ஆழமான பண்பாட்டுக் கருத்தியல் நிறுவனமே ஆணாதிக்கக் குடும்பம்; அது குறித்த தீவிர விமர்சனங்கள் காப்பிய நாயகியரான கண்ணகியிலும் மணிமேகலையிலும் உண்டு.

மணிமேகலை

மெய்யியல் விவாதங்களும் காலச்சூழலும்

சிலப்பதிகாரமும் மணிமேகலையும் இரட்டைக் காப்பியங்கள் என வழங்கப்பட்ட போதிலும் சிலப்பதிகாரம் அளவுக்கு மணிமேகலை குறித்த ஆய்வுகள் தமிழில் காணக்கிடைக்கவில்லை. உற்றுப்பார்க்கும்போது மணிமேகலைக்கு உரைகளும் மிகக் குறைவாகவே உள்ளன என்பதை அறிகிறோம். மணிமேகலைக் காப்பியத்தில் இடம்பெறும் மெய்யியல் விவாதங்கள் இந்நிலைக்கு ஒரு காரணமாக அமைந்தனவோ என எண்ணத் தோன்றுகிறது. தமிழில் மெய்யியலுக்கு அதிக ஆய்வாளர்கள் கிடைக்காமல் போனது ஒரு குறையாகவே தென்படுகிறது. இருப்பினும் மணிமேகலைக் காப்பியத்தில் இடம்பெறும் மெய்யியல் விவாதங்கள் அக்காப்பியத்தின் காலத்தை வரையறை செய்வதற்கு ஒரு முக்கிய ஆதாரமாக விளங்குகிறது என்பதைக் காண்கிறோம்.

சென்னைப் பல்கலைக்கழகத்தில் 1925-26ல் சிறப்புச் சொற்பொழிவுகளாக நிகழ்த்தப்பெற்று, லண்டன் Lusac & Co பதிப்பகத்தால் 1927ல் வெளியிடப்பட்டுள்ள ராவ் பகதூர் எஸ். கிருஷ்ணசாமி அய்யங்காரின் Manimekalai In Its Historical Settings என்ற நூலும், ந.மு.வேங்கடசாமி நாட்டார், ஔவை சு. துரைசாமிப் பிள்ளை ஆகிய இரு அறிஞர்களால் உரை எழுதிப் பதிப்பிக்கப்பட்ட மணிமேகலை மூலமும் உரையும் இப்பிரச்சினை குறித்துப் பேசுகின்றன. பேராசிரியர் சோ.ந.கந்தசாமியின் நூல்களும் இப்பிரச்சினையில் முக்கியமானவை(1961,1977,2003,205). இக்கட்டுரை நேரடியாக மணிமேகலை காப்பியத்தின் காலவரையறையை குறித்து எழுதப்படவில்லை. ஆயின் மணிமேகலை காப்பியத்தின் காலச் சூழலை அடையாளப்படுத்துவதாக அமைக்கப்பட்டுள்ளது.

மெய்யியலைக் கொண்டு காலச்சூழலைக் குறித்தலே இக்கட்டுரையின் நோக்கம். மணிமேகலை காப்பியத்தின் 27, 29, 30 ஆகிய காதைகள் நேரடியாக மெய்யியல் பிரச்சினைகளைப்

பேசுகின்றன. அவை முறையே சமயக் கணக்கர்தம் திறம் கேட்ட காதை, தவத்திறம் பூண்டு தருமம் கேட்ட காதை, பவத்திறம் அறுக என பாவை நோற்ற காதை என்ற தலைப்புகளைப் பெற்றுள்ளன. சமயக் கணக்கர்தம் திறம் கேட்ட காதை வஞ்சி நகரில் மணிமேகலை பல்வகைச் சமயவாதிகளைக் கண்டு, அவரவர் சமயப் பொருட்களைக் கேட்டறிதலைக் கொண்டுள்ளது. அளவைவாதம், சைவவாதம், பிரம வைணவ வேதவாதங்கள், ஆசீவகம், நிகண்டவாதம், சாங்கியம், வைசேடிகம், பூதவாதம் ஆகியவை இவ்வியலில் பேசப்படுகின்றன. மணிமேகலை இவ்வியலில் மேற்கூறிய மெய்யியல் போக்குகளை மறுப்பதில்லை. அவற்றை அவள் கேட்டறிந்து கொண்டாள் என்ற அளவில் இவ்வியல் முடிவுக்கு வருகிறது. பூதவாதி குறித்த ஒரு விமர்சனம் தவிர பிற தத்துவங்களை "நன்றலவாயினும் நான் மாறுரைக்கிலேன்" (27: 277) என்று கூறி அவள் அமைதி கொள்கிறாள்.

தவத்திறம் பூண்டு தருமங் கேட்ட காதை காஞ்சி மாநகரை நிகழ்விடமாகக் கொண்டுள்ளது. காஞ்சி மாநகர் கி.பி 5-7 ஆம் நூற்றாண்டுகளில் திக்நாகர், தருமகீர்த்தி போன்ற இரு மிகப் பெரும் பௌத்த தருக்கவியலாளர்களைக் கொண்டிருந்தது என்ற ஒரு செய்தியை இங்கு கூறித் தொடர்வோம். மணிமேகலை காஞ்சி மாநகரில் பௌத்த அறிஞராக அறிமுகப்படுத்தப்படுகிற அறவண அடிகளைக் கண்டு வணங்கி, "மெய்ப்பொருள் அருள்க"(29:45) எனக் கேட்டுக் கொள்கிறாள். இவ்வியலில் காஞ்சியில் அக்காலத்தில் செழித்திருந்த பௌத்த தருக்கவியல் ஓரளவு விரிவாகவே எடுத்துரைக்கப்பட்டுள்ளது. இவ்வியல் முழுவதும் அறவண அடிகளின் சொற்களாலேயே அமைந்துள்ளது. மணிமேகலை அவரது உரையைக் கேட்பவளாக மட்டுமே உள்ளாள்.

நூலின் இறுதி இயலான பவத்திறம் அறுக எனப் பாவை நோற்ற காதை பௌத்த அறங்களை அறிவுறுத்தும் காதையாக அமைகிறது. பௌத்த சீலங்கள், நிதானங்கள், நால்வகை மெய்ம் மைகள், ஐவகை ஸ்கந்தங்கள் ஆகியவை விளக்கப்பட்டுள்ளன. அவற்றை அக்கறையுடன் கேட்டறிந்த மணிமேகலை தவத்திறம் பூண்டு, தருமம் கேட்டு, பவத் திறம் அறுக என நோற்றனள் (30:263-264) எனக் கூறி இவ்வியலும் நூலும் முடிவுக்கு வருகின்றன. இம்மூன்று இயல்களிலும் இடம்பெறும் பௌத்த, பிற மெய்யியல் செய்திகளைக் கொண்டு, அகில இந்திய அளவிலும் இந்திய எல்லைகளைக் கடந்தும் அறியப்பட்டுள்ள பௌத்த சமய

வரலாற்றில் மணிமேகலையின் காலம் மதிப்பிடப்படுகிறது. குறிப்பாக, பௌத்தம் அதன் கறாரான தேரவாத சிந்தனைப் போக்கிலிருந்து வேறுபட்டு மகாயானம் என்ற பெருமதமாக மாறுபடும் காலத்தைச் சார்ந்ததாக மணிமேகலைக் காப்பியம் மதிப்பிடப்படுகிறது (வானமாமலை 1973:135-189).

அதேபோல மணிமேகலை காப்பியத்தில் இடம்பெறும் பௌத்த தருக்கவியல் குறித்த பதிவுகளைக் கொண்டு அது திக்நாகர், தருமகீர்த்தி ஆகியோர் உருவான கஞ்சிப் பள்ளியின் காலத்தைச் சேர்ந்தது என்று கணக்கிடப்படுகிறது. இதன்படி, மணிமேகலைக் காப்பியம் கி.பி 5-7 நூற்றாண்டுகளுக்கிடையில் உருவான நூல் என்று அறிஞர்கள் முடிவுக்கு வருகின்றனர் (வானமாமலை 1973, கந்தசாமி 1961). இக்கால வரையறை நமது கவனத்திற்கு உரியதாக அமைகிறதெனினும், இக்கட்டுரையில் இக்கால வரையறை குறித்து நாம் அதிகம் பேசப்போவதில்லை. மாறாக மணிமேகலை காப்பியம் குறித்து நிற்கும் சமூகச் சூழல்கள், அச்சமூகச் சூழல்களைப் பௌத்தம் எதிர்கொள்ளும் விதம் ஆகியவை குறித்ததாகவே இக்கட்டுரை அமைகிறது.

மணிமேகலையின் மெய்யியல் விவாதங்கள் இப்பிரச்சினையில் நமக்கு முக்கியமானவையாக அமைகின்றன. இரட்டைக் காப்பியங்கள் சந்தித்த ஒரு சமூக நெருக்கடி சிலப்பதிகாரம், மணிமேகலை ஆகிய இரண்டு நூல்களிலுமே பதிவாகியுள்ள பண்டைத் தமிழகத்தின் சமூக நெருக்கடிச் சூழலை நம்மால் எளிதில் தாண்டிச் செல்ல முடியவில்லை. எனவே முதலில் அது குறித்து பேசுவோம். சிலம்பின் கதை வணிகக் குடும்பங்களைப் பற்றியது. கோவலன் என்ற வணிகன் செல்வ வளம் கொண்டவனாக இருந்தபோதிலும் மாதவியின்பால் கொண்ட ஈடுபாட்டால் குடும்ப அறத்தைத் தாண்டிச் சென்று தவறு செய்கிறான். ஒழுக்கம் அல்லது அறம் என்ற அளவுகோலின்படி அவன் இழைக்கும் தவறு, அவனது செல்வத்தை அழிக்கிறது. பிழைப்புக்காக மனைவியுடன் பாண்டிய நாட்டுக்கு அவன் புலம்பெயர்ந்து செல்கிறான். அங்கு அவன் கள்வன் எனக் கொலை செய்யப்படுகிறான். கணவன் கொலை யுண்ட செய்தி கேட்ட கண்ணகி தீர்ப்பினை வழங்கிய மன்னனையும் அவனது நாட்டையும் எரியூட்டி அழிக்கிறாள். அவளும் மாய்கிறாள். இது சிலப்பதிகாரக் கதை. இக்கதை ஒரு வணிகக் குடும்பத்தின் கதையாக மட்டுமின்றி, அக்காலத்திய கடல் வாணிகம் சார்ந்த சமூகம் ஒன்று சந்தித்த பொது நெருக்கடியை எடுத்துக்காட்டுவதாக உள்ளது.

தமிழகத்தின் கடற்கரை நகரங்கள் குறிப்பிட்ட ஒரு வரலாற்றுக் காலத்தில் வெளிநாட்டு வாணிகத்தால் செழிப்புற்ற விளங்கியமை யையும், பின் அவ்வெளிநாடுகளில் ஏற்பட்ட அரசியல் மாற்றங் களால் தமிழக கடற்கரைகள் செழிப்பை இழந்தமையையும் பேராசிரியர் சம்பகலட்சுமி விளக்குகிறார் (2011). கோவலன் கொலை, பாண்டிய மன்னன் வீழ்ந்து இறத்தல், அவனது மனைவியின் மரணம், மதுரை எரியூட்டப்படுவது, கண்ணகியின் மறைவு ஆகிய கதைச் சம்பவங்கள் ஓர் ஆழமான சோகத்தொனியைச் சிலப்பதிகாரக் காப்பியத்திற்கு ஏற்படுத்துகின்றன. இளங்கோவடிகளால் இயற்றப்பட்ட சிலப்பதிகாரக் காப்பியம் கதைச் சம்பவங்களுக்கு ஊழ்வினை உறுத்து வந்து ஊட்டியது என்ற சமண சமய விளக்கத்தை வழங்குகிறது.

மணிமேகலை காப்பியம் சிலப்பதிகாரத்தின் கதையைத் தொடருகிறது. மாதவியின் மகளாகிய மணிமேகலையைக் குறித்த தாக இக்காப்பியம் விளங்குகிறது. இக்காப்பியத்தின் பூர்வீகப் பெயர் "மணிமேகலைத் துறவு" என்று அறிஞர்கள் சுட்டிக்காட்டுகின்றனர். சிலப்பதிகாரத்தை விட நேரடியாகப் பௌத்த சமய, தத்துவச் செய்திகளைப் பேசுவதாக இந்நூல் அமைகிறது. மாதவியின் மகள் மணிமேகலை குறித்து சிலப்பதிகாரத்தில் சொல்லப்படாத பல செய்திகளைக் கொண்டு, அவள் கதைப்போக்கில் பௌத்தத் துறவியாக உலகினின்றும் விலகிச் செல்லும் சம்பவங்களைக் கொண்டு மணிமேகலை காப்பியம் அமைக்கப்பட்டுள்ளது. மணிமேகலையின் கதை குறிப்பான உலகியல் சம்பவங்களையோ திருப்பங்களையோ கொள்ளாமல், அவள் தனது முற்பிறவிச் சம்பவங்களை அறிந்து, உலக வாழ்வின் எல்லைகளை உணர்ந்து, பௌத்தத் தத்துவத்தைக் கேட்டறிந்து துறவியாவதோடு முடிவடைகிறது. மிக வெளிப்படையான பௌத்த சமயக் கட்டமைப்பைக் கொண்டதாக நூல் அமைகிறது.

மணிமேகலை படிப்படியாகத் துறவை நோக்கி நகர்கிறாள் என்ற பொதுவான கதைப்போக்குடன் இணைந்து நிற்கும் சில கதைச் சம்பவங்கள், கதாபாத்திரங்கள் நமது கவனத்தைக் கவருகின்றன. மணிமேகலை காப்பியத்தில் இடம்பெறும் பல விளிம்புநிலைக் கதாபாத்திரங்களை முதலில் சொல்லவேண்டும். கணிகையர் குலத்தைச் சார்ந்தவர்களாகக் குறிக்கப்படும் மாதவி, மணிமேகலை ஆகியோர் இத்தகைய கதாபாத்திரங்களே. கணிகையர் குலத்தைச் சார்ந்த ஒரு பெண் ஆகப்பெரிய அறமாகச் சொல்லப்படும்

பௌத்தத் துறவை மேற்கொள்ளுகிறாள் என்பதைக் காணுகிறோம். மணிமேகலை "கற்புத்தானிலள், நற்றவ உணர்விலள், வருணக் காப்பிலள், பொருள் விலையாட்டி" என உதயகுமாரன் என்ற அரசகுமாரன் பழிப்பதாக நூல் (5. 86-87) பதிவு செய்கிறது.

ஆபுத்திரனின் தாயாகிய சாலி என்பாள் தவறான உறவு கொண்டு ஆபுத்திரனைப் பெற்று, பின் குழந்தையைப் புறக்கணித்தவள் என்றும் கூறப்படுகிறது. இக்காரணத்திற்காக ஆபுத்திரனும் பழிப்புக்கு உள்ளாகிறான். ஆயின் அவன் புத்த நோன்பை ஏற்று, வேள்வியில் பலியிடுவதற்காக கட்டப்பட்டிருந்த பசுவைக் காப்பாற்றுகிறான். ஆபுத்திரனின் உயர்ந்த செயல் அவனுக்கு அமுதசுரபியை வாங்கித் தருகிறது. மணிமேகலையின் தோழியாக அறிமுகப்படுத்தப்படுகின்ற சுதமதி என்ற பெண்ணும் ஒரு வித்தியாதாரனால் பாலியல் வன்முறைக்கு ஆட்பட்டவளாகக் கதையில் சித்தரிக்கப்படுகிறாள். மணிமேகலைக் காப்பியத்தில் பல பெண்பாத்திரங்கள் இடம் பெறுவதும் நம் கவனத்தை ஈர்க்கிறது. மாதவி, மணிமேகலை, சுதமதி ஆகியோரைத் தவிர சம்பாவதி, மணிமேகலா தெய்வம், சிந்தாதேவி, கந்திற்பாவைகள், காவிரிப் பாவை, காயசண்டிகை என பல பெண்பாத்திரங்கள் காப்பியத்தில் முக்கியப் பங்காற்றுகின்றனர். காப்பியத்தில் இடம்பெறும் விளிம்பு நிலைப் பாத்திரங்களும் பெண்களும் மணிமேகலைத் துறவு என்ற காப்பியத்தின் பெரு நோக்கத்தைத் தாண்டி, காப்பியத்தின் சமூகப் பரப்பை வெகுவாக விரிவு படுத்துகின்றன. மணிமேகலை கதைப்போக்கில் முற்பிறவியை அறிதல், நினைத்த இடத்திற்குப் பறந்து செல்லுதல், பசி போக்குதல் போன்றவற்றைச் சாதிப்பதற்காகச் சில மந்திரங்களைப் பெறுதல் போன்ற இயற்கை கடந்த ஆற்றல்களை அடைதல் என்பது கூட காப்பியத்தின் வெகுசனப் பரப்பை பெரிதும் விரிவுபடுத்துகின்றது.

மணிமேகலை காப்பியம் ஒரு விரிவான சமூகப் பரப்பை நோக்கியது என்பதை வலியுறுத்தும் மற்றொரு மாபெரும் கதைக் கரு அமுத சுரபி எனப்படும் அட்சய பாத்திரத்தைச் சுற்றியதாக அமைந்துள்ளது. பசிநீக்குதல் என்ற கதைக் கரு நூலில் உச்சக்கட்ட அறமாகச் சொல்லப்படுகிறது.

"ஆற்றா மாக்கள் அரும்பசி களைவோர்
மேற்றே உலகின் மெய்ந்நெறி வாழ்க்கை
மண்டினி ஞாலத்து வாழ்வோர்க்கெல்லாம்
உண்டி கொடுத்தோர் உயிர் கொடுத்தோரே" (11. 33-36)

"ஆருயிர் மருந்தாம் அமுத சுரபியெனும்
மாபெரும் பாத்திரம், மடக்கொடி! பெற்றனை
மக்கள் தேவர் எனவிரு சார்க்கும்
ஒத்த முடிவின் ஓரறம் உரைக்கேன்
'பசிப்பிணி தீர்த்தல்' என்றே அவரும்
தவப்பெரு நல்லறம் சாற்றினர்- ஆதலின்
மடுத்ததீக் கொளிய மன்னுயிர்ப் பசி கெட,
எடுத்தனள் பாத்திரம், இளங்கொடி தானென" (12. 115-121)

"அறமெனப்படுவது யாது எனக் கேட்பின்
மறவாது இதுகேள்; மன்னுயிர்க்கெல்லாம்
உண்டியும் உடையும் உறையுளும் அல்லது
கண்டது இல்" (25. 228-230)

பசியும் உணவும் மணிமேகலை காப்பியத்தில் ஓர் அபூர்வமான இடத்தைப் பெறுகின்றன. கதைப்போக்கின் பெருநோக்காக உள்ள மணிமேகலை துறவு மேற்கொள்ளுதல் என்பதோடு தொடர்பு கொண்ட பல சித்தரிப்புகள் காப்பியத்தில் உள்ளன. சக்கரவாளக் கோட்டத்தில் அழுகும் பிணங்கள் பற்றிய சித்தரிப்பு அத்தகைய ஒன்றே. யாக்கை நிலையாமை என்று பண்டைத்தமிழ் இலக்கியங் களில் பல முறை பேசப்பட்ட கருப்பொருளுக்கு இட்டுச் செல்லும் பாடல்பகுதிகள் அவை (8. 66-78). மணிமேகலை அமுதசுரபியைப் பெற்று பசி நீக்கினாள் என்ற கதைக்கரு வணிகச் சமூகத்தின் மிகப்பெரிய நெருக்கடியிலிருந்து தோன்றிய ஓர் அபூர்வமான கற்பனை என மதிப்பிடலாம். அது சமூக அடித்தளத்து மக்கட் பகுதியினரை நோக்கி உருவான ஒரு கற்பனை அல்லது கனவு தேசம் (Utopia) என்றும் மதிப்பிடலாம். ஒவ்வொரு காத்திரமான சமூக நெருக்கடியும் பலவகையான கனவு தேசங்களை உற்பத்தி செய்வ துண்டு, அத்தகைய கனவு தேசங்களிலிருந்தே எதார்த்தம் தனது பாதையைத் தேர்வு செய்து கொள்ளும் என்றும் நாம் அதனைப் புரிந்து கொள்ளலாம்.

இன்னொருபுறம், பௌத்தத்தின் வரலாற்றை மனதில் கொண்டு பார்க்கும்போது, துக்கம் தொடங்கி புத்தரின் நிர்வாணம் வரையிலும், அதன் பின்னர் நாகார்ச்சுனர் போன்ற மாத்தியமிகா தத்துவவியலாளர்களின் சூன்யவாதம் தொட்டு கணபங்கவாதம் வரையில் பௌத்தம் அதன் வரலாற்றில் ஒரு வாழ்வியல் மறுப்புத் தத்துவமாக, ஒரு நம்பிக்கை வறட்சித் தத்துவமாக உருவாகி வந்தது என்பதை இங்கு நினைவுபடுத்த வேண்டியுள்ளது. துக்கம், மரணம்,

உலகை மறுத்துத் துறவு கொள்ளல் என்ற தத்துவம் பெருமளவில் உணர்ச்சித்தளத்தில் சொல்லாடி வெகுமக்களுக்குப் பயனற்ற ஒரு தத்துவமாகப் பரிணமித்து இருந்தது என்பதை நாம் கவனிக்க முடிகிறது.

இத்தகைய சூழல்களில்தான் மணிமேகலை அமுதசுரபி, பசிநீக்குதல், உணவின் அடிப்படைப் பண்பு, இன்னும் புத்தர் கருணைமயமானவர் என்ற கருத்தாக்கம் ஆகியவற்றின் வழி ஒரு நேர்முகமான மெய்யியலை நோக்கி முன்னேறுகிறது என்பதைக் காண்கிறோம். ஒரு நெருக்கடிக் காலத்தில் வெகுசனங்களின் அடிப்படைத் தேவை ஒன்றை நோக்கி நகரும் மெய்யியலாக மணிமேகலை காப்பியத்தின் போக்கை அனுமானிக்க முடிகிறது. இது பௌத்த சிந்தனையின் வரலாற்றில் ஒரு பொருள்முதல்வாதத் திருப்பம் எனலாம். துக்கம், நிர்வாணம், சூன்யவாதம், கணபங்க வாதம், அனைத்துமே கற்பிதம் எனக் கூறிய விஞ்ஞானவாதம் (யோகாச்சாரம்) ஆகியவற்றுக்குப் பிறகு உணவைப் பற்றியும் பசிநீக்கலைப் பற்றியும் பேசுவது என்பது பௌத்தத்தை மீண்டும் ஒருமுறை “உண்டி முதற்றே உலகு” எனும் வாழ்வின் அடிப்படை களை நோக்கி இட்டுச்செல்லுகிறது. சூன்யவாதம், கணபங்கவாதம், யோகாச்சாரம் போன்ற தத்துவங்கள், அவை காலத்தால் முந்தியவை என்ற போதிலும், மணிமேகலைக் காப்பியத்தில் எவ்வகையிலும் எடுத்துரைக்கப்படாமல் புறக்கணிக்கப்பட்டுள்ளன என்பதையும் காண்கிறோம்.

கடற்கரை நகரங்களில் வாழ்ந்த வணிகச் சமூகங்களின் நெருக்கடிகளுக்குப் பிறகு, மணிமேகலைக் காப்பியத்தில் முன் வைக்கப்படும் அள்ள அள்ளக் குறையாமல் உணவை வழங்கும் அமுதசுரபி என்னும் அதிசயப் பாத்திரம் என்ற குறியீடு அன்றைய காலக்கட்டத்தில் நாட்டின் உட்பிரதேசங்களில் தோற்றம் பெற்றுக் கொண்டிருந்த வேளாண்மைச் சமூகத்தின் எழுச்சி குறித்த ஒன்றாகவும் இருக்கமுடியும். அமுதசுரபியின் அதிசயப் பண்பு அவ்வேளாண்மைச் சமூகம் இன்னும் நிலைகொள்ளவில்லை என்பதையும் நதிக்கரைச் செழிப்பு குறித்த மிகப்பெரிய ஓர் எதிர்பார்ப்பாகவே அன்று அது அமைந்திருந்தது என்றும் கூறலாம். அமுதசுரபியும் வேளாண்மைச் செழிப்பும் ஒப்புமைப் படுத்தப்படும் பல பாடல் வரிகள் மணிமேகலையில் இடம்பெறுவதையும் காண்கிறோம்.

"நீரும் நிலமும் காலமும் கருவியும்
சீர்பெற வித்திய வித்தின் விளைவும்
பெருகியதென்னப் பெருவளம் சுரப்ப
வசித்தொழில் உதவி வளம் தந்ததுவெனப்
பசிப்பிணி தீர்த்த பாவை" (28. 230-234)

எனவே மணிமேகலை அறிமுகப்படுத்தப்படுகிறாள். மணிமேகலையின் தருக்கவியல் மணிமேகலை காப்பியத்தின் பிரமாணவியலும் தருக்கவியலும் அறிவுத்தோற்றவியலும் எந்தத் தத்துவப் பள்ளியைச் சார்ந்தது? அது திக்நாதருடையதா, தருமகீர்த்தியுடையதா, அல்லது அவர்கள் இருவரும் பயின்ற காஞ்சிப் பள்ளியின் பொதுநிலையா என்ற விவாதம் பல அறிஞர்களால் எடுத்துச் செல்லப்பட்டுள்ளன (வானமாமலை **1973**, கந்தசாமி **1963, 1977**).

இது ஒருபுறமிருக்க, மணிமேகலைக் காப்பியத்தின் தருக்க வியலின் ஒன்றிணைந்த செய்தியைப் பறி இங்கு நாம் பேசமுனை வோம். மணிமேகலையின் பிரமாணவியல் வேதவியாசர், கிருதகோடி, சைமினி ஆகிய மூன்று ஆசிரியர்களின் **(27.5-6)** முறையே **10, 8, 6** பிரமாணங்களை முன்வைத்து அவற்றை உள்ளடக்கி இரண்டு பிரமாணங்களையே தான் ஏற்றுக்கொள்வதாகக் கூறுகிறது. அவை பிரத்தியக்கம், அனுமானம் ஆகியவை. காட்சியளவை, கருதலளவை என அவை தமிழில் சொல்லப்படுகின்றன.

"ஆதிசினேந்திரன் அளவை இரண்டே
ஏதமில் பிரத்தியம் கருத்தளவென" (29: 47-48)

காட்சி, கருதல் என இரண்டைமட்டும் ஏற்கும்போது, மணிமேகலைக் காப்பியம் உவமம், ஆகமம் அல்லது சப்தம், அருத்தாபத்தி, சுவாபம், உலகுரை, அபாவம், ஒழிபு, உள்ளநெறி போன்ற பல அளவைகளை மறுதலிக்கிறது என்பது குறிப்பிடத் தக்கது. உவமம், ஆகமம் அல்லது சப்தம், உலகுரை, உள்ளநெறி போன்ற அளவைகள் பண்டைய இந்தியத் தத்துவங்களில் மிக எளிதாக இறைக்கோட்பாடு, புனித நூல்களின் அதிகாரம் ஆகிய வற்றுக்கு இடமளிக்கக் கூடியவை என்பது குறிப்பிடப்படவேண்டும்.

நடைமுறைரீதியான, சந்தேகத்திற்கு இடமில்லாத காட்சி யளவை, கருதலளவை என்ற இரண்டுக்கு மட்டுமே மணிமேகலை இடமளிக்கிறது என்பது கவனத்திற்குரிய செய்தியாகும். திக்நாகரின் பிரமாணசமுச்சியம் என்ற நூல் மேற்படி இரண்டு அளவைகளுக்கு மட்டுமே இடமளித்தது என்பதையும் பல ஆய்வாளர்கள் எடுத்துக்

காட்டியுள்ளனர். இந்த இரண்டிலும்கூட பிரத்தியக்கம் எனும் காட்சியளவையே அடிப்படையானதாக மணிமேகலையில் முன்வைக்கப்படுகிறது. “காமம் செப்பாது கண்டது மொழிப” எனும் தமிழ்ப் புலநெறிக் கோட்பாட்டை வலியுறுத்துவதாக இது உள்ளது. கருதலளவையை இன்னதென்று சொல்லும்போது அதனையும் காட்சியின் வழியாகவே வரையறுக்கிறார். “காண்டல் பொருளால் கண்டிலது உணர்தல்” (27.40) என்று மணிமேகலை கூறுகிறது. காட்சியளவையால் ஒரு தகவல் பல முறை மெய்ப்பிக்கப்பட்டிருப்ப தாலேயே கருதலளவையை ஏற்றுக் கொள்ளலாம் என்று மணிமேகலை கூறுகிறது. அப்படிப் பலமுறை மெய்ப்பிக்கப் பட்டிருந்த போதும்கூட, கருதலளவை குறித்த எச்சரிக்கை தேவை என்ற முடிவை மணிமேகலையின் அணுகுமுறையில் காணமுடி கிறது. கருதலளவை பொதுமைப்படுத்தல்களிலும் மொழியைப் பயன்படுத்திக் கருத்தாக்கங்களைக் கட்டமைப்பதிலும் ஈடுபடுகிறது. இது உலக அளவில் எல்லா மெய்யியலாளர்களுமே ஒத்துக்கொள்ளக் கூடிய அறிவுத் தோற்றவியல் முடிவாகும். உண்மையை, சரியான-துல்லியமான பதிவுகளைத் தேடிச் செல்லும் மெய்யியலாளன் காட்சியளவை எனப்படும் பிரத்தியட்சத் தகவல்களையே மிக அடிப்படையாகச் சார்ந்திருக்கவேண்டுமென்பதை நவீன அறிவுத்தோற்றவியலாளர்களும் ஒத்துக் கொள்வர். மணிமேகலை இந்தத் திசையிலேயே பயணிக்கிறது என்பது குறிப்பிடத்தக்கது.

மணிமேகலையின் பிரமாணவியல் மிகக் கறாரான, சரியான, கட்டமைப்புகளுக்கு முந்திய உண்மைகளைத் தேடியடைய வேண்டு மெனில் பிரத்தியக்கம் மட்டுமே அதன் நம்பகமான ஆதாரமாக இருக்க முடியும் என வாதிடுகிறது. இங்கு நாம் மணிமேகலையில் ஒரு பொருள்முதல்வாத அறிவுத்தோற்றவியலைச் சந்திக்கிறோம். முன்பு எப்படி, உணர்ச்சிகள் சார்ந்த துக்கம், மரணம், துறவு போன்ற நம்பிக்கை வறட்சியான நிலைப்பாடுகளிலிருந்து, பசி நீக்கம், உணவு, வேளாண்மை போன்ற நிலைகளுக்கு மாறிவந்ததன்மூலம் மணிமேகலை பொருள்முதல்வாதத்தை வலியுறுத்தியதாக அமைந்த தோ அதேபோன்ற பொது அணுகுமுறையை மணிமேகலையின் பிரமாணவியலிலும் காணுகிறோம். நாகார்ச்சுனரும் யோகச்சார வாதிகளும் கி.பி முதல் நூற்றாண்டுகளிலிருந்து பேசி வந்த தருக்க வியலிலிருந்து இது மாறுபட்ட நிலை என்பதும் இங்கு குறிப்பிடப்பட வேண்டும்.

தொடர்ந்து மணிமேகலையின் தருக்கவியல் இதே திசைகளில் வளருகிறது என்பதையும் நாம் இனி எடுத்துக்காட்டுவோம்.

காட்சியளவை, கருதலளவை என்ற இரண்டு அளவைகளை ஏற்கும் மணிமேகலை, காட்சியளவையால் பிழைகள் ஏற்பட வாய்ப்புகள் குறைவு எனக் கொள்ளுகிறது. (காட்சிப் பிழைகளையும் மணிமேகலை வரையறுத்துச் சொல்லத்தவறவில்லை). ஆயின், கருதலளவை எனப்படும் அனுமானச் செயல்பாட்டில் எவ்வளவு கவனமாக இருந்த போதிலும், அதில் பிழைகள், தவறுகள் நிகழ்ந்துவிட வாய்ப்புகள் உள்ளன எனக் கொள்ளுகிறது. இதனடிப்படையில் கருதலளவையில் தவறுகளைக் குறைந்தபட்சமாக்க மணிமேகலை 5 வாக்கியங்களைக் கொண்ட தருக்கவியல் வாய்ப்பாடு (Syllogism) ஒன்றை முன்மொழி கிறது. பொதுவாக, மேற்கத்திய தருக்கவியலை அரிஸ்டாட்டில் முன்மொழிந்தபோது அதனை மூன்று வாக்கியங்களைக் கொண்ட வாய்ப்பாடு ஒன்றால் உறுதிப்படுத்தினார். ஆனால் மணிமேகலை மேலும் கூடுதலாக இரண்டு வாக்கியங்களைக் கொண்டு கருதலளவையைக் கட்டுப்படுத்துகிறது. இதன் நோக்கம் என்ன? என்பதுதான் நாம் முன்வைக்கும் கேள்வியாகும். கருதலளவை எனப்படும் அனுமானத்தின் மெய்மைத்தன்மையை கறாராக ஆக்குவதற்காகவே, அது தவறானதாகப் போய்விடக் கூடாது என்ற எச்சரிக்கை உணர்வுடன் மணிமேகலை செயல்படுகிறது என்பதைக் காணுகிறோம்.

அரிஸ்டாட்டிலின் உருவத் தர்க்கவியலுக்கு, சுமார் ஆயிரத்து ஐந்நூறு ஆண்டுகளுக்குப் பிறகு, ஜெர்மானியத் தத்துவ அறிஞரான லைப்னித்ஸ் என்பார் அரிஸ்டாட்டிலின் தருக்கவியல் வாய்ப்பாட்டிற்கு “போதுமான அடிப்படை” (Adequate Grounding) வழங்கவேண்டும் என முயற்சித்து அதனைத் தருக்கவியலின் ஒரு பகுதியாக ஆக்கினார். அதாவது, அரிஸ்டாட்டிலின் மூன்று வாக்கியங் களைக் கொண்ட தருக்கவியல் வாய்ப்பாடு போதுமானதாக இல்லை என்ற உணர்வு, நவீன விஞ்ஞானங்கள் உருவான காலத்தைச் சார்ந்த லைப்னித்சுக்கு ஏற்பட்டதாலேயே அவர் அரிஸ்டாட்டிலைத் துல்லியப்படுத்தினார்.

பௌத்தத்தைப் பொருத்த மட்டில், இங்கு பௌத்த எல்லை களுக்குள்ளும் அதற்கு வெளியிலும் இன்னும் வெகுசன மனோ பாவங்களிலும் குடிகொண்டிருந்த இறைவன், அற்புதங்கள், பல பிறப்புகள் போன்றவற்றிலான நம்பிக்கைகளும் பௌத்த சூன்ய வாதம், விஞ்ஞானவாதம் போன்றவை பேசிவந்த உலக மறுப்புக் கோட்பாடுகளால் உறுத்தலடைந்த மணிமேகலையின் பௌத்தம் மிக எச்சரிக்கையாக அனுமானங்களைக் கட்டுப்படுத்துவதற்காக

ஐந்து வாக்கியங்களைக் கொண்ட தருக்கவியல் வாய்ப்பாட்டை உருவாக்கியிருக்கிறது என்பதைக் காணுகிறோம். அவ்வாறு ஐந்து வாக்கியங்கள் கொண்ட தருக்கவியல் வாய்ப்பாட்டை உருவாக்கும் போது, மூன்றாவது வாக்கியமாக திருட்டாந்தம் எனும் பிரத்தியட்சத் தன்மை கொண்ட ஓர் எடுத்துக்காட்டை (மலையில் புகை எனில் நெருப்பு, அடுக்களை போல்) மணிமேகலையின் தருக்கம் முன்மொழிகிறது. அதாவது, பிரத்தியட்சம் சார்ந்தே அனுமானம் நிருபணம் பெறுகிறது என்ற நிலையே மணிமேகலையின் தருக்கத் தால் பின்பற்றப்படுகிறது. இது தருக்கவியலில் ஒரு பொருள் முதல்வாத நிலைப்பாடு என்பது குறிக்கப்படவேண்டும். பிரமாண வியலில் கடைப்பிடித்த அதே எச்சரிக்கை உணர்வை மணிமேகலையின் பௌத்தம் அது தருக்கவியலாக வளர்ச்சியடையும்போதும் கடைப் பிடிக்கிறது என்பது கவனத்திற்குரியது. இன்னும் சொல்லுவதானால், அனுமானங்களின் கற்பனா ஓட்டங்களைக் கட்டுப்படுத்திச் சரியான அறிவை எட்டுவதற்காகவே மணிமேகலையின் பௌத்தம் பிரமாண வியலைத் தருக்கவியலாக வளர்த்தெடுத்திருக்கிறது என்பதும் முக்கியமாகும்.

மணிமேகலை நூலில் தரப்படும் தருக்கவியல் இன்னும் விரியும்போது, இயலின் கடைசிப்பகுதியில் அறிதலில் பிழைகள் எவ்வாறு நிகழ்கின்றன, அறிதல் போலிகள் யாவை என்பவை பற்றி மிக விரிவான வரையறைகள் உள்ளன. தருக்க வாய்ப்பாட்டின் பக்கம், ஏது, திருட்டாந்தம் என்ற மூன்று அவயவங்களிலுமே பிழைகள் விளைய வாய்ப்புண்டு என்ற அடிப்படையில் மணிமேகலைக் காப்பியம் பக்கப் போலிகள் ஒன்பது, ஏதுப் போலிகள் பதினான்கு, திருட்டாந்தப் போலிகள் எட்டு என மொத்தம் முப்பத்தொரு போலிகளை வகைப்படுத்துகிறது. அறிதல் போலிகள் குறித்த இப்பகுதி முழுவதுமே அறிதலில் அனுமானிப்புகள் பற்றிய சிக்கல் களைக் குறித்தனவாகும். இவ்வியலை முடிவுக்குக் கொண்டுவரும் மணிமேகலையின் ஆசிரியர், "-----அனுமான ஆபாசத்தின் மெய்யும் பொய்யும், இத்திறவிதியால் ஐயமின்றி அறிந்து கொள், ஆய்ந்து" *(29.470-72)* என்கிறார்.

முடிவுரை

மணிமேகலையின் கதைப்பகுதியும் நூலின் பிற்பகுதியில் அமைந்துள்ள பிரமாணவியல், தருக்கவியல், அறிவுத்தோற்றவியல் ஆகியவற்றின் திசைவழியும் மிகத் தெளிவாக ஒரு பொருள்முதல்வாத

அடிப்படையைக் கொண்டே அமைந்துள்ளன. பௌத்த சிந்தனையின் வரலாற்றில் புத்தரின் காலம் தொட்டும் அதன்பின்னர் நாகர்ச்சுனரின் காலத்திலும் உருவான நம்பிக்கை வறட்சியை வழங்கக்கூடிய, உணர்ச்சி மயப்பட்ட சமய மற்றும் தத்துவப் போக்குகளிலிருந்து பல அம்சங்களில் விலகி உலகியல் ஈடுபாடு, உணவு, பசி ஆகியவை குறித்த அடிப்படையான அக்கறை, அனுமானப் போலிகளைக் கடந்த தருக்கவியல் ஆகியவற்றை மணிமேகலை முன்னிறுத்துகிறது. இவ்வகைச் சிந்தனை திக்நாகர், தருமகீர்த்தி ஆகியோரின் நிலைப்பாடுகள் என்பதை விட, காஞ்சிப் பள்ளியின் பிரத்தியேகமான ஒரு பங்களிப்பாகவும் இருக்கமுடியும். தமிழ்ச் சூழல்களில் உருவான பௌத்த சிந்தனையின் வளர்ச்சி சார்ந்த நிலைப்பாடாகவும் அது இருக்கமுடியும். தமிழில் வணிக சமூக உறவுகள் நெருக்கடியைச் சந்திக்க, வேளாண்மைச் சமூகம் தோற்றம் பெறும் காலத்திய ஒரு சிந்தனையாகவும் இது இருக்கமுடியும். எல்லாம் சூன்யம் என்ற ஒரு கோட்பாட்டோடு ஒரு வேளாண்மைச் சமூகம் நிலை கொள்ளுவது சாத்தியமில்லை என்று கொள்வோமெனில், உலகைச் சரியாக அறிந்து உணவு உற்பத்தியில் ஈடுபடத் தொடங்கிய ஒரு மக்களின் மெய்யியலாக அது இருக்கமுடியும் என்ற முடிவுக்கு வருகிறோம்.

6. சைவ சித்தாந்தம்:
தோத்திரங்களும் சாத்திரங்களும்

6

சைவ சித்தாந்தம்: தோத்திரங்களும் சாத்திரங்களும்

சைவத் திருமுறைத் தொகுப்பு

தமிழ்ச் சைவ வரலாற்றில் தேவாரம் முதலான தோத்திரப் பாடல்களின் தொகுப்பு பன்னிரு திருமுறைகளின் தொகுப்பு என வழங்கப்படுகிறது. சைவச் சாத்திர நூல்களின் தொகுப்பு மெய்கண்ட சாத்திரங்கள் பதினான்கின் தொகுப்பு என அறியப்படுகிறது. பன்னிரு திருமுறைகளின் தொகுப்பு இடைக்காலத் தமிழ்நாட்டின் வரலாற்றின் முதற்பகுதியிலும் மெய்கண்ட சாத்திரங்களின் தொகுப்பு பின்னிடைக்கால வரலாற்றிலும் முக்கிய நிகழ்வுகளாக அமைகின்றன. சைவ சமய அடையாள உருவாக்கத்திலும், இன்னும் சிறிது விரியக் கூறின், தமிழ் அடையாள உருவாக்கத்திலும் மேற்குறித்த இருவகைத் தொகுப்புகளும் மையமான இடங்களைப் பெற்று அமைந்துள்ளன. சைவ சமய வரலாற்றை எடுத்துக்கூறும் நிகழ்வுகளாக மட்டுமின்றி, இடைக்கால சமூக வரலாற்றைச் சுமந்து நிற்கும் நிகழ்வுகளாகவும் இவை அமைந்துள்ளன. இன்று வரை தமிழ் அரசியலின் பண்பாட்டுப் பின்புலங்களைக் குறித்து நிற்கும் நிகழ்வுகளாகவும் சைவத் தோத்திர மற்றும் சாத்திர நூல்களின் தொகுப்புகள் திகழ்கின்றன. இங்குப் பன்னிரு திருமுறைகளின் தொகுப்பு வரலாறு ஆய்வு செய்யப் படுகிறது. சைவ சமயத்தின் உள்வரலாற்றை மட்டுமின்றி, தமிழ்ச் சமூக வரலாற்றோடு இணைத்து பன்னிரு திருமுறைத் தொகுப்பை ஆய்வு செய்வதற்கான சில கருத்தாக்கங்கள் இங்கு முன்மொழியப் படுகிறது.

பன்னிரு திருமுறைகள் தொகுப்பு

பத்தாம் நூற்றாண்டில் வாழ்ந்த நம்பியாண்டார் நம்பி சைவத் தோத்திரப் பாடல் தொகுப்பின் முதலாசிரியர் என வழங்கப்

படுகிறார். ஐந்தாம் நூற்றாண்டில் காரைக்காலம்மையார் தொட்டு எழுந்த சைவத் தோத்திரப் பாடல்களின் மரபு, திருஞானசம்பந்தர் (7 ஆம் நூற்றாண்டு), திருநாவுக்கரசர் (7-ஆம் நூற்றாண்டு), சுந்தர மூர்த்தி நாயனார் (9-ஆம் நூற்றாண்டு) ஆகிய மூவர் முதலிகளின் வழியாகப் பெருக்கெடுத்து, மாணிக்கவாசகரின் (8-ஆம் நூற்றாண்டு) திருவாசகம், திருக்கோவையாரின் வழி தமிழ் மண்ணில் வேர் பதித்து நிலைபெற்றது. 7-9 ஆம் நூற்றாண்டுகளை சைவ தோத்திர மரபு தமிழில் ஆழமாகவும் அகலமாகவும் நிலை கொண்ட காலமாகச் சுட்டலாம். பல்லவநாடு தொடங்கி, சோழநாடு, தென்பாண்டிநாடு வரை சைவம் பரவி வழங்கிய காலமாக இதனைக் கொள்ளலாம். தமிழ் நாட்டின் பல்வேறு மண்டலங்களையும் தலங்களையும் சார்ந்து வழங்கிய சைவம் சோழப் பேரரசு நிலைபெற்ற அதே காலத்தில் ஒரு தனிப்பெரும் நெறியாகத் தன்னை அறிவித்துக் கொண்ட சாதனையை எட்டியது எனலாம்.

திருமுறைகளின் தொகுப்பு ஓர் ஒற்றைச் சம்பவமாக நிகழ்ந்தது எனக் கொள்ளமுடியவில்லை. ஒன்பதாம் நூற்றாண்டிலிருந்து பன்னிரண்டாம் நூற்றாண்டு வரை அடுத்தடுத்த பலவகை முயற்சி களின் தொடர்ச்சியாக இது விளைந்ததாகத் தெரிகிறது. மூவர் முதலிகளின் பாடல்களைத் தொகுப்பது, சமயக் குரவர் நால்வரின் பாடல்களைத் தொகுப்பது, சேக்கிழாரின் பெரியபுராணம் திருத்தொண்டர்களின் வரிசையையும் வாழ்வையும் விரியப் பேசுவது, இறுதியாக பன்னிரு திருமுறைகள் முழுவடிவம் பெறுவது எனப் பல அடுக்குகளாக இந்நிகழ்வு நடந்தேறியதாகத் தெரிகிறது.

பன்னிரு திருமுறைகள் தொகுப்பில் பல்வேறு சிரமங்கள் நேரிட்டிருப்பதைத் தொன்மங்களாகவும் வரலாறுகளாகவும் நமக்குக் கிடைக்கும் ஏராளமான தகவல்கள் எடுத்துக்காட்டுகின்றன. இச்சிரமங்களையும் தடைகளையும் தாண்டி திருமுறைகள் தொகுக்கப்பட்டமைக்கு இறைத் தலையீடும் அரசத் தலையீடும் தவிர்க்கமுடியாத தேவைகளாக இருந்திருக்கின்றன. திருமுறைகள் தொகுப்பில் அரசத் தலையீடுகள் சைவ சமய வளர்ச்சிக்கு பேரரசுகளின் ஆதரவு கிடைத்தமையைச் சுட்டிக்காட்டுகின்றன. ஆயின் இறைத் தலையீடுகளை எப்படிப் புரிந்து கொள்வது? என்ற கேள்வி விஞ்சுகிறது. சமயங்களை சமூகவியலின் துணைகொண்டு ஆராய்ந்த மாக்ஸ் வேபர் என்ற அறிஞர், பழைய மரபுகள் வலுவாகவும் இறுக்கமாகவும் தொழில்படும் பண்பாடுகளில்

பழமையின் எதிர்ப்பை எதிர்கொள்ள இறைத் தலையீடுகள் உருவாக்கப்படுகின்றன எனக் குறிப்பிடுவார். பழஞ்சமூகங்களின் மரபுரீதியான புரோகித எதிர்ப்புகளையும் தடைகளையும் மீறிச் செல்ல இறை அங்கீகாரம் முதன்மையான உத்தியாகத் தொழில்படுகிறது என்று அவர் கூறிச் செல்வார். திருத்தொண்டர் களின் வரலாறுகளிலும் திருமுறைகளின் வரலாறுகளிலும் சொல்லப்படும் பலவகையான இறைத் தலையீடுகளையும் காணும்போது, சைவ சமயம் அதன் வளர்ச்சிப் போக்கில் சந்தித்த பல படித்தான சிக்கல்களையும் எதிரிடைகளையும் உணர முடிகிறது. இத்தடைகளும் சிக்கல்களும் தோத்திர மரபுக்கு முந்திய சமண-பௌத்த செல்வாக்கினின்றும் தோன்றியவை எனவும் கூறி முடித்துவிட முடியாது. மாறாக, சைவ சமய வரலாற்றினுள்ளேயே அதன் வளர்நிலைகளை ஏற்க மறுத்த உள்முரண்கள் என அவற்றைக் கொள்ளவேண்டும்.

பன்னிரு திருமுறைகளின் தொகுப்பு கால அடிப்படையிலும் அந்நிகழ்வின் உள்ளடக்க அடிப்படையிலும் மெய்கண்ட சாத்திரங்கள் இயற்றப்பட்ட நிகழ்வினைத் தொட்டு நிற்கிறது. தோத்திரகாலம் முடிந்தும் முடியாத நிலையிலேயே சாத்திரங்கள் இயற்றப்படத் தொடங்குகின்றன. தோத்திரப் பாடல்களை சமயக் குரவர்களின் தன்னிச்சையான உணர்ச்சிவயப்பட்ட இசைப் பாடல்கள் எனக் கொள்வோமெனில், சாத்திரங்கள் இயற்றப்படல் என்பது சைவ சித்தாந்தத் தத்துவம் உருவாக்கப்படுவதைக் குறிக்கிறது. சைவ சித்தாந்த உருவாக்கம் தருக்கவியலும் மெய்யியல் தேடல்களும் சார்ந்த நிகழ்வு. பன்னிரு திருமுறைகளின் தொகுப்பு என்ற நிகழ்வும் சாத்திரநூல்கள் இயற்றப்படுவது போன்ற தருக்க வியல் சார்ந்த, மெய்யியல் சார்ந்த ஓர் அறிவுச் செயல்பாடு என்பது புரிந்து கொள்ளப்பட வேண்டும். திருமுறை என்ற சொல்லே முறைப்படுத்துதல், வகைப்படுத்துதல், வரிசைப்படுத்துதல், ஒழுங்குபடுத்துதல், இலக்கணப்படுத்துதல், தரப்படுத்துதல் என்ற செயல்பாடுகளைக் குறித்து நிற்கிறது. இங்குக் குறிப்பிடப்பட்ட செயல்பாடுகள் தோத்திரப் பாடல்கள் இயற்றப்பட்ட காலத்திற்குச் சொந்தமான கட்டற்று உணர்ச்சி பெருக்கெடுத்த நிலையல்ல. கண்ணப்பரின் அன்பைச் சுட்டும் தெ.பொ.மீ அவர்களின் சொற்கள் இங்குப் பொருத்தமுடையன. "அன்பிற்கு தேய்ந்த வழியென்றும் பழகிய வழியென்றும் இல்லை. கண்டதெல்லாம் வழிதான். காடு மேடெல்லாம் தவிடு பொடிதான். காற்றில் பறப்பார்க்குக் காடென்ன? மேடென்ன? அன்பிற்கு வழியும் இல்லை, வாய்க்காலும்

இல்லை; அணையும் இல்லை அளவும் இல்லை... அன்பு நிலையில் செய்யத் தகுவது இது என்றும் தகாதது இது என்றும் இயம்புதற்கில்லை. இவ்வாறிரு எனச் சிறையிடுவார் இல்லை. இதைச் செய்யாதே என விலங்கிடுவார் இல்லை. இதைச் சொல்லாதே என வாயை மூடுவாரும் இல்லை... எல்லாவற்றையும் அடித்துக் கொண்டு புரண்டோடுகிறது இவ்வன்பு. நூலோர் இட்ட வேலியும் நாலுபேர் போன வழியும் வெள்ளக்காடாய் மறைந்தொழிகின்றன." இத்தகைய கட்டற்ற உணர்ச்சியின் வெளிப்பாடாக அமைந்தமையினால் தான் தோத்திரப்பாடல்கள் இசைப் பாடல்களாக அமைந்தன. திருமுறைகள் தொகுக்கப்பெற்ற காலத்திற்கு மிக அருகாமையிலுள்ள பெரிய புராணம் பாடல் வடிவிலும் புராண வடிவிலும் அமைந்தது. இசை மற்றும் பாடல் மரபிலிருந்து புராணம், கதை சொல்லல் என்ற வடிவுகளை நோக்கி பெரிய புராணம் மாறிச் செல்லுகிறது. இதை அடுத்து மிக விரைவில் சைவ சமய வரலாறு தருக்கவியல், மெய்யியல் சார்ந்த நடைகளை நோக்கிச் செல்லும். திருமுறைகள் தொகுப்பு என்ற நிகழ்வும் தோத்திரப் பாடல்களுக்குச் சொந்தமான இசை நிகழ்வு அல்ல. அது பெருமளவில் பிற்காலத்திற்குச் சொந்தமான தருக்கவியல் நிகழ்வு.

தோத்திரப் பாடல்கள் இயற்றப்பட்ட காலத்திற்கு முந்திய சமண-பௌத்த இலக்கியங்களை எடுத்துக் கொண்டால் அவையும் இசை மரபு சார்ந்தனவல்ல. சமண-பௌத்த இலக்கியங்களில் கதை வடிவு உள்ளது; அற அறிவுறுத்தல்கள் உள்ளன; தருக்கவியல் சார்ந்த எடுத்துரைப்புகள் உள்ளன. சமண-பௌத்த இலக்கியங் களின் கதைகளையும் அறச் சொல்லாடல்களையும் வறண்ட தருக்கவியலையும் வெற்றி கொள்வதற்கான வலிமை கொண்ட வடிவமாகவே சைவத் தோத்திரங்களில் இசைப்பாடல்கள் எடுத்தாளப்பட்டன. இருப்பினும், 500 வருடங்களுக்கு மேலாகப் பெருகி வளர்ந்து விட்ட பிறகு, சைவ சமயம் தனது இசை மரபைப் பின்னுக்குத் தள்ளிவிட்டு, தருக்கமும் அறிவும் சார்ந்த புதிய வடிவினை ஏற்கிறது. திருமுறைத் தொகுப்பு தொடங்கி தமிழ்ச் சைவம் நிறுவனப்படுதலையே இது எடுத்துக்காட்டுகிறது.

திருமுறைத் தொகுப்பில் ஒருமையும் வேறுபாடுகளும்

பன்னிரு திருமுறைகள் தொகுப்பை ஆய்வு செய்வதற்கு கட்டுரையின் இப்பகுதி ஒருமையும் வேறுபாடுகளும் (Identity and Differences) என்ற இரண்டு கருத்தாக்கங்களைப் பயன்படுத்துகிறது.

பின்னை நவீனத்துவ மற்றும் பின்னைக் காலனியத் தத்துவங்கள் சமீப காலங்களில் இக்கருத்தாக்கங்களை முன்னுக்குக் கொண்டுவந்துள்ளன. மார்க்சியர்களான ஏனெஸ்டோ லக்லெள, சந்தால் மோபே போன்ற அறிஞர்களும் இக்கருத்தாக்கங்களை எடுத்தாளுகின்றனர்.

தொகுப்பு எனும் சொல் ஒருமைப்படுத்துவதை, ஒற்றுமைப் படுத்துதலைக் குறிக்கும். அது ஒரு மையத்தை உருவாக்குவதைக் குறிக்கும். எனில், எதனைத் தொகுப்பது? எவற்றை ஒருமைப் படுத்துவது, ஒற்றுமைப்படுத்துவது? என்ற கேள்விகள் இயல்பாகவே எழுகின்றன. வேறுபாடுகள் கொண்டவற்றைத்தான் தொகுக்க வேண்டிவரும்; ஒற்றுமைப்படுத்த வேண்டிவரும். எனவே வேறுபாடுகள் என்ற எதார்த்தம் ஒற்றுமைப்படுத்துதல் என்ற உணர்வுபூர்வமான செயல்பாட்டைவிட அதிக அடிப்படைத்தன்மை கொண்டதாக முன்னுக்கு வருகிறது.

பன்னிரு திருமுறைகளைப் பொறுத்தமட்டில், ஐந்து நூற்றாண்டுகளுக்கு மேலாக தமிழ்நாட்டின் பல்வேறு வட்டாரங்களில், பல்லவநாடு முதல் தென்பாண்டி நாடு வரை, பல நூறு தலங்களில் எழுச்சி பெற்ற சைவப் பண்பாட்டு அசைவுகள் திருமுறைகள் தொகுக்கப்பட்ட காலத்தில் ஒரு மாபெரும் ஒருமைக்குள் கொண்டு வரப்பட்டன. கால அளவிலும் பிரதேச அளவிலும் சமூக அளவிலும் மிகவிரிந்த ஒரு பரப்பை இது குறிக்கிறது எனலாம். வேதங்கள்/ஆகமங்கள், வடமொழி/தென்மொழி, அந்தணர்/வேளாளர்/பிறர், சிவன் என்ற ஒரே தெய்வம்/சக்தி, முருகன் என்ற பிற தெய்வங்கள், சிவன் என்ற ஒரே தெய்வம்/பல வட்டார தெய்வங்கள், வன்தொண்டர்கள்/மென்தொண்டர்கள், உணர்ச்சிமயமான இறை அன்பு/சிவனைப் பற்றிய பரஞானம், துறவு/இல்லறம், உலக மறுப்பு/உலக விருப்பு, இசை மரபு/புராண மரபு, அறம்/பக்தி, வினை அறுத்தல்/இறைக் கருணை, பசி நீக்கல், பிணி நீக்கல் போன்ற உலகியல் செயல்பாடுகள்/இறை அருள் என்ற பலவகையான வேறுபாடுகள் திருமுறைகள் தொகுக்கப்பட்டதன் முன்களமாக அமைந்தன என்பதைக் காணலாம். இத்தனை வேறுபாடுகளின் மீதுதான் திருமுறைகளின் தொகுப்பு எனும் ஒருமைப்படுத்தும் அல்லது ஒற்றுமைப்படுத்தும் செயல்பாடு நிகழுகிறது என்பதை உணரமுடிகிறது. தோத்திரப் பாடல்களின் உணர்ச்சிமயப்பட்ட இறை உணர்வினுக்குள் கட்டுப்படாமல் மேலே குறித்த வேறு பாடுகள் தெறித்துக் கொண்டு நிற்பதையும் காணமுடிகிறது.

இன்னொருபுறம், திருமுறைகள் தொகுப்பு எனும் செயல்பாடு வேறுபாடுகளின் மீது ஏறி அமர்ந்திருக்கிறது. வேறுபாடுகளுக் கிடையில் ஒத்தநிலைகளை அடையாளம் கண்டு அவற்றை அது ஒற்றுமைக்குள் கொண்டு வருகிறது. வேறுபாடுகள் பூர்வாங்கமான வையா? ஒற்றுமை பூர்வாங்கமானதா? என்பது இங்கு ஒரு முக்கியமான கேள்வி. பின்னை நவீனத்துவம் இக்கேள்விக்கு வேறுபாடுகளே அடிப்படையானவை, ஒருமை என்பது கருத்தியல் ரீதியாகக் கட்டடப்பட்டதுதான் என்று பதில் கூறுமாக இருக்கலாம். அது மேற்கத்திய தாராளவாதச் (Liberal) சூழலில் விளைந்த பதிலாகத் தெரிகிறது. கீழைச் சிந்தனையாளர்களும் பின்னைக் காலனியச் சிந்தனையாளர்களும் ஒருமையே அடிப்படையானது என்று பதில் கூறுவார்களாக இருக்கலாம். முன்பு மார்க்ஸ் இந்தியச் சமூகத்தை ஆசிய உற்பத்தி முறை என வகைப்படுத்தியதை மனதில் கொண்டால், ஒருமை, வேறுபாடுகள் என்பனவற்றை இயங்கியல் ரீதியாகப் புரிந்து கொள்ள வேண்டி வரும்.

பண்டைய இந்தியாவில் சமணத் தத்துவம் அனேகாந்தவாதம் என்று அறியப்பட்டது. அது பன்மீயத்தின், வேறுபாடுகளின் அடிப்படை நிலையை வலியுறுத்தும் கோட்பாடு. வேறுபாடுகளுக் கிடையில் ஒற்றுமை கட்டடப்படமுடியும் என அது நம்பவில்லை. வேறுபாடுகளே அடிப்படையானவை என அது கொண்டு, வேறுபாடுகளுக்கிடையிலான உறவுகள் எப்படி இருக்கவேண்டும்? என்ற கேள்வியை முன்வைத்து யோசித்தது. அவை அகிம்சை உறவுகளாக, அறத்தின்பாற்பட்ட உறவுகளாக அமையவேண்டும் என அப்போது சமணம் பதிலளித்தது. ஆனால் சைவம் வேறுவிதமாகச் சிந்தித்தது. வேறுபாடுகள் அடிப்படையானவையாக இருக்கும் பட்சத்தில் கூட, அவற்றினின்றும் ஒற்றுமை, ஒருமை கட்டப்பட முடியும் என அது கருதியது.

வேறுபட்டவற்றிற்கிடையில் ஒற்றுமை கட்டடப்படுவதற்கு, ஒரு வலுவான, அதேவேளையில் நெகிழ்வான (Fluid or Floating Signifier) குறியீட்டுத் தலைமை வேண்டுமென லக்லௌ கூறுகிறார். நாம் தொடர்ந்து தேடும் இறைவன் என்பான், சிவம் என்பது, இறைவன்- உயிர்கள்- உறவுகள் என்பன அவ்வகை வலுவான, நெகிழ்ந்த குறியீடோ என எண்ணத் தோன்றுகிறது. இவ்வகை ஒற்றை மையத்தைச் சுற்றி எல்லா வேறுபாடுகளும் சமரசப்படுத்தப் படுகின்றன, ஒருமைப்படுத்தப்படுகின்றன.

ஒருமை கட்டடப்படும் நிகழ்வின் போது, திரும்ப வருதல் அல்லது மீள்வருகை (Repetition) என்ற செயல்பாடு தொழில்

படுவதாக டெல்யூஸ் (Deleuze) என்ற அறிஞர் குறிப்பிடுகிறார். திருமுறைகளைத் தினசரி ஓதுதல், இறைவனை எப்பொழுதும் நினைத்திருத்தல், இறை நாமங்களை அர்ச்சித்தல், இறைக் குறியீடுகளை உடல்மீது பதித்துக் கொள்ளுதல், இறை உணர்வை மன உணர்வாகக் கொள்ளுதல், இறைப் புராணங்களை, தொண்டர் புராணங்களை நினைந்திருத்தல், இறைவன்-உயிர்கள் உறவமைப்பினுள் உணர்ச்சிமயமாகக் கலந்திருத்தல் போன்றவை டெலியூஸ் குறிப்பிடும் திரும்பநிகழ்தல் எனும் வகையினைச் சாரும்.

ஒருமை/வேறுபாடுகள் எனும் இயங்கியலில் சமப்படுத்தல் (Equivalential Chain) என்ற ஒரு தொடர்நிகழ்வு தொழில்படுவதாக லக்லௌ குறிப்பிடுகிறார். இறைவன், இறை நாமம், இறை அருள், இறைப் பாடல், இறைப் பாடல்களின் தொகுப்பு, இறை அடியார் என்ற சமப்படுத்தும் தொடர்நிகழ்வையே அவர் குறிப்பிடுகிறார். இச்சமப்படுத்தலில் சேந்தனார் என்ற அடியவரும் அவர் இயற்றிய பாடல்களும் கூட உள்ளிழுக்கப்படுகின்றன. சமூகப் படிநிலையிலும் ஆண்/பெண் பாலியல்ரீதியாகவும் காலப் பரப்பிலும் வேறுபடும் சிவத் தொண்டர்களை பெரிய புராணம் தொண்டர் குலம் எனவும் அடியார் குலம் எனவும் சமப்படுத்துகிறது. வேறுபாடுகள் மேம்போக்கானவை, புறநிலை கொண்டவை, இறைவன்-உயிர்கள் உறவு என்ற அகநிலையில் அடியவர்கள் அனைவரும் சமமானவர்களே என்ற வாதம் சொல்லப்படுகிறது. வேறுபாடுகளுக்கிடையில் தொழில்படும் சமநிலை இது.

வேறுபாடுகள் சமப்படுத்தப்படும் போது, வேறுபாடுகள் உள்ள முக்கப்படுகின்றன, ஒடுக்கப்படுகின்றன (Suppressed) என்ற வாதமும் சொல்லப்படமுடியும். சமப்படுத்தல் சரியாகத் தொழில் படாத போது உள்ளமுக்கப்பட்ட, ஒடுக்கப்பட்ட வேறுபாடுகள் மீண்டு வரமுடியும். அவை மறு உயிர்ப்பு பெற முடியும் (Resurrection of the Subjugated-Foucault). அதாவது, வேறுபாடுகளும் திரும்ப வருதல் (Repetition) என்ற செயல்பாட்டிற்கு உள்ளாக முடியும். ஒருமைக்குள் கட்டுப்பட்டு நிற்கும் போது கூட, வேறுபாடுகள் தமது எதிர்ப்பை, மென்மையான ஆட்சேபனைகளைத் தெரிவிக்க முடியும். ஒருமையினுள் ஓர் அவதி போல, மூடிய நிலையிலான எதிர்ப்பு போல (Agony, Rupture) அது வெளிப்படமுடியும்.

ஒருமை/வேறுபாடுகள் என்ற இயங்கியல் தராதரப்படுத்துதல் அல்லது படிநிலைப் படுத்துதல் என்ற மூன்றாவது நிலையை எட்ட முடியும். பன்னிரு திருமுறைகள் தொகுப்பிலும் சைவ சமய வரலாற்றிலும் இது பலபட நிகழ்ந்திருப்பதாகத்தான் தெரிகிறது.

மென் தொண்டர்/ வன் தொண்டர், சரியை/கிரியை/யோகம்/ ஞானம், சன்மார்க்கம்/சகமார்க்கம்/சத்புத்திரமார்க்கம்/தாச மார்க்கம் போன்ற படிநிலை உருவாக்கங்களாக அவை நிகழ்ந்திருக் கின்றன. திருமுறை தொகுப்பின் முன்/பின் வரிசையும் இதனை எடுத்துக்காட்டும்.

பன்னிரு திருமுறைகள் தொகுப்பில் இரண்டு எதிரெதிர் நிகழ்வுகள் நடந்தேறியிருக்கிறது. ஒன்று-சமயரீதியாக ஒன்று படுத்தும், சமப்படுத்தும் நிகழ்வு. மற்றொன்று-சமூகரீதியான (சாதி, பாலினம், பொருளாதாரம்) வேறுபாடுகள். முந்தியது சமய இலக் காகவும் பிந்தியது சமூக எதார்த்தமாகவும் விளங்கியுள்ளன. எப்போதுமே சைவ சமய இலக்கு வெற்றி பெற்றது என்றும் கூறமுடியாது. இந்த இரண்டு எதிரெதிர் ஆற்றல்களின் இயங்கியலில் சைவ சமய அடையாள உருவாக்கமும் திருமுறைகளின் தொகுப்பும் இன்றுவரை நமக்குக் காணக் கிடைக்கின்றன.

திரு உந்தியார் திருக்களிற்றுப்படியார்

ஆணவமலம் அகற்றலும் பொருண்மை நிலைகளும்

சைவ மரபின் மெய்கண்ட சாத்திரங்கள் பதினான்கு. இவற்றில் சிவஞானபோதம் அருளிய மெய்கண்ட தேவருக்கு முந்திய காலத்தில் எழுந்த இரண்டு சாத்திரங்கள் திரு உந்தியாரும் திருக்களிற்றுப்படி யாரும். திரு உந்தியாரின் ஆசிரியர் திருவியலூர் உய்யவந்த தேவர். திருக்களிற்றுப்படியாரின் ஆசிரியர், திருவியலூர் தேவரின் மாணவரின் மாணவராகிய, திருக்கடவூர் உய்யவந்த தேவர் ஆவர். ஆசிரிய மாணவத் தொடர்ச்சியின் பொருட்டும் இந்நூல்களின் உள்ளடக்கம் சார்ந்தும் இவ்விரு முதல்நூல்களும் இரட்டைச் சாத்திரங்கள் என வழங்கப்படுகின்றன. "திரு உந்தியாரும் திருக்களிற்றுபடியாரும் சமயக் குரவர்கள் நால்வரும் தமிழ்நாட்டில் வாழ்ந்து தம் அருளிச் செயல்களை வழங்கிய காலத்துக்குப் பிற்பட்டவை. மெய்கண்ட தேவ நாயனார் தோன்றிச் சிவஞான போதத்தை அருளித் தமது திருமரபை நிலைநிறுத்திய காலத்துக்கு முற்பட்டவை... எனவே, இவ்விரு நூல்களும் தோத்திர காலத்துக்கும், முறைப்படுத்தப்பட்ட சாத்திர காலத்துக்கும் இடையில் தமிழகத்தின் சைவ சமய மரபுகளை நமக்கு அறிவிக்கும் அரிய நூல்களாகும்" என்கிறார் அறிஞர் சி.சு. மணி.

திரு உந்தியாரையும் திருக்களிற்றுப்படியாரையும் மெய்கண்ட சாத்திரங்களாக ஏற்றுக்கொள்ளுவதனை சைவ மரபில் ஒரு பிரிவினர் ஆட்சேபித்ததாகத் தெரிகிறது. விஞ்ஞான தேவர் சந்தான மரபு/ மெய்கண்ட தேவர் சந்தான மரபு ஆகிய ஆசிரிய மரபுகளுக்கிடையிலான வேறுபாடுகள் இதற்குக் காரணமாக இருந்திருக்கின்றன. இருப்பினும், திருக்களிற்றுப் படியார் நூலை சிதம்பரம் நடராசர் கோயிலின் வாசற்படிகளில் வைத்ததாகவும், கோயில்படியில் அமைந்திருந்த களிறு நூலை எடுத்து இறைவனின் காலடிகளில் இட்டதாகவும் கூறப்படுகிறது. அதேபோல திரு உந்தியார், திருக்களிற்றுப்படியார் நூல்களின் ஆசிரியர்கள் மெய்கண்ட தேவரை நேரில் சந்தித்து நூல்களை

அவரது காலடிகளில் வைத்து அங்கீகாரம் பெற்றதாகவும் சொல்லப்படுகிறது.

திரு உந்தியார், திருக்களிற்றுப்படியார் ஆகிய இரண்டு முதல் சாத்திர நூல்களிலும் இறைவன் - உயிர்கள் உறவுநிலை, இறை அருளை அடைவதில் குருவின் முக்கிய பாத்திரம், நாயன்மார்களின் வாழ்க்கைச் சம்பவங்களை எடுத்தாண்டு கருத்துக்களை விளக்குதல், இறைவனின் திரோதன மற்றும் அருட்சக்தி, நல்வினை/வல்வினை ஆகியவை எடுத்துரைக்கப்படுகின்றன. இவற்றில் இந்நூல்களில் சொல்லப்படும் இறைவன்-உயிர்கள் உறவுநிலையை இக்கட்டுரை விவாதிக்கிறது. உயிர்களின் "தான்" எனும் உணர்வு விலக்கப்பட வேண்டும் எனும் இலக்கு இந்நூல்களில் வரையறுக்கப்படுவதும் அக்கருத்தாக்கத்தின் பொருண்மை நிலைகளும் கட்டுரையின் ஆய்வுப் பொருட்களாகின்றன.

திரு உந்தியாரிலும் திருக்களிற்றுப்படியாரிலும் ஆணவமலம் அகற்றல்

திரு உத்தியாரிலும் திருக்களிற்றுப்படியாரிலும் பின்னாட்களில் சைவ சிந்தாந்தத்தில் நாம் தெள்ளெனக் காணும் சைவ மெய்யியலின் கலைச் சொற்களைக் காண இயலவில்லை. ஆயின் இறைவனுக்கும் உயிர்களுக்கும் இடையில் சைவம் கற்பிக்கும் உறவுகள் முனைப்பாக எடுத்தியம்பப்பட்டுள்ளன. உயிர்கள் இறைவனை அடைய தன்முனைப்பை விலக்க வேண்டும், 'தான்' எனும் உணர்வை அகற்ற வேண்டும் என்ற கருத்து வலியுறுத்தப்படுகின்றது. சைவ மெய்யியலில் இது ஆணவம் அகற்றல் எனவும் ஆணவ மலமே மும்மலங்களில் அடிப்படை மலம் எனவும் கூறப்படுகிறது. உயிர்களின் "தான்" எனும் உணர்வைத் திருக்களிற்றுப்படியார் (பாடல் 59) "வாஞ்சைக் கொடி வளர்க்கும் ஆணவம்" என மதிப்பிடுகிறது. திரு உந்தியார் தன்முனைப்பை அகற்றலை இறைவனோடு உயிர்கள் கொள்ளும் உறவுக்கு முன்நிபந்தனையாகக் குறிக்கிறது.

நம் செயல் அற்று, இந்த நாம் அற்றபின், நாதன்
தன்செயல் தானே என்று உந்தீபற
தன்னையே தந்தான் என்று உந்தீபற (தி.உ.6)

உள்ளம் உருகில் உடன் ஆவர் அல்லது
தெள்ள அரியர் என்று உந்தீபற
சிற்பரச் செல்வர் என்று உந்தீபற   (தி.உ.7)

ஆணவமலம் அகற்றல் என்ற சைவ சமய இலக்கு உள்ளம் உருகுதல் அல்லது அன்பு எனும் இலக்கோடு ஒன்றுபடுதலை இங்குக் காணுகிறோம். தன்னலம் அல்லது தன்முனைப்பு அழியும் போது மனிதமனம் பிறரை நோக்கித் திறந்து கொள்ளுகிறது. இதுவே அன்பெனும் உறவுநிலையாக விரிகிறது. ஆணவத்தின் எதிர்சக்தியாக சைவத்தில் அன்பு தொழில்படுவதைக் காணுகிறோம். அன்பினை முதன்மைப் படுத்துவது திரு உந்தியாரில் தொடர்ந்து வரும் தோத்திரப்பாக்களின் மரபு எனலாம். அறிவை விட அன்பிற்கு திரு உந்தியார் முந்தி இடம் அளித்திருப்பதாகவே தெரிகிறது.

அவிழ இருக்கும் அறிவுடன் நின்றவர்க்கு
அவிழும் இவ் அல்லல் என்று உந்தீபற
அன்றி அவிழாது என்று உந்தீபற   (தி.உ.21)

இப்பாடலுக்கு உரை கூறும் அறிஞர் சி.சு.மணி அவர்கள் "உயிரின் அறிவு எல்லைக்கு உட்பட்டது. அதுமட்டுமின்றித் தன்னை முன்னிறுத்தியே உயிரின் அறிவு தொழில்படும். உயிரின் அறிவு யான் என்னும் செருக்கினால் இறுகக் கட்டப்பட்ட நிலையிலிருந்து விடுபட்டு, அப்பிணைப்புகள் நெகிழ்ந்த நிலையில்தான் பிறவித் துன்பங்கள் நீங்கும்." என எழுதுகிறார்.

திரு உந்தியார் முன்வைக்கும் ஆணவமலம் குறித்த அதே விதமான கருத்துக்களை திருக்களிற்றுப்படியாரும் விளங்க உரைக்கிறது.

உள்ள முதலனைத்தும் ஒன்றாய் உருகவரின்
உள்ளம் உருகவந்து உன்னுடனாம் - தெள்ளி
உணருபவர் தாங்கள் உளராக என்றும்
புணரவர நில்லாப் பொருள்   (தி.க. 14)

"முதல் என்ற சொல் இங்குத் தத்துவங்களைக் குறித்தது. தத்துவங்கள் யாவும் உயிரை விட்டு நீங்கிய நிலையிலேயே திருவருள் சத்தி உயிர் மீது பதியும்" எனக் கூறுகிறார் அறிஞர் சி.சு.மணி. தத்துவங்கள் எதுவுமற்று உயிர் சுத்த எளிமையை எட்டவேண்டும் என்பது வலியுறுத்தப்பட்டுள்ளது. உள்ளம் உருகியவர்க்கன்றி நானே தெளிந்து உணர்வேன் என முயலுபவர்க்கு பரம்பொருள் எட்டாமல் நிற்கும் என்பதும் கூறப்படுகிறது. அடுத்து வரும் திருக்களிற்றுப் படியாரின் பாடலும்,

ஆரேனும் அன்புசெயின் அங்கே தலைப்படும் காண்
ஆரேனும் காணா அரன்.   (தி.க. 15)

எனக் கூறுகிறது. திருக்களிற்றுப்படியார் பாடல்கள் 52-55 ஆணவமற்ற எளிய மனிதரின் சிறப்புக்களை எடுத்தியம்புகின்றன. கண்ணப்பரின் அன்பும் சேந்தனாரின் அன்பும் ஆணவம் அழியத் தோன்றியவை என்பதை அப்பாடல்கள் எடுத்துக் கூறுகின்றன. ஞானசம்பந்தர் அழுவது கேட்டுப் பால் சுரந்த பார்வதி தேவியாரின் அன்பை விட அச்செய்தியைக் கேட்ட மாத்திரத்தில் "சுரந்த தனமுடையாள் தென்பாண்டி மாதேவி தாழ்ந்த மனமுடையாள் அன்பிருந்தவாறே" எனச் சிறப்பிக்கப்படுகிறாள்.

அன்பே என் அன்பே என்று அன்பால் அழுது அரற்றி
அன்பே அன்பாக அறிவு அழியும் - அன்பு அன்றித்
தீர்த்தம் தியானம் சிவார்ச்சனைகள் செய்யும் அவை
சாற்றும் பழமன்றே தான் (தி.க. 55)

அறிவு, தீர்த்தமாடுதல், தியானித்திருத்தல், சிவார்ச்சனைகள் செய்தல் ஆகிய அனைத்தினும் அன்பே சிறப்பானது எனப் பாராட்டப்படுகிறது. ஆணவமலம் அகற்றல் என்ற கருத்தாக்கத் தோடு பொருந்திய நிலையில் "உள்ளம் உருகுதல்", "அன்பு செய்தல்" போன்ற சொற்கள் பொருள் கொள்ளப்படும்போது அன்பு கொள்ளும் மனத்தின் உளவியல் புலப்படுகிறது. பக்தி மரபுகளில் பேசப்படும் அன்பு எனும் கருத்தாக்கத்தை தமிழ்ச் சங்க இலக்கிய அகத்துறை மரபோடு இணைத்தும் பேசுவர் அறிஞர். ஆயின் சைவ மரபில் அன்பு செய்தல் எனும் நிலை ஆணவம் அகற்றலோடு நேரடியாகத் தொடர்பு கொண்டது என்பதை இங்கு நாம் வலியுறுத்த விழைகிறோம்.

ஆணவமலம் அகற்றலின் சமூக வரலாற்றுப் பொருண்மை நிலைகள்

திரு உந்தியாரும் திருக்களிற்றுப்படியாரும் ஆணவமலம் அழித்தல் பற்றிக் குறிப்பிடும் மேற்குறித்த செய்திகளோடு இந்திய மற்றும் தமிழ் தத்துவ மரபுகளில் இக்கருத்தாக்கத்தின் உருவாக்கம், வளர்ச்சி ஆகியவை குறித்து இனி பேசுவோம். தான் எனும் முனைப்பை விலக்குதல் அல்லது ஆணவம் எனும் அடிப்படை மலம் அகற்றுதல் என்ற இலக்கு தமிழ் மரபிலும் இந்தியத் தத்துவங்களிலும் பல சிக்கலான சூழல்களில் பயின்று வந்துள்ளது.

மார்க்சிய சமூகவியலாளர்கள் இந்த இலக்கு சமூக வரலாற்றில் தனி உடமை தோன்றிய காலத்தில் அதற்கு எதிர் உணர்ச்சியாகத்

தோற்றம் பெற்றது என விளக்கமளிப்பார்கள். இக்கருத்தினை சங்ககாலச் சமூகத்தின் பாடல்கள் பல ஏற்றுப் பேசுவதைக் காணமுடியும். புராதன இனக்குழு வாழ்வைக் குறித்து நின்ற சீறூர் மன்னர்கள் அழிக்கப்பட்டு பெருவேந்தர்கள் உருவான காலத்தில் தமிழ்ச் சமூகத்தில் தனி உடமையும் தோன்றியது. மன்னரும் பாணரும் விறலியரும் கூத்தரும் கிடைத்ததைப் பகிர்ந்து உண்ட காலம் பழங்கதையாய்ப் போய், ஏழ்மையும் வறுமையும் மக்களைப் பீடித்ததைச் சங்கப்பாடல்கள் பல எடுத்தியம்புகின்றன. புராதன சமத்துவ சமூகம் பற்றிய ஓர் ஏக்கம் சங்கப் பாடல்களில் உள்ளது. இத்தகையப் பின்புலத்தில்தான் தனி உடமையினின்றும் அரச அதிகாரங்களினின்றும் பிறப்பெடுத்த "தான்" என்ற உணர்வை அகற்ற வேண்டும் என்ற இலக்கும் தோற்றம் பெற்றது எனலாம்.

தனி உடமைப் பேரரசுகள் தோன்றிய காலத்தில் வட இந்தியச் சூழல்களில் பௌத்த சிந்தனை அனான்மவாதம் என்ற ஒரு கோட்பாட்டை உருவாக்கியது. தனிமனித உணர்வே ஒரு பொய் யுணர்வு எனவே அது கூறியது, தனி உடமையால் உருவாக்கப்பட்ட தனிமனித உணர்வைக் களைந்து (அவிழ்த்து) நிர்வாண நிலை அடைதலை அது பாராட்டியது. தான் என்ற உணர்வு அடியோடு விலகிய நிலையை அனான்மநிலை அல்லது நிர்வாணநிலை என பௌத்தம் கூறியது. தன்னலமற்ற உயிர்களின் தொகுப்பான சங்கம் என்ற கூட்டு வாழ்க்கை முறை பௌத்தத்தால் முன்மொழியப் பட்டது. சங்கம் என்பது புராதனப் பொதுமை குறித்த நினைவு களிலிருந்து தோன்றிய ஓர் இலக்கு எனலாம்.

அனான்மம், சங்கம் ஆகிய இரண்டு கருத்தாக்கங்களையும் உற்று நோக்கும் போது, அவை தனிமனித உணர்வைக் கரைப் பதையும் அதற்கு மாற்றாக ஒரு குழுமத்தைக் கட்டமைப்பதையும் (Constructing a Community) நோக்காகக் கொண்டுள்ளன என்பதை உணரமுடியும். வரலாற்றில் குழுமங்கள் கட்டமைக்கப்படுதல் என்ற நிகழ்வு பல்வேறுபட்ட விளைவுகளைக் கொண்டது. அது தனி உடமைக்கும் தனிமனித உணர்வுக்கும் எதிராகத் தொழில்பட்டு, பொதுமை, பொதுநலன், சமூகநலன் ஆகியவை குறித்த அற உணர்வை உருவாக்குகிறது என்பது உண்மை. தமிழில் சங்கம் மருவிய காலத்தில் தோன்றிய அற இலக்கியங்களில் இதன் பதிவுகளைச் சந்திக்கமுடியும்.

யான்எனது என்னும் செருக்குஅறுப்பான் வானோர்க்கு
உயர்ந்த உலகம் புகும் (திருக்குறள் 346)

எனத் திருக்குறள் கூறுவது இவ்வகைப்பட்டதே எனலாம்.

இருப்பினும் ஒரு சாதி, ஒரு மதம், ஓர் அடையாளம் குழும வடிவில் கட்டமைக்கப்படும் போது, அது தன்னுள் தொழில்படும் உள்வேறுபாடுகளை அழுத்தி இல்லாமலாக்கி, இறுக்கமானதோர் ஒற்றுமையைக் கட்டமைக்கிறது என்று பொருளாகிறது. பிறிதொரு சாதி, பிறிதொரு மதம், பிறிதோர் அடையாளம் குறித்த தீவிர வெறுப்பும் விரோதமும் கூட இவ்வகைக் கட்டமைப்புகளில் உருவாகின்றன. புராதனப் பொதுமை எனும் பூர்வ நினைவுகளிலிருந்து வெகுதூரம் விலகிய, பலவேளைகளில் அதற்கு எதிர்நிலைக்குச் சென்றுவிடும் நிகழ்வு இது. சமூகநலன் குறித்த அறச்சிந்தனை இங்கு வற்றிப்போய் விடுகிறது என்பதையும் காண்கிறோம்.

தான் என்ற உணர்வை விலக்கவேண்டும் என்ற இலக்கை சைவ சமயமும் முன்வைத்தது. இதை ஒட்டியே உள்ளம் உருகுதல், அன்பு செய்தல் என்ற தகவுகள் சைவ இலக்கியங்களில் உருக் கொள்ளுகின்றன. சமணமும் பௌத்தமும் தான்மை உணர்வை அகற்றி அறத்தை நோக்கி விரிந்து செல்ல, சைவச் சிந்தனை அன்பு செய்தலை நோக்கிப் பயணிப்பது ஒப்பு நோக்கத்தக்கது. சைவத் தோத்திரப் பாடல்கள் மரபில், "தான்" எனும் உணர்வைக் கரைத்து உள்ளம் உருகுதல் உணர்ச்சிவயப்பட்ட ஓர் இசை மரபை உண்டாக்கியுள்ளது. ஆணவம் கொண்ட அல்லது இறுகிய உள்ளம் இசைவு கொள்ளாது, இசையின் நோக்கம் இசைவிப்பது.

கூடுதலாக, சில இற்றைக் காலத்திய சிந்தனைகளோடும் சைவத்தின் ஆணவம் அகற்றலை ஒப்புநோக்க முடியும். பூக்கோ, டெரிடா, லக்கான் ஆகியோரின் பின்னை நவீனத்துவச் சிந்தனைகளில் தனிமனிதம் என்பதே கட்டமைக்கப்பட்ட ஒன்று, அதனைக் கட்டவிழ்க்கமுடியும் என்ற கருத்துக்கள் காணக்கிடைக் கின்றன. "தான்" என்ற மையம் உருவாவதிலிருந்து எனது/பிறிது என்ற எதிர்வும், அதனைத் தொடர்ந்து (மேற்கத்திய) தத்துவங் களில் காணப்படும் அகம்/புறம், உயிர்/உடல், பௌதீகம்/அனுபூதம் போன்ற பல்வேறு எதிர்வுகளும் அடுக்கடுக்காகத் தோற்றம் பெருகின்றன எனப் பின்னை நவீனத்துவம் கண்டு சொல்லுகிறது. இதன்படி, "தான்" எனும் கருத்தியல் மையத்தைக் கட்டவிழ்க்கும் போது தத்துவங்களில் புழக்கத்தில் உள்ள பல்வகை எதிர்வுகளும் கட்டவிழ்ந்து கலையும் என்பது பின்னை நவீனத்துவம். "தான்" என்ற மையத்திற்கும் தத்துவங்களில் பயின்று வரும் எதிர்வுகளுக்கும் இடையிலான உறவை சைவச் சிந்தனை புரிந்து கொண்டிருக்கிறது

என இந்நிலையில் எண்ணத் தோன்றுகிறது. ஆணவமலம் அழிந்தநிலையில் தத்துவ எதிர்வுகள் நிலையழிகின்றன எனத் திருக்களிற்றுப்படியாரின் ஒரு பாடல் எடுத்துரைக்கிறது.

ஒன்றன்று இரண்டன்று உளதன்று இலதன்று
நன்றன்று தீதன்று நானன்று-நின்ற
நிலையன்று நீயன்று நின்னறிவும் அன்று
தலையன்று அடியன்று தான் (திருக்களிற்றுப்படியார் 58)

ஆணவம் அழிய, தத்துவங்களின் இறுக்கமான எதிர்வுகள் கலைய ஓர் எளிமையான திரவநிலை, மிதவைநிலை தோன்றுகிறது. இது மிக நெகிழ்வான ஓர் இயங்கியல் நிலை.

ஆணவமலத்திற்கும் அறிவுக்கும் இடையிலான உறவையும் சைவச் சிந்தனை அறிந்திருந்ததாகத் தெரிகிறது. "அன்பே அறிவாக அறிவு அழியும்" (திருக்களிற்றுப்படியார் 55), "அறிவு அவிழ்த்துக் கொண்ட அறிவினராய்" (திருக்களிற்றுப்படியார் 32) ஆகிய பாடல் வரிகள் மிக வலுவானவை. அறிவுக்கும் அதிகாரத்திற்கும் (Knowledge/Power) இடையிலான உறவை மீஷல் பூக்கோ அடிப்படையாகக் கொண்டு பேசினார். சைவம் ஆணவமலத்தை உயிரோடு ஒட்டிக்கிடக்கும் அடிப்படை மலம் எனப் பேசியதெனில், அது உடமை உணர்வின், அதிகார உணர்வின், அந்தஸ்து உணர்வின் அடிப்படைப் பண்பைப் புரிந்து கொண்டிருக்கிறது என்றே படுகிறது.

பௌத்தம் போலவே சைவமும் ஒரு சமயக் குழுவை உருவாக்கும் முகத்தான், "தான்" மையப்பட்ட உணர்வுகளை விமர்சனப்படுத்தியது என ஒரு முடிவுக்கும் நாம் வரமுடியும். சைவம் என்ற பொது அடையாளம் உருவாக தனிமனித முனைப்புகள் ஒரு கட்டுக்குள் கொண்டுவரப்படவேண்டும். தனிமனிதரை விட சமயத்தின் பொது அடையாளம் வலுப்பட இது உதவும். சைவத்தின் வரலாற்றில் இத்தகைய சமயப்பொதுமையை முதன்மைப்படுத்தும் காலகட்டம் இல்லாமலில்லை. தொண்டர் குலம், அடியார் குலம் என ஒரு பொதுமையைச் சாதிக்க அது முயற்சி செய்யாமலில்லை. இருப்பினும் ஆணவமலம் குறித்த விமர்சனம் இதனை மட்டுமே குறித்தது என முடித்துவிட முடியாது.

சைவச் சிந்தனையில் ஆணவமலம் அகற்றல் பதிக்கு அடிமையாதலோடு இரண்டற இணைந்தே நிகழுகிறது. ஆணவமலம் அகற்றலும் பதிக்கு அடிமையாதலும் இயங்கியல்

ரீதியாகத் தொடர்பு கொண்டுள்ளன. அதாவது, பக்தன் தன்னை எவ்வளவுக்கெவ்வளவு குறைத்துக் கொள்கிறானோ அவ்வளவுக் கவ்வளவு பதியை அவன் நெருங்குகிறான். ஆணவம் அடியோடு விலகும் போது அவன் பதியை முழுவதும் சென்றடைகிறான். நான் ஒன்றுமில்லாதவனாகும் போது எல்லாமுமாக ஆகிறேன். பௌத்தத்திலும் கூட இவ்வகை இயங்கியல் ‘சூன்யமே பூரணம்’ எனும் கோட்பாட்டால் குறிக்கப்படுகிறது. மேற்கத்தியத் தத்துவங்களிலும் இத்தகைய இயங்கியல் தொழில்பட்டுள்ளது. கிறித்துவ சிந்தனையில் எதுவுமே இல்லாத எளியவர் தேவனின் சாம்ராஜ்யத்தில் முதலிடம் பெறுவர் எனச் சொல்லப்படுகிறது. ஹெகலிய இயங்கியலிலும் மார்க்சிய இயங்கியலிலும் கூட இக்கோட்பாடு உண்டு. உற்பத்திச் சாதனங்கள் எதுவுமற்ற பாட்டாளி வர்க்கம் பொன்னுலகை வென்று எடுக்கும் என்று மார்க்சியர் கூறுவர். மனித இயல்பு என்பதை இன்மை (Nothingness) என வரையறுத்த பிரெஞ்சுத் தத்துவ அறிஞர் சார்த்தர், அதன்மூலம் மனிதர் எதுவாகவும் தம்மை ஆக்கிக்கொள்ளும் சுதந்திரத்தைப் பெறுகின்றனர் என வாதிடுவார்.

இருப்பினும், ஆணவமலம் அகற்றல் எனும் சைவக் கோட்பாட்டிற்கு நாம் இத்தனைச் சுதந்திரமாக விளக்கம் அளிக்க முடியுமா? என்பது ஓர் அடிப்படையான கேள்வி. ஆணவமலம் அகற்றல் இங்கு பதிக்கு அடிமையாதலுடன் இறுகக் கட்டப் பட்டுள்ளது. இது நிகழும் போது, ஆணவமலம் அகற்றப்படுவதால் கிடைக்கும் தத்துவ வாய்ப்புகளை நாம் இழந்து விடுவதாகத் தோன்றுகிறது. ஆணவமலம் அகற்றல் என்ற இலக்கு இறைவனுக்கு அடிமையாதல் என்ற இலக்கோடு ஒன்றிணையும் போது, அது தீவிரமான பொருண்மை மாற்றத்திற்கு ஆட்படுகிறது. தன்னை இழந்து, தானே முன்வந்து தலைவனுக்கு அடிமையாதல் எனும் நிகழ்வு மொத்த இடைக்கால நில உடமைச் சமூக உறவுகளுக்கும், அரசியல் உறவுகளுக்கும், குடும்ப உறவுகளுக்கும், சமய உறவுகளுக்கும் அடிப்படையான ஓர் முன்வடிவினைக் குறித்து நிற்பதாகத் தோன்றுகிறது.

சைவ சித்தாந்த மெய்யியல்

ஒரு விமர்சன அறிமுகம்

மிக இளமையான மெய்யியல்

இந்திய மெய்யியல்களில் மிகவும் இளமையானது சைவ சித்தாந்த மெய்யியல் ஆகும். சாங்கியம், யோகம், நியாயம், வைசேடிகம், சமணம், பௌத்தம், வேதாந்தம், மீமாம்சம் ஆகிய இந்திய மெய்யியல்களெல்லாம் தமது பழமையை முன்வைத்துப் பெருமை கொள்ளுமெனில், சைவ சித்தாந்தம் அதன் இளமையைக் குறித்து பெருமை கொள்ள வேண்டிவரும். சைவ சித்தாந்த மெய்யியலின் முதல் நூல்களாக சிவஞான போதம் முதலான பதினான்கு சாத்திரங்கள் சொல்லப்படுகின்றன. இவற்றில் அடிப்படை நூல் எனும் அந்தஸ்தைப் பெறும் சிவஞான போதம் 13-ஆம் நூற்றாண்டைச் சார்ந்தது. எனில் சைவ சித்தாந்த மெய்யியல் அதன் வடிவமைக்கப்பட்ட உருவில் 700 ஆண்டுகளுக்குட்பட்டது எனலாம்.

மெய்யியல் அனுபவம்

சைவ சித்தாந்தம் இளமையானது எனக் கூறும்போது அதனால் அது பெறும் சில ஆதாயங்களைப் பற்றியும் குறிப்பிடலாம். இந்திய வரலாற்றின் மிகப் பண்டைக் காலம் தொட்டு 10-12-ஆம் நூற்றாண்டுகள் வரையிலான காலங்களில் எழுந்த மெய்யியல்கள் பலவற்றைப் பற்றிய விரிவான அறிவு சைவ சித்தாந்தத்திற்கு அனுபவப்பட்டுள்ளது என்பது அதன் மிகச் சிறப்பான ஓர் அனுகூலமாகும். சுமார் 1500 ஆண்டுகளுக்கு மேற்பட்ட மெய்யியல் போக்குகளும் அவற்றின் பலவகைப்பட்ட வாதப் பிரதிவாதங்களும் அவற்றின் வழியே வளர்ந்த தருக்கவியலும் சைவ சித்தாந்தத்தின் உள்வாங்கலுக்கும் செரித்தலுக்கும் கிடைக்கின்றன என்பது இதன் பொருள். எனவே இப்போது நாம் சைவ சித்தாந்தத்தைப் படித்துப் புரிந்து கொள்ள முயலும்போது, நமது நிலைமையையும் அது

சிக்கலாக்குகிறது. எப்படியெனில், சைவ சித்தாந்தம் பற்றிய புரிதலுக்கு இந்திய மெய்யியல் மரபுகள் பற்றிய விரிந்த அறிவு நமக்கும் தேவைப்படுகிறது என்றாகிவிடுகிறது. பல்வேறு இந்திய மெய்யியல் சொல்லாடல்களுக்கிடையில் ஒரு பனுவலிடைத் தளத்தில் (Inter-textual) சைவ சித்தாந்தம் என்ற அம்மெய்யியலை வாசிப்பது அவசியமாகிறது.

இந்திய மெய்யியல் மரபுகளை உள்வாங்கியும் அவற்றோடு வாதித்தும் சைவ சித்தாந்தம் வளர்ந்து வந்துள்ளது என்பதைச் சைவ சித்தாந்தப் புலவர்கள் பலரும் ஏற்றுக் கொள்ளுகின்றனர். மறைமலையடிகள், பேராசிரியர் தேவசேனாபதி போன்ற சைவப் புலவர்கள் இது குறித்து வெளிப்படவே பேசியுள்ளனர்.

"சாங்கியர் போல சத்காரியவாதத்தை ஏற்று (ஆனால் அவர் களுடைய இறையிலிக் கொள்கையை விடுத்து), நையாயிகர் களைப்போல இறைவன் உண்டு எனக் கொண்டு (ஆனால் அவர் களுடைய அசத்காரியவாதத்தை விடுத்து), நையாயிகர்களைப் போல அன்யதாக்கியாதியை ஏற்று (ஆனால் அவர்களுடைய பரதப்பிரமாணியக் கொள்கையை விடுத்து), மீமாம்சகர்களைப் போல் ஸ்வதப்பிரமாணியத்தை ஏற்று (ஆனால் அவர்களுடைய இறையிலிக் கொள்கையை விடுத்து), அத்வைதிகளைப்போல் ஜீவன் முக்தியை ஏற்று (ஆனால் அவர்களுடைய நிர்குணப் பிரம்மம்-மாயாவாதம் போன்றவற்றை விடுத்து), விசிஷ்டாத்வைதிகளைப் போல் இறைவனை எண்ணில் பல் குணம் எழில்பெற உடைய வனாகக் கொண்டு (ஆனால் அவர்களுடைய ஜீவன் முக்தி மறுப்பை விடுத்து)- இவ்வாறெல்லாம் கருத்துக்களையும் கொள்கைகளையும், ஏதோ எவ்வாறோ என்று குவித்துக் கலவையாக்காமல், தன்னுடைய அடிப்படைக் கோட்பாட்டிற்கேற்ப [சைவ சித்தாந்தம்] இயைபுறப் பொருத்துவது கருதற்பாலது." (வ. ஆ. தேவசேனாபதி, சைவ சித்தாந்தத்தின் அடிப்படைகள், சென்னைப் பல்கலைக்கழகம், *1981*).

மறைமலையடிகள், "உலகம் உள்பொருளாதல் சாருவாகத்தானும், அறிவுஞ் சடமும் வேறுவேறாதல் பௌத்தத் தானும், உயிரும் இருவினையும் உளவாதல் சமணத்தானும், கடவுள் அருவநிலையினராய் நிற்றல் மாயாவாதத்தானும், கடவுள் உருவத் திருமேனியுடையராதல் வைணவத்தானும் பெறப்படுகின்றன" (மறைமலையடிகள், சைவ சித்தாந்த ஞானபோதம், T. M. Press, பல்லாவரம், *1935*, ப. *39*) என்று குறிப்பிடுவார்.

பல்வேறுவகையான இந்திய மெய்யியல்களைப் பயின்று அவற்றின் கோட்பாடுகள், கருத்தாக்கங்கள் ஆகியவற்றொடு பொருதி, அவற்றை மறுகட்டமைப்புச் செய்து, சைவ சித்தாந்தம் தனக்கே உரிய ஒரு மெய்யியல் அமைப்பை உருவாக்கியுள்ளது என நாம் கொள்ளலாம். இந்திய மெய்யியல் வரலாற்றில் ஒரு மூலாதாரமான மெய்யியல் என்ற தகுதியை நோக்கி சைவ சித்தாந்தம் நகரவில்லை. மாறாக பலவகை மெய்யியல்களை அறிந்து கடந்து நிற்கும் ஒரு வளர்ச்சியடைந்த மெய்யியல் என்ற தகுதியை நோக்கியே அது நகர்கிறது.

வரலாற்று அனுபவம்

சைவ சித்தாந்தம் பிற மெய்யியல் பள்ளிகளோடு விவாதித்து வளர்ந்தது என்ற கூற்றோடு, அது பிற மெய்யியல்களைவிட அதிக அளவிலான நேரடி சமூக வரலாற்று அனுபவம் கொண்டது என்ற கூற்றையும் சேர்த்துக் கொள்ளவேண்டும். பண்டைய இந்திய மெய்யியல்கள் பல, புராதன இந்திய சமூகத்தின் குறுகிய எல்லை களுட்பட்ட அனுபவங்களைக் கொண்டவை. அவற்றில் பல தென்னிந்திய மெய்யியல் போக்குகளை அறியாதவை. ஆனால் சைவ சித்தாந்தம் அகில இந்திய அனுபவம் கொண்டது. அது வட இந்தியப் பரப்பை மட்டுமின்றி, மிக ஆழமாகத் தென்னிந்தியப் பரப்பையும் தழுவி நின்றது என்பதைக் காணுகிறோம். வரலாற்றின் மிகப் பழமையான சமூக அமைப்புகள் மட்டுமின்றி விவசாய வளர்ச்சி, அரசு உருவாக்கம், பல சமயச் சூழல்கள், உடமைச் சமூக மோதல்கள், குடும்ப உறவுகளின் தோற்றமும் அவற்றின் கால ரீதியான மாற்றங்களும் ஆகிய பலவகைப்பட்ட வரலாற்று அனுபவங்கள் சைவ சித்தாந்தத்திற்கு அகப்பட்டுள்ளன எனலாம்.

பக்தி என்பது தமிழுக்கே உரியது என்றொரு கூற்று உண்டு. தமிழில் நீண்ட நெடிய காலத்திற்கு பக்தி மரபுகள் நின்று நிலைத்திருக்கின்றன. சைவமும் வைணவமும் மிக அடிப்படையாக அப்பக்தி மரபுகளையே தமது முதன்மையான ஆதாரங்களாகக் கொண்டுள்ளன. தமிழில் வணிகச் சமூகத்தின் சரிவுக்குப் பிறகு, வேளாண்மைச் சமூக உருவாக்கத்திலும் சாதி நில உடமைச் சமூக நிலைப்படுதலிலும் பக்தி நேரடியாக ஈடுபட்டது எனும் போது அதன் வரலாற்று அனுபவங்கள் சித்தாந்த மெய்யியல் உருவாக்கத்திற்கு கையளிக்கப்பட்டுள்ளன என்றே கொள்ளப்பட வேண்டும்.

நவீன காலத் தகவமைப்பு

சைவ சித்தாந்தம் குறித்த மற்றொரு குறிப்பையும் நாம் கவனத்தில் கொள்ளவேண்டும். நவீனத் தமிழ்ச் சிந்தனை உருவாக்கத்தில் சைவ சித்தாந்தத்திற்கு ஒரு முக்கிய பங்கு உண்டு. ஆறுமுக நாவலர் தொட்டு, சுந்தரம் பிள்ளை, மறைமலையடிகள் ஆகியோர் 19-ஆம் நூற்றாண்டின் மத்தியிலிருந்து மேற்கு நாடுகளிலிருந்து இங்கு வந்து சேர்ந்த பலவகை மெய்யியல் மரபு களோடும் சமய மரபுகளோடும் கலந்துரையாடிக் கொண்டனர். மேற்கு நாடுகளின் விஞ்ஞான, தொழில்நுட்ப, பொருளாதார, அரசியல் அதிகார மேலாதிக்கத்தை அன்றைய இந்தியச் சிந்தனை யாளர்கள் பெரும்பாலானோர் மலைப்புடன் உற்றுநோக்கினர் என்பது குறிப்பிடத்தக்கது. எனவே இந்தியச் சமயங்களையும் மெய்யியல்களையும் மேற்கின் முன்னுதாரணங்களுக்கு ஏற்ப தகவமைக்கும் பணியில் அவர்களில் பலர் முனைப்போடு ஈடுபட்டனர். எமது சமயமும் மெய்யியல்களும் உங்களது சமயம், மெய்யியல்கள் போலவே அறிவுபூர்வமானவை, தருக்க பூர்வமானவை, ஓரிறைக் கொள்கை கொண்டவை, வரையறுக்கப் பட்ட வடிவம் கொண்டவை என்று எடுத்துரைப்பதில் அவர்கள் ஏராளமாக ஆர்வம் காட்டினர்.

மேற்குறித்த நவீனமாக்கிக் காட்டுதல் எனும் தகவமைப்பு முயற்சி சைவ சித்தாந்தத்திற்கும் உண்டு. சைவ சித்தாந்தம் குறித்த நவீன பிரதிகள் அத்தகைய காலனியச் சூழலிலேயே உருவாக்கப் பட்டன. சைவ சித்தாந்தம் முழுக்க மேற்கத்திய மெய்யியல்களுக்குத் தன்னை ஆட்படுத்திக் கொண்டது என்று நான் கூறவரவில்லை. இந்த விவாதத்தை நாம் தொடர்ந்து எடுத்துச் சென்றால், அதன் முடிவில், சைவ சித்தாந்தம் காலனியப்படுத்தலை மிக சாமர்த்திய மாக எதிர்த்து நின்றது என்ற முடிவிற்குக் கூட நாம் வந்து சேரலாம். இருப்பினும் இன்று நமக்கு வாசிக்கக் கிடைக்கும் சைவ சித்தாந்த மூல நூல்கள், உரை நூல்கள் அனைத்திலும் நவீன காலனியச் சூழல்களின் பாதிப்பு உண்டு என்பதை நாம் பதிவு செய்தாக வேண்டும். இந்த நிலைமை சைவ சித்தாந்தத்தின் 13 அல்லது 15 ஆம் நூற்றாண்டின் நிலைப்பாடுகள் என்ன? என்ற கேள்வியையும் சிக்கலாக்குகிறது. இன்று நமக்குக் கிடைக்கும் சைவ சித்தாந்தப் பிரதிகள் அனைத்திலும் நவீனச் சிந்தனைகளின் தாக்கத்தைப் பிரித்தறிவது அவ்வளவு எளிதல்ல.

"பதியினைப் போல" ஆதி அந்தம் இல்லாதவை என்று சொல்லு வதற்கு சைவ சித்தாந்தத்திற்கு உண்மையிலேயே பெரிய துணிச்சல் தேவையாக இருந்திருக்கும்.

மலத்தை மலத்தால் அறுக்கலாம்

பதி, பசு, பாசம் ஆகிய மூன்றில் பாசம் என்பது உயிர்களைத் தளைப்படுத்துவது என்ற எதிர்மறைப் பாத்திரத்தைக் கொண்டதாக உருவகிப்பது வழக்கமான சிந்தனைப் போக்காகும். இறைவனுக்கு நேர் எதிர்நிலையில் சாத்தானை அல்லது ராமனுக்கு நேர் எதிர் நிலையில் ராவணனை உருவகிக்கும் கறுப்பு/வெள்ளை என்ற சிந்தனை முறை அது. பிற இந்திய மெய்யியல்களின் பின்புலத்தில் அணுகும்போது அப்படிப்பட்ட எதிர்மறைப் பொருளே நம்மில் உருவாகிறது. ஆனால், சைவ சித்தாந்தத்தில் நிலைமை சிறிது வேறானது. இம்மெய்யியலில் பாசமே தளைப்படுத்துகிறது, பாசமே அத்தளையிலிருந்து உயிரை மீட்டு விடுதலைக்கும் இட்டுச் செல்கிறது. இதனை, மலத்தை மலத்தால் அறுக்கலாம் என்று சைவ சித்தாந்தப் புலவர்கள் கூறுவர். இது சைவ சித்தாந்த மெய்யியலின் சிறப்பான ஒரு கருத்து நிலையாகும். இதனைச் சிறிது விரிவாகக் காண்போம்.

ஆணவமே மூலமலம்: ஏன்?

ஆணவம், கன்மம், மாயை என்ற மூன்று மலங்களுமே எப்போதும் உயிரைப் பிணைத்திருந்தாலும் அவற்றில் ஆணவ மலமே மூலமலம் என்றும் அதுவே உயிர்களின் பார்வையை மறைக்கும் அக இருள் அல்லது அறியாமை என்றும் கூறப்படுகிறது. குறிப்பாக ஆணவ மலம் இறைவனை நோக்கி நமது பார்வையைச் செல்ல விடாமல் தடுத்து நம்மை நாமே அகப்படுத்திப் பார்த்துக் கொள்ளுவது போன்ற ஆணவநிலைக்கு நம்மை இட்டுச் செல்கிறது. ஆணவம் உயிரை அணுத்துவப்படுத்துகிறது. அதாவது தன்னந்தனி நிலைக்கு இட்டுச் செல்லுகிறது. சமணத்திலும் இத்தகைய விளக்கம் உண்டு. சமணக் கருத்தின்படி, உயிர் அதன் இயல்பு நிலையில் வியாபகத்தன்மை கொண்டது. எல்லையில்லா அறிவும் எல்லை யில்லா தைரியமும் எல்லையில்லா ஒளியும் கொண்டது உயிர். ஆனால் கர்ம வினைகளால் அது தனது எல்லையில்லாப் பண்புகளை இழந்து தன்னலம் கொண்டதாகச் சுருங்கி விடுகிறது. தனது உடமை, தனது குடும்பம், தனது நலன்கள் என உடமைச் சமூகத்தில் மானுட

மனம் குறுகிப் போய்விடுவதை சமணம் அவ்வாறு சித்தரித்தது. இதையே சைவச் சிந்தனை, ஆணவம் உயிரை அணுத்துவப்படுத்தி விடுகிறது என்று கூறுகிறது. முக்தி நிலையில் கூட ஆணவம் முழுவதும் விலகி விடாது, அது அந்நிலையில் அடங்கியிருக்கும் என்று கூறுகிறது. இறைவனின் முன்னிலையில் ஒடுங்கும் ஆணவம் மறுநிமிடமே மீண்டும் வந்து மனிதரைப் பற்றிப் பிடித்துக் கொள்ளும். பாசிக் குளத்தில் கல்லெறியும்போது பாசிப்படலம் விலகி அடுத்த நிமிடமே வந்து மூடிக் கொள்ளுவது போன்றது என சைவப் புலவர்கள் ஆணவத்தின் செயல்பாட்டை விளக்குவர்.

ஆனால் சமணம், ஆணவத்தை மூலமலம் என்றோ அது செம்பினில் களிம்புபோல உயிரோடு பிறப்பிலேயே உள்ளது என்றோ கூறாது. சைவ சித்தாந்தம் ஆணவ மலத்திற்கு இத்தகைய அடிப் படையான அந்தஸ்தை ஏன் வழங்குகிறது? முக்தி நிலையில்கூட ஆணவ மலம் முழுவதும் ஒழியாது என ஏன் கூறுகிறது. இதைத் தான் நாம் சைவ சித்தாந்தத்தின் சமூக வரலாற்று அனுபவத்தோடு தொடர்பு படுத்துகிறோம். சுமார் 1000 ஆண்டுகளுக்கு மேலாக உடமைச் சமூகத்தின் வரலாற்றில் வாழ்ந்த சிந்தனை சைவச் சிந்தனை. உடமைச் சமூகத்தில் உடமை, அதிகாரம், ஆணாதிக்கம் ஆகியவை சார்ந்த மனோபாவங்களை அனுபவித்து அவற்றை மெய்யியல்ரீதியாகத் தன்னில் பதிவு செய்து கொண்ட சிந்தனை சைவ சித்தாந்தம். உடமை, அதிகாரம், ஆதிக்கம் ஆகிய உடமைச் சமூகத் தகவுகளை அது மெய்யியல் மொழியில் ஆணவ மலம் எனச் சித்திரிக்கிறது. உடமையையும் அதிகாரத்தையும் ஆதிக்கத் தையும் அடியோடு அப்புறப்படுத்த முடியும் என்று அது நம்ப வில்லை. மாறாக அது வாழ்வின் தவிர்க்க இயலாத எதார்த்தம் என்றே சித்தாந்தம் கொள்ளுகிறது. தனி உடமையும் அதிகார வடிவங்களும் ஆணாதிக்கமும் அனாதி என்று சைவ சித்தாந்தம் கருதுகிறது. அவை பதியைப் போல் அடிப்படை எதார்த்தம் என்றே சித்தாந்தம் கருதுகிறது.

அமுழ்ந்தி அனுபவித்தல்

சரி, ஆணவத்திலிருந்து உயிர் விடுதலை பெறுவது எவ்வாறு? பொதுவாக இம்மாதிரிச் சூழல்களில் சமய மெய்யியல்கள் எல்லாமே இறைவனை வழிபடுவதன் மூலம் ஆணவத்திலிருந்து விடுதலை பெறவேண்டும் என்று அறிவுறுத்தும். ஆனால் சைவ சித்தாந்தம் வேறொரு பாதையை முன்மொழிகிறது. ஆணவ மலத்தை

எதிர்கொள்ள உடனடியாக இறைவனை நாடுமாறு சொல்லாமல், முப்பொருட்களில் ஒன்றான பாசத்தின் எல்லைக்குள்ளேயே ஒரு மாற்று வழி உருவாவதைப் பற்றிச் சொல்லுகிறது. கன்மம், மாயை என்ற வேறு இரண்டு மலங்களின் பாத்திரத்தை அது நினைவுக்குக் கொண்டு வருகிறது. கன்மம் என்பது ஏற்கெனவே சமணம் ஏராளமாகப் பேசியுள்ள வினை. மாயை என்பது உலகம், உடல் ஆகியவற்றைக் குறிக்கும் பருப்பொருள் உலகம். சமணத்தின் கன்மக் கோட்பாட்டினை சைவம் ஏற்றுக்கொள்கிறது. கன்மத்தின் பயனை உயிர்கள் அனுபவித்தாக வேண்டும். இதனை எவ்வகையிலும் தவிர்க்க முடியாது என்பதே சமணம். கன்மப் பயன்களை அனுபவிக்க உடலும் உலகமும் வேண்டும். அந்த உலகையும் உடலையும் குறித்து நிற்பது மாயை. இந்நிலையில், ஆணவத்தால் தோன்றும் அறியாமையை விலக்க உயிர்கள் உலகில் உடலுடன் பிறந்து வாழ்ந்து கன்மப் பயன்களை அனுபவிக்க வேண்டும். அத்தகைய உலக வாழ்க்கையின் அனுபவங்களின் ஊடாகவே தனிமனிதரின் ஆணவம் விலகுகிறது. உலக வாழ்வில் பிறந்து கன்மப் பயனை அனுபவித்தலை சைவ சித்தாந்தம் "அழுந்தி அனுபவித்தல்" என்று கூறும். அழுந்தி அனுபவித்தல் மூலமாக உயிர்களின் அறியாமை விலகி அறிவு விளக்கம் பெறுகிறது. வாழ்க்கை அனுபவம் மூலமாக உயிர்களிடம் தோன்றும் அறிவை சைவ சித்தாந்தம் இறைவனோடு தொடர்புபடுத்துகிறது. ஆணவத்தின் காரணமாக தன்னைத் தானே எல்லாம் எனக் கருதிக்கொண்டிருந்த உயிர்கள் இப்போது வாழ்க்கை அனுபவங்களின் மூலமாக அறிவு விளக்கம் பெற்று இறைவனை நாடத் தொடங்குகின்றன.

ஆணவமும் மாயையும்

கன்மமும் மாயையும் அந்த அறியாமையை விலக்கி அறிவு விளக்கம் பெறச் செய்கின்றன. ஆணவமும் மாயையும் எதிரெதிர் திசையில் தொழில்படுகின்றன. ஆணவம் உண்மையை அறிய விடாமல் மறைக்கிறது. "அதுதான் ஞான திரோதகமாய் மறைத்துக் கொடு நிற்றலான்" என்று சிவஞானபோதப் பாடல் ஒன்று கூறுகிறது. (சிவஞானபோதம் நூற்பா. 4, ஏது, ஆனந்தராசன் வழித்துணை விளக்கம், நர்மதா பதிப்பகம், 2010, ப. 126). மாயை உலக அனுபவங்களின் ஊடாக மனிதரைச் செயல்பட வைத்து உண்மையை வெளிப்படுத்துகிறது. "மாயா தனுவிளக்கு" என்று சிவஞான போத எடுத்துக்காட்டு வெண்பா ஒன்று இதனைக் குறிப்பிடும் (அதே

நூற்பா, எடுத்துக்காட்டு வெண்பா 27, ப. 127). "ஆணவமாகிய இருளில் நிற்கின்ற உயிர் மாயையின் காரியமாகிய உடம்பை விளக்காகக் கொண்டு பொருள்களை அறியும். அவ்விளக்கு இல்லாவிடின் அஃது ஒரு பொருளையும் அறியமாட்டாது" என்று பேராசிரியர் ஆனந்தராசனும் விளக்கமளிக்கிறார். மாயையைப் போன்றே கன்மமும் அறிவை விளக்கும் என்று பேராசிரியர் மேலும் கூறுவார்.

இங்கு உற்றுப்பார்த்தால், இறைவனுக்கு விசேசமாக எந்த ஒரு பாத்திரமும் இல்லை. மாறாக, மாயை என்பது சக்தி, அச்சக்திக்குக் காரணனாக இருந்து உலகை ஒடுக்குதல், வெளிப்படுத்தல் போன்ற தொழில்களைச் செய்ய வைப்பவன் இறைவன் என்ற விளக்கம் வழங்கப்படுகிறது. உண்மையில், உலக வாழ்க்கையை வாழும்போது வாழ்வின் இன்ப துன்பங்களில் அழுந்தி மனிதன் அறிவு பெறுகிறான் என்பதில் எந்த இறைச் செயல்பாடும் இடம்பெறுவதில்லை.

ஆணவம் என்பது உலகியல் ஈடுபாடுகளால் தோன்றுகிறது, எனவே உலகப் பற்றை விலக்க வேண்டும் என்பதே சமயக் கொள்கைகள் பொதுவாக எடுத்துரைக்கும் விடுதலைக்கான வழி. இப்படிச் சொல்லுவதனாலேயே பெரும்பாலான இந்தியச் சமயங் களும் அவற்றின் மெய்யியல்களும் உலக மறுப்புச் சிந்தனை களாகத் தோற்றமளிக்கின்றன. ஆனால், சைவ சித்தாந்தம் இங்கு ஓர் உலக மறுப்புச் சிந்தனையாகத் தோற்றமளிக்கவில்லை. ஆணவம் உயிர்களை அணுத்துவப்படுத்தி அறிவின் வியாபகத் தன்மையைக் குறுக்குகிறது எனின், மாயை எனப்படும் உலகு மற்றும் உடல் சார்ந்த அனுபவங்கள் ஆணவத்தை ஒடுக்குவதற்கான வழியைத் திறக் கின்றன.

மாயை என்ற கருத்தாக்கம் சாங்கியத்தின் பிரகிருதி மற்றும் தாந்திரிக, சாக்த பின்புலத்தில் எழுந்த கருத்தாக்கம். சாங்கிய மெய்யியலின் பிரகிருதியிலிருந்து உலகப் பொருட்கள் பரிணமித்து வந்த சித்திரத்தை சைவ சித்தாந்தம் தனது உலகு பற்றிய விளக்கங்களில் எடுத்தாளும். சாக்தம் தாய்த்தெய்வமான மாயையை (மாயியை) மகாமாயை (மகமாயி) எனச் சிறப்பிக்கும். சக்தி எனும் மாயை சைவத்தோடு எளிதில் இணைந்து கொண்டமையைச் சைவ வரலாற்றில் காணுகிறோம். இத்தகைய பின்புலங்களோடு சைவ சித்தாந்தத்தில் மாயை எனும் கருத்தாக்கத்தைக் கருதும்போது சித்தாந்தம் உலகமறுப்பை ஆதரிக்கவில்லை என்பது புலப்படும்.

சைவ சித்தாந்தத்தில் இறைக் கோட்பாட்டின் நிலை

இதுவரை சைவ சித்தாந்தம் குறித்து நாம் பேசியுள்ள விஷயங் களில் இறைக் கோட்பாடு முக்கியமான இடத்தை வகிக்கவில்லை என்பதைக் காணுகிறோம். இது ஆச்சரியப்படத்தக்க ஒன்றாகும். நீண்ட நெடிய பக்தி மரபில் விளைந்த ஒரு மெய்யியலில் இறைக் கருத்து கணிசமான ஓர் இடத்தை வகிக்கவில்லை என்ற முடிவு சைவ சித்தாந்திகளைக் கோபப்படுத்தக்கூடச் செய்யுமாக இருக்கலாம். இருப்பினும் நாம் இக்கருத்தை வலியுறுத்திப் பேசவேண்டியுள்ளது. அப்படி இறைக் கருத்து மெய்யியல்ரீதியாக முக்கியப்படாமலிருக்கும்போது, அக்கருத்து சைவ சித்தாந்தத்தில் வகிக்கும் இடம் யாது? என்ற கேள்வியும் விஞ்சி நிற்கிறது.

முதலில் இறைக் கருத்து சைவச் சிந்தனையில் எவ்வாறு மெய்யியல்ரீதியாக முக்கியப்படாத இடத்தை வகிக்கிறது, என்பதைத் தெளிவுபடுத்திவிடுவோம். சைவ சித்தாந்தம் உயிர்கள் பற்றிய கோட்பாட்டில் சமண அடிப்படைகளை ஏற்றுக் கொள் கிறது. உலகு பற்றிய கோட்பாட்டில் அது சாங்கியத்தின் நிலைப் பாடுகளை ஏற்றுக் கொள்கிறது. வினைகளை உலகியல் சூழல்களில் அழுந்தி அனுபவிக்க வேண்டும் என்ற முடிவிலும் சமணத்தின் செல்வாக்கு வலுவாக உள்ளது. இன்பதுன்பங்களை அழுந்தி அனுபவித்தே மனிதர்கள் அறிவு பெறுகின்றனர் என்பதில் ஓர் எதார்த்தவாதம் தொழில்படுவதை உணரமுடிகிறது. அப்படி யெனில் இறைவனுக்கு இங்கு என்ன வேலை? அவரது இடம் என்ன?

உயிர்கள் வினைப் பயன்களை அனுபவிக்கின்றன என்ற கருத்தோடு, சைவ சித்தாந்தம் அப்படி உயிர்களோடு வினைகளைக் "கூட்டுவிப்பவன்" இறைவன் என்று கூடுதலாகச் சொல்லுகிறது. உயிர்கள் அழுந்தி அறிகின்றன என்றாலும் உயிர் அவ்வாறு அறியுமாறு "அறிவிப்பவன்" இறைவனே எனச் சைவ சித்தாந்தம் கூடுதலாகச் சொல்லுகிறது. உலகவாழ்வு என்பது மாயையின் வெளிப்பாடு எனினும் அம்மாயையின் உட்பொருளாக இருந்து மாயையின் செயல்பாடுகளை "நடத்துபவன்" இறைவன் என்று அது சொல்லுகிறது. உலகம், வினை, உயிர்கள், அறிவு ஆகியவை தாமாகவே தொழில்படாது, அவற்றைச் "செய்விப்பவன்" இறைவன் என்ற விளக்கமே சைவ சித்தாந்தத்தில் இறைக் கருத்தை நியாயப்படுத்தும் ஒரே கருதுகோளாக உள்ளது. இறைவன் தவிர்த்த

எல்லாவற்றையும் இயக்குபவன் இறைவனே என்ற ஒரே விளக்கம்தான் இறைவனைத் தக்க வைக்கும் கருதுகோளாக சைவச் சிந்தனையில் உள்ளதாகத் தோன்றுகிறது.

உழுவோன்/உழுவிப்போன் என்ற புதிய தருக்கவியல்

பண்டைய இந்தியாவில் மெய்யியல்கள் தோன்றிய காலத்தில் அவை பிரபஞ்சம், இயற்கை ஆகியவற்றோடு இயைந்த வடிவில் மனிதப் பிரச்சினைகளை முன்வைத்துப் பேசின. மனித வாழ்விற்கு இயற்கையிலிருந்து விலகிய வடிவில் ஒரு பிரத்தியேக இடம் ஒதுக்கப்படவில்லை. புத்தர், வாழ்வில் துக்கம் உள்ளது என்று பேசியபோதுகூட, அந்த வாழ்க்கையின் ஓட்டத்தை பல ஆரக்கால்களைக் கொண்ட ஒரு சக்கரத்தின் சுழற்சி என்றுதான் சித்தரித்தார். பழந்தமிழ்ப் பாடல் ஒன்று "நீர் வழிப் படூஉம் புணை போல" என வாழ்க்கையின் ஓட்டத்தைச் சித்தரித்தது. இயற்கையின் மொழியில், ஒரு இயல்பான மொழியில், எந்த அமானுஷ்ய சக்திக்கும் இடமில்லாத ஒரு மொழியில் அன்றைய மெய்யியல்கள் கட்டமைக்கப்பட்டன. சாங்கிய பரிணாமவாதத்தில் அடுத்தடுத்த பொருட்கள் தோன்றுகின்றன, அவற்றில் ஒன்றான மனித உயிரும் பரிணமிக்கும். வைசேடிகத்தின் பதார்த்தங்களில் ஒன்றாக உயிர் ஓர் அடங்கிய வடிவத்தை எடுக்கும். தனிமனித ஆன்மா அல்லது பிரம்மம் அல்லது இறைவன் பழைய மெய்யியல்களில் உறுத்தலான ஓரிடத்தைக் கோராது.

ஆனால் இந்நிலை நீடிக்கவில்லை. சமூக வரலாறு ஏற்றத்தாழ்வுகளைக் கொண்டதாக மாறியபோது, இயல்பான வாழ்க்கைப் போக்கு என்ற சித்திரம் மாற்றம் பெற்று அதனுள் அமானுஷ்ய கருத்தியல் கூறுகள் (Ideology as False Consciousness) நுழைக்கப்பட்டன. இரண்டு முக்கியமான கருத்தாக்கங்கள் இத்தகைய அமானுஷ்ய கருத்தியல் பணியைச் செய்தன எனக் குறிப்பிட்டுச் சொல்லவேண்டும். அவை 1) ஆன்மா, 2) பிரம்மம் அல்லது இறைவன் (சைவ சித்தாந்த மொழியில் உயிர்களும் இறைவனும்). இக்கருத்தாக்கங்கள் தனித்தனியானவை அல்ல. அவை எப்போதும் இணைந்தவை. ஒன்றில்லாமல் மற்றொன்று கிடையாது. அவை இரண்டும் ஒரே நாணயத்தின் இரண்டு பக்கங்கள். அவை ஏற்றத்தாழ்வான ஒரு சமூக உறவை அதன் இரண்டு எல்லைகளிலிருந்து எடுத்துரைக்கும் கருத்தாக்கங்கள். அது என்னவிதமான சமூக உறவு? இறைவன் ஏவுவான், பக்தன் பணிவான்.

இறைவன் அறிவிப்பான், பக்தன் அறிவான். இறைவன் சேர்ப்பிப்பான், பக்தன் சேர்வான். அது ஆண்டான்/அடிமை உறவு. அது உழுவிப்போன்/உழுவோன் என்ற சமூக உறவு.

இப்படி ஒருவகை உறவு சமூக வாழ்வினுள் வந்து சேர்ந்த பிறகு வாழ்வின் எல்லாக்கூறுகளுமே அந்த ஆண்டான்/அடிமை உறவின் வழியாகவே விளக்கம் பெற்றன. முந்தைய மெய்யியல்களின் இயற்கைவாத, சுபாவவாத விளக்கங்களுக்குள்ளும் ஆண்டான்/ அடிமை உறவு நுழைந்தது. பழைய கருத்தாக்கங்களையெல்லாம் அது ஆண்டான்/அடிமை உறவு என்ற புதிய அளவுகோலால் அளந்து பார்த்து மறுகட்டமைப்பு செய்தது. பழைய கருத்தாக்கங் களை இல்லாமல் ஆக்க முடியவில்லை. எனவே அவற்றோடு "கூடுதலாக" செய்வினை/செயப்பாட்டுவினை உறவில் ஆண்டவன் சேர்க்கப்பட்டான். உலகம் உள்ளதெனில் அதை வனைய ஒரு குயவன் வேண்டுமல்லாவா? கண் பார்க்க வேண்டுமெனில் வெளிச்சம் தர ஒரு சூரியன் வேண்டுமல்லவா? என்ற பொல்லாத தருக்கவியல் கொண்டு கூட்டப்பட்டது.

உடைமைச் சமூகத்தின் மெய்யியல்களில் இப்போது உடையவன், அறிவிப்பவன், கூட்டுபவன், நடத்துபவன் என்ற புதிய தன்னிலையை (Subjectivity) உருவாக்கவேண்டிய அவசியம் ஏற்படுகிறது. இறைவன், ஆன்மா, ஆணவம் போன்ற தன்னிலை களை உருவாக்குவது பற்றியும் அவற்றைக் கட்டுடைப்பது பற்றியும் பின்னை நவீனத்துவச் சிந்தனை பரக்கப் பேசியுள்ளது. லூயி அல்தூசர் என்ற பிரெஞ்சு மார்க்சியர் தன்னிலைகளைக் "கடைந்தெடுத்தல், பெயரிட்டு அழைத்தல்" (Interpellation) என்ற ஒரு கருத்தாக்கம் குறித்துப் பேசுவார். தன்னிலை உருவாக்கமும் அது பெயரிட்டழைக்கப்படுதலும் தற்செயலாக அல்லது யாரோ ஒரு தத்துவவாதி ஆசைப்பட்டு நிகழ்த்தும் காரியங்களல்ல. அவை சமூக நிகழ்வுகள். அவை உடைமைச் சமூக நிகழ்வுகள். அவை அதிகாரச் செயல்பாடுகளை உணர்த்தும் சமூக நிகழ்வுகள்.

சைவ சித்தாந்தத்திற்கு 1500 ஆண்டுக்கால உடமை மற்றும் ஆதிக்கச் சமூக வரலாற்று அனுபவம் உண்டு எனச் சொல்லும்போது அவற்றின் ஊடாக அது இறைவன், உயிர்கள், ஆணவம் போன்ற தன்னிலைகளைக் கடைந்தெடுத்து, அவற்றைப் பெயரிட்டு அழைத்த வரலாற்றையும் தன்னில் கொண்டுள்ளது என்பதை நாம் உணர முடிகிறது.

7. தமிழ்ச் சமூகத்தில் புதிய குரல்கள்

7
தமிழ்ச் சமூகத்தில் புதிய குரல்கள்
இராமலிங்க வள்ளலார்

19 ஆம் நூற்றாண்டு தமிழகத்தின் தத்துவ வித்தகராக இராமலிங்க வள்ளலாரை (1823-1874) இக்கட்டுரை காண முனைகிறது. வள்ளலாரோடு சமகாலத்தில் வாழ்ந்த ஆறுமுக நாவலரை (1822-1879) இவ்வகையில் ஒப்பிட்டுப் பேசமுடியும். நாவலரை ஒரு தத்துவ அறிஞராகக் கூறமுடியாது. நாவலர் சைவ சமய நிறுவனத்தை மீட்டுருவாக்கியவர் எனச் சிறப்பிக்கப் படலாம். நாவலரது பெரும்பான்மையான நடவடிக்கைகள் சைவச் சார்பாளர்களின் நடைமுறைத் தேவைகளைச் சார்ந்தவை யாகவே இருந்தன. கடந்த 150 வருட காலச் சைவ நிறுவன வரலாற்றின் முதற்புள்ளியாக ஆறுமுக நாவலர் இருந்தார் என அவர் பாராட்டப்படலாம். ஆயின் சைவத் தத்துவத்தில் அவர் எவ்வகை மாற்றத்தையும் ஏற்படுத்த விழைந்தவரல்ல. சைவத் தத்துவமான சைவ சித்தாந்தத்தை நாவலர் படைப்பு ரீதியாகவோ விமர்சன ரீதியாகவோ வாசிக்க முயற்சித்ததாகத் தெரியவில்லை.

இராமலிங்க வள்ளலார் நாவலரிலிருந்து முற்றிலும் வேறுபட்டவர். வள்ளலாரை வேறுபட்ட நோக்கில் முன்வைக்க வந்த ராஜ்கௌதமன் வள்ளலாரின் சமூகச் சூழல்களைச் சரியாகவே அடையாளப்படுத்துகிறார். "19 ஆம் நூற்றாண்டை இந்தியாவின் பஞ்ச நூற்றாண்டு என்று அழைப்பர். இந்த நூற்றாண்டின் முற்பகுதியில் ஏழு பஞ்சங்கள் அவற்றில் 15 லட்சம் பேர் மடிந்தனர். பிற்பாதியில் 24 பஞ்சங்கள். அவற்றில் இரண்டு கோடி மக்கள் மடிந்தனர்" அன்றைய பஞ்சங்களும் மரணங ்களும் "கருணையிலாக்" காலனி ஆட்சியின் கொடூரமான விவசாயக் கொள்கையால் விளைந்தவை. இத்தனை பஞ்சங்களையும் மரணங்களையும் இராமலிங்கர் இளமையில் நேசித்த சைவ சமயம் பொருட்படுத்தியதா? தமிழ் நாட்டின் சைவ சமய

நிறுவனங்களும் சைவ மடங்களும் அன்று செத்து மடிந்த அந்த மனிதர்களைக் கண்டுகொண்டனவா? தமிழ்ச் சைவத்தின் அடையாளமாகத் தம்மைக் காட்டிக்கொண்ட சைவ மடங் களும் ஆலயங்களும் அன்றையத் தமிழ்ச் சாவுகளைக் கண்டு கொண்டனவா? இராமலிங்கரின் தத்துவப் படைப்பாற்றல் தொடங்கிய சூழல் இது.

இராமலிங்கர் சைவ சமயத்தை ஒரு தீவிர மறுவாசிப்புக்கு உட்படுத்தினார். அந்தப் பழைய பதி, பசு, பாசத்தை ஒருபுறமாக ஒதுக்கி வைத்துவிட்டு, புதிதாக அவர் சைவத்தை நோக்கினார். பாசத்தை விலக்கி பசுக்கள் (உயிர்கள்) பதியைச் சென்றடையும் சித்தாந்த வித்தையை இராமலிங்கர் புறக்கணித்து, உடனடி வாழ்வின் அப்பட்டமான உண்மையாகிய பசி அவரது தத்துவப் பார்வையை நிர்ணயித்தது. சைவ சமய நிறுவனம் அவரது கவனத்திற்குள் வரவே இல்லை. அப்படி வந்தபோதும் அது அவரால் விமர்சிக்கவே பட்டது.

இராமலிங்கர் உருவாக்கிய "ஆன்மீக"த்தின் தொடக்கமாக மனிதர்களின் பசி அமர்ந்துள்ளது. "பசி என்கிற நெருப்பானது ஏழைகள் தேகத்தினுள் பற்றி எரிகின்ற போது ஆகாரத்தால் அவிக்கின்றதுதான் ஜீவகாருண்யம். கடவுளியற்கை விளக்கத்திற்கு இடமாகிய ஜீவதேகங்கள் என்கிற ஆலயங்கள் பசியினால் பாழாகும் தருணத்தில் ஆகாரங்கள் கொடுத்து அவ்வாலயங் களை விளக்கஞ் செய்விப்பதே ஜீவகாருண்யம். தேகங்களிலிருந்து குடித்தனம் செய்கின்ற ஜீவரது தத்துவக் குடும்ப முழுதும் பசியினால் நிலை தடுமாறி அழியும் தருணத்தில் ஆகாரம் கொடுத்து அக்குடும்பம் முழுதும் நிலைபெறச் செய்வதே ஜீவகாருண்யம்". இது ஆன்மீகமா, சமூக வாழ்வு சார்ந்த தத்துவத்தேடல் ஒன்றின் முதல் புள்ளியா? என்பது விவாதத்திற் குரியது.

கடவுளின் ஆலயங்கள் மானுட தேகங்கள் (உடல்கள்) என்ற கருத்து நமது தத்துவங்களில் ஏற்கனவே உள்ளது. ஆயின் பசியினால் அந்த ஆலயங்கள் பாழாகும் என்பதை நம்மவர்கள் பார்க்காமல் போய்விட்டார்கள்! இராமலிங்கர் அதனைக் கண்டிருக்கிறார். பசியினால் ஜீவரது தத்துவக் குடும்பம் முழுவதுமே நிலை தடுமாறும் என மிகத் தெளிவாகப் பேசியது இராமலிங்கர் மட்டுமே. இராமலிங்கரைப் பலர் சித்தர், யோகி எனப் பாராட்டுகின்றனர். ஆயின் எந்தச் சித்தரும் யோகியும்

பசியைப் பற்றிப் பேசியதில்லையே! தமிழ் மரபில், நசித்துப் போன சங்ககாலப் பாணருக்குப் பிறகு, கேவலப்பட்டு ஒதுங்கிய மாதவியின் மகள் மணிமேகலைக்குப் பிறகு, பசியைப் பற்றிப் பேசியவர் வள்ளலார் இராமலிங்கரே. இராமலிங்கர் காலனிய நவீனகாலச் சூழல்களில் பசியைப் பற்றிப் பேசினார். அழிக்கப் பட்ட விவசாயிகளின் பசியைப்பற்றிப் பேசினார். இராமலிங்கர் உடல் பற்றிப் பேச முன்வந்தமைக்கு பழைய யோகிகளும் சித்தர்களும் தூண்டுதலாக இருந்திருக்கலாம். ஆனால் இராமலிங்கர் உடலின் அடிப்படை நிலையாகப் பசியைப் பற்றிப் பேசினார். பசியால் உடல் வாடும்போது உயிரும் தான் வாடும் என்ற ஞானம் இராமலிங்கருக்கு மட்டுமே கிடைத்தது. பசி என்பது பர (ஆன்மீக) ஒழுக்கத்தின் பிரச்சினையாகக் கொள்ளப்பட்டது இராமலிங்கரின் தத்துவத்தில் மட்டுமே. அது ஒரு தத்துவ விவாதத்தின் உட்பொருளாகக் கொள்ளப்பட்டது இராமலிங்கரில் மட்டுமே. இராமலிங்கரின் பசி பற்றிய பேச்சு தத்துவத்தின் வரையறையையே, தத்துவத்தேடல்களின் நோக்கத்தையே மாற்றி அமைக்கிறது. இது ஓர் அதிசயம்.

"1. உடுப்பதற்கு வஸ்திரமில்லாமலும் 2. இருப்பதற்கு இடமில்லாமலும் 3. உழுவதற்கு நிலமில்லாமலும் 4. பொருந்து வதற்கு மனைவியில்லாமலும் 5. விரும்பியபடி செய்வதற்குப் பொருள் முதலிய வேறு வேறு கருவிகளில்லாமலும் துன்பப் படுகின்ற ஜீவர்களிடத்தில் ஜீவகாருண்யம்" காட்ட வேண்டும் என இராமலிங்கர் (மேலது நூல் 1942: 18) எழுதினார். தமிழில் "உழுபவனுக்கு நிலம்" என்ற சொற்களை முதலில் உச்சரித்தவர் வள்ளலாரே என்று தோழர் நல்லகண்ணு ஒருமுறை (1987-ல்) என்னிடம் சொன்னார். மேற்படி எடுகோளில் நான்காவதாகக் குறிக்கப்படுகின்ற "பொருந்துவதற்கு மனைவியில்லாமல் துன்பப் படுகின்றவனிடத்தில் ஜீவகாருண்யம் கொள்" எனச் சொல்லு வதற்கு அசாத்தியமான மனிதநேயம் வேண்டும். ஐந்தாவதாகச் சொல்லப்படுகிற "பொருள் முதலிய வேறு வேறு கருவிகளில் லாமல் துன்பப்படுகின்ற ஜீவர்கள்" என்ற சொற்களும் உற்று நோக்குதற்குரியன.

பசி என்ற நோக்கிலிருந்து வள்ளலார் மிகத் துணிச்சலாக இறைக் கருத்தை மறுவரையறை செய்தார். பசித்தவனின் தேவையை நிறைவேற்றுவது ஜீவகாருண்யம். அது மனிதர் பொருட்டு மனிதரிடத்தில் தோன்றும் (சிறு) தயவு, கருணை. இறைவன் என்பவன் மிகப்பெருந் தயவு, பெருங்கருணை.

அருளென்பது கடவுள் தயவு. ஜீவ காருண்யம் என்பது ஜீவர்கள் தயவு. ஆதலால் சிறுவெளிச்சத்தைக்கொண்டு பெருவெளிச் சத்தைப் பெறுவதுபோல, சிறிய தயவாகிய ஜீவ தயவைக் கொண்டு பெரிய தயவாகிய கடவுள் அருளைப் பெறவேண்டும்" (அதே நூல் 1942: 42) இறை அருள் என்ற கருத்தாக்கத்திலிருந்து பிற எல்லாக் கருத்தாக்கங்களையும் வரையறுக்கும் பழைய முறையியல் மங்கிப்போகும் தருணம் இது. மாறாக, மானுடப் பசியிலிருந்து மனிதரின் கருணையையும், மனிதக் கருணையின் முன்மாதிரியில் அதன் பெருவடிவாக இறை அருளையும் இராமலிங்கர் வருவிக்கிறார். ஐரோப்பாவில் அறிவொளி இயக்கத்தின் உச்சக்கட்டத்தில், ஜெர்மானியத் தத்துவ அறிஞர் ஹெகல், மனிதரின் மிகப்பெரும் ஆற்றலாக அறிவையும், அந்த அறிவின் பெருவடிவாக இறைவனின் பூரண அறிவையும் சித்திரித்த முறையியலை இது ஒத்தது. ஹெகலின் அறிவை விட இராமலிங்கரின் கருணை (அருள்) அடித்தளச் சார்பு கொண்டது. மிக முக்கியமான ஒரு தலைகீழ் மாற்றம் இங்கு அனக்கமில்லாமல் நிகழ்ந்தேறுகிறது. பக்தர்களின் மொழியிலேயே, பக்தித் தத்துவங்களின் கூடுடைத்துக் கொண்டு ஒரு புதிய தத்துவம் துளிர்க்கிறது. இராமலிங்கரின் எல்லாத் தத்துவத்தையும் மானுடப் பசி எனும் அப்பட்டமான உண்மை தாங்கி நிற்கிறது.

தயவு, கருணை, சீவகாருண்யம் போன்ற இராமலிங்கரின் முதற் கருத்தாக்கங்கள் தொழில்படும் இடம் தனிமனிதராக இருந்தபோதும், அவை மனிதருக்கிடையிலான ஒரு சக உணர்வினைக் குறிக்கின்றன. சீவகாருண்யம் என்பது தன்னைத் தானே நோக்கியதல்ல, அது பிறிதொருவரை நோக்கிய நீட்சி, பிறிதொருவரை அந்நியப்படுத்தாது அரவணைக்கும் நெகிழ்ந்த நிலை. இந்த அர்த்தத்தில் தயவும் கருணையும் சீவகாருண்யமும் சமூகப்பண்பு கொண்டவை. சீவகாருண்யத்தில் தன்னிலை (ஆணவம்) உடைபட்டு மற்றமை நோக்கிய திறப்பு ஏற்படுகிறது. தயவு என்பது ஆன்மாவின் "இயற்கைக் குணம்" அல்லது இயல்பு என்று இராமலிங்கர் வரையறுக்கிறார். அதாவது சமூகப்பண்பே உயிர்களின் இயற்கை நிலை (இயல்பு) என்கிறார். மார்க்ஸ் உழைப்பையும் சமூகப்பண்பை (Species Being)யும் மனிதரின் முதல் அடையாளங்களாகக் கூறுவார். வர்க்க சமூகத்தில் மனிதர்கள் உழைப்பிலிருந்தும் தமது சமூகப்பண்பிலிருந்தும் அந்நியப்பட்டுத் தன்னந்தனி மனிதராகின்றனர். இராமலிங்கரின்

மொழியில், தயவு எனும் உயிர் இயற்கையிலிருந்து சாதி, சமயம், குலம், கோத்திரம் ஆகியவற்றால் மனிதர்கள் அந்நியப்படுத்தப் படுகின்றனர். "சமயங்கள், மதங்கள், மார்க்கங்கள் எனப்படும் ஆசார சங்கற்ப விகற்பங்கள். வருணம், ஆசிரமம் முதலிய உலகாசார சங்கற்ப விகற்பங்கள்". விகற்பம் எனும் சொல் அந்நிய மாதலைக் குறிக்கும். வருண, சாதி, சமய அந்நியமாதல்கள் விலகும்போது கருணை கொள்ளுதல் எனும் சமூகப்பண்பு துலங்குகிறது.

இந்தியத் தத்துவங்களில் ஏராளமாகப் பேசப்பட்டுள்ள பந்தம் எனும் கருத்தாக்கத்திற்கு இராமலிங்கர் வழங்கும் வரையறை வித்தியாசமானது. "ஆன்மாக்கள் ஜீவர்களாகி அதிகரிப்பதற்குப் பூதகாரிய தேகங்களே உரிமையாக இருக் கின்றன; அந்த தேகங்களில் ஆன்மாக்கள் ஜீவர்களாகி அதிகரி யாவிடில் ஆன்ம விளக்கம் வெளிப்படாது; அப்போது மூட முண்டாகும், அதுவே பந்தமாகும்". ஆன்மாக்கள் பூதகாரியத் தொடர்புகளால் ஜீவர்களாகி "அதிகரிப்பதை" விருத்தியடைதல் என்று இந்தியத் தத்துவ மரபு கூறும். பெரும்பான்மையான இந்தியத் தத்துவங்கள் இத்தகைய விருத்தியையும் அதற்குக் காரணமான பூதகாரியத் தொடர்புகளையுமே பந்தம் என வரையறுக்கும். எனவே நி(ர்) விருத்தியையே அவை தமது இலட்சியமாகக் கொள்ளுகின்றன. நி(ர்)விருத்தியே பந்தமறுத்தல். எவ்வகையானும் விருத்தி யடைதலை நிறுத்தியாகவேண்டும். இதுவே இந்தியத் தத்துவங்கள் பலவற்றின் இலக்கு. இராமலிங்க ரோ நேர் எதிராக நின்று பேசுகிறார். ஆன்மாக்கள் பூதகாரிய தேகங்களை உரிமையாகக் கொண்டு அதிகரிக்க வேண்டும் என்கிறார். அவ்வாறு அதிகரியா (நிவிருத்தி) நிலையையே பந்தமென்கிறார். விருத்தியின் ஆதரவாளராக இராமலிங்கர் இருந்ததாலேயே அவரால் சீவகாருண்யராகவும் இருக்க முடிந்திருக்கிறது.

வேதாந்தத்திலும் சித்தாந்தத்திலும் ஒருமைவாதம் உள்ளது. சைவத்திலும் வைணவத்திலும் ஓரிறைக் கொள்கை உள்ளது என்று இராமலிங்கர் வலிந்து பேசப் புகவில்லை. மாறாக, அவராகவே புதியதோர் ஒருமைத் தத்துவத்தை உருவாக்குகிறார். உயிர்களின் இயல்பு கருணை, இறைவனின் இயல்பு பெருங் கருணை அல்லது அருள் என்று இராமலிங்கர் ரகசியமற்ற ஓர் எளிய வரையறையை வழங்கும்போது, ஓர் ஒருமைத் தத்துவம்

தோன்றி விடுகிறது. அது முந்தியத் தத்துவங்களைப் போலச் சாதி, வருணம், குலம், கோத்திரம், ஆஸ்ரமம், ஆச்சாரம் என்ற ஏற்றத்தாழ்வுகளை அகற்ற இயலாமல் போன தோல்வியை அடிப்படையாகக் கொண்டதல்ல. "பேதம் நீங்கி எல்லவரும் தம்மவர்களாய்ச் சமத்தில் கொள்ளுதல்" என அதனை இராமலிங்கர் வரையறுக்கிறார். உலகியல் இயலாமையின் மீது பழைய ஆன்மீகங்கள் வீடு கட்டின. உலகியலை எதிர்கொள்ளச் சொல்லுகிறார் இராமலிங்கர். உலகியலில் பேதம் நீங்கி சமம் விளைக்க முடியும் என்கிறார் வள்ளலார்.

இராமலிங்கர் 1874 -இல் நிகழ்த்திய கொடியேற்று விழாப் பேருரை இராமலிங்கத் தத்துவத்தின் மிகப்பெரும் பாய்ச்சலாய் விளங்குகிறது. "இங்குள்ள நீங்கள் எல்லவரும் இதுவரையில் இருந்தது போல் இனியும் வீண்காலம் கழித்துக் கொண்டிரா தீர்கள். நாமும், பார்த்தும், கேட்டும் லட்சியம் வைத்துக் கொண்டிருந்த வேதம், ஆகமம், புராணம், இதிகாசம், முதலிய கலைகள் எதனினும் லட்சியம் வைக்க வேண்டாம். ஏனென்றால் அவைகளின் ஒன்றிலாவது குழூஉக்குறி அன்னியில் தெய்வத்தை இன்னபடி என்றும் தெய்வத்தினுடைய உண்மை இன்ன தென்றும் கொஞ்சமேனும் புறங்கவியச் சொல்லாமல், மண்ணைப் போட்டு மறைத்துவிட்டார்கள்.. புறமுகமாகப் புலப்படச் சொல்லவில்லை.. அக்குறிப்பையும் வெளிப்படக் காட்டாமல் (மறைத்து விட்டார்கள்). சைவம், வைணவம் முதலிய சமயங் களிலும் வேதாந்தம், சித்தாந்தம்.. முதலிய மதங்களிலும் லட்சியம் வைக்கவேண்டாம்.. குழூஉக்குறி.. நானே சாட்சி.."

இப்பேருரையில் இராமலிங்கர் இன்னும் ஒரு நாத்திகராக ஆகிவிடவில்லை. ஆயின் சமயங்கள் வகுத்து வைத்திருந்த எல்லா நிறுவன எல்லைகளையும் மீறிவிட்டார். இவ்வுரையில் ஒரு மாபெரும் மறுத்தல் தொழில்படுகிறது. அது ஓர் அராஜக மறுத்தல் போல் தோற்றமளிக்கிறது. இத்தகைய மறுத்தலின்றி ஒரு புதிய தத்துவம் தோன்றுவதில்லை. இராமலிங்கர் இங்கு பயன்படுத்தும் "புறங்கவியச் சொல்லாமல்", "புறவயமாகப் புலப்படச் சொல்லாமல்," "வெளிப்படக்காட்டாமல்" என்ற சொற்கள் முக்கியமானவை. கடவுளைத் தேடுகிறேன், உண்மை யைத் தேடுகிறேன் என்று புறப்படுபவர்கள் அகத்தினுள் பயணப்படுவதால் ஏற்படும் விளைவுகளைக் கூறி இராமலிங்கர் எச்சரிக்கிறார். ஒரு சொல்லிலிருந்து இன்னும் பல சொற்களாக, ஒரு வாக்கியத்திலிருந்து இன்னும் பல வாக்கியங்களாக மொழி

(குழூஉக்குறி) விளையாட்டு ஆடுபவர்களாக அவர்கள் ஆகி விடுவார்கள் என இராமலிங்கர் எச்சரிக்கிறார். அல்லது அகங்க விந்து மௌனத்தில் சிக்கிக்கொள்வார்கள் எனச் சுட்டிக்காட்டு கிறார். அடுத்து வரும் பக்கங்களில் இராமலிங்கர் இன்னும் ஆழமாகச் சமய மார்க்கங்களை மறுதலிக்கிறார். "சாதனங்கள் ஒன்றும் வேண்டாம். ஏதாவது ஓர் சாதனம் சொல்லக்கேட்டு, அதன்படி நடந்தால் சிறு ஒளி உண்டாகும். அதைக் கண்டு பல்லிளித்துக்கொண்டு இறுமாந்து கெட நேரிடும். ஆதலால் காலந்தாழ்க்காது எல்லா உயிரையும் தன்னுயிரைப்போலப் பார்க்கும் உணர்வை வருவித்துக் கொள்ளவேண்டும். இதுவே சாதனம்.. பத்து வருஷம் எட்டு வருஷம் பிரயாசை எடுத்துக் கொண்டால் அற்ப சித்திகளைப் பெறலாம். பெரிய பிரயோசனம் போய்விடும்.. நூலனைத்தும் சாலமென அறிக.. உபாய வகையை நம்புதல் கூடாது; உண்மையை நம்புதல் வேண்டும்.. யோகம் செய்தல் வேண்டுவதில்லை. அதில் அழுந்திவிட்டால் மீளுவது கஷ்டம். சதா சிவகலப்பாய்க் கிடந்தாலும் மீளுதல் அருமை".

இந்தியச் சமய மரபின் பன்முகத்தன்மை ஒருபுறம் இருக்க, இடைக்காலத்தில் ஆன்ம முக்தி மட்டுமே ஒரே நோக்கம் என்பது போலவும், அதனை எட்டுவதற்கான சாதனங்களில் மட்டுமே வேறுபாடு உள்ளது என்பது போலவும் ஒரு தோற்றம் உண்டாக்கப்பட்டது. ஆன்ம முக்தி என்ற ஒற்றை இலக்கு நிலவுடைமைச் சமூகத்தின் ஒற்றைக் கட்டமைப்புக்குப் பொருந்திப் போயிற்று. பக்தி, சடங்குகள், யோகம், ஞானம் எனச் சாதனங்கள் மட்டுமே வேறுபடுத்திக் காட்டப்பட்டன. அவை ஒவ்வொன்றி னுள்ளும் உட்பிரிவுகளும் உண்டாகியிருந்தன. தனியுடைமைச் சமூகத்தில் எல்லா வகைச் சுரண்டலிலும் பங்கேற்றுக்கொண்டு, தமது தன்னந்தனி ஆன்மாவைச் சேதாரமில்லாமல் காப்பாற்ற பக்தர்கள் "அவரவர் தராதரத்திற்கேற்ப" தேர்வுசெய்து கொள்ளும் வழிமுறைகள் அவை. நிலவுடைமைச் சமூகம் தனது சொந்த மாதிரியிலேயே தனது மதத்தையும் உருவாக்கி வைத்திருந்தது. சாதனங்களையும் உபாயங்களையும் நம்பாதீர்கள், அவை தரும் அற்ப சித்திகளில் மயங்கிப் பல்லிளித்துக்கொண்டு அலையாதீர்கள் என்று இராமலிங்கர் சொல்லும்போது, ஒட்டுமொத்தமாக உங்களில் ஏற்படும் உணர்வே முக்கியம், உண்மையே முக்கிய மானது என்று இராமலிங்கர் சொல்லும் போது, அவர் மத்திய காலத் தத்துவத்தின் கிடுக்கிப் பிடியைக் கடந்து வந்துவிட்டார்

என்று கூறவேண்டும் உண்மை, உணர்வு என்ற சொற்கள் இங்கு மனிதரின் மொத்த உலகநோக்கைச் சுட்டுகின்றன. உளவியல் ரீதியாக மனிதர்கள் தப்ப முடியாமல் மாட்டிக்கொள்ளும் சாதனங்களின் (மார்க்கங்களின்) எல்லையைத் தாண்டி வருமாறு இராமலிங்கர் அழைக்கிறார். சாதனங்களின் பிடியிலிருந்து விடுபட்டு உலகைக் கண்திறந்து பார்க்கும்போதுதான் பசி என்கிற பகிரங்க உண்மை உங்கள் கண்களில் படும். சீவகாருண்யம் என்ற மற்றமை நோக்கிய திறப்பு ஏற்படும். நீங்கள் தொடர்ந்து செல்லவேண்டும்.

அகவெளியினுள்ளும் அந்தரங்கத்தினுள்ளும் அடைபட்டுக் கிடந்த தத்துவத்தை இராமலிங்கர் சமூகப் பொதுவெளியை நோக்கி நகர்த்துகிறார். இராமலிங்கர் தனது பாட்டை "பொதுப் பாட்டு" எனக் குறிப்பதை ராஜ்கௌதமன் எடுத்துக் காட்டு கிறார். சிதம்பரம் நடராஜனை வடலூருக்குக் கொண்டு வந்து "பொதுவில் நடம்" புரியச் செய்வேன் என்றும் அவர் சூளுரைத் தார். இது என்ன பொதுப்பாட்டு, பொதுநடம்? சாதனங்களும் நிறுவன எல்லைகளும் இங்கு உடைந்து போகின்றன.

இராமலிங்கரின் விமர்சனப் பார்வை தமிழ்ச் சமூகத்தை நோக்கி உள்முகமாகத் திரும்பியது என்பதும் குறிப்பாகச் சொல்லப்படவேண்டும். மேற்கத்தியக் கலாச்சாரம் அல்லது கிறித்தவ மதம் என அவர் வெளி உலகம் நோக்கித் தனது விமர்சனப் பார்வையை வீசவில்லை. மாறாக, உள்ளுக்குள்ளேயே உடைபட்டுக் கிடக்கும் சொந்தச் சமுதாயம் பற்றி அவர் பேசத் தொடங்கினார். ஜீவகாருண்யம் வற்றிப்போன, மனிதநேயம் மறந்து போன, சாதிகளாகவும் மதங்களாகவும் இறுகிக் கிடக்கும் தனது சொந்தச் சமூகம் பற்றியதாக அவரது விமர்சனங்கள் அமைந்திருந்தன.

இராமலிங்கர் எவ்வகையிலும் சைவ அடையாளத்தை உருவாக்குபவராக இங்குக் காட்சியளிக்கவில்லை. அந்த அடையாளத்தைச் சிதைப்பவராக, உடைப்பவராகக் காட்சி யளிக்கிறார். அதனைச் சைவ அடையாளமாகக் கொள்ளாமல், தமிழ் அடையாளம் எனக் கொள்வோமெனில், இராமலிங்கரது தத்துவம் தமிழ் அடையாளத்திற்கு ஓர் அடித்தள மக்கள் சார்பினை வழங்குகிறது. நாவலர் மேலிருந்து தொடங்கி அடித்தள மக்களை அந்நியப்படுத்தி, சைவத்தை ஆகமச் சைவமாகக் குறுக்கிக்கொள்ள, வள்ளலார் கீழிருந்து தொடங்கி

அதனை விரித்துச் செல்கிறார். தமிழ் அடையாள உருவாக்கத்தில் இராமலிங்கர் ஒரு மடைமாற்றத்தை ஏற்படுத்துகிறார். ஏழை விவசாயிகளின் பசி, சாதி மத விகற்பங்களை விலக்குதல், சமத்தில் கொள்ளுதல், சமூகப் பெருவெளியில் தொழில்படும் ஒரு புதிய தத்துவத்தின் உருவாக்கம் ஆகிய வள்ளலாரின் நிலைப்பாடுகள் நவீன தமிழ் அடையாள உருவாக்கத்திற்கான சில வலுவான அடிப்படைகளாகும். இவை தொடர்ந்து எடுத்துச் செல்லப் பட்டனவா? தொடர்ந்து வளர்ந்து நமக்குக் கையளிக்கப்பட்ட தமிழ் அடையாளம் நாவலரை முன்மாதிரியாகக் கொண்டதா? வள்ளலாரைப் பயின்று வந்ததா? தமிழ் அடையாளத்தின் இன்றைய நெருக்கடிப் புள்ளியில் நின்று கொண்டு இக்கேள்விகளை எழுப்ப வேண்டிய அவசியங்கள் உள்ளன.

தத்துவ விவேசினி

மெய்யியல் விவாதங்கள்

தத்துவ விவேசினி இதழ்கள்

பத்தொன்பதாம் நூற்றாண்டின் பிற்பகுதியில் சென்னையில் ஒரு நாத்திக சங்கம் செயல்பட்டு வந்திருக்கிறது. அச்சங்கம் தத்துவ விவேசினி என்ற பெயரில் ஒரு தமிழ் இதழையும் The Thinker என்ற பெயரில் ஓர் ஆங்கில இதழையும் வாரந்தோறும் அச்சிட்டு வெளியிட்டு வந்துள்ளது. 1882-ஆம் ஆண்டிலிருந்து 1888 வரையில் வெளிவந்துள்ள அந்த இதழ்களைச் சென்னைப் பல்கலைக்கழகப் பேராசிரியர் வீ. அரசு அவர்கள் தொகுத்து நியூ செஞ்சுரி புத்தக நிறுவனம் வழியாக ஆறு தொகுதிகளாக வெளியிட்டுள்ளார். இந்த அரிய பணிக்காகப் பேராசிரியரையும் என்சிபிஎச் புத்தக நிறுவனத்தாரையும் பாராட்டக் கடமைப்பட்டுள்ளோம். சில வருடங்களுக்கு முன்னால் இப்படித்தான் அயோத்திதாச பண்டிதரின் அறியப்படாத எழுத்துக்கள் திடீரென அறிமுகமாயின. பண்டிதரின் எழுத்துக்கள் தமிழ் ஆய்வுகளில் சில திருப்பங்களை ஏற்படுத்தின என்பதை நாம் அறிவோம். இப்போது வெளிவந்துள்ள தத்துவ விவேசினி இதழ்கள், சென்னை லௌகீக சங்கம் ஆகியவை குறித்து சில குறிப்புகள் பேராசிரியர் முப்பால் மணி போன்றோரின் நூல்களில் சொல்லப்பட்டனவெனினும், இதழ்களின் தொகுப்பும் வெளியீடும் முக்கிய நிகழ்வுகளாகவே நடந்தேறியுள்ளன. சுமார் ஒரு நூறு ஆண்டுகளுக்கு மேலாக இவ்வெழுத்துக்கள் நாம் அறியக்கிடைக்காமல் போயிருந்ததைப் பார்க்கும்போது, காலனி ஆட்சிக்கால தமிழ்ச் சூழல்கள் இன்னும் பல ஆச்சரியங்களை நம்மிடமிருந்து மறைத்து வைத்திருக்கிறதோ என்று கூட எண்ணத் தோன்றுகிறது.

சுயக்கியானிகள் சங்கம்

"சுயக்கியானம்", "சுயக்கியானிகள்" என்ற இரண்டு சொற்கள் தத்துவ விவேசினியில் ஏராளமாகப் பேசப்பட்டுள்ளன. "இந்து

சுயக்கியான சங்கம்", "ஆங்கிலோ திராவிட சுயக்கியான பத்திரிகை" என, குறிப்பிட்ட இந்த அமைப்பினர் தம்மையும் தமது பத்திரிகையையும் அறிமுகப்படுத்திக் கொள்ளுகின்றனர். சுயக்கியானம் என்பது குறித்த பல கட்டுரைகள் தத்துவவிவேசினி இதழ்களில் வெளிவந்துள்ளன. சுய அறிவு என்று பொருள்படக்கூடிய சுயஞானம் என்ற சொல்லே வடமேற்கு இந்திய உச்சரிப்பை ஏற்று சுயக்கியானம் என வழங்குகிறது. ஆக, சொந்த அறிவை முன்னிலைப்படுத்துபவர்கள் என்பதே இச்சொல்லிலிருந்து நமக்குக் கிடைக்கும் பொருளாகும். தத்துவவிவேசினி இதழ் ஒன்றில் "சுயக்கியானம் என்பதின் பொருள் என்னை?" என்ற கேள்வி எழுப்பப்பட்டு அதற்குத் "தமது சுயானுபவத்தையொட்டி உதிக்கும் கியானம் சுயக்கியானம் என்னப்படும்" என்ற பதில் தரப்படுகிறது (தத்துவவிவேசினி, தொகுதி 2, பக். 50). இதனை மேலும் தெளிவு படுத்தும் விதமாக அடுத்த கேள்வி ஒன்று கேட்கப்படுகிறது. "ஒருவர் கற்பிப்பதினால் வந்த ஞானம் சுயக்கியானம் ஆகுமா?". ஒருவர் கற்பித்ததனால் வந்த ஞானமே ஆயினும், அது ஒருவனுடைய சுயானுபவத்தை ஒட்டியிருப்பின், அது சுயக்கியானமே ஆகும்" (2, 50) என்ற பதிலும் தரப்படுகிறது. அறிதலில் சுய அனுபவத்தின் முதன்மையே இக்கேள்வி பதில்களில் வலியுறுத்தப்படுகிறது. இயற்கை/செயற்கை, இயல்பு/பண்பாடு (Nature/Culture) என்ற இரண்டு சொற்களுக்கு இணையாக அனுபவம்/கல்வி என்ற சொற்கள் நவீன காலத்தில் முன்னுக்கு வந்தன. இயல்பாக அனுபவம் சார்ந்து ஈட்டப்படும் அறிவைவிட கல்வியின் மூலம் கிடைக்கும் அறிவே அதிக முக்கியத்துவம் வாய்ந்தது என்பது நவீன கல்வித் தத்துவத்தின் ஒரு நிலைப்பாடாகும். தத்துவவிவேசினி இப்பிரச்சனையில் கறாரான அனுபவவாதத்தையே ஆதரித்திருக்கிறது என்பதைக் காணுகிறோம். நவீனக் கல்வியை அது நிராகரிக்கவில்லையெனினும் சுய அனுபவங்களுக்கே முன்னுரிமை வழங்குகிறது.

"உள்ளதை உள்ளபடி அறிந்து இன்னும் அறியவேண்டியவற்றிற்குத் தாகவிடாய் கொண்டவரே சுயக்கியானிகள்" (2, 63) என்று மற்றொரு கட்டுரை தெரிவிக்கிறது. பெரும்பாலான உலக மதங்கள், உலக சிருஷ்டியிலிருந்து சமூக அமைப்பு வரை, இன்னும் எதிர்காலத்தில் உலகம் அழியப்போவது (பிரளயம்) வரை அல்லது கடைசித் தீர்ப்பு வரை தமது "தெளிவான" கருத்துக்களை முன்வைக்கின்றன. புனித நூல்களில் உலகின் இந்த "மொத்தக் கதையும்" சந்தேகத்திற்கு இடமளிக்கக்கூடாது என்ற உத்தரவுடன் எழுதி

வைக்கப்பட்டுள்ளன. ஆயின் விஞ்ஞானங்களால் அப்படி எழுதிவைக்க முடியாது. விஞ்ஞானம் என்பது ஒரு தொடர்நிகழ்வு. சிறிது சிறிதாக அது இயற்கை, பிரபஞ்சம் ஆகியவற்றின் அறியப் படாத விடயங்களை அறிகிறது. ஒருமுறை கண்டுபிடிக்கப்பட்ட ஓர் உண்மை சில காலத்திற்குப் பிறகு திருத்தத்திற்கு உள்ளாகலாம். ஏன், சில வேளைகளில் முந்தியது தவறு என்று கூட ஆகிவிடலாம். எவ்வளவு அறிந்தாலும் இன்னும் அறியப்படாத பிரபஞ்ச ரகசியங்கள் இருக்கக்கூடும். எனவே விஞ்ஞானங்கள் மதங்களைப் போல எந்த முடிவான சித்திரத்தையும் இது தான் முழு உண்மை, பரிபூரண உண்மை என வரைந்து காட்டுவது கிடையாது. இதைத்தான் தத்துவ விவேசினி இங்குச் சுட்டிக்காட்டுகிறது. இன்னும் அறியவேண்டியவற்றிற்குத் தாகவிடாய் கொண்டவர்கள் சுயக்கியானிகள் என்று அது வரையறுக்கிறது. இதே கட்டுரையில் சுயக்கியானிகள், "கண்டதைக் கண்டவண்ணம் சொல்லி உண்மையாளரெனப் பேர்பெற்றுள்ளனர்" (2, 63). பழந்தமிழில் "காமம் செப்பாது கண்டது மொழிமோ" என்று ஒரு பாடல் வரி உண்டு. நீ விரும்பியதை எல்லாம் சொல்லாமல், கண்டதைச் சொல் என்று அந்த வரி அறிவுறுத்துகிறது. "எப்பொருள் யார் யார் வாய்க் கேட்பினும் அப்பொருள் மெய்ப்பொருள் காண்பது அறிவு" என்று வள்ளுவரும் கூறுவார். "காண்பது அறிவு" என்ற அவரது சொற்கள் முக்கியமானவை.

19-ஆம் நூற்றாண்டின் கடைசியில், 20-ஆம் நூற்றாண்டின் முகப்பில் "சுயம்" என்ற முன்னொட்டோடு பல சொற்கள் நமக்கு வந்து சேர்ந்திருக்கின்றன. சுயக்கியானம், சுய அறிவு, சுயானுபவம், சுயப்பிரயோசனம், சுயராஜ்ஜியம், சுயமரியாதை என்பது போன்ற சொற்கள். வெவ்வேறு நபர்கள் வெவ்வேறு அரசியலை வெளிப்படுத்த இச்சொற்களைப் பயன்படுத்தியுள்ளனர் என்ற போதிலும் தமிழில் முதலாளிய மனோபாவங்கள் வேர்கொள்ளத் தொடங்கிய அக்காலகட்டத்தில் சுயம் (தனிமனிதம்) என்ற சொல் அழுத்தமாகப் பதிந்திருப்பதைத் தற்செயலானதாகக் கொள்ளமுடிய வில்லை. இந்தியத் தத்துவங்களை ஆங்கிலத்தில் எழுதிய சர்வபள்ளி ராதாகிருஷ்ணன், ஆன்மா என்ற சொல்லை ஆங்கிலத்தில் சுயம் என்று பொருள்வரக்கூடிய Self என்றுதான் மொழிபெயர்த்தார். சுயம் என்ற சொல்லைப் பண்டைய இந்தியச் சிந்தனையின் மையத்தில் வைத்ததன் மூலம் ராதாகிருஷ்ணன் வேதாந்தச் சிந்தனைக்கும் நவீனச் சிந்தனைகளுக்கும் இடையில் ஒரு சந்திப்பை ஏற்படுத்தினார். இது நடந்தது இருபதாம் நூற்றாண்டின்

முதற்பாதியில். அதே நூற்றாண்டின் பிற்பகுதியில் சிறுபத்திரிகை இயக்கம் முன்னுக்கு வந்தபோது அதன் ஓரணியினர் தமது இலக்கியப் படைப்பாற்றலை விளக்க சுயம் என்ற சொல்லையே மீண்டும் பயன்படுத்தினர். முதலாளியம், காலனியம், நவீனம், நவீனத்துவம் ஆகியவற்றோடு தொடர்பு கொண்டதாக சுயம் என்ற சொல் தமிழில் தொழில்பட்டு வந்திருக்கிறது என்பதை நினைவுபடுத்தவே நாம் இங்கு இவற்றைக் குறிப்பிடுகிறோம்.

தத்துவ விவேசினி பத்திரிகைக்காரரர்கள் பயன்படுத்திய சுயக்கியானம் என்ற சொல் காலனிய முதலாளியத்தோடு தொடர்பு கொண்டதுதான் என்பதை மறுப்பதற்கில்லை. 19-ஆம் நூற்றாண்டின் கடைசி ஆண்டுகளில் சென்னையில் தொடங்கப் பட்ட சுயக்கியானியர்கள் சங்கம் பல மேற்கத்திய நாடுகளின் சிந்தனைகளை (Free Thinkers' Movement, Anti-Church Movement) ஆதாரமாகக் கொண்டு தொடங்கப்பட்டது என்பதையும் இந்நூல் தொகுப்புகளிலிருந்தே அறிகிறோம். காலனி ஆட்சிக்காலத்தில் மேற்கிலிருந்து பலதரப்பட்ட அறிவுத்தொகுதிகள் இங்கு வந்து சேர்ந்தன. வெவ்வேறுவிதமான அறிவுத்தொகுதிகள் அவற்றின் சமூகப் பயன்பாட்டை ஒட்டி இங்குள்ள சமூகப்பிரிவினரின் ஆதரவை ஈட்டின. தத்துவவிவேசினியில் மையப்படும் சுயக்கியானம் என்பது இந்தியச் சூழல்களில் மூன்று விதமான சிந்தனைப்போக்கு களை நினைவூட்டுகிறது. "பூர்வத்தில் உலகாயுதமென்னுமோர் மதமிருந்ததாகவும் அஃதே பிற்காலத்தில் நாஸ்திகமானதென்றும், அதுவே இப்போது சுயக்கியானமென்று வழங்குவதாகவும் இம்மூன்றனுட் சிற்சில பேதமிருப்பினும் மேற்படி மூன்றுமொன்றே யெனவும்" (பக். *293*) தத்துவவிவேசினி இதழ் ஒன்று தெரிவிக்கிறது. பேராசிரியர் வீ. அரசு அவர்கள் தொகுத்து வழங்கியிருக்கும் தத்துவவிவேசினி நூல்களின் முக்கியத்துவத்தை இந்த வரிகளின் ஊடாகச் சொல்லப்பட்டுள்ள செய்தியைக் கொண்டே நாம் உணருகிறோம். *1882-1888* ஆண்டுகளில் வெளிவந்துள்ள தத்துவ விவேசினி இதழ்கள் மேற்கத்திய அனுபவவாதச் சிந்தனைப் போக்குகளின் செல்வாக்கிற்கு உட்பட்ட தத்துவநிலைகளைக் கொண்டதாக இருப்பினும், அது தமிழ்ச் சூழல்களில் உலகாயதம், நாத்திகம், பகுத்தறிவு, விஞ்ஞானம் போன்ற சிந்தனைகளை முன்னிருத்தும் ஒரு விவாதக் களத்தை உருவாக்கியிருக்கிறது. தத்துவவிவேசினியின் வரலாற்றுப் பாத்திரத்தை இன்னும் கூடுதலாக ஒரு விடயத்தைக் கொண்டும் வலியுறுத்தியாக வேண்டும். நாத்திகம், பகுத்தறிவு, பொருள்முதல்வாதம் போன்ற மெய்யியல்

நிலைப்பாடுகளை மேற்கத்திய சரக்குகளாக இல்லாமல் அவற்றை இந்திய மரபுகளிலிருந்தே மீட்டெடுக்கும் ஒரு பணியையும் அது செய்திருக்கிறது. இவையெல்லாம் தமிழுக்குப் புதியவை. அல்லது நீண்டகாலமாகப் பேசப்படாதவை. அவற்றைத் தத்துவவிவேசினி மீட்டுக்கொணர்கிறது. அவை அடுத்துவரும் தமிழ் வரலாற்று விவாதங்களில் முக்கிய இடம் ஏற்க இருப்பவை. தமிழ்ச் சூழல்களில் எது நவீனம்? என்ற மிகப் பெரிய விவாதம் ஒன்றின் ஒரு வலுவான தரப்பாக அது மாறுமாகவும் இருக்கலாம். இவையெல்லாம் நவீனத் தமிழ்ச் சூழல்களில் குறிப்பிடத்தக்க நிகழ்வுகளாகும்.

தத்துவவிவேசினி எழுப்பும் பிரச்சினைகள்
பூதவாதமும் அறிவு பற்றிய விளக்கமும்

தத்துவவிவேசினி மிக முக்கியமாக பூதவாதம், பிரகிருதிவாதம் எனப்படும் இந்தியப் பொருள்முதல்வாதத் தத்துவங்களை முன்னுக்குக் கொண்டுவருகிறது. பூதங்களையும் பிரகிருதியையும் தத்துவவிவேசினி செயல்பாடு கொண்ட, இயக்கம் கொண்ட முதற்காரணங்களாகக் குறிப்பிடுகிறது. "இயக்கமோ பொருட்கள் என்றுண்டோ அன்றே உண்டு. இயக்கமில்லாத பொருள் அணுத்துணையும் கிடையாதென்பது அனுபவ கைவல்லியமாகிய பூதசாத்திரத் துணிபு" (2, 40). "பூதங்களைத் தவிர உடலில்லை, உடலைத் தவிர உயிரில்லை. முடிவில் உயிருமுடலும் பூதங்களில் ஒடுக்கமாகின்றன. ஆகவே பூதங்களைத் தவிர, உடலுமில்லை உயிருமில்லை. பூதங்களோ பிருதிவு, அப்பு, தேயு, வாயு, ஆகாஸம் என வைந்து, இவ்வைந்து சத்துகட் சையோகத்தானும் எடுத்ததிந்த திரிசியங்கள். எனவே சர்வமும் பஞ்சபூதமயம். இஃதுண்மை" (2, 183). இங்கு ஒரு முரட்டு பூதவாதம் பேசப்பட்டுள்ளது உண்மையே. இருப்பினும் ஐம்பூதங்களின் சேர்க்கையிலிருந்தே உயிர் என்ற பண்பு தோன்றுகிறது என்ற வாதம் வளர்த்தெடுக்கப் பட்டுள்ளது.

பூதவாதியிடம், அறிவு என்பது பஞ்சபூதங்களிலிருந்து விலகிய தனிப்பொருளல்லவா? என்ற கேள்வி கேட்கப்படுகிறது. அதற்குப் பூதவாதி, "கத்திக்கிருக்கும் பளபளப்பு ஒரு தனிப்பொருளா? அல்ல, அது கத்தியின் தன்மை. கத்தியை நீக்கி பளபளப்பைக் காண்பிப்பீரா? கூடாது. அதுபோல உயிர் அல்லது ஜீவனுடைய தன்மை அறிவு. எப்படிக் கத்தியை நீக்கி பளபளப்பைக் காண்பிக்கக் கூடாதோ அப்படி உயிரை நீக்கி அறிவைக் காணப்போகிறதே இல்லை" (2, 185) என்று பதில் கூறுகிறார். கத்தி, பளபளப்பான கத்தி,

பளபளப்பை இழந்த கத்தி (உயிரை இழந்த உடல்) போன்ற உவமை தத்துவவிவேசினி இதழ்களில் வேறுசில இடங்களிலும் கையாளப்படுகின்றது(2, 178).

தத்துவவிவேசினியின் மற்றொரு கட்டுரை உயிர் என்பதை சிறிது விரிவாக விளக்குகிறது. "ஜீவராசியின் உருவ வகுப்பிற்கும், பருவத் தொகுப்பிற்கும் தக்கவாறமைந்துள்ள கருவிகரணாதி களின் இயக்கமே உயிர், அவ்வியக்கத் தெரிப்பே அறிவு எனப் புகலப்படும்" (198, பார்க்க 214, 227). இக்கட்டுரைகளில் மனித அறிவுக்கு சமூகச் சூழல், மொழி ஆகியவற்றின் தேவை இன்னும் வலியுறுத்தப்படவில்லை என்பது உண்மையே. இருப்பினும் பஞ்ச பூதாதிகளிடமிருந்து அறிவு என்பது நேரடியாகத் தோன்றுவதில்லை என்பதை தத்துவவிவேசினி ஒத்துக் கொள்ளுகிறது. "ஆதியிலே பூதங்களுக்கு அறிவிருந்ததென்று சொல்லக்கூடாது. இன்னும் ஒரு கருப்பவதியான பெண்ணை ஓர் வனத்தின் மலைப்பொந்தில் வைத்து, குழந்தை பிறந்த உடனே அவளை நிர்மாணியாக்கிப் பேசாமலிருக்கச் செய்து அக்குழந்தைக்கு வேறே புசிப்பைக் கொடுத்து 10-15 வயசுக்குமேல் வெளியில் கொண்டுவந்தால் அது என்ன பேசும்? எப்பொருளை இன்னதென்று சொல்லும்?" (2, 113). "[அக்குழந்தை களுக்கு] பகுத்தறிவிருக்குமா?" (2, 210-211). இங்குப் பேசப்பட்டுள்ள பிரச்சினை வெறுமனே மனித உடல், புலன்கள் இருப்பதால் மனிதப்பண்புகள் உருவாகிவிடுவதில்லை; அவை உருவாவதற்கு குறிப்பிட்ட சில சமூகச் சூழல்கள் வேண்டும் என்பதாகும்.

பிரத்தியட்சமும் பகுத்தறிவும்

பண்டைய இந்தியாவில் பூதவாதிகள் தமது பிரமாணங்களாக பிரத்தியட்சம் என்ற ஒன்றை மட்டுமே ஒத்துக் கொண்டார்கள். பிரத்தியட்சம் என்றால் புலன்களால் அறியும் அறிவு என்பது பொருளாகும். தமிழில் இதனைக் காட்சி அளவை என்பார்கள். தத்துவவிவேசினி பத்திரிகை, அறிவை ஈட்டுவதற்கான நம்பகமான ஆதாரமாகப் பிரத்தியட்சம் ஒன்றையே குறிப்பிடுகிறது. இந்திரியங்களுக்கு அதாவது புலன்களுக்கு அனுபவமாகாதவை பொய்யுணர்வுகள் என்று தத்துவவிவேசினி தெரிவிக்கிறது. தனது இதழ்களின் பல இடங்களில் இதனை அது வலியுறுத்தியுள்ளது (2, 45). குறிப்பாகக் கடவுட் கருத்து, ஆன்மா குறித்த கோட்பாடு, மறுபிறப்பு, மோட்ச நரகம் ஆகியவற்றை நிராகரிப்பதற்கு பிரத்தியட்சப் பிரமாணம் குறித்த தத்துவவிவேசினியின் கருத்துக்கள் பெரிதும் துணைநிற்கின்றன. புலனுணர்ச்சிகளை அடக்கவேண்டும்,

ஒழிக்கவேண்டும் எனப் பிரச்சாரம் செய்யும் யோகிகளை நோக்கிய ஒரு விவாதமும் தத்துவவிவேசினியில் முன்னெடுக்கப்பட்டுள்ளது. இந்திரியங்களை ஒழித்தால் மனமும் ஒழிந்துவிடும் என்று தத்துவவிவேசினி வாதிடுகிறது (2, 55). எல்லா வகை உணர்ச்சி களுக்கும் மூலாதாரமாக புலன்களே விளங்குகின்றன, புலன்களின் சகாயத்தைப் பெறாமல் எவ்வகையான உணர்ச்சிகளையும் பெறமுடியாது. எனவே புலன்களை ஒழித்துவிடுபவர்களால் "மனத்திற்கு இயற்கையாகிய கியானம் [ஞானம், அறிவு] கிடையவே கிடையாது" என்று (2, 74) தத்துவவிவேசினி கூறுகிறது.

தத்துவவிவேசினி அதன் கட்டுரைகளில் பயன்படுத்தும் இரண்டு சொற்கள் நம் கவனத்தைக் கவருகின்றன. ஒன்று பிரத்தியட்சம் எனும் புலன் உணர்வுகள், மற்றது, அனுபவம் என்ற சொல். புலனுணர்வுகளை அறிவு ஈட்டுவதன் முதன்மை ஆதாரமாகக் கொள்ளுதல் இந்தியத் தத்துவங்களின் வரலாற்றில் மிகப்பழங் காலந்தொட்டே பயின்று வருகிறது. ஆயின் அனுபவம் என்ற சொல் புலனுணர்வுகள் என்ற சொல்லைவிட அகலமான பொருளைக் கொண்டதாகும். சுயக்கியானியர்கள் என்ற சொல்லுக்கு விளக்க மளிக்கும்போதே அனுபவம் என்ற சொல்லின் வழியாகப் பொருள் கூறுதலைத் தத்துவவிவேசினி பின்பற்றுகிறது. எனவே அனுபவம் என்ற சொல்லின் பொருள் தத்துவவிவேசினியின் பயன்பாட்டில் இன்னும் ஆராயப்படவேண்டிய ஒன்றாகும்.

இன்னொரு சொல்லையும் தத்துவவிவேசினி பயன்படுத்து கிறது. அது பகுத்தறிவு என்ற சொல்லாகும். மானுட ஜீவன்களுக்கு மட்டுமே பகுத்தறிவு என்ற பண்பு இருப்பதாகத் தத்துவவிவேசினி (2, 76) கூறுகிறது. பகுத்தறிவு என்ற கருத்தை தத்துவவிவேசினி தனது இதழ்களில் பெரிதும் வேறுபட்ட கோணத்தில் விளக்கியுள்ளது. "மானுஷீக ஒழுக்கம்" எனும் கட்டுரையில் "சுகாசுகங்கள் இன்னின்ன வென்றறிதலே பகுத்தறிவாகும்" என்று ஒரு கட்டுரை (2, 135-136) தொடங்குகிறது. பகுத்தறிவு என்பதை ஞானம் என்று விளக்கும் இக்கட்டுரை, "ஞான மென்பதாவது நன்மை, தீமை இவை என்றும், தக்கவை, தகாதவை இவையென்றும், சுகத்தைத் தருபவை இவையென்றும், அசுகத்தைத் தருபவை இவையென்றும் வேறுபிரித்து குற்றத்தை நீக்கிக் குணத்தைக் கொள்ளுதலாம். ஞானம் எனினும் அறிவு எனினும் ஒக்கும். நாம் கற்றவற்றோடு மாறுபட்டுள்ள சித்தாந்தங்களையும், அபிப்பிராயங் களையும் சித்தசமாதானத்தோடு அபிமானமொழித்து முற்றுமுணர்ந்து,

பின் சீர்தூக்கிக் கோடலே ஞானம்" என்று தொடருகிறது. பகுத்தறிவு என்பதற்கு இப்படி ஒரு வரையறையை நாம் எதிர்பார்த்திருக்க மாட்டோம். தமிழ்ச் சூழல்களில் பகுத்தறிவு என்ற சொல் எப்படிப் பயணித்திருக்கிறது? என்னென்ன அர்த்த பரிமாணங்களைக் கொண்டிருந்திருக்கிறது? என்பது போன்ற விஷயங்களை அறிய விரும்புவோர் தத்துவவிவேசினியில் அச்சொற் பயன்பாட்டை ஆராய்தல் வேண்டும்.

மனிதரின் சிறப்பிலக்கணம்

தத்துவவிவேசினி பயன்படுத்தியுள்ள பிரத்தியட்சம், அனுபவம், பகுத்தறிவு போன்ற சொற்களைத் தாண்டி இன்னும் அது அதிக தூரம் செல்லும் சில சந்தர்ப்பங்களையும் இங்குச் சுட்டிக்காட்ட விரும்புகிறோம். "சங்கா நாஸ்திகம்" என்ற தலைப்பில் எழுதப் பட்டுள்ள ஒரு கட்டுரையை (2, 102-103) இங்குச் சுட்டிக்காட்ட விரும்புகிறோம். இக்கட்டுரை மனிதரின் சிறப்பான பண்பு இன்னதென்று கணித்துக் கூற விரும்புகிறது. விலங்குகளுக்கும் மனிதருக்கும் பொதுவாக உள்ள அமைப்புகளை அது முதலில் பேசுகிறது. இளமை, முதுமை போன்ற பருவபேதங்களும், இன்பம், துன்பம் போன்ற அவஸ்தா பேதங்களும், எலும்பு, தசை, மூளை போன்ற தாது பேதங்களும் ஞாபகம், புத்தி, மனம் போன்ற கரணபேதங்களும் விலங்குகளுக்கும் மனிதருக்கும் ஒன்றாகவே உள்ளன என்று அக்கட்டுரை முதலில் எடுத்துக்காட்டுகிறது. ஆயின் மனிதருக்கும் விலங்குகளுக்கும் உள்ள அடிப்படை வேறுபாடு என்ன?

"இப்பூவுலகிலுள்ள மாந்தரெவரும் சாதனமின்றி யாதொன் றையும் சாதிக்க வல்லவரல்லர், ஆதலால், அச்சாதனங்களால் சாத்தியத்தைச் சாதிக்கின்ற புத்தி விசேஷமே மாந்தர்க்குட் சிறந்தது" என்று தத்துவவிவேசினி கூறுகிறது. இவ்வரிகளில் "புத்தி விசேஷம்" என்று சொல்லப்பட்டுள்ள கருத்து இதே கட்டுரையில் "யுத்தி" என்றும் "யுத்தி சாதனை" என்றும் பல இடங்களில் வருகிறது. தொகுதி இரண்டில், பக்கம் 70-இல் "புத்தி யுத்திகளால்" என்று இரண்டு சொற்களுமே இணைத்துப் பயன்படுத்தப்பட்டுள்ளன. நடைமுறைப் பயன்களை வழங்கக்கூடிய நவீனத் தொழில்களே அங்கு "புத்தி யுத்திகள்" எனச் சொல்லப்படுகின்றன. யுத்தி சாதனைகளாக எவை குறிப்பிடப்படுகின்றன? "அரசத்துவம், அமாத்தியத்துவம், பாண்டித்துவம், வைத்தியம், உழவு முதலிய எத்துறை முயற்சியும்" யுத்தி சாதனைகள் எனக் குறிப்பிடப்படுகின்றன (2, 102). இங்கு "யுத்தி" எனப் பயன்படுத்தப்பட்டுள்ள சொல் மனிதரின் தொழில்

நுட்பச் செயல்பாடுகளைக் குறிப்பதாக இடம்பெற்றுள்ளதைக் காணமுடிகிறது. அறிவு என்ற கருத்தின் வகைமையைக் கடந்து செயல்பாட்டு அறிவு என்று பொருள்படுவதாகவும் அது அமைந்துள்ளது. சாதனங்களைக் கையாளும் திறன், கருவிகளைக் கையாளும் திறன் என்பது போன்ற பொருளடர்த்தியைக் கொண்டதாகவும் அது அமைந்துள்ளது. ஒரு சமூக உற்பத்தித் திறன் என்ற பொருளைக்கூட அது கொண்டமைந்துள்ளது எனலாம்.

சுயக்கியானமும் மனிதநேயமும்

மனிதநேயம் என்றால் என்ன? அது எப்போது தமிழுக்கு அறிமுகமானது? இந்தக் கேள்விகளுக்குத் தத்துவவிவேசினி சில பதில்களைக் கொண்டுள்ளது. ஏற்கெனவே மேலே எடுத்துக்காட்டிய "மானுஷீக ஒழுக்கம்" என்ற கட்டுரையிலேயே மனித நேயம் குறித்த விளக்கங்களைக் காணுகிறோம். இது இரண்டு பக்கங்களே கொண்ட சிறிய கட்டுரையாயினும், மனித நேயம் என்பதற்கான விரிந்த வரையறையினைக் கொண்டுள்ளது.

"இந்திரியங்களுக்கு விஷயமாகாததை உண்டென்றும், விஷயமானதை இல்லை என்றும் சொல்லுதல் அசத்தியம்" என்று இக்கட்டுரை *(2, 136-137)* தொடங்குகிறது. மனித நேயம் என்ற கருத்தை விளக்க உண்மை/பொய் என்ற அடிப்படை வேறுபாட்டி லிருந்து தொடங்கிப் புலன்களுக்கு எட்டாத விஷயங்களை நம்புவதும் அதுபோன்றவற்றை மக்களிடையில் பரப்புவதும் மனித ஒழுக்கத்திற்கு மாறான செயல் என்று இக்கட்டுரை கூறுகிறது. "பொய்க்குப் பயப்படுதலும், பொறாமைக்குப் புறம் காட்டுதலும், வசையை வழிமறித்தலும், நியாயத்தை நேசித்தலும்...மானுஷீக ஒழுக்கம்" என்று இக்கட்டுரை அடுக்குகிறது. புலன்களால் அறியவொண்ணாத விஷயங்களில் நம்பிக்கை வைக்காமல் இருக்கவேண்டும் என்பதை வலியுறுத்தும் முகத்தான் பெண்களுக்குப் பேய் பிடித்திருக்கிறது என பூசாரிகளை வைத்து பேய்களை ஓட்டுவதை இக்கட்டுரை கண்டிக்கிறது. மாறாக, தக்க வைத்தியர் களை வைத்து மருந்து பார்ப்பதே மானுஷீக ஒழுக்கம் என அது வரையறுக்கிறது. "ஒருயிருக்கும் சிறிதாயினும் தீங்கு நினைக்காததும் பிறருடைய பொருளைக் காஞ்சிரங்காய் போல நினைத்தலும், பிறர் செய்த நன்றியை மறவாமையும்..பசித்தோருக்கு அன்னமிட்டும்..புதுமையேனும் பழமையேனும், எம்மதமேனும் எக்கொள்கையேனும்..அவற்றில் நியாயத்திற்கும் நீதிக்கும்... [இடமளிப்பது] மானுஷீக ஒழுக்கம்."

பண்டைய இந்தியாவில் பொருள்முதல்வாதிகளையும் நாத்திகர்களையும் பகுத்தறிவுவாதிகளையும் அறமில்லாதவர்கள் எனச் சிறுமைப்படுத்தும் ஒரு மரபு உண்டு. ஆன்மீகவாதிகள், மதவாதிகள் ஆகியோரை இதே அளவுகோல்களின்படி அறச் சிந்தனையாளர்கள் எனச் சித்திரிக்கும் வழக்கையும் நாம் சந்தித்திருக் கிறோம். ஆயின் மானுஷீக ஒழுக்கம் எனும் தத்துவவிவேசினியின் இக்கட்டுரை ஒழுக்கம் என்பதன் பிரமாணவியலை மிக அற்புதமாக முன்வைக்கிறது. அறியப்படாத ஆண்டவனைப் பற்றிப் பேசிக் கொண்டிருப்பதும், பேய் பிசாசுகளின் மீது நம்பிக்கை வைப்பதும் உண்மையில் அறமற்ற செயல்கள் என அது கூறுகிறது. சமயம் சாராத மானுடத்தளத்தில் அறத்தின் அடிப்படைகளை வடிவமைக்க அது முயலுகிறது. சமயம் சாராத அறம் (Secular Ethics) என்ற ஒன்றை உருவாக்குவது மிகக் கடினமான, மிக முக்கியமான பணி என்பதை இங்கு நினைவூட்டுவோம்.

பொய்யனுபவம் எனும் சொல்லாக்கம்

தத்துவவிவேசினி பத்திரிகை தனது கட்டுரைகளில் "பொய்யனுபவம்" என்ற ஒரு சொல்லாக்கத்தைப் பயன்படுத்தி யுள்ளது. நாத்திகம், பூதவாதம், பகுத்தறிவு போன்ற தனது கோட்பாட்டு நிலைகளிலிருந்து தத்துவவிவேசினி எதிர்த்துப் போராட வேண்டியிருந்த சமய நம்பிக்கைகள், கோட்பாடுகள், சமய உணர்வுகள் ஆகியவையே இக்கட்டுரைகளில் பொய்யனுபவங்கள் என்று பெயரிடப்பட்டுள்ளன. உண்மையான அறிவுக்கு ஆதாரம் புலனுணர்வுகளே என தத்துவவிவேசினி முன்பு குறிப்பிட்ட அந்நிலையிலிருந்தே உண்மை அனுபவம், பொய்யனுபவம் ஆகியவை வரையறுக்கப்படுகின்றன. "மெய் நாக்குக் கண் மூக்குச் செவி என்னும் ஐந்து இந்திரியங்களும் தமக்கு விடயமாகிய திரவியங்களை அறிய அவற்றால் விளைந்த அனுபவம் உண்மை யனுபவம். இந்திரியங்களுக்கு விடயமில்லாத திரவியங்களும் உளவெனச் சத்தமாத்திரத்தானறிந்து பாவனா வாசனையாய் விளைந்த அனுபவம் பொய்யனுபவம். இப்பொய்யனுபவத்திற்குக் காரணம் சமய சாத்திரங்களும் சமய போதனையும் சமயவொழுக்கப் பயிற்சியும் சமயிகளுடைய சகவாசமுமாம்." (2, 43). உலக வரலாற்றில் பொய்யனுபவங்களின் அடிப்படையில் இன்றுவரை மிகப்பெரிய ஒரு கருத்தியல் நிறுவனமாக (Ideology as False Consciousness) நிலவிவருவது மதமாகும். உழைக்கும் மக்கள் அவர் களைப் பீடித்துள்ள பொய்யுணர்வுகளிலிருந்து விடுதலை பெறாமல், தமது ஏழ்மைக்கும் மிடிமைக்கும் அடிப்படையாக விளங்கும்

உண்மைக் காரணிகளைக் கண்டறிய முடிவதில்லை என்பதாலேயே முற்போக்கு சக்திகள் மதங்களுக்கு எதிராக அணிதிரளுகின்றன.

தத்துவவிவேசினி பத்திரிகை மதநம்பிக்கையை "சுயக்கியான மாகிய மெய்யுணர்வைத் தடைசெய்யும் பாசம்" என்று குறிப்பிடு கிறது. "இப்பாசத்தால் பந்திக்கப்பட்டவர்கள் ஆஸ்திகர்கள் என்று கூறப்படுவார்கள்." இக்கட்டுரையில் தத்துவவிவேசினியின் நுட்பமான சொற்பயன்பாடு நமது கவனத்தைக் கவருகிறது. "முக்தி, மோட்சம், கடவுள் போன்றவற்றை அடையவிடாமல் தடை செய்யும் பாசம், பந்தம், பற்று, அறியாமை" என்ற மொழிப்பயன்பாட்டை நாம் அறிவோம். இந்தியச் சமயத் தத்துவங்கள் இப்படிப்பட்ட ஒரு மொழியைத்தான் பலகாலமாகப் பயன்படுத்தி வந்திருக்கின்றன. தத்துவவிவேசினியோ மரபான சமயத் தத்துவங்களின் மொழியைத் தலைகீழாக மாற்றி, சுயக்கியானத்தை அடையவிடாமல் தடை செய்யும் பாசம், பந்தம், அறியாமை போன்ற பொய்யனுபவங்கள் என்று எழுதுகிறது. ஈராயிரம் ஆண்டுகளுக்கு மேலாக மொழிக்குள் நிகழ்ந்து வந்த ஒரு தலைகீழ் பொருள்கொள்ளுதலை (Abuse of Language) தத்துவவிவேசினி இங்குச் சரிசெய்திருப்பதைக் காணுகிறோம்.

தத்துவவிவேசினியின் கட்டுரைகள் பல மெய்யியல் விவாதங் களைத் தம்மில் கொண்டுள்ளன. அவை விரிவாகவும் நுட்பமாகவும் பேசப்படவேண்டியவை. அவை வெறுமனே மேற்கத்திய நாடுகளிலிருந்து வந்து சேர்ந்த ஒரு நாத்திகத்தைப் பேசுவதோடு நிறுத்திவிடவில்லை. இந்தியாவின் மிகப்பழமையான பல தத்துவ விவாதங்களை அவை சமகாலத் தன்னுணர்வுக்குக் கொண்டு வருகின்றன. ஒரு கட்டத்திற்கு மேல் வளர்ச்சியடையாமல் நின்று போயிருந்த சில மிகப்பழைய தத்துவங்களுக்கு புதிய கருவிகளை அவை வழங்குகின்றன. இதே காலகட்டத்தில் இந்திய, தமிழ்ச் சூழல்களில் பல சமயத் தத்துவங்கள் மறு உயிர்ப்பு பெற்றதை நாம் அறிவோம். ஆயின் சமூக வரலாற்றுப் போக்கின் முன்னோடியான சில சிந்தனைப் போக்குகளை மீட்டு வளர்ச்சியடையச் செய்த பணியைத் தத்துவவிவேசினி செய்திருக்கிறது என்பது அதன் மிகப் பெரிய சிறப்பாகும்.

அயோத்திதாச பண்டிதர்

தென்னிந்தியாவில் தலித் தன்னுணர்வின் உருவாக்கம்

19ஆம் நூற்றாண்டின் இறுதியிலிருந்து 20ஆம் நூற்றாண்டின் தொடக்கம் வரையிலான காலக்கட்டத்தில், தென்னிந்தியாவில் வெளிப்பட்ட தலித் தன்னுணர்வின் அடிப்படைக் கூறுகளைப் பற்றிய பகிர்வு இது ஆகும். குறிப்பிட்ட அக்காலத்தின் வரலாற்றுத் தகவல் களுக்குள் அதிகம் நுழையாது, தலித் சிந்தனையாளர் அயோத்திதாச பண்டிதர் (1845-1914) அவர்களால் முன்னிறுத்தப்பட்ட தலித் தன்னுணர்வின் முக்கிய அம்சங்கள் குறித்து விவரிப்பதாகவும் ஆராய்வதாகவும் இச்சிறுநூல் அமைகிறது. அண்மையில் தான் அயோத்திதாச பண்டிதரின் எழுத்துக்கள் கண்டுபிடிக்கப்பட்டு (முதல் இரண்டு தொகுதிகள் 1999லும், மூன்றாம் தொகுதி 2003லும் பாளையங்கோட்டை தூய சவேரியார் கல்லூரி நாட்டார் வழக்காற்றியல் ஆதார மையத்தால்), அதனுடைய பதிப்பாளர் திரு ஜி. அலாய்சியஸ் அவர்களால் மூன்று தொகுதிகளாக வெளியிடப் பட்டன. அம்பேத்கருக்குக் கொஞ்ச காலம் முன்னதாகத்தான், அயோத்திதாசர் வாழ்ந்திருக்கிறார். அம்பேத்கருக்கு முன்னதாகவே, தலித் தன்னுணர்வையும், பௌத்த மறுமலர்ச்சியையும் பற்றி அவர் யோசித்திருக்கிறார் என்று எண்ணத்திற்கு இது இட்டுச் செல்கிறது.

நவீன ஐரோப்பியச் சிந்தனையுடன் அதிகப் பரிச்சயம் கொண்ட அம்பேத்கருக்கு முந்திய தலித் தன்னுணர்வு எப்படிப் பட்டதாக இருந்தது? அம்பேத்கருக்கு முந்திய பௌத்தம் பற்றிய புரிதல் எவ்வகைப்பட்டதாக இருந்தது? என்பது போன்ற சுவையான கேள்விகளுக்கு இது நம்மைத் தயார்ப்படுத்துகிறது. தென்னிந்தி யாவில் உருவான நீதிக் கட்சியே பிராமணர் அல்லாதோரின் முன்னோடி இயக்கம், நீதிக் கட்சியினரே பிராமண எதிர்ப்பு, நாத்திகம், இந்துமத விமரிசனம், மற்றும் சாதி மறுப்பு போன்ற நிலைப்பாடுகளைத் தமிழுக்கு அறிமுகப்படுத்தினர் என்ற கருத்தினை மறுபரிசீலனை செய்யத் தூண்டுவதாகவும் அயோத்திதாசரின் எழுத்துப் புலமை உள்ளது.

தமிழ்ச் சூழலில், அயோத்திதாசரால் உருவாக்கப்பட்ட தலித் தன்னுணர்வு பற்றிய கட்டமைப்பு, 20ஆம் நூற்றாண்டில் தமிழ் நாட்டில் மார்க்சிய கருத்துக்கள் வேர்கொள்ளுவதற்கு ஏற்புடைய தாக அமைகிறது என்பதையும் காணமுடிகிறது. ஏனென்றால் தென்னிந்தியாவின் முதல் பொதுவுடைமைவாதியாகப் போற்றப்படும் ம. சிங்காரவேலு அவர்கள் (1860-1946) தம்முடைய அரசியல் பயணத்தை அயோத்திதாச பண்டிதருடன் இணைந்து தென்னிந்திய புத்த மறுமலர்ச்சியில் பங்கு பெறுவதுடன் தொடங்கியுள்ளார். இவ்வாறாக, தென்னிந்தியாவில் 19 ஆம் நூற்றாண்டின் இறுதியில் உருவாகிய தலித் தன்னுணர்வு அடுத்து வந்த காலங்களில் எழுச்சி பெற்ற பல்வேறு சமூக அரசியல் இயக்கங்களுக்கான முன்னோட்டமாக இருந்திருக்கிறது. இதுவரை நாம் அறிந்துள்ள சமீபகால வரலாறு குறித்த சில மாற்றுப் புரிதல் களை அது நமக்கு வழங்குகிறது.

அயோத்திதாசரின் வாழ்க்கைச் சூழல்

தென்னிந்திய தலித் நினைவுகளில் அயோத்திதாசரின் பிறந்த தேதி, குடும்பம், செயல்பாடு குறித்த மிகச் சரியான தகவல்கள் அதிகம் இல்லை. தற்சமயம், அவரைக் குறித்து சொற்பமாகக் கிடைத்துள்ள தகவல்களின் அடிப்படையில் நாம் முன்னேறலாம். அயோத்திதாசர் வடதமிழகத்தில், எளிமையான, ஆனால் பரம்பரையாகப் படித்த, பறையர் சமூகத்தில் பிறந்தவர். அவரது தந்தையார், அவரது சொந்த ஊரில் அங்கீகரிக்கப்பட்ட சித்த மருத்துவராகத் திகழ்ந்தார். எனவே தந்தையாரைத் தொடர்ந்து மகனும் அத்தொழிலைச் சிறப்புடன் செய்து வந்தார். சித்த மருத்துவர்கள், அரிதாகக் கிடைக்கக் கூடிய மருத்துவக் குறிப்புகளோடு மட்டுமல்லாமல், இலக்கிய மற்றும் வரலாற்றுக் குறிப்புகள் அடங்கிய கையெழுத்துப் பிரதிகளான ஓலைச் சுவடிகளைத் திரட்டுவதை மிகவும் வாஞ்சையுடன் பரம்பரை யாகச் செய்து வந்தனர். இவர்தம் தந்தையார் ஓர் ஆங்கில அதிகாரிக்கு, தமிழ் நீதி நெறி நூலான திருக்குறள் ஏட்டுப் பிரதியை அன்பளிப்பாகக் கொடுத்ததாகக் கூறப்படுகிறது. அயோத்திதாசரும் மிக அரிதாகக் கிடைக்கக் கூடிய தமிழ் இலக்கிய மற்றும் வரலாற்று ஏட்டுப் பிரதிகளைத் திரட்டி வந்ததுடன் சித்த மருத்துவராகவும் பயிற்சி மேற்கொண்டிருந்தார்.

சென்னை மாநகரத்தை அடுத்துள்ள சிறுநகரங்கள் தொழில் மையங்களாகவும், வர்த்தக மையங்களாகவும் அக்காலத்திய தென்னிந்திய

நகரமயமாக்கலுக்குள் சென்றன. வடதமிழகத்தில் இருந்த பரம்பரை யான விவசாயக் கிராமங்களில் பணப்பயிர் விளைவிக்கச் செய்தல் என்ற காலனியக் கொள்கை பெரும் பாதிப்பை ஏற்படுத்தியதுடன், அந்த விவசாயிகளை ஏழ்மைக்குள் தள்ளியது. வரலாற்று ஆசிரியர்கள் இப்பகுதிகளில் ஏழ்மையையும் தொடர் பஞ்சங்களையும் பற்றித் தெரிவிக்கின்றனர். எப்படியோ வடபுறம் சென்னையை நோக்கியும் மேற்காகக் கோலார் தங்கச் சுரங்கங்களை நோக்கியும் விவசாயத் தொழிலாளர்களின் நகர்வு, பரம்பரை விவசாயக் கூலிகளின் நஷ்டத்தை ஈடுசெய்வதாக அமைந்தது. விழுப்புரம், சென்னை, கோலார் என்ற முக்கோண அமைவிடம் அயோத்திதாசரின் வாழ்விடமாக அமைந்தது. தொழில்மயமாக்கப்பட்ட நகர வளர்ச்சியும் ஆங்கிலேய ஆட்சியினால் தூண்டப்பட்ட மாற்றங் களும் பண்டிதரை அடிமைத்தளையிலிருந்து விடுபடும் எண்ணத் தைத் தூண்டுவதாக அமைந்தன.

ஆங்கிலேய அரசால் தோற்றுவிக்கப்பட்ட காலனியமயமாக்கல் என்ற நிகழ்வு ஏற்கனவே தென்னிந்தியப் பகுதிகளின் பண்பாட்டு அரசியலில் ஏராளமான அனுபவங்களை ஏற்படுத்தியிருந்தன. பரம் பரையாகவும் வரலாற்றுரீதியாகவும் இலங்கைத் தமிழர்களுக்கும் தென்னிந்திய தமிழர்களுக்கும் இடையில் நிலவிய தொடர்புகள் அவர்களுக்கிடையில் மொழியையும் மதத்தையும் இணைப்பதில் பெரும் பங்கு வகித்தன. தமிழ் இன விழிப்புணர்வைத் தூண்டு வதற்கான முதல் அலை வீசத் தொடங்கியதில் தொடர்பு உடைய வராக ஆறுமுக நாவலர் (1822-1879) அவர்களைக் குறிப்பிடலாம். இவர் யாழ்ப் பாணத்தில் பிராமணர் அல்லாத, வைதீக சைவ வெள்ளாளர் குடும்பத்தைச் சேர்ந்தவர். தமிழ் நாட்டிலும் யாழ்ப்பாணத்திலும் உள்ள சைவ வெள்ளாளர்கள் பரம்பரையாக நிலவுடைமையாளர்களாவர். சைவ மடங்களுக்கும் கோவில்களுக்கும் அவர்கள்தாம் உரிமை பெற்றவர்களாக இருந்தனர். ஆறுமுகம் பிள்ளை மிக நெருக்கமாக இலங்கைக் கிறித்துவ கல்வியாளர்களுடன் தொடர்பு வைத்திருந்தார். மேலும் அவர் விவிலியத்தை (வேதாக மத்தை) தமிழில் மொழிபெயர்த்தார். கிறித்துவ மத போதகர்களுடன் அவர் கொண்டிருந்த நெருக்கம் சைவ மதச் சிந்தனைகளையும் வழிபாட்டு முறைகளையும் மறு சீரமைப்புச் செய்யும் நம்பிக்கையை அவருள் ஏற்படுத்தியது. ஆறுமுகம் பிள்ளை இரு கூர் ஆயுதங்களாக இரண்டு கருத்துக்களைக் தம் கைகளில் ஏந்தியவராக இருந்தார். ஒன்று யாழ்ப்பாணத்தில் நிகழ்ந்துவந்த கிறித்துவ மதமாற்றத்தை

எதிர்ப்பதாயும், மற்றொன்று வைதீக சைவ நிலைப்பாட்டை வலுப்படுத்துவதுமான கருத்துக்களும் செயல்பாடுகளும் ஆகும். சைவ மத நூல்களை நாவலர் எளிமையான உரைகளாக்கி அவற்றைத் தொகுத்து வெளியிட்டு வெகுஜனப் புரிதல்களுக்கு உட்படுத்தினார். சைவக் குடும்பத்தில் பிறந்த குழந்தைகளுக்கு கல்வி பயில்வதற்கு யாழ்ப்பாணத்தில் பொதுக் கல்வி நிலையத்தை நிர்மாணித்தார். மேலும் யாழ்ப்பாணத்திலும் தமிழ்நாட்டில் சிதம்பரத்திலும் அச்சகங்களை ஏற்படுத்தி அவற்றின் மூலம் சைவ இலக்கியங்களைப் பரவச் செய்தார். திருவாவடுதுறையில் உள்ள வைதீக சைவ மடம், சமய இலக்கியங்களைப் பேசுவதில் திறமையாளர் என்னும் பொருள்படும்படியாக அவருக்கு 'நாவலர்' என்று பட்டமளித்துச் சிறப்பித்தது.

ஆறுமுக நாவலரின் செயல்பாடுகள் அனைத்தும் இயற்கையில் மேல் தட்டு சைவ மத நம்பிக்கையை மறுசீரமைப்புச் செய்யக் கூடிய தாகவும் புத்துயிர்ப்பு அளிக்கக் கூடியதாகவும் இருந்தன. சில நவீன காலக் கூறுகளைப் பின்பற்றும் சமயங்களிலிருந்து புதுமையைப் புகுத்திக் கொண்ட சைவமதம் கிறிஸ்துவ அனுபவத்தை அநுகரணம் செய்தது. அதே வேளையில் நாவலர், இலங்கையில் காலனீய அமைப்பின் கீழ் அதிகார பேரத்தில் ஈடுபட்டிருந்த மேல் சாதி யினரை இணைக்கும் படியான செயலை மேற்கொண்டிருந்தார். அவர் சைவக் கோவில்களில் நடைமுறையில் இருந்து வந்த கண்ணகி வழிபாட்டைப் புறம் தள்ளும் முயற்சியில் ஈடுபட்டிருந்தார். ஏனென்றால் கண்ணகி ஜைன செல்வாக்கிற்கு உட்பட்ட புராண இலக்கிய பெண் ஆவாள். மேலும் அவள் ஜைன காப்பியமான சிலப்பதிகாரத்தின் முக்கிய கதாபாத்திரமாக இருந்து, பின்பு அநீதியான முறையில் அவளுடைய கணவன் கோவலன் கொல்லப் பட்டபின் அவளுடைய பெண்மை சினம் கொண்டு அவன் கொல்லப் பட்ட நகரமான மதுரை எரித்து சாம்பலாக்கியதால் கண்ணகியை ஆற்றுப்படுத்துவதற்காக அவள் தெய்வமாக்கப்பட்டாள் என்று கொள்ளப்படுகிறது. அதனால் ஆறுமுக நாவலர் நாட்டுப்புறச் செல்வாக்கை அகற்றிவிட்டு யாழ்ப் பாணப் பகுதியில் இருந்த சைவ ஆலயங்கள் தூய்மையான வைதீக சைவ ஆகம விதிகளின்படி உயிர்ப்புப் பெறுதல் வேண்டும் என முயற்சித்தார். ஆறுமுக நாவலரின் இந்த சைவமதத் தூய்மைப்படுத்தல் எனபதானது இந்தியத் தமிழ் பகுதிகளிலும் வைதீக தமிழ் மடங்களின் பெரும் பாராட்டையும் மெச்சுதலையும் பெற்றது. காலனீயத்தைப் பொறுத்தமட்டில்,

ஆறுமுக நாவலர் சைவ வெள்ளாளர்களின் தனிச் சலுகையான நிலவுடைமையையும் மேல்சாதி வெள்ளாள உருவாக்கத்தையும் முக்கியமாக இணைப்பதற்கான ஒரு பிரதிநிதியாகவே காணப் பட்டார். புதியதோர் சூழலில் இது ஒரு சமய இணைப்பு மட்டுமல்லாது சாதி அமைப்பின் மறு உருவாக்கமாகவும் திகழ்ந்தது. ஒரு வகையில் 19ஆம் நூற்றாண்டின் மத்தியிலிருந்து தெளிவானதொரு நிலையில் நிலவுடைமைச் சமூகத்தில் சலுகை பெற்ற சாதியினர் காலனீய ஆட்சியாளர்களுடன் அதிகமான உரிமைகளைப் பெறுவதற்கான பேரம் பேசுதலைத் தொடங்கினர். அவர்களின் அடையாள உணர்வு அந்நாட்களில் மேலோங்கத் தொடங்கியது. ஆறுமுக நாவலரின் முயற்சிகள் இவ்விதம் வெறுமனே நிலவுடைமை மற்றும் நவீன வசதிகளை மாத்திரம் அனுபவிக்க விளைந்த வெள்ளாள சமூகத்தினரின் சாதி சமய அடையாளமாகக் குறுகி நின்றன.

வங்காளத்திலும் இந்தியாவின் வடமேற்கிலும் வாழ்ந்த பிராமணர்களும் இவை போன்று ஆங்கிலேயர்களுடன் அதிகார பேரத்தில் ஈடுபட்டு வந்தனர். பிரம்மசமாஜம், ஆரியசமாஜம் போன்ற புதிய அமைப்புகளை ஏற்படுத்தியதன் மூலம் அவர்கள் தங்கள் பேரத் தைத் தொடங்கினர். வைதீக அனுஷ்டானங்களை சீர்திருந்திய வடிவில் மறு உருவாக்கம் செய்யும் போது மேற்கத்தியமுறை ஓரளவு பின்பற்றப்பட்டதான நிலை இருந்த போதிலும் பிராமண மறுமலர்ச்சியே முக்கியத்துவம் பெற்றது. மறுமலர்ச்சியாளர்கள் மிகப் பழையகால பிராமண சிந்தனை அடுக்கான உபநிடத ஓரிறைக் கொள்கை அல்லது வேதங்களின் இயற்கைவாதக் கொள்கைக்கு மீண்டும் செல்லவேண்டும் என அழைப்பு விடுத்தனர். நாட்டுப்புற வழிபாட்டு முறைகளும் வெகு மக்கள் நம்பிக்கைகளும் அதிகம் இடம்பெற்றிருந்த இடைக்கால இந்தியாவின் புராண வடிவமைப்பை இந்து சமயத்திலிருந்து விலக்கும் தூய்மைவாதம் இம்முயற்சியில் வெளிப்பட்டது. பிராமணர்களும் ஆங்கிலேயர்களுடன் ஆதிக்கப் பேரம் பேசுதலில் ஈடுபட்டிருந்தனர். உண்மையிலேயே அவர்கள் அரசாங்க வேலைகளைப் பெறுவதான தங்கள் முயற்சிகளில் வெற்றியும் பெற்றனர். மேலும் அவர்கள் இந்தியாவில் ஆட்சியில் இருந்து வந்த ஆங்கிலேய அதிகார வர்க்கத்தினரின் நம்பிக்கைக்கு உரியோராயினர். பிராமணர்கள் தாம் காலனிய இந்தியாவில் ஆங்கிலேய அதிகாரத்தின் நேரடியாகக் காணக்கூடிய ஆதிக்கச் சக்தியாக விளங்கினர் என்பது சில ஆராய்ச்சியாளர்களின் கருத்து ஆகும்.

நாம் இப்போது, 19ஆம் நூற்றாண்டின் பிற்பகுதியில் தென்னிந்தியாவில், குறிப்பாக தமிழகத்தில் வளர்ச்சி பெற்ற, பண்பாட்டு அரசியலின் சிக்கலான நிலை பற்றிக் காணத் தொடங்குகிறோம். இக் காலக் கட்டத்தில் ஏராளமான தமிழ் இலக்கிய ஏட்டுப் பிரதிகள் கண்டெடுக்கப்பட்டு நூல்களாக அச்சேறின. பல நூல் வெளியீட்டகங்கள் தோற்றம் பெற்றன. பல மாத சஞ்சிகைகளும், தினசரி செய்தித்தாள்களும் சிறுநூல்களும் வெளிவந்தன. பழைய சங்ககால ஏட்டுப்பிரதிகளான திருக்குறளும், இலக்கண நூலான தொல்காப்பியமும் அறநெறி நூல்களும், பின்னைச் சங்க காலக் காப்பிய நூல்களும் மத்திய கால சைவ வைணவ இலக்கியங்களும் இக்காலத்தில்தான் அச்சுக்கு வந்தன. தமிழகத்திலிருந்தும் இலங்கையிலிருந்தும் ஏராளமான ஆராய்ச்சியாளர்கள் குறிப்பாகத் தலித்துகள் ஏட்டுப்பிரதிகளைத் தேடுவதிலும், அவற்றை அச்சுக்குக் கொண்டு வருவதிலும் முனைப்பாக ஈடுபட்டனர். இந்த நவீன வெளியீட்டுச் செயல்பாடுகள் ஓர் அதிசயத்தக்க இடத்தையும் பெரிய அளவில் முடிவற்ற குறியீட்டுச் செயற்பாடுகளையும் வரலாற்றுக் கட்டுமானங்களையும் அடுத்து வந்த காலங்களில் உருவாக்கின. இவையே பண்பாட்டு அரசியல் என்ற செயல்பாட்டைக் குறித்து நிற்கின்றன.

இச்சமயத்தில் தேசிய அளவில் தொழில்பட்டு வந்த பிராமணிய ஆதிக்கம், தமிழர்களுக்கு இடையில் சைவ நில உடைமைச் சாதிகளின் திரட்சி, ராபர்ட் கால்ட்வெல்லின் திராவிட மொழிக் குடும்பம் பற்றிய புதிய கண்டுபிடிப்புகள், தமிழ் மொழி அடையாள இயக்கம் போன்றன அயோத்திதாச பண்டிதரை தலித் தன்னுணர்வை உருவாக்குதல் என்ற நிலைப்பாட்டிற்கு இட்டுச் சென்றன எனலாம். அவ்வகைப் பின்புலத்தில் அயோத்திதாச பண்டிதர், இந்திய வரலாற்றினுள் புதையுண்டிருந்த சமூக வரலாறு, தமிழ் இலக்கிய பண்பாடு, நாட்டுப்புறப் பண்பாடு போன்றவற்றைத் தோண்டி எடுத்துத் தலித் தன்னுணர்வைக் கட்டமைக்கும் முயற்சியில் ஈடுபட்டார். இது தமிழ்ப் பண்பாட்டு வரலாற்றின் முழுமைக்கும் ஓர் அரிய வெற்றியாகத் திகழ்ந்தது.

வட தமிழகத்தில் உருவான நகரமயமாக்கல் அயோத்திதாச பண்டிதரை உருவாக்குவதில் முக்கிய பங்கு வகித்தது. அது அவரைப் பல்வேறு நவீனத்துவ சூழல்களுக்கு அறிமுகப்படுத்தியது. பலவிதமான சமூகப் பிரிவினரும் அன்றைய காலனி ஆட்சியோடு அதிகார பேரங்களை நடத்திக் கொண்டிருந்த வேளையில் அவற்றுக்கான ஒரு தலித் எதிர்வினையை, அயோத்திதாச பண்டிதரிடமிருந்து

கோரின. அயோத்திதாசரின் தலித் எதிர்வினையானது தலித்துகளின் வரம்புக்கு உட்பட்ட செயல்பாடாக மட்டுமன்றி, தமிழ் வரலாற்றுச் சூழலில் முதன் முதலாக சமூக விடுதலையை மையப் பொருளாக்கிய ஒரு வரலாற்று நிகழ்வாகவும் ஆகிப்போனது.

வட தமிழகத்தில் வள்ளலார்

அயோத்திதாசர் குறித்து பேசுவதற்கு முன்பாக, 19ஆம் நூற்றாண்டின் பிற்பகுதியில் வள்ளலாருக்கும் நாவலருக்கும் இடையில் ஏற்பட்ட வாக்குவாதம் குறித்து முதலில் பேசுவது பொருத்தமாக இருக்கும். நாம் முன்பு குறிப்பிட்டது போல, இலங்கைத் தமிழர் களுக்கும் தென்னிந்திய தமிழர்களுக்கும் மத்தியில் வைதீக சைவ அடையாளத்தை உயிர்ப்பிப்பதிலும் மீட்டுருவாக்குவதிலும் நாவலர் முன்மாதிரியாகத் திகழ்ந்தார். அதே சமயத்தில், தமிழகத்தின் வடமாவட்டங்கள் ஒன்றில், சென்னைக்கு அருகில் தோன்றியவரான வள்ளலார் 'சமரச சன்மார்க்கம்' என்னும் சீர்திருத்த மதத்தினைத் தோற்றுவித்தார். சமரச சன்மார்க்கம் என்றால் சாதி, மத, பால் பேத மற்ற ஒரு மதம் ஆகும். ராமலிங்கர் சைவச் சாதியினுள் கீழ் நிலையில் உள்ள ஒரு பிரிவில் தோன்றியவராவார். இக் காலகட்டத்தில் உழவுத் தொழில் புரிந்து வந்த மக்களிடம் பரவிக் கொண்டிருந்த உயிரைக் கொல்லும் பஞ்சத்தைக் கண்டு, அதனைப் போக்கும் எண்ணத்துடன் சைவ மடங்களை அணுகி நேர்மையான முறையில் வள்ளலார் உதவி கோரினார். ஆனால் துரதிஷ்டவசமாக, சைவ மடங்கள் குறிப்பாக நாவலரால் ஏற்படுத்தப்பட்டிருந்த மத அடையாளத்தை முன்னிறுத்தி, பஞ்சத்தில் மரணித்துக் கொண்டிருந்த பொது மக்களுக்கு உதவிக் கரம் நீட்டுவதில் விருப்பம் காட்டவில்லை. அம்மடங்கள் ராமலிங்கரின் வேண்டுகோளை மறுதலித்தமை அவரைச் சைவ மடங்களின் மீதும் சைவ நம்பிக்கைகளின் மீதும் ஏமாற்றம் கொள்ளச் செய்தது. எனவே சைவ நிறுவனங்களிலிருந்து வெளியேறிய வள்ளலார் பசி, மற்றும் அதற்கு எதிர்வினையாக ஜீவகாருண்யம், அதாவது ஏழ்மையான உயிர்களிடம் தயை கூர்ந்து நடந்து கொள்ள வேண்டும் என்னும் கருத்துக்களை உடைய தனிப் பட்ட, வித்தியாசமான மத மற்றும் தத்துவ வெளியை ஏற்படுத்திக் கொண்டார். ராமலிங்கரின் இந்த மனித நேயப் போக்கு தமிழகத்தின் வடமாநிலங்களில் வாழ்ந்த அடித்தட்டு மக்களிடையே வெகுஜன மதிப்பை ஏற்படுத்தியது. இவ்விதமாக, சைவ மதத்தினை "தூய்மை"ப் படுத்துவதிலும் நிறுவனப்படுத்தலிலேயே ஆர்வம் கொண்டிருந்த

ஆறுமுக நாவலரில் இருந்து மாறுபட்டு, ராமலிங்கர் முதல் தரமான தத்துவவாதியாகத் விளங்குகிறார்.

ராமலிங்கரின் தத்துவமானது, மனித உயிர்களிடத்தில் காணப் பட்ட பசி என்பதிலிருந்து தோன்றியதாகும். 'பசி' என்பது அனைத்து உயிர்களுக்கும் அடிப்படையானதாகும் என்னும் கருத்தை அவர் பரப்பினார். இவருடைய கருத்துப் படி, பசியை மனித உடலிலிருந்து அகற்றவோ, குறைக்கவோ முடியாது. அது ஓர் அடிப்படை நிலை, ஒரு குறைபாடு, ஒரு தேவையாகும். ஏனென்றால் உடல் என்பது மனித உணர்வுடனும் எண்ணத்துடனும் ஆத்மாவுடனும் தொடர் புடையது. அதனால் மனித உடலிலிருந்து பசியை அகற்றுவது என்பது நியாயப்படுத்த முடியாததொன்றாகும். ராமலிங்கரைப் பொருத்தமட்டில் 'தயை' அல்லது 'கருணை' என்பது மனித உயிர்களின் பசிக் கொடுமைக்கு மிக எளிமையான, ஆனால் முக்கியமான மறுமொழியாகும். மனித மனதில் தோன்றும் கருணை யானது பொது மக்களுடன் சமூகமாக வாழும் வாழ்வை உறுதிப் படுத்துகிறது. கருணை என்பது மனிதரின் சமூகப் பண்பைக் குறிப்பது. மனித உயிர்களிடம் காணப்படும் கருணையை வரம்புகளுக்கு உட்பட்ட "சிறு கருணை" என்றும் கடவுளிடம் காணப்படும் கருணையை எல்லைகளற்ற "பெருங்கருணை" என்றும் ராமலிங்கர் விளக்கம் தருகிறார். மனித உயிர்களனைத்தும் 'கருணை' என்னும் அளவு கோல் கொண்டு கடவுளால் அளக்கப்படுகின்றன. ராமலிங்கரின் தத்துவம் 'பசியும் கருணையும்' என்பதிலிருந்து தொடங்கி துன்பங் களின் துவக்கமாகக் கொள்ளப்படும் மனித உடல், அதனுடைய தேவை, அத்தேவை நிறைவேற்றம், அதன்மூலமாக உயிரையும் ஆன்மாவையும் காப்பது என விரிவடைகிறது. ராமலிங்கரின் தத்துவம், மத்திய காலத் தமிழகத்தில் வாழ்ந்த சித்தர்கள் பேசிய மருத்துவத் தத்துவங்கள், உடல்-அதனுடைய துன்பங்கள், துன்பங்களிலிருந்து விடுதலை பெறுவது என்பவற்றின் வளர்ச்சியாகத் தோன்றுகிறது. சுமார் 1500 ஆண்டுகளுக்கு முன்பு தமிழில் தோன்றிய பௌத்த இதிகாசமாகிய மணிமேகலையில் சொல்லப் பட்டுள்ள பசிக் கொடுமை, அதிலிருந்து மீளுதல் போன்றனவற்றை இப்போது நினைவுக்குக் கொண்டுவருவதாக அது அமைகிறது. சைவ வைணவ பக்தி இலக்கியங்களும் அவற்றின் காப்பியங்களும் சித்தாந்தம் போன்ற தத்துவங்களும் சுமார் 1500 ஆண்டுகளாக அடியோடு மறந்து போய்விட்ட பசி எனும் பிரச்சினையை அது நினைவுக்குக் கொண்டுவருகிறது!

வள்ளலார் பதி, பசு, பாசம், கடவுள், ஆன்மா, ஆன்மாவைக் கட்டும் தளைகள் போன்ற தத்துவ பிரச்சினைகளை விட்டு விலகினார். படைப்புத் திறன் கொண்ட தத்துவவாதியான இவர் புதிய கொள்கைகளையும் புதிய உண்மைகளைக் கண்டறியும் புதிய ஞானத்தையும் காண முற்பட்டார். ராமலிங்கரால் கண்டறியப்பட்ட 'கருணை' என்னும் தத்துவம், 'சமரச சன்மார்க்கம்' என மேன்மேலும் வெற்றி கரமாக விரிவடைந்தது. அது 'பசி' என்னும் கேள்வியை முன்வைத்ததன் மூலம் நிறுவனப்பட்ட அனைத்து மதங்களின் எல்லைகளையும் தகர்த்து எறிந்தது. ராமலிங்கரின் சமரச சன்மார்க்கக் கருத்து இயற்கையில் மதச்சார்பற்ற தன்மையுடையது. மேலும் அது தமிழ் அடையாள விரிவாக்கத்திலும் பங்களித்தது. ஆறுமுக நாவலரின் வகுப்புவாத சைவ அடையாளக் கட்டுமானத்தை அது எதிர்ப்பதாக இருந்தது. நாவலரின் எழுத்துக்களில், ஒரு சில வரிகள் கூட மனிதத் துயரம், பசி போன்றன பற்றிப் பேசியதில்லை. அதே சமயம், ராமலிங்கருடைய சன்மார்க்கக் கருத்து, சாதி, மதம் அல்லது மொழி என்னும் குறுகிய அடையாளங்களைத் தாண்டி உலகளாவியக் கொள்கையாக வெளிப்பட்டது. இதன் சாத்தியப்பாடுகள் சிக்கலானவை என்ற போதிலும் இது எளிய மனிதரை முன்னிலைப்படுத்தியது என்பதை மறுப்பதற்கில்லை.

ஆறுமுக நாவலரின் மேட்டுக்குடிச் சைவமதம், இந்திய அளவில் காணப்பட்ட பல்வேறு சமாஜங்களின் ஊடாகத் தோன்றிய பிராமண அடையாளம், கால்டுவெல்லின் தமிழ் அடையாளம், வள்ளலாரின் சமரச சன்மார்க்கம் போன்றன உண்மையில் அயோத்திதாசரின் விரிந்த சூழல்களை உருவாக்கின. மற்றொரு வகையில் பார்த்தால், தேசிய அளவில் பிராமணீயத் தோற்றம், தமிழ் நிலஉடைமை சைவ சமயத்தின் மறுகட்டுமானம், தமிழ் அடையாள உருவாக்கம் ஆகியவற்றுடன் ஊடாடி அயோத்திதாசரின் கருத்துக்கள் செழுமை யுற்றன எனவும் கூறலாம். மேலே கூறப்பட்டுள்ள காலனியக் காலத்திய முரண்பட்ட போக்குகளைத் தலித்திய நிலைகளிலிருந்து எதிர்கொள்ளுவதற்கான ஒரு சந்தர்ப்பம் அயோத்திதாசருக்கு உருவானது என்றும் இதனைக் கொள்ளலாம். இந் நோக்கிலேயே, அவர் இந்திய வரலாற்றை, அதில் இடம்பெறும் மதங்களின் வரலாற்றை, தமிழ் மொழி இலக்கியப் பண்பாட்டை, நாட்டுப்புற பாடல்களைத் தோண்டித் துருவலானார். வழக்கமான வரலாற்றுச் சான்றாதாரங்களை விட்டு அவர் வெகுவாக விலகிச் சென்றார். அதற்குப் பின் அவர் நிர்மாணித்துக் காட்டிய தலித் தன்னுணர்வு என்பது தமிழ்ப் பண்பாட்டு வரலாறு முழுமைக்கும் உண்மையில்

ஓர் அரிய சாதனையாகத் திகழ்ந்தது. தமிழகத்தின் வடமாநிலங்களில் காணப்பட்ட நகரமயமாக்கல் என்னும் சூழல் அயோத்திதாசரை உருவாக்குவதில் உறுதியான அடிப்படையாக அமைந்தது. அவை அவருக்கு காலனிய நவீனமயமாக்கலின் பல முரண்பட்ட போக்கு களையும் பலதரப்பட்ட சமூகக் குழுக்கள் அதிகார பீடங்களுடன் பேரம்பேசுவதையும் எடுத்துக்காட்டின. மேலும் அவை அயோத்தி தாசரிடத்தில் தலித் எதிர்வினையைக் கட்டாயப்படுத்தின. இவ் எதிர்வினை தலித் மக்களுக்கு மாத்திரம் உரியதாக வரையறுக்கப் படாமல் உண்மையில் பொதுமைப்பண்பு கொண்ட ஓர் எதிர் வினையாக அமைந்தது. அவை தமிழ்ச் சிந்தனை வரலாற்றில் முதன் முறையாகச் சமூக விடுதலை என்ற பிரச்சினையை மையப் பொருளாக்கிற்று.

அயோத்திதாசரும் வரலாற்று மறு கட்டமைப்பும்

இந்திய அளவிலும், குறிப்பாகத் தமிழ்நாட்டிலும் அக்காலக் கட்டத்தில் தோன்றிய மற்ற இயக்கங்களைப் போன்றுதான் அயோத்திதாசரின் வருகையும் பண்பாட்டு வரலாறு குறித்ததாக அமைந்திருந்தது. இந்தியாவின் மிகப் பழமையான பூர்வீக மரபு பௌத்த சமயத்தோடு நேரடியாகத் தொடர்பு கொண்டது என்ற கருத்து கொண்டவராக அயோத்திதாச பண்டிதர் விளங்கினார். இவருடைய இக்கருத்து பௌத்தத்தோடு சமண மதத்தையும் சேர்த்துக் கொண்டதாக இருந்தது. விரிவான பார்வையில் இது இந்தியாவின் சிராமண மரபைக் குறித்ததாகவும் இருக்கலாம். அயோத்திதாசரின் எண்ணப்படி புத்த சமயமானது ஆரிய-வைதீக, சைவ, வைணவ செல்வாக்கிற்கு வெகு காலம் முன்னதாகவே ஏற்பட்டதாகும்.

தமிழ்ச் சூழல்களில் மிகச் செழுமையான பண்டைத் தமிழ் இலக்கிய நூல் தொகுதிகள் சமண பௌத்த மதங்களினால்தான் தோன்றின. அவை தமிழில் வைதீகச் சிந்தனை அறிமுகமாவதற்கு முற்பட்டவை. அவை தமிழ் மண்ணில் சைவ வைணவச் சமயங்கள் தோற்றம் பெறுவதற்கு முந்தியவை. கி.மு 5 ஆம் நூற்றாண்டிலிருந்து தமிழில் இருந்து வந்த தமிழ் இலக்கியப் பாடல்கள் அனைத்தும் தனிப்பாடல்களாக, சிதறிய வடிவில் வெளியாட்கள் எவராலும் தொடப்படாமல் இருந்து வந்தன. தமிழகத்திற்குள் சமண பௌத்த நுழைவிற்குப் பின்னர்தான் கலைந்து கிடந்த தமிழ் இலக்கிய நூற்கள் எட்டுத்தொகையாகவும் பத்துப்பாட்டாகவும் சேகரிக்கப்பட்டு தொகுக்கப்பட்டன. சிதறிக் கிடந்த தமிழ்ப் பண்பாடு ஓரளவேனும்

ஒருங்கிணைந்த பழமையான தமிழ்ப் பண்பாடாக தனது முதல் அடையாளத்தை இக்காலத்திலேயே ஈட்டியது. அவை “சங்க” இலக்கியங்கள் என்ற “பௌத்த” நாமத்தையே இன்றுவரை சுமந்து நிற்கின்றன. பின் வந்த காலங்களில் மூன்று தமிழ் சங்கங்கள் இருந்தன வென்றும், முருகன், சிவன் போன்ற கடவுளர்கள் அச் சங்கங்களில் பங்கு பெற்றதாகவும் தமிழக வரலாறு கூறுகிறது. இவ்வாறு சொல்லப்படுவது சங்க இலக்கியத் தொகுப்பு மற்றும் பதிப்புச் செயல்பாடுகளிலிருந்து பௌத்த மதச் செல்வாக்கை அழிப்பதற்கான தெளிவான முயற்சி என்றே தமிழ் ஆராய்ச்சியாளர்கள் குறிப்பிடு கின்றனர். ஆனால் நன்கு நிர்மாணிக்கப்பட்டுவிட்ட ‘சங்கம்’ என்ற சொல்லை இன்றுவரை அப்புறப்படுத்த முடியவில்லை. கி.மு 5 ஆம் நூற்றாண்டிலிருந்து தோன்றிய சங்க இலக்கியம் சமண புத்த செல்வாக்கால் தொடர்ந்து நீதி நெறி இலக்கியங்களையும் காப்பியங்களையும் கி.பி 5 ஆம் நூற்றாண்டு வரை உற்பத்தி செய்து வந்தது. அதற்குப் பிற்பட்ட காலத்தில்தான் சைவமும் வைணவமும் தங்களுடைய தெய்வீகக் கீர்த்தனைகளை உருவாக்கின. சங்கம் மருவிய காலத்திலும் சங்க இலக்கியங்களுக்குப் பிற்பட்டக் காலத்திலும் தோன்றிய இலக்கியங்களில்தான் வைதீக பிராமணச் சிந்தனைகள் செல்வாக்கு பெறமுடிந்தன. சமண புத்த மதத்தவர்கள் தமிழ் இலக்கியத்தின் மிகப்பழமையான பதிவுகளில் ஒரு மாற்ற முடியாத இடத்தை உடையவர்களாகவும் வலிமையான பங்களிப்பு களை வழங்கியவர்களாகவும் உள்ளனர். முந்தைய தமிழ் இலக்கியத்தைத் தாண்டி பிரசித்தி பெற்ற திருக்குறள், நாலடியார், இன்னா நாற்பது, இனியவை நாற்பது, மற்றும் நீதி நெறி நூல்கள் போன்றன மிகத் தெளிவாக சமண புத்த சிந்தனைகளைக் கொண்டன வாகத் திகழுகின்றன. பண்டைய தமிழ் இலக்கியத்தின் ஐம்பெருங் காப்பியங்களான சிலப்பதிகாரம், மணிமேகலை, சீவக சிந்தாமணி, வளையாபதி, குண்டலகேசி போன்ற அழியாப் புகழ் பெற்ற நூல்கள் சமண புத்த மதங்களின் மெய்யியல் கருத்தாக்கங்களையும் அறங் களையும் கொண்டனவாக உள்ளன. பழம்பெரும் தமிழ் இலக்கண நூலான ஒல்காப் புகழ்த் தொல்காப்பியம் சிராமணத் தத்துவங்களைக் கொண்டமைந்துள்ளது. இங்கு வரிசைப்படுத்தப்பட்ட நூல்களைக் கொண்டே அயோத்திதாச பண்டிதர் வேத, சைவ, வைணவ மதங் களுக்கு முற்பட்டது சிராமணிய மரபு என்ற கருத்தைத் தனது எழுத்துக்களில் நிரூபித்துக்காட்டுகிறார்.

இந்தியத் துணைக்கண்ட அளவிலும் கூட சிராமணிய பரம்பரை மகாவீரர் - புத்தர் காலத்திற்குப் முன்பாகவும் தொடர்ந்து இருந்து

வந்ததாக இந்திய வரலாறு தெரிவிக்கிறது. ஜி. சி. பாண்டே, எல். எம். ஜோஷி போன்ற ஆராய்ச்சியாளர்கள் சிராமணிய பரம்பரை யானது மகாவீரர், புத்தர் வாழ்ந்த காலங்களுக்கு மிகவும் முற்பட்டது என்று உறுதியாக வாதிடுகின்றனர். 24 தீர்த்தங்கரர்களில் இறுதி யானவரான மகாவீரரின் வாழ்க்கை குறித்த தகவல்களும் அவருக்கு முந்திய 23 தீர்த்தங்கரர்களின் வாழ்க்கை விவரங்களும் நம்மைப் பண்டைய இந்திய வரலாற்றுக்கு எடுத்துச் செல்கின்றன. அவை இந்தியாவில் ஆரியர் வருகை மற்றும் ஆரியர் சிந்தனைகளுக்கு மிக முற்பட்டவையாக உள்ளன. ஜைன வரலாற்று வரைவியல் ரிஷப தேவரை முதல் தீர்த்தங்கரர் என அடையாளம் காட்டுகிறது. சிந்துச் சமவெளியில் கண்டெடுக்கப்பட்ட பழம் பொருள் எச்சங்களில் கிடைத்த காளை முக உருவத் தோற்றம் கொண்ட முத்திரையின் மூலம் அது அடையாளம் காட்டப்படுகிறது. புத்த மதமும் கூட அதனைத் தோற்றுவித்த கௌதம புத்தருக்கு முற்பட்ட வரலாற்றைக் கொண்டதாகச் சொல்லப்படுகிறது. புத்தருக்கு முந்திய பல போதி சத்துவர்கள் புத்த ஜாதகக் கதைகளில் குறிப்பிடப்படுகின்றனர். ஜைன புத்த இலக்கியங்களில் விவரிக்கப்பட்டுள்ள வம்சாவளி விவரங்கள் இந்தியத் தத்துவப் பாடநூல் ஆசிரியர்களால் உருவாக்கப் பட்டுள்ள தத்துவ வரலாற்றிலிருந்து பெரிதும் வேறுபட்ட ஒரு காட்சியை விவரிக்கின்றன. உண்மையில் இந்தியாவின் மிகப் பழமையான (Orthodox) தத்துவ மரபாக சமண பௌத்த மரபே விளங்கியது என ஜி. சி. பாண்டே வாதிடுகிறார். ஆயின் வேத ஆரியர்கள் அழையாத அந்நியர்களாக (Heterodox) உள்ளே நுழைந்த துடன் இந்திய சமூகத்தினுள் வர்ணம், சாதி முதலான பல்வேறு புதிய நடைமுறைகளை ஏற்படுத்தினர் என்று அவர் எடுத்துக் காட்டுகிறார்.

அயோதிதாச பண்டிதர் நவீன ஆராய்ச்சி மற்றும் கல்விப் பின்புலம் கொண்டவரல்லர். ஆயினும் அவரது தளராத பழந்தமிழ் இலக்கிய வாசிப்பு ஜைனமும் புத்தமும் மிகப் பழமையான இந்தியத் தத்துவத்திற்கும் பண்பாட்டிற்கும் அடித்தளம் அமைத்தன என்ற முடிவிற்கு அவரை வரச் செய்தன. புத்த மதம் குறித்த அயோத்தி தாசரின் கருத்துக்கள் கார்ல் மார்க்ஸ் குறிப்பிடும் பழமையான கம்யூனிச சமூக அமைப்பான பழங்குடிச் சமூக அமைப்பை ஒத்து அமைந்துள்ளது. மார்க்ஸ் அச்சமூகத்தை வர்க்கங்களற்ற சமூகம், தனி உடமையற்ற சமூகம் எனக் கூறுவார். அயோத்திதாச பண்டிதர் அது சமத்துவத்திற்கும் கருணைக்கும் பெயர் பெற்ற சமூகம், சாதி சமய ஏற்றத்தாழ்வு இல்லாத சமூகம் என்று குறிப்பிடுவார். பௌத்தத்

துறவிகளின் செயல்பாடுகள் பழங்குடித் தலைவர்கள் செய்துவந்த கடமைகளான நிர்வாகம், நீதி வழங்குதல், போருக்குத் தலைமை ஏற்றல், மத காரியங்களில் ஈடுபடுதல், மருத்துவம், மாந்திரிகம் போன்றவற்றுடன் ஒத்திருந்தாக அயோத்திதாச பண்டிதர் விளக்குகிறார்.

அயோத்திதாசரின் வரலாற்று வரைவுகளின்படி, புத்த மதம் செல்வாக்கு பெற்றிருந்த பழங்கால இந்திய நிலப்பகுதிகளுக்குள் பிராமணர்களின் நுழைவு பௌத்தர்களை வஞ்சகமாக ஓரங்கட்டியது. புதிதாக உருவான வேடதாரி பிராமணப் போதகர்கள் தங்களுடைய சூது வாது வஞ்சகத் தன்மைகளால் புத்தத் துறவிகளை கொஞ்சங் கொஞ்சமாக அப்புறப்படுத்திவிட்டு அவர்களின் தலைமை இடத்தைப் பிடித்துக் கொண்டனர். புத்த வழமையில் அவர்கள் புகுத்திய முக்கிய மாற்றம் என்னவென்றால், பிறப்பின் அடிப்படையில் தொழில் புரியும் அமைப்பை ஏற்படுத்தியது ஆகும். அம்பேத்கர், வேலைப் பிரிவினைகள் வேலை செய்வோருக்கு இடையிலான (சாதிப்) பிரிவினைகளாக மாற்றப்பட்டன என்று இதனைக் கூறுவார். இது சாதி அமைப்பை உருவாக்கியது. புத்தமதத்தினரால் போற்றப்பட்டு வந்த சாதி மறுப்பு நூல்களைப் புதிதாகத் தோன்றிய பிராமணர்களின் புனித நூல்கள் மாற்றியமைத்துடன் பின்வந்தவற்றிற்குத் தெய்வீகத் தன்மையும் அளிக்கப்பட்டன. தோற்கடிக்கப்பட்ட புத்த பாமரர்கள் நகர அல்லது கிராம எல்கைகளுக்கு அப்பால் தள்ளப்பட்டு தீண்டத்தகாதவர்கள் என்ற பெயரும் சூட்டப்பெற்றனர்.

அயோத்திதாசர், இந்தியப் பண்பாட்டின் அடித்தளத்தில் புத்த மதத்தினருக்கும் வேடதாரி பிராமணர்களுக்கும் இடையிலான முரண்பாடுகள் அமைந்துள்ளன என எடுத்துரைக்கிறார். இது ஒரு மத முரண்பாடாக காட்சியளித்த போதிலும் அயோத்திதாசர் இதனை ஒரு சமூக முரண்பாடாகவே காட்டுகிறார். அது சாதிகளற்ற பூர்வ சமூக அமைப்புக்கும் சாதிகளைக் கொண்ட பிராமணிய சமூக அமைப்புக்கும் இடையிலான முரண்பாடு. மேலும் இது பழைய பௌத்த அமைப்பான சமத்துவ சமூகம், நீதிநெறி, அன்பு போன்றவற்றிற்கும் பிராமணிய அமைப்பான சமூக ஏற்றத்தாழ்வு எனும் ஒழுங்கீனத்திற்கும், அன்பின்மைக்கும் இடையிலான முரண்பாடாகவும் அவரால் விரித்துரைக்கப்படுகிறது. தலித் மற்றும் பிராமணரல்லாத வரலாற்று ஆசிரியர்கள் இந்திய வரலாறு மற்றும் சமுதாயம் ஆகியவை பற்றிய புரிதலின் மையக் கருத்தாக சமூக

முரண்பாடுகள் என்ற கருத்தாக்கத்தை முன்வைக்கின்றனர் என இது குறித்து கெயில் ஓம்வெத் என்ற அறிஞர் குறிப்பிடுகிறார்.

அயோத்திதாசர் வேடதாரி பிராமணர்கள் என்ற சொல்லை மிக அதிகமாகப் பயன்படுத்துகிறார். ஆரிய பிராமணர்கள் ஆரம்ப கால புத்த மதத்தினரிடம் இருந்து பிராமணர்கள் என்ற சொல்லை எடுத்துக் கொண்டதாகக் குறிப்பிடுகிறார். ஆதி காலத்தில் இந்தியாவில் புத்தத் துறவிகள்தாம் சமூக அந்தஸ்துடனும் பொது மக்களின் ஆதரவுடனும் உண்மையான புரோகிதர்களாக இருந்து வந்தனர். அவர்கள்தாம் இயற்கையில் ஆதிகுடிகளின் பகுத்தறிவாளர்களாவர். அவர்களில் பெரும்பான்மையினர் அரசர்களாகவும் இருந்தனர். எப்படியிருந்த போதிலும் ஆதிகால நேர்மை என்பது வேடதாரி பிராமணர்களால் அழிக்கப்பட்டுவிட்டதோடு அவர்களே புரோகிதர்கள் என்ற பட்டத்தைப் பெறுவதற்கு உரியவர்கள் என்ற நிலைமையும் ஏற்பட்டது. மேலும் அவர்கள் பல்வேறுபட்ட பொய்யான புராண இலக்கியங்களைத் தொகுத்து அவற்றின் மூலம் தங்களுடைய தோற்றத்தையும் தலைமையையும் நியாயப்படுத்திக் கொண்டனர். எப்போது அவர்கள் தங்களது மேட்டிமையில் வெற்றி கொண்டனரோ அப்போதிருந்து புத்தக் கொள்கைகளை சமூகத்தின் எல்லைகளுக்கு வெளியில் தள்ளிவிட்டு சாதிய அமைப்பை ஏற்படுத்துவதை நோக்கமாகக் கொண்டிருந்தனர்.

அயோத்திதாசரின் வரலாற்றுக் கட்டுமானம் என்பது தமிழ் வரலாற்றையும் உள்ளடக்கியதாகவே இருந்தது. அவர் வேளாளர் என்ற சொல் விவசாய உற்பத்தியுடன் தொடர்பு உடையது என்ற கருத்தை உடையவராக இருந்தார். அவர் தமிழகத்தில் இருந்த உழவர்கள் என்ற வரிசையில் தமிழ்ச் சாதியான வெள்ளாளர்களையும் உள்ளடக்கினார். ஆதிகாலத் தமிழ் மண்ணில் வெள்ளாளர்களுக்கு இடையில் உட்பிரிவுகள் தோன்றின. வெள்ளாளர்களின் ஒரு பிரிவினர் நிலவுடைமையாளர்களாக மாறினர். அவர்கள் மற்ற கடின வேலை செய்து வந்த வெள்ளாளர்களை சமூக எல்கைக்கு வெளியில் தள்ளி அவர்களைத் தனிச் சாதியாக்கினர். வேடதாரி பிராமணர்களைப் போன்றே நிலவுடைமை வெள்ளாளர்களும் கடின உழைப்பு வெள்ளாளர்களைக் கீழ்ச் சாதியினர் என்று கூறிக் கொடுமைப்படுத்தினர். நிலவுடைமை வெள்ளாளர்கள் நேரடியான விவசாய வேலைகளிலிருந்து தங்களை அப்புறப்படுத்திக் கொண்டனர். அத்தோடு முந்திய விவசாயக் குடிகளிடம் இருந்து

வந்த மனித நேயத்தையும் இழந்துவிட்டனர். நிலத்திலிருந்து தங்களைத் தனிமைப்படுத்திக் கொண்ட வெள்ளாளர்களைப் பற்றிப் பேசும் போது அயோத்திதாசர் தமிழகத்தில் கடின உழைப்பில் ஈடுபட்டிருக்கும் பாட்டாளி மக்கள் தற்சமயம் பறையர்கள் எனவும் தீண்டத் தகாதவர்கள் எனவும் அழைக்கப்படுகின்ற மக்களாக உள்ளனர் எனக் குறிப்பிடுகிறார்.

அயோத்திதாசரின் வரலாற்று கட்டமைப்பில் ஒரு மக்களை இன்னொரு மக்கள் வஞ்சகமாக வீழ்த்தும் "சதித் திட்டம்" என்ற அம்சம் இடம்பெறுவதைக் காணமுடிகிறது. இதனை இன்று எந்த அளவுக்கு ஏற்றுக் கொள்ளமுடியும் என்று தெரியவில்லை. அவருடைய கருத்து "பழம்பெரும் பொற்காலம்" என்ற கனவும் அதன் வீழ்ச்சி என்ற கருத்தாக்கமும் பற்றியதாக இருக்கலாம். வீழ்ச்சி ஒரு குறிப்பிட்ட மக்களின் அரசியல் தோல்வியுடன் தொடர்பு உடையதாக இருக்கலாம். நம்மைப் பொறுத்த வரையில், இங்கு அது புத்த அரசின் வீழ்ச்சியாக அமைந்துவிட்டது. இங்கு பேசப்பட்ட பொற்காலம் குறித்த கருத்துக்களை மிதப்படுத்தி முன்பு சொன்னது போல மார்க்சியம் பேசும் புராதனப் பொதுவுடைமைக் கருத்துக்களுடன் தொடர்புபடுத்திக் கொள்ளலாம். பொருளாதாரப் பிரிவினைகளற்ற சமூகம் என அதனை மார்க்சியர்கள் சித்தரிக்க, அயோத்திதாசர் அதனைத் தூய்மையான நீதிநெறி, சமநிலை, கருணை போன்ற கருத்துக்களைக் கொண்ட சமூகமாகக் கட்டமைத்துள்ளார்.

தற்கால பிராமணர்களுக்கும் பஞ்சமர்கள் என்று அழைக்கப்படும் மக்களுக்கும் இடையில் பழங் காலம் முதலே விரோதம் இருந்து வந்தது என்ற வித்தியாசமான ஒரு கருத்தை அயோத்திதாசர் இந்திய வரலாற்றில் அறிமுகப்படுத்தினார். வேறு வார்த்தைகளில் சொல்வதானால், பஞ்சமர்கள் வரலாற்றில் எப்போதுமே தற்கால பிராமணர்களுக்கு போட்டியாளர்களாக இருந்து வந்துள்ளனர்; அந்த விரோதத்தை இன்றளவும் தொடர்கின்றனர் என்ற கருத்தை அயோத்திதாசர் கொண்டிருந்தார் எனக் கூறலாம். பிராமணர்கள் என்று அறியப்பட்ட மக்கள் திராவிடர்கள் (பஞ்சமர்களை பண்டிதர் திராவிடர்கள் என்றே அழைத்தார்) வாழ்ந்து வந்த கிராமங்களுக்குள் நுழைந்தால் அவர்கள் தூய்மையற்றவர்களாகக் கருதப்பட்டு துரத்தியடிக்கப்பட்டனர் என்று அயோத்திதாசர் எழுதினார். அவர்களால் அசுத்தமாக்கப்பட்ட பகுதிகளைத் தூய்மைப்படுத்து வதற்கு பசுஞ்சாணம் பயன்படுத்தப்பட்டது. பசுஞ்சாணம் கரைக்கப்

பயன்படுத்தப்பட்ட பானைகள் நகரங்களுக்கு அப்பால் போட்டு உடைக்கப்பட்டன. இம்முறையில் செய்வதானது ஒருவரின் மரணத்திற்குப் பின் அன்னாரது உடலை எடுத்துச் சென்றபின் அந்த துக்க வீட்டில் செய்யும் முறையை ஒத்திருப்பதாகும். இன்றைய பிராமணர்களுக்கும் பஞ்சமருக்கும் இடையில் இவ்வாறாக மிக அடிப்படையான பகைமை இருந்து வந்தது என்று அயோத்திதாசர் விரிவாக அது குறித்து எழுதுகிறார். சமீப காலங்கள் வரையில் தலித் கிராமங்களில் பிராமணரை இவ்வாறு தூய்மையற்றவர்களாகக் கருதி, விரட்டியடிக்கும் அல்லது தீட்டுக் கழிக்கும் வழக்கம் இருந்து வந்ததாக அயோத்திதாசர் குறிப்பிடுகிறார்.

அயோத்திதாசரின் எழுத்துக்களில் பிராமண எதிர்ப்பின் தோற்றம் ஆய்வு செய்யப்படுகிறது. இவ்வகை ஆய்வு நவீன தமிழ் வரலாற்று வரைவியலில் முதன் முதலாகக் காணப்படும் ஒன்றாகும். அயோத்திதாசரின் இக் கொள்கை பெரியார் ஈ.வெ.ராவின் பிராமண எதிர்ப்புக்கு முந்தியது, அதைவிட அதிக அடிப்படைத் தன்மை கொண்டது. இதனை எதிர்த்-தீண்டாமை (Counter Untouchability) என்றுகூட கொள்ளலாம். தலித்துகளை, அடிப்படையில் சமரசமற்ற, போர்க்குணம் கொண்ட பிராமண எதிர்ப்பாளர்களாக (Militant anti-Brahmins) இது காட்டுகின்றது. ஆதி திராவிடர்களின் பிராமண எதிர்ப்பு, பிராமணர்களைத் தீண்டத்தகாதவர்களாகக் கருதும் அளவுக்குச் சென்றதாகப் பண்டிதர் சித்தரிக்கிறார்.

அயோத்திதாசரால் எழுதப்பட்ட தமிழக மற்றும் இந்திய வரலாறு தனது அடிப்படையில் “முரண்பாடு” என்ற கருத்தாக்கத்தைக் கொண்டுள்ளது என்பதை நாம் கவனத்தில் கொள்ள வேண்டும். அது பூர்வ பௌத்தர்/ வேடதாரி பிராமணர் என்ற முரணை அடிப் படையாகக் கொண்டுள்ளது. வரலாற்றில் முரண்பாட்டை அஸ்திவாரமாக அமைத்திருப்பது ஹெகலிய மற்றும் மார்க்சிய தத்துவங்களின் பண்பாகும். முரண்பாட்டை வர்க்கப் போராட்டமாக காரல் மார்க்ஸ் சித்தரித்தார். ஹெகலிய மார்க்சியத் தத்துவங்களின்படி சிந்தனையிலும் செயலிலும், வரலாற்றிலும் வாழ்விலும் அனைத்து இயக்கங்களுக்கும் முதல் பொருளாக அமைவன முரண்பாடுகளே ஆகும். முரண்பாடுகள் துளிர்க்கின்றன, வளர்ச்சி பெறுகின்றன, முற்றி முரணுகின்றன, தீர்வினை எட்டுகின்றன என்பதே மார்க்சியக் கோட்பாடு. அயோத்திதாச பண்டிதர் அன்று மார்க்சியத்தை அறிந்திருக்கவில்லை, ஆயின் தன் சொந்த சமூகத்தை அவரால் அக்கறையுடன்

அணுகிப்பார்க்க முடிந்தது, அது அதன் வரலாறு முழுவதிலும் ஒரு வகை முரண்பாட்டால் கட்டமைக்கப்பட்டுள்ளது என்பதை அவரால் புரிந்து கொள்ள முடிந்தது. அந்த முரண்பாட்டை துணிச்சலோடு அயோத்திதாச பண்டிதரால் எதிர்க்கொள்ளவும் முடிந்தது. அதுவே அவரது மகத்துவம்.

அயோத்திதாசரின் பௌத்தம்

அயோத்திதாசரின் பௌத்தம் புதியதல்ல. அது முழுக்க புதிய பௌத்தமும் (Neo Buddhism) அல்ல. அவர் மிக முக்கியமாக புராதனம், நூதனம் என்ற இரு சொற்களைப் பயன்படுத்தி வந்தார். அவர், அவருடைய பௌத்த மதத்தை முதன்மையானது என்றும் தொன்மையானது என்றும் உரிமை கோருகிறார். நூதன பௌத்தம் அல்லது புதிய பௌத்தம் என்று அவருடைய பௌத்தம் கூறப்படும் பட்சத்தில் அவர் அதற்கு வன்மையாகக் கண்டனம் தெரிவித்தார். பண்டிதர் பெரிதும் ஐதீகமானவர். அவரது பௌத்தம் பெரும்பாலும் பண்டைய தமிழ், மற்றும் பாலி நூல்களிலிருந்து உருவாக்கப் பட்டுள்ளது. பாலி மொழியை கற்றறிந்திருந்தபடியால் அவரால் அதனை எழுதவும் வாசிக்கவும் முடிந்தது. அவரால் திறம்பட எழுதப்பட்ட 'ஆதிவேதம்' (அலாய்சியஸ் பதிப்பு *1999:* தொகுதி II, *185-420)* என்னும் பௌத்த நூலில் ஏராளமான பாலி மொழி மேற்கோள்களும் தமிழ் மொழிபெயர்ப்புகளும் அவற்றுக்கு இணையான திருக்குறள் வாசகங்களும் அடங்கியுள்ளன. பழம் பண்டிதர்களிடமிருந்து மட்டுமே கிடைக்கக் கூடிய பழஞ்சுவடி களிலிருந்து ஏராளமான மேற்கோள்களை பண்டிதர் இந்நூலில் கையாண்டுள்ளார். அயோத்திதாசரால் இவ்வாறு கையாளப் பட்டுள்ள பழந்தமிழ்ச் சுவடிகளில் பலவற்றை இன்றுவரை நவீன ஆய்வாளர்கள் அடையாளம் காணாமல் போயுள்ளனர். அதேசமயம் பண்டிதரால் எடுத்துரைக்கப்பட்ட பௌத்தக் கருத்துக்கள், ஆங்கிலம் அல்லது சமஸ்கிருதத்தில் பிரபல்யமாகச் சொல்லப் பட்டுள்ள கருத்துக்களிலிருந்து பெரிதும் வேறுபட்டுக் காணப் படுகின்றன. அயோத்திதாசரின் எழுத்துக்களில் நவீன பௌத்தம் குறித்துப் பின்னைக் காலனியவாதிகள் முன்வைக்கும் விமரிசனத்தை ஒருவரால் கண்டுகொள்ள இயலும் (மேலது தொகுதி II, *186).* இதன்படி, பண்டிதரின் பௌத்தம் அதன் வழியில் தனிச் சிறப்புப் பெற்றதாகிறது. அயோத்திதாசர் பௌத்தத் தத்துவத்தை, அதன் பாலி ஆதாரங்களுக்கு மிக அருகாமையில், அதன் பூர்வீகத் தொன்மைப் பொருளில் அறிய முற்பட்டுள்ளார் என உணர முடிகிறது.

அயோத்திதாசரைப் பொறுத்த மட்டில், பௌத்தம் என்பது ஒரு பெரிய மதம். அது பண்டைய இந்தியப் பண்பாட்டின் மிகப் பெரும் சொல்லாடல். அது இந்தியாவுக்கு மட்டுமல்ல, தெற்கு, தென்கிழக்கு ஆசிய நாடுகள் அனைத்துக்கும் சொந்தமானது. பௌத்தம் சாதி, வகுப்பு பேதமற்ற சமூகப் பண்பாட்டையும் பண்டைய இந்தியத் துணைக்கண்டத்தின் அற உணர்வையும் அடையாளப் படுத்தியது. கீழைப் பண்பாட்டின் பிற்கால வளர்ச்சிப் போக்கையும் அது தீர்மானித்தது. பிற்காலத்தில் இந்தியாவில் தோன்றிய மதங்கள், அவற்றின் பிற்கால வளர்ச்சிப் போக்கில், பரம்பரையான பௌத்தக் கருத்துக்களிலிருந்தோ அல்லது திரித்துக் கூறப்பட்டவற்றிலிருந்தோ தமக்கு வேண்டியவற்றை எடுத்துக் கொண்டன. எனினும் அயோத்திதாசர் பிற்காலத்தில் திரித்துக் கூறப்பட்ட மத உரைகளிலிருந்து, பௌத்தச் செய்திகளைப் புத்திசாலித் தனமாகவும் கவனமாகவும் ஆராய்ந்து சேகரித்தார். அவர் தமிழ் சைவ நூல்களிலிருந்தும், சித்தர் பாடல்களிலிருந்தும் விரிவான மேற்கோள்களை பயன்படுத்தியதன் மூலம், பிற்கால நூல்களில் மறைந்துள்ள பௌத்தச் செய்திகளைக் கண்டறிந்தார். இதற்கும் மேலாக, அவர் தாராளமாக சமண இலக்கியங்களிலிருந்தும் தமிழ் அறநூல்களிலிருந்தும் மேற்கோள்களை எடுத்தாண்டுள்ளார்.

சமணத்திற்கும் பௌத்தத்திற்கும் இடையிலான எல்லை அழிந்து, அவையிரண்டும் இணைந்து 'சிராமணியம்' எனும் பொது நிலையிலிருந்து அவரால் எடுத்தாளப்படுகிறது. சில சமயம், அயோத்திதாசர், சைவ-வைணவ பக்தி இலக்கியங்களிலிருந்தும், சித்தர் பாடல்களிலிருந்தும் பாடல் வரிகளை எடுத்தாண்டு பௌத்தக் கோட்பாட்டை ஒரு பெரும் சொல்லாடலாக (Grand Narrative) நிர்மாணிப்பதற்கு முயற்சித்திருப்பதையும் நம்மால் உணர முடிகிறது. பண்டிதர் வாழ்ந்த, செயல்பட்ட அதே காலத்தில்தான், அதாவது 19 ஆம் நூற்றாண்டின் கடைசிப் பத்தாண்டுகளில்தான் இந்து மதம் என்ற பெருஞ்சொல்லாடல் உருவாக்கப்பட்டது என்பதை இங்கு நினைவு கோருவோம். இந்து மதம் என்ற பெருஞ் சொல்லாடலை உருவாக்குவதில் மேற்கத்திய சமஸ்கிருத ஆர்வலர்களும் வைதீக தேசியவாதிகளும் இணைந்து செயல் பட்டனர். பண்டிதர் அந்த அணியினரிடமிருந்து வேறுபட்டு எதிர் அணியில் நின்று செயல்பட்டார். பௌத்தத்தை மேற்கத்திய பாணியில் கட்டமைப்பவர்களை அவர் கடிந்தார்.

அயோத்திதாசர், புத்தருடைய எண்ணற்றப் பெயர்களாக, புத்தர், பகவான், கடவுள், ஆண்டவன், வினாயகர், குமரகுரு,

முருகன், மாயோன், பிரம்மன், சிவன், தட்சிணா மூர்த்தி, சாத்தன், கோபாலன், கோவிந்தன், சங்கரன், ஜெகநாதன், புருஷோத்தமன், இந்திரன் போன்றனவற்றை வரிசைப்படுத்துகிறார் (மேலது தொகுதி II, 17-18, 111, 121, 67). மேலே கூறப்பட்ட பெயர்களுள் பெரும்பாலானவை புத்தரைக் குறிப்பனவாக இருந்து, பிற்காலத்தில் அவை சிவனையும் விஷ்ணுவையும் குறிப்பனவாக மாற்றம் பெற்றன என அயோத்திதாசர் கொள்ளுகிறார். அவற்றில் சில தமிழ் நிலக் கடவுளர்களின் பெயர்களாகவும் உள்ளன. எப்படியாயினும் அயோத்திதாசர் அவை அனைத்தும் புத்தரையே குறிப்பதாக நியாயப்படுத்துகிறார். சக்கரம், யோக ஆசனங்கள் போன்ற மத அடையாளங்கள் உண்மையில் பௌத்தத்தில் இருந்துதான் எடுத்தாளப்பட்டதாக பண்டிதர் விவாதிக்கிறார். தமிழ் வரலாற்றாய்வாளர்கள், எண்ணற்ற சமண பௌத்த விகாரைகள் சைவ, வைணவக் கோயில்களாக ஆக்கப்பட்ட சம்பவங்களை எடுத்துக்காட்டி வருகின்றனர். நாட்டின் பழம் பெயர் இந்திர தேசம் என்றும் அதனுடைய கடவுள் இந்திரன் அல்லது புத்தர் என்றும் அதனுடைய மதம் பௌத்தம் என்றும் பண்டிதரால் கூறப்படுகிறது. இந்துத் திருவிழாக்களாகக் கருதப்படும் சங்கராந்தி, திருக்கார்த்திகை, தீபாவளி, ஆயுத பூஜை போன்ற பண்டிகைகள் குறித்து பகுத்தறிவு நோக்கில் அயோத்திதாசர் விளக்கம் அளிக்கின்றார். அப்பண்டிகை களின் அடிப்படை பௌத்தத்துடன் தொடர்புடையது என்றும் அயோத்தி தாசர் விளக்குகிறார் (II, 53, 45, 47). தமிழ் மொழியின் ஆரம்பமும், அதன் இலக்கணமும், அதனைத் தரப்படுத்துதலும் கூட பௌத்தத்துடன் தொடர்புடையது என்று அழுத்தந்திருத்தமாக அயோத்திதாசரால் கூறப்படுகிறது. பண்டிதர் நியாயமான முறையில் பௌத்தக் கருத்துக்களை, குறிஞ்சி, முல்லை, மருதம், நெய்தல், பாலை என வகைப்படுத்தப்பட்ட தமிழ் நிலங்களுடன் தொடர்பு படுத்துகிறார். சமூக வரலாற்றியலின்படி பழம் பௌத்தர்கள் சாதி வேறுபாடற்ற திராவிடர்களாவர். பண்டிதர் ஆங்கில அரசிடம் தலித்துகளை சாதி வேறுபாடற்ற திராவிடப் பகுதியைச் சேர்ந்த வர்கள் என்று ஆவணங்களில் பதிவு செய்யும்படி வேண்டுகோள் விடுத்தார்.

அயோத்திதாசரின் பௌத்த உருவாக்கம், பண்டைய இந்தியாவில் காணப்பட்ட மற்ற அனைத்து மதங்களின் சிந்தனைகளுக்கும், ஏன் சைவ வைணவ சிந்தனைகளுக்கும் நடைமுறைகளுக்கும் பின்னால் கூட பௌத்தப் பண்பு இருப்பதாக அமைந்துள்ளது. பௌத்தம் தான் இவையனைத்திற்கும் அடிப்படை

என்ற அவருடைய கருத்து முக்கியத்துவம் கொண்டதாக விளங்கு கிறது. பண்டிதரின் இந்த உள்ளடக்கும் அணுகுமுறையானது, அதே காலக்கட்டத்தில் பிரம்ம சமாஜ, ஆரிய சமாஜ அறிஞர்களால் உருவாக்கப்பட்ட வேத அல்லது வேதாந்த உள்ளடக்குதலுடன் ஒப்பிட்டுப் பார்க்கத் தக்கது. வேத அறிஞர்கள், மேற்கத்திய தத்துவ வாதிகளின் ஒருமைக் கோட்பாடு அல்லது கிறித்தவ இறையிய லாளர்களின் ஓரிறைக் கொள்கைகளைக் காட்டிலும் உயர்ந்ததாக வைதீகத்தைக் காட்ட முயற்சித்தனர். மேலும் அவர்கள் மேற்கத்திய தத்துவங்களைக் காட்டிலும் தமது தத்துவங்கள் பூடகத்தன்மையிலும் அறிவார்ந்தத் தன்மையிலும் எந்தவகையிலும் குறைந்தவை அல்ல என்றும் காட்ட விரும்பினர். இன்னொரு புறம், பிராமணியச் சிந்தனைகள்தாம் இந்தியத் தத்துவ வரலாற்றில் ஆகப் பழமை யானவை என்றும், சுதேசி என்றும், மிக வளர்ச்சியடைந்தவை என்றும் காட்ட முயன்றனர். இத்தகைய வாதங்களின்படி, சமூக அளவில் பிராமணியம்தான் உயர்ந்தது, அறிவுபூர்வமானது என்னும் பொருள் கொள்ளும்படி ஆயிற்று. இவை போன்ற அவர்களின் தூய்மைப்படுத்தல் என்னும் முயற்சியானது, ஆசிய நாடுகளில் பெரும்பான்மையும் பரவலாகக் காணப்பட்ட, இயல்பான செயற்கருவியாக இருந்து வந்த புத்த மதத்தையும், அதன் தத்துவத் தையும் முழுமையாக அசட்டை செய்வதுடன், அலட்சியப் படுத்துவதாயும் இருந்தது.

பண்டிதரின் பௌத்தப் பெருஞ்சொல்லாடல் உருவாக்கத்தை நாவலரின் சைவ வழிமுறைகளுடன் ஒப்பிட்டுப் பார்க்கலாம். நாவலரின் சைவ மதம் வைதீகமானதும் குறுகலானதும் ஆகும் என மேலே குறிப்பிட்டோம். அது, சைவ மதத்தில் அப்பட்டமாக நடைமுறையில் இருந்துவந்த பல்வேறு கூறுபாடுகளை தவிர்த்து விட்டது. நாவலர் சைவத்தைத் தூய்மைப்படுத்துவதாகக் கூறிக் கொண்டு, சைவ நடைமுறையில் இணைந்திருந்த பல நாட்டுப்புறக் கூறுகளை வெளித்தள்ளிவிட்டார். ஆனால் பண்டிதர் எதிர்த் திசையில் பயணப்பட்டார். பண்டிதர் அக்காலக் கட்டத்தில் தொழில்பட்ட பொதுச்சூழலான அடையாள விரிவாக்கம் அல்லது அடையாள இணைப்பைக் குறித்து நின்றார். ராமலிங்க வள்ளலார் குறித்துப் பார்க்கும் போது, அவரது சன்மார்க்கக் கருத்தானது சாதி, மத, பால் பேதமற்ற விரிந்த அடையாளத்தன்மை கொண்டதாகக் காணப்படுவதை மேலே எடுத்துக்காட்டினோம். அயோத்திதாசரின் பௌத்த உருவாக்க முயற்சி சிறிது வேறுபாடு உடையதாக இருந்த போதிலும் சாதி ஓர் அடையாளமாக அங்கு உருவாக்கப் படவில்லை.

அவருடைய 'சாதியற்ற திராவிடம்' என்பது சமூக எதிர்பார்ப்பின் படி அதுவும் ஓர் அடையாள விரிவாக்கமே. அயோத்திதாசர் ஆங்கில மக்கள் தொகைக் கணக்கெடுப்பு அதிகாரிகளிடம் தலித்து களை சாதி வேறுபாடற்ற திராவிடர்கள் என்று ஆவணங்களில் பதிவு செய்யும் படி கேட்டுக் கொண்டார். அவருடைய பௌத்தம் கருணை, பரஸ்பர சார்பு நிலை போன்றனவற்றைக் கொண்டதாக உள்ளது. இவ்வாறு விரிந்த அளவில் கருத்துக்களை உள்வாங்குவதாக அயோத்திதாசரின் பௌத்த உருவாக்கம் இருந்தபோதிலும், அது தனது விமரிசனக்கூர்மையை எந்த அளவிலும் குறைத்துக் கொள்ளவில்லை என்பது அவர்தம் சிந்தனையில் முக்கியமான தொன்றாகும். எனவே பண்டிதர், விரிந்த ஒரு பெருஞ்சொல்லாடல், சமரசமற்ற விமர்சனம் என்ற இரண்டு கருத்து நிலைகளுக்கும் ஊடாக வசதியாகப் பயணப்பட முடிந்தது.

நிறுவனப்படுத்தப்பட்ட மதங்கள், பண்டைய இந்தியாவில் இயற்கையாக இருந்த சமூக அறம், மற்றும் பண்பாட்டுச் செய்தி களை திரித்துக் கூறியனவற்றை அயோத்திதாசர் கடுமையாக விமரிசிக்கிறார். எல்லாவற்றிற்கும் மேலாக வேடதாரி பிராமணியம் தான் பண்டைய இந்தியாவின் பாண்டித்தியங்களை விகாரமாக்கியது. இந்துமதம் சமூகத்தில் சாதி, மூடப்பழக்கவழக்கங்கள், திருவிழாக்கள், சடங்குகள் போன்றனவற்றை உருவாக்குவதற்காகவே தோன்றிய ஒன்றாகும். பௌத்த கொள்கைகளான பஞ்சசீலம், கருணை போன்றனவும், அவை அடையாளம் தெரியாத அளவுக்கு உருக் குலைக்கப்பட்டன (II, 144). பண்டிதர் முக்கியமாக 'சமயக்கடைகள்' (II, 151, 140) என்ற சொல்லைப் பயன்படுத்துகிறார். மதத்தைப் பணத்தை உருவாக்கும் தொழிலாகவும் வருவாயை ஏற்படுத்தும் சடங்குகளாகவும் ஆக்குபவர்களை பண்டிதர் இங்கு குறிப்பிடுவார் (II, 132). கடவுளுக்குக் காணிக்கை செலுத்தும் பழக்கம், பிறகு புரோகிதர்களுக்குப் பணம் கொடுப்பது, இப்படி ஒவ்வொரு காரியத் துக்கும் பணம் கொடுப்பது போன்ற இந்துக்களின் பழக்கங்கள் சமூக வாழ்க்கை முழுமைக்கும் கேடு விளைத்தன. அயோத்திதாசர், இந்தியச் சிந்தனைகளில் பௌத்தக் கருத்துக்கள் மிகவும் ஐதீக மானவை, அவற்றை இந்தியாவிலிருந்து அழிக்க முடியாது என்ற விவாதத்தை மிக அழகாக வளர்த்தெடுக்கிறார். ஆனால் அவை உருக்குலைந்த நிலையில் இருப்பதாகவும் குறிப்பிட்டுள்ளார். அவை பல இந்திய மொழிகளிலும் இலக்கணங்களிலும் இலக்கிய உரை களிலும் மக்களின் பண்பாட்டுப் பழக்கவழக்கங்களிலும் மக்களின்

அறம் சார்ந்த வாழ்விலும் இயற்கையாகவே அமைந்துள்ளன என்று கூறுகிறார் (மேலது II, 424).

அயோத்திதாச பண்டிதர், பாலி மற்றும் தமிழ் மொழியை அடிப்படையாகக் கொண்டு எழுதிய அவர் தம் 'ஆதி வேதம்' என்னும் நூலில் புத்தரின் வாழ்வும் போதனைகளும் குறித்து விவரித்து உள்ளார். அது நெருக்கமான அச்சு எழுத்துக்களில் 250 பக்கங்களில் சமீபத்திய அலொய்சியஸ் பதிப்பித்துள்ள தொகுதிகளில் இடம்பெற்றுள்ளது. அயோத்திதாசரின் மகனால், அவர் தம் தந்தையாரின் மரணப் படுக்கையில், (5th May 1914) இந்நூல்தான் பௌத்தம் குறித்த அவருடைய அடிப்படையான நூல் எனவும் அந்நூலின் கருத்துக்களே அவருடைய மறைவுக்குப் பின்னரும் பின்பற்றப்பட வேண்டியவை எனவும் கூறியதான குறிப்பு ஒன்று உள்ளது (II, 784). அந்த நூலில் பௌத்தத் தத்துவம் குறித்த விளக்கம் பெரும்பாலும் அது ஒரு பகுத்தறிவு மதம் அல்லது அறிவுபூர்வமான பண்பாடு என்பதாகவே காட்டப்படுகிறது. அயோத்திதாசரைப் பொறுத்த மட்டில் இறைக் கருத்து என்பது ஒரு மதமாக அழைக்கப் படுவதற்குத் தேவை இல்லை என்பதாகும். கடவுள் குறித்து அலட்சிய பாவமோ தீவிரத்தன்மையோ என இரண்டும் அற்ற தன்மை உடையவராய் பண்டிதர் இருந்திருக்கிறார். கடவுள் என்ற சொல் பண்டிதரைப் பொருத்த மட்டில் விடுதலை பெற்ற சமண புத்த ஆன்மாக்களின் மேல் சுமத்தப்பட்ட ஒன்று ஆகும். நிறைய இடங்களில் அவரது எழுத்துக்கள் கடவுள் குறித்து இவ்விதமாகத் தான் குறிப்பிட்டுள்ளன.

அயோத்திதாசர், தன்னுடைய பௌத்தக் கருத்துக்களின் மீதான வெளிக் கொணர்வில் மேற்கத்திய பாகுபாடுகளான இருப்பியல் (Theory or being), அறிவுத் தோற்றவியல் (Thery of knowledge), அல்லது அறவியல் போன்றனவற்றைப் பயன்படுத்தவில்லை. அதற்குப் பதிலாக அவர் பௌத்தப் பண்பாட்டை வாழ்வின் வழி அல்லது வாழ்வின் அறம் என்னும் ஒரு விசாலமானப் பார்வையில் அறிமுகப்படுத்துகிறார். பௌத்த மதத்தின் மேன்மையான நான்கு உண்மைகள், எண்வழிப்பாதை அல்லது அஷ்டாங்க மார்க்கம், மேலும் பல ஒழுங்கு முறைகள் பற்றியும் விளக்குகிறார். ஆனால் அவற்றில் எதுவும் ஒன்று மற்றதிலிருந்து விலகிய நிலையில் நிற்கவில்லை. அயோத்திதாசரின் எழுத்துக்களில் பௌத்த மதம் குறித்து முழுமையாகவும், அனைத்து மதக் கருத்துக்களையும் உள்வாங்கும் தன்மை குறித்தும் காணலாம். உடல், உணர்ச்சிகள்,

மனம், அடங்கா ஆசை, அடிமைத்தனம், ஆணவம், சிந்தனை, இறுதியாக இன்பம் மற்றும் வலியின் உணர்வு, துன்பம், மறுபிறப்பு போன்ற அனைத்தும் ஒன்றுக்கொன்று தொடர்பு உடையன என்ற பௌத்த மதத்தின் 'சார்பு நிலைக் கோட்பாடு' விரிவாக விளக்கம் பெறுகிறது. இது வலப்புறச் சுழற்சியாக இருக்கும் பட்சத்தில் ஒரு மனிதனை மீண்டும் மீண்டும் பூலோக வாழ்விற்குள்ளும் அதன் துன்பச் சூழலுக்குள்ளும் நுழைக்கிறது. அது இடப்புறச் சுழற்சியாக அமையுமானால் அடிமைத் தளையிலிருந்து ஒவ்வொரு கட்டமாக மனிதரை விடுவித்து நிர்வாண நிலைக்கு இட்டுச் செல்கிறது. இவ்விரண்டு, சம்சார அல்லது நிர்வாண நிலைக்கு நகர்வதான இயக்கங்கள் குறித்து அயோத்திதாசரால் விரிவாக விளக்கம் அளிக்கப்படுகிறது. அவரது பௌத்தப் புரிதல் என்பது மிகவும் தெளிவானதாகவும் உண்மையுள்ளதாகவும் காணப்படுகிறது. பண்டிதத்தனமோ சூத்திரவாதமோ அதில் இல்லை.

பௌத்தத்தின் 'அனாத்மா' அல்லது 'சுயமின்மை' கொள்கை அயோத்திதாசருக்கு இன்றியமையாததாக உள்ளது. அனாத்மா அதன் வரையறையின்படி எந்த ஒரு தனிமை நிலைக்கும் தான்மை நிலைக்கும் எதிரானது. தனிமையை உடைப்பதனால் கிடைக்கும் பலனாகிய கூட்டு வாழ்வே நிர்வாணம் ஆகும். இதுவே தனிமனித சொத்துடமை, வர்க்கம் அல்லது சாதி போன்றவை இல்லாத பண்டைய சமூகத்தின் பிரதிபலிப்பாகும். அயோத்திதாசரின் பௌத்த விளக்கம் சமத்துவ சமூகம், கருணை, இயற்கையோடு ஒன்றிணைந்த நிலை போன்ற சொற்களின் வழியாகவே காணப்படுகிறது. பண்டிதர் தனிமனித வாழ்வுக்கு மாற்றான கூட்டு வாழ்வை நோக்கி நகர்கிறார். அதாவது ஆத்மாவிலிருந்து அனாத்மாவிற்குள் நுழைகிறார். அதை நிர்வாணம் என்று குறிப்பிடுகிறார். சம்சாரம் என்பதான முரண் பாடுகள் கொண்ட, தன்னிலைகளின் மோதல்கள் நிறைந்த வாழ்விலிருந்து விடுதலை பெறுவதே பௌத்தத்தின் நோக்கமாக உள்ளது. அயோத்திதாசர் மிகவும் பெருந்தன்மையோடு அனாத்மா வையும் நிர்வாணத்தையும் பிரம்மன் அல்லது சிவன் என்று குறிப்பிடு கின்றார். உண்மையான பொருளை ஒரு முறை கண்டு கொண்டால், அதனை என்ன பெயர் சொல்லி அழைப்பது என்பதில் எந்த ஒரு முரண்பாடும் ஏற்படப் போவதில்லை என்பது அயோத்திதாசரின் வாதமாகும்.

அயோத்திதாசரின் பௌத்த விளக்கம் உலக மறுப்பு கொண்டதல்ல. அது துறவித்தனம் கொண்டதுமல்ல. பௌத்தத்தின்

வழியாக ஒரு தனிமனிதன் அறவியல் அடிப்படையிலான உலகியல் வாழ்விற்கு வந்து சேரமுடியும். பண்டிதர் உடலை மறுக்கவில்லை. உடல் இல்லாமல் உணர்ச்சி எதுவுமில்லை, சிந்தனையோ நினைவோ இல்லை என அவர் தெளிவாக விளக்குகிறார். அவையனைத்தும் இயல்பாக இணைக்கப்பட்டுள்ளன. அல்லது ஒன்று மற்றொன்றைச் சார்ந்தே அமைந்துள்ளது. மேற்கத்திய தத்துவங்களில் சொல்லப் பட்டிருப்பது போல் உடல், சிந்தனை என்ற இரட்டைத் தன்மையை பௌத்தத்தில் காண இயலாது என்பது பண்டிதரின் கருத்தாகும். அயோத்திதாசரின் பௌத்த சிந்தனை விளக்கத்தில் வாழ்வின் ஆக்கப்பூர்வ சிந்தனைக்கான மனப்பாங்கைக் கண்டு கொள்ள முடிகிறது.

தமிழகத்தில் ஒரு பௌத்த மறுமலர்ச்சி இயக்கம் அயோத்தி தாசர் காலத்தில் தோன்றியது. சிங்காரவேலர், லட்சுமி நரசு, அப்பாதுரை மற்றும் சிலர் அதில் துடிப்புடன் பங்கு பெற்றனர், சென்னையில் மகாபோதி நிறுவனத்தின் ஸ்தாபகராகவும், இலங்கை யுடன் நெருக்கமான தொடர்பு உடையவராகவும் சிங்காரவேலர் திகழ்ந்தார். டாக்டர் அம்பேத்கரைக் கவர்ந்த 'பௌத்தத்தின் அடிப்படைகள்' (The Essentials of Buddhism) என்ற நூல் லட்சுமி நரசு அவர்களால் எழுதப்பட்டதாகும். லட்சுமி நரசு 'இந்தியாவில் சாதி அமைப்பு' என்பது குறித்தும் எழுதியுள்ளார். இந்த நான்கு பங்காளிகளுக்குள்ளும் பௌத்தக் கருத்துக்களிலும் சமூகத்தைப் பற்றியப் புரிதல்களிலும் வேறுபாடுகள் காணப்பட்ட போதிலும், வேறு பலவற்றில் அவர்கள் பொதுத் தன்மை உடையவர்களாயிருந் தனர்.

சிங்காரவேலரின் பௌத்தப் புரிதல் மேற்கத்தியர்களின் பகுத்தறிவு வாதத்துடன் ஒத்திருப்பதாகவும் விஞ்ஞானக் கொள்கை களைப் பரப்புவதாகவும் அமைந்திருந்தது. 20ஆம் நூற்றாண்டின் ஆரம்பக் காலத்தில் சிங்காரவேலர் நாத்திகச் சார்பாளராகவும் விளங்கினார். மேலும் அவர் பெரியாரின் சுயமரியாதை இயக்கத் துடன் தனது செயல்பாட்டை இணைத்துக் கொண்டார். இதே காலத்தில் அவர் பொதுவுடமைக் கொள்கையாளராக உருப்பெற்றார். பெரியாரையும் அவர் இடதுசாரி அரசியலில் இணைக்க முற்பட்டார். பெரியாரும் சிங்காரவேலரும் இணைந்து சுயமரியாதை சமத்துவக் கட்சி என்ற ஒன்றை ஆரம்பிக்கத் திட்டமிட்டிருந்தனர். சுயமரியாதை இயக்க மாநாட்டில் கொள்கைத் திட்டங்களும் வகுக்கப்பட்டன. ஆயினும் ஆங்கில

அரசும், இன்னும் சில நீதிக் கட்சி உறுப்பினர்களும் இத்திட்டங்களுக்கு இடையூறு செய்த படியால் அது நடைமுறைக்கு வரவில்லை.

லட்சுமி நரசுவின் பௌத்தப் புரிதலும் அயோத்தி தாசரிலிருந்து வேறுபட்டு பெரும்பாலும் மேற்கத்திய ஆதாரங்களைக் கொண்டதாகவே இருந்தது. அவருக்கும் மனித நேயம், பகுத்தறிவு, மதச் சார்பற்ற தத்துவம் போன்றனவற்றைக் கொண்டதாக பௌத்த மதம் திகழ்ந்தது. அயோத்திதாசரின் பௌத்தம் குறித்த கருத்துக்கள் வித்தியாசமானவையாக, ஆரம்ப கால அறிஞர்களின் கருத்துக்களிலிருந்து வேறுபட்டுக் காணப்பட்டன. அவருடைய பௌத்தப் பார்வை பெரிதும் தமிழ் ஆதாரங்களிலிருந்து எடுக்கப்பட்டவை ஆகும். பண்டிதரைப் பொருத்த மட்டில் பௌத்தம் தமிழ் மொழியுடனும் பண்பாட்டுடனும் அறத்துடனும் தொடர்பு உடையதாகும். இது விசாலமான பண்பாட்டு புரிதலாகும். பௌத்தம் அயோத்தி தாசருக்கு தனிச்சிறப்பு உடையதாகும். அவரது அகன்ற பௌத்த ஆதார வாசிப்பிலிருந்து, பௌத்த உருவாக்கத்தை அவரால் பெரிதாகச் செய்ய முடிந்தது. இதனை நான் ஒரு பெருஞ் சொல்லாடலின் உருவாக்கம் என குறிப்பிட்டுள்ளேன். பின்னை நவீனத்துவ சிந்தனையில் பெருஞ்சொல்லாடல் என்ற சொல் பயன்படுத்தப்படுவதிலிருந்து சிறிது வேறுபட்ட பொருளில் அச்சொல்லை இங்கு நான் பயன்படுத்துகிறேன். அதாவது பௌத்தம் பெரும்பாலான இந்திய மதங்களுக்கும் பண்பாட்டுப் போக்குகளுக்கும் ஒரு பெரிய கருத்தியல் சட்டகமாகத் திகழ்கிறது. பௌத்தத்தைக் கொண்டு அவற்றைத் துலக்கமாக அர்த்தப்படுத்திக் கொள்ள முடியும். அயோத்திதாசர், பௌத்தத்தை ஆதி வேதம் அல்லது பூர்வ பௌத்தம் என அழைப்பது இந்த சட்டகத்தை மனதில் கொண்டே ஆகும்.

இவ்வாறு இந்தியப் பண்பாட்டைப் புரிந்து கொள்வதற்கான பெருஞ்சொல்லாடலாகப் பௌத்தம் அயோத்திதாசரால் கொண்டாடப்படுவதற்கு ஏராளமான காரணங்கள் உள்ளன. அவற்றை வரிசைப்படுத்திக் கணக்கிடுவோம். முதலில் பௌத்தம் இந்தியச் சிந்தனை மரபுகளுக்குள் ஆகப் பழமையானது ஆகும். பௌத்தம் நீண்ட காலங்களுக்கு முன்னர் இந்தியாவில் தோன்றிய மொழிகளுடன் சேர்ந்து தோன்றிய மதம் எனத் தெரிவிக்கிறார். அவரைப் பொருத்த வரையில், பௌத்த சிந்தனை திராவிடம், பாலி,

சமஸ்கிருதம் ஆகியவற்றின் மொழி மற்றும் அவற்றின் இலக்கணங் களுடன், அவற்றின் உள் ஒழுங்காய் அமைந்துபோன சிந்தனை என்று தெரிவிக்கிறார். அவர் அதனை மொழி லட்சணம் என்று அழைக்கிறார். தமிழில் லட்சணம் என்ற சொல் இலக்கணத்தையும் குறிப்பிட்டு வரும். எனவே அவரது கணக்கின் படி இத்தத்துவம் அம்மொழிகளுக்கு இலக்கணம் அளிப்பதாக உள்ளது. இப் பார்வையில் பௌத்தம், புராதன (Orthodox) இந்தியப் பண்பாட்டுச் சட்டகத்தை எடுத்துரைப்பதாக, அதாவது இந்தியப் பண்பாட்டின் சொந்த வடிவை எடுத்துரைப்பதாகக் காட்சியளிக்கிறது. அயோத்திதாசரின் கருத்துப் படி அது பண்டைய கூட்டு வாழ்வு முறை, இயற்கையோடு இயைந்த நடைமுறை அறிவு, சமத்துவப் பங்கீடு, சமய நல்லிணக்கம் ஆகியவற்றைப் போதிக்கின்றது (வித்தை, புத்தி, ஈகை, சன்மார்க்கம்). வித்தை என்னும் தமிழ்ச் சொல் பண்டைய மக்கள், கோட்பாட்டு ரீதியான கொள்கைகளுக்கு முக்கியத்துவம் அளிக்காது செயல்பாட்டு ரீதியான கைத்திறன் கொண்ட தொழிலுக்கு முக்கியத்துவம் அளித்தனர் என்று பொருள் படுகிறது. மார்க்சிய அறிஞர்களால் புரதான பொது உடைமைச் சமூகம் என்று அழைக்கப்படும் வர்க்க பேதமற்ற, அரசு அமைப்பு இல்லாத, தனிச் சொத்துரிமை அற்ற எனப் பொருள்படும் சமூகத் தோடு ஏறக்குறைய பண்டைய பௌத்த சமூகமும் ஒத்திருந்தது. மார்க்சியம் புராதன பொது உடைமைச் சமூகம் என்றும், அதனை அடுத்து வரும் சமூகப் பொருளாதார அமைப்புகள் என்றும் பொருளாதார அடிப்படையில் பேசிக் கொண்டிருந்தச் சமயத்தில், அயோத்திதாசர் அதிலிருந்து வேறுபட்டு, அறமதிப்பு அல்லது பண்பாட்டுப் பிணைப்பு என்பனவற்றிற்கு முன்னுரிமை வழங்கும் சிந்தனை ஒன்றைக் குறித்து நிற்கிறார்.

அயோத்திதாசரின் கருத்துப்படி பௌத்தச் சிந்தனையை பண்டைய இந்தியாவின் பூர்வீகப் பண்பாடு என்று எடுத்துக் கொண்டால் ஆரிய வருகை, பண்டைய இந்தியாவின் கூட்டுப் பண்பாட்டு வடிவைச் சீர்குலைத்ததாகக் கொள்ளப்பட வேண்டும். அயோத்திதாசரின் அரிதானப் பதிவின்படி வரலாற்றில் பண்டைய பௌத்த நிலத்திற்குள் புருசிகர்கள் எவ்வாறு நுழைந்தனர் என்று அறிய முடிகிறது. ஆரிய பிராமணர்கள் படையெடுப்பின் மூலம் பண்டைய இந்திய சமூகத்தின் தலைவர்களை வெற்றி பெற்றதற்கும் மேல், பண்டைய இந்தியாவின் பௌத்த மதத் தலைவர்கள் மக்களிடையே பெற்றிருந்த நன்மதிப்பைக் கண்டு, இந்தியாவின் பண்பாட்டு எல்லைக்குள் நுழைந்து, அவற்றையும் வென்று, மத

போதகத் தொழிலையும் கைப்பற்றிக் கொண்டனர். பிராமணிய போதகர்கள் மதத்தையும் பண்பாட்டையும் தமது கையில் எடுத்துக் கொண்டதோடு சாதியக் கொள்கையை உட்புகுத்தியதுடன் அதனை மதச் சடங்குகள், மதம் குறித்த எழுத்துகள் ஆகியவற்றின் உதவியோடு வலுப்படுத்திக் கொண்டனர். அந்த காலக் கட்டத்தில் வெறும் பொருளாதார அரசியல் ஆற்றல் மட்டுமே முழுமையான செல்வாக்கைப் பெறுவதற்கு போதாததாக இருந்தமையால், புருசிக ஆரியர்கள் பண்பாட்டினையும் கைப்பற்றிக் கொண்டனர். அம்பேத்கர் மற்றும் மார்க்சின் சொற்களில் சொல்லுவதானால், இந்திய வரலாற்றில் இது ஓர் எதிர்ப் புரட்சிக்காலமாக அமைந்து போயிற்று. பௌத்தத் தலைவர்கள் கொஞ்சம் கொஞ்சமாக பிராமணப் போதகர்களால் இடப்பெயர்ச்சி செய்யப்பட்டனர். அதோடு கூட சமூக அமைப்பில், மத்தியில் இருந்த பௌத்தம் இந்திய வாழ்வின் ஓரத்திற்குத் தள்ளப்பட்டு, அதனைப் பின்பற்றியவர்கள் கீழ்ச் சாதியினர் என்று அறிவிக்கப்பட்டனர். இந்த மண்ணின் பூர்வீக மக்கள் மத மற்றும் பண்பாட்டு ரீதியில் தாழ்த்தப்பட்டு அரசியல் பொருளதார வாழ்விலும் முக்கியத்துவம் இழந்தனர்.

மற்றொரு வகையிலும் அயோத்திதாசரின் பௌத்தச் சட்டகம் ஏற்றுக் கொள்ளத்தக்கதாக உள்ளது, நாம் பல்வேறு இந்தியத் தத்துவப் பள்ளிகளின் அடிப்படைக் கோட்பாட்டை கவனமாகக் கண்ணுற்றால், பௌத்தத்தின் அடிப்படைக் கொள்கையான "துக்கமும் துக்க நிவாரணமும்" உண்மையிலேயே ஒரு பெரிய சட்டகமாக பண்டைய இந்தியாவின் மற்ற மதங்களும் ஏற்றுக் கொண்டுள்ளமையைக் கவனிக்கலாம். பௌத்தத்தில் துக்கம் என்பது பிணி, மூப்பு, சாக்காடு போன்றவற்றால் ஏற்படும் துன்பம், ஒரு வகையில் மனிதனின் பிறப்போடு தொடர்பு உடையது என விளக்கப்படுகிறது. இதன் தொடர்ச்சியாக, சில பண்டைய இந்திய தத்துவ அறிஞர்கள், துக்கத்திலிருந்து விடுதலை என்பதைப் பிறப்பிலிருந்து விடுதலை பெறுவது அல்லது தப்பிப்பது போன்ற இலக்குகளை உருவாக்கியுள்ளமையையும் காணுகிறோம். பௌத்த சக்கரம் மானுட வாழ்க்கையின் இருத்தல் கொள்கையை எடுத்துரைக்கிறது. அது வலப்பக்கமாகச் சுழலும் போது மனிதனைப் பூலோக வாழ்விற்குள் மீண்டும் மீண்டும் நுழையச் செய்கிறது. அது இடப்புறமாகச் சுழலும் போது மனிதனை பூலோகத் துன்பங்களிலிருந்து விலகச் செய்து உலகப்பற்று மற்றும்

துன்பங்களிலிருந்து விடுதலை பெறச் செய்கிறது. இச்சந்தர்ப்பத்தில் தான் சில தத்துவ அறிஞர்கள் ஏற்கனவே இருந்த சிந்தனைச் சட்டகத்தின் ஒரு முனையில் ஆத்மாவையும் மறு முனையில் பிரம்மன் அல்லது கடவுளையும் கூடுதலாக இட்டு நிரப்பினர். இரண்டிற்கும் மத்தியில் துன்ப துயரங்களை வைத்து தங்கள் தத்துவங்களைப் படைத்தனர். இத்தகைய தத்துவம் ஆன்மீகத் தத்துவம் என்றும், அது இறைக்கோட்பாட்டுத் தத்துவம் என்றும் பெயர் பெற்றது. இவ்வகைத் தத்துவங்கள் பௌத்த கொள்கைக்கு முற்றிலும் அந்நியமாக உருவெடுத்தன என்பது குறிப்பிடத்தக்கது.

ஆத்மா, பிரம்மன் கோட்பாடுகள் தோற்றுவிக்கப்பட்டபோது பண்டைய இந்தியத் தத்துவத்தில் அது ஒரு பலமான சீர்குலைவை ஏற்படுத்தியதாகக் கொள்ளப்படவேண்டும். ஆத்மா என்பது தனிமனிதக் கோட்பாட்டையும், சமூக அடிப்படையில் தனிச் சொத்துரிமை என்பதனையும், அதிகாரப் பலத்தையும் சாதிப் பாகுபாட்டையும் குறிப்பதாக அமைந்து போயிற்று. இதற்கு மாறாக, பௌத்த தத்துவமானது அனாத்மா அல்லது சுயமின்மை மற்றும் பொதுமை வாழ்வைக் குறிப்பதாகக் காணப்படுகிறது. பிரம்மன் அல்லது கடவுளை அடைவதற்கு ஆத்மாவால் கடைப் பிடிக்கப் படுகின்ற வழிமுறைகளும், சாதி அமைப்புகளும் சமூகச் சீர்குலைவை ஏற்படுத்தின. பிரம்மனுக்கும் ஆன்மாவுக்கும் இடையிலான தொடர்பு, அதிகாரத்தையும் அடிமைத்தனத்தையும் பிரதிபலிப்ப தாய் இருந்தது. அதுவே பின்னால் நிலவுடமைச் சாதி அமைப்பிலும் இடம்பெற்றது. ஆரம்பக் காலத்தில் இருந்த துக்கமும் துக்க நிவாரணமும் என்ற சட்டகமும் மாற்றம் பெற்றது. நிலையான நிலவுடமைச் சாதி அமைப்பு ஏற்படுத்தப்பட்ட பின் ஆத்மாவும் கடவுளும் நிலையாக இடம் பெற்றன. இவ்விதமான இந்திய தத்துவப் புரிதல், பௌத்தக் கொள்கையின் பூர்வீகச் சட்டகத்தில் பாரிய மாற்றங்களை ஏற்படுத்தியது. வரலாற்றின் நீட்சியில் சாதி அடையாளத் தேவையும் வளர்ந்தது. தத்துவ வாதிகளே அவர்களின் தேவைக்குத் தக்கவாறு பௌத்தச் சட்டகத்தை உருக்குலைத்தனர். இவ்வாறு சாதிப் பாகுபாட்டை ஏற்படுத்தி, பௌத்தக் கொள்கையை அழித்ததன் மூலம் மத்தியகால மொழி இலக்கணங்கள் பண்டைய மொழி லட்சணங்களை அழிவுறச் செய்தன என்கிறார் அயோத்தி தாசர். அவர் சமூகத் தளத்தின் நோக்கிலிருந்து பழம் தத்துவங்களை வாசித்து, பௌத்தக் கொள்கைகளின் ஆரம்ப நிலையை விளக்கு வதற்கு ஏராளமான பக்கங்களைச் செலவிட்டுள்ளார்.

இப்போது, அயோத்திதாசர் ஏன், நவீன காலத்தில் பௌத்தக் கொள்கைகளை மீட்டுருவாக்கினார் என நம்மால் புரிந்து கொள்ள முடிகிறது. வரலாற்றின் ஒரு கட்டத்தில் சீர்குலைக்கப்பட்ட பௌத்தச் சிந்தனைகள், அயோத்திதாசரால் எடுத்துச் சொல்லப்பட்டு, மீண்டும் சாதி வேறுபாடற்ற சமூகத்தை ஏற்படுத்துவதற்கு அவரால் பெரும் போராட்டங்களின்வழி எடுத்தாளப்பட்டுள்ளன. பூர்வ பௌத்தத்தை மீட்டுருவாக்குவதற்கான போராட்டம் அயோத்திதாசருக்கு அத்தியாவசியமான தேவையாகவும், நவீன காலத்தில் சாதி அழிப்புக் கான போராட்டமாகவும் அமைந்தது.

அயோத்திதாசரின் "சுயப்பிரயோசனம்" குறித்த விவாதம்

நாம் இப்போது அயோத்தி தாசரின் நவீன பரிமாணத்திலான பௌத்த மீட்டுருவாக்கம் பற்றிக் காணலாம். அவருடைய இந்திய வரலாற்று உருவாக்கம் சாதி அடிப்படைகளின் தோற்றத்தை விளக்குவதாகத் தோன்றிய போதிலும், இன்னொரு புறம் பௌத்தக் கூட்டு வாழ்வு குறித்த கோட்பாட்டிலிருந்து காலனியக் காலத்தில் நாடு முழுவதும் பரவி வந்து கொண்டிருந்த மேற்கத்திய செல்வாக்கிற்கு எதிர்வினை ஆற்றுவதாகவும் இருந்தது. காலனிய நவீனம் பற்றிய பண்டிதரின் புரிதலை இங்கு நாம் உணரமுடிகிறது.

நவீன பிராமணர்கள் மற்றும் பிராமணர்கள் அல்லாத மேல் சாதியினரின் ஆங்கிலக் கல்வி மீதான மோகம் குறித்து அயோத்தி தாசர் விவாதங்கள் மேற்கொள்ளத் தொடங்குகிறார். மேற்சாதியினர் மேற்கத்திய கல்வி முறையையும் நிலவரி வசூலித்தல் போன்ற அரசு வேலைகளையும் உள்ளூர் நிர்வாகத்தில் பங்கு பெறுதல் போன்றவற்றிலும் எவ்வளவு கவனமாக ஈடுபாடு கொண்டிருந்தனர் என்பதனை அயோத்திதாசர் வெளிச்சத்திற்குக் கொண்டு வருகிறார். மேற்சாதி மக்கள் மேற்கத்தியக் கல்வியைப் பெறுதலில் காட்டிய ஆர்வமும் அரசு அதிகாரிகள் ஆவதற்கான அவர்களின் விருப்பமும் உண்மையில் அறிவை வளர்த்துக் கொள்ளும் நோக்கம் கொண்டவை அல்ல, மாறாக ஆங்கிலேயர்களால் அளிக்கப்படும் இவை போன்ற சந்தர்ப்பங்களைப் பயன்படுத்திக் கொள்வதன் மூலம் முற்காலத்தில் தாங்கள் கொண்டிருந்த மேட்டிமையை மீண்டும் தக்கவைத்துக் கொள்ள வாய்ப்பாக அமையும் என்ற அவர்களுடைய எண்ணங்களை அயோத்திதாசர் சுட்டிக் காட்டினார். அரசு அதிகாரத்தைக் கைப்பற்றுவதன் மூலம் புதிய அதிகார வடிவங் களையும் (பழைய) சாதி மேட்டிமையையும் ஒன்றுபடுத்துவதற்கான முயற்சியைத் தவிர வேறு எதுவுமில்லை என்று அவர் எடுத்துக்

காட்டுகிறார். "சாதி அதிகாரத்தையும் ராஜாங்க அதிகாரத்தையும் இணைக்கும்" வேலைத்திட்டம் அது என பண்டிதர் சுட்டிக்காட்டுகிறார் (அலாய்சியஸ் நூல், I, 357). நிலவுடைமைச் சாதிகள் காலனிய அரசு அதிகாரத்துடன் இணைவதன் மூலம் தமது மேட்டிமையை மீட்டுருவாக்கம் செய்து கொண்டன. அவர்களுடைய ஞானம், கல்வி, அரசு அதிகாரம் போன்ற எதுவும் அடித்தள மக்களுக்கு எந்த வகையிலும் பயன்படப் போவதில்லை என்று அயோத்திதாசர் கூறுகிறார். மாறாக அவர்களது புதிய வேலைத்திட்டம் அவரவர்களின் சொந்த (சுய) நலன்களை மட்டுமே முன்னிறுத்தின என பண்டிதர் வாதிடுகிறார். அயோத்திதாசர் இங்கு 'சுயப் பிரயோசனம்' என்ற சொல்லைப் பிரயோகப்படுத்துகிறார். அச்சொல் மேட்டுக் குடியினரின் சுயநலன் என்று பொருள்படுகிறது. அயோத்திதாசரின் எழுத்துக்களில் பிரபல்யமாகக் காணப்படும் 'சுயப்பிரயோசனம்' என்ற இச்சொல் (மேலது நூல், I, 43, 44), காலனியச் சூழல்களில் வட்டார மேற்சாதியினரின் வர்க்க நலன் களில் ஏற்பட்ட உருமாற்றத்தைக் பற்றிக் கூறுவதாகப் பொருள் கொள்ளலாம். சுய விருப்பம், சுய மையப்படுத்தல், சுய நலம், சுய பயன்பாடு என்பனவற்றைச் சுயப்பிரயோசனம் என்ற சொல்லுக்குப் பொருளாகக் கொள்ளலாம். பயன்பாட்டியம், நுகர்வியம், காரியவாதம் என்பதாகவும் இச்சொல் பொருள்படும். எப்படி இருந்த போதிலும், நாம் ஐரோப்பிய ஆதாரங்களிலிருந்து இச் சொல்லுக்கு பொருள் தேடவேண்டிய அவசியம் இல்லை. அயோத்திதாசர் அவராகவே தனது சொந்த புரிதலின் மூலம் இந்திய வரலாற்றையும் பௌத்தத்தையும் அணுகிய முறைமையை இங்கு காணுகிறோம்.

நில உடைமைச் சாதியினர் வெகு காலமாகவே நிலத்திலிருந்தும் கடின உழைப்பிலிருந்தும் உழைப்பு சார்ந்த நடைமுறைகளிலிருந்தும் அந்நியப்பட்டுவிட்டனர் என அயோத்திதாசர் விவாதிக்கிறார். இந்த அந்நியமாதல் விவசாயத்திற்குள் எப்போது சாதியும் மதமும் பிரவேசித்தனவோ அப்போதிருந்தே காணப்படுவதாக அவர் கூறுகிறார். கடின விவசாயத் தொழிலாளிகள் சோம்பேறிகளான நில உரிமையாளர்களால் தரம் தாழ்த்தப்பட்டு கீழ்ச்சாதியினர் என முத்திரை குத்தப்பட்டனர். நிலத்திலிருந்து அந்நியப்பட்டதோடு சாதிப் பாகுபாடும் புகுத்தப்பட்டதால் நிலவுடைமைச் சாதியினர் வித்தை, புத்தி, ஈகை, சன்மார்க்கம் என்ற அனைத்து சமூக அறநெறி களையும் மதிப்பீடுகளையும் இழந்துவிட்டனர். சுயப்பிரயோசன விதி

சமூக வாழ்வில் சாதி மதிப்புகள் நுழைவு பெற்ற கணத்திலிருந்து வேலை செய்யத் தொடங்கிவிட்டன (அலாய்சியஸ் நூல், I, 55, 66, 67). ஏற்கனவே அந்நியப்பட்டிருந்த சமூகப்பிரிவினர் இப்போது காலனிய முதலாளியம் அளிக்கின்ற சந்தர்ப்பத்தைப் பயன்படுத்தி அதன் மூலம் தமது சுயப்பிரயோசனத் தத்துவத்தை நிலை நிறுத்திக் கொள்ள விழைகின்றனர். அயோத்திதாசர் என்னும் இந்த அறிஞர் சாதியச் சுரண்டலுக்கும் நவீன முதலாளித்துவத்திற்கும் இடையிலான பொதுத் தன்மையை சுயப்பிரயோசனம் என்ற சொல்லை அடிப்படையாகக் கொண்டு கண்டறிந்தார் என்பது ஆச்சரியப்படத் தக்க வகையில் கவனத்தை ஈர்க்கக் கூடியதாக உள்ளது.

அயோத்திதாசர் பௌத்தத் தத்துவத்தை சுயமின்மை (அனாத்மா), பொதுமை உணர்வு, சமத்துவம் என்பனவற்றைக் கொண்டு அர்த்தப்படுத்துகிறார் என்பது இங்கு குறிப்பிடத்தக்கது. இந்தியாவில் தோன்றிய தன்னை மையப்படுத்தும் கோட்பாடு ஆத்மத் தத்துவத்தோடு இணைந்து சுயம் என்பதின் உண்மையான சொரூபத்தை விளக்குகிறது. சில சமயங்களில் ஆத்ம தத்துவம் சிந்தனையைத் தூய்மைப்படுத்தலில் அனாத்ம தத்துவத்தைப் போல் பாவனை செய்து சாதி அமைப்பை வஞ்சகமாகக் காத்துநிற்கும் பணியைச் செய்கிறது. பண்டைய இந்தியாவில் தோற்றம் பெற்ற இவ்வகை வடிவம் மீண்டும் காலனிய ஆதிக்கத்தின் கீழ் மறுபடியும் உயிர்ப்பு பெறுகிறது. இதைத் தான் அயோத்திதாசர் சுயப்பிரயோசனத் தத்துவம் என்கிறார். 'சுயம்' என்னும் அவருடைய வார்த்தைப் பிரயோகம் வியக்கத் தக்கதாகும். தனிமனிதவியம் என்னும் இந்தப் புதிய அலை, காலனிய முதலாளித்துவக் காலத்தில் புத்துயிர் பெற்றமை அயோத்திதாசரால் சரியாக இனம் கண்டு கொள்ளப்படுகிறது. ஆத்மத் தத்துவம் தூய தனிமனிதவியமாகத் தோற்றம் பெற்று, பின்பு பண்டைய இந்தியாவில் சாதி அமைப்பாக நிலைபெற்றது. நவீன காலத்திலும் முதலாளிய சுயப்பிரயோசனம் சாதி அமைப்பை இயல்பாகவே தீவிரப்படுத்துகிறது. அயோத்தி தாசரின் புரிதலில் சுயப்பிரயோசன தத்துவங்களான ஆத்மா-சுயம், சாதி அமைப்பு, தனிமனிதவியம், முதலாளித்துவம் போன்ற அனைத்தும் ஒருவகைப்பட்டவையே. அவை சமூக வாழ்வின் சுரண்டல் தன்மையைத் தீவிரப்படுத்துகின்றன. பௌத்தக் கொள்கையில் அனாத்மம் என்பது இவை அனைத்திற்கும் எதிரானது எனவும் அயோத்திதாசரால் மிகச் சரியாகவே புரிந்து கொள்ளப் பட்டுள்ளது.

சுதேசி இயக்கத்தினர் எந்தவிதமானத் தயக்கமும் இன்றி, தலைமுறை தலைமுறையாக பழக்கத்தில் இருந்து வந்த மரபான பயிர் செய்யும் முறையை அழித்தொழித்து பணப்பயிர் மற்றும் வணிகப்பயிர் உற்பத்தி முறையை ஆதரித்தமையையும் அதனால் தமிழகத்தின் வடபகுதியில் உருவான வறட்சி குறித்தும் அயோத்தி தாசர் கேள்விகளை எழுப்புகிறார் (அலாய்சியஸ் நூல், மி, 42). இதன் மூலம் சுதேசி இயக்க ஆதரவாளர்கள் விவசாயத்துடன் தொடர்பு உடைய முதலாளித்துவத்திற்கு எதிராக செயல்பட விரும்பாது, ஆங்கில ஆட்சியை மட்டுமே எதிப்பவர்களாய் செயல்பட்டனர் என்பது புலனாகிறது. அவர்கள் தமது சுயப்பிரயோசனத்தை முன்னிறுத்தி காலனிய முதலாளித்துவத்தை ஆதரிப்போராகவும், ஆனால் அரசியல் ரீதியாக ஆங்கில அரசுக்கு எதிராக செயல்படு வோராகவும் அமைவதைக் காணமுடிகிறது. ஒரே நேரத்தில் ஆட்சி அதிகாரத்தைக் கைப்பற்றுவதுடன் சுயப்பிரயோசன பொருளாதாரக் கொள்கையைத் தொடரவும் அவர்கள் முயற்சிக்கின்றனர். மேலும் சுதேசி இயக்கத்தினர் உள்நாட்டு நிர்வாகத்தில் தாய் மொழியைப் பயன்படுத்துவதில் விருப்பம் காட்டவில்லை என்பதனையும் அயோத்திதாசர் எடுத்துக் காட்டுகிறார். சுதேசி இயக்கத்தாரின் செய்தித்தாள்கள், பத்திரிக்கைகள் ஆகியனவும் வட்டார மொழிகளில் வெளியாகவில்லை. அவர்கள் வெளிப்படையாகவே எங்கெல்லாம் அவர்களுக்கு பயன்கிட்டுமோ அங்கெல்லாம் மேற்கத்திய வழிமுறைகளையே பின்பற்றினர். ஆனால் சுதேசி கொள்கையை ஒருவிதப் பாசாங்குடன் போலித்தனத்தோடு பேசிவந்தனர். சுதேசி இயக்கத்தினரின் இந்த சுய முரண்பாடு சமூக வளர்ச்சியில் அவர்களுடைய ஈடுபாடற்றத் தன்மையைக் காட்சிப்படுத்துகிறது. தொழிற்சாலைகள், விவசாயம், கல்வி, நிர்வாகம் முதலியனவற்றின் வளர்ச்சி சமூகம் முழுமைக்குமாக நடைபெறுமானால் பிறகு சுயராச்சியம் தானாகவே கிடைத்துவிடும் என்ற முடிவிற்கு அயோத்திதாசர் வருகிறார். ஆனால் இந்த வேடதாரி சுதேசிகள் சுயபிரயோசனத்தை வைத்துக் கொண்டு சுயராச்சியம் குறித்து வெற்றுப் பேச்சுப் பேசிக் கொண்டிருந்ததாகத் தெரிவிக்கிறார் (அலாய்சியஸ் நூல், I, 46).

ஒரு வகையில் அயோத்திதாசரின் பௌத்தக் கொள்கைகளின் மீதான முன்னுரிமை, சாதி பற்றிய பரிசீலனைக்காக மட்டுமல்லாது இந்திய சமூகத்தில், மேலே குறிப்பிட்டுள்ள நமது விவாதத்தின்படி, இந்திய மண்ணில் அன்று பரவிக் கொண்டிருந்த முதலாளித்துவம் குறித்த விமர்சனம் நோக்கியதும் ஆகும். சாதி பேதங்களும்

முதலாளித்துவ உறவுகளும் அற்ற சமத்துவ சமூகமே அவரது எதிர் கால நுழைவிற்கு உத்வேகமாக இருந்துள்ளது. உண்மையில் பண்டிதர், வரலாற்றுப் போக்கில் தோன்றியெழுந்த பல்வேறுபட்ட 'சுயப்பிரயோசன' வடிவங்களைத் தாண்டிச் செயல்பட விரும்பியிருக் கிறார். அதன்படி நவீனகாலத்தில் முதலாளித்துவத்தின் மனோபாவங் களான சுயமனிதவியம், நுகர்வுவாதம், காரியவாதம் ஆகியன வற்றைத் தாண்டிச்செல்ல வேண்டும் என்பதையே அவர் பிரதி நிதித்துவப்படுகிறார் எனப் புரிந்து கொள்ள முடிகிறது.

அயோத்திதாசர், "வேடதாரி" என்ற சொல்லை தனது எழுத்துக் களில் பெரிதும் பயன்படுத்துகிறார். அவர் பௌத்த சமூகத்திற்குள் நுழைந்த புருசிக ஆரியர்களை வேடதாரி பிராமணர்கள் என்று குறிப்பிடுகிறார். உடல் உழைப்பு அற்று நிலத்திலிருந்து அந்நியப் பட்டுப்போன நில உரிமையாளர்களை, அவர் வேடதாரி வெள்ளா ளர்கள் என்று கூறுகிறார். மேலும் அவர், நாட்டு வளர்ச்சியின் மேல் உண்மையான அக்கறை இல்லா சுதேசிகளை வேடதாரி சுதேசிகள் என்று அழைக்கிறார். அயோத்திதாசரின் தொடர்ச்சியான 'வேடதாரி' என்ற இந்த சொற்பிரயோகம், சொற்களுக்கும் அவற்றின் பொருண்மைகளுக்கும் நடுவில் தோன்றும் இடைவெளி குறித்து பிரெஞ்சு அறிஞர் மீஷல் ஃபூக்கோ கூறும் கருத்துக்களை நினைவூட்டுகிறது. வரலாற்றுப் போக்கில், சொற்கள் அவற்றின் பொருண்மைகளிலிருந்து விலகி அப்பொருண்மைகளைச் சிதைக்கத் தொடங்கிவிடுகின்றன என்று ஃபூக்கோ குறிப்பிடுவார். 'பொருட்களின் ஒழுங்கு' (The Order of Things) என்று ஆங்கிலத்தில் தலைப்பிடப்பட்ட அவரது நூல் பிரெஞ்சு மொழியில் "சொற்களும் பொருண்மைகளும்" (Words and Things) என்ற தலைப்பினைக் கொண்டிருந்தது. இந்நூலில் மீஷல் ஃபூக்கோ, மறுமலர்ச்சிக் காலம் தொட்டு எவ்வாறு ஐரோப்பியர்கள் வார்த்தைகளைத் திரித்து அவற்றுக்குப் பொய்யான அர்த்தங்களைச் சூட்டத்தொடங்கினர் என்ற விஷயத்தை விரிவாகப் பேசியுள்ளார். சொற்கள் எப்படி அவற்றின் உண்மையான அர்த்தங்களிலிருந்து வேறுபட்டு ஒலிக்கத் தொடங்கின என்ற பிரச்சினையை அவர் பேசியுள்ளார். அவரைப் பொருத்த வரையில், வார்த்தைகள் உண்மையான பொருளிலிருந்து திரிந்து பொய்யானப் பொருளைத் தருமாயின் அதற்குக் காரணமாக அமைவது சமூகத்தில் நிலவும் சுரண்டல் மற்றும் அதிகார அமைப்புகள் ஆகும். அயோத்திதாசரின் நூல்களை வாசிக்கும் போது, அது போன்ற ஒரு முடிவுக்கே வந்து சேருகிறோம். சாதி அதிகாரம், சுயப்பிரயோசனத் தத்துவம் போன்றவற்றின்

செயல்பாடுகளாலேயே, வேடதாரி அறநெறி தோற்றம் பெற்று, சமூகத்தில் வழக்கில் இருந்த கூட்டுறவு வாழ்வு முறை அழிந்து பட்டது என்பது அவரது முடிவாக உள்ளது. வித்தை, புத்தி, ஈகை, சன்மார்க்கம் ஆகியவற்றுக்கு அடிப்படையாக இருந்த கூட்டுறவு அறநெறியை மீட்டுருவாக்குவதை அயோத்திதாசர் குறித்து நிற்கிறார். இதனைச் செயல்படுத்துவதற்கு சாதி முறையை எதிர்த்துப் போராடுவது ஒரு புறமும், முதலாளித்துவத்தை எதிர்த்துப் போராடுவது மறுபுறமுமாக ஓர் இரட்டை வேலைத்திட்டத்தை அயோத்திதாசர் முன்வைக்கிறார்.

அயோத்திதாசரின் சுயப்பிரயோசனம் என்ற இந்தச் சொல் பிரயோகம் சென்னை நகர மேற்சாதியினர் தீண்டத்தகாதவர் என்று அழைக்கப்பட்ட சாதியினரின் குழந்தைகளை அனுமதிக்காத தனிப் பள்ளிக்கூடங்களை அமைக்க முயற்சித்தபோதும் பயன்படுத்தப் படுகிறது. சுதேசிக் கொள்கைக்குள் சாதி அடையாளம் எப்படி நுழைந்தது என அயோத்திதாசர் கேள்வி எழுப்புகிறார் (அலாய்சியஸ் நூல், I, 66). சாதிச் சுயநலம் சுதேசிகளை இயக்கியதேயன்றி வேறு எதுவுமில்லை என அயோத்திதாசர் கூறுகிறார். இச்சாதி வேறு பாட்டினைச் சில கிறித்துவத் தலைவர்கள் தங்கள் மதத்தினர் நடத்திய பள்ளிகளுக்குள்ளும் புகுத்தியதாக அவர் கூறுகிறார். "முக்கால் பங்கு பிராமணியமும் கால் பங்கு கிறித்துவமும் சேர்ந்து" செயல்பட்டு முழுவதுமான அழிமானத்திற்கு ஏதுவாக இருப்பதாக அயோத்திதாசர் எச்சரிக்கிறார். சாதி கிறித்துவர்கள் தமது கிறித்துவ விருப்பங்களை ஒருபுறமும், முதலாளித்துவப் பொருளாதார விருப்பங்களை மறுபுறமுமாக இணைக்க முயற்சிப்பதாகப் பண்டிதர் குறிப்பிடுகிறார் (அதே நூல், 91-92).

அயோத்திதாசரின் தெளிவான பார்வை நம்மை வியக்கவைப்ப தாக உள்ளது. அவரது பௌத்தக் கோட்பாடுகள் மரபார்ந்த இந்து பிராமண கருத்தியலை விமர்சிப்பதாகவும் நவீன காலனிய முதலாளியத்தின் சுயநல அரசியல் மற்றும் தனிமனிதவாதத்தை விமர்சிப்பதாகவும் அமைய முடிகிறது. அவர், பின்னாட்களில் அம்பேத்கர் உருவாக்கியது போன்ற, பிராமணியத்தையும் முதலாளித்து வத்தையும் எதிர்த்துப் போராடுவதற்கான பார்வை கொண்ட வராகவே இருந்திருக்கிறார். இரு கிளைகள் கொண்ட இவ் உத்தி அயோத்திதாசரையும் அம்பேத்கர் அவர்களையும் பின்னைக் காலனியக் கொள்கையை நோக்கி நெருங்கிவரச் செய்கிறது.

அயோத்திதாசரின் தலித் அரசியல் குறித்த யுத்திகள்

பண்டிதர் போதுமான அளவு சமகால அரசியலில் துடிப்புடன் செயல்பட்டு வந்துள்ளார். அவர் தமிழகத்தின் வடமாவட்டங்களில் 28 பௌத்தச் சங்கங்களை நிறுவினார். வடதமிழகத் தொழிலாளர்கள் இடம்பெயர்ந்து வாழ்ந்த கோலார் தங்கச் சுரங்கங்கள், தென் ஆப்பிரிக்கா போன்ற பகுதிகளிலும் பௌத்த சங்கங்கள் உருவாக்கப் பட்டுள்ளன. அவர் பௌத்த வழிபாட்டு முறைகள், கொள்கைகள், திருவிழாக்கள் போன்றனவற்றை பௌத்தத் தோழர்களுக்கு போதிப்பதில் ஆர்வம் காட்டினார். அவற்றின் மூலம் தம்மைப் பௌத்தர்களாகக் காட்டிக் கொள்ள விழைந்த மக்களுக்கு சுயநம்பிக்கையை ஏற்படுத்தவும் முற்பட்டார். அடித்தட்டு மக்களைப் பௌத்தமதத்திற்கு மதமாற்றம் பெற்று வருமாறு அழைத்தார். அவர் சென்னையில் பௌத்தர்களுக்கான சுடுகாடுகளை ஏற்படுத்தினார். அவர் ஆங்கிலேய அரசாங்கத்திடம் அடித்தட்டு மக்களுக்கு வட்டார நிர்வாகத்தில் பங்கேற்கும் உரிமையையும், கல்வி முறையையும், அரசாங்க உத்தியோகத்தையும் அளிக்குமாறு கேட்டுக் கொண்டார். இவற்றுக்கு மேலாக மிகச் சிறப்பு வாய்ந்த செயல்பாடாக அவர் தொடங்கிய 'தமிழன்' என்ற பத்திரிக்கையின் தோற்றத்தைக் குறிப்பிடலாம். அவர்தம் வாழ்வு முடியும் காலம் வரை முழுமையான அர்ப்பணிப்புடன் அப்பத்திரிக்கை அவரால் வெற்றியுடன் நடத்தப்பட்டு வந்தது.

'தமிழன்' பத்திரிக்கை, எல்லாவிதமான பௌத்த தத்துவக் கருத்தாக்கங்கள் குறித்த கட்டுரை வரிசைகளையும், மதம் குறித்த கட்டுரைகளையும், அவராலும் மற்றும் சிலராலும் எழுதப்பட்டன வற்றை உள்ளடக்கியதாக இருந்தது. அப்பத்திரிக்கை தமிழக அரசியல் நடவடிக்கைகள், பௌத்த சங்கங்களின் நடவடிக்கைகளின் மீதான கேள்வி-பதில்களுக்கான பகுதிகளைக் கொண்டதாக இருந்தது. 'தமிழன்' பத்திரிக்கையின் பகுதிகள் சாதி அமைப்பின் கேடுகளையும் அது தமிழகத்திலும் வெளியிலும் ஏற்படுத்தும் அழிமானங்கள் குறித்தும் விளக்குவதாயும் இருந்தன. தலித்துக்களின் பிரச்சினைகள் குறித்து அரசாங்கத்திற்கு எடுத்துச் சொல்வதாயும், செய்தியாளர் களால் தொகுக்கப்பட்ட சாதி ஏற்றத்தாழ்வு பற்றிய விவாதங்களும் பிற செய்தி பத்திரிக்கைகளோடு ஏற்பட்ட முரண்பாடுகளும் 'தமிழன்' பத்திரிக்கையில் வெளியாயின.

காங்கிரஸ் தலைமையிலான ஆரம்பக் கால தேசிய இயக்கம் குறித்த தலித் அறிஞர் ஒருவரின் விமர்சனம் அயோத்திதாசரின்

எழுத்துக்களில் காணப்படுவதை ஒருவரால் கண்டு கொள்ள இயலும். காங்கிரஸ், எவ்வாறு இந்தியச் சமூக வாழ்வில் சாதியத் திட்டம் செயல்படுகிறது என்பது குறித்து எதுவும் பேசாது, அமைதியாக இருந்து கொண்டு, சுயராச்சியக் கோரிக்கையை மாத்திரம் முன் வைத்து கபட நாடகம் ஆடுகிறது என்பதனை அயோத்திதாசர் புலப்படுத்துகிறார். காலங்காலமாக இந்திய சமூகத்தில் இருந்து வருகின்ற சாதிய அமைப்பு எனும் "உள்நாட்டுக் காலனியம்" பற்றி எந்தவிதமான குரலும் எழுப்பாத காங்கிரஸ் எப்படி ஆங்கில காலனீய ஆட்சியின் கொடுமைகள் குறித்த உண்மையைப் பேச இயலும்? என்ற கேள்வியை அயோத்திதாசர் எழுப்புகிறார். அவர் இந்த 'உள்நாட்டு காலனியம்' என்ற சொற்பிரயோகத்தை ஞாபகமாக தம் எழுத்துக்கள் அனைத்திலும் பயன்படுத்துகிறார். இவ்விவாதம் பண்டிதரின் "தமிழன்" பத்திரிக்கையில் பெரும்பாலான கட்டுரை களில், குறிப்பாக சென்னையிலிருந்து வெளிவந்த காங்கிரசு பத்திரிக் கைகளுடனான விவாதங்கள் என்ற தலைப்பில் வெளிவந்தது. அவர், சாதிய அமைப்புமுறை ஆதிக்கம் செலுத்தும் ஒரு நாட்டிற்கு சுயராச்சியம் வழங்கப்படுமாயின் மேற்சாதியினர் அந்த ஆட்சியில் மறவாமல் தமது ஆதிக்கத்தைச் செலுத்துவர் என்று விவாதிக்கிறார். மாறாக, ஆங்கில அரசு, சமூகத்தை நவீன மயமாக்கும் தனது கொள் கையின் கீழ் கல்வி, அறிவியல், தொழில்மயமாக்கல் போன்றன வற்றை முன்னுரிமைப் படுத்தவேண்டும் என்று வலியுறுத்துகிறார். ஆங்கிலேயரின் நவீனமயமாக்கல் திட்டம் ஒரு வகையில் சமூகப் பொருளாதாரத்தையும் அடித்தட்டு மக்களின் பொருளுடைமை யையும் மேம்படுத்துவதாகத் தெரிவிக்கிறார். சாதீயம் பிடிவாதமாய் நவீனமயமாக்கலுக்கு முந்தைய நிலையில் உள்ள ஒரு சமூகத்தின் எல்லா இடங்களிலும் கிளைபரப்பிச் செயல்படும் போது சுயராச்சியம் எப்படி இந்திய சமூகத்தை நவீனப்படுத்தும்? என வினவுகிறார். காங்கிரஸின் தேசியக் கொள்கை, சுயராச்சியம், நவீன மயமாக்கல் என்பன அனைத்தும் அயோத்திதாசரைப் பொறுத்த மட்டில் சுயமுரண்பாடு கொண்ட கொள்கைகள். பண்டிதரின் முன்னுரிமை சாதீய முறையை அழிப்பதற்கே வழங்கப்படுகிறது.

அயோத்திதாசரின் எழுத்துக்களில் 'முன்-நவீனம்' (Pre-Modernity) குறித்த கருத்துக்கள் முக்கியத்துவம் பெறுகின்றன. எல்லாவற்றிற்கும் மேலாக இந்திய முன்-நவீனம் இந்தியச் சமூகத்தில் இந்து மதத் துடனும் சாதீயத்துடனும் தொடர்பு கொண்டனவாகவே காணப் படுகின்றன. தமிழில் அயோத்திதாசர் முதன் முதலில், மதத்திற்கும்

சாதீயத்திற்குமானத் தொடர்பு பற்றி வெளிப்படையாகப் பேசுகிறார். சாதி அமைப்பிற்கும் மதத்திற்கும் உள்ளீடாகவே அமைந்துள்ள உறவுகளை, சாதி, மதம், இந்துக்களின் பொதுப்புத்தி ஆகியவற்றிற்கு இடையிலான உறவுகளை அயோத்திதாசர் விளங்கப் பேசுகிறார். இந்து மதமும் சாதிய அமைப்பும் இணைந்து மேட்டுக்குடி மனோபாவத்தை சமூக மனோபாவமாக உருவாக்கி வைத்துள்ளன. அவை பாட்டாளி மக்களை, நிலவுரிமையாளர்களிடமும் மேற்சாதி யினரிடமும் நம்பிக்கை இழக்கச் செய்ததுடன், உழைக்கும் மக்களி டையில் தாழ்வு மனப்பான்மையையும் உருவாக்கியுள்ளன.

பூர்வீக சமூக உண்மை, முன்-நவீனப் பொய்மை, நவீன வருங்காலம் என்பவையான மூன்று வரலாற்று கட்டமைப்புகள் குறித்து அயோத்திதாசர் பேசுகிறார். இந்தக் காலவரிசைப் படுத்தலானது ஒரு வகையில், மார்க்சிய வரிசைப் படுத்தலை ஒத்து அமைந்துள்ளது. புராதனப் பொதுவுடமை, வர்க்க சமூக உற்பத்தி முறைகள், வருங்காலப் பொதுவுடைமை என்ற வரிசைப்படுத்தலை அது ஒத்து இருக்கின்றது. இங்கு நாம், நாட்டின் எந்த ஒரு பகுதியிலும் மார்க்சிய சிந்தனைத் தாக்கம் ஏற்படும் முன்னரே அயோத்தி தாசரின் இந்த வரிசைப் படுத்தல் உருவாகியிருக்கிறது என்பதைக் கவனிக்க வேண்டியவர்களாய் இருக்கிறோம். பூர்வீக உண்மைச் சமூக வடிவம் (The ancient-original social structure) பௌத்த சமூக சாதி பேதமற்ற தன்மையுடன் ஒத்திருப்பதாகவும் அதுவே அறநெறிப்படி பொதுவுடைமையாகவும் சமத்துவக் கொள்கைவுடையதுவுமாகத் திகழ்வதாக பண்டிதர் குறிப்பிடுகிறார். இது போன்ற சமூகத்தில் அறநெறி தவறுதல் இன்றி ஓர் ஆணித் தரமான (Axiology) அஸ்திவாரம் கொண்டதாக அச்சமூகம் விளங்கும் என்பது பண்டிதர் அவர்களின் கருத்தாகும். புருஷிக-ஆரியர்களின் வருகை முரண்பாடுகளைக் கொண்ட சமூக அமைப்பின் அறிமுகமாக அமைகிறது. அது பூர்வ-பௌத்தர்களின் பொதுவுடைமைக் கோட் பாட்டைச் சீர்குலைத்து சாதி அமைப்பு முறையைப் புகுத்தியது. சோம்பேறி ஆரியர்கள் உழைக்கும் பாட்டாளி வர்க்கத்தினரைத் தரம் தாழ்த்தி, இழிவுபடுத்தி, கீழ்ச்சாதியினர் என அறிவித்தனர். இவ்வாறு முன்-நவீனம் (Pre-Modern) சுயப்பிரயோசனம் அல்லது சுயநலம் என்பதை அடிப்படையாகக் கொண்டு தோன்றியதுடன், சாதி முறையை அதன் பல கிளைகளோடு வளர்வதற்கும் வழிவகுத்தது.

அயோத்திதாசரைப் பொறுத்த மட்டில், நவீனகாலத்தில் ஆங்கிலேயர்கள் ஒரு வரலாற்றுக் காரணியாகத் தொழில்படு கிறார்கள். ஆங்கிலேயர்கள் நவீன ஐரோப்பிய நாகரிகத்தினைக்

குறித்து நிற்கும்போது இந்தியாவில் சாதி முறையை அழிப்பதற்கான ஒரு கருவியாக விளங்குகின்றனர். ஆயின், ஆங்கிலேயர்கள் இத்திசையில் தொடர்ச்சியாக, முழுமையான அக்கறை செலுத்த வில்லை. பல சமயங்களில் அவர்கள் இந்நாட்டு சாதி அறிஞர்களால், சாதி மேட்டிமையாளர்களால் திசை திருப்பப்பட்டனர்; பல வேளைகளில் அவர்கள் மேற்சாதியினரின் சடங்காச்சார உயர்வு மற்றும் அந்தஸ்து ஆகியனவற்றை நம்புபவர்களாக ஆக்கப்பட்டனர். கிறித்துவ மத போதகர்களும் கிறித்துவர்களாக மதமாற்றம் செய்து கொண்ட மேற்சாதியினரும் கிறித்துவ மதத்திற்குள் சாதி வேறுபாடு களுக்குத் தூபமிட்டு, சாதி ஆச்சாரங்களின்படி நடந்து கொள்ளும் படித் தூண்டிவிட்டனர், என அயோத்திதாசர் வாதிடுகிறார். அதன் தொடர்ச்சியாக ஏராளமான கிறித்துவர்கள் சாதி முறையைப் பின் பற்றுவதில் இந்துக்களாகவும், இறைவனை வழிபடும் முறையில் கிறித்தவர்களாகவும் காணப்படுகின்றனர். அவர்களை அயோத்தி தாசர் பாதி கிறித்தவர்கள் - பாதி இந்துக்கள் என்றும் குறிப்பிடுகிறார். சாதி முறைக்கு இடமே இல்லாத கிறித்துவ மதத்திற்குள் எப்படி கிறித்துவச் செட்டி என்றும் கிறித்துவ நாடார் என்றும் பிரிவுகள் ஏற்பட்டன? என அயோத்திதாசர் ஆச்சரியப்படுகிறார். ஆங்கிலேய அரசு ஏராளமான வகையில், பிராமணர்கள் மற்றும் மேல் சாதியினருக்கு அரசு உத்தியோகங்கள், நிர்வாகம் போன்றவற்றில் பங்கு பெறுவதில் இடமளிக்குமாறு திசை திருப்பப்பட்டது என அவர் குற்றம் சாட்டுகிறார். மேலும் ஆங்கில அரசு கிராமிய நில உரிமையாளர்களுக்கு ஏழை உழைக்கும் பாட்டாளி மக்களை ஏமாற்றி, அதிகமான வரிவிதித்து, அவர்கள் வரிகட்ட இயலாமல் போகும்போது அவர்தம் நிலங்களை இரக்கம் அற்ற வகையில் கையகப்படுத்தப்படும் சுதந்திரத்தை வழங்கியமை குறித்தும் அயோத்திதாசர் விவாதிக்கிறார். ஆங்கில அரசின் இச்செயல் பாட்டினால் ஏற்படவிருக்கும் பின்விளைவான, கிராமப் பொது நிலங்களைக் கிராமத்தில் வாழ்ந்து கொண்டிருந்த செல்வந்தர்கள் தத்தம் பெயர்களுக்கு முடித்துக் கொண்டனர் என்பது பற்றி அயோத்திதாசர் முன்னரே அறிந்திருந்தார் என்பதனை எடுத்துக் காட்டுகிறது. அடித்தட்டு மக்களின் நலம் பாராட்டாமல், எவ்வா றெல்லாம் அரசாங்க உத்தியோகத்தில் இருக்கும் மேற்சாதியினர், அரசுச் சட்டத்தை தங்கள் வசதிக்கு ஏற்றவாறு வளைத்துப் படிக்காத பாமர மக்களை ஏமாற்றுகின்றனர் என்பதனை, அயோத்தி தாசர் மீண்டும் மீண்டும் எடுத்துக்காட்டி ஆங்கில அரசை எச்சரித்து வந்தார். மேலும் அவர் ஆங்கில அரசை, மேட்டுக்குடியினருக்கு

பரம்பரை சாதி அதிகாரத்துடன் இணைத்து அரசு அதிகாரம் செலுத்தும் உரிமையை வழங்க வேண்டாம் என்று அறிவுறுத்திய வண்ணம் இருந்தார்.

அயோத்திதாசரின் நவீனம் ஆங்கிலேயரின் கட்டுக்குள் மாத்திரம் அடங்கி விடவில்லை. அவர் அதையும் தாண்டிச் செல் கிறார். காங்கிரஸ்காரரர்களால் அறிமுகம் செய்யப்பட்ட தேசியம் அல்லது சுயராச்சியம் என்பதை அவர் கேள்விக்கு உட்படுத்துகிறார். ஐரோப்பாவில் நவீனம் என்பது, மிகத் தெளிவாக, நிலவுடைமைக்கு எதிரானதாகவும், மக்களாட்சி, சுதந்திரம், சமத்துவம், பகுத்துணர்வு போன்றனவற்றிற்கு ஆதரவாகவும் தொழிற்பட்டது. ஆனால் இந்தியாவில், சுயராச்சியம் என்பது ஆங்கில அரசியல் கோட்பாடு களின் பார்வையில் மிகவும் குறைந்த அளவிலானது ஆகும். தேசியவாதம் இந்திய நிலவுடைமைக்கு எதிராகக் குரல் எழுப்ப இயலாத ஒன்றாகும். ஏனென்றால் இந்தியாவில் நிலவுடைமை என்பது சாதி முறையை அடிப்படையாகக் கொண்டது. அது இந்து சமயத்தை விலக்காது காலங் காலமாக உழைப்போரை அடிமைப் படுத்தும் முறையைத் தன்னகத்தே கொண்டது. தேசிய வாதம் என்பது இந்தியாவைப் பொருத்த வரையில் சுதந்திரமாக அரசு அதிகாரத்தைப் பயன்படுத்துவதற்கான மேட்டுக்குடிகளின் சுயநல அரசியல் ஆகும். அயோத்திதாசர் வெளிப்படையாக காங்கிரஸ் காரரர்களின் வேடதாரி தேசியவாதத்தைத் தாண்டிச் செல்கிறார்.

அயோத்திதாசர், நவீனம் என்பது இந்தியச் சூழலில் எப்படி இருக்க வேண்டும் என்ற தெளிவான கருத்து உடையவராக இருந் தார். நன்கு கிளைவிட்டு வளர்ந்திருந்த சாதி அமைப்பின் எல்லா வெளிப்பாடுகளையும் மிக அடிப்படையாக விமர்சனம் செய்வதாக இந்தியச் சூழலில் நவீனம் அமையவேண்டும் என்ற கருத்தை அவர் வலியுறுத்துகிறார். ஆதிபெளத்த அறநெறிக் கோட்பாட்டின் மறுமலர்ச்சியை அயோத்திதாசர் விரும்பிய போதிலும் உண்மையில் அவர் ஒரு சான்றாதார நிலைப்பாட்டிற்காகவே அன்றைய பெளத்த நிகழ்விற்குள் சென்றதாகக் கொள்ள வேண்டும். இடைக்கால சீர்குலைவுகள் அழிக்கப்பட வேண்டும். அதோடு கூட இந்துக்களின் பொதுப்புத்தியில் இருக்கக் கூடிய சாதி துவேஷம் அழிக்கப்பட வேண்டும். எதிர்காலத்தை வளப்படுத்த பொதுவுடைமைக் கருத்துக்கள் தலை தூக்க வேண்டும். மக்கள்தம் உழைப்பிற்கு மரியாதை அளிக்க வேண்டும். பொதுவுடைமைக் கருத்துக்களைப் போற்றும் வண்ணம் அவர்களுக்கு இடையில் பகிர்தல்கள் இருக்க

வேண்டும். சுயப்பிரயோசனத் தத்துவம் மறைய வேண்டும். சுயம் என்ற தத்துவம் ஒழிய வேண்டும். அயோத்திதாசரின் கருத்துப் படி சுயம் என்பது பரம்பரையான சாதி அமைப்பும், ஆங்கில ஆட்சியின் கீழ் சாதியம் கூடுதலாகப் பெற்றுக் கொண்ட முதலாளித்துவ அமைப்பும் ஆகும் என்பதை நாம் மிகவும் கவனத்தில் கொள்ள வேண்டும். எதிர் காலம் சுயநலம் அற்ற சமுதாயத்தைக் கொண்டதாக அமைய வேண்டும். சுயப்பிரயோசனம் பார்க்காத, சுயநலம் அல்லாத அச்சமூகம் கற்பனாவாதம் கலந்ததாக இருக்கலாம். இருப்பினும் அவ்வகைச் சமூகத்தைக் காணவேண்டும் என அயோத்திதாசர் விரும்பினார். அவர் எந்தவிதமான மார்க்சியக் கோட்பாடுகளின் தாக்கமும் இல்லாதவர். பௌத்த கருத்துக்களான சமத்துவம், சங்கம் என்பவற்றால் மாத்திரமே ஈர்க்கப்பட்டவர்.

பண்டிதர் பிராமணர் அல்லாத மற்ற மேல்சாதியினர் மீதும் தென்னிந்திய செல்வந்தர்களை உள்ளடக்கிய பிராமணர் அல்லாதோர் இயக்கத்தின் மீதும் அவநம்பிக்கை கொண்டிருந்தார். பிராமணர் அல்லாத அவர்கள் அனைவரும் சாதி நம்பிக்கை அற்றவர்களா? என்ற கேள்வியை அவர் எழுப்புகிறார். பிராமணர் அல்லாத மற்ற மேல் சாதியினர் ஏற்கனவே அரசு உத்தியோகத்தில் பங்கு பெற்றுக் கொண்டிருக்கும் பிராமணர்களுக்குப் போட்டியாக தாங்களும் வாழ்வதற்காகவே இவ்விதம் நடந்து கொள்கின்றனர் என்பதனைப் பண்டிதர் மிகச் சரியாகப் புரிந்து கொண்டுள்ளார். இவ்விதமாக பிராமணர் மற்றும் பிராமணர் அல்லாதோர் ஆகிய மேற்சாதியினர் அனைவரும் இணைந்து புதிதாக அமைந்த முதலாளித்துவ அதிகாரத்தில் பங்கு பெறுவதற்கு சாதி ஆதிக்கத்தைப் பயன்படுத்திக் கொண்டனர். இது புதிய வடிவில் அமைந்த பழைய பரம்பரை சாதி ஆதிக்கத்தின் தொடர்ச்சியே அன்றி வேறு எதுவு மில்லை. பரம்பரை மேற்சாதியினர் காலனிய அதிகாரத்தின் கீழும் தங்கள் சாதி விளையாட்டை விளையாடுகின்றனர். இவ்வாறாக ஆங்கில அரசு மேற்சாதியினருக்கு அவர்கள் தொடர்ந்து எளிய மக்களை ஏமாற்றித் துன்புறுத்துவதற்கு இடம் அளித்திருப்பதனைக் குறித்து விமர்சிக்கிறார். அயோத்திதாசரின் எழுத்துக்களிலிருந்து, காலனிய அதிகாரத்தின் கீழ் இருந்த இந்திய மண்ணில் முதலாளித்துவ அதிகாரத்தை உருவாக்குவதற்கும் அதனை நடைமுறைப்படுத்து வதற்கும் சாதிப் பிணைப்பு ஏதுவாக இருந்தது என்பதனை ஒருவரால் அறிந்து கொள்ள இயலும். அயோத்திதாசரின் ஆழ்ந்த அறிவு

இன்றைக்கும் கூட, இந்திய முதலாளித்துவ அதிகாரம் எப்படிச் செயல்படுகிறது என்பதைப் புரிந்து கொள்வதற்கு முக்கியத்துவம் பெற்றதாய் உள்ளது.

இந்திய மேற்சாதியினர் ஆங்கிலேயர்களின் கல்விக் கோட்பாட்டை எப்படி உபயோகித்துக் கொண்டனர் என்பது பற்றிய சுவராசியமான சில கருத்துக்களை அயோத்திதாசர் தெரிவிக்கிறார். அவர், இந்திய நிலஉடமைச் சாதியினர் நீண்ட காலங்களாக விவசாயத் தொழில், வர்த்தகம் போன்றவை குறித்த சமுதாய அறிவோ அக்கறையோ இன்றி அந்நியப்பட்டுக் கிடந்ததாகத் தெரிவிக்கிறார். இது மிகவும் சுயநலம் மிக்கதாயும், சமூக நலத்தில் உண்மையான அக்கறையும் முயற்சியும் மேற்கொள்ள முடியாதவாறும், மேலும் பாடுபடும் பாட்டாளி வர்க்கத்தினரைச் சாதி அடிப்படையிலும் சமூக அந்தஸ்திலும் தரம் தாழ்ந்து போகும்படியும் செய்தது. வேறு வார்த்தைகளில் சொல்வதானால் மேற்சாதியினரின் அந்நியமாதல் அவர்களைச் சுயநலவாதிகளாகவும் மனிதநேயமற்றவர்களாகவும் ஆக்கியது. ஆங்கிலேய ஆட்சிக்கு வெகுகாலத்துக்கு முன்னதாகவே இந்நிலை ஏற்பட்டுவிட்டது. ஆங்கிலேயரின் ஆட்சிக்குப் பின்னர் இது இன்னும் அதிகமாகத் தீவிரமடைந்தது. ஆங்கிலேயரின் ஆட்சிக்காலத்தில் மேற்சாதியினரின் சுயநலம் கல்வியின் மீதும், ஆட்சி அதிகாரத்தின் மீதும் அக்கறை கொண்டது. பொது நலத்தின் மீதான கொஞ்சநஞ்ச அக்கறையையும் அது காலி செய்தது. அயோத்திதாசரின் கருத்துப்படி, இந்திய மேற்சாதியினரின் அறநெறி ஆங்கில ஆட்சிக்காலத்தில் இன்னும் அதிகமாக நெருக்கடிக்கு உள்ளாகியதாகத் தெரிகிறது.

அயோத்திதாசர் தலித் பிரச்சினையையும் நிலம் குறித்த பிரச்சினையையும் இணைத்துப் பார்க்கிறார். அவர் தமிழகக் கிராமங்களில் விவசாயக் கூலிகளுக்கு எவ்வளவு குறைந்த ஊதியம் வழங்கப்படுகிறது என்பது குறித்து விளக்குகிறார். நிலத்தின் மீதான நில உடமையாளர்களின் சுயநலப் பற்று வேலை செய்யும் சாதாரண மக்களைத் துன்புறுத்துவதாயும் அவர்கள் மீது இழிவு கற்பிப்பதாகவும் இருப்பதை அயோத்திதாசர் சுட்டிக்காட்டுகிறார். அவருக்கு விவசாயம் என்பது வெறும் தொழிலாக மட்டும் அமையவில்லை. அது கூட்டு வாழ்க்கை முறைமைக்கும் பொது நலத்திற்கும் ஒரு சிறந்த ஆதாரமாகத் திகழ்கிறது. அவர் விவசாய நிலத்தையும் உழவுத்தொழிலையும் பொருளாதார நோக்கோடு மாத்திரம் பார்க்கவில்லை. அதையும் தாண்டி கூடுதலாக ஏதோ

ஒன்று உழவுத் தொழிலில் இருப்பதாக உணர்கிறார். இந்த வகையில் விவசாயம் குறித்த அவரது பார்வை அறம் சார்ந்ததாகவும் கூட்டு வாழ்வு பற்றியதாகவும் இருந்தது.

அயோத்திதாசர் நாட்டின் தொழில்மயமாக்கலுக்கு எதிரானவர் அல்லர். ஆனால் அவருடைய தொழில்மயமாக்கல் சிந்தனை பெருமளவில் கைவினைத் தொழில்கள் பற்றியது போலத் தென்படுகிறது. விவசாயத்தை அழித்துவிட்டு அதன் மீது தொழில் வளர்ச்சி மேற்கொள்ளப்பட வேண்டும் என்ற சிந்தனை அவரிடம் தென்படவில்லை. மற்றொரு புறம், உழவுத் தொழிலுடன் இயைந்த வகையில் கைத்தொழில், கைவினைத் திறமை போன்றனவற்றின் வளர்ச்சியில் அக்கறை கொண்டவராக அவர் இருந்திருக்கிறார். அவருடைய எழுத்துக்களில், அச்சுத் தொழில், புத்தகத்திற்கு அட்டையிடுதல், உலோக வேலை, கட்டடத் தொழில், மோட்டார் வண்டித் தொழில், ரெயில் வண்டி செய்யும் தொழில், தொலை பேசித் தொடர்பு, சரக்குப் போக்குவரத்து, ஆடை உற்பத்தி, வணிகம் போன்ற வளர்ந்து கொண்டிருந்த எண்ணற்ற தொழில்கள் குறித்து உயர்வாகப் பேசியுள்ளார். அவர் பரம்பரையாக நடைபெற்ற இந்திய விவசாய முறைக்கும் காலனிய ஆட்சியின் தாக்கத்தால் ஏற்பட்ட தொழில்மயத்திற்கும் இடையிலான தீவிரப் பிளவு பற்றி தெரிந்திருக்கவில்லை. அவர் அவற்றை விவசாயி - கைவினையாளன் ஒற்றுமையாகவே கண்டார்.

விவசாயக் குடும்பத்திலிருந்து வந்த பண்டிதர், விவசாயத் தொழிலை மதிப்பிற்குரிய ஒன்றாகக் கருதினார். வழக்கில் உள்ள சாதி அமைப்பு எல்லாவற்றிற்கும் மேலாக விவசாயத் தொழிலாளர்களையும் மற்ற தொழிலாளர்களையும் இழிவுபடுத்துவதாயும் துன்புறுத்துவதாயும் உள்ளதாக அவர் குறிப்பிடுகிறார். அந்நியப்பட்டுக் கிடக்கும் சோம்பேறி நிலவுடைமைச் சமூகம் நிலங்களில் வேலை செய்யும் கடின உழைப்பாளிகளைப் பாரபட்சத்துடன் கீழ்த்தரமாகவும் நீசத்தனமாகவும் நடத்திவருவதை அவர் பலமாகக் கண்டித்தார். சாதிரீதியான இழிவுபடுத்தல்களைத் தொடருவதற்காகவே மதச் சட்டங்கள் இயற்றப்பட்டு தீண்டாமை எனும் கொடுமை பின்பற்றப்படுவதாக அவர் சுட்டிக்காட்டுகிறார்.

அயோத்திதாசர் இறுதியாக அவர் காலத்திய தலித்துகளுக்கும் அடித்தட்டு மக்களுக்கும் அளிக்க விரும்பியது என்ன? அவர் தலித் அடையாளத்திற்காக நின்றார் என்று சொல்லலாமா? என்றால்

அதற்கான பதில் 'ஆம்' என்பதாகும். அயோத்திதாசர்தான் முதன் முதலாக தலித் அடையாளத்தை முன்நிறுத்தி தென்னிந்தியாவில், ஒரு வேளை இந்தியா முழுவதற்குமான, ஓர் இயக்கத்தைத் தோற்றுவித்தார். அவர் வாழ்நாள் முழுவதும் தலித் அடையாள இயக்கத்தைத் தொடங்குவதற்கும் அதற்கான கருத்தியல் மற்றும் நிறுவன ஒழுங்குகளை ஏற்படுத்துவதற்கும் சோர்வின்றி அலைந்து கொண்டே இருந்தார். அவரது பெரும் முயற்சி என்னவென்றால், தலித்துகளின் நலன்களை காங்கிரஸ் தேசியவாதிகள், பிரம்ம சமாஜவாதிகள், ஆரிய சமாஜவாதிகள், இந்து மறுமலர்ச்சியாளர்கள், தமிழக பிராமணரல்லாதோர் இயக்கத்தினர் போன்றோரிடமிருந்து வேறுபடுத்திக் காட்டுவது ஆகும். இதன் பொருள் என்னவென்றால், தலித்துகளின் நலன்களுக்கும் அப்போதிருந்த மற்ற அனைத்து இயக்கங்களின் நலன்களுக்கும் இடையிலான வேறுபாடுகளை அவரால் காண முடிந்தது என்பதாகும்.

அயோத்திதாசரால், மிகவும் பின்தங்கிய அடித்தட்டு மக்கள் மற்றும் தலித்துகள் என்று அழைக்கப்படும் மிகவும் தாழ்த்தப்பட்ட மக்களின் கண்ணோட்டத்தில் வாழ்வைப் பார்க்க முடிந்தது. சமூக வரலாறு, சமயம் மற்றும் பண்பாட்டு வரலாறு, தமிழ் இலக்கிய வரலாறு, மொழிகளின் வரலாறு, இந்திய தத்துவங்கள், நவீன சமூக-அரசியல் இயக்கங்கள் போன்ற அனைத்தும் தலித் கண்ணோட்டத்திலேயே அவரால் பார்க்கப்பட்டன. அவர்களுடைய கடந்து போன பழங்காலம், அவர்களுடைய தோல்வியும் வீழ்ச்சியும், அவர்களுடைய விமோச்சனத்திற்கான வழிகள், அவர்களுடைய அமைப்புகளுக்கான வடிவம் ஆகிய அனைத்தும் செம்மையாக உணர்வு பூர்வமாக அயோத்திதாசரால் கற்று அறியப்பட்டன. தமிழ் சிந்தனையில் இவர் போன்ற விசாலமான பார்வையை உடைய ஒரு சிந்தனையாளரைக் காண்பது அரிது. ஏழைகளிலும் மிக எளிய, கடின உழைப்பாளிகளான தலித் மக்களுக்குத் தெளிவான பங்களிப்புச் செய்த சிந்தனயாளர் வேறு யாரும் இருக்க முடியாது. அயோத்திதாசர் சுயமான முதல் தலித் சிந்தனையாளராகவும் நவீன சமூக உணர்வு உள்ளவராகவும் இருந்தார்.

தென்னிந்தியச் சிந்தனைத் தளத்தில் சாதிப் பிரச்சினையை அப்புறப்படுத்த முடியாத ஒரு பிரச்சினையாக அயோத்திதாசர் மாற்றினார். தலித்துகளின் அன்றாட குறைபாடுகளை மட்டும்

பண்டிதர் கோரிக்கைகளாக முன்வைத்தவர் அல்ல. இந்தியச் சாதிச் சமூக அமைப்பிலிருந்து தோற்றம் பெறும் அத்தனைப் பிரச்சினைகளையும் அவர் மிகக் கூர்மையாக முன்னெடுத்துச் சென்றார். இந்திய நவீனம் அல்லது தமிழ்ச் சமூகத்தின் நவீனம் குறித்த விவாதங்களின் பிரிக்கவொண்ணாத பிரச்சினையாகச் சாதியத்தை இணைத்தவர் பண்டிதர் அயோத்திதாசர். சாதி அமைப்பு பற்றிய கேள்விகளுக்குப் பதில் சொல்லாத நவீனம் எத்தகைய நவீனம்? இந்தியச் சமூகத்தின் மிக மையமான பிரச்சினைக்குப் பதில் சொல்லாத இந்தியா எப்படி நவீன இந்தியா எனத் தன்னைச் சொல்லிக்கொள்ளமுடியும்?

இந்தியா தனது வரலாற்றில் பல முறைகள் சாதிப் பிரச்சினைக்குப் பதில் சொல்லாமல் தப்பித்துக் கொண்டிருக்கிறது. பக்தி இயக்கத்தின் போது இந்தியா அக்கேள்விக்குப் பதில் சொல்லவில்லை. பல சீர்திருத்த இயக்கங்களிலிருந்து அது தப்பித்துக் கொண்டது. அதுபோலவே தேசிய இயக்கத்தையும் அது தவிர்த்துச் சென்றுவிட முயற்சிக்கிறது. சாதிப் பிரச்சினையைத் தவிர்ப்பதற்கு அது செய்யும் எல்லா முயற்சிகளுக்கும் பின்னால் ஆளும் வர்க்கங்கள் இருக்கின்றன. இறுதியாக இந்திய நவீனத்தின் ஆகப்பெரும் கேள்வியாக தலித் சிந்தனையாளர்களால் சாதிப்பிரச்சினை இப்போது ஆக்கப்பட்டுள்ளது.

அயோத்திதாசர் தலித் பிரச்சினையைத் தலித்துகளுக்கு மாத்திரமான ஒரு தனிப்பிரச்சினையாக நோக்கவில்லை. தலித்துகளுக்கே உரித்தான குறைபாடுகளைப் பட்டியலிட்டு விண்ணப்பம் செய்வது அவரது நோக்கமாக இருக்கவில்லை. ஆங்கிலேயரிடம் அல்லது அதிகாரிகளிடம் தலித்துகளின் குறைபாடுகளை எடுத்துக் கூறி அவர்களுடைய துன்பத்தைக் குறைக்க முடியும் என்பது உண்மைதான். ஒரு குறுகிய அடையாள இயக்கம் இப்படிப் பட்ட வழியைத் தேர்வு செய்யும். 20 ஆம் நூற்றாண்டின் தொடக்கத்தில் இது போன்ற ஏராளமான இயக்கங்கள் இந்த வழிகளில் ஆதாயம் தேடத் தொடங்கின என்பதும் உண்மை. பிராமணர்கள் அவர்களுக்கான நலன்களில் மட்டும் அக்கறை காட்டினர். பிராமணல்லாத மேற்சாதியினர் அவர்களுடைய நலன்களை மட்டும் எடுத்துரைத்தனர். இடைநிலைச் சாதிகளும் தத்தமது சாதிகளுக்கென அமைப்புகளை உருவாக்கின. ஒரு சாதியின் அணுகுமுறை பிறிதொரு சாதிக்கு முன்னுதாரணமாக

அமைந்திருந்தது. 19 ஆம் நூற்றாண்டின் பிற்பகுதியில் சாதிக் கழகங்களும் சமய அமைப்புகளும் இந்திய மண்ணில் காளான்கள் எனத் தோன்றின. இதுவே நவீனம் எனவும் மக்களாட்சி எனவும் நம்பி ஒவ்வொரு சாதிக் குழுக்களும் தம்மைப் பிரதிநிதித்துவப் படுத்திக் கொண்டன. இது போன்றதொரு நடைமுறை இன்று வரை கூடத் தொடர்கின்றது.

அயோத்திதாசர் வித்தியாசமானதொரு பாதையைத் தேர்வு செய்தார். ஒடுக்கப்பட்ட மக்கள் கூட்டத்தினரின் சாதி விடுதலை நலன்களை அவர் இந்தியா முழுவதிலும் செயல்பட்டு வந்த சாதி அமைப்பின் பிரச்சினைகளோடு இணைத்தார். இது ஒரு தவிர்க்க முடியாத நிலைப்பாடாகும். சாதியைத் தனிமைப்படுத்தி அவர் யோசிக்கவில்லை. அவர் அதனை இந்த நாடு முழுவதுமான சமூக எதார்த்தத்தோடு இணைத்தார். அயோத்திதாசரின் சிந்தனை சமீபகாலத்திற்குப் பயன்படும் வகையிலான ஓர் அமைப்பியல் வழிமுறையாக இருந்தது.

ஏற்கனவே குறிப்பிட்டது போல, தலித் பிரச்சினைக்கும் நிலப் பிரச்சினைக்கும் இடையிலான தொடர்பு நாட்டுப்புற இந்தியாவின் நிலமற்ற பாட்டாளி மக்களின் நலன்கள் பற்றிய அக்கறை சார்ந்தது ஆகும். அயோத்திதாசர் அதனைக் கவனத்தில் கொண்டு வந்துள்ளார். அதுபோல, இந்தியச் சமய வரலாற்றுடனான சாதி அமைப்பின் பிணைப்பினை அவரால் அடையாளப்படுத்த முடிந்தது. இந்திய வரலாற்றில் சாதி அமைப்பின் தோற்றமும் வளர்ச்சியும் குறித்து விசாலமாக அவரால் காட்சிப்படுத்த முடிந்தது. முதலாளித்துவ சட்டகத்திற்குள், முதலாளிய அமைப்பினுள் சாதி குறித்த பிரச்சினைகளைத் தீர்க்க முடியாது என்பதனை அயோத்திதாசர் நன்கு உணர்ந்திருந்தார். முதலாளியத்தின் சுயப்பிரயோசன எல்லைகள் சாதிப் பிரச்சினையைத் தீர்க்கவிடாது என்பதைப் பண்டிதர் கோட்பாட்டு ரீதியாகச் சிந்தித்து அறிந்திருந்தார். அறிவுரீதியாக அயோத்திதாசரின் மிகப் பெரிய சாதனை என்னவென்றால் பண்டைய வரலாற்றின் ஆழங்களிலிருந்து சாதிப் பாகுபாடற்ற சமூக அடுக்கு ஒன்றை அவரால் தோண்டி எடுக்க முடிந்தது என்பது ஆகும். சாதியற்ற அச்சமூக அமைப்பைத் தலித் விடுதலைக்காக அவர் விவாதிக்கும் சமயங் களில் எல்லாம் முன்ஆதாரமாக பயன்படுத்தியமையும் அவரது சிறந்த சாதனையாகும். விடுதலை என்பது அயோத்திதாசருக்கு அவரது

நவீன காலத்திய அளவுகளின்படி உலகளாவியதாகவும் அறிவுபூர்வமானதாகவும் சமத்துவப்பண்பு கொண்டதாகவும் விளங்கியது. அயோத்திதாசர் மிகவும் நுட்பமாக இத்தகைய சிந்தனைகளுக்கும் செயல்பாடுகளுக்கும் இடையில் தனக்கென ஓரிடத்தை உருவாக்கிக்கொண்டார். சாதிப் பிரிவுகளற்ற சமூகத்தை ஏற்படுத்துவதான அயோத்திதாசரின் வேலைத்திட்டம் சமீபத்தியக் காலங்களில் உருவான சமூக விடுதலை இயக்கங்களுக்கிடையில் அவருக்கு ஓர் உயர்வான இடத்தை உருவாக்கியுள்ளது. இந்த வகையில், அயோத்திதாசரைத் தென்னிந்தியாவில் பொதுவுடைமை இயக்கத்தின் முன்னோடி எனக் கூறுவதில் தவறு எதுவும் இருக்காது.

பௌத்தமும் பெரியாரியமும்

பெரியாரது சிந்தனையை இந்தியத் தத்துவ மரபில், தமிழ் மரபில் சரியாக அடையாளப்படுத்துவது என்பது மிக அற்புதமான ஒரு காரியமாகும். பெரியாரது சிந்தனை வேறு ஏதோதோ சிந்தனை களோடு சேர்ந்து காணாமல் போய்க் கொண்டிருக்கும் அபாயம் உள்ள இன்றைய காலத்தில் பெரியாரை மீட்டு நிலைநிறுத்துவது என்பது மிக அவசியமானதொரு பணியாகும்.

பௌத்தமும் பெரியாரியமும் என்ற தலைப்பினுக்குள் நுழைவதற்கு முன்னால், "இந்தியத் தத்துவம்" அல்லது "இந்தியத் தத்துவங்கள்" என்ற சொல்லாடல் எப்போது தோன்றியது, எப்படித் தோன்றியது என்ற கேள்விகளுக்கான தோராயமான ஒரு பதிலைக் காண முதலில் முயற்சி செய்வோம்.

இந்தியத் தத்துவம் என்ற சொல்லாடல்

கடந்த சுமார் 3000 வருடத்திற்கு மேலானதாக அறியப்பட்ட இந்திய வரலாற்றில் "இந்தியத் தத்துவம்" என்ற சொல்லாடல் எங்கும் எப்போதும் துலக்கமாகப் பேசப்பட்டதாகத் தெரியவில்லை. வெவ்வேறு வட்டாரங்களில், வெவ்வேறு சாதிக் கூட்டங்களுக் கிடையில் வெவ்வேறு தத்துவங்கள் இந்தியா என்ற துணைக்கண்டப் பெரும்பரப்பில் பேசப்பட்டு வந்துள்ளன. காலனிய ஆட்சிக் காலத்தில் மேற்கத்திய ஆட்சியாளர்களும் கிறித்தவ மிஷனரி மார்களும் சில ஐரோப்பிய அறிவுத்துறையினரும் இந்திய மதங்கள், இந்தியப் பண்பாடு, இந்தியச் சமூக அமைப்பு போன்ற விஷயங்களில் அக்கறை கொண்டனர். இந்த அக்கறை அவரவரது ஆட்சி அதிகார அல்லது சமயப் பரப்புத் தேவைகளைச் சார்ந்து தோன்றியது என்பதில் எந்த ரகசியமும் இல்லை. இருப்பினும் இவற்றுக்கு ஊடாக, ஐரோப்பியரின் லத்தீன், ஜெர்மன் போன்ற பழைய மொழிகளின் சாயல் இந்தியாவில் காணப்பட்ட சமஸ்கிருத மொழியில் உள்ளது என்று ஒரு "கண்டுபிடிப்பு" 19-ஆம் நூற்றாண்டின் மத்தியில் அறிஞர்களுக்கிடையில் அதிகம் பேசப்பட்டது. ஐரோப்பியப் பூர்வீகக் குடிகளான ஆரியர்களின் ஒரு

பகுதியினர் இந்திய நிலப்பகுதிகளில் மிகப் பழங்காலத்திலேயே குடியேறியுள்ளனர் என்றொரு வரலாற்றுக் கண்டுபிடிப்பு அறிஞர் உலகில் புழங்கத் தொடங்கியது. இதையொட்டி, நாகரீக மற்றவர்களாக வாழ்ந்த பூர்வீக இந்தியப் பழங்குடிகளுக்குக் கொஞ்சமேனும் நாகரீகத்தை ஊட்டியவர்கள் பண்டைய ஐரோப்பாவிலிருந்து இந்தியாவில் குடியேறிய ஆரியர்களே என்றும் ஐரோப்பிய ஆரியர்கள், இந்திய ஆரியர்கள் என்ற பழந்தொடர்பு கொண்ட இரண்டு கூட்டத்தினர் முறையே ஐரோப்பாவிலும் இந்தியாவிலும் வாழ்ந்து வந்திருக்கின்றனர் என்றும் அறிவுத் துறையினரிடையில் கருத்துக்கள் பரவின. ஆக, நவீன நாகரீகம் தீண்டாத பழைய ஆரியர்களின் பூர்வச் சிந்தனையை சமஸ்கிருத மொழி இலக்கியங்களில் கண்டறியலாம் என்று ஐரோப்பிய சிந்தனையாளர்கள் சிலர் நம்பத்தொடங்கினர். ஐரோப்பிய ஆரியர்கள் ஒரு பழங்காலத்தில் கொண்டிருந்து, பின் இழந்து போய்விட்ட மிகப் புனிதமான ஆன்மீகச் சிந்தனையை சமஸ் கிருதத்தின் பழம் இலக்கியங்களில் கண்டறியலாம் என அவர்கள் நம்பினர். ஐரோப்பாவிலிருந்து இந்தியாவிற்குப் புலம் பெயர்ந்து வந்த Theosophy எனும் இயக்கம், பண்டைய இந்திய "பிரம்ம ஞானத்தை" சமயமும் தத்துவமும் இணைந்த ஒன்று என வரையறுத்தது. இறை என்பதைக் குறிக்கும் Theo என்ற சொல்லையும் மெய்யியல் என்பதைக் குறிக்கும் Sophia என்ற சொல்லையும் ஒரே சொல்லாக்கி அவ்வியக்கம் பயன்படுத்தியது. நவீன ஐரோப்பிய விஞ்ஞானத் தொழில்நுட்ப மற்றும் நகரமயமாக்கங்களால் அதிருப்தியடைந்திருந்த அறிவாளிகளே இந்த அணியில் அதிகம் இடம்பெற்றிருந்தனர்.

ஐரோப்பியர்களுக்கும் தமக்கும் பூர்வத் தொடர்புகள் இருந்தன என்ற செய்தி இங்கிருந்தோரைப் பெரிதும் புளகாங்கிதம் அடையச் செய்தது. இருப்பினும், காலனிய ஆட்சியின் போக்கில் இந்திய மேட்டுக்குடிகள் இந்திய விடுதலை என்ற கருத்தை நோக்கி முன்னேறவேண்டியிருந்தது. இந்நிலையில், காலனி ஆட்சியால் இந்தியருக்கு விளைந்த இழிவுகளை ஈடுகட்ட இந்திய ஆன்மீகத்தின் பெருமையை இங்கிருந்தோர் பாராட்டி எழுதத்தொடங்கினர். பிரம்ம சமாஜம், ஆரிய சமாஜம், பிரார்த்தனா சமாஜம் போன்ற அமைப்புகள் இங்கு உருவாகின. பொருளாதாரரீதியாகவும் இராணுவரீதியாகவும் இந்தியா தோல்வி அடைந்திருந்தபோதும், இந்திய ஆரியம், இந்திய ஆன்மா போன்ற அழியாப் பெரு நிலைகளை சிலாகித்து பலர் எழுதத்தொடங்கினர். இவற்றின்

ஊடாக, இந்தியத் தத்துவம் என்ற சொல்லாடலும் முக்கியப்பட ஆரம்பித்தது. மிக முக்கியமாக, ஐரோப்பியர் தமது தேவைகளுக்காகப் பாராட்டிய சமஸ்கிருத வழித் தத்துவங்களையே இங்கிருந்த மேட்டுக்குடியினரும் உயர்வு பாராட்டிப் பேசினர்.

மேற்கூறிய இரண்டு போக்குகளிலிருந்து விலகிய ஒரு மூன்றாவது அணியும் இதே காலத்தில் தோற்றம் பெற்றது. இவ்வணியினர் இந்தியத் தத்துவங்களின் ஊடாகப் பயணப்பட்டு அவற்றினுள் புதையுண்டிருந்த மாற்று மரபுகளை, எதிர் மரபுகளை அடையாளப்படுத்தித் தோண்டி எடுத்தனர். மகாத்மா ஃபூலே, தாமோதர் கோசாம்பி, அயோத்திதாச பண்டிதர், சிங்காரவேலர் ராகுல சங்கிருத்தியாயன், பெரியார் போன்றோர் இவ்வகை மூன்றாவது அணியைச் சார்ந்தவர்களாவர். உலகாயதம், சாங்கியம், நியாயம், பௌத்தம், தாந்திரிகம் போன்ற இந்தியத் தத்துவங்களுக்கு இவர்கள் முன்னுரிமை வழங்கினர். பிராமண மரபு என்ற சொல்லுக்கு எதிர்ச்சொல்லாக சிராமண மரபு என்ற சொல்லும், ஆரிய மரபு என்ற சொல்லுக்கு எதிர்ச்சொல்லாக திராவிட மரபு என்ற சொல்லும் இக்காலகட்டத்தில்தான் கிளத்தெழுந்தன. இந்து மதம் என்ற ஒற்றைச் சொல்லுக்கு மாற்றாக சீக்கிய மதம், இஸ்லாமிய மதம் போன்ற சொல்லாடல்களும் சித்தரியம், கபீரியம், சந்தர் மரபு, சைத்தன்யர் மரபு போன்ற மறைஞானச் சமயங்களும் நாட்டுப்புறச் சமயங்களும்கூட இக்காலத்தில் கண்டறியப்பட்டன.

இந்தியத் தத்துவங்கள் என்று பேசிய மேற்குறித்த மூன்று அணியினரில், மூன்றாவது அணியைச் சேர்ந்தோர்களே தாம் கண்டறிந்து மீட்டெடுத்த தத்துவப்போக்குகளைச் சமூக மாற்றம் என்ற இலக்குடன் நெருங்கப் பேசினர் என்பது குறிப்பிடத்தக்கது. 19-ஆம் நூற்றாண்டின் மத்தியிலிருந்து சமூக மாற்றம் என்ற இலக்கு இந்தியத் தத்துவ விவாதங்களுடன் இடையறாத் தொடர்பு கொண்டிருந்தது என்பதை இந்த மூன்றாவது அணி குறித்து நிற்கிறது.

பௌத்தமும் பெரியாரியமும்

பெரியார் தனது தத்துவ நிலைப்பாட்டை மெட்டிரியலிசம் அல்லது பிரகிருதிவாதம் என ஒத்துக்கொண்டு பேசியுள்ளார். அவர் உலகாயதம் எனப்பட்ட சாருவாகத் தத்துவத்திற்கு நெருக்கமாக நின்றவர் என அறியப்படுகிறார். உலகாயதர்கள் பண்டைய இந்தியாவில், பஞ்சபூதச் சேர்க்கைகளால் உலகின் எல்லாப்

பொருட்களும் சீவராசிகளும் கூட தோன்றியுள்ளன, எனவே இறைவன், ஆன்மா, மறுபிறப்பு, மோட்சம், நரகம் என்று எதுவுமில்லை என்று கூறினார்கள். வைதீக வேள்விகள், புரோகிதத் தொழில், சடங்காசாரங்கள் முதலியவற்றை அவர்கள் தீவிரமாக மறுத்தார்கள். இந்நிலைப்பாடுகளைக் கொண்டு தந்தை பெரியாரை ஓர் உலகாயதர் என எடுத்துக்காட்டுவது சரியாகவே இருக்கும். இருப்பினும் கூடுதலாக "பகுத்தறிவு" என்ற கோட்பாட்டை தமிழில் குறித்துநின்றவர் பெரியார் என அவர் அறியப்படுகிறார். மேற்கத்திய நாடுகளில் நவீன காலத்தில் முன்கை எடுத்து அதிகம் அறியப்பட்டிருந்த பகுத்தறிவே பெரியாரால் உள்வாங்கப்பட்டது என இதனைக் குறிப்பிடலாம். பெரியார் தனது உரைகளில் பல இடங்களில் ஐரோப்பியரின் விஞ்ஞான முறை, சயன்ஸ் என்ற சொற்களைச் சுட்டிக்காட்டிப் பேசுகிறார். இந்நிலையில் பெரியாரின் பகுத்தறிவுக்கு இந்திய மெய்யியலில் அடிப்படைகள் உண்டா? என நாம் உற்றுப்பார்க்க வேண்டியவர்களாக உள்ளோம். அப்படிப்பட்ட சந்தர்ப்பங்களில் ஒன்றாகவே "பௌத்தமும் பெரியாரும்" என்ற இந்த தலைப்பினைக் கொள்ள வேண்டும்.

பகுத்தறிவு

பெரியார் பகுத்தறிவு என்ற கருத்தாக்கத்தை இன்னும் பல சொற்களால் விளக்குகிறார். அவற்றில் சிலவற்றை ஒரு வசதிக்காகத் தொகுத்துக் கொள்ளுவோம். பகுத்தறிவு என்பதை "சிந்திக்கும் தன்மை", "தயவு தாட்சண்யமின்றி கேள்வி கேட்பது", "சொந்த அறிவும் அனுபவமும்", "அறிவும் ஆராய்ச்சியும்", "காரண காரியங்களைக் கண்டறிதல்", "பிரத்தியட்ச அனுபவம்", "விஞ்ஞான ஆராய்ச்சி", "தர்க்க விவாதம்", "ஆதாரங்களைக் கொண்டு அறிதல்", "அறிவும் நியாயமும்" என்பது போன்ற சொற்களைக் கொண்டு பெரியார் விளக்குகிறார்.

நான் நிர்வாணமாகச் சொல்லுகிறேன்

பகுத்தறிவு என்ற கருத்தை விளக்க, தர்க்க விவாதம் போன்ற சொற்களைப் பெரியார் பயன்படுத்திய போதிலும் மிக நுட்பமான தருக்கவியல் முறைகளையெல்லாம் அவர் கற்றுத்தேர்ந்திருந்தார் என இங்கு நாம் சொல்ல வரவில்லை. மாறாக, சாதாரண மக்களின் அனுபவம் சார்ந்த பட்டறிவையே ஆதாரமாகக் கொண்டு அவரது உரைகளையும் எழுத்துக்களையும் அமைத்துக் கொண்டிருக்கிறார். "சொந்த அறிவும் அனுபவமும், பிரட்தியட்ச அனுபவம்" என்ற சொற்கள் அத்தகைய நிலைகளையே சுட்டுகின்றன. ஆயின்

இத்தகைய ஓர் எளிய நிலையை ஆதாரமாகக் கொண்டு பேசுவது மிகக்கடினமானது என்பதையும் சொல்லியாக வேண்டும். பல நூற்றாண்டுக் காலமாக உருவாகிவந்த கருத்தியல் மூடுதிரைகளை உடைத்தெறிந்து பட்டறிவைக் கைக் கொள்ளுவது மிகப் பெரிய செயலாகும். **16-17** ஆம் நூற்றாண்டுகளில் ஐரோப்பியச் சிந்தனையாளர்களான பிரான்சிஸ் பேகன், ஜான் லாக் போன்றோர் மத்தியகால கிறித்தவக் கருத்தியல்களைக் கடந்து செல்ல சில திருஉருவங்களை (Theory of Idols) உடைத்து முன்னேறவேண்டும் என்று குறிப்பிட்டார்கள். சமய நம்பிக்கைகளால் உருவாக்கப் பட்டுள்ள உலகின் தோற்றம், அமைப்பு பற்றிய மிகப்பெரிய கட்டடங்களை உடைத்துத் தள்ளிவிட்டு ஒவ்வொரு மனிதரும் அவரவருக்கே சொந்தமான புலனுணர்வுத் தகவல்களிலிருந்து தொடங்க வேண்டுமென்பதையே அவர்கள் திருஉருவங்களை உடைத்தல் எனும் கோட்பாட்டின் மூலம் வலியுறுத்தினர். பழம் கருத்தியல்களின் செல்வாக்கு அறிவுபூர்வமான புரிதல்களாக இல்லாமல் பழக்கவழக்கங்கள், புனித அதிகாரபீடங்கள், மனித மனத்தின் கோணல்கள் ஆகியவற்றைச் சார்ந்த வழிபாடுகளாக மாறிப்போயிருந்தன என்பதாலேயே அவற்றைத் திருஉருவங்கள் என்ற சொல்லால் அத்தத்துவவாதிகள் குறிப்பிட்டனர். மனித மனம் அதன் இயல்பில் ஓர் எழுதப்படாத வெள்ளைத்தாள் (Tabula Rasa) என்றும் வரலாற்று வளர்ச்சிப் போக்கிலேயே அத்தாளில் ஏதோதோ எழுதப்பட்டு விடுகின்றன என்று, ஜான் லாக் கூறினார். அவ்வெள்ளைத்தாளை வெற்றுத்தாள் என்று கொண்டால், வெறுமை நிலையிலிருந்தே சொந்தப் புலனுணர்வுகளால் நேரடியாக, அனுபவபூர்வமாக உலகம் பற்றியச் சித்திரத்தை நாம் சொந்தமாக உருவாக்கிக் கொள்ளவேண்டும் என்று லாக் அறிவுறுத்தினார்.

ஜான் லாக் கூறியது போலவே பெரியாரும் சொந்த அனுபவங் களிலிருந்து தொடங்கச் சொல்கிறார். திருஉருவங்களை உடைத்தெறிந்தால்தான் அத்தகைய வெறுமைநிலையை எட்ட முடியும் என்று பெரியாரும் கருதினார். பெரியார் ஓரிடத்தில் குறிப்பிடுகிறார், “நான் நிர்வாணமாகச் சொல்லுகிறேன். அதாவது, மறைவில்லாமல், அப்படியே மனத்தில் பட்டதை, பச்சையாகப் பார்த்தால் எப்படித் தோன்றுகிறதோ, அப்படியே உள்ளது உள்ளபடியே கூறுவதுதான் நிர்வாணமாக என்பதன் அர்த்தம். நிர்வாணம் என்பது நம் உள்ளத்தில் தோன்றிய உண்மையான காரணங்களை எடுத்துக்கூறும் நிலை-ஸ்தானமாகும். புத்த நெறியினர் கூட நிர்வாண ஸ்தானம் என்பார்கள்” (பெரியார்

ஈ.வெ.ரா. சிந்தனைகள், தொகுதி 2, வே. ஆனைமுத்து பதிப்பு, 1974, பக். 1072). ஜான் லாக்கின் சிந்தனைகளை நெருங்கி வரும் பெரியார் இங்கு தனது சிந்தனை முறையை பௌத்த நெறியுடன் தொடர்பு படுத்துகிறார். இது தற்செயலானதல்ல. பெரியார் ஏன் தனது சிந்தனை முறையைப் பௌத்த நெறியின் நிர்வாணம் என்ற ஒரு கருத்தாக்கத்தின் வழிச் சொல்லுகிறார்? பொதுவாக, பெரியார் இப்படி எந்த ஒரு தத்துவத்தின் கலைச் சொல்லையும் எடுத்தாண்டு பேசும் பழக்கம் உள்ளவரல்ல. அவரே சொல்லுவது போல, நெஞ்சுக்குப் பட்டதை அந்தப் பட்டறிவின் மொழியிலேயே முன்வைப்பவர் பெரியார். "நான் நிர்வாணமாகச் சொல்லுகிறேன்" என்ற பெரியாரின் வரி ஒரு வகையில் அபூர்வமானது. இது பெரியார் தன்னை மிக உணர்வுபூர்வமாகப் பௌத்தத்துடன் தொடர்புபடுத்திக் கொள்ளும் ஓர் இடமாகும். "அப்படியே, உள்ளது உள்ளபடியே, இருப்பதைச் சொல்லுவது" என்ற அணுகுமுறை பௌத்தத்தில் "தத்த-கத்தா" என்ற சொல்லுக்கு அருகாமையில் செல்லுவதாகும். "தத்" என்பது "இருப்பதை இருக்கிறபடியே" என்பதை எடுத்துரைக்கும் சொல்லாகும். தத்துவம் என்ற சொல்லே பௌத்தத்தின் தத் என்ற சொல்லிலிருந்து வந்ததாக ஒரு விளக்கம் உண்டு. கருத்தியல் சூடிகைகள் இல்லாத உண்மை நிலையை அது குறிப்பிடும். "காமம் செப்பாது கண்டது மொழிப" என்ற தமிழ்ப் பாடல் வரியுடன் இதனை ஒப்பிடலாம். நீ விரும்பியதையெல்லாம் சொல்லாமல், கண்டதைச் சொல் என்பது அதன் பொருள். பெரியார் வெறும் புலனுணர்வுகளுடன் நின்றுவிடாமல் "பகுத்தறிவு" என்ற விஷயத்தோடு இணைந்து பேசுகிறார்.

நிர்வாணம்

பௌத்தத்தின் நிர்வாணம் என்ற கருத்தை சிறிது விரிவாகப் பார்ப்போம். நிர்வாணம் என்பது சாதாரண மொழியில் ஆடை களைந்த நிலை. ஆடை அணியாத நிலை. மனிதன் பிறந்தபோது ஆடைகளோடு பிறக்கவில்லை. குழந்தையாக இருக்கும் போது ஆடைகளின்றி இருக்கமுடியும். குழந்தை வளர வளர ஆடை அணியத் தொடங்கி விடுகிறது. மனிதன் வளர வளர ஆடைகளை மட்டுமா அணிகிறான்? சமூகரீதியாக சாதி, மதம், உடமை, குடும்பம், அதிகாரம், அந்தஸ்து, கௌரவம் என பல விஷயங்களை அவன் படிப்படியாகப் பற்றிப் பிடித்துச் சூடிக் கொள்ளுகிறான். உளவியல்ரீதியாக நான் என்ற உணர்வு, எனது உயிர் என்ற உணர்வு,

எனது ஆன்மா என்ற உணர்வு, மரணத்திற்குப் பின் என்நிலை ஆகியவையெல்லாம் மனிதன் வளர வளர அவனை வந்து சேர்ந்து கொள்ளுகின்றன. புத்தர் இப்படி மனிதர் பற்றிப் பிடித்துக் கொண்டிருக்கும் சங்கதிகளே அவர்களது துன்பங்களுக்குக் (துக்கங்களுக்குக்) காரணம் என்றார். துன்பம், துக்கம் போன்ற விஷயங்களை மறுவாசிப்புக்கு உள்ளாக்கும்போது அம்பேத்கர், அவையே சமூக முரண்களுக்கும் சமூக மோதல்களுக்கும் காரணம் என்று விளக்குவார். எனவே ஆடைகளைக் களைந்து நிர்வாண மாவதுபோல, வாழ்வின் போக்கில் அள்ளிச் சூடிக்கொண்டுள்ள இந்தச் சங்கதிகளையெல்லாம் விட்டொழிக்கவேண்டும் என்று புத்தர் கூறினார். இதையே அவர் நிர்வாணம் என்றார்.

புத்தரின் நிர்வாணம் என்பது மேற்குறித்த விளக்கங்களின்படி ஒரு வெறுமை நிலையைக் குறிப்பது. எனவேதான் பின்னாட்களில் வந்த நாகார்ச்சுனர் என்ற சிந்தனையாளர் அதனை சூன்யம் என்று விளக்கினார். தனிமனித மனம் வெறுமை நிலையை, சூன்ய நிலையை அடையவேண்டும். வெறுமை நிலையில், சூன்ய நிலையில் மனித மனம் ஜான் லாக் சொல்லுவதைப் போன்ற வெள்ளைத்தாளாக அமைகிறது.

நிர்வாணம் என்ற மாபெரும் மறுப்பு

புத்தரின் நிர்வாணம் என்ற கருத்தாக்கம் இந்தியத் தத்துவ மரபில் மிகப் பெரிய ஒரு மறுப்பினைக் குறிக்கிறது. புராதன இனக்குழுச் சமூகங்கள் உடைந்து உடைமைச் சமூக அமைப்பு தோன்றியபோது, தனி உடைமையைத் தன் உணர்வுகளில் ஆழப் பதித்துக் கொண்ட மனிதன் தனிமனிதன் ஆனான். தனிக் குடும்பத்தவன் ஆனான். தனிமனிதனின் தோற்றத்தை அவனது நான் என்ற உணர்வும், எனது என்ற உணர்வும், இன்னும் ஆழமான பொருளில் வைதீகத் தத்துவங்கள் உருவாக்கிய ஆன்மா என்ற கருத்தாக்கமும் குறித்தன. இந்த வகையில் நான், எனது போன்ற உணர்வுகளும் ஆன்மா என்ற கருத்தாக்கமும் உடைமைச் சமூகத்தின் தகவுகளான சாதி, அந்தஸ்து, அதிகாரம், உடைமை ஆகியவற்றுக்குத் தொடக்கங்களாக அமைந்தன. உடைமை, சாதி, அதிகாரம், அந்தஸ்து ஆகியவற்றைக் காக்கவிரும்பிய இந்தியத் தத்துவங்கள் ஆன்மாவைக் காப்பனவாகவும் அவ்வான்மாவின் முக்தி அல்லது விடுதலையைத் தேடுவனவாகவும் தமது சொல்லாடல்களை அமைத்துக் கொண்டன. இவ்வகைத் தத்துவங்களுக்கு எதிராகவே பௌத்தம்

தனது குரலை எழுப்பியது. பௌத்தம் உடைந்து போய்க் கொண்டிருந்த புராதன இனக்குழு மனோபாவங்களை மீட்டுக் கொண்டுவர முயற்சித்தது. உடைமைச் சமூகம் தனிமனித மனத்தையும் அதன் துக்கங்களையும் உற்பத்தி செய்துவிட்டது என்பதைப் புரிந்து கொண்ட பௌத்தம், உளவியல்ரீதியாக தனிமனித உணர்வை இல்லாமல் ஆக்க முயற்சித்தது. இத்தகைய முயற்சியில் பிறந்த கருத்தாக்கமே நிர்வாணம் என்ற கருத்தாக்கம். உடைமைச் சமூகத்தில் தனி மனிதன் சூடிக் கொண்ட சங்கதிகளை அவன் களையவேண்டும் என அது கூறியது. உடைமைச் சமூகத்தின் எல்லாத் தகவுகளையும் அவற்றுக்கு ஆதாரமாக நிற்கும் நான், எனது போன்ற மனோ பாவங்களையும் ஆத்மா எனும் தத்துவார்த்த அடிப்படையையும் களையும்போது நிர்வாண நிலையை எட்டுகிறோம் என அது கூறியது. வரலாற்றுரீதியாக நிர்வாணம் எனும் கருத்தாக்கம் ஒரு மாபெரும் மறுப்பைக் குறித்து நிற்கிறது. பௌத்தத்தின் மாபெரும் மறுப்பை பெரியார் தன்னுணர்வுடன் உள்வாங்கியிருக்கிறார்.

ஆத்மா என்ற பித்தலாட்டம்

சமயவாதிகள் ஏற்படுத்தியுள்ள "முதல் பித்தலாட்டம் ஆத்மா என்பது. இது இல்லாவிட்டால் மற்ற பித்தலாட்டங்களுக் கெல்லாம் இடமேயில்லை" என்று பெரியார் எழுதுகிறார் (அதே நூல், பக். 1074). "ஆத்மா என்பது ஒன்று இல்லை, அதற்கு எஜமான் என்று ஒரு கடவுள் இல்லை என்றுதான்" புத்தரும் கூறியிருக்கிறார் என்று பெரியார் அதே கட்டுரையில் எழுதுகிறார் (பக். 1075). ஆத்மா, கடவுள் ஆகிய இரண்டு கருத்தாக்கங்களும் உடைமைச் சமூகத்தின் தத்துவங்கள் உருவாக்கியவை. சகலவிதமான மானுட வாழ்க்கைக்கும் அடிப்படைச் சக்திகளாக, அறுதிப் பொருட் களாக (Ultimate Realities) ஆன்மாவும் இறைக் கருத்தும் சொல்லப்படுகின்றன. ஓர் உடைமைச் சமூகத்தில், ஆன்மாவுக்கும் கடவுளுக்கும் இடையிலான உறவு என்பது அச்சமூகத்தில் நிலவும் அடிமை, எஜமானன் என்ற உறவாகும். புத்தர் ஆன்மாவை மறுத்தார், கடவுளை மறுத்தார், அவை இரண்டுக்கும் இடையில் நிலவும் அடிமை, எஜமான உறவையும் மறுத்தார். இந்த விஷயத்தை தந்தை பெரியார் மிக அற்புதமாகப் புரிந்து உள்வாங்கிக் கொண்டுள்ளார். அவர் இறைக் கருத்தை அடியோடு மறுத்த நாத்திகர் என்பதை நாம் அறிவோம். ஆயின் பௌத்தம் கருதியபடியே ஆத்மா போன்ற கருத்தாக்கங்களையும் அவர் அடியோடு மறுத்து ஒதுக்கியுள்ளார். 1931 குடி அரசு பத்திரிகையில்

"ஆத்மா" என்ற தலைப்பிலேயே ஒரு கட்டுரை வெளிவந்துள்ளது. "ஆத்மா என்ற விஷயத்தைப் பற்றி எழுதப்பட்டிருப்பதைப் பார்க்கும் நமது நண்பர்கள் பலர் 'இது ஒரு தத்துவ விசாரணை விஷயம். இதைப்பற்றிப் பேசவோ எழுதவோ வேண்டிய அவசியம் சமுதாய சீர்திருத்தக்காரருக்கு எதற்கு?..என்று கூசாமல் பேசுவார்கள்.. சமுதாய சீர்திருத்தம் என்றால் ஏதோ அங்கும் இங்கும் ஆடிப்போன, சுவண்டு போன, இடிந்துபோன பாகங் களைச் சுரண்டி, கூறுகுத்தி, மண்ணைக் குழைத்துச் சந்து பொந்து களை அடைத்துப் பூசி மெழுகுவது என்றுதான் அனேகர் கருதியிருக் கிறார்கள். ஆனால், நம்மைப் பொறுத்தவரை, நாம் அம்மாதிரித் துறையில் உழைக்கும் சமுதாயச் சீர்திருத்தக்காரனல்ல என்பதை முதலில் தெரிவித்துக் கொள்கிறோம். [நாம் உண்மையில் சமுதாயத்தை] அடியோடு பேர்த்து அஸ்திவாரத்தையே புதுப்பிப்பது என்கின்றதான பணியை மேற்கொண்டுள்ளோம்" (அதே நூல், பக். 1065). ஆன்மா என்ற கருத்து உடமை மற்றும் சாதியச் சமூகத்திற்கு அடிப்படையான ஒரு கருத்தியல் புனைவு என்பதை இங்குப் பெரியார் வலியுறுத்துகிறார். பண்டைய இந்தியத் தத்துவத்தில் இது ஓர் அபூர்வமான நிலைப்பாடு. லூயி அல்த்தூசர் என்ற பிரெஞ்சு மார்க்சியர் கருத்தியல் தளத்தில் தன்னிலைகள் (Subjectivities) உருவாக்கப்படுவது குறித்து எழுதியுள்ளார். பின்னை நவீனத்துவ சிந்தனையாளர்கள் சிலர், தன்னிலை உருவாக்கம் என்பதே தத்துவ வரலாற்றின் மிகச் சிக்கலான பிரச்சினை என்றும் அதனைக் கட்டுடைப்பதே கருத்தியல்ரீதியான கட்டுடைப்புகள் அனைத்துக்கும் முதன்மையானது என்றும் பேசிவருகிறார்கள். ஆன்மா, பிரம்மம், கடவுள் போன்ற கருத்தாக்கங்கள் இந்தியத் தத்துவங்களில் உடமைச் சமூக நலன்களை முன்னிருத்தி உருவாக்கப்பட்ட மிகப் பெரிய தன்னிலைகள் ஆகும். பௌத்தம் நெடுங்காலத்துக்கு முன்பே அவற்றைக் கட்டுடைப்பது குறித்துப் பேசியிருக்கிறது என்பது அதன் சிறப்பு. தந்தை பெரியார் பௌத்தத்தின் முதன்மையான அக்கருத்தை குறிப்பிட்ட சில வரலாற்றுச் சூழல்களில் சுவீகரித்து உள்ளார்.

ஆத்மா என்ற அர்த்தமற்ற வார்த்தை

பெரியார் சொல்லுகிறார், "ஆத்மா என்பது ஒரு பொருள் அல்ல. அது சுதந்திரம், அறிவு, உணர்ச்சி ஆகியவைகளை உடையதல்ல என்பதோடு, அது பெரிதும் அர்த்தமற்ற ஒரு வார்த்தை என்றே நமக்குக் காணப்படுகிறது. இப்போது பழக்கத்தில், ஆத்மா

என்றால் அது சரீரத்திற்குள் இருக்கும் ஒரு நித்திய வஸ்து என்றும், அது சூட்சும வஸ்து என்றும், அதற்குப் பிறப்பு இறப்பு இல்லை என்றும். அது சரீரத்தில் இருக்கும்போது செய்த காரியங்களுக்காக அதன் பயனை சரீரத்தை விட்டுப் பிரிந்த பின்பு கடவுள் மூலம் அனுபவிக்கிறது என்றும், பல மதங்களில் பலவிதமாய்ச் சொல்லப்பட்டிருக்கின்றதாய் அறிகின்றோம். பவுத்தம், இஸ்லாம், கிறிஸ்து, இந்து ஆகிய மதங்களில் பவுத்தம் தவிர மற்ற முக்கியமான மூன்று மதங்களும் ஏறக்குறைய ஒரே கொள்கையில்தான் ஆத்மாவையும் ஆத்மாவுக்கும் கடவுளுக்கும் உள்ள சம்பந்தத்தையும் பற்றிய விஷயங்களை வைத்துக் கொண்டிருக்கின்றன.. பவுத்தர்கள், 'ஆத்மா என்பதே கிடையாது, நித்திய வஸ்து என்பதே கிடையாது' என்பதாக முடிவு கட்டிவிட்டார்கள்" (அதே நூல், பக். 1066, 1067, 1068). பௌத்தத் தத்துவத்தில் ஆத்மா என்ற கருத்தை அனாத்ம வாதம் (அனான்மவாதம்) என்ற கோட்பாடு மறுக்கிறது. அனாத்ம வாதம் ஆன்மாவின் இருப்பை மறுப்பது மட்டுமின்றி, எந்த ஒரு பொருளுக்கும் தனித்த இருப்பு கிடையாது எனக் கூறுகிறது. பெரியார் இக்கோட்பாட்டை உணர்வுபூர்வமாக உள்வாங்கியுள்ளார் என்பதைக் காண்கிறோம். ஆன்மா-கடவுள் சம்பந்தத்தின் சமூக விளைவுகளையும் பெரியார் எடுத்துக் காட்டுகிறார், "முதலாளிகள் தொழிலாளிகளையும் அரசன் குடிகளையும் விளித்து, 'ஜாக்கிரதை, நீ எஜமானத் துரோகம், இராஜத் துரோகம் செய்தால், என்றும் மீளாத கொடு நரகிலே வீழ்ந்து, என்றும் துன்புறுவாய்' என்று மிரட்டி, அவர்களுக்குத் தங்களின் நியாயமான உரிமைகளைப் பெறவேண்டும் என்ற எண்ணம் உதிக்காமலே ஏமாற்றிவிடுவதற்குத் தக்க பேராயுதமாய் நரகம் விளங்கிவருகிறது" (பக். 1069). மதம் என்பது ஒடுக்கப்பட்ட மக்களின் விழிப்புணர்வைத் தடுக்கும் ஒரு பெரிய கருத்தியல் ஆயுதம் என்பதைப் பெரியார் மிக அற்புதமாக எடுத்துக்காட்டுகிறார்.

நான் (தன்னிலை) என்பது ஒரு சேர்க்கை, அது ஒரு கட்டமைப்பு

பெரியாரின் ஆன்மா பற்றிய விவாதம் மிக இயல்பாகவே 'நான்' என்ற கருத்தாக்கத்தைப் பற்றியதாகத் தொடர்கிறது. இன்னும் விரிவாக ஒவ்வொரு பொருளின் தனித்த இருப்பு அல்லது தன்னிலை என்பது குறித்த விவாதமாக அது வளருகிறது. "உலகத்தில் பெயரும் உருவமும் உள்ள பொருட்கள் எல்லாம் ஒருவித சேர்க்கையால்- அதாவது பல கூட்டுப் பொருட்களால் சேர்ந்து

இருக்கும் வடிவத்தையே பெரிதும் உணர்த்துவதாகும்" என்கிறார் பெரியார் (பக். 1096). ஓர் எளிய எடுத்துக்காட்டால் பெரியார் இதனை விளக்குகிறார், "ஒரு லாந்தர் என்பது எது என்று தொட்டுக்காட்டச் சொன்னால் லாந்தர் என்பதில் அவன் தொட்டுக் காட்டிய பாகம் ஒரு சிம்ணியையோ, கண்ணாடியையோ, தகட்டையோ, கம்பியையோ, ஆணியையோதான் தொட்டுக் காட்டப்பட்டதாய் இருக்கும். அதுபோலவே ஒரு மேசையைத் தொட்டுக்காட்டச் சொன்னால் தொட்டுக்காட்டிய பாகம் ஒரு பலகையோ அல்லது காலையோ, ஆணியையோ, குழிழையோ, கைப்பிடியையோதான் தொட்டுக்காட்டியதாய்க் காணப்படும்.. அவன் லாந்தர் என்பதாகக் காட்டியது கம்பி என்பதானாலும், கம்பி என்பதாக ஒன்றைத் தொட்டுக்காட்டியதாக இல்லாமல், இரும்பைத் தொட்டுக்காட்டியதாகத்தான் காணப்படும். இரும்பு என்பதைக் காட்டும்போது ஏதோ ஒருவகையான மண்ணின் சேர்க்கையைக் (நுண்துகள்களின் சேர்க்கையைக்) காட்டியதாகத் தான் காணப்படும். ஆகவே லாந்தர், மேசை, கடிகாரம், புத்தகம் என்றதும் ஒருவித வடிவத்தில் காணப்படும் ஒரு தோற்றத்தின் பெயரே தவிர ஒரு வஸ்துவின் பெயர் அல்ல என்பதும் இதனால் உணரத்தக்கதாகும். ஜீவன்கள் என்கின்ற உயிர்ப்பிராணிகள் எல்லாம் கூட உருவத்தில், தோற்றத்தில் வேறுவேறு வகையாய்-பெயராய்ச் சொல்லப்பட்டாலும் அவற்றின் மூலப்பொருட்கள் ஒன்றேயாகும். ஒரு மனித உருவத்தைக் காட்டி அவனை மற்ற ஒரு மனிதனைத் தொட்டுக்காட்டச் சொன்னால் அவன் ஒரு மனிதன் என்பவனின் சரீரம் என்பதில் ஏதாவது ஓர் அவயவத்தைத்தான் தொட்டுக்காட்டுவான். அந்த அவயவத்திற்கு ஏற்கெனவே பெயர் கை, கால், வயிறு, மார்பு, முதுகு, தோள் என்பவை முதலாகிய ஏதாவது ஒரு பெயருடைய அவயமாகத்தான் இருக்க முடியும்" (பக். 1096-97). பெரியார் இங்கு பௌத்தத்தின் பிரதித்ய சமுத்பாதம் அல்லது சர்வாம்ச உறவுகள் (Dependent Origination) என்ற கோட்பாட்டை எடுத்துப் பேசியுள்ளார். ஒவ்வொரு பொருளும் பல்வேறு பிற பொருட்களால் ஆக்கப்பட்டுள்ளன, எனவே தனித்த பொருள் என ஒன்றில்லை என்ற பௌத்தக் கோட்பாட்டை எடுத்துக்காட்டுடன் பயன்படுத்தியுள்ளார். ஸ்கந்தங்கள் என்ற பௌத்தக் கருத்தாக்கமும் இது பற்றிப் பேசும். புத்தர் ஸ்கந்தங்கள் என்ற வரிசையில் பஞ்சபூதங்களை மட்டுமின்றி உணர்வு, வேதனை

போன்ற சில உளவியல் கூறுகளையும் சேர்த்துப் பேசுவார். மார்க்ஸ் இன்னும் பிரத்தியட்சமாகச் சென்று மனிதன் என்பவன் சமூக உறவுகளின் சேர்க்கையில் உருவாகுபவன் என்று குறிப்பிடுவார்.

பெரியாரின் தருக்க முறை மட்டுமின்றி அவரது எடுத்துக் காட்டுக்களும் பௌத்த முறைமையைப் பின்பற்றுவனவாகவே உள்ளன. பெரியார் லாந்தர் விளக்கு அல்லது மேசை என்ற எடுத்துக்காட்டுகளைச் சுட்டிக்காட்டும் முறைமையும் முன்பு பௌத்தத்தில் பேசப்பட்ட ஒன்றே. ஒரு தேரினை எடுத்துக்காட்டி, இப்பொருளில் எது தேர்? என்று புத்தர் வினவுவார். தேரின் சக்கரங்களா, அச்சுப் பகுதியா, சக்கரங்களை இணைக்கும் தண்டுப்பகுதியா, குதிரைகளைப் பூட்டியுள்ள நுகத்தடியா, எது தேர்? என்று புத்தர் அவரது கேள்விகளை அமைத்து, இறுதியில் தேர் என்பதே பல உறுப்புக்களின் (அவயவங்களின்) சேர்க்கையே என்று நிரூபித்துக் காட்டுவார். ஆத்மா, நான் என்ற உணர்வு ஆகியவை சுத்த சுய வடிவில் கிடையாது என்பதை எடுத்துரைக்க புத்தர் இந்த விவாதத்தைப் பயன்படுத்துவார். பௌத்தத்தின் ஆத்மா, நான் என்ற உணர்வு குறித்த விளக்கங்களைப் பெரியார் பயன்படுத்திச் செல்லும்போது, இறுதியாக "20-ஆம் நூற்றாண்டின் புத்தர்கள் கருஞ்சட்டைக்காரர்களே" என்பார் (அதே நூல், பக். 1121).

பெரியார் அவரது பகுத்தறிவுச் சிந்தனையை பெருமளவில் பௌத்தத்துடன் இணைக்கிறார். நாம் அறிவு ஆராய்ச்சியுடன் நடக்க வேண்டும் என்பதை அவர் புத்தரின் சொற்களுடன் இணைக்கிறார், "2500 வருடங்களாக புத்தர் கூறினாரே 'யார் எதைக் கூறுகிறார்கள் என்பதற்காக எதையும் நம்பாதே! சிந்தித்துப் பார்! பகுத்தறிவு கொண்டு ஆராய்ந்து பார்! உன் புத்தி என்ன சொல்கிறதோ அதன்படி நட!' என்றார். புத்திப்படி நட என்பதால் தான் அவருக்குப் புத்தர் என்ற பெயர் வந்தது." (பக். 1075).

பெரியாரின் மறுப்பு எனும் மாபெரும் செயல்

பெரியாருக்கு பௌத்தம் என்பது ஒரு மதம் அல்ல. அன்று அறியப்பட்டிருந்த பௌத்தத்தின் எல்லாக் கோட்பாடுகளையும் பெரியார் அப்படியே எடுத்துக் கொண்டார் என்பதும் இல்லை. பௌத்தம் என்பது அவருக்கு ஓர் அறிவு மரபு, ஆராய்ச்சி மரபு, விமர்சன மரபு, எதிர்ப்பு மரபு, ஒரு கலக மரபு. பழைய பௌத்தத்தை பெரியார் ஒரு பொற்காலச் சிந்தனை என்று

சிலாகித்து அதனை மீட்டுருவாக்கும் முயற்சியில் அவர் ஈடுபடவில்லை. பெரியார் கடந்த காலத்துக்குச் சொந்தமான எந்த ஒரு மரபையும் தனதென சுவீகரித்துக் கொள்ளவில்லை. கடந்த காலத்தில் அவருக்கு லயிப்பு இல்லை. கடந்த காலம் இந்திய மனிதனை ஏமாற்றியிருக்கிறது என்றுதான் அவர் கருதியிருக்க வேண்டும். ஏன், நவீனகாலத்தின் எந்த ஒரு தத்துவத்தையும் முழுதாக பெரியார் எடுத்துக் கொண்டதில்லை. அப்படி ஒன்றைக் கட்டமைக்கும் பணியிலும் அவர் ஈடுபடவில்லை. மாறாக அவர் ஒரு மாபெரும் மறுப்பை, ஒரு விமர்சனத்தை, ஒரு கட்டுடைப்பை, அவற்றின் நிரந்தரத் தொழிற்படுகையைக் குறித்து நின்றார். எல்லாவித அந்தங்களையும் அற்றங்களையும் அவர் மறுத்து நின்றார். இலக்கியமோ, பண்பாடோ, மொழியோ, தேசியமோ, இன உணர்வோ, சனநாயகமோ, எதுவுமே தாமாக மக்களை விடுதலை செய்துவிடாது, மக்களின் விழிப்புணர்வே அவர்களை விடுதலை செய்யும் என்பதில் அவர் தெளிவாக இருந்தார். கெட்டி தட்டிப்போன ஒவ்வொன்றையும் மீண்டும் மீண்டும் கேள்விக் குள்ளாக்கும் ஒரு மாபெரும் மறுப்பு சமூகத்தினுள் எப்போதும் தொழில்பட்டுக்கொண்டே இருக்க வேண்டும் என அவர் கருதினார். 20-ஆம் நூற்றாண்டின் தமிழ்ச் சிந்தனையில், இந்தியச் சிந்தனையில் இத்தனைக் காத்திரமான ஒரு மறுப்புச் சிந்தனையை பெரியாரைத் தவிர வேறு எவரும் முன்வைத்ததில்லை என்பதில் தான் பெரியாரின் சிறப்பு, தனித்தன்மை உள்ளது. மறுப்பு ஒரு மாபெரும் செயலாக, இடையறாது தொழில்படும் சமுதாயமே தனது விடுதலையைக் கண்டுகொள்ளும் என்பதே பெரியாரியம்.

பெரியாரின் மறுப்பு மார்க்சியருக்கும் மிக முக்கியமான தாகும். 1843-இல் ஒரு கடிதத்தில் மார்க்ஸ் கீழ்க்கண்டவாறு எழுதுவார்: "ஓர் எதிர்காலத்தைக் கட்டியெழுப்புவதோ, எல்லாக் காலத்திற்கு மான பிரச்சினைகளைத் தீர்த்து வைப்பதோ நமது வேலையல்ல என்று எடுத்துக் கொண்டால், இன்று நாம் செய்யவேண்டியது என்ன என்பது நமக்குத் தெட்டத் தெளிவாகத் தெரிந்துவிடும். நிலவுகின்ற எல்லாவற்றையும் சமரசமற்ற விமர்சனத்துக்குள்ளாக்குவதையே நான் குறிப்பிடுகிறேன்" என்பார் மார்க்ஸ். பிறிதோரிடத்தில் (1845), "கம்யூனிசம் என்பது நம்மைப் பொறுத்தமட்டில் இன்றைய நிலைமைகளை அடியோடு அழிக்கும் உண்மையான இயக்கமே யாகும்" என்பார். மார்க்ஸ் 1848க்கு முந்தி, கம்யூனிஸ்ட் அறிக்கையை

வெளியிடுவதற்கு முன்னால் எழுதிய சொற்கள் இவை. லெனின் (1915) "இயங்கியல் பிரச்சினையைப் பற்றி" என்ற சிறுகட்டுரை யொன்றில் ஒற்றுமை, மறுப்பு (போராட்டம்) ஆகிய இரண்டு கூறுகளில் எது முதன்மையானது என்றொரு விவாதத்தை நடத்துவார். "எதிர்நிலைகளின் ஒற்றுமை நிபந்தனைக்கு உட்பட்டது, தற்காலிகமானது, நிலையுறுதி இல்லாதது, சார்பு நிலையானது. ஒன்றையொன்று விலக்கிக் கொள்கின்ற எதிர்நிலைகளின் போராட்டம் தனிமுதலானது" என்று அவர் எழுதுவார். சமூக மாற்றம் குறித்த சிந்தனைகளில் எப்போதெல்லாம் தேக்கங்கள் ஏற்பட்டு, சமரசப்பட்டுப் போகின்றோமோ, அப்போதெல்லாம் பெரியாரை நாம் நினைவுக்குக் கொண்டுவர வேண்டியிருக்கும்.

சிங்காரவேலர்

தமிழ்ச் சமூகத்தில் மார்க்சியத்தின் அறிமுகம்

பிரித்தானியர் ஆட்சிக் காலத்தில் தமிழ்ச் சமூகத்தில் நிகழ்ந்த மாற்றங்களும் கருத்தியல் உருவாக்கங்களும் மிகச் சிக்கலானவை என்பதையும் அவை தமிழ்ச் சமூகத்தின் இன்றைய அசைவுகள் வரை தீர்மானகரமான செல்வாக்குச் செலுத்தி வருகின்றன என்பதையும் முன்னெப்போதையும் விட சமீப காலங்களில் நாம் அதிகமாக உணர்ந்துவருகிறோம். சமீப காலங்களில் வேகம் பெற்றுவரும் பின்னைக் காலனியச் சிந்தனை இத்தகைய தன்னுணர்வுகளை நோக்கி நம்மை இட்டுச் செல்லுகின்றன எனலாம். பிரித்தானியர் ஆட்சிக்காலம் நமக்குக் காலனியமாகவும் நவீன யுகமாகவும் முதலாளியமாகவும் குறைந்த பட்சம் மூவகைப் பண்புகளைக் கொண்டதாகவும் அமைந்திருக்கிறது. இதே காலக்கட்டம் நமக்கு, காலனிய மாதலையும் காலனிய எதிர்ப்பையும், நவீனமாதலையும் மாற்று நவீனமாதலுக்கான தேடுதல்களையும், முதலாளியமாதலையும் முதலாளியத்திற்கான எதிர்ப்புகளையும் ஒருசேர வழங்கி வந்துள்ளது. இப்படிப்பட்ட முரண்களுக்கிடையிலான ஒரு காத்திரமான நிகழ்வாகத்தான் தமிழ்ச் சமூகத்தில் மார்க்சியத்தின் அறிமுகமும் நிகழ்ந்துள்ளது. இக்கட்டுரை தமிழ்ச் சமூகத்தில் மார்க்சியத்தின் அறிமுகத்தைத் தென்னிந்தியாவின் முதல் கம்யூனிஸ்ட் என வழங்கப்படுகின்ற ம. சிங்காரவேலரை (1860-1946) முன்வைத்து ஆய்வு செய்கிறது. துல்லியமான வரலாற்றுத் தகவல்களைக் கொண்டு இக்கட்டுரை அமைக்கப்பட்டுள்ளது என்று எம்மால் கூற இயலவில்லை. ஒரு வரலாற்று ஆய்வாளருக்கு இருக்கக்கூடிய தரவுகள் சார்ந்த புலமை இவ்வாய்வாளருக்குக் கிடையாது. ஆயின் சிங்காரவேலரை முன்வைத்து அக்காலத்திய கருத்தியல் போக்குகளை வரையறுத்துக் காட்டுவதும் அவற்றிற் கிடையில் மார்க்சியம் தனக்கென ஓரிடத்தை ஈட்டிக்கொண்ட சந்தர்ப்பங்களைச் சித்திரிப்பதுமே இக்கட்டுரையின் நோக்க மாகும்.

19 ஆம் நூற்றாண்டில் உருப்பெற்ற சிந்தனைப் போக்குகள்

19 ஆம் நூற்றாண்டில் இரண்டாம் பாதி, இருபதாம் நூற்றாண்டின் துவக்கத்தில் மார்க்சியம் அறிமுகமாவதற்கான முக்கியமான பின்புலமாக அமைகிறது. 19 ஆம் நூற்றாண்டின் பிற்பாதியில் பிரித்தானியர் ஆட்சி இந்தியத் துணைக் கண்டத்தில் உறுதியாக நிலைபெற்றுவிட்ட சூழல்களில், இத்துணைக்கண்டப் பரப்பின் வெவ்வேறு சமூகப் பகுதியினர் அச்சூழல்களை வெவ்வேறு விதமாக உள்வாங்கி எதிர்வினையாற்றத் தொடங்கினர் எனலாம்.

யாழ்ப்பாணச் சூழல்களில் ஆறுமுக நாவலரின் எதிர்வினை இவற்றில் முதன்மையான ஓரிடத்தை வகிக்கிறது. நாவலர் அவருக்குக் கிடைத்த கிறித்தவச் சமய நடைமுறைகளின் அனுபவம் சார்ந்து ஆகமச்சைவ மீட்டுருவாக்கத்தில் ஈடுபட்டார். சைவ வித்யாசாலை, உரைநடையிலான சைவப் பரப்புரைகளுக்கான நூல்கள், சைவக் கோயில்களின் நடைமுறைகளிலிருந்து சைவமல்லாத கூறுகளை அப்புறப்படுத்தல், யாழ்ப்பாண சைவ அறிவுத் துறையினராக வேளாளரை முன்னிறுத்தல் ஆகிய செயல்பாடுகள் ஆறுமுக நாவலரின் முதன்மையான பணிகளாக அமைந்தன. கடந்த கால நினைவு களிலிருந்தும் கிறித்தவம் குறித்த அனுபவங்களிலிருந்தும் சைவ அடையாளத்தை அதன் கறாரான வடிவில் மீட்டுக் கொணர நாவலர் முனைந்தார். சைவம் அளவுக்கு அவருக்குத் தமிழ் முக்கியப்படவில்லை எனினும் சைவமும் தமிழும் என்ற சமப்படுத்தல் அவரிடத்தில் தொடங்கிவிட்டது எனலாம். நாவலரிடம் பிராமண எதிர்ப்பு காணப்படவில்லை. இலங்கைச் சூழலில் அது தோன்றுவதற்கான அவசியம் இல்லாமல் இருந்திருக்கலாம். நாவலரை ஆரிய சமாஜத்தின் தயானந்த சரஸ்வதியுடன் சிலர் ஒப்பிடுவது தற்செயலானதல்ல. சைவப் பழமைக்குக் கிறித்தவம் கற்பித்த சில புதிய அடிப்படைகளை வழங்கி மீட்டுருவாக்கலே அவரது முனைப்பாக இருந்திருக்கிறது. அவரது கிறித்தவம் குறித்த விமர்சனங்கள் காலனிய எதிர்ப்பாகவோ மேலை நாகரிக எதிர்ப்பாகவோ பரிணமிக்கவில்லை. நாவலரிடம் அத்தகைய பரிணமிப்பிற்கான வாய்ப்புகள் இருந்தபோதிலும் அவை வளர்த்தெடுக்கப்படவில்லை. சைவத்தைக் காலனியம் வழங்கிய புதிய வாய்ப்புகளை நோக்கித் தகவமைப்பதாகவே அவரது முயற்சிகள் பின்னமைந்தன. நிலவுடைமையின் தகவமைப்பு வடிவில் அது சாதியத்தை உயிர்ப்பித்ததாகவே அமைந்தது.

1836 ல் அச்சுப் பதிப்புகளுக்கான பொது அனுமதி, 1856 ல் ராபர்ட் கால்ட்வெல்லின் திராவிட மொழிகளின் ஒப்பிலக்கண நூல் வெளியீடு, 19 ஆம் நூற்றாண்டின் பிற்பகுதியில் பண்டைத் தமிழ் நூல்கள் அச்சேறியமை ஆகியவை தமிழ் நாட்டில் இதே காலத்தில் சில தீவிரமான புதிய அசைவுகளை ஏற்படுத்தின. கால்ட்வெல்லின் நூல் நவீன விஞ்ஞான முறையியலைப் பின்பற்றி எழுதப்பட்ட ஒரு மொழியியல் நூலாக காட்சி தந்தது. திராவிட மொழிக்குடும்பத்தின் சுயாதீனம், தமிழ் மொழிவழிப் பண்பாட்டில் தொடர்ந்து காணப்படும் பிராமண எதிர்ப்பு ஆகியவை பற்றி கால்ட்வெல் எழுதினார். தமிழ் மொழிவழிப் பண்பாடு நவீன காலத்தில் முன்செல்லுவதற்கான ஒரு பண்பாட்டு அரசியலை அந்நூல் அறிவிப்பதாக இருந்தது. பண்டைத் தமிழ் நூல்கள் அச்சேறிய நிகழ்வு, மொழி மற்றும் இலக்கிய வழிப் பண்பாட்டு அரசியல் தொழில்படுவதற்குப் போதுமான தயாரிப்புகளை வழங்கியது. மொழிவழிப் பண்பாட்டு அரசியல் சைவத்தின் எல்லைகளை மீறிப் போவதை அறிந்துகொண்ட தமிழ் நாட்டுச் சைவப் புலவர்கள் முதலில் தயக்கம் காட்டியபோதும் பின்னர் சைவத்தையும் தமிழையும் சமப்படுத்திய நிலையில் அப்பண்பாட்டு அரசியலில் இணைந்து கொண்டனர். மதம், சாதி ஆகியவற்றைக் கடந்த (தமிழ்) மொழி எனும் பொது அடையாளம் வலுவடைந்தது. மொழியின் பொது மானுடப் பண்பை மிதப்படுத்த இலக்கியம் சார்ந்த தகவுகளை (தனித்தமிழ், செந்தமிழ், செவ்வியல்) அவர்கள் பயன்படுத்திக்கொண்ட சந்தர்ப்பங்கள் உண்டு.

வள்ளலார் ராமலிங்கர் பற்றிய சில குறிப்புகளை இங்குப் பதிவு செய்யாமல் நம்மால் போக முடியவில்லை. ராமலிங்கரை நாவலருடன் ஒப்பிட, அவர் நாவலரிடமிருந்து வேறுபட்ட ஓர் எதிர்த் திசையில் பயணித்தார். சைவத்தை ஆகமச் சைவமாக நாவலர் குறுக்க, வள்ளலார் அதனைச் சன்மார்க்கமாக விரிவு படுத்தினார். நாவலர் ஒரு குறுகிய அடையாளத்தைக் கட்டமைத் தார் எனக் கொண்டால், வள்ளலார் ஓர் அடையாள விரிவாக் கத்தில் ஈடுபட்டார். பசி எனும் பொது மானுடப் பிரச்சினை அவரது அடையாள விரிவாக்கத்திற்குத் தூண்டுதலாக அமைந்தது. மனித உயிரின் சாராம்சம் சிறுகருணை என்றும் இறைக்கருத்தின் சாராம்சம் பெருங்கருணை (அருள்) என்றும் அவரால் தத்துவ வியாக்கியானம் செய்ய முடிந்தது.

19 ஆம் நூற்றாண்டின் சமூக அசைவுகளில் ஒடுக்கப்பட்ட சாதிகளின் எழுச்சிகள் குறித்து ஆ. சிவசுப்பிரமணியம் எழுதுவதை இங்குக் கவனத்திற்குக் கொண்டுவருவோம். இந்நூற்றாண்டின் முற்பகுதியில் தமிழ்நாட்டின் தென்பகுதியில் வைகுண்ட சாமியின் (1809-1851) செயல்பாடுகள், 1862-1865 ஆண்டுகளில் நிகழ்ந்த தோள்சீலைப் போராட்டம், 1895-1899 ஆண்டுகளில் நாடார்கள் எழுச்சி ஆகியவற்றை அவர் நினைவுக்குக் கொண்டு வருகிறார். இவற்றுடன் சென்னையை மையமாகக் கொண்டு, 1882 ல் ஆதிதிராவிடர் ஜனசபை, 1892 ல் ஆதிதிராவிடர் மகாஜனசபை, 1928 ல் அகில இந்திய ஆதிதிராவிட மகாஜன சபை ஆகியவை தோற்றம் பெற்றதையும் 'மகா விகடத் தூதுவன்', 'பறையன்' போன்ற இதழ்கள் வெளிவரத் தொடங்கியதையும் அவர் அட்டவணைச் சாதிகளின் எழுச்சி எனச் சித்திரிக்கிறார் (ஆ.சிவசுப்பிரமணியம் 2009: 79-89).

குறிப்பிட்ட இச்சூழல்களில் அயோத்திதாசரின் நுழைவு சில தீவிர மாற்றங்களைக் குறித்தது. தமிழ் வரலாற்றில் சைவத்திற்கு முந்திய பௌத்தம் என்ற வாதம் அயோத்திதாசரால் முன்னெடுக்கப்பட்டது. சைவத்திற்கு முந்திய பௌத்தம், அதன் சாதி இல்லாப் பூர்வீகச் சமூகவியலும் அறவியலும், வேடதாரிப் பிராமணர் நுழைவால் சாதி ரீதியாகச் சிதைக்கப்பட்ட தமிழ்ச் சமூகம், அந்தக் காயங்களை அன்று முதல் இன்று வரைத் தம்மில் சுமக்கும் தாழ்த்தப்பட்ட சாதியினர் என்ற ஒரு தொடர்பு படுத்தல் அயோத்திதாசப் பண்டிதரிடம் தொழில்பட்டது. தமிழ்ச் சமூகத்தின் நவீனமாக்கத்தில் சாதிப் பிரச்சினையைப் பேசாமல் கடக்க முடியாது என்ற நிர்ப்பந்தத்தை அயோத்திதாசர் ஏற்படுத்தினார். மொழிவழி அரசியலுக்கு அவர் தயாராக இருந்தார். ஆயின் பூர்வத் தமிழின் பௌத்தம் சார்ந்த சாதியில்லாச் சமூகம் பற்றிய உரையாடலின்றி அந்த அரசியலில் ஈடுபடுவதில் அர்த்தம் இல்லை என்ற பிடிவாதம் அவரிடமிருந்தது. அவரது அத்தகைய பிடிவாதத்திற்கு நவீனமாக்கலின் கருத்தாக்கங்கள் துணையாக நின்றன.

சிங்காரவேலரின் ஆரம்பகாலப் பௌத்தத் தொடர்புகள்

சென்னை நகரின் ஓரளவு வசதியுள்ள மீனவ வணிகக் குடும்பத்தில் பிறந்து வளர்ந்த சிங்காரவேலர், சென்னை மாநிலக் கல்லூரியில் பட்டப்படிப்பையும் பின்னர் சட்டப்படிப்பையும்

முடித்து 1907-ல் சென்னை உயர்நீதிமன்றத்தில் வழக்குரைஞராகப் பதிவு செய்துகொண்டுள்ளார். 1902 ல் சிங்காரவேலர் அவரது குடும்பத் தொழிலான அரிசி விற்பனை தொடர்பான வணிகத் தொடர்புகளை ஏற்படுத்திக்கொள்வதற்காக இங்கிலாந்து சென்று வந்ததாக சிங்காரவேலர் பற்றிய நேரடிப் பதிவுகளை நூலாக்கியுள்ள கே. முருகேசன், சி.எஸ். சுப்பிரமணியம் ஆகியோர் தெரிவிக்கின்றனர் (2007: 3). வணிகம், வழக்குரைஞர் தொழில் ஆகிய பின்புலங்களைக் கொண்ட சிங்காரவேலர் அன்றையச் சென்னை நகரின் பொதுவாழ்க்கையில் பங்கேற்ற வராகப் பரிணமித்திருக்கிறார்.

சிங்காரவேலரின் ஆரம்பகால ஆர்வங்களில் ஒன்றாக பௌத்த சிந்தனை விளங்கியிருக்கிறது. அவர் லண்டனுக்குச் சென்றிருந்த வேளையில் அங்கு நடைபெற்ற உலக புத்த மத மாநாட்டில் கலந்துகொண்டதாக மேலது நூலாசிரியர்கள் தெரிவிக்கின்றனர் (2007: 11). திரு.வி.கவின் "வாழ்க்கைக் குறிப்புகள்" நூலில் சிங்காரவேலரின் பௌத்தச் செயல்பாடுகள் பற்றிய சில தகவல்கள் உள்ளன. 1899 லிருந்தே அவருக்குப் பௌத்தத் தொடர்புகள் இருந்ததாக திரு.வி.கவின் நூல் சொல்லு கிறது. சென்னைக் கடற்கரையில் அமைந்திருந்த சிங்கார வேலரின் வீட்டு முகப்பில் மகாபோதி சங்கம் என்ற அறிவிப்புப் பலகை இருந்ததாக திருவி.க எழுதுகிறார். மேற்கத்திய அறிஞர்கள் பலரின் எடுத்துக்காட்டுகளுடன் பௌத்தக் கருத்துக்களை விளக்கிச் சிங்காரவேலர் சென்னையில் நடந்த சில கூட்டங்களில் உரையாற்றியதாகவும் "தமிழில் தான் எழுதி அச்சிட்டு வெளி யிட்டுள்ள சிறு நூல்களினின்று சில பகுதிகளைப் படித்துக்" காட்டியதாகவும் அந்நூல்களின் பிரதிகளைக் கூட்டத்தினருக்கு வழங்கியதாகவும் அறிய முடிகிறது. அதே கூட்டங்களில் பண்டிதர் அயோத்திதாஸ், பேராசிரியர் லட்சுமி நரசு ஆகியோரும் பேசிய தாக அறிய முடிகிறது (மேலது நூல் 2007: 12).

2010 இல் வெளியான ஸ்டாலின் ராஜாங்கத்தின் "அயோத்தி தாசரும் சிங்காரவேலரும்: நவீன பௌத்த மறுமலர்ச்சி இயக்கம்-வெளிவராத தகவல்கள்" எனும் நூல் சிங்காரவேலர், அயோத்திதாசர் உறவுகள், வேறுபாடுகள் பற்றிய கூடுதல் தகவல்களை வழங்குகிறது. சிங்காரவேலர் மகாபோதி சங்கத்தின் சார்பாகத் தொழில்பட்டதாகவும் அயோத்திதாசர் சாக்கைய பௌத்த சங்கத்தின் சார்பாகச் செயல்பட்டதாகவும் ஸ்டாலின்

ராஜாங்கம் தெரிவிக்கிறார். இந்த இரண்டு அணியினரும் ஒரு காலக் கட்டத்தில் ஒன்றாகச் செயல்பட்டு பிறகு பிரிவுபட்டதாக ஸ்டாலின் ராஜாங்கத்தின் நூல் வாதிடுகிறது. "சிங்காரவேலரும் லட்சுமிநரசுவும் நவீனக் கல்வி முறையில் ஆங்கில மொழி பயின்றவர்கள். ஐரோப்பிய விஞ்ஞானம் சார்ந்த, ஐரோப்பிய புத்தொளி சார்ந்த பகுத்தறிவுக் கருத்துக்கள், நவீன அரசியல் சிந்தனைகள் போன்றவற்றால் ஈர்க்கப்பட்டவர்கள். அன்றைய பௌத்தமும் புத்தரின் வரலாறும்கூட ஐரோப்பியர்களால் அறிமுகப்படுத்தப் பட்டதாகவே இருந்தன. ஆனால் அயோத்தி தாசர் மரபான தமிழ்க்கல்வி பயின்றவர். தமிழ் ஏட்டிலக்கியத் திலும் வழக்காறு களிலும் புலமைகொண்டிருந்தார். மரபான தமிழ்க்கல்வி ஐரோப்பிய ஆய்வுச் சட்டகத்திற்குப் புறம்பானது. அதோடு அயோத்திதாசர் ஆரம்பத்திலிருந்தே தாழ்த்தப் பட்ட மக்கள் சார்ந்து செயல்பட்டுவந்தவர். அயோத்திதாசர் சிங்காரவேலர் ஆகிய இருவருக்கிடையேயான வேறுபாட்டைப் புரிந்து கொள்ள இப்பின்னணி பயன்படும்." (ஸ்டாலின் ராஜாங்கம் 2010: 14).

ஸ்டாலின் ராஜாங்கத்தின் மதிப்பீடு பெருமளவில் சரியான தாகவே நமக்குப் படுகிறது. சிங்காரவேலர் மகாபோதி கூட்டங் களில் பௌத்த தன்மம் பற்றி மட்டுமல்லாது அதே காலத்தில் மேற்கத்திய பகுத்தறிவு, நாத்திகம், சமயச் சார்பற்ற அறிவு என்றெல்லாம் பயணப்பட்டுக்கொண்டிருந்தார் என நாம் அறிகிறோம். சிங்காரவேலரைப் பொறுத்தமட்டில், அவரது பௌத்த ஈடுபாடு குறைவான காலமே தொழில்பட்ட ஒன்றாகத் தோன்றுகிறது. திரு.வி.கவின் வாழ்க்கைக் குறிப்புகளில் சிங்கார வேலர் மகாபோதி சங்கத்தில் ஆற்றிய உரைகள் சிலவற்றைப் பற்றிய குறிப்புகள் உள்ளன. பைபிள் சரித்திர நூலாகாது என ஓர் உரை, டார்வின் பற்றிய உரை, ஞானசம்பந்தர் எலும்பைப் பெண்ணாக்கிய கதையை மறுக்கும் உரை, இந்துக்களிடையில் நடைமுறையிலுள்ள சில பழக்க வழக்கங்களை விமர்சிக்கும் உரைகள் ஆகியவை சிங்கார வேலரால் நிகழ்த்தப்பட்டன என திரு. வி. கவின் நூல் எடுத்தியம்புகிறது (கே. முருகேசன், சி.எஸ். சுப்பிரமணியம் 2007: 13-14). சென்னை சாக்கையர் சங்கத்தார் மறுபிறவியில் நம்பிக்கை கொண்டவராக இருந்தனர் என்றும் சென்னை மகாபோதி சங்கத்தாருக்கு அத்தகைய நம்பிக்கை ஏதும் இல்லை எனவும் அயோத்திதாசரே ஒரு கடிதத்தில்

தெளிவுபடுத்துவதை ஸ்டாலின் ராஜாங்கம் எடுத்துக்காட்டு கிறார் (2010: 26,27). ஸ்டாலின் ராஜாங்கம் வெளியிட்டுள்ள சிங்காரவேலரின் 20.05.1911 தேதியிட்ட கடிதம் 1891 முதல் மகாபோதி சங்கம் சென்னையில் செயல்படத் தொடங்கியது என்றும் 1899 ல் இரண்டாவது சென்னை மகாபோதி சங்கம் நிறுவப்பட்டது என்றும் 1903 இல் இதன் கிளை ஒன்று ராயப்பேட்டையில் தொடங்கப்பட்டதாகவும் கூறுகிறது (ஸ்டாலின் ராஜாங்கம் 2010: 27-28)). இந்தியச் சூழல்களில் 19 ஆம் நூற்றாண்டின் பிற்பகுதியில் பௌத்தம் ஒரு சனநாயகச் சிந்தனையாகப் பரவியது. பௌத்தத்தை ஏற்ற சில சிந்தனை யாளர்கள் பிற்காலத்தில் மார்க்சியராகப் பரிணமித்தனர். மாராட்டியத்தில் தாமோதர் கோசாம்பி, பீகாரில் ராகுல் சங்கிருத்தியாயன் போன்றோர் இதற்கான எடுத்துக்காட்டுகள். தமிழ்ச் சூழல்களில் இது சிங்காரவேலரில் நிகழ்ந்திருக்கிறது.

சிங்காரவேலரின் தொழிற்சங்க அரசியலும் மார்க்சிய முன்னெடுப்புகளும்

சிங்காரவேலரின் அடுத்த கட்ட செயல்பாடுகள் அவரது நாட்டு விடுதலை ஆதரவு நிலைப்பாடாகவும் அதனூடாக சென்னையில் அவரது தொழிற்சங்கச் செயல்பாடுகளாகவும் கண்டறியப்படுகின்றன. சிங்காரவேலரின் பௌத்த ஆதரவு நிலைப்பாடுகளுக்கும் தொழிற்சங்கச் செயல்பாடுகளுக்கும் நடுவே குறிப்பிடத்தக்க இடைவெளி உள்ளது. ஸ்டாலின் ராஜாங்கத்தின் நூலில் மகாபோதி சங்கத்தின் சார்பாக சிங்கார வேலர் எழுதியுள்ள இரண்டு கடிதங்களும் மே, 1911 என தேதியிடப்பட்டுள்ளதால் பௌத்த செல்வாக்கிலிருந்து 1911 வரை அவர் விடுபட்டிருக்கவில்லை என்பதை அறியமுடிகிறது. எனவே அவர் தொழிற்சங்க இயக்கச் செல்வாக்கினுள் அக்காலத் திற்குப் பிறகே வந்திருப்பார் எனக் கணக்கிடலாம். சென்னையி லிருந்து 1921லிருந்து வெளிவந்த "ஸ்வதர்மா" எனும் ஆங்கிலப் பத்திரிக்கையில் சிங்காரவேலர் பல கட்டுரைகள் எழுதியுள்ளார். "ஸ்வதர்மா"வில் சிங்காரவேலரின் பௌத்தமதப் பற்று, காந்தியப் பற்று, கம்யூனிசப் பற்று மூன்றையும் காண்கிறோம்" என பெ.சு.மணி எழுதுகிறார். "காந்தியமும் கம்யூனிசமும்" என்ற ஸ்வதர்மா கட்டுரையில் சிங்காரவேலர் காந்திய இயக்கத்தை

பௌத்த தர்ம இயக்கத்தோடு ஒப்பிட்டுள்ளார் என்றும் இரண்டா யிரத்து ஐந்நூறு ஆண்டுகளுக்குப் பிறகு மகா பௌத்த தர்மத்தின் தகுதி வாய்ந்த வாரிசாக காந்தியம் தோன்றியுள்ளது எனவும் சிங்காரவேலர் எழுதியதாக பெ.சு.மணி தெரிவிக்கிறார் (2009: 123). 1921-1936 காலத்திய சிங்காரவேலரின் எழுத்துக்கள் "ம.சிங்காரவேலரின் சிந்தனைக் களஞ்சியம்" என்ற தலைப்பில் மூன்று தொகுதிகளாக வெளியாகியுள்ளன (பா. வீரமணி, முத்து. குணசேகரன் பதிப்பு 2006). 1921 இல் சிங்கார வேலருக்கு 61 வயது. 61 வயதுக்குப் பிறகான அவரது கட்டுரைகள் மட்டுமே (76 வயது வரையிலான) நமக்குக் கிடைக்கின்றன என்ற செய்தி நமக்கு சிறிது ஏமாற்றமளிக்கிறது. திரு.வி.கவின் வாழ்க்கைக் குறிப்பு களில் தெரிவித்துள்ள, தமிழில் அவர் எழுதி அச்சிட்டு வெளி யிட்டிருந்த சிறு நூல்கள் இன்றுவரை நமக்குக் கிடைக்காம லேயே உள்ளன.

1921 ல் சிங்காரவேலர் மகாத்மா காந்திக்கு ஒரு பகிரங்கக் கடிதம் எனத் தலைப்பிட்டு எழுதியுள்ள கட்டுரையில் அவரது காந்திய ஆதரவும் கம்யூனிசக் கருத்துக்களுக்கு அவர் நெருங்கி வருவதும் பதிவாகியுள்ளன. "அயல்நாட்டு அதிகார வர்க்கத்தை மட்டுமின்றி, எதிர்காலத்தில் நம் சொந்த மக்களின் அதிகார வர்க்கத்தையும் எதிர்த்து நாம் வெற்றி பெறும் வரையில், நமது நற்பேறற்ற மக்கள் சுதந்திரமாகவும் மகிழ்ச்சியாகவும் ஒரு போதும் இருக்கமாட்டார்களென்று நான் நம்புகிறேன். ஆதலால் கம்யூனிசம் மட்டுமே, அதாவது நாட்டிலுள்ள எல்லாத் தொழிலாளர்களும் பொதுவாகப் பயன்படுத்தவும் நலம் பெறவும் நிலத்தையும் இன்றியமையாத தொழிற்சாலைகளையும் பொதுவுடைமையாக்குவதே, நம் மக்களுக்கு மனநிறைவையும் சுதந்திரத்தையும் அளிக்கும் உண்மையான நடவடிக்கையாகும். அக்காரணத்திற்காகவே நான் தங்களின் கைராட்டினத்தை ஏற்றுக்கொள்கிறேன். ஏனெனில் இது நாட்டிலுள்ள ஒவ்வொரு குடும்பமும் எஜமானன், ஆலை முதலாளி, முதலாளி முதலி யோரைச் சாராது சுதந்திரமாக இருக்கச் செய்கிறது". (பா. வீரமணி, முத்து. குணசேகரன் 2006: 1).

மூன்று பக்கங்கள் மட்டுமே உள்ள அந்த சிறு கட்டுரையில் சிங்காரவேலர் நாம் விரும்பும் சுயராஜ்யம் மக்கள் சுயராஜ்யமாக இருக்க வேண்டுமென்றும் பகட்டாகக் கூறப்படும் பாராளுமன்ற

சுயராஜ்யமாகப் போய்விடக் கூடாது என்றும் தெளிவுபடுத்து கிறார். நிலங்களும் தொழிற்சாலைகளும் பொதுவுடைமை யாக்கப்படும் என காந்தி தனது எழுத்துக்களில் எங்குமே அறிவிக்கவில்லை எனக் குறைப்பட்டுக்கொள்கிறார். காந்தியார் குறிப்பிடும் வன்முறையற்ற புரட்சியைக் கொண்டுவர முடியுமா என்ற சந்தேகத்தையும் அப்படியே கொண்டுவந்தாலும் அப்புரட்சியைப் பாதுகாக்க ஆயுதம் தாங்கிய மக்கள் படை ஒன்று தேவைப்படும் எனும் கருத்தையும் தெரிவிக்கிறார். சிங்காரவேலர் இக்காலக்கட்டத்தில் சுயராஜ்யம், கம்யூனிசம் ஆகியவற்றை இணைத்துப் பயணம் செய்ய முயற்சிக்கிறார் என்பதைக் காணமுடிகிறது. ஆனால் காங்கிரஸ் சுயராஜ்யம் குறித்த பல சந்தேகங்கள் அவருக்கு இருந்தன என்பதையும் கவனிக்க முடிகிறது. சில அனைத்திந்திய செல்வாக்குகள் காரண மாக அவர் காந்திய இயக்கத்திற்கு ஆதரவாளராகக் காட்டிக் கொண்டாலும், பெருமளவில் அவர் காங்கிரசினுள் தொழி லாளர் இயக்கத்தின் பிரதிநிதியாகவே காட்சியளிக்கிறார்.

1921 ஆம் ஆண்டில் வெளிவந்துள்ள அவரது கட்டுரைகளில் நீதிக்கட்சியினருக்கு எதிரான அவரது விமர்சனங்கள் பதிவாகி யுள்ளன. சென்னை பக்கிங்காம் கர்னாட்டிக் ஆலைகளைச் சேர்ந்த 10,000 தொழிலாளர்களின் போராட்டத்தின்போது அப்போது ஆட்சியிலிருந்த நீதிக்கட்சி அரசு முதலாளிகளுக்கு ஆதரவாக நடந்துகொண்டதைச் சுட்டிக்காட்டி எழுதுகிறார். "இன்றுள்ள அரசு முதலாளிகளையும் அதிகார வர்க்கத்தையும் கொண்டதாக இருப்பதால், அது தொழிலாளர்களுக்கு எவ்வித நன்மையையோ பயனையோ அளிக்காது என்பதையும் அது புலப்படுத்தியுள்ளது. அந்நியராட்சியிடம் அட்டையென ஒட்டிக் கொண்டிருக்கும் அரசு ஆதரவாளர்கள், அவர்கள் பிராமணர் களாயினும் சரி அல்லது பிராமணரல்லாதவராயினும் சரி, முதலாளித்துவத்திற்கும் எதேச்சாதிகாரத்திற்கும் எதிராக தொழிலாளர்கள் நடத்தும் போராட்டத்திற்கு எவ்விதமான உதவியையும் செய்யமாட்டார்களென்பதும் தெளிவாகி விட்டது" (பா. வீரமணி, முத்து குணசேகரன் 2006: 15). 1916 ஆம் ஆண்டில் தென்னிந்திய நல உரிமைச் சங்கம் எனப்பட்ட நீதிக்கட்சி தொடங்கப்பட்டதை அடுத்து, காங்கிரஸ் சுயராஜ்யக் கட்சிக்கும் நீதிக்கட்சிக்கும் மோதல்கள் தீவிரமடைந்த சூழல்களில் சிங்காரவேலர் காந்திய ஆதரவாளராக உருவாகினார் எனக் கருதலாம்.

இக்காலத்தில் சிங்காரவேலரின் கட்டுரைகள் தொழிலாளர்களை மையப்படுத்திய தொழிற்சங்க வேலை களையும் அதன் அரசியல் ஆற்றலையும் பிரதானப்படுத்துகிறது. "இந்தியத் தொழிற்சாலைகளில் புதியதொரு சக்தி பிறந்திருக்கிறது" என்று அவரது கட்டுரை ஒன்று தொடங்குகிறது (பா. வீரமணி, முத்து குணசேகரன் 2006: 4). மற்றொரு கட்டுரை "சில வருடங்களாக நான் தொழிலாளிகள் விஷயங்களைப் பற்றிப் படித்துவருகிறேன்" எனச் சொல்லுகிறது (பா. வீரமணி, முத்து குணசேகரன் 2006: 7). சில வருடங்களாக அவரது படிப்பின் ஊடாகத் தொழிலாளர் வர்க்கம் என்ற புதிய சக்தியின் பிறப்பை, அதன் ஆற்றலைச் சிங்காரவேலர் புரிந்துகொண்டார் எனக் கொள்ளலாம். "உலகத்தில் உற்பத்தியாகும் எல்லாப் பொருள்களும் தொழிலாளர்களையே பொறுத்திருக்கின்றன. நீங்கள் எல்லாவற்றையும் உற்பத்தி செய்கிறீர்கள். ஆனால் உங்களுக்கு ஒன்றுமே சொந்த மில்லை..இடையில் மூன்றாவது மனிதன் ஒருவன் இருக்கிறான்... அவன்தான் முதலாளி" (மேலது, 9) எனும் அவரது மதிப்பீடு புது உலகின் புரட்சிகர வர்க்கமாக அவர் தொழிலாளர்களை அடையாளம் கண்டுகொண்டதைக் குறிப்பிடும் சொற்களாக உள்ளன.

சிங்காரவேலரின் பௌத்தம், காந்தியம், இன்னும் சுயமரியாதைச் சிந்தனை என்ற தொடர்ந்த பயணங்கள் உள்ளன. ஆனால் 1919-20களையொட்டி அவர் தொழிலாளர் வர்க்கத்தை வந்தடைந்த பிறகு எப்போதுமே அவர் மார்க்சியத்திலிருந்து விலகியது கிடையாது. குறிப்பிட்ட அக்காலத்தில் தமிழ் அடையாள மீட்பாளர்களும் வட இந்தியாவில் இந்து அடையாள மீட்பாளர்களும் அயோத்திதாச பண்டிதர் போன்ற தலித் அடையாள மீட்பாளர்களும் தத்தமது அடையாளங்களைக் கடந்த காலங்களின் ஆழங்களிலிருந்து மீட்டெடுப்பதையே முறையியலாகக் கொண்டிருந்தபோது, சிங்காரவேலர் அத்தகைய முறையியலைத் தவிர்த்துப் பயணித்திருக்கிறார் என்பது அவரது குறிப்பிடத்தக்க சாதனையாகும். சிங்காரவேலரின் பயணம் புதிய கருத்து நிலைகளைத் தேடுவதாகவும் சமகாலத்திய சமூக மாற்றச் சக்திகளைத் தேடுவதாகவும் அமைந்திருப்பதை அவதானிக்க முடிகிறது. இந்த வகையில் சிங்காரவேலர் தமிழ் நவீனமாதலுக்குக் குறிப்பிடத்தக்க ஒரு வகையில் பங்களித்துள்ளார் எனக் கூறலாம்.

1923 மேயில் சிங்காரவேலர் ஹிந்துஸ்தான் தொழிலாளர் விவசாயிகள் கட்சியைத் தொடங்கினார். இக்கட்சிக்கான ஒரு திட்ட அறிக்கையை அவர் தயார் செய்தார். தொழிலாளர் என்ற ஒற்றைச் சொல்லுடன் நிறுத்தாமல் தொழிலாளர் விவசாயிகள் என்ற சேர்க்கையை அவர் உருவாக்கும்போது அவர் இந்தியச் சூழல்கள் பற்றிய தன்னுணர்வுடன் செயல்பட்டார் எனப் புரிந்து கொள்ள முடியும். அத்திட்ட அறிக்கையின் முதல் வரி கீழ்க் கண்டவாறு தொடங்குகிறது. "நம் அரசியலில் முதலிடம் வகிக்கும் இந்தியத் தேசிய காங்கிரஸ் சொத்துடைமை வர்க்கத் துடன் தொடர்புபடுத்தி 'நாடு' என்பதை விளக்குவதாகத் தோன்றுகிறது. அவர்களது சுயராஜ்ஜியத் திட்டத்தில் உற்பத்தி செய்யும் பெரும்பான்மை மக்கள் - இந்தியாவின் தொழிலாளரும் விவசாயிகளும் - குறைந்த எண்ணிக்கையிலுள்ள பணக்காரர் களின் நன்மைக்காகத் தங்களைத் தியாகம் செய்யவேண்டும் என்பதுவே எதிர்பார்க்கப்படுகிறது.. பூர்ஷ்வா வர்க்கத்திலிருந்து புதிதாகச் சேர்க்கப்பட்டுள்ள இந்திய அதிகார வர்க்கத்தை அவர்களின் இன்றைய ஆண்டைகளுக்குப் பதிலியாக ஆக்குவது அவர்கள் எண்ணமாகத் தெரிகிறது" இவ்வரிகள் காங்கிரஸ் தேசியம் குறித்த அவரது அற்புதமான மதிப்பீடாக அமைகிறது. காந்தியம் வெகுசனங்களிடம் எதனை எதிர்பார்க்கிறது என்பது குறித்த நுட்பமான மதிப்பீடாகவும் அது அமைகிறது. இந்தியச் சூழல்களில் புதிய ஆளும் வர்க்கம் உருவாகும் இரசாயனம் குறித்த தன்னுணர்வு சிங்காரவேலரிடம் உள்ளது. தமிழ்ச் சூழல்களில் நவீனமாதலை ஒவ்வொரு சமூகக் குழுவும் அதனதன் நோக்கிலிருந்து பிரித்தானியர் வழங்கும் புதிய வாய்ப்புகளைச் சாதித்துக்கொள்ளுதல் என்று மிகவும் குறுகலாக அணுகிய பின்புலத்தில், சர்வதேச அளவிலான சமூக மாற்றங்கள் பற்றிய அறிவுடன் பழைய வர்க்கங்களின் தேய்வு, புதிய வர்க்கங்களின் உருவாக்கம் என்பது போன்ற நிகழ்வுகளை உள்ளடக்கிய பார்வை சிங்காரவேலரிடம் தோன்றியிருந்தது என்பது குறிப்பிடத்தக்கது.

இந்தியச் சூழல்கள் பற்றிய அக்கறையின்றி, "இந்திய நிலைமைகளுக்கு எது பொருத்தமாக இருக்கும் என்பதை அறியாமல் இந்திய மண்ணில் மேற்கு நாடுகளில் தங்களுக்குப் பழக்கம் ஆனவைகளைப் பெயர்த்து நடுவதற்கு" சிலர் முயற்சி

செய்துகொண்டிருக்கின்றனர் என்றும் சிங்காரவேலர் எச்சரிக் கிறார் (பா. வீரமணி, முத்து. குணசேகரன் 2006: 102). போல்ஷ்விக்குகள், பிரிட்டிஷ் தொழில் கட்சி ஆகியவற்றின் முன்மாதிரியில் விஷயங்களை நடத்திச் செல்வது கற்பனாவாதம், அறிவாளித்தனம் என்கிறார். சிங்காரவேலரின் தனித்த பண்பாக இந்த எச்சரிக்கையையும் கொள்ளவேண்டும். இந்தியச் சூழல்கள், தமிழ்ச் சூழல்கள் என்ற கவனம் அவரிடம் தொடர்ந்து இருந்து வருகிறது. "அமைக்கப்படவிருக்கும் கட்சி ஹிந்துஸ்தானத்துத் தொழிலாளர் விவசாயிகள் என்றழைக்கப்படும் (நிலமற்ற விவசாயத் தொழிலாளரும் ஏழை விவசாயிகளும் கிசான் எனப்படுவர்) இவ்வர்க்கத்தைச் சேர்ந்த மக்களும், அறிவு பூர்வமாகவும் பொருளாதார ரீதியாகவும் தொழிலாளி வர்க்கத்தை நோக்கிச் சென்றுள்ள பூர்ஷ்வாக்களும் இக்கட்சியின் உறுப்பினராகுவதற்குத் தகுதியுடையவர்கள்." (மேலது,104). சமூக வர்க்கங்கள் பற்றிய கம்யூனிஸ்ட் அறிக்கையின் கருத்தாக்கங்கள் சிங்காரவேலரின் எழுத்துக்களில் செல்வாக்கு செலுத்துவதைக் காணலாம். அச்சில் 22 பக்கங்கள் உள்ள தொழிலாளர் விவசாயிகள் கட்சியின் திட்ட அறிக்கை கம்யூனிஸ்ட் அறிக்கையின் வடிவிலேயே அமைக்கப்பட்டுள்ளது. சிங்காரவேலர் தீர்மானகர மாக மார்க்சியத்தைத் தேர்வுசெய்துவிட்டதை இவ்வறிக்கையின் வடிவம் எடுத்துக்காட்டுகிறது. கட்சி எனும் முன்னணிப் படை (Vanguard Organisation),வன்முறையற்ற வழிமுறைகள் போன்ற கருத்துக்களும் இத்திட்டத்தில் காணப்படுகின்றன. நாடு முழுவதும் கீழிருந்து மேலாகச் சோவியத்துக்கள் போல பஞ்சாயத்துகள் என்ற மாற்று நிர்வாக முறைமை முன்மொழியப்படுகிறது. தொழி லாளர் விவசாயிகள் கட்சியின் வேலைத்திட்டம் நாட்டு விடுதலைக்கான போராட்டத்தினுள் செயலாக்கப்பட வேண்டிய ஒன்று என்ற வடிவமும் உள்ளது.

1922 கயா காங்கிரஸ் மாநாட்டில் சிங்காரவேலர் தன்னை உலக கம்யூனிஸ்டுகளின், சர்வதேசத் தொழிலாளர் வர்க்கத்தின் பிரதிநிதியாக அறிமுகப்படுத்திக்கொண்டு பேசத் தொடங்குகிறார். இந்தியக் கம்யூனிஸ்டுகள் வன்முறையற்ற வழிமுறைகளைப் பின்பற்றுவதன் மூலம் உலகக் கம்யூனிஸ்டுகளிடமிருந்து வேறு படுவதாகவும் தெரிவிக்கிறார். இந்திய விடுதலை இயக்கம், சுயராஜ்யக் குறிக்கோளையடைய இதுகாறும் இந்தியத் தொழி லாளர் ஆற்றலைத் திரட்டத் தவறியுள்ளதென்றும் அது இனி

தேச அளவிலான வன்முறையற்ற வேலை நிறுத்தங்களை நடத்தி அவ்வாற்றலைத் திரட்டவேண்டும் எனவும் முன்மொழிகிறார். தகுதியும் அழகும் நிறைந்த சிண்ரெல்லாவைப் போல ஒதுக்கப்பட்டவர்களாக உள்ள தொழிலாளர் வர்க்கம் அரசியல் அதிகாரத்தை ஈட்டும் மைய சக்தியாக உருவாகும் எனும் தனது விருப்பத்தை வெளிப்படுத்துகிறார் (பா. வீரமணி, முத்து குணசேகரன் 2006: 120-124). 1924 ல் சிங்காரவேலர் எழுதியுள்ள லெனினது மறைவு குறித்த கட்டுரையில் கார்ல் மார்க்சின் "வரலாற்றுப் பொருள்முதல்வாதம் எனும் பேருண்மை" என்ற சொல்லாக்கம் காணப்படுகிறது (மேலது, 127).

குறிப்பிட்ட இக்காலத்தில் சிங்காரவேலர் வட நாட்டு கம்யூனிஸ்டுகளிடையிலும் (எஸ்.ஏ. டாங்கே) சில சர்வதேச தொடர்புகளைக் கொண்டிருந்த கம்யூனிஸ்டுகளிடையிலும் (எம். என். ராய்) அறியப்பட்ட தமிழகத் தலைவராக இருந்திருக்கிறார். இதனடிப்படையில் கான்பூரின் 1925 டிசம்பரில் நடைபெற்ற இந்தியக் கம்யூனிஸ்ட் கட்சியின் முதல் மாநாட்டில் கொடியேற்றித் தலைமையுரை ஆற்றும் உரிமை அவருக்கு வழங்கப்பட்டிருக்கிறது. கான்பூர் உரை சிங்கார வேலரின் விரிந்த அரசியல் அறிவைப் புலப்படுத்துகிறது. ரஷ்யப் புரட்சியின் தலைவரான லெனினது மரணம், ஜெர்மானியக் கம்யூனிஸ்டு களான ரோசா லக்சம்பர்க், கார்ல் லீப்னெக்ட் ஆகியோர் கொல்லப்பட்டிருப்பது முதலியவற்றை நினைவுக்குக் கொண்டு வந்து அவர் தனது கான்பூர் கட்சி மாநாட்டு உரையைத் தொடக்குகிறார். இந்தியச் சூழல்களில் கம்யூனிஸ்டுகளுக்கும் சுயராஜ்யம் என்ற கோரிக்கைக்கும் இடையிலான உறவைத் தெளிவுபடுத்துகிறார். சுயராஜ்ய அமைப்பு "பூர்ஷ்வாத் தன்மையாக இல்லாமல், கணிசமாகப் பாட்டாளி வர்க்கத் தன்மையதாக இருக்கும்படிப் போதுமான எச்சரிக்கை உணர்வுடன் கவனித்துக்கொள்வது கம்யூனிஸ்டுகளின் கடமையாகும்" என அறிவுறுத்தும் அவர் "சுயராஜ்யம் இன்றேல் வாழ்வில்லை, தொழிலாளி இன்றேல் சுயராஜ்யமில்லை"என்ற குறிக்கோளை முன்வைக்கிறார் (மேலது 139). காங்கிரஸ் கட்சி அதன் பிறப்பு, நோக்கம், மனப்பான்மை ஆகியவற்றில் பூர்ஷ்வாத் தன்மையதாக இருப்பதைச் சுட்டிக்காட்டும் அவர் தொழிலாளருடன் காங்கிரசின் பூர்ஷ்வாத் தலைமை கொண்டுள்ள உறவில் நேர்மையில்லை எனவும் தெரிவிக்கிறார். ஆனால் பணக்கார

வகுப்பினரால் சுயராஜ்யத்தைச் சாதிக்க முடியாது என அறுதி யிட்டுக் கூறுகிறார். எனவே இந்தியக் கம்யூனிஸ்டுகள் சுயராஜ்யக் கோரிக்கையில் நாட்டிலுள்ள மற்ற அரசியல் கட்சிகளுடன் இணைந்து நிற்பதா, தனித்து நிற்பதா, என்பதை அம்மாநாடு முடிவு செய்யவேண்டும் எனக் கோருகிறார் (மேலது, 141).

கான்பூர் மாநாட்டு உரையில் சிங்காரவேலர் தீண்டாமை, சாதி, மதம் ஆகிய பிரச்சினைகளை சுயராஜ்யத் திட்டத்தில் இணைக்க வேண்டுமா என்பது குறித்துத் தனது கருத்துக்களைத் தெரிவிக்கிறார். தொழிலாளர், விவசாயிகளை சுயராஜ்யத்திற் கான போராட்டங்களில் ஒன்றுபடுத்த வேண்டும் என்று கூறும் சிங்காரவேலர் தீண்டாமை, சாதி, மதம் குறித்து சிறிது தளர்ச்சி யான நிலைப்பாடுகளை முன்வைக்கிறார். "தீண்டாமைப் பிரச்சினை என்பதே சிறப்பாக விவசாயப் பிரச்சினையாகும்" எனக் குறிப்பிடும் அவர், சமூக அநீதிகளை எதிர்ப்பதாகப் பகட்டாகப் பேசிவரும் "இந்தியச் சீர்திருத்தக்காரன்" பணக்கார மனப்பான்மையுடனிருப்பதையும் அவன் சமூக மாற்றத்தை வேண்டாதவனாக இருப்பதையும் சுட்டிக்காட்டுகிறார். தீண்டாமை மற்றும் சாதி அநீதிகளால் பெரிதும் பாதிப்புள்ளாகி யிருப்பவர்கள் இந்நாட்டின் விவசாயத் தொழிலாளிகள் என்று மதிப்பிடும் சிங்காரவேலர், இந்தியச் சீர்திருத்தக்காரன் விவசாயத் தொழிலாளிகளைப் பொருளாதார இழிநிலைச் சிறைக்குள் வைத்திருப்பதை எடுத்துக்காட்டுகிறார். வேறு வார்த்தைகளில் சொல்லுவதானால், சிங்காரவேலர் சாதி, தீண்டாமை ஆகிய பிரச்சினைகளைப் பொருளாதார நோக்கிலிருந்து அணுகுவதன் அவசரத்தைச் சுட்டிக்காட்டுகிறார், அப்படி அணுகுவதை இந்தியச் சீர்திருத்தக்காரன் தவிர்ப்பதை அவர் சுட்டிக் காட்டு கிறார் (மேலது, 143). பணக்கார மனோபாவம் கொண்ட இந்தியச் சீர்திருத்தக்காரன் என்ற அவரது குறிப்பில் தமிழக நீதிக்கட்சிக்காரர்கள் உள்ளடக்கம் என்றே எண்ணத் தோன்று கிறது.

சிங்காரவேலரின் கான்பூர் உரையில் ஒருபகுதி கம்யூனிசம் என்ற கருத்தாக்கத்தை விளக்குகிறது. கம்யூனிசம் என்பதை போல்ஷ்விசம் என்றும் ரஷ்யப் புரட்சியென்றும் சுருக்கமாகப் புரிந்துகொள்ளவேண்டாம் எனக் கூறும் அவர் அதனைக் கோட்பாட்டு ரீதியாக வரையறுக்க முயல்கிறார். கம்யூனிசம் என்பதை அவர் ஒரு நெறி, வழிமுறை, தத்துவம் எனக் கூறுகிறார்.

"உற்பத்திச் சாதனங்கள் உற்பத்தி செய்வோருக்கே உடைமையாக இருக்க வேண்டும். கம்யூனிசம் என்பதன் பொருள் இதுதான்" என்கிறார். கம்யூனிசம் குறித்த மார்க்சியப் புரிதலைக் கூடுதலாகவும் அவர் வரையறுக்க முன்வருகிறார். உழைப்பு, சுரண்டல், மூலதனம், நேர் எதிரான இரண்டு வர்க்கங்கள், தொழிலாளர் சங்கங்கள், சமூக மாற்றம் என்ற மார்க்சின் கருத்தாக்கங்களை விளக்குகிறார். இந்தியச் சூழல்களில் விவசாயிகள், பிற அரசியலமைப்புகளை ஒன்றிணைத்தல் ஆகியன குறித்து அவர் பேசுகிறார். ரஷ்யப் புரட்சிக்குப் பிறகு அங்குத் தேசிய இனங்களின் விடுதலை சாதிக்கப்பட்டிருப்பதையும் தேசிய இனங்களின் சுதந்திரமும் சுயநிர்ணய உரிமையும் உறுதிப்படுத்தப்பட்டுள்ளதும் சிங்காரவேலரால் சுட்டிக்காட்டப்படுகின்றன (மேலது, 146-155).

அரசியல் பொருளாதார மார்க்சியமும் சுயமரியாதை இயக்கச் செல்வாக்கும்

1925 கான்பூர் மாநாட்டு உரைக்குப் பிறகு சிங்காரவேலரின் செயல்பாடுகளில் ஓர் இடைவெளி தென்படுகிறது. பா. வீரமணி, முத்து குணசேகரன் பதிப்பில் வெளியாகியுள்ள சிங்காரவேலர் தொகுப்பில் 1925- 1931 காலப்பகுதியில் இரண்டு சுருக்கமான மாநாட்டு உரைகள் மட்டுமே இடம்பெற்றுள்ளன. இக்காலப் பகுதியில் சிங்காரவேலர் காங்கிரஸ் ஆதரவு நிலையிலிருந்து நாத்திகம், சுயமரியாதை போன்ற நிலைப்பாடுகளை நோக்கி நகர்ந்துள்ளார். ஆயின் மேற்குறித்த காலத்தில் அவரது கட்டுரைகள், எழுத்துக்கள் கிடைக்காமையால், இந்நகர்வின் துல்லியமான உள்-அசைவுகளைச் சரியாகப் பின்பற்ற இயலவில்லை. இருப்பினும் தமிழ்ச் சமூகத்தின் உள்ளூர் அரசியலின் செல்வாக்கினுள் சிங்காரவேலர் நகர்ந்துள்ளது தெளிவாகிறது. 1931 ஆம் ஆண்டிலிருந்து சிங்காரவேலரின் படைப்புகளில் ஒரு தெளிவான தொடர்ச்சி உள்ளது. ஒருபுறம் மார்க்சியத்தின் அடிப்படைகளை அவர் வரையறுக்கப்பட்ட வடிவில் விளக்குகிறார். இன்னொரு புறம் விஞ்ஞானம், நாத்திகம், சுயமரியாதை ஆகியவற்றை மிக அடிப்படையாக விளக்குதலையும் அந்த இயக்கங்களோடு மார்க்சியரின் உறவைத் தெளிவு படுத்தவும் செய்கிறார். 1931 ல் சிங்காரவேலருக்கு 71 வயது என்பதை மனதில்கொண்டு அவரது எழுத்துக்களை அணுகும்போது, மார்க்சியம் எனும் புதிய சிந்தனையிலிருந்து அவர் பெற்ற உற்சாகமும், அதனைத் தமிழ்ச் சூழல்களுக்கு இயைபுபடுத்தும் அவரது அக்கறையும் ஆச்சரியத்தைத் தருகின்றன.

1931 அக்டோபர், நவம்பர் மாதங்களில் சிங்காரவேலர் "சமதர்ம அறிக்கை" என்ற தலைப்பில் "குடி அரசு" பத்திரிக்கையில் ஐந்து கட்டுரைகள் எழுதியுள்ளார். தொடர்ந்து 1932 ஜனவரி முதல் ஏப்ரல் வரையில் "குடி அரசு" இதழ்களில் "நாம் செய்ய வேண்டிய வேலை என்ன?" என்ற தலைப்பில் எட்டு கட்டுரைகள் எழுதியுள்ளார். "நாம் செய்ய வேண்டிய வேலை என்ன?" என்ற தலைப்பிட்ட கட்டுரைகளோடு "சமதர்ம விளக்கம்" எனத் தலைப்பிட்ட இரண்டு கட்டுரைகள் சேர்க்கப்பட்டுள்ளன. இவை முறையே மார்க்ஸ், ஏங்கெல்சின் "கம்யூனிஸ்ட் அறிக்கை" (Communist Manifesto), லெனினின் "செய்ய வேண்டியது என்ன?" (What is To be Done) ஆகிய இரண்டு நூல்களை அடியொற்றி எழுதப்பட்ட கட்டுரைகளாக உள்ளன. மார்க்சியம் தமிழ்ச் சூழல்களில் அறிமுகமானதில் இவ்விரண்டு நூல்களின் அடிப்படைப் பண்பு சிறப்பாகக் குறிப்பிடத்தக்க தாகும். சிங்காரவேலரின் துல்லியமான நூல்களின் தேர்வு அவரது தெளிவான மார்க்சிய நிலைப்பாட்டைச் சுட்டிக்காட்டுகிறது. "சமதர்ம அறிக்கை"க்கு சிங்காரவேலர் எழுதியுள்ள சிறு முன்னுரையில் அது மொழிபெயர்ப்பாகவே செய்யப்பட்டுள்ள தாகத் தெரிவிக்கிறார். ஆயின் அது நேரடி மொழிபெயர்ப்பல்ல. எங்கு அளவுக்கு மீறிய, தாங்கமுடியாத கொடுமை நடைபெறுகின்றதோ அங்குதான் சீக்கிரத்தில் பரிகார முயற்சி வீறுகொண்டு எழும்.. இந்த நியாயப்படிப் பார்த்தால் அவ்வித சமதர்ம உணர்ச்சி உலகில் ரஷியா தேசத்தைவிட இந்தியாவிற்கே முதன்முதலாக ஏற்பட்டு இருக்கவேண்டிய தாகும்" என்று அதே முன்னுரையில் சிங்காரவேலர் குறிப்பிடுகிறார் (பா. வீரமணி, முத்து குணசேகரன் 2006: 180). உற்பத்திச் சக்திகள் அதிகம் வளர்ச்சியடைந்த முதலாளிய நாட்டில்தாம் சோசலிசப் புரட்சிக்கான தயார்நிலை உருவாகும் என்ற மார்க்சின் முடிவினைத் தாண்டி, சிங்காரவேலர் அதிக கொடுமைகள் நிகழும் நாட்டில் புரட்சி முந்திக்கொள்ளும் என வரையறுப்பது கவனிக்கத்தக்கது. புரட்சியின் சாத்தியப் பாடுகளை உற்பத்திச் சக்திகளின் வளர்ச்சியைக் கொண்டு அளக்காமல், இந்தியச் சூழல்களின் பிரத்தியேகப் பண்புகளுக்கு ஏற்ப சமூக உறவுகளின் சிக்கல்களைக் கொண்டு சிங்காரவேலர் அளக்க முன்வருவது இந்திய மார்க்சியம் அல்லது தமிழ் மார்க்சியம் உருவாவதற்கான அடிப்படைகளை வழங்குகிறது.

இன்னொரு புறம் இந்தியச் சமூகத்தின் எதிர்ப்புரட்சித் தன்மையையும் சிங்காரவேலர் புரிதலோடு சுட்டிக்காட்டுகிறார். "உலக சமதர்ம உணர்ச்சிக்கு விரோதமான தன்மையில் மற்ற தேசத்திற்கும் இந்தியாவுக்கும் ஒரு முக்கிய வித்தியாசம் இருந்து வருகின்றது. அதென்னவென்றால் மற்ற நாடுகளில் ஒரு விஷயம் தான் முக்கியமாய்க் கருதப்படுகிறது. அதாவது முதலாளி (பணக்காரன்), வேலையாள் (ஏழை) என்பதுவேயாகும். ஆனால் இந்தியாவிலேயே மேல் ஜாதியார்-கீழ் ஜாதியார் என்பது ஒன்று அதிகமாகவும் முதன்மையானதாகவும் இருப்பதால் அது பணக்காரன், ஏழை தத்துவத்திற்கு ஒரு கோட்டையாக இருந்து காப்பாற்றிக்கொண்டு வருகின்றது. ஆதலால் இங்குச் சமதர்மத் திற்கு இரட்டிப்பு அதிகமான எதிர்ப்பு இருந்து வருவது கொண்டு இங்குச் சமதர்ம உணர்ச்சி தலைதூக்க முடியவில்லை" (மேலது நூல், 180-181). இங்கு சிங்காரவேலர் இந்தியச் சூழல்களின் பல படித்தான சிக்கல்களைச் சுட்டிக்காட்டுகிறார். முதலாளி/ தொழிலாளி என்ற ஒற்றை வடிவில் இந்தியச் சமூகத்தின் முரண்பாடுகளைக் காண இயலாது என்பதை அவர் எடுத்துக் காட்டுகிறார். சாதியம் என்ற எதார்த்தம் அதிகமாகவும், முதன்மையானதாகவும் இங்கு உள்ளது என்கிறார். சாதிய முரண்களை முதன்மையானவை எனச் சொல்லுமளவுக்குச் சிங்காரவேலர் சொல்லுவது மிக முக்கியமான கவனத்திற்குரியது. மார்க்சியம் ஒரு மேலைநாட்டுத் தத்துவம் என்பதாலோ அது ஓர் ஈடுஇணையற்ற தத்துவம் என்பதாலோ சிங்காரவேலர் இந்திய எதார்த்தத்தைப் புறக்கணிக்க முயன்றதில்லை என்பது பல தலைமுறை மார்க்சியர்களுக்குப் பாடமாக அமைகிறது. மாறாக மார்க்சியத்தின் அணுகுமுறையான பிரத்தியட்ச சமூக ஆய்வுக்கு அவர் முன்னுரிமை வழங்குகிறார்.

கம்யூனிஸ்ட் அறிக்கையின் முன்பகுதியில் முதலாளியம் உலக வரலாற்றில் அதற்கு முன்பிருந்த சமூக உறவுகளை யெல்லாம் அடித்து நொறுக்கி அவை அனைத்தையும் ஒற்றைப் படையாகப் பண உறவுகளின் கீழ்க் கொண்டுவருகிறது என மார்க்ஸ், ஏங்கெல்ஸ் தெரிவிக்கும் கருத்தால் சிங்காரவேலர் பெரிதும் கவர்ச்சிக்கப்படுகிறார். ஒப்பீட்டு ரீதியாக இது முதலாளியத்தின் புரட்சிகர ஆற்றல் எனச் சொல்லப்படும். எனவே தனது "சமதர்ம அறிக்கை"யிலும் இக்கருத்துக்கு முதலிடம் வழங்குகிறார். சிங்காரவேலர் இதே காலத்தில் விஞ்ஞானங்கள், நாத்திகம், சுயமரியாதை ஆகியவற்றில் ஆர்வம்

காட்டியமைக்கான கருத்தியல் காரணமாக இது இருக்கலாம். கட்டுக்கடங்காத பேய்த்தனமான உற்பத்திச் சக்திகளின் வளர்ச்சியாலும் சர்வதேச அளவிலான கச்சாப்பொருள் வேட்டை மற்றும் வணிகத்தாலும் முதலாளியம் உலக நாடுகள் அனைத்தையும் தனது வடிவத்திலேயே உருவாக்கி வருகிறது என்ற மார்க்சின் கருத்தை சிங்காரவேலர் வழிமொழிகிறார். ஆயின் முதலாளியத்தின் இத்தகைய அசுர வளர்ச்சி தவிர்க்க வியலாதபடி அடுத்தடுத்த நெருக்கடிகளைச் சந்திக்கிறது என்பதையும் முதலாளியம் அதற்குச் சமாதி கட்டுபவர்களை தன்னிலிருந்தே உற்பத்தி செய்கிறது என்பதையும் எடுத்துரைக் கிறார். முதலாளியம் தன்னிலிருந்தே தன்னை அழிக்கும் தொழிலாளர் வர்க்கத்தை உற்பத்தி செய்யும்போது, அவ்வர்க்கம் வரலாற்று ரீதியாக என்னென்ன பரிணாமங்களுக்கு உட்படு கிறது என்பதை மார்க்சின் வழிநின்று சிங்காரவேலர் விளக்கு கிறார். பழைய சமூகத்தின் நிலவுடைமையாளர்களை ஒழிக்கத் தொழிலாளர்களை அரசியலுக்குக் கொண்டுவந்த முதலாளிகள், பின்னர் அதே தொழிலாளர் வர்க்கம் முதலாளியத்திற்கு எதிராகத் திரளும்போது அப்புதிய அரசியல் உணர்ச்சிக்குப் பலியாகிறார்கள் என்ற இயங்கியலை சிங்காரவேலர் எடுத் துரைக்கிறார். பிற எல்லாச் சமூக வர்க்கங்களும் முதலாளி/ தொழிலாளி என்ற இரண்டில் ஒன்றாய் மாறுவார்கள் என்ற துருவப்படுதலைச் சுட்டிக்காட்டுகிறார் (பா. வீரமணி, முத்து குணசேகரன் 2006: 179-198, 216-220). மார்க்சியத்தின் அரசியல் பொருளாதார நிலைப்பாடுகள் இக்கட்டுரைகளில் துலக்கமாகப் பதிவாகியுள்ளன எனலாம்.

"சமதர்ம அறிக்கை" மார்க்ஸ், ஏங்கெல்சின் கம்யூனிஸ்ட் அறிக்கையைச் செவ்வியலாக அப்படியே பெயர்த்து வழங்குகிற தெனில், "நாம் செய்ய வேண்டிய வேலை என்ன?" என்ற கட்டுரை லெனினது நூலை அப்படியே வழங்கவில்லை. இக்கட்டுரைகள் லெனினது நூலைத் தழுவியவை அல்ல என்று கூடச் சொல்லும் படியாக உள்ளன. இக்கட்டுரைகளில் சுயராஜ்ய இயக்கம், சுயமரியாதை இயக்கம், நீதிக்கட்சி அரசியல், இவற்றினூடாக சமதர்மத்திற்கான பயணம் ஆகியவை குறித்து சிங்காரவேலர் பரக்க எழுதுகிறார். சுயமரியாதைச் சமதர்மம் என்ற சிங்கார வேலரின் தமிழ்ச் சூழல்களுக்கான மார்க்சியம் இக்கட்டுரை களில் உருவாகின்றது எனலாம். தமிழ்ச் சமூகத்தின் பொருளாதார நிலை, சமூக அமைப்பாகத் தொழில்படும் சாதியம், தீண்டாமை,

மதப் பழமை ஆகியவற்றைத் தத்தமது வழிகளில் தீர்க்க முனையும் பல வைத்தியர்கள் (காந்தியம், நீதிக்கட்சியினர், சுயமரியாதை இயக்கத்தினர்) இன்று தோன்றியிருப்பதாகக் கூறும் சிங்காரவேலர் அவர்களது வைத்தியமுறை ஒவ்வொன்றையும் மறுபரீசீலனைக்கு உள்ளாக்குகிறார்.

தேசிய காங்கிரசின் சுயராஜ்யத் திட்டம் சாதி, மத நடுநிலைமை எனும் பிரிட்டிஷ் கோட்பாட்டைத் தன்னகப் படுத்திக்கொண்டு இன்னும் கூடுதலாக தனிச் சொத்துடைமை அடிப்படையில் அவற்றில் தலையிடுவதையும் அவற்றை ஒழிப்பதிலும் அக்கறையற்றதாக உள்ளதைச் சுட்டிக்காட்டு கிறார். அத்தகைய நிலையில் காங்கிரஸ் சுயராஜ்யம் சமூக மாற்றம் எதுவுமற்ற சுயராஜ்யமாக ஆகிவிடுவதைச் சரியாக எடுத்துக் காட்டுகிறார். அடுத்து தென்னிந்தியச் சூழல்களில் தோற்றம் பெற்றுள்ள ஜஸ்டிஸ் கட்சிக்கு ஒரு வரலாற்று நியாயம் உள்ளதென்பதை ஒத்துக்கொண்டு, பிராமணர்கள் போல் பிராமணரல்லாதார் ஒரு சிலர் பட்டம், பதவி பெற மட்டுமே இவ்வியக்கம் உதவியுள்ளதே தவிர, இக்கட்சியால் பொது மக்களுக்கு என்ன பயன்? என்று வினவுகிறார். சிங்காரவேலர் பிராமணரல்லாதார்/பொதுமக்கள் எனப் பிரித்துக் காட்டுவது நீதிக்கட்சியினால் பயன்பெற்றவர்கள் பிராமணரல்லாத சில மேட்டிமைச் சாதிகளே என்பதைக் குறித்து நிற்கிறது. குறிப்பாக பஞ்சமர் அல்லது தாழ்த்தப்பட்ட சாதியோருக்கு நீதிக்கட்சியால் எந்த பயனும் விளையவில்லை என்று சிங்காரவேலர் எடுத்துக் காட்டுகிறார். "இந்த நிலையில் பாக்கியம் பெறாத சிலரைப் பாதுகாக்க வேண்டிய அவசியம் எந்த அரசியலிலும் நேரிடும். இந்த அவசியத்தால்தான் தாழ்த்தப்பட்டவர்களும் சிறுபான்மை யோரும் தனித்தொகுதி தங்களுக்கு வேண்டியது எனக் கேட்பது. தனிக்காப்பு வேண்டுமென மன்றாடுவதும் இந்தச் சந்தர்ப்பத்தால் தானென அறிக." (பா. வீரமணி, முத்து குணசேகரன் 2006: 337). காங்கிரசும் காந்தியமும் வர்ணாசிரமத்தைக் காத்துநிற்பவர் களாக உள்ளமையால் நீதிக்கட்சியின் பிராமண ரல்லாதார் அரசியல் வகுப்புவாரிப் பிரதிநிதித்துவம் எனும் அரசியலுக்குத் தவிர்க்கயியலாதபடி வந்துள்ளதாக சிங்காரவேலர் கருதுகிறார். அந்தந்த வகுப்பினரே அவரவர்களைக் காத்தல் அவசியமாகி விட்டதென மதிப்பிடுகிறார். குறிப்பாக இது ஒடுக்கப்பட்ட வகுப்பாரின் நலன்களின் அடிப்படையில் பார்க்கப்பட வேண்டிய அவசியம் உள்ளதென கூறுகிறார்.

இந்த விவாதத்தின் ஊடாக சிங்காரவேலர் சுயமரியாதை இயக்கத்தாரின் நிலைப்பாடுகளை விவாதிக்கிறார். பகுத்தறிவு மற்றும் நாத்திகப் பிரச்சாரமின்றி சாதி, மதக் கற்பனைகளையும் தனிவுடைமையையும் ஒழிக்க முடியுமா? என்ற கேள்வியை சிங்காரவேலர் எழுப்புகிறார். சாதி அமைப்பிற்கும் மதங்களுக்கும் மிக அடிப்படையான பொருளாதாரப் பாத்திரம் உள்ளன என்ற முடிவுக்கு சிங்காரவேலர் தனது விவாதங்களை நகர்த்திச் செல்கிறார். பிரிட்டிஷ் ஆட்சியாளர்களின் செயல்பாடுகளும் சாதி மத நடுநிலைமை என்பதைத் தாண்டிச் செல்லவில்லை என்கிறார். "ஜாதியும் மதமும் சொத்துரிமையும் முதலாளிகள் தங்கள் செல்வத்தையும் செருக்கையும் ஆதிக்கத்தையும் உரிமையையும் காப்பதற்குக் கட்டிக்கொண்டிருக்கும் கோட்டை மதில்கள் என அறியவேண்டும். இவ்வாயில்கள் திறந்து இருக்கும் வரை சமதர்மம் நிலையாதெனவும் அறிதல் வேண்டும்" (மேலது, 396-397). தாழ்த்தப்பட்ட மக்களை முன்னிறுத்தி சிங்காரவேலர் சில விவாதங்களை இக்கட்டுரைகளில் நிகழ்த்தியுள்ளார். தாழ்த்தப்பட்ட சாதியினரை சாதி ரீதியாகப் பாதுகாப்பது அல்லது மத ரீதியாகப் பாதுகாப்பது போன்ற முயற்சிகளில் அவருக்குச் சில சந்தேகங்கள் எழுந்திருக்கின்றன. "பஞ்சமருக்கு ஜாதி சமய வருணாச்சிரம பாதுகாப்புகள் ஏன் வேண்டுமோ அது நமக்கு விளங்கவில்லை.. இந்தப் பாதுகாப்பு ஜாதி உள்ள வனுக்குத்தான் வேண்டும். மகாத்மா காந்திக்கு வேண்டும். மாளவியாவுக்குத்தான் வேண்டும்.. சொத்து யாதொன்று மில்லாதவனுக்குச் சொத்துப் பாதுகாப்பும், மதமில்லாதவனுக்கு மதப் பாதுகாப்பும், ஜாதியில்லாதவனுக்கு ஜாதி பாதுகாப்பும் செய்யத் திட்டம் செய்வதில்" தனக்கு ஒப்புதல் இல்லை எனத் தெரிவிக்கிறார் (மேலது, 399). இறுதியாக, இக்கட்டுரைகளின் கடைசி இரண்டு கட்டுரைகள் சமதர்மம் எனும் புதிய ஏற்பாட்டை விளக்குகின்றன. "சமதர்மமென்றால் சொத்துரிமை, மத உரிமை, ஜாதிவுரிமை நீங்கிய வாழ்க்கையாகும்" என்று சிங்காரவேலர் வரையறுக்கிறார் (மேலது, 408). இதனைச் சிறிதளவும் ஏற்காத காங்கிரசைக் கழித்துவிட்டால், இத்திட்டத்தை ஏற்பவர்கள் சுயமரியாதை இயக்கத்தார் மட்டுமே எனவும் கணக்கிடுகிறார். ஆனால் ஆங்கில அரசின் ஒத்துழைப்போடு இதனைச் சுயமரியாதை இயக்கத்தாரால் செய்யமுடியுமா? என்ற கேள்வியை எழுப்புகிறார். எனவே சாதி, மதம், சொத்து ஆகியவற்றை ஒழிப்பதற்கான மக்களைத் திரட்டும் நேரடியான

சமதர்ம அரசியலில் சுயமரியாதை இயக்கத்தார் ஈடுபட வேண்டும் என்ற அழைப்போடு இக்கட்டுரைகள் முடிவு பெறுகின்றன. சுயமரியாதை இயக்கத்தை இடதுபுறம் திருப்புவதே தமிழ்ச் சூழல்களில் சமதர்மத்திற்கான பாதை என்ற சிங்காரவேலரின் சுயமரியாதைச் சமதர்ம வேலைத்திட்டம் இக்கட்டுரைகளில் காணக் கிடக்கிறது. இக்கட்டுரைகளில் சிங்காரவேலர் ஒரு முடிந்த முடிவோடு விவாதிக்கிறார் என்பதை விட தமிழ்ச் சூழல்களிலான ஒரு மார்க்சியத்திற்கான தேடல் களின் ஊடாக அவர் நகந்திருக்கிறார் என்றே கண்டு கொள் கிறோம்.

பகுத்தறிவும் மார்க்சியமும்

1930 களில் மார்க்சியத்தில் சிங்காரவேலர் உறுதியாகக் காலூன்றிய அதே காலத்தில் சுயமரியாதை இயக்கம் முன்வைத்த பகுத்தறிவு என்ற நிலைப்பாட்டிற்கும் தனது பங்களிப்பினை வழங்கியுள்ளார். சிங்காரவேலரின் சுயமரியாதை, பகுத்தறிவு சார்ந்த பங்களிப்புகளைத் திராவிட இயக்கத்தார் இன்று வரை குறிப்பிடத்தக்க மரியாதையுடன் சிறப்பிக்கின்றனர். பா. வீரமணி, முத்து குணசேகரன் தொகுத்துள்ள 1716 பக்கங்கள் கொண்ட நூல்களில் கிட்டத்தட்ட சரிபாதிக் கட்டுரைகள் விஞ்ஞானத்தின் சாதனைகள், பகுத்தறிவுப் பரப்புரைகள் என்ற பண்பினைக் கொண்டனவாக விளங்குகின்றன. அக்கட்டுரைகளில் சிவவற்றின் தலைப்புகளிலிருந்தே சிங்காரவேலரின் பகுத்தறிவு ஆர்வத்தை நாம் உணர்ந்துகொள்ளமுடியும். கடவுளும் பிரபஞ்சமும், கடவுள் என்ற பதமும் அதன் பயனும், மெய்ஞ்ஞான முறையும் மூடநம்பிக்கையும், மனிதனும் பிரபஞ்சமும், மூடநம்பிக்கைகளின் கொடுமை, பிசாசு பிடித்த வீடு, எது மனித அனுபவத்திற்குப் பொருந்தியுள்ளது?, உலக விடுதலைக்குக் கடவுள் என்ற வார்த்தை ஒழியவேண்டும், கல்மழை உண்டாகும் விதம், விஞ்ஞான முறையும் மூட நம்பிக்கையும், ஆத்திக நாத்திக வாதங்கள், சூன்யம் உண்மையா?, கல்யாணமென்றால் என்ன?, பிரபஞ்ச பிரச்சினைகள், மரணத்திற்குப் பின் மனிதர் நிலை, தத்துவமும் வாழ்வும், பேய் பிசாசு, ஆவி மேக உத்தேசம், பிரகிருத ஞானம், மனோ ஆலய உலகங்கள், சிருஷ்டி வரலாறு, பகுத்தறி வென்றால் என்ன? போன்றவை சிங்காரவேலர் தனது பகுத்தறிவுக் கட்டுரைகள் பலவற்றிற்கு இட்டுள்ள தலைப்புகள் ஆகும்.

தமிழகத்தின் ஏழை எளிய மக்களிடம் பரவிக்கிடக்கும் பேய், பிசாசு நம்பிக்கைகள், புராணங்களின் செல்வாக்கு,

நோய்களுக்கு மந்திரித்தல், கோயில், குளங்கள், பூசை, நைவேத்தியம், பிரார்த்தனை, தொழுகை ஆகியவற்றில் மக்களுக்கு உள்ள ஆர்வம், கடவுள் உலகத்தைப் படைத்தது பற்றிய கதைகள், பில்லிசூனியம், ஏவல் போன்ற விஷயங்களில் மக்களின் நம்பிக்கைகள், மதங்களை வைத்து மதகுருமார்கள் பிழைப்பு நடத்துவது, நாள், நட்சத்திரம், எண்கள், ஜோதிடம் போன்றவை, மறுபிறப்பு, கர்மவினை போன்ற விளக்கங்கள் போன்ற ஏராளமான விஷயங்கள் குறித்து சிங்காரவேலர் விரிவான கட்டுரைகள் எழுதியுள்ளார். உழைக்கும் மக்கள் இவை போன்ற மூடநம்பிக்கைகளிலிருந்து விடுபடாமல் சுயமரியாதை, பகுத்தறிவு, சமதர்மம் போன்ற கோட்பாடுகளைப் பின்பற்ற இயலாது என்ற உறுதியுடன் சிங்காரவேலர் தனது பரப்புரைகளை முன்னெடுத்துச் சென்றுள்ளார்.

சிங்காரவேலர் தனது பல கட்டுரைகளில் நவீன விஞ்ஞானங்களின் அறிவுத்தோற்றவியலை விளக்குகிறார். அனுபவங்களே விஞ்ஞானங்களின் அடிப்படை என்று அவர் பல இடங்களில் குறிப்பிடுகிறார். நேரடியாக உணர்தலும் பரிட்சித்துப் பார்ப்பதும் அறிவியலின் அடிப்படையான முறைகள் எனத் தெளிவுபடுத்துகிறார். மாறாக, தெளிவற்ற உத்தேசங்கள், சில தன்னந்தனி அனுபவங்களைப் பொதுமைப் படுத்தல், நமது ஆசைகளையே நிகழ்ந்ததாகக் கொள்ளுதல், மன மயக்கங்கள், விபரீத மனநிலைகளைத் தெய்வீக நிலையாகக் கொள்ளுதல், பழம்புராணங்களை உண்மையென நம்புதல் போன்றவை மதங்களுக்கும் சடங்குகளுக்கும் பின்னணியாக உள்ளன என அவர் எடுத்துக்காட்டுகிறார். உளவியல் ரீதியான ஹிப்னோடிசம், மெஸ்மரிசம் போன்ற மதத்தளவிலான உசாவுதல்கள், தூண்டுதல்கள், அரைத் தூக்க நிலைகள், உசுப்பேற்றுதல் போன்றவற்றையும் பற்றி சிங்காரவேலர் விரிவாக எழுதுகிறார். மதங்களின் வரலாறு, உளவியல் நூல்கள், மானுடவியல் நூல்கள், ஐரோப்பியப் பகுத்தறிவுவாதிகளின் நூல்கள் ஆகியவை பற்றிய தகவல்களைத் தந்து அவற்றைப் படித்துப்பார்த்து விளங்கிக்கொள்ளுங்கள் எனவும் அறிவுறுத்துகிறார். நேர்க்காட்சிவாதம் (Positivism), நடத்தையியம் (Behaviourism), பயன்பாட்டுவாதம் (Pragmatism) போன்ற தத்துவங்களையும் சிங்காரவேலர் தனது பகுத்தறிவுப் பரப்புரைகளுக்குப் பயன்படுத்திக் கொள்கிறார்.

1930 களின் போக்கில் சிங்காரவேலர் மார்க்சியத்தின் வரலாற்றுப் பொருள்முதல்வாதம், இயங்கியல் பொருள்முதல் வாதம் ஆகியவற்றிலும் புலமை பெறுகிறார். 1932 ல் எழுதப்பட்ட "பொதுவுடைமை விளக்கம்" என்ற நூறு பக்கங்களுக்கு மேற்பட்ட கட்டுரைத் தொடர் கார்ல் மார்க்சின் வாழ்க்கை, அவரது தத்துவார்த்த நிலைப்பாடுகள் ஆகியவற்றை விளக்கு கின்றன. "பொருளாதாரக் கோட்பாட்டை மெய்ஞ்ஞான வழியில் கொண்டுவந்தவர்களில் முதன்மையானவர்களில் ஒருவராக" கார்ல் மார்க்சை அறிமுகப்படுத்துகிறார். "மனிதர் எண்ணங் களுக்கும் அவரது செய்கைகளுக்கும் ஆதாரமாக உள்ள பொருளாதார நிலைமைகள்" பற்றி எழுதியவர் கார்ல் மார்க்ஸ் தான் எனத் தெளிவுபடுத்துகிறார் (பாவீரமணி, முத்து குணசேகரன் 2006: 741).

1930 களின் போக்கில் சிங்காரவேலர் பெரியாரின் தலைமை யிலான சுயமரியாதை இயக்கத்தின் திசைவழியை இடதுபுறம் திருப்பப் பெரிதும் முயற்சிக்கிறார். சுயமரியாதை சமதர்மக் கட்சி எனும் இடதுசாரி அரசியல் கட்சி ஒன்றை உருவாக்க அவர் முயலுகிறார். அந்த முயற்சியில் ஜீவாவும் அவருடன் உடன் நிற்கிறார். ஆனால் அந்த முயற்சியில் அவர் தோல்வி அடை கிறார். 1935 ஆம் ஆண்டுக்குப் பிறகு அவரும் ஜீவாவும் தமிழ்ச் சூழல் களில் தமது கம்யூனிசப் பயணத்தை தனியாக மேற்கொள்ளு கின்றனர்.

பௌத்த சிந்தனை, காந்தியம், சுயமரியாதை இயக்கம் என்ற தடங்களின் வழியாக சிங்காரவேலர் தமிழ்ச் சூழல்களில் தனது மார்க்சியப் பயணத்தை மேற்கொண்டிருக்கிறார். சிங்கார வேலரின் மார்க்சியம் பெருமளவில் அரசியல் பொருளாதார மார்க்சியமாகவே அமைந்துள்ளது. 19- ஆம் நூற்றாண்டின் பல இயக்கங்கள் இந்திய வரலாற்றின் அல்லது தமிழ் வரலாற்றின் பழமையை தோண்டித் துழாவி தமது வேலைத்திட்டங்களை உருவாக்கிக் கொண்டது போன்ற ஒரு பாதையில் சிங்காரவேலர் பயணிக்கவில்லை. சிங்காரவேலரில் ஒரு சமகாலத்தன்மை நிலவுகிறது. அது எதிர்காலம் நோக்கியது. மார்க்சிய அரசியல் பொருளாதாரத்தை அவர் கண்டடைந்த பிறகு சிங்காரவேலர் அதனை வலுவான தனது வழிகாட்டியாக பற்றிக்கொண்டதை அறிய முடிகிறது. பௌத்தம், காந்தியம், நீதிக்கட்சி, சுயமரியாதை இயக்கம் ஆகியவற்றில் அவரை அதிகம் கவர்ந்தது சுயமரியாதை

இயக்கமே. சுயமரியாதை மற்றும் பகுத்தறிவு இயக்கத்துடனேயே அவர் அதிகப்பட்ச ஊடாட்டங்களை நிகழ்த்தியிருக்கிறார். சாதி, மதம், பொருளாதாரம் ஆகியவற்றை ஒன்றிணைக்கும் இந்தியத் தமிழ்ப் பண்பு கொண்ட மார்க்சியத்தையே அவர் முன்வைக்கிறார். 1935 க்குப் பிறகு அவர் கம்யூனிச இயக்கத்தில் தனித்துப் பயணித்த போது, சாதி, மதப் பிரச்சினைகளை விடப் பொருளாதாரப் பிரச்சினைகளுக்கே அதிக முன்னுரிமை வழங்கவேண்டும் என்று கூறியபோதிலும் சுயமரியாதை, பகுத்தறிவு ஆகியவற்றுடன் அவர் நடத்திய உரையாடலே அவரது தனிப்பெரும் பங்களிப்பாக இன்றுவரை நின்று நிலவுகிறது எனலாம். 1930 களிலான அவரது எழுத்துக்களில் தமிழ்மொழி அடிப்படையிலான அடையாளத்தை அவர் நிராகரிக்கும் சில குறிப்புகள் உள்ளன. இக்காலக்கட்டத்தில் சுயமரியாதை இயக்கத்தின் (அறிஞர் அண்ணா தலைமையிலான) இரண்டாம் தலைமுறையினர் மொழி இலக்கிய அரசியலை முன்னுக்குக் கொண்டுவந்தனர் என்பது குறிப்பிடத்தக்கதாகும். ஆனால் சிங்காரவேலர் இந்த அணியினரை நிராகரிப்பதற்குச் சில நியாயங்கள் இருந்தன. 1930 களில் ஐரோப்பியச் சூழல்களில் நாஜிசம், பாசிசம் ஆகிய கருத்தியல்கள் மொழிவழி தேசிய வாதங்களைப் பாசிசமாகப் பரிணமிக்கச் செய்தன. எனவே மொழி வழி தேசியம் குறித்த அச்சம் அவரிடம் உருவாகி யிருக்கிறது. சிங்காரவேலரைப் பின்புலமாகக் கொண்டு தமிழ்ச் சூழல்களில் உருவாகிய மார்க்சியத்தின் வடிவங்களை நோக்கும் போது குறைந்தபட்சம் மூவகை மார்க்சியங்கள் செல்வாக்குச் செலுத்தின என எண்ணத் தோன்றுகிறது. முதல்வகை: சிங்காரவேலரின் பகுத்தறிவுப் பண்பு கொண்ட அரசியல் பொருளாதார மார்க்சியம். சிங்காரவேலரோடு ஒட்டி நின்று பின் தனித்த சிந்தனையாக உருவெடுத்த ஜீவா, தமிழ் மொழி, இலக்கிய அரசியலை உள்வாங்கிய பண்பாட்டு மார்க்சியத்தை வடிவமைத்திருக்கிறார். இதற்கு அடுத்த கட்டத்தில் பேராசிரியர் நா. வானமாமலை நாட்டுப்புறப் பண்பாட்டு உணர்வுகள் கொண்ட மானுடவியல் மார்க்சியத்தை வடிவமைத்துள்ளார். தமிழ் மண்ணில் விளைந்த இந்த மூவகை மார்க்சியங்களும் ஒன்றின் மீது மற்றொன்று பரஸ்பரம் செல்வாக்கு செலுத்தி மார்க்சியத்தைச் செழுமைப்படுத்தியுள்ளன. ஒவ்வொன்றின் வரலாற்று நியாயங்களும் போதாமைகளும் தொடர்ந்த விவாதத்திற்குரியன.

தேர்ந்தெடுக்கப்பட்ட நூற்பட்டியல்

அலாய்சியஸ், ஞான. (1999), அயோத்திதாசர் சிந்தனைகள் (மூன்று தொகுதிகள்), பாளையங்கோட்டை: நாட்டார் வழக்காற்றியல் ஆய்வு மையம்.

ஆனந்தராசன், ஆ. (2010), சிவஞானபோதம்-வழித்துணை விளக்கம், சென்னை: நர்மதா பதிப்பகம்.

கந்தசாமி, சோ. ந.(1961), மணிமேகலையின் காலம், சென்னை: தொல் காப்பியர் நூலகம்.

கந்தசாமி, சோ. ந.(1977), பௌத்தம், சென்னை: சென்னைப் பலகலைக் கழகம்.

கந்தசாமி, சோ. ந.(2003), இந்தியத் தத்துவக் களஞ்சியம் (மூன்று தொகுதிகள்), சிதம்பரம்: மெய்யப்பன் பதிப்பகம்.

கந்தசாமி, சோ. ந.(2005), தத்துவ நோக்கில் தமிழிலக்கியம், சிதம்பரம்: மெய்யப்பன் பதிப்பகம்.

தெ.பொ.மீகளஞ்சியம்- 4 (2007), சமயத்தமிழ், சென்னை: காவ்யா வெளியீடு

தேவசேனாபதி, வ.ஆ.(1981), சைவ சித்தாந்தத்தின் அடிப்படைகள், சென்னை: சென்னைப் பல்கலைக்கழகம்.

மணி, சி.சு.(உ.ஆ.)(1992), திருஉந்தியார், திருக்களிற்றுப்படியார் மூலமும் உரையும், திருநெல்வேலி: அருள்நந்தி சிவம் அருட்பணி மன்றம்.

மறைமலையடிகள் (1935), சைவ சித்தாந்த ஞானபோதம், சென்னை: டி.எம்.பிரஸ்.

முருகேசன், கே.-சுப்பிரமணியன், சி.எஸ். (2007), சிங்காரவேலு: தென்னிந்தியாவின் முதல் கம்யூனிஸ்ட், சென்னை: நியூ செஞ்சுரி புக் ஹவுஸ்.

வானமாமலை, நா. (1990), தமிழர் பண்பாடும் தத்துவமும், சென்னை: நியூ செஞ்சுரி புக் ஹவுஸ்.

வீரமணி, பா. - முத்துகுணசேகரன் (தொ.ஆ.) (2006), ம.சிங்காரவேலரின் சிந்தனைக்களஞ்சியம், மூன்றுதொகுதிகள், சென்னை: தென்னக ஆய்வு மையம்.

வீரமணி, பா.-கலியபெருமாள், வீ. (2009), சிந்தனைச்சிற்பி ம.சிங்கார வேலரின் சமூகச் சிந்தனையும் பன்முக ஆளுமையும், சென்னை: சிங்காரவேலர் சிந்தனைக் கழகம்-அறக்கட்டளை.

வெள்ளைவாரணன், க. (1997), பன்னிரு திருமுறை வரலாறு, இரண்டு பகுதிகள், சிதம்பரம்: அண்ணாமலைப் பல்கலைக்கழக வெளியீடு.

ஸ்டாலின் ராஜாங்கம் (ப.ஆ.) (2010), அயோத்திதாசரும் சிங்காரவேலரும்: நவீன பௌத்த மறுமலர்ச்சி இயக்கம் - வெளிவராத விவாதங்கள், சென்னை: கயல்-கவின் வெளியீடு.

Selected Bibliography

Chanpakalakshmi, R. (2011), Trade Ideology and Urabanization, OUP: New Delhi.

Cowell Gough (Tr. & Ed.) (1961). Sarva Darsana Samgraha.

Debiprasad Chattopadhyaya (1973). Lokayata, PPH: New Delhi.

Deleuze Gilles (1998), Difference and Repetition (in Russian), St. Petersberg.

Ernesto Laclau (2007), On Populist Reason, Verso: London.

Foucault, M. (1972). Archaeology of Knowledge, Tavistock: London.

Henrich zimmer (1969). Philosophies of India, Routledge and Kegan Paul: London.

Hiriyanna, M. (1973). Essentials of Indian Philosophy, Allen and Unwin: London.

Krishnaswami Aiyangar, S. (1928), Manimekhalai in its Historical Setting, Luzac & Co: London.

Macfie, A. L. (2000) (ED.), Orientalism: A Reader, Edinburg University Press.

Pande, G.C. (1983). Studies in the Origins of Buddism, MLBD: Delhi.

Radhakrishnan, S. (1958). Indian Philosophy, 2. Vol., Macmillan: London.

Radhakrishnan,S.(1954), A Hindu View of life, George Allen & Unwin: London.

Rhys Davids. T.W. (9103). Buddhist India, MLBD: Delhi.

Richard King(1999), Orientalism and the Modern Myth of "Hinduism", Numen, Vol. 46, No. 2.

Ronald Inden(1986), Orientalist Constructions of India, Modern Asian Studies, Vol. 20, No. 3.

Satkari Mukerjii (1978). The Jaina Philosophy of Non-Absolutism, MLBD: Delhi.

Siddalingaiah,T.B.(1979), Origin and Development of Saiva Siddhanta Upto 14th Century, University of Madras.

Sri Kunda Kundacharya (1950). Samaya Sara, Bharathiya Jnanapith: Kasi.

Surendranath Dasgupta (1975). A History of Indian Philosophy 5 Vol., MLBD: Delhi.

Swamy Gambirananda (Tr.) (1957-58). Eight Upanishads, Advaita Ashram: Calcutta.

The Brahma Sutras. S. Radhakrishnan (Tr.) (1971). George Allen & Unwin: London.

The Brhadaranyaka Upanishad. (1951). Sri Ramakrishna Math: Madras.

Theodore de Bary et al (Ed.) (1972). Sources of Indian Tradition, MLBD: Delhi.